ಆನಂದಯಜ್ಞ

ಸಾಯಿಸುತೆ

ಸುಧಾ ಎಂಟರ್‌ಪ್ರೈಸಸ್

ನಂ. 761, 8ನೇ ಮುಖ್ಯರಸ್ತೆ, 3ನೇ ಬ್ಲಾಕ್
ಕೋರಮಂಗಲ, ಬೆಂಗಳೂರು–560 034.

Anandayagna (Kannada): a social novel written by Smt. Saisuthe; published by Sudha Enterprises, # 761, 8th Main, 3rd Block, Koramangala, Bangalore - 560 034.

ಮೊದಲನೆಯ ಮುದ್ರಣ	:	2016
ಎರಡನೆಯ ಮುದ್ರಣ	:	2022
ಪುಟಗಳು	:	208
ಬೆಲೆ	:	ರೂ. 185
ಉಪಯೋಗಿಸಿದ ಕಾಗದ	:	70 ಜಿ.ಎಸ್.ಎಂ. ಮ್ಯಾಪ್ಲಿಥೋ
ಮುಖಪುಟ ವಿನ್ಯಾಸ	:	ಚಂದ್ರನಾಥ ಆಚಾರ್ಯ
ಹಕ್ಕುಗಳು	:	ಲೇಖಕಿಯವರದು

ಸಗಟು ಮಾರಾಟಗಾರರು
ವಸಂತ ಪ್ರಕಾಶನ
360, 10ನೇ 'ಬಿ' ಮುಖ್ಯರಸ್ತೆ, 3ನೇ ಬ್ಲಾಕ್,
ಜಯನಗರ, ಬೆಂಗಳೂರು – 560 011
ದೂರವಾಣಿ : 080–22443996/40917099
ಮೊ: 7892106719
email : vasantha_prakashana@yahoo.com
website: www.vasanthaprakashana.com

ಅಕ್ಷರ ಜೋಡಣೆ :
ಸುಧಾ ಎಂಟರ್‌ಪ್ರೈಸಸ್

ಮುದ್ರಣ :
ರೀಗಲ್ ಪ್ರಿಂಟ್ ಸರ್ವೀಸ್

ಮುನ್ನುಡಿ

ಆತ್ಮೀಯ ಓದುಗರಲ್ಲಿ

ಪ್ರವಾಸ ನನಗೆ ತುಂಬ ಇಷ್ಟವೇ. ಗಿಡ, ಮರ, ದಟ್ಟವಾದ ಸಸ್ಯರಾಶಿ, ಅದರ ನಡುವೆ ತುಂತುರು ಮಳೆ, ಬೆಟ್ಟ, ಕಲ್ಲು, ಗುಡ್ಡ ಇವೆಲ್ಲ ಇಷ್ಟವೇ. ವೈವಿಧ್ಯಮಯ ಜನಜೀವನ, ಭಾವನೆ ಸಂಬಂಧಗಳಿಗೆ ಜೋತು ಬಿದ್ದಿರುವ ಜನ. ಇವೆಲ್ಲ ತುಂಬ... ತುಂಬ.. ಇಷ್ಟವೇ. ಒಂದು ಹದಿನೈದು ದಿನಗಳ ಪ್ರವಾಸಕ್ಕಾಗಿ ಆಯ್ದುಕೊಂಡಿದ್ದು ರಾಮೇಶ್ವರ, ಪಳನಿ, ಕೊಡೈಕೆನಾಲ್. ಅಲ್ಲಿನ ಪರಿಸರದ ಜೊತೆ, ಜನಜೀವನ, ಪ್ರವಾಸಕ್ಕಾಗಿ ಬಂದ ನಾನಾ ವರ್ಗದ ಜನ. ಅದರೊಂದಿಗೆ ಕೆಲವು ಮಗ್ಗಲು ಬದಲಾಯಿಸದೆ ತಮ್ಮ ಪಾಡಿಗೆ ತಾವಿದ್ದ ಜನ, ಜೊತೆಗೆ ನಿಶ್ಚಲ ದೈವಭಕ್ತಿ, ಶಕ್ತಿ... ಅವರುಗಳ ಮಾತುಗಳು ನನ್ನ ಮೇಲೆ ಹೆಚ್ಚು ಪರಿಣಾಮ ಬೀರಿದವು.

ಪಳನಿ ಪರ್ವತ ಶ್ರೇಣಿಯ ತುತ್ತ ತುದಿಯಲ್ಲಿರುವ ಕೊಡೈಕೆನಾಲ್ ಒಂದು ರುದ್ರರಮಣೀಯ ಮನಮೋಹಕ ಪ್ರಕೃತಿಯ ತಾಣ. ನಿಬಿಡ ಅರಣ್ಯ ಪ್ರದೇಶ, ಕಡಿದಾದ ಬೆಟ್ಟಗಳು, ತಂಪಾದ ಪರಿಸರ ಮನವನ್ನು ಉಲ್ಲಾಸಗೊಳಿಸಿತು. ಪ್ರಕೃತಿಯ ಮಡಿಲಲ್ಲಿ ರೋಚಕತೆಯ ನಡುವೆ ರಹಸ್ಯವಾದ ಅನುಭೂತಿ.

ನನ್ನ ಭಾವನೆಗಳ ಜೊತೆಗೆ ಕಲ್ಪನೆಗಳಿಗೂ ರೆಕ್ಕೆ ಮೂಡಿದಂತಾಯಿತು. ಗುನಾ ಗುಹೆಗಳನ್ನು ನೋಡಲೇಬೇಕೆಂದು ನನ್ನವರದ, ಮಗನದು ಹಟ. ಆದರೆ ನಾನೇನು ಅಷ್ಟು ಧೈರ್ಯವಂತಳಲ್ಲ. ಆಗ ನನ್ನ ಗಮನಸೆಳೆದಿದ್ದು ಮರದ ಬೇರುಗಳ ಮೇಲೆ ಕುಳಿತ ಒಂದು ಚೆಂದವಾದ ಹುಡುಗಿ ಕಂಡಳು. ಅಲ್ಲೇ ನನ್ನ ಮನದಲ್ಲಿ ಒಂದು ಚಿತ್ರ ರೂಪು ತಳೆದು ನಿಂತಿತು. ಕೂತ ತಂಗಿಯ ಜೊತೆ ಇಬ್ಬರು ಅಣ್ಣಂದಿರು. ಮಾತು, ನಗು, ಎಲ್ಲಾ ಇಷ್ಟವೆನಿಸಿತು. ಅಂದು ಮನದಲ್ಲಿ ರೂಪು ತಳದ ಪಾತ್ರಗಳು 'ಆನಂದಯಜ್ಞ' ಕಾದಂಬರಿಯ ಮುಖ್ಯ ಪಾತ್ರಗಳಾದವು. ಆಗ ನಮ್ಮ ಪೂರ್ಣಚಂದ್ರ ತೇಜಸ್ವಿಯವರ ಮಾತುಗಳು ನೆನಪಿಗೆ ಬಂದವು. 'ಬೆಂಗಳೂರು ಅಂಥ ಊರಲ್ಲಿ

ಕೂತು, ಅದೇನು ಬರೆಯೋಕೆ ಸಾಧ್ಯ? ಅದೇ ದಾರಿ, ಅದೇ ಲೈಟು ಕಂಬ, ಅದೇ ಸಿಗ್ನಲ್ಲು ನೋಡಿಕೊಂಡಿದ್ದರೇ ಕತೆ ಹುಟ್ಟುತ್ತಾ'?ಎಂದು ಹೊಸತೇನಾದ್ರೂ... ಹುಟ್ಟುವ ಸಾಧ್ಯತೆಯನ್ನು ತಳ್ಳಿ ಹಾಕುತ್ತಿದ್ದರು. ಅವರ ಮಾತುಗಳು ಅಕ್ಷರಶಃ ಸತ್ಯವೆನಿಸಿತು.

ಕೆಲವು ಸಂದರ್ಭಗಳಲ್ಲಿ, ಘಟನೆಗಳಲ್ಲಿ, ಆಕಸ್ಮಿಕಗಳಲ್ಲಿ, ಭೇಟಿಗಳಲ್ಲಿ ನಾವು 'ನಿಮಿತ್ತ' ಮಾತ್ರರಾಗಿ ಬಿಡುತೀವಿ.

ನೀವೇ ಓದಿ ಹೇಳಿ. ಈ ಕಾದಂಬರಿಯ ಪ್ರಕಾಶಕರಿಗೂ, ಮುಖಚಿತ್ರ ಕಲಾವಿದರಾದ ಶ್ರೀ ಚಂದ್ರನಾಥ ಆಚಾರ್ಯ ಅವರಿಗೂ ನನ್ನ ಧನ್ಯವಾದಳು.

ನಿಮ್ಮನ್ನು ಮರೆಯಲು ಸಾಧ್ಯವೇ? ನನ್ನ ಎಲ್ಲಾ ಕಾದಂಬರಿಗಳಲ್ಲೂ ನೀವುಗಳು ಒಂದು ಪಾತ್ರವಾಗಿ ಇರುತ್ತೀರಿ? ನೀವೇ ಓದಿ ತಿಳಿಸಿ.

ಕೃತಜ್ಞತೆಗಳು.

– ಸಾಯಿಸುತೆ
"ಸಾಯಿಸದನ"
12, 2ನೇ ಮುಖ್ಯರಸ್ತೆ, 2ನೇ ಅಡ್ಡರಸ್ತೆ,
ಮಾರುತಿನಗರ, ಕೋಗಿಲೆ ಕ್ರಾಸ್, ಯಲಹಂಕ
ಓಲ್ಡ್ ಟೌನ್, ಬೆಂಗಳೂರು – 560064.
ದೂ: 080–28571361
Email: saisuthe1942@gmail.com

ನಮ್ಮಲ್ಲಿ ದೊರೆಯುವ ಸಾಯಿಸುತೆಯವರ
ಇತರ ಕಾದಂಬರಿಗಳು

ಮೇಘವರ್ಷಿಣಿ
ನವಚೈತ್ರ
ಪೂರ್ಣೋದಯ
ಅಪೂರ್ವ ಮೈತ್ರಿ
ನಿಶೆಯಿಂದ ಉಷೆಗೆ
ಸಪ್ತರಂಜನಿ
ವಸುಧೈವ ಕುಟುಂಬ
ಪ್ರೇಮಸಾಫಲ್ಯ
ಸದ್ಗೃಹಸ್ಥೆ
ಕಾರ್ತೀಕದ ಸಂಜೆ
ನಾ ನಿನ್ನ ಧ್ಯಾನದೊಳಿರಲು
ಸುಪ್ರಭಾತದ ಹೊಂಗನಸು
ಕರಗಿದ ಕಾರ್ಮೋಡ
ಹೃದಯ ರಾಗ
ಅಮೃತಸಿಂಧು
ಬಣ್ಣದ ಚುಂಬಕ
ಸ್ವರ್ಣ ಮಂದಿರ
ಶ್ರೀರಸ್ತು ಶುಭಮಸ್ತು
ಗಂಧರ್ವಗಿರಿ
ಶುಭಮಿಲನ
ಸಪ್ತಪದಿ
ಚೈತ್ರದ ಕೋಗಿಲೆ
ಬೆಳ್ಳಿದೋಣಿ
ವಿವಾಹ ಬಂಧನ
ಮಂಗಳ ದೀಪ
ಡಾ॥ ವಸುಧಾ
ಮುಂಜಾನೆಯ ಮುಂಬೆಳಕು
ಸೊಬಗಿನ ಪ್ರಿಯದರ್ಶಿನಿ
ರಾಗಬೃಂದಾವನ
ಬಿಳಿ ಮೋಡಗಳು
ಅನುಬಂಧದ ಕಾರಂಜಿ
ಮಿಂಚು
ನಾಟ್ಯಸುಧಾ
ಪಸರಿಸಿದ ಶ್ರೀಗಂಧ
ಬೆಳದಿಂಗಳ ಚೆಲುವೆ
ವರ್ಷಬಿಂದು
ಸಪ್ನ ಸಂಭ್ರಮ
ನನ್ನ ಭಾವ ನಿನ್ನ ರಾಗ
ಸುಮಧುರ ಭಾರತಿ
ಮೌನ ಆಲಾಪನ
ಮತ್ತೊಂದು ಬಾಡದ ಹೂ
ಶಿಶಿರದ ಇಂಚರ
ಮುಂಗಾರಿನ ಹುಡುಗಿ
ಸಾಮಗಾನ
ಕಡಲ ಮುತ್ತು
ಆಡಿಸಿದಳು ಜಗದೋದ್ಧಾರನಾ
ಪಂಚವಟಿ
ಶ್ಯಾನುಭೋಗರ ಮಗಳು
ಮೂಡಿ ಬಂದ ಶಶಿ
ಜನನೀ ಜನ್ಮಭೂಮಿ
ಬಿರಿದ ನೈದಿಲೆ
ಶರದೃತುವಿನ ಚಂದ್ರ
ಮೋಹನ ಮುರಳಿ ಕರೆಯಿತು
ಮುಗಿಲ ತಾರೆ
ಅಗ್ನಿದಿವ್ಯ
ಧವಳ ನಕ್ಷತ್ರ
ಕಲ್ಯಾಣಮಸ್ತು
ದಂತದ ಗೊಂಬೆ
ಸುಭಾಷಿಣಿ
ಮಮತೆಯ ಸಂಕೋಲೆ
ಮಂತ್ರಾಕ್ಷತೆ
ಸಪ್ತಧಾರೆ
ಹೇಮಂತದ ಸೊಗಸು
ಬೆಳಕಿನ ಹಣತೆ
ಗ್ರೀಷ್ಮದ ಸೊಬಗು
ಗ್ರೀಷ್ಮ ಋತು
ಪ್ರಿಯ ಸಖೀ
ಚಿರಬಾಂಧವ್ಯ
ಆಶಾಸೌರಭ
ಗಿರಿಧರ

ಅಮಲ... ಅಮಲಾ... ಅಮ್ಮ ಮತ್ತು ಆನಂದಮೂರ್ತಿಗಳು ಮನೆಗೆ ಬರುವ ವೇಳೆಗೆ ಊಟದ ಸಮಯ ಮೀರಿ ಹೋಗಿತ್ತು. ಇದೇನು ಸತ್ಯಭಾಮ ಅವರಿಗೆ ಹೊಸತಲ್ಲ. ಇಡೀ ಅಮಲಾಪುರದ ಎಲ್ಲಾ ಜನ ಆನಂದಮೂರ್ತಿಗಳ ಬಂಧುಗಳೇ. ಎಲ್ಲರ ಯೋಗಕ್ಷೇಮದ ಬಗ್ಗೆ ಕಾಳಜಿಯುಳ್ಳ ಮನುಷ್ಯ. ಆ ಬಗ್ಗೆ ಯಾವ ತಕರಾರು ಪ್ರಯೋಜನವಿಲ್ಲವೆಂದು ಹೆಂಡತಿ ಮಕ್ಕಳಿಗೆ ಗೊತ್ತು.

ಅಂಗಳದಲ್ಲಿ ಹಪ್ಪಳ ಡಬ್ಬಕ್ಕೆ ತುಂಬುತ್ತಿದ್ದ ಆಕೆ ಮೇಲೆದ್ದು "ಸಾಕಾಯ್ತು, ತೋಟದಿಂದ ಮನೆಗೆ ಇಪ್ಪತ್ತು ನಿಮಿಷಗಳ ಹಾದಿ, ಆದರೆ ಅಲ್ಲಿದ್ದ ನೀವು... ಹೊರಟರೇ.... ಉಸ್, ಜೊತೆಗೆ ನಿಮ್ಮ ಮುದ್ದಿನ ಮಗಳು ಇದ್ದರಂತು ಮುಗಿದುಹೋಯ್ತು" ಎಂದು ನಸುಮುನಿಸಿನಿಂದ ಡಬ್ಬದೊಂದಿಗೆ ಒಳಗೆ ಹೋದರು.

ಅಪ್ಪ, ಮಗಳು ಮುಖ, ಮುಖ ನೋಡಿಕೊಂಡರು. ಇಬ್ಬರ ಮುಖದ ಮೇಲು ತೆಳುವಾದ ನಗೆ. ಕೈಕಾಲು ತೊಳೆದು ಬರುವುದರೊಳಗೆ ಎಲೆ ಹಾಕಿ ನೀರಿಟ್ಟಿದ್ದರು. ಆರಾಮಾಗಿ ಪಲ್ಯ, ಹಪ್ಪಳ ಸಂಡಿಗೆಯ ಊಟ ಮುಗಿಸಿ ಹೊರಬರುವ ವೇಳೆಗೆ ಟೀಪಾಯಿ ಮೇಲೊಂದು ಪಾರ್ಸಲ್. ಇದು ಅಪರೂಪವಲ್ಲ. ವಿದೇಶದಲ್ಲಿದ್ದ ನಂದನ್ ದಂಪತಿಗಳು ತಮ್ಮ ಮುದ್ದಿನ ಮಗಳಿಗಾಗಿ ಗಿಫ್ಟ್‌ಗಳನ್ನು ಕಳುಹಿಸಿಕೊಡುತ್ತಿದ್ದರು. ಆದರೆ ಅಮಲಾ ಉಪಯೋಗಿಸಿದ್ದು ಕಡಿಮೆಯೇ. ಆ ಬಗ್ಗೆ ಆಸಕ್ತಿಯೇ ಕಡಿಮೆ.

"ನಾಳೆ ಅಮಲಾ ಹುಟ್ಟಿದ ಹಬ್ಬಕ್ಕೆ ಅದಕ್ಕೆ ಉಡುಗೊರೆ ರೂಪದಲ್ಲಿ ಬಂದಿದೆ. ವಿಭಾ ಮೂರು ದಿನದ ಹಿಂದೇನೆ ತಿಳಿಸಿದ್ಲು. ಎಷ್ಟೊಂದು ಅಕ್ಕರೆಯಿಂದ ಕಳುಸ್ತಾರೆ. ಇವ್ಳಿಗೆ ಅಲ್ಪಸ್ವಲ್ಪ ಆಸಕ್ತಿನು ಇಲ್ಲ" ಅಂದ ಸತ್ಯಭಾಮ ಅಡಿಗೆ ಮನೆಯತ್ತ ನಡೆದರು. ಆ ಬಗ್ಗೆ ಆಕೆಗೆ ಬೇಸರವೇ.

ಆ ಬಗ್ಗೆ ಪ್ರತಿಕ್ರಿಯಿಸಲಿಲ್ಲ.

"ಅಮ್ಮು... ಮಗಳೇ... ಇಲ್ಬಾ. ನಿನ್ನ ಹುಟ್ಟುಹಬ್ಬದ ಸಲುವಾಗಿ ಭರ್ಜರಿ ಗಿಫ್ಟ್ ಕಳಿಸಿದ್ದಾರೆ" ಎಂದರು. ಅಮೆರಿಕದಲ್ಲಿದ್ದ ತಮ್ಮನ ಕುಟುಂಬದ ಬಗ್ಗೆ ಹೆಮ್ಮೆಯೇ. ತಮ್ಮ ಮನೆತನದಲ್ಲಿ ಮೊದಲು ವಿದೇಶಕ್ಕೆ ಹೋದವನೆಂಬ ಹೆಮ್ಮೆ ಇತ್ತು. ಈಚೆಗಂತು ಅವರ ಬಂಧು ಬಳಗದವರು, ಮಕ್ಕಳು ಕೆಲಸಗಳನ್ನು ಅರಸಿಕೊಂಡು ವಿದೇಶಗಳಿಗೆ

ಹೋಗೋದು ಸಾಮಾನ್ಯವಾಗಿತ್ತು. ಅದೊಂದು ರೀತಿಯ ಹೆಚ್ಚುಗಾರಿಕೆಯೆಂದು ಭಾವಿಸದಿದ್ದರೂ ಆ ಸಂತೋಷದಲ್ಲಿ ಪಾಲುಗೊಳ್ಳಲು ಸದಾ ಆನಂದಮೂರ್ತಿ ಮುಂದಾಗುತ್ತಿದ್ದುದ್ದು ಸುಳ್ಳಲ್ಲ.

ರಟ್ಟಿನ ಬಾಕ್ಸ್‌ನ ತಾನೇ ಓಪನ್ ಮಾಡಿದ ಆನಂದಮೂರ್ತಿ "ಅಮಲ ಬಾ ಇಲ್ಲಿ" ಎಂದು ಪಕ್ಕದಲ್ಲಿ ಕೂಡಿಸಿಕೊಂಡು ಎಲ್ಲಾ ವಸ್ತುಗಳನ್ನು ತೆಗೆದಿಟ್ಟು "ಸತ್ಯಾ, ಬಾ ಇಲ್ಲಿ. ಮಗ್ಳ ಹುಟ್ಟಿದಬ್ಬ ಸಲುವಾಗಿ ಏನೇನು ಕಳಿಸಿದ್ದಾನೆ, ನೋಡು" ಹೆಂಡತಿಯನ್ನ ಕರೆದರು. "ಕಾಸ್ಲೀ ಡ್ರೆಸ್‌ಗಳ ಜೊತೆ ಒಂದು ಚೆಂದದ ಸೀರೆಯ ಜೊತೆ ಮುತ್ತಿನ ಸೆಟ್" ಅಮಲಾಳತ್ತ ತಿರುಗಿ ಹುಬ್ಬೇರಿಸಿ "ಹೇಗಿದೆ, ನೋಡು... ಇದೆಲ್ಲ. ನಿನ್ನ ಹುಟ್ಟಿದ ಹಬ್ಬಕ್ಕೆ ಉಡುಗೊರೆ" ತಲೆ ಸವರಿದರು. ಅವಳೇನು ಅಂಥ ಉತ್ಸಾಹ ತೋರದೇ "ನಾನು ನಾಳೆ ಉಡೋದು ನೀವು ಕೊಡ್ಸಿದ ಸೀರೆ. ಆ ಆರೆಂಜ್ ಕಲರ್ ನಂಗಿಷ್ಟ" ಮುದ್ದು ಮುದ್ದಾಗಿ ಹೇಳಿದ ಮಗಳ ಕೆನ್ನೆ ಸವರಿದರು ಪ್ರೀತಿಯಿಂದ. ವಿಪರೀತ ಅಕ್ಕರೆ ಅವಳ ಬಗ್ಗೆ.

"ನಂದನ್, ವಿಭಾ ಕಳಿಸಿದ ಎಷ್ಟೋ ವಸ್ತುಗಳ್ನ, ಡ್ರೆಸ್, ಒಡ್ವೆಗಳ್ನ ಇವ್ಳು ಬಳಸಿಯೇ ಇಲ್ಲ. ಸ್ವಲ್ಪ ಇಂಟರೆಸ್ಟ್ ಬೇಕು ಮಗಳೇ" ಎಂದ ಸತ್ಯಭಾಮ ಎಲ್ಲವನ್ನು ಮತ್ತೆ ಬಾಕ್ಸ್‌ಗೆ ಜೋಡಿಸಿದ ಕೂಡಲೆ ಒಯ್ದು ದೇವರ ಮುಂದಿಟ್ಟು ನಮಸ್ಕರಿಸಿದಳು. ಇದೊಂದು ಪದ್ಧತಿಯನ್ನಾಗಿ ರೂಢಿ ಮಾಡಿಕೊಂಡಿದ್ದರು. ಮನೆಯವರೆಲ್ಲ 'ಎಲ್ಲಾ ದೇವರ ಕೃಪೆಯಿಂದ ದೊರೆತಿದ್ದು' ಇದು ಮನೆಯ ಹಿರಿಯಾಕೆ ಪಾತಜ್ಜಿಯ ಘೋಷಣೆ. ಅದು ಕ್ರಮಬದ್ಧವಾಗಿ ನಡೆದುಕೊಂಡುಬಂದಿತ್ತು ಇಂದಿನವರೆಗೂ.

ಎಲ್ಲಾವನ್ನು ಒಯ್ದು ದೇವರ ಮುಂದಿಟ್ಟು ನಮಸ್ಕರಿಸಿದ ಮಗಳತ್ತ ನೋಡಿದ ಆನಂದಮೂರ್ತಿ "ನಮ್ಮ ಅಮಲಾ ಅಪ್ಪಟ ಚಿನ್ನ ಕಣೇ. ಹೋದ್ವರ್ಷ ಕೂಡ ಅವ್ಳ ಹುಟ್ಟಿದ ಹಬ್ಬದ ದಿನ ಅಮಲೇಶ್ವರನ ದರ್ಶನಕ್ಕೆ ಹೋಗಿದ್ವಿ, ನಾಳೆ ಕೂಡ ಹೋಗಿ ಬಂದರಾಯ್ತು. ಇದಕ್ಕೆ ನಿನ್ನ ಒಪ್ಗೇ ಬೇಕು"ಎಂದರು. ಮತ್ತೆ "ಪ್ರಸಾದಕ್ಕೆ ಸಾಕಷ್ಟು ತಯಾರಿ ಬೇಕಾಗುತ್ತೆ. ನನ್ನದಂತು ಸಹಾಯ ನಿಂಗೆ ಇದ್ದೇ ಇರುತ್ತೆ. ನಿನ್ನ ಸಿದ್ಧತೆಗೆ ಅಮಲನ ಜೊತೆ ನಿನ್ಮಗ ಶ್ರೀ ಕೂಡ ಕೈ ಜೋಡಿಸ್ತಾನೆ. ಪಟ ಪಟ ತಯಾರಿ ನಡ್ದೇ ಬಿಡುತ್ತೆ. ಪೂಜೆ ಮಾಡ್ಸಿಕೊಂಡು ಬಂದೇ ಬಿಡೋದು" ಉತ್ಸಾಹದಿಂದ ನುಡಿದರು. 'ಆಯ್ತು' ಎನ್ನುವಂತೆ ಮುಖ ಮಾಡಿದ ಸತ್ಯಭಾಮ "ಹೇಳಿದ್ಮೇಲೆ ಕಡ್ಮೇ ತಯಾರಿ ಸಾಧ್ಯವೇ" ಅನ್ನೋ ವೇಳೆಗೆ ಬಂದ ಶ್ರೀ "ಅಪ್ಪ, ಅಮಲ.. ಬಂದ್ರಾ? ಯಾಕಂದರೇ ತೋಟದಿಂದ ಹೊರಟರೇ ಸಿಕ್ಕವರ ಕಷ್ಟ, ಸುಖ ವಿಚಾರಿಸ್ಕೊಂಡೇ ಮನೆ ಸೇರೋದು" ಎಂದವ ತಂದೆಯತ್ತ ನೋಡಿ ಮುಗುಳ್ನಗೆ ಬೀರಿದ. ಸ್ವರದಲ್ಲಿ ಇದ್ದಿದ್ದು ಮೆಚ್ಚಿಗೆಯ ವಿನಹ ವ್ಯಂಗ್ಯವಲ್ಲ. "ಪರ್ಚೇಸಿಂಗ್ ಜೋರಾಗಿತ್ತಂತ ಗೊತ್ತಾಯ್ತು" ಅಂದವರು ರೂಮಿಗೆ ಹೋದರು. ತಾಯಿ ಮಕ್ಕಳ ಮಧ್ಯದ ಅನ್ಯೋನ್ಯತೆಯೇ ಬೇರೆಯೆಂದು ಅವರಿಗೆ ಗೊತ್ತಿದ್ದರಿಂದ ಮಧ್ಯೆ ಪ್ರವೇಶಿಸುತ್ತಿರಲಿಲ್ಲ. ಅಂಥ ಸಮಯದಲ್ಲಿ ಸೈಲೆಂಟ್.

ಆ ವೇಳೆಗೆ ಅಮಲ ಹಾಜರ್ "ನಾನು ಅಲ್ಲೆಲ್ಲ ಜಾಲಾಡಿ ನಿಂಗೊಂದು ಡ್ರೆಸ್ ತಂದಿದ್ದೀನಿ" ಎಂದಕೂಡಲೇ ಆ ಕವರ್ ಬಿಚ್ಚಿ "ಸೂಪರ್ ಕಣೋ, ಹುಟ್ಟಿದ ಹಬ್ಬ

ನಾಳೆ. ಈಗ್ಲೇ ಹಾಕ್ಕೊಂಡ್ ಬಿಡ್ಲಾ?" ಕೇಳಿದಾಗ "ಓಕೇ... ಓಕೇ... ಬೇಗ ಹಾಕ್ಕೊಂಡ್ ಬಾ" ಅಲ್ಲೇ ತೂಗುಮಣೆಯ ಮೇಲೆ ಕೂತ. ಬಹು ಸಮಯ ಅವನ ಜೊತೆಯಲ್ಲಿ ಒಡನಾಡುತ್ತಿದ್ದವಳು ಈ ಪ್ರೀತಿಯ ತಂಗಿಯೆ.

ಅಡಿಗೆ ಮನೆಯಿಂದ ಹೊರಬಂದ ಸತ್ಯಭಾಮ "ನಿನ್ನ ಚಿಕ್ಕಪ್ಪ, ಚಿಕ್ಕಮ್ಮ ವಿದೇಶದಿಂದ ಎಷ್ಟೊಂದು ಕಳಿಸಿದ್ದಾರೆ, ಗೊತ್ತಾ? ಲಕ್ಷಗಳಿಗೆ ಮೀರಿದ ಮುತ್ತಿನ ಸೆಟ್. ನೋಡಿದ್ರೂ ಒಂದ್ಚೂರು ಉತ್ಸಾಹ ತೋರಲ್ಲಿಲ್ಲ. ಈಗ್ನೋಡು...." ಎದೆ ತುಂಬಿ ಆಡಿದ ಮಾತುಗಳು. ತಮ್ಮ ಮೂರು ಮಕ್ಕಳಲ್ಲಿ ಅವರಿಗೆ ಅಮಲನ ಕಂಡರೇನೇ ಪ್ರೀತಿ. ಈಗಲೂ ಉಯ್ಯಾಲೆ ಮೇಲೆ ತಮ್ಮ ತೊಡೆಯ ಮೇಲೆ ಅವಳನ್ನು ಮಲಗಿಸಿಕೊಂಡು ಕತೆ ಹೇಳುತ್ತಿದ್ದರು. ಹೆಚ್ಚು ಮುದ್ದು ಮಾಡುತ್ತಿದ್ದರು. "ಈ ಸಲ ಮಗಳ ಜೊತೆ ನೀನು ಕೂಡ ವಿದೇಶಕ್ಕೆ ಹಾರಬೇಕಾಗುತ್ತೆ" ಎಂದು ಹಾಸ್ಯ ಮಾಡುತ್ತಿದ್ದರು ಆನಂದಮೂರ್ತಿಗಳು.

ಅಮಲ ಶ್ರೀ ತಂದ ಚೂಡಿದಾರ್ ಧರಿಸಿಕೊಂಡೇ ಹೊರಗೆ ಬಂದು ನಿಂತಿದ್ದು. "ತುಂಬಾ ಚೆನ್ನಾಗಿದೆ ಕಣೇ" ಸತ್ಯಭಾಮ ಅನ್ನುವ ವೇಳೆಗೆ ಶ್ರೀ ಅವಳನ್ನು ಎತ್ತಿಕೊಂಡು ಮೂರು ರೌಂಡ್ ತಿರುಗಿಸಿದ. ಗಾಬರಿಯಿಂದ ಕೆಳಗಿಳಿಸಿದವನು ಅಮ್ಮನತ್ತ ನೋಡಿದ. ಆಕೆ ಕಣ್ಣಲ್ಲಿ ಗದರಿದರಷ್ಟೆ. ಆದರೆ ಅಮಲ ನಾರ್ಮಲ್ ಆಗಿದ್ದರಿಂದ ಸಮಾಧಾನದ ಉಸಿರುಬಿಟ್ಟರು. "ಅಮ್ಮ ಹೇಗೆ ಕಾಣ್ತಾಳೆ ನೋಡು" ಎಂದ ಸಂತೋಷವಾಗಿ... ಈ ಅಣ್ಣ ತಂಗಿಯ ಪ್ರೀತಿಗೆ ಬೆಲೆ ಕಟ್ಟಲಾಗುತ್ತಿರಲಿಲ್ಲ.

"ಅವ್ಳು ಎಲ್ಲಾ ಡ್ರೆಸ್‌ನಲ್ಲೂ ಚೆನ್ನಾಗಿ ಕಾಣ್ತಾಳೆ. ನಾಳೆ ನಿಮ್ಮಪ್ಪ ತಂದ ಸೀರೆ ಉಡ್ತಾಳಂತೆ ಬಿಡು. ನಾಳೆ ಇವ್ಳ ಹುಟ್ಟಿದ ಹಬ್ಬ ಅಲ್ವಾ? ಅಮಲೇಶ್ವರ ದೇವಸ್ಥಾನಕ್ಕೆ ಹೋಗ್ಬರೋಣಾಂದ್ರು. ಎಷ್ಟೊಂದು ತಯಾರಿ ಮಾಡ್ಕೋಬೇಕು. ಪ್ರಸಾದ ರೆಡಿ ಮಾಡ್ಕೊಂಡ್ ಇಲ್ಲಿಂದಲೇ ಒಯ್ಯಬೇಕು. ವರ್ಷ ವರ್ಷ ಇದೇ ಪದ್ಧತಿ ತಾನೇ? ನಿನ್ನ ಸಹಾಯ ಬೇಕು, ಕಣೋ. ಮೊದ್ಲು ಊಟ ಮುಗಿಸಿಕೋ" ಎಂದರು ದಣಿವನ್ನು ಪ್ರಕಟಿಸುತ್ತ. ಅಮ್ಮನ ಎಲ್ಲಾ ಕೆಲಸಗಳಲ್ಲು ಅವನ ಸಹಾಯ ಇರುತ್ತಿತ್ತು.

ಶ್ರೀ ಊಟಕ್ಕೆ ಕೂತರೆ ಬಡಿಸುವಿಕೆ ಇವಳದೆ. ಮಾತು, ನಗು, ಹಂಗಿಸುವಿಕೆಯ ನಡುವೆಯೆ ಅವನ ಊಟ ಮುಗಿಯಬೇಕಿತ್ತು. ಕೆಲವೊಮ್ಮೆ ಚಿಕ್ಕ ಮಕ್ಕಳ ತರಹ ಜಗಳವಾಡಿದರು. ಆಮೇಲೆ ಮರುಕ್ಷಣವೇ ಒಂದಾಗಿ ಬಿಡುತ್ತಿದ್ದರು. ಅಷ್ಟು ಅಕ್ಕರೆ ಇತ್ತು ಅಣ್ಣ, ತಂಗಿಯ ನಡುವೆ.

ಆಮೇಲೆ "ಶುಭಂಗೆ ಫೋನ್ ಮಾಡಿದ್ಯಾ? ಅವ್ನಿಗೆ ಕೆಲ್ಸದ ಗಡಿಬಿಡಿಯಲ್ಲಿ ಯಾವ್ದೂ ನೆನಪು ಇರೋಲ್ಲ. ಅಮಲ ಹುಟ್ಟಿದ ಹಬ್ಬನ ಜ್ಞಾಪ್ಸು. ಅವ್ನು ಬಂದರೇ.. ಚೆಂದ. ಇಲ್ಲಿಗೂ ಬೆಂಗ್ಳೂರಿಗೂ ಎಷ್ಟು ಮಹಾ ದೂರ? ತಿಂಗಳಿಗೊಮ್ಮೆ ಬಂದು ಹೋಗೋಕ್ಕಾಗೋಲ್ಲ! ಈಗ ಬಂದ್ಹೋಗಿ ಮೂರು ತಿಂಗ್ಳೇ ಆಯ್ತು. ನಾವಾಗಿ ಫೋನ್ ಮಾಡಿ ಮಾತಾಡಿಸಬೇಕಷ್ಟೆ. ಅವನಂತು ಮಾಡೋದೇ ಇಲ್ಲ" ತೋಡಿಕೊಂಡರು. ಇದು ಸತ್ಯವೆ. ಓದುವಿಕೆಯಲ್ಲಿ ಅವನು ಬುದ್ಧಿವಂತ. ಮಗನನ್ನು ಡಾಕ್ಟರ್ ಮಾಡಿ ಊರಿಗೆ ಉಪಕಾರ ಮಾಡಬೇಕೆಂದುಕೊಂಡಿದ್ದರು. ಅವನು

ಆಯ್ದುಕೊಂಡಿದ್ದು ಕಂಪ್ಯೂಟರ್ ಇಂಜಿನಿಯರಿಂಗ್. ತೀರಾ ಪ್ರತಿಭಾವಂತ ವಿದ್ಯಾರ್ಥಿ. ಕ್ಯಾಂಪಸ್ ಸೆಲೆಕ್ಷನ್‌ನಲ್ಲಿ ಕೆಲಸ ಗಿಟ್ಟಿಸಿಕೊಂಡ ಮೇಲಂತು ಪೂರ್ತಿಯಾಗಿ ಬೆಂಗಳೂರಿಗೆ ಅಂಟಿಕೊಂಡ. ಹಾಸ್ಟಲ್‌ನಲ್ಲಿದ್ದವನು, ಕೊಲೀಗ್ಸ್ ಜೊತೆ ರೂಮು ಮಾಡಿದ್ದ. ಈಗ ಫ್ಲಾಟ್ ಮಾಡಿದ್ದ. ಅವನಾಗಿ ಯಾವುದನ್ನು ಹೇಳುತ್ತಿರಲಿಲ್ಲ. ಇಲ್ಲಿ ಬೇರೆಯವರ ಮೂಲಕ ತಿಳಿಯಬೇಕು. ಇಲ್ಲ ತಾವುಗಳು ಯಾರಾದರೂ ಶ್ರದ್ಧೆ ವಹಿಸಿ ಕೇಳಿ ತಿಳಿದುಕೊಳ್ಳಬೇಕು. ಮೊದಲಿನಿಂದಲೂ ಇದೇ ತರವೇ, ಈಗಂತೂ ಪೂರ್ತಿಯಾಗಿ ಮೂಡಿ ಆಗಿದ್ದ.

"ಅವ್ನಿಗೆ ನೆನಪಿರುತ್ತೋ, ಇಲ್ವೋ.. ಅಪ್ಪ ಅಂತು ಫೋನ್ ಮಾಡಿ ತಿಳಿಸಿರುತ್ತಾರೆ. ನಾನು ಒಂದ್ಸಲ ಕಾಲ್ ಮಾಡಿ ನೆನಪಿಸ್ತೀನಿ. ಅವನದಂತು ಗ್ಯಾರಂಟಿ ಇಲ್ಲ" ಎಂದ ಶ್ರೀ. ಆಕೆಯ ಮುಖದಲ್ಲಿ ನೋವಿತ್ತು. "ಇಷ್ಟೊಂದು ಕೆಲ್ಸಕ್ಕೆ ಅಂಟಿಕೊಂಡುಬಿಡೋದೇ? ಜೀವನದಲ್ಲಿ ಮತ್ತೇನು ಬೇಡ್ವಾ? ಹೆತ್ತವರನ್ನ ಮಕ್ಳು ಎಷ್ಟು ಬೇಗ ಮರ್ತುಬಿಡ್ತಾರೆ? ಎಂದು ಅತ್ತೆಬಿಟ್ಟರು. ಈ ತರಹದ ಪೊಸ್ಸೆಸಿವ್ ಈ ಕಾಲದಲ್ಲಿ ವರ್ಕ್‌ಔಟ್ ಆಗದೆಂದು ಶ್ರೀಕರನಿಗೆ ಗೊತ್ತು." ಈಗ ಡ್ಯೂಟಿಯ ವೇಳೆ, ಸಂಜೆ ಆರರ ನಂತರ ಕಾಲ್ ಮಾಡ್ತೀನಿ. ಬರೋ ನಂಬ್ಕೇ ಇಟ್ಕೋಬೇಡ. ಅವ್ನ ಕೆಲ್ಸವೇ ಅಂಥದ್ದು. ಹೆಚ್ಚು ಹೆಚ್ಚು ಹಣ ಕೊಡೋ ಕೆಲಸ ಹೆಚ್ಚಿದನ್ನು ನಿರೀಕ್ಷಿಸ್ತಾರೆ. ಅದಕ್ಕೆ ಅನುಗುಣವಾಗಿ ಅವ್ನ ಕೆಲ್ಸ. ಸ್ವಲ್ಪ ಅರ್ಥ ಮಾಡ್ಕೋ. ಮೊದ್ಲಿನಿಂದ್ಲೂ ಶುಭನ ಬಗ್ಗೆ ನಿಂಗೆ ಗೊತ್ತು" ಎಂದು ಸಂತೈಯಿಸಿ ಹೊರಗೆ ಹೋದ. ಅಮ್ಮನ ಕೆಲಸಕ್ಕೆ ಅವನು ಕೈ ಜೋಡಿಸಬೇಕಿತ್ತು. ಶುಭ ಓದಲು ಸಿಟಿಗೆ ಹೋದ ಮೇಲೆ ಅಷ್ಟಿಷ್ಟು ಬದಲಾಗಿದ್ದವನು ಈಗ ಪೂರ್ತಿ ಬದಲಾಗಿದ್ದ. ಕಣ್ಣಿಗೆ ಕನ್ನಡಕ ಬಂದಿತ್ತು. ಮಾತು ಕಡಿಮೆಯಾಗಿತ್ತು. ಚೇಷ್ಟೆ, ವ್ಯಂಗ್ಯಕ್ಕೆ ಅವನು ಪ್ರತಿಕ್ರಿಯಿಸುತ್ತಲೇ ಇರಲ್ಲಿಲ್ಲ. ಹತ್ತು ಮಾತಿಗೆ ಒಂದು ಮಾತು. "ಇನ್ನಷ್ಟು ಚಟುವಟಿಕೆ ನಿನ್ನಲ್ಲಿ ತುಂಬಿಕೋಬೇಕಿತ್ತು. ವಿದ್ಯಾರ್ಥಿ ದೆಸೆಗಿಂತ ನೀನು ಹೆಚ್ಚಿಗೆ ಸ್ವತಂತ್ರ. ನಿನ್ನ ಅನಿಸಿಕೆಗಳು ಕನಸುಗಳನ್ನು ಅಮಲುಗೊಳಿಸಿಕೊಳ್ಳುವ ಸಮಯದಲ್ಲಿ ಮತ್ತಷ್ಟು ಮಾತು, ಹುರುಪು, ಉತ್ಸಾಹ ಇರಬೇಕಿತ್ತು ಮಗನೇ" ಎಂದು ಆನಂದಮೂರ್ತಿಗಳು ಮಗನ ಬೆನ್ನನ್ನು ತಟ್ಟಿ ಉತ್ಸಾಹ ತುಂಬಲು ಯತ್ನಿಸಿದ್ದರು ಸಾಕಷ್ಟು ಸಲ. ಅದಕ್ಕೆ ಇವರುಗಳಿಂದ ವಿರೋಧವೇನು ಇರಲಿಲ್ಲ. ಆದರೆ ಅವನ ಮಂಕುತನಕ್ಕೆ ಕಾರಣವೇನು? ಹಲವಾರು ಸಲ ಕೇಳಿದಾಗಲೂ ಮೌನವೆ ಉತ್ತರವಾಗುತ್ತಿತ್ತು. ಇದೊಂದು ಪ್ರಶ್ನೆಯಾಗಿತ್ತು.

ರೂಮಿನಲ್ಲಿದ್ದ ತಂದೆಯ ಮುಂದೆ ಹೋಗಿ ನಿಂತ ಶ್ರೀ "ಅಪ್ಪ, ನೀವು ಶುಭಂಗೆ ಕಾಲ್ ಮಾಡಿದ್ರಾ?" ಹೌದೆಂದು ತಲೆದೂಗಿದವರು ಮೂರು ದಿನದ ಹಿಂದೆ ಕಾಲ್ ಮಾಡಿ ಮಾತಾಡಿದ್ದೆ. ನೆನಪು ಮಾಡಿಕೊಟ್ಟೆ. ಬಾ ಅಂದಿದ್ದಕ್ಕೆ ರಜ ಸಿಕ್ಕಿದರೆ ಬಂದು ಜಾಯಿನ್ ಆಗ್ತೀನೀಂತ ಅಂದ. ನೀನೊಮ್ಮೆ ನೆನಪಿಸು. ಬೇಜಾರು ಮಾಡ್ಬೇಡ. ನೀನು ಮಾಡ್ಕೋ ಬೇಡ" ಭುಜ ತಟ್ಟಿ ಹೊರಗೆ ಹೋದ ತಂದೆಯ ಕಡೆ ನೋಡಿದ. ಇವರ ಶಾಂತತೆ ಅಪರೂಪವೆನಿಸುತ್ತಿತ್ತು... ಜಗಳ, ಹಾರಾಟ ಅನ್ನುವಂಥ ಸಂದರ್ಭಗಳನ್ನು ಆರಾಮಾಗಿ ನಿಭಾಯಿಸಿಬಿಡುತ್ತಿದ್ದರು. ದನಿಯೆತ್ತರಿಸಿದ್ದನ್ನು ಅವನು ಕಂಡಿರಲಿಲ್ಲ.

ಅಮಲಾಪುರದಲ್ಲಿ ಅವರನ್ನು ದ್ವೇಷಿಸುವವರ ಸಂಖ್ಯೆ ಕಡಿಮೆಯೇ! ಆದರೂ ಇವರ ಗುಣವನ್ನು ಕಂಡು ಅಸೂಯೆಪಡುವವರಂತು ಇದ್ದರು.

ಹೊರಬರುವ ವೇಳೆಗೆ ಸತ್ಯಭಾಮ ಮರುದಿನದ ತಯಾರಿಗೆ ಕೈ ಹಚ್ಚಿದ್ದರು. ಅವರ ಹಿಂದೆ ಮುಂದೆ ಸುತ್ತುತ್ತ ಪ್ರತಿಯೊಂದು ಕೆಲಸದಲ್ಲೂ ಸಹಾಯ ಮಾಡುತ್ತಿದ್ದ ಅಮಲನ ನೋಡಿದವರು ಗಾಬರಿಯಾದರು. ಅವಳ ಮುಖ ಮಂಕಾಗಿತ್ತು.

"ನೀನ್ಹೋಗಿ ಸ್ವಲ್ಪ ಸುಧಾರಿಸ್ಕೋ" ದಬ್ಬಿಕೊಂಡು ಬಂದು ತೂಗುಯ್ಯಾಲೆ ಮೇಲೆ ಕೂಡಿಸಿ "ಒಂದಿಷ್ಟು ಹುಳಿಯನ್ನದ ಗೊಜ್ಜು ಕುದಿಸಿಟ್ಟು ಬಂದು ಬಿಡ್ತೀನಿ, ಶ್ರೀ ಇಲ್ಲೆಲ್ಲೋ ಇರ್ಬಹ್ದು. ಇಲ್ಲ ಶುಭಂಗೆ ಒಂದು ಫೋನ್ ಮಾಡು" ಎಂದು ಬೆವರನ್ನು ಸೆರಗಿನಿಂದೊತ್ತಿಕೊಳ್ಳುತ್ತ ಒಳಗೆ ಹೋಗಿ ನಿಂಬೆಹಣ್ಣಿನ ಪಾನಕ ತಂದುಕೊಟ್ಟು "ಒಂದಿಷ್ಟು ಕುಡೀ" ಎಂದು ಕೆನ್ನೆ ತಟ್ಟಿ ಒಳಗೆ ಹೋದರು ಸಕ್ಕರೆ ಪೊಂಗಲ್‌ಗೆ ಸಾಮಾನನ್ನು ಅಣಿ ಮಾಡಿಡಲು. ಈ ದೊಡ್ಡ ಪಡಸಾಲೆ ತೂಗುಮಣೆ ಅವಳಿಗೆ ಅತ್ಯಂತ ಪ್ರಿಯ. ಒಮ್ಮೊಮ್ಮೆ ಊಟ ತಿಂಡಿಯು ಅಲ್ಲೇ. ಸತ್ಯಭಾಮ ಮಾತ್ರವಲ್ಲ. ಆನಂದಮೂರ್ತಿ ಮತ್ತು ಶ್ರೀ ಕೂಡ ಅಲ್ಲಿ ಕೂಡಿಸಿಯೇ ತಿಂಡಿ ತಿನ್ನಿಸುತ್ತಿದ್ದರು. ಅದು ಅವಳ ಪ್ರಿಯವಾದ ಜಾಗ.

ಅಮಲೇಶ್ವರ ದೇವಸ್ಥಾನಕ್ಕೆ ಹೋಗುತ್ತಿರುವುದು ಹೊಸದೇನಲ್ಲ. ವರ್ಷದಲ್ಲಿ ಹತ್ತಾರು ಸಲ ಹೋಗಿ ಬರುವುದು ರೂಢಿ. ಇವರುಗಳು ಮಾತ್ರವಲ್ಲ ಊರಿನವರಲ್ಲಿ ಈ ಪದ್ಧತಿ ಇತ್ತು. ವರ್ಷಕ್ಕೊಮ್ಮೆ ತೇರು, ಜಾತ್ರೆ ನಡೆಯುತ್ತಿತ್ತು. ಆಗ ಊರಿನವರು ಮಾತ್ರವಲ್ಲ ಹೊರಗಿನವರು ಬಂದು ಜಮಾಯಿಸುತ್ತಿದ್ದರು. ಇಲ್ಲಿನವರ ಮಕ್ಕಳು ವಿದೇಶದಲ್ಲಿ ದೊಡ್ಡ ದೊಡ್ಡ ನೌಕರಿಯಲ್ಲಿದ್ದರು ಜೊತೆಗೆ ಇಲ್ಲಿನ ಕೆಲವು ಕುಟುಂಬಗಳು ರಾಜಕೀಯದಲ್ಲಿ ಇದ್ದರು. ಸತ್ಯದ ದೇವರು ಎಂದು ಪ್ರತೀತಿ ಹಬ್ಬಿದ ಮೇಲಂತು ದೊಡ್ಡ ದೊಡ್ಡವರೆಲ್ಲ ಬರುತ್ತಿದ್ದರು. ಆದರೆ ಆನಂದಮೂರ್ತಿಯವರ ಮನೆಯವರು ಭೇಟಿ ಕೊಟ್ಟರೆಂದರೆ ಹೆಚ್ಚು ಜನ ಜಮಾಯಿಸುತ್ತಿದ್ದರು. ಅದಕ್ಕೆ ಕಾರಣ ಸತ್ಯಭಾಮ ಅವರ ಕೈಯಿಂದ ತಯಾರಾಗುತ್ತಿದ್ದ ಪ್ರಸಾದ. ಆನಂದಮೂರ್ತಿಗಳ ಸರಳವಾದ ಬೆರೆಯುವಿಕೆ ಎಲ್ಲರಿಗೂ ಇಷ್ಟವಾಗುತ್ತಿತ್ತು.

ಎಲ್ಲಾ ಮುಗಿಸಿ ರೂಮಿಗೆ ಬಂದ ಸತ್ಯಭಾಮ "ಇಷ್ಟೆಲ್ಲ ಮಾಡೋದು ಕಷ್ಟವೇ. ಈ ಪ್ರಸಾದದ ವಿಷ್ಯ ಪಕ್ಕಕ್ಕಿಟ್ಟರೇ ನಾನು ಪ್ರತಿದಿನ ಅಮಲೇಶ್ವರ ದರ್ಶನಕ್ಕೆ ಬರೋಕೆ ರೆಡಿ" ಎಂದು ಮಂಚದ ಮೇಲೆ ಗಂಡನ ಪಕ್ಕ ಕೂತರು. ಮಲಗಿದ್ದ ಆನಂದಮೂರ್ತಿ ಮೇಲೆದ್ದು "ಒಂದು ಒಳ್ಳೆಯ ಉದ್ದೇಶ ಇಟ್ಕೊಂಡ್ ಹೋಗೋದು. ನಾವು ತಗೊಂಡ್ಹೋದ ನೈವೇದ್ಯನ ದೇವರು ತಿಂತಾನಾ? ಅಲ್ಲಿಗೆ ಬರೋ ಭಕ್ತರು ನಾವು ತಗೊಂಡ್ಹೋದ ಪ್ರಸಾದ ತಿಂದು ಸಂತೃಪ್ತಿಗೊಂಡರೇ, ಅವನು ಪ್ರಸನ್ನನಾಗಿ ಬಿಡ್ತಾನೆ. ಸದ್ಯಕ್ಕೆ ನಮ್ಮ ಕೈಯಲ್ಲಿ ಆಗೋದು ಅಷ್ಟೆ. ಅಷ್ಟು ಆಗೋಲ್ಲಾಂದರೆ ಹೇಗೆ? ನಿಂಗೇನು ಸಹಾಯ ಬೇಕೋ ನಾನು ಮಾಡ್ತೀನಿ, ಶ್ರೀ ಇದ್ದಾನೆ. ನಿನ್ನ ಮುದ್ದಿನ ಮಗ್ಳು ಹಿಂದೆ ಮುಂದೇನೇ ಇರ್ತಾಳೆ" ಅಂದರು ನವಿರಾಗಿ. ಆಕೆ ಮುಖ ತಕ್ಷಣ ಮಂಕಾಯಿತು. ಇದು ಹೇಗೆ ಸಾಧ್ಯ? ಎಲ್ಲರದು ಇದೊಂದು ಪ್ರಶ್ನೆ.

"ವಿಭಾ ಮೊಬೈಲ್‌ನಲ್ಲಿ ಈ ಸಲ ಬಂದಾಗ ಅಮಲನ ಕರ್ಕೊಂಡ್ ಹೋಗ್ತೀನಿಂತ ಅಂದ್ಲು" ಅಂದಕೂಡಲೇ "ಅದ್ಕೇ ಗಾಬ್ರಿ ಯಾಕೆ? ಕರ್ಕೊಂಡ್ ಹೋಗ್ಲಿ. ಇಲ್ಲಿ ನಮ್ದು ಸಾಮಾನ್ಯ ಜೀವನ. ಸಾಧಾರಣವಾದ ಬದ್ಕು. ಇದಕ್ಕಿಂತ ಉನ್ನತವಾದ ರೀತಿಯಲ್ಲಿ ಬೆಳೆಸೋ ಆಸೆ ಅವ್ರಿಗೆ ಸಹಜ. ತಾನೇ, ಮಲಕ್ಕೋ, ಸೊಸೆ ಬಂದರೆ ನಿನ್ನ ಅರ್ಧ ಕೆಲ್ಸ ಕಡ್ಮೇ ಆಗುತ್ತೆ. ತಂದೆಯಾಗಿ ವಿವಾಹದ ಕಡೆ ಗಮನ ಕೊಡ್ತಾ ಇಲ್ಲ! ತಂದೆಯಾಗಿ ಸಲಹೆ ಕೊಡಬಹುದೇ ವಿನಹ ಬಲವಂತ ಮಾಡೋಕ್ಕಾಗೋಲ್ಲ. ನೀನೊಮ್ಮೆ ಪ್ರಸ್ತಾಪಿಸಿ ನೋಡು" ಎಂದರು. ಆಗಾಗ ದಂಪತಿಗಳ ಕಡೆ ಇಂಥ ಮಾತುಕತೆಗಳಾಗುತ್ತಿದ್ದವು.

ಆಕೆಗೆ ಈ ಮಗ ಬರೀ ಡಿಗ್ರಿ ಮುಗಿಸಿ ಇಲ್ಲಿ ಉಳಿಯದೆ ಇನ್ನಷ್ಟು ಓದಿ ದೊಡ್ಡ ಕೆಲಸ ಹಿಡಿಯಬಹುದಿತ್ತು ಎಂದು ಆಗಾಗ ಯೋಚಿಸುತ್ತಿದ್ದರು. ಈ ವಿಚಾರ ಗಂಡನ ಮುಂದಿಟ್ಟಾಗ ನಗುತ್ತಿದ್ದರು. "ನಿನ್ನ ಆಸೆ ಕೆಟ್ಟದೇನು ಅಲ್ಲ. ಆಮೇಲಿನದು ಯೋಚ್ಸು. ಮೂರು ವರ್ಷದಲ್ಲಿ ಹಿಂದಕ್ಕೆ ಬರ್ತೀನೀಂತ ಹೇಳಿ ಹೋದ ನಂದನ್ ಹಿಂದಿರುಗಿ ಬರೋಕೆ ಸಾಧ್ಯವಾಗಿದ್ಯಾ? ಅದಕ್ಕೆ ಹಲವು ಕಾರಣಗಳು ಇರ್ಬಹ್ದು. ಶ್ರೀ ನಿರ್ಧಾರ ಅವನದೇ" ಎನ್ನುತ್ತಿದ್ದರು. ನಿಜವಾಗಿಯೂ ಆನಂದಮೂರ್ತಿಗಳು ಒತ್ತಡವನ್ನೇರುವಂಥ ವ್ಯಕ್ತಿಯೆ? ಶ್ರೀ ಕೂಡ ಮುಂದಕ್ಕೆ ಇನ್ನಷ್ಟು ಓದ್ತೀನಿ ಅಂದರೆ ಖಂಡಿತ ವಿರೋಧಿಸುತ್ತಿರಲಿಲ್ಲ. 'ಏನಾದ್ರೂ ಪರ್ವಾಗಿಲ್ಲ. ಸಮಾಜಕ್ಕೆ ನಿಮ್ಮಿಂದ ಒಳ್ಳೆಯದಾಗ್ಲಿ' ಎಂದು ಹೇಳುತ್ತಿದ್ದರಷ್ಟೆ. ಮಾತಿನಂತೆ ಮನಸ್ಸು ಕೂಡ.

ಸತ್ಯಭಾಮ ಒಂದಿಷ್ಟು ತಲೆ ಕೆಡಿಸಿಕೊಂಡು ಒದ್ದಾಡಿದರು. ಆದರೆ ಆನಂದಮೂರ್ತಿ ಆರಾಮಾಗಿ ನಿದ್ರಿಸಿದರು. ಹಿಂದೆ ಕೂಡ ದಾಯಾದಿಗಳು ಪಾಲಾದಾಗ ಇವರಿಗೆ ಸಾಕಷ್ಟು ಅನ್ಯಾಯ ಮಾಡಿದ್ದರು ಚಕಾರವೆತ್ತಿರಲಿಲ್ಲ. ಊರ ಹಿರಿಯರೇ ಬೇಸತ್ತು 'ಆನಂದಮೂರ್ತಿ ಇದು ತೀರಾ ಬೇಸರದ ಸಂಗ್ತಿ. ಇಷ್ಟೊಂದು ಅನ್ಯಾಯನಾ? ಇನ್ನ ನಾಲ್ಕರಷ್ಟು ಆಸ್ತಿ, ಹಣ, ಚಿನ್ನ, ಬೆಳ್ಳಿ ನಿನ್ನ ಪಾಲಿಗೆ ಬರಬೇಕಿತ್ತು. ನೀನು ಸ್ವಲ್ಪ ತಕರಾರು ತೆಗೀ. ನಾವುಗಳು ನಿನ್ನ ಪರ ನಿಲ್ಲುತೀವಿ' ಅಂದಾಗ ನಕ್ಕು "ನಂಗೆ ಇಷ್ಟೇ ಸಾಕು. ದಾಯಾದಿಗಳ ಕಲಹ ದುರಂತದಲ್ಲಿ ಮುಕ್ತಾಯವಾಗುತ್ತೇಂತ ಮಹಾಭಾರತ ಹೇಳ್ತಾ ಇದೆ. ನನ್ನ ಪಾಲಿಗೆ ಬಂದಿರೋದು ಸಾಕು. ಹೆಚ್ಚಾದರೆ ನಂಗೂ ಕಷ್ಟ. ಅವೆಲ್ಲ ಯಾರ ಸೊತ್ತು ಅಲ್ಲ. ಆರಾಮಾಗಿ ಅನುಭವಿಸಿಕೊಳ್ಳಿ. ಈ ವಿಚಾರಕ್ಕೆ ಸಂಬಂಧಗಳು ಕೆಡೋದು ಬೇಡ" ಎಂದ ಮಹಾನುಭಾವ.

ಇದಕ್ಕೆ ಮನೆಯವರೆಲ್ಲ ಒಗ್ಗಿಕೊಂಡಿದ್ದರು.

ಬೆಳಿಗ್ಗೆ ಬೇಗ ಎದ್ದವರೇ ಅಮಲಗೆ ಎಣ್ಣೆ ಹಚ್ಚಿ ನೀರು ಹಾಕಿ ದೇವರ ಮುಂದೆ ಕೂಡಿಸಿ ಆಶೀರ್ವದಿಸುವಾಗ ಸತ್ಯಭಾಮ ಮನ ತುಂಬಿ ಬಂತು. ಇವಳು ಮಡಿಲಿಗೆ ಬಿದ್ದಾಗ ಉಳಿಯಬಹುದಾ? ಬೇರೆಯವರಂಗೆ ಆಗಬಹುದಾ? ಅನ್ನುವ ಅನುಮಾನದಿಂದಲೇ ಅವಳನ್ನು ಮಡಿಲಿಗೆ ಹಾಕಿಸಿಕೊಂಡಿದ್ದು. ಆಮೇಲೆ ಪಟ್ಟ ಪಾಡೆಷ್ಟು? ಔಷಧೋಪಚಾರಗಳಿಗಿಂತ ಮಾಡಿಕೊಂಡ ಹರಕೆಗಳೆಷ್ಟು? ಉಪವಾಸವಿದ್ದ ದಿನಗಳೆಷ್ಟು? ನಿದ್ದೆಗೆಟ್ಟ ರಾತ್ರಿಗಳೆಷ್ಟು? ಒಂದಿಷ್ಟು ಬೇಸರಿಸಿಕೊಳ್ಳದೇ ಬೆನ್ನೆಲುಬಾಗಿ

ನಿಂತವರು ಆನಂದಮೂರ್ತಿಗಳು. ಸ್ವಂತ, ಬೇರೆ ಎನ್ನುವ ವ್ಯತ್ಯಾಸ ತಿಳಿಯದ ಮನುಷ್ಯ.

ಆ ವೇಳೆಗೆ ಬಂದ ಆನಂದಮೂರ್ತಿಗಳು ಅಮಲನ ಅಪ್ಪಿಕೊಂಡು ತಲೆಯ ಮೇಲೆ ಕೈಯಿಟ್ಟು ಆಶೀರ್ವದಿಸಿದಾಗ ಗದ್ಗದರಾದರು. "ಅಣ್ಣ, ಇವ್ಳು ಉಳಿಯಬಹುದಾ?" ನಂದನ್ ಕಣ್ತುಂಬಿ ಕೇಳಿದಾಗ "ಹುಚ್ಚಾ ದೇವೇಚ್ಛೆನ ಮೀರಿ ನಡ್ಯೋಕೆ ಸಾಧ್ಯವಾ? ಖಂಡಿತ ಉಳೀತಾಳೆ. ನನ್ನ ಮನಸ್ಸು ಹೇಳ್ತಾ ಇದೆ" ಅಂತ ಭರವಸೆ ಕೊಟ್ಟ ಕ್ಷಣವನ್ನು ನೆನಪು ಮಾಡಿಕೊಂಡರು. ಕಣ್ತುಂಬಿತು. ಅಲ್ಲಿ ಇದ್ದಿದ್ದು ಆನಂದದ ಪುಷ್ಪಗಳು.

ಬಂದ ಶ್ರೀ "ಮೈಗಾಡ್, ನಂಗೆ ಇವಳ ಹುಟ್ಟಿದ ಹಬ್ಬ ಅನ್ನೋ ವಿಚಾರ ಮರ್ತು ಹೋಗಿತ್ತು!" ಅಂದು ಛೇಡಿಸಿದವನತ್ತ ತಿರುಗಿದ ಅವಳನ್ನು ಅಪ್ಪಿಕೊಂಡು "ನಿನ್ನಂಥ ತಂಗಿ ಲಕ್ಷಗಳಲ್ಲಿ ಒಬ್ಳು. ಇನ್ನ ಹತ್ತು ಜನ್ಮವಿದ್ದರೂ ನಂಗೆ ಇವಳೇ ತಂಗಿ, ನಾನೇ ಅಣ್ಣ, ಇದ್ನ ಅಮಲೇಶ್ವರ ಕೂಡ ಬದಲಾಯಿಸಲಾರ" ಎಂದು ಹಣೆಗೆ ಚುಂಬಿಸಿದ. ಅವನಿಗೆ ತಂಗಿಯೆಂದರೆ ಪ್ರಾಣವೇ. "ಬೇಗ ರೆಡಿಯಾಗ್ಬಿಡಿ, ನಿನ್ನಣ್ಣ ತಂದಿರೋ ಚೂಡಿದಾರ್, ನಿಮ್ಮಪ್ಪ ತಂದಿರೋ ಸೀರೆ, ನಂದನ್ ಕಳಿಸಿರೋ ಡ್ರೆಸ್ ಯಾವುದನ್ನು ಬೇಕಾದರೂ ಧರಿಸಿ ರೆಡಿಯಾಗು" ಅವಸರಿಸಿದರು ಸತ್ಯಭಾಮ. ಅಣ್ಣ, ತಂಗಿಯ ಮಮತೆಯ ಒಡನಾಟ ಆಕೆಗೆ ಗೊತ್ತಿತ್ತು.

ನಂದನ್, ವಿಭಾ ಅವಳನ್ನ ತಬ್ಬಿಕೊಂಡು ಬಂದು "ಇನ್ನ ನಮ್ಮ ಕೈಯಲ್ಲಾಗೋಲ್ಲ. ಎಲ್ಲಾ ಲ್ಯಾಬ್‌ಗಳು, ಹಾಸ್ಪಿಟಲ್‌ಗಳಿಗೆ ತಿರ್ಗಿ ಸೋತು ಹೋಗಿದ್ದೀವಿ. ಈ ಮಗುವಿನ ದೇಹದಲ್ಲಿ ಯಾವ್ದೇ ಕಾಯಿಲೆ ಇಲ್ಲ. ಡಾಕ್ಟರ್‌ಗಳ ಪ್ರಯೋಗಗಳಿಗೆ ಒಡ್ಡಿ ಸೋತು ಹೋಗಿದ್ದೀವಿ. ಇನ್ನು ನಮ್ಮ ಕೈಯಲ್ಲಾಗೋಲ್ಲ" ಅಂತ ಸತ್ಯಭಾಮ ಮಡಿಲಿಗೆ ಹಾಕಿದಾಗ ಆ ಮಗುವಿಗೆ ಒಂದು ವರ್ಷ, ಹದಿಮೂರು ದಿನಗಳು ಮಾತ್ರ. ಆಗ ಉಳಿಯಬಹುದೆಂಬ ನಂಬಿಕೆ ಆನಂದಮೂರ್ತಿಗಳ ದಂಪತಿಗಳಿಗೂ ಇರಲಿಲ್ಲ.

ಅವೆಲ್ಲ ನೆನಪುಗಳಷ್ಟೆ. ಬದಿಗಿಟ್ಟು ಬೇಗ ರೆಡಿಯಾಗಬೇಕಿತ್ತು.

ಆನಂದಮೂರ್ತಿಗಳ ಕುಟುಂಬವನ್ನೊತ್ತ ಕಾರು ಅಮಲೇಶ್ವರನ ಗುಡಿಯತ್ತ ಹೊರಟಾಗ, ಎರಡು ಕಾರು ಮಾತ್ರವಲ್ಲ, ದ್ವಿಚಕ್ರ ವಾಹನಗಳು ಕೂಡ ಹಿಂಬಾಲಿಸಿತ್ತು. ಆ ಕುಟುಂಬದ ಜನಪ್ರಿಯತೆ ಅಷ್ಟಿತ್ತು. ಎಲ್ಲರ ಕಷ್ಟ-ಸುಖಗಳಲ್ಲೂ ಸಮಭಾಗಿಗಳು ಆನಂದಮೂರ್ತಿಗಳು. ದ್ವೇಷ ಬೆಳೆಸಿಕೊಂಡವರು ಕೂಡ ಬದಲಾಗಬೇಕಿತ್ತು? ಅಂಥ ಮನುಷ್ಯ.

ಇವರ ಕಾರು ನಿಲ್ಲುವ ವೇಳೆಗೆ ಆಗಲೇ ಭರ್ಜರಿ ಕಾರುಗಳು ನಿಂತು ತಮ್ಮ ಶ್ರೀಮಂತಿಕೆಯನ್ನು ಪ್ರದರ್ಶಿಸುತ್ತಿತ್ತು. ಜೊತೆಗೆ ಚಪ್ಪರ, ತೋರಣ, ತಳಿರುನ ಜೊತೆ ಜನಜಂಗುಳಿ ಇತ್ತು. ಮಾಮೂಲಿ ದಿನಗಳಲ್ಲಿ ಇಂಥ ವಾತಾವರಣ ಇರುತ್ತಿರಲಿಲ್ಲ. ಇಂದೇನೋ ವಿಶೇಷವಿರಬೇಕೆಂದುಕೊಂಡೆ. ಮೊದಲು ಆನಂದಮೂರ್ತಿಗಳು ಇಳಿದು ಎಲ್ಲೆಡೆ ನೋಟವರಿಸುವ ವೇಳೆಗೆ ಒಬ್ಬ ವ್ಯಕ್ತಿ ಓಡಿ ಬಂದು.

"ಯಜಮಾನ್ರೆ, ಎಂ.ಎಲ್.ಎ ಅವ್ರು ಪೂಜೆ, ಹೋಮದ ಜೊತೆ ಗಿರಿಜಾಕಲ್ಯಾಣ ಮಾಡಿಸ್ತಾ ಇದ್ದಾರೆ. ಅವ್ರ ಕಡೆಯವ್ರೆ ಹೆಚ್ಚಿನ ಜನ" ವಿಷಯ ಮುಟ್ಟಿಸಿ ಹೇಳಿ ಹೋದ. ಅವರಿಗೆ ಸಂತೋಷವೆನಿಸಿತು ಕೂಡ "ಒಳ್ಳೆಯದೇ ಆಯ್ತು. ನಾವು ಗಿರಿಜಾ ಕಲ್ಯಾಣದಲ್ಲಿ ಭಾಗವಹಿಸಿದಂಗಾಯ್ತು. ಅವ್ರೆ ಮುಂದೆ ನಿಂತು ದೇವಸ್ಥಾನದ ರಿಪೇರಿಯಿಂದ ಹಿಡಿದು, ದೊಡ್ಡ ಪ್ರಾಂಗಣ, ಉಗ್ರಾಣದ ಜೊತೆ ಬಂದ ಜನ ಉಳಿದುಕೊಳ್ಳೋಕೆ ಛತ್ರ ಕೂಡ ಮಾಡ್ಸಿದ್ದಾರಲ್ಲ. ಭೇಟಿಯಾಗಿ ಒಂದು ಕೃತಜ್ಞತೆ ತಿಳಿಸೋಕೆ ಒಂದು ಅವಕಾಶ" ಎಂದರು ನಿಶ್ಚಿಂತೆಯಿಂದ. ಡ್ರೈವರ್ ಸೀಟಿನಿಂದ ಇಳಿದ ಶ್ರೀ "ಬೇಡಪ್ಪ, ಒಂದು ನಮಸ್ಕಾರ ಹಾಕಿ ಪ್ರಸಾದವನ್ನು ಕೊಟ್ಟು ಹೋಗ್ಬಿಡೋಣ. ಈ ಜನರ ಆರ್ಭಟ ಜಾಸ್ತಿ" ಎಂದು ಗೊಣಗಿದ. ಅವನಿಗೆ ಇಂಥದೆಲ್ಲ ಇಷ್ಟವಾಗದು.

"ದೇವರ ಮುಂದೆ ಯಾರ ಆರ್ಭಟ ನಡೆಯುತ್ತೆ ಹೇಳು. ನಮ್ಮ ಅಮಲ ಹುಟ್ಟಿದ ಹಬ್ಬದ ಸಲುವಾಗಿ ಬಂದಿದ್ದು. ಗಿರಿಜಾ ಕಲ್ಯಾಣದಲ್ಲಿ ಭಾಗವಹಿಸೋದು ಮತ್ತಷ್ಟು ವಿಶೇಷ. ಮುಗ್ಸಿಕೊಂಡು ಹೋಗೋಣ" ಅಂದ ಆನಂದಮೂರ್ತಿಗಳ ಸಲಹೆ ತಳ್ಳಿ ಹಾಕುವುದಾಗಲಿಲ್ಲ. ಸ್ವಲ್ಪ ಇರುಸು ಮುರುಸುನಿಂದಲೇ ಸತ್ಯಭಾಮ ಒಪ್ಪಿದ್ದು "ಆಯ್ತು, ಸ್ವಲ್ಪ ಬೇಗ ಹೊರಡೋಣ" ಎಂದರಷ್ಟೇ. ಇವರ ಜೊತೆ ಬಂದಿದ್ದ ಜನರೊಂದಿಗೆ ದೇವಸ್ಥಾನದ ಪ್ರಾಂಗಣ ಹೊಕ್ಕರು... ಆಡಂಬರದ ಗಿರಿಜಾ ಕಲ್ಯಾಣ ಅಲ್ಲಿ ಒಡವೆ, ಸೀರೆಗಳ ದೊಡ್ಡ ಪ್ರದರ್ಶನವಿತ್ತು.

"ಓಹೋ, ಇಡೀ ಜನ ಪ್ರಾಂಗಣ ಆವರಿಸಿಕೊಂಡಿದ್ದಾರೆ. ಸಾಕಷ್ಟು ಖರ್ಚು ಮಾಡಿದೋರಿಂದ ಈ ಭೂಪ್ರದೇಶ ಮಾತ್ರವಲ್ಲ, ದೇವರು ಕೂಡ ತಮ್ಮ ಅಷ್ಟೈಶ್ವರದಲ್ಲಿ ಸೇರಿದ್ದಾನೇಂತ ಅಂದ್ಕೊಂಡಿದ್ದಾರೆ" ಗೊಣಗಿದ ಶ್ರೀ. ಈ ರೀತಿಯ ಪ್ರದರ್ಶನ ಅವನಿಗೆ ಇಷ್ಟವಾಗುತ್ತಿರಲಿಲ್ಲ. "ಏನೇನೋ ತಮ್ಮ ಸ್ವಂತದ್ದೂಂತ ಓಡಾಡೋ ಜನ ದೇವರನ್ನ ತಮ್ಮ ಸ್ವಂತ ಅಂದುಕೊಳ್ಳೋದು ಒಳ್ಳೇದೆ. ಎಲ್ಲಾ ಅಧಿಪತ್ಯವು ಅವನದೇ... ತಾನೇ?" ಎಂದರು ಆನಂದಮೂರ್ತಿಗಳು ನಗುತ್ತ.

ಹಾಡವುಡಿಯಲ್ಲಿದ್ದ ದೇವಸ್ಥಾನದ ಅರ್ಚಕರು ಓಡಿಬಂದು "ಗಿರಿಜಾ ಕಲ್ಯಾಣಕ್ಕೆ ಬೇರೆ ಪುರೋಹಿತರು ಬಂದಿದ್ದಾರೆ. ನನ್ನ ಜವಾಬ್ದಾರಿ ಅಮಲೇಶ್ವರನದು. ಬನ್ನಿ ಆ ಕಡೆಯಿಂದ. ಇನ್ನೇನು ಕಡೆಯ ವಿಧಿ ವಿಧಾನ. ಬೀಗರನ್ನ ಕಾಯ್ತ ಇದ್ದಾರೆ. ಎಂಎಲ್ಎ ಅವರು ಮಗನ ನಿಶ್ಚಿತಾರ್ಥ ಇಲ್ಲೇ ಮಾಡೋರಿದ್ದಾರೆ. ಈಗಾಗಲೇ ಬರೋರಿದ್ದಾರೆ. ಬನ್ನಿ... ಬನ್ನಿ" ಅಂದುಕೊಂಡು ಹೊರಟರು. "ನಾವ್ ಬೇಗ ಹೊರಟಬಿಡೋಣ" ಒಂದು ನಾಲ್ಕು ಸಲವಾದರೂ ಶ್ರೀ ಹೇಳಿದ. "ಗಿರಿಜಾ ಕಲ್ಯಾಣದ ನಂತರವೇ ಅಮಲೇಶ್ವರನಿಗೆ ಮಂಗಳಾರತಿಯಂತೆ, ಅದ್ನ ಮುಗ್ಸಿಕೊಂಡೇ ತಾನೇ ಹೊರಡೋದು? ಅನಾಯಾಸವಾಗಿ ನಮ್ಗೂ ಗಿರಿಜಾಕಲ್ಯಾಣದಲ್ಲಿ ಭಾಗಿಯಾಗುವ ಅದೃಷ್ಟ" ಅಂದ ಆನಂದಮೂರ್ತಿಗಳು ಅವರುಗಳ ಸಂಭ್ರಮದಲ್ಲಿ ಸೇರ್ಪಡೆಯಾದರು ನಿಶ್ಚಿಂತೆಯಿಂದ.

ಆ ವೇಳೆಗೆ ಸಾಲಾಗಿ ಬಂದು ನಿಂತವು ವೆಹಿಕಲ್‌ಗಳು. ಅದರಲ್ಲಿದ್ದ ಜನ ಮತ್ತಷ್ಟು ಭರ್ಜರಿಯಾಗಿ ಇಳಿದರು. ಯುವಕರ ಒಂದು ಸಣ್ಣ ದಂಡು ಕೂಡ ಇತ್ತು. ಅಮ್ಮ, ಮಗಳು ದೇವಸ್ಥಾನದ ಪ್ರಾಂಗಣದಿಂದ ಗರ್ಭಗುಡಿಯ ಬಳಿಗೆ ಹೋಗಿ

ನಿಂತರು. ಆಮೇಲೆ ನಡೆದಿದ್ದು ಮಾತ್ರ ಆಕಸ್ಮಿಕ. ಗರ್ಭಗುಡಿಯ ಬಳಿ ಹೆಂಗಸರು, ಗಂಡಸರು ಎದುರು ಬದರು ಜಮಾವಣೆಯಾದರು. ಎಂಎಲ್ಎ ಕರೆ ತಂದ ಪುರೋಹಿತರು ಮಂತ್ರಗಳನ್ನು ಪಠಿಸುತ್ತ ಮುಂದೆ ಬಂದು ದೈವ ಆಶೀರ್ವಾದವೆನ್ನುವಂತೆ ಹರಿವಾಣವನ್ನು ಎಂಎಲ್ಎ ಮಗನ ಮುಂದಿಡಿದರು. ಅವನು ಬೆಳ್ಳಿಯ ಹರಿವಾಣದಲ್ಲಿದ್ದ ಬೆಳ್ಳಿ ಬಟ್ಟಲಿನಿಂದ ಕುಂಕುಮ ತೆಗೆದು ಅಮಲ ಬೈತಲೆಗೆ ಹಚ್ಚಿ, ಹಾರವನ್ನು ಅವಳ ಕುತ್ತಿಗೆಗೆ ಹಾಕಿಬಿಟ್ಟ. ಎಲ್ಲರೂ ದಿಗ್ಭ್ರಮೆಗೊಂಡರು. ಅಲ್ಲೊಂದು ಎಡವಟ್ಟಾಗಿತ್ತು. ಇಂಡಸ್ಟ್ರಿಯಲಿಸ್ಟ್ ಮಗಳು ರಜನಿ ಜಾರಿದ ಉಂಗುರಕ್ಕಾಗಿ ಬಗ್ಗಿದ್ದರಿಂದ ಕುಂಕುಮ ಹಾರ, ಅಮಲಾಗೆ ಸೇರಿಹೋಗಿತ್ತು. ಆ ಕ್ಷಣ ಅದು ಮುಗಿಯಬೇಕಿತ್ತು. ಇಲ್ಲದಿದ್ದರೇ ಅಭಿನಂದನ್‌ಗೆ ವಿವಾಹದ ಯೋಗವಿಲ್ಲವೆಂದು ಜಾತಕದಲ್ಲಿ ಹೇಳಿತ್ತು. ಇದು ಜಾತಕ ನೋಡಿದ ಪ್ರಸಿದ್ಧ ಜೋಯಿಸರ ವಾಣಿ. ಅದರಲ್ಲಿ ಪೂರ್ಣವಾದ ನಂಬಿಕೆ. ವಿವಾಹ ಸ್ವಲ್ಪ ತಡವಾದರೂ ಪರವಾಗಿಲ್ಲ 'ನಿಶ್ಚಯ' ಅನ್ನೋ ಶಾಸ್ತ್ರ ನೀವು ನಂಬಿರೋ ದೇವರ ಸನ್ನಿಧಿಯಲ್ಲಿ ಮುಗ್ಸಿಬಿಡಿ.' ಇಂಥದೊಂದು ಉಪಾಯ ಸೂಚಿಸಿದ್ದರಿಂದ ಈ ಏರ್ಪಾಟು. ಎಂಎಲ್ಎ ಕಡೆಯ ದಂಡು ಹಿಂದಿನ ದಿನವೇ ಅಮಲೇಶ್ವರನ ಸನ್ನಿಧಿಗೆ ಬಂದು ಬೀಡುಬಿಟ್ಟಿತ್ತು. ಆದರೆ ಹೆಣ್ಣಿನ ಕಡೆಯವರು ತಡವಾಗಿ ಬಂದಿದ್ದಕ್ಕೆ ಕಾರಣ, ಫ್ಲೈಟ್ ಮೂರು ಗಂಟೆ ತಡವಾಗಿ ಬಂದು ಇಳಿದಿತ್ತು. ದೆಹಲಿಯಲ್ಲಿ ದಟ್ಟವಾದ ಮಂಜಿನ ವಾತಾವರಣವಿದ್ದುದ್ದರಿಂದ ಅದು ಮೇಲೇರುವುದೇ ಲೇಟಾಗಿದ್ದರಿಂದ ಇದು ಇಂದು ನಡೆದುಹೋದ ಘಟನೆಗೆ ಕಾರಣವಾಗಿತ್ತು. ಇದಕ್ಕೆ ಯಾರನ್ನು ದೂಷಿಸಬೇಕು?

"ಸದ್ಯಕ್ಕೆ ಮುಗಿಯಿತು" ಎಂದರು ಜೋಯಿಸರು.

"ಏನು ಮುಗೀತು. ಇವನು ಬೈತಲೆಗೆ ಸಿಂಧೂರ ಹಚ್ಚಿದ್ದು ರಜನಿಗಲ್ಲ, ಬೇರೊಂದು ಹೆಣ್ಣಿಗೆ" ಸತ್ಯ ಬಿಡಿಸಿಟ್ಟರು, ಅಭಿನಂದನ್ ತಾಯಿ. ಹೆಚ್ಚು ಕಡಿಮೆ ಸುತ್ತಲಿದ್ದವರಿಗೆ ಇದು ಅರಿವಾಗಿ ಗುಸು ಗುಸು ಪಿಸು ಪಿಸು ಶುರುವಾಗಿತ್ತು. ಸತ್ಯಭಾಮ ನಿಶ್ಚಿಂತೆಯಿಂದ ಅವಳ ಕುತ್ತಿಗೆಯಲ್ಲಿನ ಹಾರ ತೆಗೆದು ಆಕೆಯ ಕೈಗೆ ಕೊಟ್ಟು ಒಂದು ತರಹ ನೋಡಿ ಅಮಲನ ಕರೆದುಕೊಂಡು ಹೊರಗೆ ಹೋದರು. ಆಕೆಗೆ ಒಂದು ರೀತಿಯ ಟೆನ್‌ಷನ್. "ಅಮ್ಮ, ಇದೇನಿದು? ಅವ್ರುಗಳ ಪರಿಚಯವೇ ಇಲ್ಲ. ಹುಟ್ಟಿದ ಹಬ್ಬಕ್ಕೆ ಶುಭ ಹಾರೈಸುವ ಪದ್ಧತಿಯೆ? ನನ್ನ ಬೈತಲೆಗೆ ಸಿಂಧೂರ ಹಚ್ಚಿ ಹಾರ ಹಾಕಿದ್ದು ಯಾರು?" ಅವಳ ಪ್ರಶ್ನೆಗೆ ಉತ್ತರಿಸಲಾರದೇ ಹೊರಗೆ ಬಂದು ನಿಂತರು.

ಎಷ್ಟು ಬೇಗ ಈ ವಿಷಯ ಹರಡಿಬಿಟ್ಟಿತೆಂದರೆ ಎಂಎಲ್ಎ ಕಡೆಯವರೆಲ್ಲ ಬಂದು ಇವರುಗಳಿಗೆ ಸುತ್ತುವರಿಯತೊಡಗಿದಾಗ ಆಕೆ ಮಗಳನ್ನು ಆ ಜನ ಸಮೂಹದಿಂದ ಸ್ವಲ್ಪ ಪ್ರಯಾಸದಿಂದಲೇ ಪಕ್ಕದಲ್ಲಿದ್ದ ಬಾಳೇ ತೋಟಕ್ಕೆ ಕರೆದೊಯ್ದರು.

ಪ್ರಸಾದದ ವಿತರಣೆಯಲ್ಲಿದ್ದ ಅಪ್ಪ, ಮಗನಿಗೆ ವಿಷಯ ತಿಳಿದಿದ್ದು ತಡವಾಗಿಯೇ. ಸ್ವಲ್ಪ ಮೌನವಹಿಸಿದ ಆನಂದಮೂರ್ತಿಗಳು "ಆಕಸ್ಮಿಕವಾಗಿ ನಡೆದದ್ದು ತಾನೇ? ಈ ಬಗ್ಗೆ ಗೊಂದಲ ಬೇಡವೇ.. ಬೇಡ. ತಪ್ಪುನಡೆದಿದೆ. ಸರಿ ಮಾಡ್ಕೊಂಡ್ ಮುಂದಿನ ಕಾರ್ಯಕ್ರಮಗಳನ್ನು ಮುಂದುವರಿಸಿಕೊಳ್ಳಿ" ಅತ್ಯಂತ ಸಮಾಧಾನವಾಗಿ ಹೇಳಿ

ತಮ್ಮ ಕಾರ್ಯಕ್ರಮದಲ್ಲಿ ಮಗ್ನರಾದರು. ಜೊತೆಗೆ ತಾವೇ ನಿಂತು ಎಂಎಲ್ಎ ಕಡೆಯವರಿಗೆಲ್ಲ ಪ್ರಸಾದ ವಿನಿಯೋಗವಾಗುವಂತೆ ನೋಡಿಕೊಂಡರು. ಆದರೆ ಗಾಬರಿಯಾಗಿ ಅಮ್ಮ ಮತ್ತು ಅಮಲನ ಅರಸಿಕೊಂಡು ಓಡಿದ ಶ್ರೀ.

ಬಾಳೆ ತೋಟದಲ್ಲಿ ಹಾಯುತ್ತಿದ್ದ ನೀರನ್ನು ನೋಡುತ್ತಿದ್ದ ತಂಗಿಯನ್ನು ನೋಡಿದವನು ಅಲ್ಲೇ ಇದ್ದ ಅಮ್ಮನ ಕೈ ಹಿಡಿದು ಪಕ್ಕಕ್ಕೆ ಕರೆದೊಯ್ದು "ಯಾವೋನು, ಅವ್ನು? ಯಾರ ಪರ್ಮಿಷನ್ ತಗೊಂಡ್ ಅಮಲ ಬೈತಲೆಗೆ ಕುಂಕುಮ ಹಚ್ಚಿದ? ಇದೇನು ಹುಡುಗಾಟನ? ಅವರ ಹಿಂದೆ ಸಾವಿರ.. ಸಾವಿರ ಜನ ಇರ್ಬಹ್ದು. ನಮ್ಮ ಪರ ನಿಲ್ಲೋ ಅಮಲಾಪುರದ ದಂಡೇ ಇದೆ" ಎಂದು ಗುರುಗುಟ್ಟಿದ.

"ಏನೋ, ಇದು? ಯುದ್ಧ ಘೋಷಿಸಿಬಿಟ್ಟಂಗೆ ಮಾತಾಡ್ತೀಯ? ಅಮಲ ಪಕ್ಕದಲ್ಲಿದ್ದ ರಜನಿ ಅನ್ನೋ ಹುಡ್ಗೀ ಬೆರಳಿನಿಂದ ಜಾರಿದ ಉಂಗುರಕ್ಕೆ ಬಗ್ಗಿದಾಳೆ. ಆ ಕ್ಷಣ ಮುಖ್ಯವೆಂದು ಜೋಯಿಸರ ಅವಸರಕ್ಕೆ ಆ ಎಂಎಲ್ಎ ಮಗ ನಮ್ಮ ಅಮಲ ಬೈತಲೆಗೆ ಕುಂಕುಮ ಹಚ್ಚಿದ್ದಾನೆ. ಇಷ್ಟೇ ನಡೆದಿದ್ದು. ಹಾಕಿದ ಹಾರನ ಅಲ್ಲೇ ತೆಗೆದು ಕೊಟ್ಟು ಬಂದೆ. ನಡೆದಿದ್ದು ದೇವರ ಸನ್ನಿಧಿಯಲ್ಲಿ, ಕೈ ಹಿಡಿಯುವ ಪುರುಷನಿಂದ ಬೈತಲೆಗೆ ಮಂಗಳಪ್ರದವಾದ ಸಿಂಧೂರ ಹಚ್ಚುವುದು ಹಿಂದೂ ವಿವಾಹ ಸಂಪ್ರದಾಯಗಳಲ್ಲಿ ಇದೊಂದು ಮುಖ್ಯವಾದ ಪದ್ಧತಿ. ದಕ್ಷಿಣ ಭಾರತದಲ್ಲಿ ಮಾಂಗಲ್ಯ ಧಾರಣೆಯ ಒಂದು ಮುಖ್ಯವಾದ ವಿಧಿ ಅನಿಸಿಕೊಂಡಿದ್ದರು. ಉತ್ತರದಲ್ಲಿ ಇದಕ್ಕೆ ತುಂಬ ಪ್ರಾಮುಖ್ಯತೆ ಇದೆ. ಇದು ಹೇಗಾಯ್ತೋ, ಏನಾಯ್ತೋ... ಅಂತು ಸಾಕ್ಷಾತ್ ಅಮಲೇಶ್ವರನ ಸನ್ನಿಧಿಯಲ್ಲಿ ಆ ಯುವಕ ಕುಂಕುಮ ಹಚ್ಚಿದ್ದಂತು ನಿಜ. ಇದಕ್ಕೆ ಸಾಕಷ್ಟು ಜನ ಸಾಕ್ಷಿಗಳು. ಏನು ತೋಚ್ತಾ ಇಲ್ಲ" ಅನ್ನುವ ವೇಳೆಗೆ ಇವನ ಕೆಲವು ಗೆಳೆಯರು ಹಾಜರಾದರು.

"ಹೇಗೋ ನಡೀಲಿ? ತಪ್ಪು ಅವರದೇ. ಮಾತುಗಳು ಬೆಳೆದಾಗ ಅವರುಗಳು ನಮ್ದೇ ತಪ್ಪುಂತ ಅನ್ನೋ ತರಹ ಮಾತಾಡಿದ್ರು. ಆದರೆ ಎಲ್ಲಾ ನಮ್ಕಡೆ ನಿಂತಿದ್ದರಿಂದ ಸುಮ್ಮನಾದ್ರು. ಆನಂದಣ್ಣ ಎಲ್ಲರಿಗೂ ಸಮಾಧಾನ ಹೇಳಿದ್ರು. ಇಲ್ಲದಿದ್ದರೇ, ನಾವು ಒಂದು ಕೈ ನೋಡೇ ಬಿಡ್ತಾ ಇದ್ವಿ" ಕೆಲವರು ದನಿಯೇರಿಸಿದಾಗ ಶ್ರೀ ತುಸು ಬೇಸರದಿಂದಲೇ "ಹೋಗೋಣ.. ನಡೀರಿ.." ದೇವಸ್ಥಾನದ ಪ್ರಾಂಗಣದತ್ತ ನಡೆದರು."

"ಸರ್ಯಾಗಿ ಪ್ರದಕ್ಷಿಣೆ ನಮಸ್ಕಾರ ಕೂಡ ಹಾಕ್ಲಿಲ್ಲ" ಗೊಣಗಿದರು ಸತ್ಯಭಾಮ. "ಮನೆಯಲ್ಲೇ ಹಾಕ್ಕೋಬಹ್ದು" ಶ್ರೀ ತೀರಾ ಬೇಸರದಿಂದ ನುಡಿದ. ಆ ವೇಳೆಗೆ ಕೆಲವರೊಂದಿಗೆ ಆನಂದಮೂರ್ತಿಗಳು ಈ ಕಡೆ ಬರುತ್ತಿದ್ದವರು ಹೆಂಡತಿಯ ಆತಂಕದ ಮುಖ ನೋಡಿ "ಪ್ರಸಾದದ ವಿತರಣೆ ಮುಗೀತು. ಏನೋ ಆಕಸ್ಮಿಕವಾಗಿ ನಡೆದಿದೆ. ಪಾಪ, ದೋಷ ಅವರದು ಅಲ್ಲ, ನಮ್ಮದು ಅಲ್ಲ. ಅದಕ್ಕೆ ತಲೆ ಕೆಡ್ಸಿಕೊಳ್ಳೋದು ಬೇಡ. ಅರ್ಚಕರು ಪ್ರಸಾದ ಕೊಟ್ಟು ಅಮಲನ ಆಶೀರ್ವದಿಸೋಕೆ ಕಾದಿದ್ದಾರೆ. ಮನಸ್ಸಿನಲ್ಲಿ ಏನೇನೋ ಇಟ್ಕೊಂಡ್ ಕಂಗೆಡಬೇಡ" ಎಂದರು ನಿಶ್ಚಲ ಸ್ಥಿತಿಯಿಲ್ಲಿ. ಅವರ ಸ್ವಭಾವ ಬಲ್ಲವರಿಗೆ ಇದೇನು ವಿಚಿತ್ರವೆನಿಸುತ್ತಿರಲಿಲ್ಲ.

"ಬೇಡ, ಬಿಡಪ್ಪ" ಎಂದ ಶ್ರೀ ಸುಮ್ಮನಾದರು ಅವರ ಜೊತೆಗೆ ಪ್ರಾಂಗಣಕ್ಕೆ ನಡೆದ. ವೈಭವವಾಗಿ ನಡೆದಿತ್ತು ಗಿರಿಜಾ ಕಲ್ಯಾಣ. ಹೂ, ದೀಪ, ಧೂಪಗಳಿಂದ ಕಂಗೊಳಿಸುತ್ತಿತ್ತು. ಆಗ ತಾನೇ ಕಲ್ಯಾಣ ಮುಗಿಸಿಕೊಂಡ ಪಾರ್ವತಿ ಪರಮೇಶ್ವರರು ಸಂಕೋಚವಿಲ್ಲದೆ. ಅಲ್ಲೊಂದು ನಮಸ್ಕಾರ ಹಾಕಿ "ಹಾಕು ಮಗಳೇ ಅದಿದಂಪತಿಗಳಿಗೆ" ಎಂದರು. ಏನು ನಡದೇ ಇಲ್ಲವೆನ್ನುವಂತೆ. ಅಲ್ಲಿರೋ ಜನರೆಲ್ಲ ಕಕ್ಕಾಬಿಕ್ಕಿ. ಅರ್ಚಕರಿಂದ ಆಶೀರ್ವಾದ, ಹೂ, ಪ್ರಸಾದ ಕೊಡಿಸಿದ ನಂತರ "ನೀವು ನಡೆಯಿರಿ" ಎಂದವರು ಛೇರ್‌ಗಳ ಮೇಲೆ ಕೂತಿದ್ದ ಎಂಎಲ್‌ಎಯವರ ಬಳಿಗೆ ಹೋಗಿ "ತುಂಬಾ ಸಂತೋಷ. ಅದ್ಭುತವಾಗಿ ನಡೆಸಿದ್ರಿ ಗಿರಿಜಾ ಕಲ್ಯಾಣ. ಸಮಸ್ತರಿಗೂ ಅಮಲೇಶ್ವರ ಒಳ್ಳೆಯದು ಮಾಡ್ತಾನೆ. ನೀವುಗಳು ಆರಾಮಾಗಿ ನಿಶ್ಚಿತಾರ್ಥ ಕಾರ್ಯಕ್ರಮ ಮುಗ್ಸಿಕೊಳ್ಳಿ" ಎಂದು ನುಡಿದವರೇ, ದೇವಸ್ಥಾನದ ಪ್ರಾಂಗಣ ಬಿಟ್ಟು ಹೊರನಡೆದರು.

ಹೆಚ್ಚು ಕಡಿಮೆ ಅರ್ಧ ಜನ ಖಾಲಿಯಾದರು. ಪಂಚಭಕ್ಷ ಪರಮಾನ್ನ ಊಟ ತಯಾರಾಗಿ ಕಾಯುತ್ತಿತ್ತು. ಎಂಎಲ್‌ಎ ಜೊತೆಯಲ್ಲಿ ಬಂದವರು ಮತ್ತು ಸಂಬಂಧ ಬೆಳೆಸಲು ಬಂದವರಷ್ಟೇ ಉಳಿದಿದ್ದು ಅಚ್ಚರಿಯೆನಿಸಿತು. ಬಹುಶಃ ಬಂದ ಜನ ಪ್ರಸಾದ ತಿಂದು ಸಂತುಷ್ಟರಾಗಿ ಹೊರಟಿರಬೇಕು. ಸ್ವತಃ ಆನಂದಮೂರ್ತಿಗಳೇ ಪ್ರತಿಯೊಬ್ಬರನ್ನು ವಿಚಾರಿಸುತ್ತ ಪುಳಿಯೋಗರೆ, ಮೊಸರನ್ನ ಬಡಿಸಿದ್ದರು. ಈ ಧಾರಾಳತನ, ಒಳ್ಳೆಯ ಮಾತು ಅವರ ವ್ಯಕ್ತಿತ್ವಕ್ಕೆ ಕಲಶಪ್ರಾಯವಾಗಿತ್ತು. ಕೆಲವರು ಆ ಷಾಕ್‌ನಿಂದ ಚೇತರಿಸಿಕೊಂಡಿರಲಿಲ್ಲ.

ಇವರು ಹತ್ತಿದ ಕಾರನ್ನೆ ಸುತ್ತಿಕೊಂಡ ಜನರನ್ನು ನೋಡಿ ಆಶ್ಚರ್ಯಪಟ್ಟರು. ಆನಂದಮೂರ್ತಿಗಳು ತೋಟ, ಜಮೀನು, ಇದ್ದ ಶ್ರೀಮಂತರೇ, ಆದರೆ ಕೋಟ್ಯಂತರ ಹಲವಾರು ಆಸ್ತಿಗಳ ಸಿರಿವಂತರೇನು ಅಲ್ಲ. ಜೊತೆಗೆ ದೊಡ್ಡ ರೀತಿಯಲ್ಲಿ ರಾಜಕಾರಣಿಗಳ ನೆಟ್ಟು ಬೆಳೆಸಿಕೊಂಡವರಲ್ಲ. ಯಾರ ಬಗ್ಗೆಯೂ ಕೆಟ್ಟ ಮಾತಿಲ್ಲ. ಜಾತಿ, ಮತ, ಪಂಥ, ಹಿರಿಯರು, ಕಿರಿಯರು ಅನ್ನದೆ ಎಲ್ಲರಿಗೂ ಗೌರವ ತೋರುವ ಪ್ರೀತಿಸುವ ಗುಣ ಅವರಲ್ಲಿದ್ದುದ್ದರಿಂದ ದೊಡ್ಡವರನ್ನಾಗಿ ಮಾಡಿತ್ತು. ಅಸೂಯಪರರು ಕೂಡ ಅವರನ್ನು ದ್ವೇಷಿಸಲು ಹಿಂಜರಿಯುತ್ತಿದ್ದರು.

ಎಲ್ಲರ ಮುಖಗಳು ಒಂದು ರೀತಿಯಲ್ಲಿ ಧುಮುಗುಟ್ಟುತ್ತಿತ್ತು. ಅದನ್ನು ಗಮನಿಸಿದ ಆನಂದಮೂರ್ತಿಗಳು "ಅಲ್ಲಿ ನಡೆದಿದ್ದು ತೀರಾ ಆಕಸ್ಮಿಕ. ಗಂಡು ನಮ್ಮ ಎಂಎಲ್‌ಎ ಮಗ. ಜಾತ್ಕದ ಪ್ರಕಾರ ಈ ದಿನ ಒಂದು ಗಳಿಗೆ ನಿರ್ಧರಿಸಿ ಕೊಟ್ಟು, ಆ ಗಳಿಗೆಯಲ್ಲಿ ಅವ್ನ ಲಗ್ನ ನಡೆದರೇ ಶುಭ, ಅಕಸ್ಮಾತ್ ಮುಂದೂಡುವ ಇಚ್ಛೆ ಇದ್ದರೆ ಆ ಕ್ಷಣದಲ್ಲಿ ನಿಮ್ಮ ಮಗನಿಂದ ಆ ಹುಡ್ಗೀ ಬೈತಲೆಗೆ ಸಿಂಧೂರ ಹಚ್ಚಿಸಿ, ಹಾರ ಹಾಕಿ ಸಂಬಂಧ ಗಟ್ಟಿ ಮಾಡಿ ಆಮೇಲೆ ನಿಮ್ಗೇ ಅನ್ಕೂಲವಾದಾಗ ವಿವಾಹದ ಕಾರ್ಯಕ್ರಮ ಇಟ್ಕೋಬಹುದುಂತ ಅವ್ರೆ ವಾರ, ದಿನ, ನಕ್ಷತ್ರ, ಗಳಿಗೆ ನಿಶ್ಚಯಿಸಿ ಕೊಟ್ಟಿದ್ದರಂತೆ. ಫ್ಲೈಟ್ ಲೇಟು! ಗಂಡಿನ ಕಡೆಯವ್ರು ಹಿಂದಿನ ದಿನ ಬಂದು ಬೀಡು ಬಿಟ್ಟಿದ್ರು. ಹುಡ್ಗೀಯವರು ಬಂದಿದ್ದು ತಡವಾಗಿ, ಆತುರಾತುರ ನಡೆಸಿದ ಕಾರ್ಯಕ್ರಮ. ಆತುರದಲ್ಲಿ ತೊಟ್ಟ ಆ ಹುಡ್ಗೀ ರಜನಿಯ ಕೈಯಲ್ಲಿನ ಉಂಗುರ ಜಾರಿದೆ. ಅವಳು

ಅದಕ್ಕಾಗಿ ಬಗ್ಗಿದ್ದು. ಪುರೋಹಿತರ ಅವಸರಕ್ಕೆ ಪಾಪ, ಆ ಹುಡ್ಗ ನಮ್ಮ ಅಮಲ ಬೈತಲೆಗೆ ಕುಂಕುಮ ಹಚ್ಚಿ ಹಾರ ಹಾಕಿದ್ದು. ನಡೆದು ಹೋಗಿರೋದು ಇಷ್ಟೆ. ಇದಕ್ಕೆ ನಾವು ಶಿಕ್ಷೆ ವಿಧಿಸಿಕೊಳ್ಳೋದು ಬೇಡ. ಅವರನ್ನು ದೂಷಿಸೋದು ಬೇಡ" ವಿಷಯಕ್ಕೆ ಒಂದು ಕನ್‌ಕ್ಲೂಷನ್ ಕೊಟ್ಟೇ ಬಿಟ್ಟರು. ಯಾರ ಬಾಯಿಂದಲೂ ಮಾತುಗಳು ಹೊರಡಲಿಲ್ಲ. ಎಲ್ಲಾ ಮುಖ ಮುಖ ನೋಡಿಕೊಂಡರು.

ಡ್ರೈವ್ ಮಾಡುತ್ತಿದ್ದ ಶ್ರೀ "ಸದ್ಯ, ಅಮ್ಮ ಅಮಲ ಪಕ್ಕನೇ ಇದ್ಲು. ಅವ್ರಿಗೆ ಹಚ್ಚಲಿಲ್ಲ ಅಷ್ಟೇ" ಎಂದ ನಗುತ್ತ. ಆನಂದಮೂರ್ತಿಗಳಂತು 'ಓ..' ಎಂದು ಜೋರಾಗಿ ನಕ್ಕರು. "ನಿನ್ನ ವಯಸ್ಸಿನವ ಹಚ್ಚಿದ್ದರು ಅದೇ ಭಾವವಿರುತ್ತಿತ್ತು. ಅನಗತ್ಯವಾಗಿ ಯಾರು ಮನಸ್ಸುಗಳನ್ನು ಕೆಡಿಸಿಕೊಳ್ಳುವುದು ಬೇಡ" ಎಂದು ಹೆಂಡತಿಯ ಕಡೆ ನೋಟ ಬೀರಿದರು. ಪ್ರೀತಿಯಿಂದ ಅಮಲ ಕೆನ್ನೆ ಸವರಿ ತಮ್ಮ ಎದೆಗೊರಗಿಸಿಕೊಂಡರು.

ಆದರೆ ಗಂಡನಷ್ಟು ಸಮಾಧಾನದಿಂದ ಇರಲು ಸತ್ಯಭಾಮಗೆ ಸಾಧ್ಯವಾಗಲಿಲ್ಲ. ರಾತ್ರಿ ಅಮಲ ಮಲಗಿದ ನಂತರ ಅಮ್ಮ ಮಗ ಆನಂದಮೂರ್ತಿಗಳ ರೂಮಿಗೆ ಬಂದರು. ಇದು ಅವರ ನಿರೀಕ್ಷೆ ಕೂಡ ಆಗಿತ್ತು.

"ಇನ್ನು ಮಲಗಲಿಲ್ವಾ?" ಎಂದು ಕೇಳುತ್ತಾ ಮಂಚದ ತುದಿಯಲ್ಲಿ ಕೂತರು. ಶ್ರೀ ಗೋಡೆಗೊರಗಿ ನಿಂತ "ಶ್ರೀ ಯಾಕೆ ನಿಂತೇ? ಕೂತ್ಕೋ... ಬಾ" ಅಂದರು. ಮಕ್ಕಳು ತಂದೆಯೊಂದಿಗೆ ಅಂತರ ಕಾಯ್ದುಕೊಂಡರೂ ಅವರೇನು ದೊಡ್ಡದಾದ ಅಂತರದ ದೊಡ್ಡಸ್ಥಿಕೆಯನ್ನು ಇಟ್ಟುಕೊಂಡಿರಲಿಲ್ಲ. "ಬಾರೋ ಶ್ರೀ.. ಬಾರಪ್ಪ" ಕರೆದರು. ಆದರೂ ಅವನು ಅಲ್ಲೇ ನೆಲದಲ್ಲಿ ಕೂತು "ಇಲ್ಲೇ ಚೆನ್ನಾಗಿದೆ" ಎಂದ. ಮಗನ ಮತ್ತು ಹೆಂಡತಿಯ ಮುಖವನ್ನು ಬದಲಿಸಿ ಬದಲಿಸಿ ನೋಡಿ "ಈಗ್ಹೇಳಿ?" ಕೇಳಿದರು. ವಿಷಯ ಅವರಿಗೆ ಗೊತ್ತಿತ್ತು. ಮೊದಲು ತುಟಿ ಬಿಚ್ಚಿದವನು ಶ್ರೀ. "ಅವ್ರು ಎಂಎಲ್‌ಎ ಕಡೆಯವರೇ ಇರ್ಬಹುದು. ಒಂದಿಷ್ಟು ಸಂಸ್ಕಾರ ಬೇಡ್ವಾ? ಅದು ಅಮಲೇಶ್ವರನ ಮುಂದೆ, ದೊಡ್ಡ ಪರಿವಾರದ ಎಲ್ಲಾ ಜನ ಸಾಕ್ಷಿಯಾಗಿ ನಿಂತಿದ್ರು. ಅಂಥ ಸಮಯದಲ್ಲಿ ಒಬ್ಬ ಯುವಕ ಬಂದು ಯುವತಿಯ ಹಣೆಗೆ ಸಿಂಧೂರ ಹಚ್ಚಿದರೇ, ಅದ್ನ ವಿವಾಹವೆಂದೇ ಕನ್ಸಿಡರ್ ಮಾಡಬೇಕಾಗುತ್ತೆ" ಅವನ ದನಿಯಲ್ಲಿ, ಆವೇಗದ ಜೊತೆ ಚಡಪಡಿಕೆಯು ಇತ್ತು.

ಎರಡು ನಿಮಿಷದಷ್ಟು ಮೌನದ ನಂತರ ಆನಂದಮೂರ್ತಿಗಳು ಮಗನತ್ತ ನೋಟ ಹರಿಸಿ "ಇದು ಬೇಕೂಂತ ಆದದ್ದಲ್ಲ! ನಡೆದುಹೋಗಿದ್ದಕ್ಕೆ ಒಬ್ಬರತ್ತ ಇನ್ನೊಬ್ಬರು ಬೆಟ್ಟು ಮಾಡಿ ಟೀಕೆ-ಟಿಪ್ಪಣಿ ಮಾಡೋದರಿಂದ ಪ್ರಯೋಜನವೇನು? ಎರಡ್ವರ್ಷದ ಹಿಂದೆಯೇ ಕುದುರಿದ ಸಂಬಂಧವಂತೆ. ಅವ್ನ ಜಾತಕದ ಪ್ರಕಾರ ಇಂದಿನ ದಿನ, ಜೊತೆಗೆ ಬಂದು ಸೂಕ್ತವಾದ ಗಳಿಗೆಯನ್ನ ಆರಿಸಿಕೊಟ್ಟರಂತೆ. ಅಮಲೇಶ್ವರ ಅವ್ರ ನಂಬಿಕೆಯ ದೇವರು. ಕೋಟಿಗಟ್ಟಲೆ ಹಣ ಸುರಿದು ದೇವಸ್ಥಾನವನ್ನು ಜೀರ್ಣೋದ್ಧಾರ ಮಾಡಿದ್ದಾರೆ. ಇದ್ರಿಂದ ಸಾಕಷ್ಟು ಜನಕ್ಕೆ ಅನ್ಕೂಲವಾಗಿದೆ. ದೇವಾಲಯಕ್ಕೆ ಬರೋ ಭಕ್ತರಿಗೂ ಸಾಕಷ್ಟು ಅನ್ಕೂಲವಾಗಿದೆ. ಜೊತೆಗೆ ಎಂಎಲ್‌ಎಯ ಎಲ್ಲಾ ಮನದಾಸೆಗಳು ಈಡೇರಿದೆಯಂತೆ. ಅದಕ್ಕೆ ದಿನ, ಗಳಿಗೆ ನಿಶ್ಚಯಿಸಿಕೊಂಡು

ನಿಶ್ಚಿತಾರ್ಥ ಕಾರ್ಯ ಮುಗ್ಸಿಕೊಂಡು ದೊಡ್ಡ ರೀತಿಯಲ್ಲಿ ವಿವಾಹ ನಡ್ಸೋ ತೀರ್ಮಾನ ಅವರದು. ಸತ್ಯಭಾಮ, ಅಮಲ ಮಂಗಳಾರತಿಯ ಸಲುವಾಗಿ ಗರ್ಭಗುಡಿಯ ಮುಂದೆ ನಿಂತಿದ್ದಾರೆ. ಹೆಣ್ಣಿನ ಕಡೆಯವರು ಬಂದಿದ್ದು ಲೇಟು. ಹುಡ್ಗೀ ಅಲಂಕಾರಕ್ಕೆ ಇನ್ನಷ್ಟು ಸಮಯ. ತೀರಾ ಅವಸರ ಮಾಡಿ ಕರೆದೊಯ್ದು ಅಮಲ ಪಕ್ಕದಲ್ಲಿ ನಿಲ್ಲಿಸಿದ್ದಾರೆ. ಆ ಸಮಯದಲ್ಲಿ ಸಡಿಲವಾದ ಉಂಗುರ ಜಾರಿದೆ. ಆ ಹುಡ್ಗೀ ಬಗ್ಗಿದ್ದಾರೆ. ಜ್ಯೋತಿಷಿಗಳು ತೀರಾ ಎಚ್ಚರಿಕೆ ನೀಡಿದ್ದರಿಂದ ಆ ಸಮಯದಲ್ಲಿ ಮಂತ್ರ ಪಠಣ ಷುರುವಾಗಿದೆ. ಆ ಹುಡ್ಗ ಆರಾಮಾಗಿ ನಮ್ಮ ಅಮಲ ಬೈತಲೆಗೆ ಸಿಂಧೂರ ಹಚ್ಚಿ ಹಾರ ಹಾಕಿದ್ದಾನೆ. ನಡೆದದ್ದು ಇಷ್ಟೆ. ಅದಕ್ಕೆ ಸಾಕಷ್ಟು ಪ್ರತ್ಯಕ್ಷದರ್ಶಿಗಳು ಇದ್ದಾರೆ. ಇಲ್ಲಿ ಯಾರನ್ನು ತಪ್ಪಿತಸ್ಥರನ್ನಾಗಿ ಮಾಡಬೇಕು? ಆದ್ದರಿಂದ ತಪ್ಪು, ಒಪ್ಪುಗಳ ಹಗ್ಗ ಜಗ್ಗಾಟ ಬೇಡ. ಅದನ್ನೇ ಅವ್ರಿಗೂ ಹೇಳ್ದೆ. ನಮ್ಮದಲ್ಲದ ತಪ್ಪಿಗೆ ನಾವು ಶಿಕ್ಷೆ ವಿಧಿಸಿಕೊಳ್ಳೋದು ಬೇಡ. ಅವ್ರನ್ನ ಅಪರಾಧದ ಸ್ಥಾನದಲ್ಲಿ ನಿಲ್ಸಿ ಮಾತಾಡೋದು ಬೇಡ" ಎಂದರು ಸಮಾಧಾನವಾಗಿ. ಏನೇನು ಮಾತಾಡಬೇಕೆಂದು ಬಂದ ಶ್ರೀಯ ಬಾಯಿಂದ ಮಾತು ಹೊರಡಲಿಲ್ಲ.

"ಅದ್ನ ಎಷ್ಟೋ ಜನ ನೋಡಿದ್ದಾರೆ. ಮುಂದೆ ಅಮಲ ಭವಿಷ್ಯ" ಸತ್ಯಭಾಮ ಆತಂಕದಿಂದ ನುಡಿದಾಗ ಆನಂದಮೂರ್ತಿಗಳು ನಕ್ಕುಬಿಟ್ಟರು. "ಅವ್ಳ ಭವಿಷ್ಯ ಭವ್ಯವಾಗಿದೆ. ನಾವೆಲ್ಲ "ಇದಂ ನಿಮಿತ್ತಂ" ಅಷ್ಟೆ. ನಿರ್ಧಾರ ನಿರ್ಣಯ ಅವನದೇ. ಆ ವಿಷ್ಯಕ್ಕೆ ಒತ್ತು ಕೊಡೋದು ಬೇಡ.. ಪರಂಪರೆಯಾಗಿ ಕೆಲವು ರೂಢಿಗಳು, ಸಂಪ್ರದಾಯಗಳು ಹರಿದುಬಂದಿದೆ. ಅದ್ನ ಹಿಡಿದು ಜೋತಾಡೋದು ಬೇಡ. ಸಾಕಷ್ಟು ಬದಲಾವಣೆಗಳಾಗಿದೆ. ಮಾನವ ಜೀವನ ನೆಮ್ದಿಗಾಗಿ ಹೊಸತನ್ನು ಸ್ವೀಕರಿಸಬೇಕಾಗುತ್ತೆ. ಚಲನಚಿತ್ರ, ನಾಟಕ, ಸೀರಿಯಲ್‌ಗಳಲ್ಲಿ ನಟಿಸೋ ಎಷ್ಟೋ ಹೆಣ್ಣು ಮಕ್ಕಳು ಹಲವಾರು ಸಲ ಮಾಂಗಲ್ಯಧಾರಣೆ ಮಾಡಿಸ್ಕೋತಾರೆ. ಕೆಲವನ್ನು ಸೀರಿಯಸ್ಸಾಗಿ ತಗೊಳ್ಳದಿದ್ದರೆ ಎಲ್ಲರಿಗೂ ನೆಮ್ದೀ. ನಂಗೆ ಹೊಳೆದಿದ್ದು ಇಷ್ಟು. ಅಮಲ ತೀರಾ ಸೂಕ್ಷ್ಮಮನಸ್ಸಿನ ಹುಡ್ಗೀ. ಆ ಹುಡ್ಗಿ ಮುಂದೆ ಈ ಪ್ರಸ್ತಾಪ ಬೇಡ. ಇದಕ್ಕಿಂತ ಸೂಕ್ತವಾದದ್ದು ಏನಾದ್ರೂ ಹೊಳೆದರೆ ನಂಗೆ ತಿಳ್ಸಿ" ಎಂದರು. ತಾಯಿ, ಮಗ ಮುಖ ಮುಖ ನೋಡಿಕೊಂಡರು. ಅಲ್ಲಿ ನಡೆದಿದ್ದು ಆಕಸ್ಮಿಕ! ಯಾರು ತಪ್ಪಿತಸ್ಥರಲ್ಲ!

"ಕೇಳಿದೋರಿಗೆ ಏನು ಹೇಳೋದು?" ಸತ್ಯಭಾಮ ಮಾತಿಗೆ ನಕ್ಕುಬಿಟ್ಟರು. "ಇದನ್ನೇ ಹೇಳಿದರಾಯ್ತು. ಸತ್ಯ ಕೂಡ. ನಾವು ಹೆಚ್ಚು ಒತ್ತು ಕೊಡದಿದ್ದರೆ ಮರ್ತು ಹೋಗ್ತಾರೆ" ಎಂದರು ಸಮಾಧಾನದಿಂದ.

ಆ ಹೊತ್ತಿನಲ್ಲಿ ಮೊಬೈಲ್ ಮೊಳಗಿದಾಗ ಶುಭಕರನದೆಂದು ಎಲ್ಲರಿಗೂ ಗೊತ್ತು. ಸಮಯ, ಸಮಯದ ಪರಿವೇ ಇರಲಿಲ್ಲ. ಯಾವಾಗಲೋ ಕಾಲ್ ಮಾಡುತ್ತಿದ್ದ. ಮೊದಲು ಘಳಘಳ ಮಾತಾಡಿ ಕನಸುಗಳನ್ನು ತೋಡಿಕೊಳ್ಳುತ್ತಿದ್ದವ ಈಗ ನಿಶ್ಯಬ್ಧವಾಗಿದ್ದ. "ಹಲೋ, ಶುಭ.. ಅಪ್ಪ ಕಾಲ್ ಮಾಡಿ ಹೇಳಿದ್ರು... ಬರೋಕೆ ನಂಗೆ ಬರೋಕೆ, ಆಗ್ಲಿಲ್ಲ. ಈಗ ನೆನಪಾಯ್ತು. ಏನೋ.. ಅದು?" ವಿಚಾರಿಸಿದ. ಶ್ರೀಗೆ ಕೋಪ ಬಂದರು ತಡೆದುಕೊಂಡ "ಏನೋ.. ಇದು! ಇವತ್ತು ಅಮಲ ಬರ್ತ್ ಡೇ, ಅಮಲೇಶ್ವರ

ದೇವಸ್ಥಾನಕ್ಕೆ ಹೋಗಿ ಪೂಜೆ ಮಾಡ್ಸಿಕೊಂಡು ಬಂದ್ವಿ. ನೆನಪಿಸಿದ್ಮೇಲು ಮರ್ತು ಹೋದರೆ ಗತಿಯೇನು? ನೀನು ಸಿಕ್ಕಲಿಲ್ಲಾಂತ ಮೆಸೇಜ್ ಮಾಡಿ ಬರೋದಿಕ್ಕೆ ಹೇಳಿದ್ದೆ. ಮೆಸೇಜ್ ನೋಡಲಿಲ್ವಾ? ಕೋಪದಿಂದ ಕೇಳಿದಾಗ "ಸಾರಿ..." ಅಂದ ಅಷ್ಟೆ. "ಹೋಗ್ಲಿ ಬಿಡು. ಅಮಲ ಮಲಗಿದ್ದಾಳೆ. ನೀನು ವಿಶ್ ಮಾಡ್ದೇಂತ ಹೇಳ್ತೀನಿ ಬಿಡು" ಎಂದ ಬೇಸರದಿಂದ.

"ಗಿಫ್ಟ್ ಕಳ್ಸಿ ಕೊಡ್ಲಾ?" ಕೇಳಿದ ಮೆಲ್ಲಗೆ ಶುಭ.

"ಈಗ ಇನ್ನ ಯಾತಕ್ಕೆ ಗಿಫ್ಟ್ ಕಳ್ಸಿಕೊಡ್ತೀಯ? ಚಿಕ್ಕಪ್ಪ, ಚಿಕ್ಕಮ್ಮ ಸಾಕಷ್ಟು ಗಿಫ್ಟ್‌ಗಳ್ನ ಕಳ್ಸಿ ಕೊಟ್ಟಿದ್ದಾರೆ. ಊಟ ಆಯ್ತ? ನಿನ್ನ ಜಾಬ್‌ಗೆ ಸಾಕಷ್ಟು ಕಾನ್‌ಸನ್‌ಸ್ಟ್ರೇಷನ್ ಬೇಕು. ಅಲ್ಲಿ ಹಣ ಗಳಿಕೆ ಮುಖ್ಯವಾಗುತ್ತೆ ಅಷ್ಟೇ. ಅಷ್ಟು ಬಿಟ್ಟು ಇನ್ನೇನು ಉದ್ಧಾರ ಮಾಡ್ತೀರಾ? ಹೋಗ್ಲಿ ಬಿಡು. ಇಲ್ಲೆ ಅಪ್ಪ, ಅಮ್ಮ ಇದ್ದಾರೆ, ಮಾತಾಡು" ಎಂದು ತಂದೆಯ ಕೈಗೆ ಮೊಬೈಲ್ ಕೊಟ್ಟು ಹೊರಗೆ ಹೋದ. ಈ ತರಹದ ಬದಲಾವಣೆ ಶ್ರೀಗೆ ಇಷ್ಟವಾಗದು. ಸಾಕಷ್ಟು ಸಲ ಎಚ್ಚರಿಸಿದ್ದ.

ಆದರೆ ಆನಂದಮೂರ್ತಿಗಳ ಮಾತಿನ ವೈಖರಿಯೆ ಬೇರೆ ರೀತಿಯದು. ಶುಭಕರ ಅಮಲ ಹುಟ್ಟಿದ ಹಬ್ಬದ ವಿಚಾರ ಮರೆತಿದಕ್ಕೆ, ಬರೆದಿದ್ದಕ್ಕೆ ಆಕ್ಷೇಪಿಸದಿದ್ದರೂ ಸಂಬಂಧಗಳ ಸೂಕ್ಷ್ಮತೆಯ ಜೊತೆ ಅವನ ಮಾನಸಿಕ ಸ್ಥಿತಿ, ಆರೋಗ್ಯದ ಸಲುವಾಗಿ ಕೆಲವು ಮಾತುಗಳನ್ನು ಹೇಳಿದರು. ಜೊತೆಗೆ ಕಳೆದುಕೊಂಡಿದ್ದಕ್ಕೆ ಲೆಕ್ಕ ಕೊಟ್ಟರು.

"ಆಯ್ತು, ಮಲಕ್ಕೋ, ಬೆಳಿಗ್ಗೆ ಅಮಲಗೆ ಹೇಳಿ ಕಾಲ್ ಮಾಡಿಸ್ತೀನಿ" ಎಂದು ತಾವೇ ಕಟ್ ಮಾಡಿದರು. ಮೊದಲಿನಿಂದಲೂ ಸ್ವಲ್ಪ ಮೂಡಿಯಾದರೂ ಇತ್ತೀಚೆಗಿನ ಅವನಲ್ಲಿನ ಬದಲಾವಣೆ ಗಮನಿಸಿದ್ದರು. ಬಂದ ಸತ್ಯಭಾಮ ಅತ್ತೆ ನಸುನಗುತ್ತ "ಶುಭಂದು ಫೋನ್, ಮರೆತಿದಕ್ಕೆ ಬೇಜಾರು ಮಾಡ್ಕೊಂಡ. ಹೆಚ್ಚು ತಲೆ ಕೆಡಿಸ್ಕೋಬೇಡ. ಭೂಮಿಗೆ ಬರೋವಾಗ ಒಂಟಿನೇ. ಆಮೇಲೆ ಎಷ್ಟೊಂದು ಸಂಬಂಧಗಳು ಗಂಟು ಬೀಳುತ್ತೆ. ಮತ್ತೆ ಹೋಗೋವಾಗ ಒಂಟಿ. ನಂತರ ಯಾವ ಸಂಬಂಧಗಳ ಬಂಧನವು ಇರೋಲ್ಲ. ಅದ್ರಿಂದ ನಗುನಗುತ್ತ ಬದ್ಕೀಬಿಡ್ಬೇಕು" ಎಂದರು. ಈ ಮನಸ್ಥಿತಿ ತಮಗೆ ಸಾಧ್ಯವಿಲ್ಲವೆಂದು ಮಲಗಿಕೊಂಡ ಹೆಂಡತಿಯನ್ನು ಪ್ರೀತಿಯಿಂದ ತಟ್ಟಿದರು.

* * *

ಡಿವಿಜಿಯವರ ಮಂಕುತಿಮ್ಮನ ಕಗ್ಗ ಹಿಡಿದು ತೋಟದಲ್ಲಿ ಬರುತ್ತಿದ್ದವರ ಮುಂದೆ ನಾಲ್ಕಾರು ಜನ ಬಂದು ನಿಂತಾಗ ಅವರಿಗೆ ಅಚ್ಚರಿಯೆನಿಸಿತು. ಗಡ್ಡ ತೂರಿಸುತ್ತ "ನೀವ್ಯಾರು?" ವಿಚಾರಿಸಿದರು. ಪರಿಚಿತರಂಗೆ ಕಾಣಲಿಲ್ಲ, ಅವರಲ್ಲಿ ಒಬ್ಬ "ನಾವು ಎಂಎಲ್‌ಎ ಸಾಹೇಬ್ರು ಕಡೆಯವ್ರು. ಅಮಲೇಶ್ವರ ಗೆಸ್ಟ್ ಹೌಸ್‌ನಲ್ಲಿ ಇದ್ದಾರೆ. ನಿಮ್ಮನ್ನ ಕರ್ಕೊಂಡ್ ಬರೋಕೆ ಹೇಳಿದ್ದಾರೆ" ಆನಂದಮೂರ್ತಿಗಳು ಹಿಂದಿನ ದಿನದ ಘಟನೆಯನ್ನು ನೆನಪು ಮಾಡಿಕೊಳ್ಳಲಿಲ್ಲ. "ನನ್ನನ್ನ ಕರೆದ ಕಾರಣ? ರಸ್ತೆ ಅಗಲೀಕರಣ ಮಾಡ್ತಾ ಇರೋ ವಿಚಾರ ಗೊತ್ತು. ಆದರೆ ರಸ್ತೆಯ ಅಕ್ಕಪಕ್ಕದ ಬದಿಯಲ್ಲಿ ನನ್ನ ಜಮೀನೇನಿಲ್ಲ. ನೀವು ರಸ್ತೆ ಮನೆ ಆನಂದಯ್ಯನ್ನ ಹುಡ್ಕಿಕೊಂಡು ಬಂದಿರಬೇಕು.

ನಮ್ಮ ಮನುಷ್ಯನ್ನ ಒಬ್ಬನನ್ನು ಕಳಿಸ್ತೀನಿ. ಅವ್ರ ತೋಟ ತೋರಿಸ್ತಾನೆ. ಈ ಸಮಯದಲ್ಲಿ ಅವ್ರು ಅಲ್ಲೇ ಇರ್ತಾರೆ" ಎಂದು ಗೊಬ್ಬರ ಹಾಕುತ್ತಿದ್ದ ಚಂದ್ರನನ್ನು ಕರೆಯಲು ಹೊರಟಾಗ ಅವರು ತಡೆದು ನೀವೇ ಎಂದು ದೃಢಪಡಿಸಿದ ನಂತರ "ಆಯ್ತು, ಬರ್ತೀನಿ ನಡೀರಿ. ಈ ಭಾಗದ ಜನರನ್ನು ಪ್ರತಿನಿಧಿಸೋ ಮನುಷ್ಯ, ಏನಾದ್ರೂ ಮಾತನಾಡೋಕೆ ಇರುತ್ತೆ" ಎಂದರು. ಬೇಸರ, ಕೋಪ, ಸಂಭ್ರಮ, ಭಯ ಯಾವುದು ವ್ಯಕ್ತವಾಗಲಿಲ್ಲ ಅವರ ಮಾತುಗಳಲ್ಲಿ. ನಂತರ ಬಂದವರಿಗೆಲ್ಲ ಎಳನೀರು ಕುಡಿಸಿ ಅವರ ಪೂರ್ವಾಪರ ವಿಚಾರಿಸಿಯೆ ಕಳಿಸಿದ್ದು.

ಬಂದವರೆಲ್ಲ ಅವರ 'ಅಭಿಮಾನಿಗಳು' ಎಂದು ಹಣೆಪಟ್ಟಿ ಕಟ್ಟಿಕೊಂಡಂಥ ಜನ "ನೋಡಿದ್ಯಾ, ಈವಯ್ಯನ್ನ, ಕರ್‍ದ ಕೂಡಲೇ ಜೀ ಹುಜೂರ್ ಅಂತ ಬರಬಹ್ದು ಅಂದ್ಕೊಂಡೇ, ಇಲ್ಲಿ ಕೋಪದಿಂದ ಕೂಗಾಡಬಹುದು ಅಂದ್ಕೊಂಡೇ. ಆದರೆ ಎಷ್ಟೊಂದು ಕೂಲ್ ಆಗಿದ್ದಾನೆ. ನೋಡು. ಒಬ್ನೇ ಬರೋಕೆ ಧೈರ್ಯವಿಲ್ಲಾಂತ ಕಾಣುತ್ತೆ. ಒಂದಿಷ್ಟು ಜನಾನ ಕೂಡ್ಸಿಕೊಂಡ್ ಬರಬಹ್ದು" ಎಂದು ಗೊಣಗಿಕೊಂಡೇ ಹೋಗಿದ್ದು.

ಎಂಎಲ್‌ಎ ಕಡೆಯವರು ಹೊರಡದೇ ಗೆಸ್ಟ್‌ಹೌಸ್‌ನಲ್ಲಿ ಉಳಿದರು. ಈಗಾಗಲೇ ನಡೆದದ್ದನ್ನು ವಿವರಿಸಿ ನಾಲ್ಕಾರು ಜ್ಯೋತಿಷಿಗಳನ್ನು ಸಂಪರ್ಕಿಸಿದ್ದರು. ಅದಕ್ಕಿಂತ ಹೆಚ್ಚಾಗಿ ಮಾಧ್ಯಮಗಳು ಈ ವಿಷಯ ನಾಲ್ಕಾರು ದಿನ ಪ್ರಸಾರದ ಜೊತೆ ಚರ್ಚಿಸಿ ವಿವಿಧ ಕೋನಗಳಿಂದ ಜೊತೆಗೆ ಅದಕ್ಕೆ ಮುಂದೆ, ಹಿಂದೆ ಜಾಲಾಡಿ ವಾರಗಟ್ಟಲೆ ಪ್ರಚಾರ ಕೊಟ್ಟುದರ ಜೊತೆಗೆ ರಾಜಕೀಯವಾಗಿ ಅದಕ್ಕೆ ಬಣ್ಣ ಬಳಿಯಬಹುದು. ಇದರಿಂದ ವಿರೋಧಿ ಬಣದವರು ಪ್ರತಿಕ್ರಿಯಿಸುವ ರೀತಿಯ ಜೊತೆ ಹೈಕಮಾಂಡ್‌ನ ಭಯ ಕೂಡ.

"ಏನಾಗಿ ಹೋಯ್ತು?" ಎಂಎಲ್‌ಎ ಚಿದಂಬರಂ. ಕೈ ಕೈ ಹಿಸುಕಿಕೊಳ್ಳುತ್ತಿದ್ದರು. "ಇರಲೀ, ಅಭೀಗೆ ಬುದ್ಧಿ ಬೇಡ್ವಾ? ರಜನಿ ಜೊತೆ ಸಾಕಷ್ಟು ಸುತ್ತಾಡಿದ್ದಾನೆ" ಚಿದಂಬರಂ ತಂಗಿ ಪ್ರತಿಕ್ರಿಯಿಸಿದ ಕೂಡಲೆ ಕೂತಿದ್ದ ಅಭಿನಂದನ್ "ಷಟಪ್, ನನ್ನ ಮಧ್ಯಕ್ಕೆ ತರ್ಬೇಡಿ. ಜೋತಿಷ್ಯ, ಜಾತ್ಕ... ಪ್ರತಿಯೊಂದಕ್ಕೂ. ಆರಾಮಾಗಿ ಮದ್ವೆ ಮಾಡಿ ಮುಗ್ಸಬಹುದಿತ್ತು. ಇದಕ್ಕೆ ನೂರೆಂಟು, ನಂಗೆ ಈ ತಾಪತ್ರಯವೆ ಬೇಡ. ಏನಾದ್ರೂ ಮಾಡ್ಕೊಳ್ಳಿ" ಎದ್ದು ಹೊರಟ. ಅವನು ಮೊದಲಿನಿಂದ ಸ್ವಲ್ಪ ಒರಟ, ಒಂದಿಷ್ಟು ಮೊಂಡು. ಎಲ್ಲಾ ಅನಾಯಾಸವಾಗಿ ಸಿಕ್ಕಿದ್ದರಿಂದ ಈ ರೀತಿ ಹಾರಾಟವಿರಬಹುದು. ಆದರೆ ಕೆಲವು ವಿಚಾರಗಳಲ್ಲಿ ಪಕ್ಕ.

"ಅವನದು, ಇಲ್ಲಿ ತಪ್ಪಿಲ್ಲ ಬಿಡಿ. ಪುರೋಹಿತರು ಅವಸರಕ್ಕೆ ಅವನು ಹಚ್ಚಿದಷ್ಟೆ. ಮೂರು ತಿಂಗಳಿನಿಂದ ಈ ವಿಚಾರಗಳೇ ಅವ್ನ ತಲೆ ತುಂಬಿ.. ತುಂಬಿ... ಕೆಡ್ಸಿ ಬಿಟ್ಟಿದ್ರಿ. ಎಲ್ಲಾ ಅಲ್ಲೇ ಮುಗ್ಸಿಕೊಂಡಿದ್ದರೇ ಇಷ್ಟೆಲ್ಲ ಗೊಂದಲ ಇರ್‍ತಾ ಇರ್‍ಲಿಲ್ಲ. ಮನೆಯಿಂದ ಹೊರ್‍ಗೇ ಹೋಗೋಕೇನು, ಸೀನು, ಕೆಮ್ಮಿಗೆ ಕೂಡ ಜ್ಯೋತಿಷಿಗಳ ಹತ್ರ ಓಡ್ತಾರೆ, ನಂಗೆ ಸಾಕಾಗಿದೆ" ಆಕೆ ಎದ್ದು ರೂಮಿಗೆ ಹೋದರು. ಆಕೆ ಪ್ರಗತಿಪರ ಚಿಂತಿತಳು ಅನ್ನಿಸಿಕೊಳ್ಳದಿದ್ದರೂ, ಗಂಡನಷ್ಟು ಜ್ಯೋತಿಷಿಗಳ ಹಿಂದೆ ಬಿದ್ದಿರಲಿಲ್ಲ.

ಬೀಗರ ಸಾಮ್ರಾಜ್ಯದಲ್ಲಿ ಜ್ಯೋತಿಷಿಗಳದೇ ದರ್ಬಾರು.

ಎಲ್ಲಾ ಮುಖ ಮುಖ ನೋಡಿದರು. ಈ ಎರಡು ಸಂಬಂಧಗಳು ಬೆಸೆಯುವಲ್ಲಿ ದೂರದ ಯೋಚನೆ ಇತ್ತು. ಪರಸ್ಪರ ಲಾಭನಷ್ಟಗಳು ಕೂಡ ಅದರಲ್ಲಿ ಅಡಕವಾಗಿತ್ತು. ಇದು ಹಿಂದಿನಿಂದ ನಡೆದುಬಂದಿದ್ದರೂ ಈಗ ಪೂರ್ತಿಯಾಗಿ ಸಂಬಂಧಗಳು ಕೂಡ ವ್ಯಾಪರೀಕರಣವಾಗಿತ್ತು.

"ಮುಂದೆ ಸಮಸ್ಯೆಯಾಗುತ್ತೆ" ಭಾವಿ ಬೀಗರು ವ್ಯಕ್ತಪಡಿಸಿದ್ದರಿಂದ ಆನಂದಮೂರ್ತಿಗಳಿಗೆ ಹೇಳಿ ಕಳಿಸಿದರು. ಇದನ್ನು ದೊಡ್ಡದು ಮಾಡಿಕೊಂಡು ಮಾಧ್ಯಮಗಳಲ್ಲಿ ಎಳೆದಾಡಿ ತಮ್ಮ ರಾಜಕೀಯ ಜೀವನಕ್ಕೆ ಇತಿಶ್ರೀ ಹಾಡಬಹುದೆಂಬ ಭಯ ಕೂಡ ಚಿದಂಬರಂಗಿತ್ತು. ಅದನ್ನು ಅವರ ಹಿತೈಷಿಗಳು ವ್ಯಕ್ತಪಡಿಸಿದ್ದರು ಕೂಡ. "ಮೊದ್ಲು ಆ ಆನಂದಮೂರ್ತಿಗಳ ಕುಟುಂಬವನ್ನು ತೆಪ್ಪಗಾಗಿಸಬೇಕು. ಅವರಿವರ ಪುಸಲಾವಣೆಯಿಂದ ಪ್ರತಿಭಟನೆ ಹಮ್ಮಿಕೊಳ್ಳದಂತೆ ಬಂದೋಬಸ್ತು ಮಾಡಬೇಕು. ಅದಕ್ಕಾಗಿ ಸಾಕಷ್ಟು ಪೊಲೀಸ್ ವ್ಯವಸ್ಥೆನು ಮಾಡ್ಸಿದ್ದೀನಿ. ಆ ಮನುಷ್ಯನನ್ನು ಮಾತ್ರವಲ್ಲ. ಆ ಕುಟುಂಬವನ್ನ ಗೌರವಿಸೋ, ಅಭಿಮಾನಿಸೋ ಜನ ಸಾಕಷ್ಟು ಇದ್ದಾರಂತೆ. ಇಂಥ ಮಾತುಗಳು ಚರ್ಚೆಯ ರೂಪ ತಾಳಿತು. ಭಗವಾನರದು ಕೆಲವು ಸಲಹೆಗಳು, ಸಾಕಷ್ಟು ಪ್ಲಾನ್‌ಗಳು ಕೂಡ ಸಿದ್ಧವಾಯಿತು. ಒಳಗೊಳಗೆ ಒಂದು ರೀತಿಯ ಹೆದರಿಕೆ ಇದ್ದದ್ದಂತು ಸುಳ್ಳಲ್ಲ.

ಇವರೆಲ್ಲರ ನಿರೀಕ್ಷೆಗಳು ಸುಳ್ಳು ಮಾಡಿದಂತೆ ಆನಂದಮೂರ್ತಿಗಳು ಒಬ್ಬರೇ ಕಾರು ಡ್ರೈವ್ ಮಾಡಿಕೊಂಡು ಬಂದು ಗೆಸ್ಟ್ ಹೌಸ್‌ನ ಮುಂದೆ ನಿಲ್ಲಿಸಿ ಇಳಿದರು. ಅತ್ಯಂತ ಸಮಾಧಾನವಾಗಿಯೆ ಕಂಡರು.

ಹೊರಗಿದ್ದ ಕೆಲವರು ಅವರನ್ನ ಗೆಸ್ಟ್‌ಹೌಸ್‌ಗೆ ಕರೆತಂದರು. ಅತಿಯಾದ ವಿನಯ, ಕೋಪ ಅಂಥದೇನು ಇಲ್ಲದೆ ಸಹಜವಾಗಿಯೇ ಕಂಡರು.

"ಬನ್ನಿ... ಬನ್ನಿ... ಕೂತ್ಕೊಳ್ಳಿ" ಚಿದಂಬರಂರೇ ಸ್ವಾಗತಿಸಿದರು. ಹಿಂದೆ ನಿಂತಿದ್ದ ಅವರ ಪರಮಾಪ್ತ ಪರಮೇಶಿ ಏನೋ ಹತ್ತಿರಕ್ಕೆ ಹೋಗಿ ಕಿವಿಯ ಬಳಿ ಉಸುರಿ ಹಿಂದಕ್ಕೆ ಸರಿದ "ಮಾತಾಡೋದಿತ್ತ" ಎಂದರು. "ನಮಸ್ಕಾರ.." ಎಂದು ಯೋಚಿಸುವಂತೆ ಮುಖ ಮಾಡಿದ ಆನಂದಮೂರ್ತಿಗಳು, "ಮಾತಾಡಿ, ರೋಡು ಅಗಲೀಕರಣದ ವಿಚಾರ ಗೊತ್ತಾಯ್ತು. ರಸ್ತೆ ಬದಿಯಲ್ಲಿ ನನ್ನದೇನು ಜಮೀನಿಲ್ಲ. ನಿಮ್ಮ ನಿರೀಕ್ಷೆ ಕೋಟೆ ಮನೆ ಆನಂದಯ್ಯನವರೂಂತ ಕಾಣಿಸುತ್ತೆ. ಅದ್ನ ಕರೆಯೋಕೆ ಬಂದವರಿಗೆ ಹೇಳ್ದೆ.. ಕೂಡ " ಎಂದರು ಸಹಜವಾಗಿ. ಎಲ್ಲರೂ ಮುಖ ಮುಖ ನೋಡಿಕೊಂಡರು.

ಹಿಂದಿನ ದಿನದ ಪ್ರಕರಣ ಚಿದಂಬರಂ ಎತ್ತಿದ ಕೂಡಲೇ ಆನಂದಮೂರ್ತಿಗಳು "ಅದೊಂದು ಆಕಸ್ಮಿಕ. ಅದ್ರಲ್ಲಿ ಯಾರು ತಪ್ಪಿತಸ್ಥರಲ್ಲ. ನಿನ್ನೇನು ಇದೇ ಮಾತು, ಇಂದು ಅಷ್ಟೇ. ನಾಳೆ ಕೂಡ ಇದ್ನ ಹೇಳ್ತೀನಿ. ಅದೇ ವಿಷ್ಯಕ್ಕೆ ಕರೆಸಿದ್ದರೇ, ಮಾತೇ ಬೇಡ" ಎದ್ದೇ ಬಿಟ್ಟರು. ಪ್ರಯೋಜನವಿಲ್ಲದ ಅನಗತ್ಯ ಮಾತಿನ ಎಳೆತ ಅವರಿಗೆ ಬೇಕಿರಲಿಲ್ಲ. ಭಗವಾನ್‌ರ ಸನ್ನೆ ಅರಿತು ಚಿದಂಬರಂ "ಪ್ಲೀಸ್, ಕೂತ್ಕೊಳ್ಳಿ, ಈಗ

ರಾಜಕೀಯ ತುಂಬ ಕೆಟ್ಟಿದೆ. ಸಣ್ಣ ಸಣ್ಣ ವಿಚಾರಗಳು ಅಪರಾಧಗಳಾಗಿ ಪರಿವರ್ತನೆ ಆಗುತ್ತೆ. ಎಲ್ಲ ಕಡೆ ವಿರೋಧಿಗಳು ಇರುವಂತೆ ರಾಜಕೀಯದಲ್ಲೂ ಇರ್ತಾರೆ. ನಮ್ಮ ಬೀಗರಿಗೆ ಭಾವಿ ಅಳಿಯನನ್ನು ರಾಜಕೀಯದಲ್ಲಿ ಬೆಳೆಸೋ ಇಚ್ಛೆ" ಎಂದು ಆಗಬಹುದಾದ ಅನಾಹುತಗಳನ್ನು ವಿವರಿಸಿದರು. ಆತಂಕ ಗುರ್ತಿಸಿ "ದಯವಿಟ್ಟು ಭಯ ಬೇಡ. ಆಕಸ್ಮಿಕವಾಗಿ ನಡೆದು ಹೋಗಿದ್ದಕ್ಕೆ ನಾವ್ ಯಾರನ್ನು ಹೊಣೆಗಾರರನ್ನಾಗಿ ಮಾಡೋಲ್ಲ. ಅಂಥ ಭಯ ನಿಮ್ಗೇ ಬೇಡ" ಮತ್ತೆ ಮೇಲೆದ್ದರು. ಅಷ್ಟರಲ್ಲಿ ಎಂಎಲ್ಎ ಸಾಹೇಬರ ಕಣ್ ಸನ್ನೆ ಅರಿತ ಒಬ್ಬ ವ್ಯಕ್ತಿ ರೂಮಿನೊಳಕ್ಕೆ ಹೋಗಿ ಒಂದು ಬ್ರೀಫ್‌ಕೇಸ್ ಹಿಡಿದು ಬಂದು ಟೀಪಾಯಿ ಮೇಲಿಟ್ಟು ಗುಸ ಗುಸ ಏನೋ ಹೇಳಿದ.

"ಇದ್ನ ತಗೊಳ್ಳಿ. ನಿಮ್ಮ ಮಗಳ ಮದ್ವೆಗೆ ನಮ್ಮ ಉಡುಗೊರೆ ಅಂತ ಇಟ್ಕೊಳ್ಳಿ" ಅಂದರು ಎಂಎಲ್ಎ ಚಿದಂಬರಂ. ಅದರತ್ತ ನೋಡಿದವರು ನಗುವಿನ ನೋಟ ಬೀರಿ "ಇದೆಲ್ಲ ಏನು? ಮಗಳ ಮದ್ವೆಗೆ ಬಂದು ಇನ್ವಿಟೇಷನ್ ಕೊಡ್ತೀನಿ. ಬಂದು ಆಶೀರ್ವದಿಸಿ ತಮ್ಮದಲ್ಲದ್ದು ನಮ್ಮ ಸಂತೋಷ. ಆನಂದ, ನೆಮ್ದೀನ ಹಾಳು ಮಾಡುತ್ತೆ. ಊರಿನ ಒಳ್ಳೆಯ ಕೆಲ್ಸಗಳಿಗೆ ವಿನಿಯೋಗಿಸಿ, ಬರ್ತೀನಿ" ಮತ್ತೆ ಆ ಬ್ರೀಫ್‌ಕೇಸ್‌ನತ್ತ ನೋಟ ಕೂಡ ಹರಿಸದೆ ಹೊರಟೇಬಿಟ್ಟರು.

ಎಲ್ಲರ ಮುಖಗಳು ಒಂದು ತರಹ ಆಯಿತು. "ಹೀಗೂ ಉಂಟಾ?" ಅನಿಸಿತು. "ಇನ್ನೊಮ್ಮೆ ಪ್ರಯತ್ನಿಸು. ಹಣ ತಗೊಂಡರೆ ಕೃತಜ್ಞತೆಯ ಉರುಳಿನಲ್ಲಿ ಕಟ್ಟು ಬಿದ್ದಿರ್ತಾನೆ. ಬೇರೆಯವ್ರ ಪ್ರಚೋದನೆ, ಹಣಕ್ಕೆ ಒಗ್ಗಿದರೆ, ಕಷ್ಟವಾಗುತ್ತೆ" ರಜನಿಯ ತಂದೆ ಎಚ್ಚರಿಸಿದರು. ನಂತರ ಎಂಎಲ್ಎ ತನ್ನ ನಂಬಿಗಸ್ಥ ಭಂಟನನ್ನು ಅಟ್ಟಿ "ಅವ್ನು ಆಟ ಆಡ್ಬಾರ್ದು. ನೀನ್ಹೋಗಿ.. ಆ ಮನುಷ್ಯನ ಬಗ್ಗೆ ಒಂದಿಷ್ಟು ಮಾಹಿತಿ ತಗೊಂಡ್ಬಾ" ಮೇಲುಸ್ತುವಾರಿಗೆ ಇನ್ನೊಬ್ಬ ಅಭಿಮಾನಿಯನ್ನ ಅಟ್ಟಿದ. ಒಬ್ಬ ಹಿಂದಿರುಗಿದ "ಹೇಳೋಕೆ, ಧೈರ್ಯ ಬರ್ಲಿಲ್ಲ. ಒಂದು ರೀತಿಯಲ್ಲಿ ಆನಂದಮೂರ್ತಿ ಅಮಲಾಪುರಕ್ಕೆ ಶ್ರೀಮಂತರೇ ಆದರೆ ಅಹಂಕಾರ ಇಲ್ದ ಮನುಷ್ಯ. ಹೆಚ್ಚು ಕಡ್ಮೇ ಎಲ್ಲರ ಅಭಿಪ್ರಾಯನು ಇದೇ" ಆಮೇಲೆ ಸಂಜೆಯ ವೇಳೆಗೆ ಹಿಂದಿರುಗಿದವ ಪೂರ್ಣ ಮಾಹಿತಿ ತಂದ." ಇಬ್ರೂ ಗಂಡು ಮಕ್ಳು. ಒಬ್ಬ ಡಿಗ್ರಿ ಮಾಡ್ಕೊಂಡ್ ಇಲ್ಲೇ ಇದ್ದಾನೆ. ಇನ್ನೊಬ್ಬ ಸಾಫ್ಟ್‌ವೇರ್ ಇಂಜಿನಿಯರ್. ಸಿಟಿಯಲ್ಲಿ ಕೆಲ್ಸ ಮಾಡ್ತಾನೆ. ತಮ್ಮ ವಿದೇಶದಲ್ಲಿ ಇದ್ದಾರೆ. ಸರಳವಾಗಿ ಬೆರತು ಹೋಗೋ ಮನುಷ್ಯ. ಹೆಚ್ಚು ಕಡ್ಮೇ ಎಲ್ಲರ ಪ್ರಕಾರ ಒಳ್ಳೆಯ ಮನುಷ್ಯ. ದಗಲು ಬಾಜಿಯಲ್ಲ. ಐವತ್ತು ಲಕ್ಷ ಮುಟ್ಟದೆ ಹೋಗಿದ್ದು ಸಾಮಾನ್ಯ ವಿಷಯವೇ.?

ಇದನ್ನೆಲ್ಲ ಕೇಳಿದ ಮೇಲೆ ಅವರುಗಳಿಗೆ ಸ್ವಲ್ಪ ನಿಶ್ಚಿಂತೆ ಅನ್ನಿಸಿರಬೇಕು.

* * *

ಬಹುಶಃ ಇದೆಲ್ಲ ಮುಗಿದು ಒಂದೆರಡು ತಿಂಗಳುಗಳೇ ಆಯಿತು. ಈ ವಿಚಾರ ಅಮಲ ಮುಂದೆ ವ್ಯಕ್ತಪಡಿಸದಂತೆ ಮಾಮೂಲಾಗಿದ್ದರು. ಎಸ್ಎಸ್ಎಲ್‌ಸಿ ಮುಗಿಸಿದವಳ ಮುಂದಿನ ವಿದ್ಯಾಭ್ಯಾಸದ ಬಗ್ಗೆ ಯೋಚಿಸಬೇಕಿತ್ತು. ನಿರ್ಧಾರಕ್ಕೆ ಬಾರದ ಸ್ಥಿತಿ. ತೀರಾ ತಲೆಕೆಡಿಸಿಕೊಂಡು ಕೊರಗುತ್ತಿದ್ದವರು ಸತ್ಯಭಾಮ ಮಾತ್ರ.

ಆನಂದಮೂರ್ತಿಗಳು ಹಸನ್ಮುಖರಾಗಿ 'ನೋಡೋಣ' ಎನ್ನುತ್ತಿದ್ದರಷ್ಟೆ.

ನಂದನ್, ವಿಭಾನಂದನ್ ರಜಾದ ಮೇಲೆ ಭಾರತಕ್ಕೆ ಬಂದು ಇಳಿದರು. ಮಗಳನ್ನು ನೋಡಿ ಅವರಿಗೆ ಸಂತೋಷ, ಜೊತೆಗೆ ನೋವು. ನಮ್ಮೊಂದಿಗೆ ಐಷಾರಾಮಿ ಜೀವನದಲ್ಲಿ ಬದುಕ ಬೇಕಾದವಳು ತೀರಾ ಸಾಮಾನ್ಯವಾಗಿರುವುದು ನೋವೇ. ವಿಭಾ ಅಂಥ ಸಾಕಷ್ಟು ಪ್ರಯತ್ನಗಳನ್ನು ಮಾಡಿ ಸೋತು ಹೋಗಿದ್ದಳು. ಸಾಕಷ್ಟ ಸಲ ಇಲ್ಲಿಂದ ನ್ಯೂಜೆಸ್ಸಿಗೆ ಕರೆದೊಯ್ದು ದಿನಗಳು, ತಿಂಗಳುಗಳಲ್ಲಿಯೇ ಕರೆತಂದು ಬಿಟ್ಟು ಹೋಗಿದ್ದರು. ಅಲ್ಲಿನ ಹವಾಮಾನಕ್ಕೆ ಮಾತ್ರವಲ್ಲ, ಇವರಿಗೂ ಕೂಡ ಹೊಂದಿಕೊಳ್ಳಲಾರದೆ ಕುಸಿದಿದ್ದು ಗಾಬರಿಗೆ ಕಾರಣ. ಅಲ್ಲಿನ ಯಾವ ಚಿಕಿತ್ಸೆಯು ಫಲಕಾರಿಯಾಗಿರಲಿಲ್ಲ. ಇಂದೊಂದು ಚಿಂತೆಯಾಗಿತ್ತು. ಅಲ್ಲಿ ವಿದ್ಯಾಭ್ಯಾಸ ಕೊಡಿಸುವುದಿರಲೀ ಕೆಲವು ತಿಂಗಳು ಅಲ್ಲಿರಿಸಿಕೊಳ್ಳುವುದು ಕಷ್ಟವಾಗಿತ್ತು. ತೀರಾ ಅನಾರೋಗ್ಯ. ಮಾತಿಲ್ಲ, ಕತೆ ಇಲ್ಲ. ಹಿಂದೆಯೆ ಇಲ್ಲಿಗೆ ತಂದು ಬಿಡುವುದು. ಒಂದಿಷ್ಟು ಚೇತರಿಕೆ ಕಂಡರೆ ಮತ್ತೆ ಕರೆದೊಯ್ಯುವುದು ಇದನ್ನು ಸಾಕಷ್ಟು ಸಲ ಮಾಡಿ ಸೋತು ಹೋಗಿದ್ದರು. ಆದರೆ ಆಸೆ ಕಮರಿ ಹೋಗಿರಲಿಲ್ಲ.

ಬಂದ ಕೂಡಲೆ ಇಂಥದ್ದು ಒಂದು ಪ್ರಸ್ತಾಪ ಸತ್ಯಭಾಮ ಮುಂದಿಟ್ಟರು. ಮೊದಲು ಮಂಕಾದರು. ಆಮೇಲೆ "ಕರ್ಕೊಂಡ್ಹೋಗು. ಈಗ ಇನ್ನಷ್ಟು ಬೆಳೆದಿದ್ದಾಳೆ. ಆರೋಗ್ಯನು ಸುಧಾರಿಸಿದೆ. ತುಂಬ ಚಟುವಟಿಕೆಯಲ್ಲಿದ್ದಾಳೆ. ಅಣ್ಣ, ತಂಗಿ ಒಂದೇ ಸಮ ಜಗಳ ಆಡ್ತಾರೆ." ಅಂದರು. ಈ ಮನೆಯ ಎಲ್ಲರ ಕೈಗೊಂಬೆ ಅವಳು. ಹಡೆಯಲಿಲ್ಲ ಅನ್ನೋದು ಬಿಟ್ಟರೆ ಅಮಲ ಅವರ ಮಗಳೆ. ತನ್ನ ಮಕ್ಕಳಿಗಿಂತ ಹೆಚ್ಚಿನ ಮಮತೆ ಎಚ್ಚರದಿಂದ ಅವಳನ್ನು ಸಲಹಿದ್ದರು. ಅಮಲ ಮಾತ್ರ "ನಾನು ಆನಂದಮೂರ್ತಿ, ಸತ್ಯಭಾಮ ಅವ್ರ ಮಗಳು" ಅಂತಲೇ ಹೇಳುತ್ತಿದ್ದದ್ದು. ನಂದನ್ ದಂಪತಿಗಳನ್ನು ಆರಾಮಾಗಿ ಹೆಸರಿಡಿದು ಕರೆಯುತ್ತಿದ್ದನ್ನು ಯಾರೂ ಬದಲಾಯಿಸಲು ಸಾಧ್ಯವಾಗಿರಲಿಲ್ಲ.

"ನೀವುಗಳು ಅವ್ಳ ಮನವೊಲಿಸಿ, ಬುದ್ಧಿ ಹೇಳ್ಬೇಕು. ಅದೂ ಸರಿ! ಶ್ರೀ ಯಾಕೆ ಓದು ಮುಂದುವರಿಸ್ಲಿಲ್ಲ? ಕೆಲ್ಸಕ್ಕೆ ಹೋಗ್ದೇ ಇಲ್ಯಾಕೆ ನಿಂತ? ಕೇಳಿದರು ವಿಭಾನಂದನ್. ಅಲ್ಲಿಗೆ ಬಂದ ಶ್ರೀ ಅದಕ್ಕೆ ಉತ್ತರ ನೀಡಿದ "ಇಲ್ಲೇ ಸಾಕಷ್ಟು ಕೆಲ್ಸ ಇದೆ. ನನ್ನ ದೇಶ ಭಾರತ. ಅದ್ನ ಪೂರ್ತಿಯಾಗಿ ಪರಿಚಯಿಸಿಕೊಳ್ಳಬೇಕೆನಿಸಿದೆ. ಹಣದ ಆಸೆಗೋ, ತಮ್ಮ ಪ್ರತಿಭಾ ಪ್ರದರ್ಶನಕ್ಕೋ ವಿದೇಶಗಳಿಗೆ ಹೋಗೋ ಜನ ಜಾಸ್ತಿ ಇದ್ದಾರೆ. ನಂಗೆ ಅಂಥ ಆಸೆ ಇಲ್ಲ. ಬಹುಶಃ ಶುಭಂಗೆ ಆ ಆಸೆ ಇರಬಹುದೇನೋ?" ಅಂದ. ಮನದ ಮಾತುಗಳನ್ನು ಸ್ಪಷ್ಟವಾಗಿ ಹೇಳಿದ. ಅದು ಸತ್ಯವೇ! ಡಿಗ್ರಿ ಮುಗಿದ ಕೂಡಲೆ ತೋಟ, ಮಂಡಿ ಕೆಲ್ಸಗಳಿಗೆ ತನ್ನನ್ನು ಒಡ್ಡಿಕೊಂಡಿದ್ದವ.

ವಿಭಾಗೆ ಇದು ಪೂರ್ತಿ ಸರಿಯೆನಿಸದಿದ್ದರೂ "ಓದನ್ನಾದ್ರೂ ಮುಂದುವರಿಸ ಬಹುದಿತ್ತು" ಅಂದಾಗ "ನಾನು ಓದೋದ್ನ ಬಿಟ್ಟಿದ್ದೀನೀಂತ ಯಾರು ಹೇಳಿದ್ದು? ಡಿಗ್ರಿಗಳ ಸಲುವಾಗಿ ನಂಗೆ ಓದು ಬೇಕಿಲ್ಲ ಅಷ್ಟೆ. ಯಾಕೆ ರಿಕ್ಕಿನ ಕರ್ಕೊಂಡ್ ಬರ್ಲಿಲ್ಲ?" ಕೇಳಿದ. ವಿಭಾ ಮುಖ ಮಂಕಾಯಿತು. ಸಾಕಷ್ಟು ಸಲ ರಿಸರ್ವ್ ಆದ

ಟಿಕೆಟ್‌ನ ಕ್ಯಾನ್ಸಲ್ ಮಾಡಿಸಿದ್ದರು. "ನೋ, ನಾನಂತು ಬರೋಲ್ಲ!" ಎಂದು ಹಟ ಮಾಡಿ ಕೂತ. ಪ್ರಯತ್ನ ಸಫಲವಾಗದೆ ಇವರಿಬ್ಬರೆ ಬರಬೇಕಾಯಿತು. ಅವನಿಗೆ ಭಾರತವೆಂದರೆ ಒಲವಿಲ್ಲ.

"ಇಲ್ಲ ಕಣೋ, ಸಾಕಷ್ಟು ಪ್ರಯತ್ನಿಸಿ ಸೋತು ಹೋದ್ವಿ, ರಿಕ್ಕಿ ನಾನು ಭಾರತಕ್ಕೆ ಬರೋದೇ ಇಲ್ಲ ಅನ್ನೋ ತರಹ ಮಾತಾಡ್ತಾನೆ. ಅಲ್ಲಿಗೆ ಪೂರ್ತಿ ಒಗ್ಗಿಕೊಂಡಿದ್ದಾನೆ. ಕನಿಷ್ಟ ವಿಸ್ಮಿತನ ಕೂಡ ನೆನಪಿಸಿಕೊಳ್ಳೋಲ್ಲ. ಒಂದೇ ತಾಯಿಮಕ್ಕಳು ಚಿಕ್ಕಂದಿನಲ್ಲೇ ಅಪರಿಚಿತರಾದರೆ ಹೇಗೆ? ದುರಂತ ಅಂತ ಅನ್ನಿಸೋಲ್ವಾ? ಇವಳ್ನ ಕರ್ಕೊಂಡ್ ಹೋಗೋಣ ಅಂತ್ಲೇ ಬಂದಿದ್ದು" ಎಂದರು. ಅಮಲ ಇವರಿಗೆ ಮಾತ್ರ ಅಮಲ. ಅವರು ವಿಸ್ಮಿತ ಎಂದೇ ಕರೆಯುತ್ತಿದ್ದುದ್ದು. ಅವಳ ಬರ್ತ್ ಸರ್ಟಿಫಿಕೇಟ್‌ನಲ್ಲು ಅದೇ ನಮೂದಿತವಾಗಿದ್ದು.

ತಾಯಿ, ಮಗ ಮುಖ ಮುಖ ನೋಡಿಕೊಂಡರು. ಇಲ್ಲಿಗೆ ಪೂರ್ತಿಯಾಗಿ ಒಗ್ಗಿಕೊಂಡಿದ್ದಳು. ಅವಳಿಗೆ ವಿದೇಶದಲ್ಲಿ ವಿದ್ಯಾಭ್ಯಾಸ ಕೊಡಿಸಬೇಕೆಂಬುದು ವಿಭಾನಂದನ್ ಆಸೆ. ಇಲ್ಲಿ ಸಿಗುವ ವಿದ್ಯಾಭ್ಯಾಸ ಭವಿಷ್ಯಕ್ಕೆ ಏನೇನು ಸಾಲದು ಅನ್ನೋದು ಅವರ ಅಭಿಪ್ರಾಯ. ಲೆಕ್ಕಾಚಾರದಲ್ಲಿ ಅದೂ ಸರಿಯು ಕೂಡ.

"ಖಂಡಿತ ಕರ್ಕೊಂಡ್ ಹೋಗ್. ಶಾಲೆಗೆ ಸೇರಿಸಿದ್ದೆ... ಕೆಲವೊಮ್ಮೆ ಅವ್ಳು ಮಂಕಾದಾಗ ಮನೆಯಲ್ಲೇ ಇರ್‍ಸಿಕೊಂಡ್ವಿ.. ಹೆಚ್ಚು ಕಡ್ಮೇ ಬೇಸಿಕ್ ವಿದ್ಯಾಭ್ಯಾಸವೆಲ್ಲ ಮನೆಯಲ್ಲೇ ಅಂದ್ಕೋ. ತುಂಬ ಬುದ್ಧಿವಂತೆ. ಜ್ಞಾಪಕ ಶಕ್ತಿ ಚೆನ್ನಾಗಿಯೆ ಇದೆ. ತುಂಬ ಚಟುವಟಿಕೆಯ ಮಗು... ಅವ್ರ ಜೊತೆ ತೋಟ ಸುತ್ತುತ್ತಾಳೆ. ಇವ್ನ ಜೊತೆ ಬೈಕ್‌ನಲ್ಲಿ ಓಡಾಡ್ತಾಳೆ. ಸುಮಾರಾಗಿ ಕಾರು ಡ್ರೈವಿಂಗೂ ಗೊತ್ತು. ಲೈಸನ್ಸ್ ಇಲ್ದ ಕಾರಣಕ್ಕೆ ಕಾರು ಕೊಡೋಲ್ಲ ಅಷ್ಟೆ. ಮುದ್ದಿನ ಮಗಳೇ" ಸತ್ಯಭಾಮ ಅಭಿಮಾನದಿಂದ ಹೇಳಿಕೊಂಡರು. ವಿಭಾ ಸ್ವಲ್ಪ ಮಂಕಾದಳು. ಅವಳಿಗೆ ಇವರುಗಳ ಮೇಲೆ ಒಲವಿಲ್ಲ.

ವಿಸ್ಮಿತ ಹುಟ್ಟಿದ್ದು ನ್ಯೂಜೆಸ್ಸಿಯ ಆಸ್ಪತ್ರೆಯಲ್ಲಿಯೆ. ಪೂರ್ತಿ ಚಟುವಟಿಕೆ ಇಲ್ಲದ ಮಗು, ಜಗಕ್ಕೆ ಬಂದಿದ್ದು. ಅಲ್ಲಿ ಅದೊಂದು ಪ್ರಾಯೋಗಿಕವಾಯಿತು. ಎಡಬಿಡದೆ ಮಗು ತಮ್ಮ ಸಂಶೋಧನೆಗೆ ಬಳಸಿಕೊಳ್ಳತೊಡಗಿದಾಗ ಭರಿಸಲಾರದೆ ಭಾರತಕ್ಕೆ ತಂದಿದ್ದು. ಇಲ್ಲಿ ಸಾಕಷ್ಟು ಎಲ್ಲಾ ರೀತಿಯ ವೈದ್ಯ ಪದ್ಧತಿಗಳು ಪ್ರಯೋಜನವಾಗದಿದ್ದಾಗ ಅಮಲಪುರಕ್ಕೆ ತಂದು ಸತ್ಯಭಾಮ ಮಡಿಲಿಗೆ ಹಾಕಿದ್ದರು. ಅವರ ಮಡಿಲಲ್ಲೇ ಮೊದಲ ಸಲ ಕಣ್ಣು ಬಿಟ್ಟು ನಕ್ಕಿದ್ದು. 'ಪ್ರಯೋಜನವಿಲ್ಲ' ಎಂದುಕೊಂಡಿದ್ದ ಮಗುವಿನಲ್ಲಿ ಚೇತರಿಕೆ ಕಂಡಾಗ ಆಗ ನಂದನ್ ದಂಪತಿಗಳಿಗೆ ಸುತ್ತಲ ಜಗತ್ತು ಸುಂದರವಾಗಿ ಚೈತನ್ಯಪೂರ್ಣವಾಗಿ ಕಂಡಿತು. "ಇಲ್ಲೇ ಬೆಳೆಯಲೀ!" ಎಂದು ಬಿಟ್ಟು ಹೋಗಿದ್ದರು.

ಕಂಡ ಕಂಡ ದೇವರಿಗೆಲ್ಲ ಹರಕೆ ಹೊತ್ತು ಬಹು ಪ್ರಯಾಸದಿಂದ ಸಾಮಾನ್ಯ ಚಟುವಟಿಕೆಯ ಮಗುವಾಗಲು ಮೂರು ವರ್ಷ ಬೇಕಾಯಿತು. ತುಂಬ...ತುಂಬ... ಚೆಂದವಾದ ನಂದನ್ ದಂಪತಿಗಳ ಮಗಳು ವಿಸ್ಮಿತ ಇಲ್ಲಿ ಅಮಲ ಆದಳು. 'ಆ ದೈವದ ಕೃಪೆಯೇ ಎಂದು ಎಲ್ಲರಿಗೂ ಆನಂದಮೂರ್ತಿ ದಂಪತಿಗಳು ಭಕ್ತಿಭಾವದಿಂದ ಹೇಳಿಕೊಳ್ಳುತ್ತಿದ್ದರು. ಬಂದ ನಂದನ್ ದಂಪತಿಗಳು ಖುಷಿಯಿಂದ ತೇಲಾಡಿದರು.

ಆ ಸಂತೋಷ ದಿನದಿಂದ ದಿನಕ್ಕೆ ಚೇತರಿಸಿಕೊಂಡಿತು.

"ಭಾವ ನಾವ್ ಇವಳ್ನ ಕರ್ಕೊಂಡ್ ಹೋಗ್ತೀವಿ" ಅಂದಾಗ ಆನಂದಮೂರ್ತಿಗಳು "ಖಂಡಿತ ಕರ್ಕೊಂಡ್ ಹೋಗಿ. ಈಗ ಆರಾಮಾಗಿದ್ದಾಳೆ. ಹೆತ್ತವರಿಗೆ ತಮ್ಮ ಕರುಳಕುಡಿಯನ್ನು ಹತ್ತಿರ ಇರ್ಸಿಕೊಂಡು ಬೆಳೆಸಬೇಕನ್ನೋ ಆಸೆ ಸಹಜ. ಖಂಡಿತ ಕರ್ಕೊಂಡ್ಹೋಗಿ" ಅಂದರು ಆನಂದಮೂರ್ತಿಗಳು. ಇಲ್ಲಿ ವಿಷಾದ ಅವರಿಗೆ ಬೇಕಿರಲ್ಲಿಲ್ಲ. ನ್ಯಾಯವಾಗಿ ನಂದನ್, ವಿಭಾ ಅವರಲ್ಲಿಯೆ ಬೆಳೆಯಬೇಕಿತ್ತು. ಆದರೆ ಇದು ಪ್ರಯೋಜನವಾಗಿರಲಿಲ್ಲ. ಕೆಲವೇ ದಿನಗಳಲ್ಲಿ ಅವಳನ್ನು ಕರೆದೊಯ್ದು ಬಿಟ್ಟು ಹೋಗಿದ್ದರು. ಸಾಕಷ್ಟು ಸಲ ಪ್ರಯಾಣವಾಗಿದ್ದರು, ಇಲ್ಲೇ ಉಳಿದಿದ್ದಳು. ಪ್ರತಿ ಸಲ ದೊಡ್ಡ ಆಸೆ ಇರಿಸಿಕೊಂಡು ಕರೆದೊಯ್ದವರು ಬಿಟ್ಟು ಹೋಗುವಾಗ ಕಣ್ಣೀರು ಮಿಡಿಯುತ್ತಿದ್ದರು. 'ನಮಗಿಲ್ಲ ಯೋಗ'! ಅಂದರೂ ಆಸೆಯಂತು ಇತ್ತು.

ನಂದನ್ ದಂಪತಿಗಳು ಅಮಲಳೊಂದಿಗೆ ತೋಟಕ್ಕೆ ಹೋದಾಗ ಸತ್ಯಭಾಮ ಕಣ್ಣೀರಿಟ್ಟರು. "ನೋಡಿದ್ರಾ, ಇವ್ರಿಗೆ ಬುದ್ಧಿ ಬರ್ಲಿಲ್ಲ. ಈಗ ನಮ್ಮ ಅಮಲ ಆರಾಮಾಗಿದ್ದಾಳೆ. ಕಾಲೇಜಿಗೆ ಸೇರಿಸೋ ಇರಾದೆ ಇತ್ತು. ಮತ್ತೆ ಕರೆದೊಯ್ಯುವ ರಾಗ ವಿಭಾದು." ಗಂಡನ ಮುಂದೆ ಹೇಳಿಕೊಂಡರು. ಓದುತ್ತಿದ್ದ ಡಿವಿಜಿ ಕಗ್ಗವನ್ನು ತೆಗೆದಿಟ್ಟು "ನೀನು ವಿಭಾ ಸ್ಥಾನದಲ್ಲಿ ಇದ್ದರೂ ಇದೇ ರೀತಿ ಯೋಚಿಸ್ತಾ ಇದ್ದೆ. ಈಗ ಒಂದಿಷ್ಟು ತಿಳಿವಳಿಕೆ ಬಂದಿದೆ. ಆರೋಗ್ಯ ಸುಧಾರಿಸಿದೆ. ಈ ಸಲ ಕರ್ಕೊಂಡ್ಹೋದರೆ ಹೊಂದ್ಕೋತಾಳೆ. ಅವ್ರಿಗೂ ಬೆಳಸೋ ಆಸೆ ಇದೆ. ಉತ್ತಮ ವಿದ್ಯಾಭ್ಯಾಸ ಕೊಡ್ಸೋ ಆಸೆ ಅವ್ರದು. ನಮ್ಗೂ ಇದು ಸಂತೋಷವೇ. ಎಲ್ಲಿ ಬೆಳೆದರೂ ಅಮಲ ನಮ್ಗೂ ಮಗಳೇ. ಅವಳ ಬೆಳವಣಿಗೆಯಲ್ಲಿ ಸಾಕಷ್ಟು ಆನಂದ ಅನುಭವಿಸಿದ್ದೀವಿ. ಇನ್ನ ಸ್ವಲ್ಪ ಉಳಿದಿದ್ದು ಅವ್ರಿಗೆ ಸಿಗ್ಲೀ. ನಂದನ್ ಕೂಡ ಯಾವ್ದೋ ಕೊರಗು ಹಚ್ಚಿಕೊಂಡಂಗೆ ಕಾಣ್ತಾನೆ" ಕೊನೆಯಲ್ಲಿ ಇಂಥದೊಂದು ಮಾತು ಸೇರಿಸಿದರು. ಆ ಕಡೆ ಸತ್ಯಭಾಮ ಗಮನವೇ ಹೋಗಲಿಲ್ಲ. ಕೊನೆಗೆ ಸಮಾಧಾನಗೊಂಡರು.

"ಮೊನ್ನೆ ಅವಳ ಹುಟ್ಟಿದ ಹಬ್ಬದ ಸಂದರ್ಭದಲ್ಲಿ ಅಮಲೇಶ್ವರನ ದೇವಸ್ಥಾನದಲ್ಲಿ ನಡೆದಿದ್ದು ಹೇಳೋದು ಬೇಡ್ವಾ?" ಕೇಳಿದರು. ಈಗಲೂ ಅದೇ ಹಸನ್ಮುಖತೆ "ಅದು ಇನ್ನು ನಿನ್ನ ತಲೆಯಲ್ಲಿ ಇದ್ಯಾ? ಅಮಲಳ ಸಣ್ಣಪುಟ್ಟ ವಿಷ್ಯಗಳನ್ನು ಹೇಳ್ತೀವಲ್ಲ. ಹಾಗೆ ಹೇಳಿದರಾಯ್ತು. ಮತ್ತಷ್ಟು ಅವ್ರ ಮನಸ್ಸುಗಳು ವಿಸ್ತಾರವಾಗಿರುತ್ತೆ. ನೈಜ ಸಂಗ್ತಿ ಹೇಳಿದರಾಯ್ತು. ಅವ್ರೇನು ಸೀರಿಯಸ್ಸಾಗಿ ತಗೊಳ್ಳೊಲ್ಲ" ಎಂದರು. 'ನಿಮಗೆ ಯಾವ ವಿಷ್ಯ ಸೀರಿಯಸ್ಸಾಗಿ ತಗೋಬೇಕು?' ಎಂದು ಸತ್ಯಭಾಮಗೆ ಪ್ರಶ್ನಿಸಬೇಕೆನಿಸುತ್ತಿತ್ತು. ಕೆಲವೊಮ್ಮೆ ಪ್ರಶ್ನಿಸಿದ್ದರು ಕೂಡ. ಆಗ ನಕ್ಕು ಬಿಡುತ್ತಿದ್ದರು.

ತೋಟಕ್ಕೆ ಹೊರಡುವುದಕ್ಕೆ ಮುನ್ನ ಆನಂದಮೂರ್ತಿಗಳು "ಶುಭಂಗೆ ಕಾಲ್ ಮಾಡಿ ಬರೋದಿಕ್ಕೆ ಹೇಳು. ನಾಲ್ಕು ದಿನ ಎಲ್ಲಾ ಜೊತೆಯಾಗಿ ಇರ್ಬಹುದು" ಹೇಳಿದರು ಹೆಂಡತಿಗೆ. ಅವರು ತೋಟಕ್ಕೆಂತ ಹೊರಟರು ಎದುರಿಗೆ ಸಿಕ್ಕ ಜನರೊಂದಿಗೆ ಕುಶಲೋಪರಿ ವಿಚಾರಿಸಿಯೇ ಮುಂದಕ್ಕೆ ಅಡಿ ಇಡುತ್ತಿದ್ದುದ್ದು. 'ಸಾರ್ವಜನಿಕ ಜೀವನವನ್ನು ಧರ್ಮಾಚರಣೆಯನ್ನಾಗಿ ಮಾಡಬೇಕು' ಇದು ಗೋಪಾಲಕೃಷ್ಣ

ಗೋಖಲೆಯವರ ಬಹು ಪ್ರಸಿದ್ಧ ಮಾತು. ಅದನ್ನ ಸದಾ ನೆನಪಿನಲ್ಲಿ ಇಟ್ಟುಕೊಂಡು ತಮ್ಮ ಜೀವನವನ್ನು ರೂಢಿಸಿಕೊಂಡಂಥ ಮನುಷ್ಯ.

ಎದುರಾದ ಪಕ್ಕದ ತೋಟದ ಸೋಮಣ್ಣ "ನಿಮ್ಮ ತಮ್ಮ ಅವ್ರ ಹೆಂಡ್ತಿ ಸಿಕ್ಕರು. ಮಗಳ್ನ ಅಮೆರಿಕಗೆ ಕರ್ಕೊಂಡ್ ಹೋಗ್ತಾರಂತಲ್ಲ. ಆ ಮಗು ಇಲ್ಲೇ ಇದ್ದಿದ್ರೆ... ಚೆನ್ನಾಗಿತ್ತು. ಈ ದೇಶದ ಮೆಹನತ್ತು ಯಾರ್ಗೂ ಗೊತ್ತಿಲ್ಲ" ಎಂದರು. ಈಚೆಗೆ ಅವರ ಮಗ ದುಬೈಗೆ ಹೋಗಿದ್ದ. ಆ ಕೊರಗು ಅವರಲ್ಲಿ ಇತ್ತು. ಆನಂದಮೂರ್ತಿಗಳು ಒಂದು ತರಹ ನಗೆ ಬೀರಿದರು. ತಮ್ಮನ ಹೊಯ್ದಾಟ ಅವರಿಗೆ ಅರ್ಥವಾಗಿತ್ತು. "ಬದಲಾವಣೆಗೆ ನಾವು ಒಗ್ಗಿಕೋಬೇಕು. ಕೆಲವು ದಿನಗಳ ವ್ಯಾಮೋಹ ಅಷ್ಟೆ. ಲಂಕೆಯ ವೈಭವಕ್ಕೆ ಮರುಳಾಗದ ಈ ರಾಮಚಂದ್ರ 'ಜನನೀ ಜನ್ಮಭೂಮಿ ಸ್ವರ್ಗದಪಿ ಗರಿಯಸಿ' ಅಂದ. ಅವನು ಹುಟ್ಟಿದ ಅಯೋಧ್ಯೆ ಮಾತ್ರ ಅವನಿಗೆ ಸ್ವರ್ಗವಾಗಿತ್ತು" ಎಂದು ಮುಂದಕ್ಕೆ ಹೊರಟರು.

ತಮ್ಮ ಪಕ್ಕ ಮಗಳನ್ನು ಕೂಡಿಸಿಕೊಂಡು ಕೂತ ವಿಭಾ ಮಗಳು ಕೈಯನ್ನು ತಮ್ಮ ಕೈಯೊಳಗೆ ಪ್ರೀತಿಯಿಂದ ತಗೊಂಡು "ನೀನು ನಮ್ಮ ಮಗ್ಳು. ಅಮೆರಿಕದಲ್ಲಿ ಇರಬೇಕಾದವಳು" ಎಂದರು. ಅಕ್ಕರೆಯಿಂದ "ಅಮ್ಮ ಅಪ್ಪ ಹೇಳಿದ್ದಾರೆ" ಎಂದಳು ಚುಟುಕಾಗಿ. ಆಕೆಗೆ ರೇಗಿತು. "ನಾವ್ ನಿನ್ನ ತಂದೆ, ತಾಯಿ. ಇಲ್ಲಿನ ಸಾಧಾರಣ ಬದ್ಕು ನಿಂಗೆ ಬೇಡ" ಎಂದು ಅಲ್ಲಿನ ಬದುಕನ್ನು ವರ್ಣಿಸುತ್ತ ಹೋದಾಗ, ಅವಳೇನು ಇಂಟರೆಸ್ಟ್ ತೋರಿಸಲಿಲ್ಲ. ಅಲ್ಲಿ ಒಳ್ಳೆ ಎಜುಕೇಷನ್, ವ್ಯವಸ್ಥಿತ ಜೀವನ ನಿನ್ನದಾಗುತ್ತೆ. ಇಲ್ಲಿ ಎಲ್ಲ ಅವ್ಯವಸ್ಥೆ. ಅಲ್ಲಿ ನಿಂಗೊಂದು ಉಜ್ವಲವಾದ ಭವಿಷ್ಯ ಇದೆ ಹೇಳುತ್ತ ಹೋದಾಗ ಕೈ ಬಿಡಿಸಿಕೊಂಡು ಮೇಲೆದ್ದವಳು, ಎರಡು ಹೆಜ್ಜೆ ನಡೆದು "ಅಪ್ಪ ಬಂದಿದ್ದಾರೆ ನೋಡ್ತೀನಿ" ತನ್ನ ಕೈಯನ್ನು ಬಿಡಿಸಿಕೊಂಡು ಆ ಕಡೆ ಹೋದಾಗ ವಿಭಾ ಪೂರ್ತಿಯಾಗಿ ಷಾಕಾದರು. ನಂದನ್ ಕಣ್ಣಲ್ಲಿಯೇ ಮಡದಿಯನ್ನು ಸಂತೈಸಿದರು. ಹುಟ್ಟಿನಿಂದಲೇ ಸಮಸ್ಯೆಯಾಗಿದ್ದ ಮಗಳು ಮುಂದೆಯೂ ತಮಗೆ ಸಮಸ್ಯೆಯಾಗ್ತಾಳ? ಈ ನೋವು ಇಬ್ಬರನ್ನು ಕಾಡಿದ್ದು ಸುಳ್ಳಲ್ಲ.

"ನೋಡಿದ್ರಾ ನಂದನ್?" ವಿಭಾ ಕಣ್ಣಂಚಿನಲ್ಲಿ ನೀರಿತ್ತು.

"ಪ್ಲೀಸ್ ವಿಭಾ, ನಿರಾಸೆ ಒಳ್ಳೆಯದಲ್ಲ. ಯಾವ್ದೇ ಟ್ರೀಟ್‌ಮೆಂಟ್ ಇಲ್ಲದೇನೇ ವರ್ಷದಿಂದ ವರ್ಷಕ್ಕೆ ಅದ್ಭುತವಾಗಿ ಚೇತರ್ಸಿಕೊಂಡಿದ್ದಾಳೆ. ಅಂಥ ಮಗುವನ್ನು ಬಿಟ್ಹೋದಾಗ ಅತ್ತಿಗೆ ಎದೆಗವಚಿಕೊಂಡು ಸಾಕಿದ್ದಾರೆ. ಮನೆಯವರೆಲ್ಲರ ಪೂರ್ಣ ಪ್ರಮಾಣ ಪ್ರೀತಿ, ವಾತ್ಸಲ್ಯದಿಂದ ಇಷ್ಟರಮಟ್ಟಿಗೆ ಚೇತರ್ಸಿಕೊಂಡಿದ್ದಾಳೆ. ಇದೊಂದು ಅದ್ಭುತವಾದ ಪವಾಡವೇ. ಅಮಲೇಶ್ವರ ಕೃಪೆಯೇ" ಮನದುಂಬಿ ನುಡಿದರು ನಂದನ್.

"ಎಲ್ಲಾ ಇರ್ಬಹ್ದು. ಅದ್ರೂ ನನ್ನ ಮಗಳ್ನ ನಾನು ಬೆಳೆಸೋದು ಬೇಡ್ವಾ! ಅಮೆರಿಕದಲ್ಲಾದರೆ ಈ ವೇಳೆಗೆ ಡೇಟಿಂಗ್ ಷುರು ಮಾಡಿಕೊಂಡಿರುತ್ತಿದ್ರು. ಬಹುಶಃ ಇನ್ನ ಮೂರ್‍ನಾಲ್ಕು ವರ್ಷ ನಮ್ಮಲ್ಲಿ ಅಷ್ಟೆ. ಅವ್ಳಿಗೆ ಒಳ್ಳೆ ವಿದ್ಯಾಭ್ಯಾಸ ಕೊಡ್ಸೋ ಯೋಚ್ನೆ ನಂದು. ನನ್ನ ಮಕ್ಕಳಲ್ಲಿ ಒಬ್ಬರನ್ನಾದ್ರೂ ವಿಜ್ಞಾನಿ ಮಾಡೋ ಯೋಚ್ನೆ.

ರಿತೇಶ್ ಓದಿನಲ್ಲಿ ಅಷ್ಟಕಷ್ಟೆ. ಇವ್ಳ ಮೇಲೆ ಆ ಆಸೆ" ಎಂದು ವಿಭಾ ಅತ್ತೆಬಿಟ್ಟರು.

"ಸಮಾಧಾನ ಮಾಡ್ಕೋ, ವಿಭಾ... ನಂಗೂ ನನ್ನ ಮಗಳ್ನ ಕರ್ಕೊಂಡ್ಹೋಗಿ ಬೆಳ್ಸಬೇಕನ್ನೋ ಆಸೆ ಇದೆ. ಸಾಕಷ್ಟು ಸಲ ಅಂಥ ಪ್ರಯತ್ನ ಮಾಡಿದ್ದೀವಿ. ನೀನು ಕೆಲ್ಸ ಬಿಟ್ಟು ಪೂರ್ಣವಾಗಿ ಅವ್ಳ ಜವಾಬ್ದಾರಿ ಹೊತ್ತುಕೊಳ್ಳೋ ಹಾಗಿದ್ದರೆ ಕರ್ಕೊಂಡ್ ಹೋಗೋಣ" ಖಡಾಖಂಡಿತವಾಗಿ ಹೇಳಿದರು ನಂದನ್. ಅತ್ತ ವಿಭಾ ಯೋಚಿಸಿದರು ಕೂಡ.

ಇವರುಗಳು ಮನೆಗೆ ಬರುವ ವೇಳೆಗೆ ಅಮಲ ಸತ್ಯಭಾಮಗೆ ಅಡಿಗೆ ಮನೆಯಲ್ಲಿ ಸಹಾಯ ಮಾಡುತ್ತಿದ್ದಳು. ಇಂಥ ಹಣೆಬರಹ ಅವಳಿಗೇಕೆ ಅನ್ನಿಸಿತ್ತು ವಿಭಾಗೆ. ವಿಭಾ ದೊಡ್ಡ ಶ್ರೀಮಂತರು ಮಾತ್ರವಲ್ಲ. ವಿದ್ಯಾವಂತರ ಮಗಳು. ಎಲ್ಲಾ ಎರಡು ಮೂರು ಡಾಕ್ಟರೇಟ್‌ಗಳನ್ನು ಪಡೆದುಕೊಂಡು ಉನ್ನತ ಅತ್ಯುನ್ನತ ಸ್ಥಾನಗಳಲ್ಲಿ ಇದ್ದವರೇ. ಆ ಹಮ್ಮು, ಬಿಮ್ಮು ಸಹಜವೇ. ವಿಸ್ಮಿತಳೊಂದಿಗೆ ತೋಟಕ್ಕೆ ಹೋದಾಗ ತನ್ನ ತವರಿನ ಹೈ ಕ್ವಾಲಿಫೈಡ್ ಫ್ಯಾಮಿಲಿಯನ್ನು ಬಣ್ಣಿಸುವುದರ ಜೊತೆಗೆ ತನ್ನ ಇಬ್ಬರು ಚಿಕ್ಕಪ್ಪಂದಿರು ಲಂಡನ್‌ನಲ್ಲಿಯೇ ಸೆಟ್ಲ್ ಆದ ಬಗ್ಗೆ ತಿಳಿಸಿದ್ದು ವಿದೇಶದ ಬಣ್ಣನೆ ಮಾಡತೊಡಗಿದರು. ಅವಳಲ್ಲಿ ಆಕರ್ಷಣೆ ಮೂಡಿಸಲು ಪ್ರಯತ್ನಿಸುವುದರ ಜೊತೆಗೆ "ಈ ಸಲ ಕರೆದೊಯ್ದು ಅಲ್ಲೇ ಉಳ್ಸಿಕೊಳ್ಳೋ ಆಸೆ. ಒಳ್ಳೆ ಎಜುಕೇಷನ್ ಸಿಗುತ್ತೆ. ನಿನ್ನ ಕೆರಿಯರ್‌ಗೆ ಒಳ್ಳೆಯದು. ರಿಷಿ ನಿನ್ನ ಎಷ್ಟು ಮಿಸ್ ಮಾಡ್ಕೋತಾ ಇದ್ದಾನೆ ಗೊತ್ತ" ಸಾಕಷ್ಟು ಪುಸಲಾಯಿಸಿದರು.

"ಗೊತ್ತು, ನಿಮ್ಮ ಮೇಲೆ ಟೀ ಕಪ್ ಎಸೆದ" ಅಂದಳು. ಅವಳಿಗೆ ಹಿಂದಿನ ಸಲ ಹೋದಾಗ ರಿಕ್ಕಿ ಮಾಡಿದ ರಾದ್ಧಾಂತ ಗೊತ್ತಿತ್ತು. ಕಡೆಗೆ ಸೆಕ್ಯೂರಿಟಿಯವ್ರನ್ನ ಕರೆದು ಅವನನ್ನು ನಿಯಂತ್ರಿಸಬೇಕಾಗಿತ್ತು. ಬೆಲೆ ಬಾಳುವ ಎಷ್ಟೋ ವಸ್ತುಗಳನ್ನು ಒಡೆದು ಹಾಕಿ ರಾದ್ಧಾಂತ ಎಬ್ಬಿಸಿದ್ದ. ಅದೆಲ್ಲ ಅವರ ಮಗಳು ವಿಸ್ಮಿತಾಗೆ ನೆನಪಿತ್ತು. "ಗುಡ್, ನಿಂಗೆಲ್ಲ ನೆನಪಿದೆ. ಕೆಲವೊಮ್ಮೆ ಹಾಗೆ ವರ್ತಿಸ್ತಾನೆ. ತುಂಬಾ ಸೈಲೆಂಟ್. ನಿಂಗೆ ಬ್ರದರ್ ಮಾತ್ರವಲ್ಲ ಗುಡ್ ಫ್ರೆಂಡ್ ಕೂಡ ಆಗ್ತಾನೆ" ಎಂದು ಅಪ್ಪಿ ಮುದ್ದಿಸಿ ಅವಳ ಮುಂದೆ ಹಲವಾರು ವಿದೇಶಿ ಕನಸುಗಳನ್ನು ಹರಡಿದರು. ಅದರಲ್ಲಿ ಅವಳೆಷ್ಟು ಹೆಕ್ಕಿಕೊಂಡಳೋ ಗೊತ್ತಿಲ್ಲ.

ನಂದನ್ ಮಗಳನ್ನ ಹತ್ತಿರಕ್ಕೆಳೆದು "ನೀನೆಷ್ಟು ಸ್ಮಾರ್ಟ್ ಇದ್ದೀಯ ಗೊತ್ತಾ! ರಿಷಿ ಕೂಡ ನಿನ್ನಷ್ಟೆ ಸ್ಮಾರ್ಟ್. ಅಲ್ಲಿಗೆ ಹೊಂದಿಕೊಳ್ಳೋಕೆ ಅವ್ನು ನಿಂಗೆ ಹೆಲ್ಪ್ ಮಾಡ್ತಾನೆ. ನಿನ್ನ ತುಂಬ ಮಿಸ್ ಮಾಡ್ಕೋತ ಇದ್ದಾನೆ." ಓಲೈಸುವಿಕೆ ಇತ್ತು. ವಿಸ್ಮಿತ ಅವರತ್ತ ತಿರುಗಿ "ನಿಮ್ಮ ಹೆಸರು ಸದಾನಂದ ಮೂರ್ತಿ ಚೆನ್ನಾಗಿತ್ತು. ನೀವ್ಯಾಕೆ ನಂದನ್ ಅಂತ ಹೆಸರು ಬದಲಾಯಿಸ್ಕೊಂಡ್ರಿ?" ಅವಳ ಪ್ರಶ್ನೆಗೆ ಉತ್ತರಿಸಲಾರದೆ ತಡಬಡಿಸಿದಾಗ ವಿಭಾ ಮಧ್ಯ ಪ್ರವೇಶಿಸಿದಳು. "ಆ ಹೆಸರು ತುಂಬಾ ಹಳೆಯದಾಯ್ತು. ಕರ್‍ಯೋಕ್ ಕಷ್ಟವೇ. ರಿತೇಶ್‌ನ ರಿಕ್ಕಿ ಅಂತ್ಲೇ ಕರೆಯೋದು ಎಂದರು. ಜೊತೆಗೆ ಇವಳನ್ನು ಇಲ್ಲಿ ಬಿಟ್ಟಿದ್ದೇ ತಪ್ಪಾಯಿತೆಂದುಕೊಂಡರು ಮನಸ್ಸಿನಲ್ಲಿ.

"ಈಗ ನೀನು ಬರ್ತೀಯಾ ತಾನೇ? ಪ್ಲೀಸ್, ಪುಟ್ಟಿ ನಿನ್ನ ಕರ್ಕೊಂಡ್ ಬರ್ಬೇಕೂಂತ ರಿಷಿ ಪ್ರಾಮೀಸ್ ಮಾಡ್ಸಿಕೊಂಡಿದ್ದಾನೆ. ನೀನ್ಬಂದರೇ ನಮ್ಗೇ ಇರೋ

ದೊಡ್ಡ ಸಮಸ್ಯೆ ಸಾಲ್ವ್ ಆಗುತ್ತೆ. ಮೈ ಡಾಟರ್ ವಿಸ್ಮಿತ ನಿನ್ನ ಬಿಟ್ಟು ಇರೋದು ನಮ್ಗೇ ತುಂಬಾನೆ ಕಷ್ಟ." ಆಕೆ ಕಣ್ಣೀರು ಹಾಕಿದರು. "ಪ್ಲೀಸ್, ಅಳ್ಬೇಡಿ. ನೀವು ರಿಷಿನ ಇಲ್ಲಿಗೆ ಕರ್ಕೊಂಡ್ ಬರ್ಬೇಕಿತ್ತು. ಇಲ್ಲೂ ಎಲ್ಲಾ ಚೆನ್ನಾಗಿದೆ. ಜಗತ್ತಿನಲ್ಲಿ ಎಲ್ಲರ್ಗಿಂತ ಭಾರತೀಯರು ಬುದ್ಧಿವಂತರಂತೆ. ಇಲ್ಲು ಒಳ್ಳೆ ಎಜುಕೇಷನ್ ಸಿಗುತ್ತೆ" ಎಂದಳು. ಅವರುಗಳಿಗೆ ಅಷ್ಟು ಮಾತಾಡಿದ ಮಗಳ ಬಗ್ಗೆ ಸಂತೋಷವಾದರು. "ಅಪ್ಪ ಬಂದಿದ್ದಾರೆ" ಎಂದು ಎದ್ದು ಹೋದಾಗ ಸಂಕಟವಾಗಿತ್ತು.

ಮನೆಗೆ ಬಂದಾಗ ಕೂಡ ಇಬ್ಬರು ಅದೇ ಚಿಂತೆಯಲ್ಲಿದ್ದರು. ಇಷ್ಟು ಓಲೈಸಿದರು. 'ನಾನು ಬರ್ತೀನಿ' ಅನ್ನೋ ಒಂದೇ ಒಂದು ಭರವಸೆಯ ಮಾತಾಡದಿದ್ದಕ್ಕೆ ಒಳಗೊಳಗೆ ಸಂಕಟಪಟ್ಟರು.

ಎಷ್ಟೋ ಹೇಳಿದರು ಅಮಲಾಗೆ ನ್ಯೂಜೆಸ್ಸಿಗೆ ಹೋಗಲು ಇಷ್ಟವಿಲ್ಲ. ಹೋದದ್ದುಂಟು, ಅಷ್ಟೇ ಬೇಗ ವಾಪಸ್ಸು ಬಂದಿದ್ದಳು. ಅವಳು ಮೊದಲ ಸಲ ಕಣ್ಣು ತೆರೆದು ಜಗತ್ತನ್ನು ನೋಡಿದ್ದು ಸತ್ಯಭಾಮ ಮಡಿಲಲ್ಲಿ. ಪ್ರಥಮ ಬಾರಿ ನೋಡಿ ನಕ್ಕಿದ್ದು ಆನಂದ ಮೂರ್ತಿಗಳನ್ನ. ಅವಳ ಜಗತ್ತು ಷುರುವಾಗಿದ್ದು ಅವರ ಮೂಲಕವೆ. ಅದರಿಂದ ಅಮೆರಿಕ ಅವಳಿಗೆ ಅಪರಿಚಿತವೆ.

ವಿಭಾ ಬಂದು ಅಡಿಗೆ ಮನೆಯಲ್ಲಿ ಇಣಕಿದಳು. ಪಾತ್ರೆ ತೆಗೆದಿಡುತ್ತಿದ್ದ ಮಗಳನ್ನು ನೋಡಿ ಅವಳ ಕರುಳು ಚುರಕ್ ಎಂದಿತು. ಇಂಥ ಕೆಲ್ಸಗಳನ್ನು ಮಾಡುವ ಹಣೆಬರಹ ಇವಳಿಗೆ ಯಾಕೆ? ಇಂಥ ಇರುಸು ಮುರುಸು ಉಂಟಾಗುತ್ತಿದ್ದುದ್ದು ನಿಜ. "ಪರ್ವಾಗಿಲ್ಲ, ಅಡ್ಗೇ ಮನೆ ಕೆಲ್ಸನು ಮಾಡ್ತಾಳೆ" ಎಂದರು ವಿಭಾ ಗೋಡೆಗೊರಗುತ್ತ "ಅಡ್ಗೇನು ಮಾಡ್ತಾಳೆ, ರಂಗೋಲಿ ಹಾಕೋದ್ರಿಂದ ಹಿಡಿದು ದೇವರ ನಾಮ ಹೇಳೋವರ್ಗೂ ಎಲ್ಲಾ ಅವ್ಳಿಗೆ ಗೊತ್ತು. ತುಂಬಾ ಜಾಣೆ. ಪ್ರತಿಯೊಂದು ಕೆಲ್ಸಕ್ಕೂ ಮುಂದೆ ಇರ್ತಾಳೆ. ಓದೋ ವಿಷ್ಯದಲ್ಲಿ, ಶಾಲೆಗೆ ಹೋಗೋ ವಿಚಾರದಲ್ಲಿ ನಾವು ಯಾವ್ದೇ ಒತ್ತಡ ಹಾಕ್ಲಿಲ್ಲ. ಕ್ಲಾಸ್‌ವರ್ಕ್, ಹೋಂವರ್ಕ್ ಎಲ್ಲಾ ಅವ್ಳೇ ಮಾಡಿಕೊಳ್ಳೋದು. ತುಂಬಾ ಒಳ್ಳೆಯ ಸ್ವಭಾವ. ಅವ್ರ ತರಹ ಪ್ರತಿಯೊಂದರಲ್ಲೂ ಒಳ್ಳೇದು ಕಾಣೋ ಪ್ರಯತ್ನ ಮಾಡ್ತಾಳೆ" ಹೊಗಳಿಕೊಂಡೇ ಹಣ್ಣಿನ ಪಾನಕ ಮಾಡಿ "ಸಾಕಷ್ಟು ತೋಟದಲ್ಲಿ ಓಡಾಡಿ ಸುಸ್ತು ಆಗಿರುತ್ತೀರಾ. ಸದಾಗೂ ಕೊಡು" ಎಂದು ಪಾನಕ ಲೋಟಗಳನ್ನು ವಿಭಾ ಕೈಗಿತ್ತರು. ಸತ್ಯಭಾಮ ಓರಗಿತ್ತಿಯರಲ್ಲಿ ಸಾಮರಸ್ಯವೇ.

ರಾತ್ರಿ ಅಣ್ಣ ತಮ್ಮಂದಿರು ಮಾತಾಡುತ್ತ ಹೊರಗೆ ಕೂತರು. ತಣ್ಣನೆಯ ಮಂಜಿನ ಸ್ಪರ್ಶದಂತಿತ್ತು ಗಾಳಿ. ನಂದನ್ ಬಹಳ ಇಳಿದು ಹೋದಂತೆ ಕಂಡರು.

"ಸದೂ, ಯಾಕೋ ಇಷ್ಟೊಂದು ಮಂಕಾಗಿ ಇದ್ದೀಯಾ?" ಕೇಳಿದರು. "ನನ್ನ ಎಜುಕೇಷನ್ ಸಮದಯಲ್ಲೇ ನಂಗೆ ವಿದೇಶಕ್ಕೆ ಹಾರೋ ಆಸೆ ಇತ್ತು. ನಿನ್ನ ವಿರೋಧ ಇರ್ಲಿಲ್ಲ. ಆರಾಮಾಗಿ ಹಾರಿದೆ. ವಿಭಾ ಅಂಥ ಸಂಗಾತಿ. ನಾನು ಹುಟ್ಟಿದ್ದೇ ಅಲ್ಲಿ ಅಂದ್ಕೊಂಡೆ. ಬಹಳ ಬೇಗ ಅಲ್ಲಿಗೆ ಹೊಂದ್ಕೊಂಡೆ ಈಗ ತುಂಬಾನೆ ಬೇಸರ. ಆಗ ಸಂತೋಷ ಕೊಡ್ತಾ ಇದ್ದೆನೆಲ್ಲ ಈಗ ನಿರಾಸಕ್ತಿ ಮೂಡಿಸಿದೆ. ಭಾರತಕ್ಕೆ ಹಿಂದಿರುಗೋ ಹೆಬ್ಬಯಕೆ. ಅದಕ್ಕೆ ವಿಭಾ ಒಪ್ಗೇ ಸಿಗೋಲ್ಲ. ರಿಷಿ ಅಂತು ಇಲ್ಲಿಗೆ ಬರೋಕೆ ಒಪ್ಪೋಲ್ಲ.

ಜೊತೆಯಲ್ಲಿ ಕಕೋರ್ಂಡ್ ಬರ್ಬೇಕೂಂತ ಪ್ರಯತ್ನಪಟ್ಟು ಸೋತೆ. ಅಲ್ಲಿನ ಜೀವನ ಶೈಲಿ, ಅಭ್ಯಾಸಗಳಿಗೆ ಪೂರ್ತಿಯಾಗಿ ಹೊಂದಿಕೊಂಡಿದ್ದಾನೆ. ಭಾರತದ ಸುದ್ದಿ ಎತ್ತಿದರೆ ಸಿಡಿದು ಬೀಳ್ತಾನೆ. ಕಡೆಯಲ್ಲಿ ಬಲವಂತ ಮಾಡಿದ್ರೆ ಷೂಟ್ ಮಾಡ್ಕೊಂಡ್ ಬಿಡ್ತೀನೀಂತ ಅಂದ." ತಮ್ಮ ಮನಸ್ಸನ್ನು ತೋಡಿಕೊಂಡರು. ಇದು ಒಂದು ರೀತಿಯ ನಿರೀಕ್ಷೆಯೆ.

"ಇಷ್ಟೊಂದು ನಿರಾಸೆ ಬೇಡ. ಎಲ್ಲಾ ಸರಿ ಹೋಗುತ್ತೆ" ಎಂದರು. ಅವರು ಕೂಡ ಸಂತೈಸಲಾರದೆ ಹೋದರು. ಅಮಲಗಿಂತ ಎರಡು ವರ್ಷ ಮೂರು ತಿಂಗಳು ಚಿಕ್ಕವ. "ಮಕ್ಳು ಮನಸ್ಸು ಈ ವಯಸ್ಸಿನಲ್ಲಿ ತುಂಬಾ ಸೂಕ್ಷ್ಮ. ಸಾವಿನ ಬಗ್ಗೆ ಹೆದರಿ ಓಡ್ತಾ ಇದ್ದ ಹತ್ತು, ಒಂಬತ್ತರ ಮಕ್ಳು ನೇಣಿಗೆ ಶರಣಾಗೋದು ಎಷ್ಟೊಂದು ದುರಂತ ನೋಡು. ಹೆತ್ತವರು ಎಚ್ಚರಿಕೆ ವಹಿಸಬೇಕಾದ ಕಾಲ. ಸದಾ ಸಾಕಷ್ಟು ಕನಸುಗಳ್ನ ನನಸು ಮಾಡ್ಕೊಂಡೇ.ಇಬ್ರೂ ದುಡಿದು ಸಾಕಷ್ಟು ಹಣ ಮಾಡಿಕೊಂಡಿದ್ದೀರಿ. ಸ್ವಂತ ಫ್ಲಾಟ್, ಸ್ವಂತ ಕಾರು, ಬದುಕಲು ಬೇಕಿದ್ದ ಸಂಪಾದ್ನೆ ಮಾಡಿಕೊಂಡಿದ್ದೀರಿ. ಇನ್ನಾದ್ರೂ ನಿಮ್ಮ ಸಮಯನ ಮಕ್ಕಳಿಗೆ ತೆಗೆದಿಡಿ. ಅವ್ನಿಗೆ ಸಂತೋಷವೆನಿಸಿದಲ್ಲಿ ಇರ್ಲಿ. ಅಲ್ಲೇ ಹುಟ್ಟಿ, ಅಲ್ಲೇ ಬೆಳೆದವ, ಅವ್ನಿಗೆ ಮಾತೃಭೂಮಿ ಅದೇ!" ಎಂದರು ನಿಶ್ಚಿಂತೆಯಿಂದ.

ಅಣ್ಣ, ತಮ್ಮ ಇನ್ನು ಮಾತಿನಲ್ಲೇ ಇದ್ದರು.

ವಿದೇಶಕ್ಕೆ ಹಾರಿದಾಗ ಆನಂದಮೂರ್ತಿಗಳು ಹೇಳಿದ್ದನ್ನು ನೆನಪಿಸಿಕೊಂಡ "ಹೋಗ್ಬಾ, ನಿಂಗೆ ಒಳ್ಳೆಯದಾಗ್ಲೀ. ವಿಭಾ ಮನಸ್ಸು ನೋಯಿಸ್ಬೇಡ. ಭೂಮಿಗೆ ಬಂದಿದ್ದು ಬರೀ ಕೈಯಲ್ಲಿ. ಒಂಟಿಯಾಗಿ ಬಂದವರಿಗೆ ಹಲವಾರು ಸಂಬಂಧಗಳು ಗಂಟು ಬಿದ್ದದ್ದು. ಅವು ಯಾವ್ವು ಹಿಂದೆ ಬರೋಂಥದ್ದು ಅಲ್ಲ. ಹತ್ತಿರದ್ದು, ದೂರದ್ದು ಅನ್ನೋ ಸ್ವಾರ್ಥ ಇಟ್ಟುಕೊಳ್ಳದಿದ್ದರೆ ಆರಾಮಾಗಿ ಬದ್ಕಬಹ್ದು. ಎಲ್ಲರ ನೋವು, ನಲಿವಿಗೆ ಸ್ಪಂದಿಸುವಂಥ ಗುಣ ಇರ್ಲಿ. ಎಲ್ಲಾ ನಮ್ಮದೇ, ಯಾವ್ದು ನಮ್ಮದಲ್ಲ ಎಂದು ಭಗವದ್ಗೀತೆಯ ಸಾಲುಗಳನ್ನು ವ್ಯಾಖ್ಯಾನಿಸಿದ್ದೆ. ಎಲ್ಲಾ ನೆನಪಿದೆ" ಗದ್ಗದವಾಯಿತು ನಂದನ್ ದನಿ. ಅಣ್ಣನೆಂದರೆ ಅಪಾರವಾದ ಪ್ರೀತಿ, ಗೌರವ.

ಅಣ್ಣ ತಮ್ಮ ಬಹಳ ಹೊತ್ತು ಮಾತಾಡಿದರು. ನಂದನ್‌ನ ಎದೆಯ ಭಾರ ಬಹಳಷ್ಟು ಕಮ್ಮಿ ಆಯಿತು. ಒಂದಿಷ್ಟು ನಿರಾಳ. ಆಮೇಲೆ ಮಾತುಗಳ ಮಧ್ಯೆ ಬಂದಿದ್ದು ಅಮಲ ಹುಟ್ಟಿದ ಹಬ್ಬದ ದಿನ ನಡೆದ ಆಕಸ್ಮಿಕ. ವಿಭಾ ಅಮೆರಿಕದಲ್ಲಿ ಇದ್ದು ಅಲ್ಲಿನ ಜೀವನ ರೀತಿಗೆ ಒಗ್ಗಿಕೊಂಡವಳು. ಅವಳ ಕುಟುಂಬದಲ್ಲಿ ಡಾಕ್ಟರೇಟ್‌ಗಳನ್ನು ಪಡೆದವರು ಎಷ್ಟು ಮಂದಿನೋ, ಶ್ರೀಮಂತ ಉದ್ಯಮಿಗಳ ಲಿಸ್ಟ್‌ನಲ್ಲಿ ಅವಳ ತಂದೆಯು ಒಬ್ಬರು. ಅವರಲ್ಲಿಯೇ ವಿಭಾ ಮತ್ತು ನಂದನ್ ಅವರ ಉದ್ಯಮದಲ್ಲಿ ಒಂದು ಹಂತದ ಪಾಲುದಾರರು.

ಅಂಥದ್ದರಲ್ಲಿ ಈ ವಿಚಾರವನ್ನು ಕೇಳಿದ ಕೂಡಲೇ ಷಾಕಾದರು.

"ಅಯ್ಯೋ, ಅಲ್ಲಿ ನೀವೆಲ್ಲ ಇದ್ದು ಕೂಡ ನಡೆದದ್ದು ಹೇಗೆ?" ಆತಂಕದಿಂದ ಪ್ರಶ್ನಿಸಿದಾಗ "ಅದೊಂದು ಆಕಸ್ಮಿಕ ಅಷ್ಟೆ. ಈ ಕ್ಷೇತ್ರದ ಎಂಎಲ್‌ಎ ಚಿದಂಬರಂ ಕೂಡ ಒಳ್ಳೆಯವ ಮಾತ್ರವಲ್ಲ, ಅಮಲಾಪುರದ ಕಷ್ಟ ಸುಖಗಳಲ್ಲಿ ಒಂದಾಗಿದ್ದಾರೆ." ಸವಿಸ್ತಾರವಾಗಿ ವಿವರಿಸಿದರು. "ಉದ್ದೇಶವಿಲ್ದೇ ನಡೆದು ಹೋಗಿದ್ದು. ವರ್ಷಗಳ

ಹಿಂದೆಯೇ ನಿರ್ಧಾರವಾದ ಸಂಬಂಧವಂತೆ" ಮಿಕ್ಕದ್ದನ್ನು ಸತ್ಯಭಾಮ ತಿಳಿಸಿದರು. "ನಮ್ಮ ದೃಷ್ಟಿ ದೇವರತ್ತ ಇತ್ತು. ಕಣ್ಣು ಮುಚ್ಚಿ ತೆರೆಯುವಷ್ಟರಲ್ಲಿ ಎಂಎಲ್ಎ ಮಗ ನಮ್ಮ ಅಮಲಾ ಬೈತಲೆಗೆ ಕುಂಕುಮ ಹಚ್ಚಿ ಹಾರ ಹಾಕಿದ್ದು ಆಗಿತ್ತು" ಎಂದು ತಿಳಿಸಿದರು. ಆ ವೇಳೆಗೆ ಮೊಬೈಲ್ ಕರೆಗೆ ಎದ್ದು ಹೋದರು ವಿಭಾ. ಆದರೂ ಒಂದು ರೀತಿಯ ಚಡಪಡಿಕೆ.

ತನ್ನ ಮಗಳನ್ನು ಇಲ್ಲಿ ಬಿಡುವ ಸಂದರ್ಭ ಬಂದಿದ್ದಕ್ಕೆ ವಿಭಾ ಇಂದಿಗೂ ಕೊರಗುತ್ತಿದ್ದರು.

ಟೆನ್ಷನ್‌ನಿಂದ ಬಂದ ಮಡದಿಯತ್ತ ನೋಟ ಹರಿಸಿದ ನಂದನ್ "ಏನು ವಿಷ್ಯ?" ಎಂದರು. "ರಿತೂ ದಾಂಧಲೆ. ಅವನನ್ನ ಪೊಲೀಸ್‌ನವ್ರು ಅರೆಸ್ಟ್ ಮಾಡ್ಕೊಂಡ್ ಹೋಗಿದ್ರಂತೆ. ಕೊಲೀಗ್ ಭಂಡಾರ್‌ಕರ್ ಸ್ವತಃ ರಿಸ್ಕ್ ತಗೊಂಡ್ ಯಾರ್ಗೂ ಗೊತ್ತಾಗ್ದಂತೆ ಬಿಡ್ಸಿಕೊಂಡು ಬಂದ್ರಂತೆ. ಅವರದ್ದೇ ..... ಕಾಲ್! ಅವನೊಬ್ಬ ರೋಗ್. ಹಿಂಸೆ ಮಾಡ್ತಾ ಇದ್ದಾನೆ. ನಮ್ಗೇ ಮಕ್ಳೇ ಆಗದಿದ್ದರೆ ಚೆನ್ನಾಗಿತ್ತು. ಆದರೆ ನನ್ನ ತಾಯ್ತನದ ಆಸೆಯಿಂದ ಇಂದು ಸಫರ್ ಆಗ್ತಾ ಇದ್ವಿ. ರಿಷಿ... ಅದೇ ರೀತುದು ಅಲ್ಲೊಂದು ಕತೆ. ಇವ್ರು ಇಲ್ಲಿ. ವೈಚಾರಿಕ ನೆಲೆಯಲ್ಲಿ ಬೆಳೆದವ್ರು. ನಮ್ಮ ಹಣೆಬರಹಗಳ್ನ ನಾವೇ ಬರ್ಕೊಬೇಕೂಂತ ನಂಬಿದೋಳು. ಇಲ್ಲೇನಾಗಿದೆ? ಏನಾಗ್ತಾ ಇದೆ? ಪ್ರೆಗ್ನೆನ್ಸಿಯಲ್ಲಿ ಎಷ್ಟು ಕೇರ್ ಫುಲಾಗಿದ್ಲು. ಎಲ್ಲಾ ನಾರ್ಮಲ್ ಎಂದಿದ್ರು. ಭಾರತಕ್ಕಿಂತ ಹೆರಿಗೆಗೆ ಕ್ಯಾಲಿಫೋರ್ನಿಯ ಸೂಕ್ತವೆನಿಸಿತ್ತು. ಆದರೆ..." ವಿಭಾ ಅಳತೊಡಗಿದಳು. ನಂದನ್ ಇದಕ್ಕೂ ಸಾಕಷ್ಟು ಸಲ ಎದುರಿಸಬೇಕಿತ್ತು.

ನಂದನ್ ತುಟಿ ತೆರೆಯಲಿಲ್ಲ. ಈ ವಿಚಾರದಲ್ಲಿ ಸೋತು ಹೋಗಿದ್ದರು. "ಸಮಾಧಾನ ಮಾಡು ಸದೂ. ಅಪ್ಪ ಹೇಳೋರು. ಜನ್ಮಾಂತರ ಕರ್ಮಗಳಿಗೆ ಅನುಸಾರವಾಗಿ ಮಕ್ಳು ಅಂತ. ಇನ್ನ ಅಮಲ ಫರ್‌ಫೆಕ್ಟ್ಲೀ ನಾರ್ಮಲ್. ಚಿಂತಿಸಬೇಕಿಲ್ಲ. ಸ್ವಲ್ಪ ಎಜುಕೇಷನ್ ನಿಧಾನವಾಯ್ತು. ಇದೊಂದು ದೊಡ್ಡ ಸಮಸ್ಯೆಯಲ್ಲ. ಹೇಗೋ ಕರ್ಕೊಂಡ್ ಹೋಗ್ತೀನಿ ಅಂತ ಇದ್ದೀರಲ್ಲ. ಅದೂ ಸರಿ ಕೂಡ. ವಿಭಾ ಜಾಣೆ. ಮಗ್ಳ ಭವಿಷ್ಯನ್ನ ಚೆನ್ನಾಗಿ ರೂಪಿಸ್ತಾಳೆ. ರಿತೇಶ್ ಎಲ್ಲಾ ಮಾತುಗಳ್ನ ವಿರೋಧಿಸಬೇಡಿ. ಈ ವಯಸ್ಸಿನಲ್ಲಿ ಮಕ್ಕಳ ಮನಸ್ಸು ಸೂಕ್ಷ್ಮವಾಗಿ ಇರುತ್ತೆ. ವಿರೋಧಿಗಳಾಗೋದ್ಬೇಡ. ಪ್ರತಿಯೊಂದನ್ನು ಸಮಸ್ಯೆ ಮಾಡ್ಕೊಂಡ್ ತಲೆಯ ಮೇಲೆ ಹೊತ್ಕೊಂಡ್ ಓಡಾಡೋದು ಬೇಡ. ಅರಾಮಾಗಿ ಸಮಸ್ಯೆಗಳ್ನ ಜೊತೆಯಲ್ಲಿ ಇಟ್ಕೊಂಡ್ ಓಡಾಡಿ ಪರಿಹಾರ ಅದ್ರ ಪಕ್ಕದಲ್ಲೇ ಇರುತ್ತೆ" ಹೇಳಿ ಎದ್ದು ಹೋದರು.

ನಂದನ್ ಕೂತು ಯೋಚಿಸಿದರು. ಸಮಸ್ಯೆಗಳನ್ನು ತಲೆಯ ಮೇಲೊತ್ತು ಓಡಾಡುವುದು ಸರಿಯಲ್ಲ? ಮುಖದ ಮೇಲೆ ಮಂದಹಾಸ ಅರಳಿತು. ಜೊತೆಯಲ್ಲಿ ಇಟ್ಟುಕೊಂಡೇ ಪ್ರಯಾಣಿಸಬೇಕು.

ಊಟ ಮುಗಿಸಿ ತೋಟದಲ್ಲಿ ಅಡ್ಡಾಡಲು ಹೊರಟಾಗ ಅಮಲನ ಅಂದರೆ ಅವರ ಪ್ರೀತಿಯ ಮಗಳು ವಿಸ್ಮಿತನು ಕರೆದೊಯ್ದಳು. ತೋಟ ಹೊಕ್ಕ ಕೂಡಲೇ ಗಿಡ, ಮರಗಳ ನಡುವೆ ಎಲ್ಲೋ ಮಾಯವಾದಳು.

"ಇಲ್ಲಿ ಕೂತುಕೊಳ್ಳೋಣ" ತೋಟದ ಕೊನೆಯಲ್ಲಿದ್ದ ಏಕೈಕ ಹೊಂಗೆ ಮರದ ಕೆಳಗಿನ ಕಲ್ಲು ಹಾಸಿನ ಮೇಲೆ ಕೂತರು. "ಅಮೆರಿಕಗೆ ಹಾರಿದಾಗ ನಾನು ತುಂಬ ಅದೃಷ್ಟವಂತ ಅಂತ ಗಗನದಲ್ಲಿ ತೇಲಿದೆ. ಜಗತ್ತು ತೀರಾ ಸಣ್ಣದಾಯ್ತು. ನನ್ನ, ನಿನ್ನ ಗಳಿಕೆ, ಎತ್ತರಕ್ಕೆ ದಂಗಾಗಿ ಹೋಗಿದ್ದೆ. ಹೆಮ್ಮೆ ಅನ್ನಿಸ್ತು. ಭಾರತ ಏನೇನು ಇಲ್ಲ ಅನ್ನೋ ವಿಚಾರದ ಗುಂಗಿಗೆ ದಾಸನಾಗಿದ್ದೆ. ಈಗ ಬೇಸರವೆನಿಸಿದೆ. ಅಲ್ಲಿ ಎಲ್ಲಾ ಇದೆ. ಏನು ಇಲ್ಲ ಅನ್ನಿಸಿದೆ. ಇನ್ನಷ್ಟು ಕಾಲ ಇಲ್ಲೇ ಉಳಿಯೋ ಆಸೆ. ನಂಗೆ ರಜ ಮುಂದುವರಿಸೋ ಅವಕಾಶವಿದೆ. ನೀನೂ..." ಅಡ್ಡಡ್ಡ ತಲೆಯಾಡಿಸಿದರು ವಿಭಾ. "ನಂಗೆ ರಿತೂದೆ ಯೋಚ್ನೆ. ಹೌಸ್ ಮೇಕರ್ ಲೂಸಿನ ಬ್ಯಾಟ್ ತಗೊಂಡ್ ಬಾರಿಸಿದ್ದಾನೆ. ಅವ್ಳು ಆಗ್ಲಾ ಪೊಲೀಸ್‌ಗೆ ಕಂಪ್ಲೆಂಟ್ ಕೊಡ್ತೀನಿ ಅಂದ್ಲು. ಆಮೇಲೆ ಹಣದ ಆಸೆ ತೋರ್ಸಿ ಸುಮ್ಮನಾಗಿದ್ದೆ. ಹುಡ್ಗೀಯರ ಜೊತೆ ಡೇಟಿಂಗ್. ಸಾಕಷ್ಟು ಷಾಂಪೇನ್ ಸೇವಿಸೋ ಅಭ್ಯಾಸ ಮಾಡ್ಕೊಂಡಿದ್ದಾನೆ ಈಡಿಯಟ್... ಈ ಪರಿಸ್ಥಿತಿಯಲ್ಲಿ ಹೇಗೆ ಇರ್ಲಿ ಉಳಿಯೋದು? ಐ ಕಾಂಟ್ ಟಲರೇಟ್.... ನಂದನ್" ಕಣ್ಣೀರು ಸುರಿಸಿದರು. ಪ್ರತಿಯೊಂದರಲ್ಲೂ ಗೆಲುವು ತನ್ನದೇ ಎನ್ನುವ ಹೆಮ್ಮೆಯಲ್ಲಿದ್ದ ಮಡದಿ ಕುಸಿಯುವುದು ನೋಡಲಾಗಲಿಲ್ಲ. ಸೋಲು ಕಂಡಿದ್ದು ಮಕ್ಕಳ ಮುಖಾಂತರವೇ ನಂದನ್ ದಂಪತಿಗಳು.

ರಿತು ಒರಟುತನ, ಅವಿಧೇಯತೆಯನ್ನು ನೋಡಿಯೇ ರೆಸಿಡೆನ್ಸಿಯಲ್ ಶಾಲೆಗೆ ಸೇರಿಸಿದ್ದರು. ಅಲ್ಲೂ ಕೂಡ ಇವನ ಅವಿಧೇಯತೆಯನ್ನು ನೋಡಿ ಹೊರಗೆ ಹಾಕಿದ್ದರು. ತೀರಾ ಅವಿಧೇಯ.

ವಿಭಾ ಕಣ್ಣೀರು ಸುರಿಸಿದಳು.

"ಪ್ಲೀಸ್, ಕಂಟ್ರೋಲ್ ಯುವರ್ ಸೆಲ್ಫ್. ಡಾಲರ್‌ನ ಮೋಹ, ವಿದೇಶದ ಅಮಲು ನನ್ನಲ್ಲಿ ಮಾಯವಾಗಿದೆ. ಒಂದೇ ಕಡೆ ನೆಲೆಯಾಗಿ ನಿಲ್ದೇ.. ಹಾರಾಡಿದ್ವಿ. ಅಲ್ಲಿ ಈಗ ಏನೇನು ಇಲ್ಲವೆನಿಸಿದೆ" ಅಂದ ಗಂಡನ ದನಿಯಲ್ಲಿದ್ದ ಖಿನ್ನತೆ ಗುರ್ತಿಸಿ ಷಾಕಾದಳು. "ನೋ... ನೋ... ನಾವ್ ಅಲ್ಲಿ ಎಂಥ ಪೊಜಿಷನ್‌ನಲ್ಲಿ ಇದ್ದೀವಿ. ನಮ್ಗೇ ಬೇಕೂಂತ ಅನ್ನಿಸಿದ್ದೆಲ್ಲ ಸಿಕ್ಕಿದೆ. ಸಾಕಷ್ಟು ಶ್ರಮಪಟ್ಟಿದ್ದೀನಿ. ಈ ರೀತಿ ಮಾತಾಡೋದು ಬೇಡ" ಎಂದು ಕಣ್ಣೀರಿನ ಮೂಲಕ ಪ್ರತಿಭಟಿಸಿದಾಗ ನಂದನ್ ಸುಮ್ಮನಾದರು.

ತೋಟಕ್ಕೆ ಹೋಗಿದ್ದ ಶ್ರೀ ಜೊತೆ ಅವನ ಇಬ್ಬರು ಗೆಳೆಯರು ಇದ್ದರು. "ಅಂದು, ಚಿಕ್ಕಪ್ಪ ಹ್ಞೂ ಅಂದಿದ್ದರೇ ಅವ್ರನ್ನು ಅಮಲೇಶ್ವರ ದೇವಸ್ಥಾನದಿಂದ ಕದಲೋಕೆ ಬಿಡ್ತಾ ಇರ್ಲಿಲ್ಲ" ಎಂದವನನ್ನು ಆನಂದಮೂರ್ತಿಗಳು ಹತ್ತಿರಕ್ಕೆ ಕರೆದು "ನಾವೆಲ್ಲ ಕಣ್ಣಾರೆ ಕಂಡಿದ್ದು. ಎರಡು ಕಡೆಯ ಸಂಬಂಧಿಗಳು ಇದ್ದರು. ಯಾರ್ಗೂ ಯಾವ್ದೇ ದುರುದ್ದೇಶವಿರಲಿಲ್ಲ. ಅವರಲ್ಲೇ ಗೊಂದಲ, ಅಪರಾಧಭಾವ! ಅವ್ರೆ ಆ ಸ್ಥಿತಿಯಲ್ಲಿರೋಗ ಸಾಕ್ಷಾತ್ ಭಗವಂತ ಅಂತ ತಿಳ್ದ ನಾವು ನೆಮ್ದಿ ಕಳ್ಕೊಂಡು ಶಾಂತವಾಗಿರೋ ಆವರಣದಲ್ಲಿ ಜಗಳ ಬೇಕಾ? ನಾನೇ ನಿಶ್ಚಿಂತೆಯಿಂದ ಬಂದ ನಿಶ್ಚಿತಾರ್ಥದ ಕಾರ್ಯಕ್ರಮ ಮುಗ್ಸಿಕೊಂಡ್ಹೋಗಿ ಎಂದು ಅಮಲಾಗೆ ಹಾಕಿದ್ದ ಹಾರನ ತೆಗೆದು ಕೊಟ್ಟು ಬಂದೆ. ನಂಗೆ ಮಾತ್ರ ಸರಿಯೆನಿಸಿತ್ತು. ಮತ್ತೇನಾದ್ರೂ ಮಾಡಬಹುದಿತ್ತಾ?" ಎಂದು ಕೇಳಿದಾಗ

ಅವರು ಹಿಂದೆ ಸರಿದಿದ್ದರು.

ಇದೇ ಮಾತುಗಳು ಮತ್ತೆ ಚರ್ಚೆಗೆ ಬಂದವು. ಈ ಮಾತುಗಳು ವಿಭಾ, ನಂದನ್ ಕಿವಿಗೂ ಬಿತ್ತು. ಅದನ್ನು ಮೊದಲೇ ತಿಳಿದಿದ್ದರು. "ಆದ್ರೂ, ಇದು ಬೇಸರದ ಸಂಗ್ತಿಯೆ" ಅಂದಿದ್ದು ವಿಜ್ಞಾನಿಯಾಗಿ ಕೆಲಸ ಮಾಡುತ್ತಿದ್ದ ವಿಭಾ. ಇಪ್ಪತ್ತೈದು ವರ್ಷದಿಂದ ವಿದೇಶದಲ್ಲಿದ್ದ ಮಹಿಳೆ ಹೇಳುತ್ತಿದ್ದುದ್ದು. ಆದರೆ ಆಕೆಯ ಬೇರು, ಪರಂಪರೆ ಭಾರತದ್ದು. ಅದರಿಂದ ಮುಕ್ತವಾಗುವುದು ಸಾಧ್ಯವಾಗುತ್ತಿರಲಿಲ್ಲ. "ಭಾವನವರೇ ಮಾಂಗಲ್ಯಧಾರಣೆಯ ನಂತರ ವಧುಗೆ ಗಂಡಿನ ಕೈಯಲ್ಲಿ ವಧುವಿನ ಬೈತಲೆಗೆ ಕುಂಕುಮ ಹಚ್ಚಿಸುವುದು ಅತ್ಯಂತ ಮಹತ್ವದ್ದು. ವಿದೇಶದಲ್ಲೂ ಹಬ್ಬ, ವ್ರತ ಆಚರಣೆಯ ಸಂದರ್ಭಗಳಲ್ಲಿ ಬೈತಲೆಗೆ ಸಿಂಧೂರ ಹಚ್ಚುವ ವಾಡಿಕೆ ಇದೆ. ದಾಂಪತ್ಯದ ವಿಧಿಗಳಲ್ಲಿ ಇದಕ್ಕೆ ಮಹತ್ವವಿದೆ. ಅಷ್ಟು ಈಸೀಯಾಗಿ ತಳ್ಳಿ ಹಾಕುವಂಥದಲ್ಲ" ವಿಭಾಳ ಸಮರ್ಥನೆ ಇದು.

"ಅದು ನಮ್ಮ ಹುಡ್ಗೀ ಲಗ್ನ ಮಂಟಪದಲ್ಲಿ ನಿಂತಾಗ ಮಾತ್ರ. ಸಂಬಂಧಗಳ ಮಾತುಕತೆ ಇಲ್ಲ. ನಮ್ಮ ಅಮಲಗೆ ಆ ಅಭಿನಂದನ್ ಪರಿಚಯವಿರಲೀ ನೋಡಿದ್ದು ಕೂಡ ಇಲ್ಲ.. ಇದು ಶಿಕ್ಷೆಯಾಗಿ ಬಿಡೋ ಅಪಾಯವಿದೆ. ಹೆಚ್ಚಿನ ಒತ್ತು ಬೇಡ. ಯಾರ ಹಿತದೃಷ್ಟಿಯಿಂದ್ಲೂ ಒಳ್ಳೆಯದಲ್ಲ." ಆನಂದಮೂರ್ತಿಗಳು ಸಂದರ್ಭಕ್ಕೆ ತಕ್ಕಂತೆ ಮಾತಾಡಿದರು. ಅನಗತ್ಯವಾಗಿ ಸಮಯ, ಹಣ, ಮನಸ್ಸುಗಳನ್ನು ಮಾತ್ರವಲ್ಲ ಇಡೀ ವಾತಾವರಣವನ್ನು ಕಲುಷಿತ ಮಾಡುವುದು ಬೇಡವೆನಿಸಿತ್ತು.

ಸದ್ಯಕ್ಕೆ ಇದು ಸರಿಯೆನಿಸಿತು ನಂದನ್ ದಂಪತಿಗಳಿಗೆ.

ಆದರೆ ಸತ್ಯಭಾಮ ಒಂಟಿಯಾಗಿದ್ದಾಗ ವಿಭಾ ಈ ವಿಚಾರ ಎತ್ತಿದರು. "ಅಕ್ಕ, ನಿಮ್ಗೇನು ಅನಿಸುತ್ತೆ? ಬೈತಲೆಗೆ ಸಿಂಧೂರ ಹಚ್ಚಿದ್ಮೇಲೆ...." ಆಕೆಗೆ ಸಮಸ್ಯೆಯಾಗುವುದು ಬೇಡವೆನಿಸಿತು. "ಅಯ್ಯೋ, ಬಿಡು ವಿಭಾ. ಈಗ ಸಿನಿಮಾಗಳಲ್ಲಿ ಹಿರೋಯಿನ್‌ಗಳು ಎಷ್ಟು ಗಂಡುಗಳ ಕೈಯಲ್ಲಿ ತಾಳ ಕಟ್ಟಿಸ್ಕೋತಾರೆ. ಅದೇ ಟಿವಿ ಧಾರಾವಾಹಿಗಳಲ್ಲಿ ಒಂದು ಧಾರಾವಾಹಿಯಲ್ಲಿ ಒಂದು ಗಂಡಿನ ಕೈಯಲ್ಲಿ, ಇನ್ನೊಂದು ಧಾರಾವಾಹಿ... ಅಯ್ಯೋ ಬಿಡು. ಅದ್ಕೇ ಒತ್ತು ಕೊಡೋದೇನು ಬೇಡ. ತೀರಾ ವಿದ್ಯಾವಂತೆ ನೀನು ಈ ವಿಚಾರದಲ್ಲಿ ತಲೆ ಕೆಡಿಸ್ಕೋತೀಯ? ಆ ಗಂಡು, ಹೆಣ್ಣು ವರ್ಷಗಳಿಂದ ಜೊತೆಯಲ್ಲಿ ಓಡಾಡಿದ್ದಾರಂತೆ. ಅದೇನೋ ಜ್ಯೋತಿಷ್ಯದ್ದು ಅಂದ್ರು. ಆ ದಿನ, ಆ ಗಂಟೆ, ಆ ಕ್ಷಣದ... ಲೆಕ್ಕ! ಅದೇ ಅನಾಹುತವಾಗಿದ್ದು. ಪ್ರತಿಷ್ಠಿತ ಕುಟುಂಬಗಳು. ನಮ್ಗಿಂತ ಹೆಚ್ಚಿಗೆ ಹೆದರಿದ್ದು ಅವ್ರೆ. ನಾಳೆ ವಿಷ್ಯ ಏನೇನೋ ಆಗಿ ಅವರವರ ಭವಿಷ್ಯಗಳಿಗೆ ತೊಂದರೆಯಾಗೂಂತ ಹೆದರಿದ್ರು. ನಿಮ್ಮ ಭಾವನ ಸ್ವಭಾವ ಗೊತ್ತು. ಅವರಿದ್ದ ಕಡೆ ಜಗಳಗಳೇ ಇರೋಲ್ಲ. ಹಣ ಕೊಟ್ಟು ಸುಮ್ಮನಾಗೋ ಪ್ರಯತ್ನ ಕೂಡ ಮಾಡಿದ್ರಂತೆ. ಒಲ್ಲೆ ಅಂತ ಬಂದ್ರು. ದಿನಗಳು ಕಳೆದಂಗೆ ಮರ್ರು ಆಗಿದೆ. ಹೇಗೂ ಅಮಲನ ನಿನ್ಜೊತೆ ಕರ್ಕೊಂಡ್ ಹೋಗ್ತಾ ಇದ್ದೀಯಲ್ಲ. ಸುಂದರವಾದ ಬದ್ಕು ಸಿಗುತ್ತೆ ಬಿಡು. ನೀನು ತುಂಬಾ ಓದಿದವಳು. ಅಂಥ ಕುಟುಂಬದಿಂದ ಬಂದವಳು, ಒಳ್ಳೆದೇ ಸಿಗುತ್ತೆ ಬಿಡು. ಇಲ್ಲಿ ಅವ್ಳ ಓದು ಸರ್ಯಾಗಿ ಮುಂದುವರಿಯಲಿಲ್ಲ. ಮಂಕಾಗಿದ್ದರೇ, ನಾನು

ಶಾಲೆಗೆ ಕಳಿಸ್ತಾ ಇರ್ಲಿಲ್ಲ. ಈಗ ಚೆನ್ನಾಗಿದ್ದಾಳೆ." ಗದ್ಗದರಾದರು ಸತ್ಯಭಾಮ. ವಿಭಾ ಆಕೆಯ ಕಾಲಿಗೆ ಬಿದ್ದಳು.

"ಅಕ್ಕ ಹೆತ್ತದ್ದು ಬಿಟ್ಟರೇ ಅವ್ಳಿಗೇನು ಮಾಡ್ಲಿಲ್ಲ. ನನ್ನ ಮಗಳ್ನ ಬೆಳ್ಸೀ ನನ್ನ ಉಡಿಗೆ ಹಾಕಿದ್ದೀರಾ? ಈ ಋಣ ನಾನ್ಹೇಗೇ ತೀರಿಸ್ಲೀ?"

ವಿಭಾನ ಎಬ್ಬಿಸಿದ ಸತ್ಯಭಾಮ "ನಿಂಗೇನು ಹುಚ್ಚು ಹಿಡಿದಿದ್ದೀಯ? ಅವ್ಳು ಯಾವಾಗ್ಲೂ ನಂಗೆ ಮಗಳೇ... ಗಂಡು ಮಕ್ಳಿಗಿಂತ ಹಿತವಾದ ತಾಯ್ತನ ನೀಡಿದ್ದು ಅವಳೇ" ಎಂದರು. ಆಮೇಲೆ ಅಮಲ ಬಗ್ಗೆ ಸಾಕಷ್ಟು ಮಾತಾಡಿದರು. ಅವಳ ಬಗೆಗಿನ ಮಾತುಗಳು ಇಬ್ಬರಿಗೂ ಇಷ್ಟವೇ.

"ನಾನು ಕೆಲ್ಸ ಬಿಡ್ತೀನಿ. ಅವಳ ಭವಿಷ್ಯಕ್ಕೆ ಯಾವ ತ್ಯಾಗಕ್ಕೂ ರೆಡಿ. ಇಲ್ಲಿನ ವಿದ್ಯಾಭ್ಯಾಸಕ್ಕೂ, ಅಲ್ಲಿನದಕ್ಕೂ ಅಜಗಜಾಂತರ ಅಂತರ. ಎಲ್ಲಾ ಮೊದ್ಲಿನಿಂದ್ಲೆ ಷುರು ಮಾಡ್ಬೇಕು" ಅಂದರು ವಿಭಾ. ಒಬ್ಬ ಒಳ್ಳೆಯ ತಾಯಿಯಂತೆ ಮಾತ್ರ ಚಿಂತಿಸುತ್ತಿದ್ದರು. ಈ ಸಲವೇನು ನಾಲ್ಕಾರು ಸಲ ಇವರುಗಳು ಭಾರತಕ್ಕೆ ಬಂದು ಹೋದರು, ಮಗ ರಿಕ್ಕಿ ಇಲ್ಲಿಗೆ ಬರಲಿಲ್ಲ. ಮುಂದೆ ಬರಬಹುದೆಂಬ ನಿರೀಕ್ಷೆ ಇರಲಿಲ್ಲ.

* * *

ಕಾದು ಶುಭಂಕರನಿಗಾಗಿ ಬೇಸತ್ತು ಎಲ್ಲರು ಸಿಟಿಗೆ ಹೊರಟರು. ದಾರಿಯಲ್ಲಿ ಸಿಗುವ ಅಮಲೇಶ್ವರನ ದೇವಾಲಯದಲ್ಲಿ ಪೂಜೆ ಸಲ್ಲಿಸುವುದು ವಾಡಿಕೆ. ಎಲ್ಲರು ಇಳಿದರು. ಗರ್ಭಗುಡಿಯ ಬೀಗ ಹಾಕಲು ಹೊರಟಿದ್ದ ಅರ್ಚಕರು ಇವರನ್ನು ನೋಡಿ ತೆಗೆದರು. ಆನಂದಮೂರ್ತಿಗಳೆಂದರೆ ತುಂಬ ಗೌರವವೇ. ಅದು ಅವರ ಸ್ವಂತ ಸಂಪಾದನೆ ಅಂದುಕೋಬೇಕು.

ಹಣ್ಣು, ಕಾಯಿಯ ಬುಟ್ಟಿಯನ್ನು ಅಮಲ ತಂದುಕೊಟ್ಟಾಗ "ಹೇಗಿದ್ದೀ ಮಗಳೇ? ಸಾಕ್ಷಾತ್ ದೇವ ಕಳೆಯೆ" ಎಂದರು. ಪುಟ್ಟ ಮಗುವಾಗಿದಾಗಿಂದ ಅಮಲ ಬೆಳವಣಿಗೆಯನ್ನು ಕಂಡವರೇ. ಹೆಚ್ಚು ಕಡಿಮೆ ಗೊತ್ತಿಲ್ಲದವರಿಗೆಲ್ಲ ಅವಳು ಆನಂದಮೂರ್ತಿ, ಸತ್ಯಭಾಮ ಮಗಳೇ, ಇವರಿಗೆ ಸತ್ಯ ಗೊತ್ತಿತ್ತು.

ಮತ್ತೆ ಸಂಕಲ್ಪ, ಅರ್ಚನೆ, ಮಂಗಳಾರತಿ, ಹೂ ಹಣ್ಣಿನ ಪ್ರಸಾದದ ವಿನಿಯೋಗದ ನಂತರ ಹೊರಟರು. "ತಡವಾಯ್ತು. ನಮ್ಮ ಪೂಜೆಗೋಸ್ಕರ ಅಮಲೇಶ್ವರನನ್ನು ಕಾಯಿಸಿದಂತಾಯಿತು" ಎಂದರು ಆನಂದಮೂರ್ತಿಗಳು. ಅಂದು ನಡೆದಿದ್ದಕ್ಕೆ ಅರ್ಚಕರು ಪ್ರತ್ಯಕ್ಷ ಸಾಕ್ಷಿಗಳು. "ಪರವಾಗಿಲ್ಲ, ನಿಮ್ಮಂಥ ಭಕ್ತರ ಪೂಜೆಗೆ ಅಮಲೇಶ್ವರ ಖಂಡಿತ ಕಾಯ್ತಾನೆ. ಎಂಎಲ್ಎ ಕಡೆ ಜನ ಅಂದು ಹೆದರಿದ್ರು. ತಪ್ಪು ಅವರ ಕಡೆಯಿಂದ ಆದದ್ದು. ಅಲ್ಲಿ ಬೇರೆಯವರೇ ಇದ್ದಿದ್ದರೇ ದೊಡ್ಡ ರಂಪಾಟವೆ ನಡ್ದು ಹೋಗ್ತಾ ಇತ್ತು" ಅಂದಾಗ ಅದರ ಮುಂದುವರಿಕೆ ಯಾರಿಗೂ ಬೇಡವಾಗಿತ್ತು. "ಅದು ಆಕಸ್ಮಿಕವೆಂದ ಮೇಲೂ ಗಲಾಟೆ ಮಾಡಿಕೊಳ್ಳೋದು ಯಾಕೆ? ಸಮಯ ಹಾಳು. ಶಾಂತವಾದ ವಾತಾವರಣ ಹಾಳಾಗುತ್ತೆ. ಜೊತೆಗೆ ಸುತ್ತಲ ಪರಿಸರ ಮಾಲಿನ್ಯಗೊಳ್ಳುತ್ತೆ" ಎಂದರು. ಅದು ಅವರಿಗೆ ಸರಿಯೆನಿಸಿತು. "ನಮ್ಮ ಹುಡ್ಗೀ

ಅಮೆರಿಕಗೆ ಹೊರಟಿದ್ದಾಳೆ. ಆಶೀರ್ವಾದ ಮಾಡಿ" ಎಂದು ಮತ್ತೊಮ್ಮೆ ದೀರ್ಘದಂಡ ನಮಸ್ಕಾರ ಹಾಕಿ ಕಣ್ಣು ಮುಚ್ಚಿ ಧ್ಯಾನಿಸಿದರು ಆನಂದಮೂರ್ತಿಗಳು.

ಪಕ್ಕದಲ್ಲಿ ಬಂದು ನಿಂತ ಶ್ರೀ "ಅಪ್ಪ, ದೇವರಲ್ಲಿ ನಾನು ಬೇಡಿದೆ?" ಕೇಳಿದ. ಅವನಲ್ಲಿ ಎಣೆ ಇಲ್ಲದ ಕುತೂಹಲ. "ಸ್ವಂತಕ್ಕೆ ಇಲ್ಲಿ, ಸ್ವಾರ್ಥದಿಂದ ಮಕ್ಕಳ ಸಲುವಾಗಿ ಬೇಡುವ ಸ್ವಭಾವವಲ್ಲ" ಅಂದ ಕುತೂಹಲದಿಂದ. ಆನಂದಮೂರ್ತಿಗಳ ತುಟಿಗಳ ಮೇಲೆ ನಗು ತೇಲಿತು. ಅದು ಸತ್ಯವೇ!

"ಎಲ್ಲಾ ತಿಳಿದ ಸರ್ವಾಂತರ್ಯಾಮಿಯನ್ನು ಏನು ಬೇಡುವುದು? ನಮ್ಮ ಕವಿ ಕೆ.ಎಸ್. ನರಸಿಂಹ ಸ್ವಾಮಿಯವರು ತಮ್ಮ ಜನಪ್ರಿಯ ಮೈಸೂರು ಮಲ್ಲಿಗೆ ಕವನ ಸಂಕಲನದಲ್ಲಿ 'ಏನ ಬೇಡಲೀ?' ಅನ್ನೋ ಕವನದಲ್ಲಿ ದೇವರಿಗೆ ಹೇಳ್ತಾರೆ. 'ಎಲ್ಲವನ್ನು ಕೊಟ್ಟಿರುವೆ! ವಾದ ಬೇಡಾ, ಜಗವನೆನಗೆ ಬಿಟ್ಟಿರುವೆ! ಏಕೆ ಕಾಡಲಿ?' ನಿನ್ನ ಪ್ರಶ್ನೆಗೆ ಇದೇ ಉತ್ತರ ಎಂದರು" ತಂದೆಯ ಸ್ವಭಾವ ಬಲ್ಲ ಅವನು ಸುಮ್ಮನಾದ. ಹೌದು, ತಂದೆ ದೇವರನ್ನು ಚೆನ್ನಾಗಿ ಅರ್ಥ ಮಾಡಿಕೊಂಡಿದ್ದಾರೆ ಎಂದುಕೊಂಡ.

ಒಂದೆರಡು ದಿನ ಶುಭಂಕರನ ಜೊತೆಯಲ್ಲಿ ಉಳಿಯುಬೇಕೆನ್ನುವ ಏರ್ಪಾಟಿನಲ್ಲಿಯೇ ಹೊರಟಿದ್ದರು. ಸಿರಿ ಡೆವಲಪರ್ಸ್‌ನ 6ನೇ ಅಂತಸ್ತಿನಲ್ಲಿ ಒಂದು ಪ್ಲಾಟ್‌ನಲ್ಲಿ. ಲಿಫ್ಟ್‌ನ ವ್ಯವಸ್ಥೆ ಇತ್ತು. ಒಂದೆರಡು ಸಲ ಆನಂದಮೂರ್ತಿಗಳು ಬಂದು ಹೋಗಿದ್ದರು. ಹಲವು ಸಲ ಶ್ರೀ ಬಂದು ಹೋಗಿದ್ದ. ಆದರೆ ಸತ್ಯಭಾಮ, ಅಮಲ ಬರುತ್ತಿರುವುದು ಮೊದಲ ಸಲ ಮಾತ್ರ. ಮೊದಲೇ ಶ್ರೀ ತಿಳಿಸಿದ್ದರಿಂದ ಈ ಕೆಳಗಿನ ಆಫೀಸ್‌ನಲ್ಲಿ ಕೊಟ್ಟು ಹೋಗಿದ್ದ. ಅವನು ತುಸು ಡೀಸೆಂಟ್!

"ಇವತ್ತಾದ್ರೂ ರಜ ಹಾಕಿ ಇರಬಹುದಿತ್ತು" ಎಂದು ಸತ್ಯಭಾಮ ಗೊಣಗಿದರು. ಮಗನನ್ನು ನೋಡುವ ಕಾತುರ ಅವರಲ್ಲಿ ಅಷ್ಟೊಂದು ಇತ್ತು. ಇದಕ್ಕೆ ಮಿಕ್ಕವರು ಮೌನಿಗಳು.

ಇವರು ಹೋದಾಗ ಅಪಾರ್ಟ್‌ಮೆಂಟ್ ಬಾಗಿಲು ತೆಗೆದೇ ಇತ್ತು. ಟಿವಿಯಲ್ಲಿ ಒಂದು ತೆಲುಗು ಸಿನಿಮಾ ಓಡುತ್ತಿತ್ತು. ನೋಡುತ್ತ ಕೂತಿದ್ದ ಹೆಂಗಸು ಕೆಟ್ಟ ನಗೆ ಬೀರಿ ಟಿವಿ ಆಫ್ ಮಾಡಿ "ಪನಿ.. ಆಯಾ.." ಹೊರಟೇಬಿಟ್ಟಾಗ ಸತ್ಯಭಾಮಗೆ ತಬ್ಬಿಬ್ಬು "ಸರ್ವೆಂಟ್, ಅವ್ರ ಸಮಯಕ್ಕೆ ಅನುಸಾರವಾಗಿ ಬಂದು ಕೆಲ್ಸ ಮಾಡ್ಕೊಂಡ್ ಹೋಗ್ತಾರೆ. ಅವರ ಹತ್ರ ಒಂದು ಕೀ ಇರುತ್ತೆ." ವಿಭಾ ದಂಪತಿಗಳಿಗೆ ಹೊಸದಲ್ಲ. ಬಾತ್‌ರೂಂಗೆ ಹೋಗಿ ಪ್ರೆಷ್‌ಅಪ್ ಆಗಿ ಬಂದನಂತರ ಕೂತರು.

"ಮೊದ್ಲು ಕಿಚನ್, ಫ್ರಿಜ್‌ನ ಜೊತೆ ಡೈನಿಂಗ್ ಟೇಬಲ್ ಮೇಲೆ ಒಮ್ಮೆ ನೋಟ ಹರಿಸಿದರೆ ಮುಂದಿನ ಕಾರ್ಯಕ್ರಮ ಫಿಕ್ಸ್ ಆಗುತ್ತೆ. ಅಮ್ಮ ಸಾಕಷ್ಟು ತಂದಿದ್ದಾರೆ. ಸ್ವಲ್ಪ ಹೊಂದ್ಕೋಬೇಕು" ಅಮ್ಮನ ಭುಜದ ಮೇಲೆ ತಲೆಯೂರಿ ಹಾಸ್ಯ ಮಾಡಿದ ಶ್ರೀ. ಆಕೆ ಇನ್ನೂ ಚೇತರಿಸಿಕೊಂಡಿರಲಿಲ್ಲ. ವಿಭಾ ಹೋಗಿ ಎಲ್ಲರಿಗೂ ಕುಡಿಯಲು ನೀರು ತಂದುಕೊಟ್ಟು" ಅಕ್ಕ, ಈ ಪ್ಲಾಟ್‌ಗೆ ಬಂದಿದ್ದು ಮೊದಲ ಸಲ. ನೋಡ್ ಬನ್ನಿ.." ಎಂದು ಕಿಚನ್‌ಗೆ ಕರೆದೊಯ್ದರು. ಅಲ್ಲಿ ಕುಕ್‌ವೇರ್, ಓವನ್, ಎಲೆಕ್ಟ್ರಿಕ್

ಕುಕ್ಕರ್, ಬಳಸಬಹುದಾದ ಪಾತ್ರೆಗಳ ಜೋಡಣೆ ಇತ್ತು. "ಇದೆಲ್ಲ ಶುಭ ಕೊಂಡಿದ್ದಾ?" ಕೇಳಿದರು.

"ಮೋಸ್ಟಲಿ' ಇಲ್ಲ, ಅದೆಲ್ಲಾ ಆರೇಂಜ್‌ಮೆಂಟ್ಸ್ ಓನರ್‌ದೇ. ಎಲ್ಲಾ ಸೇರಿಸಿಯೆ ರೆಂಟ್ ಕೊಡಬೇಕಾಗುತ್ತೆ. ಅಕಸ್ಮಾತ್ ಖಾಲಿ ಮಾಡೋವಾಗ ಎಲ್ಲಾ ಬಿಟ್ಟು ಬಟ್ಟೆ ಬರೆಯ ಲಗೇಜ್ ಹಿಡಿದು ಹೋಗಬಹ್ದು. ಈ ವ್ಯವಸ್ಥೆ ಇಲ್ಲಿಗೂ ಕಾಲಿಟ್ಟಿದೆ" ಎಂದರು. ಸತ್ಯಭಾಮ ಕೂಡ ಡಿಗ್ರಿ ಮಾಡಿದವರೇ ಇದೆಲ್ಲಿ ಎಲ್ಲೋ ಇದೇಂತ ತಿಳಿದಿದ್ದು. ಈಗ ಅವರ ಮುಂದೇನೆ ಇತ್ತು.

ಡೈನಿಂಗ್ ಟೇಬಲ್ ಮೇಲೆ ಎರಡು ಮೂರು ತರಹದ ಪಿಕಲ್ ಬಾಟಲ್, ಟೊಮಾಟೋ ಕೆಚಪ್, ಜೊತೆಗೆ ಅದೂ ಇದೂ ಅಂಥದ್ದು ಇತ್ತು. ಆಕೆಗೆ ಸಂತೋಷದ ಜೊತೆ ಅವನೇ ಅಡಿಗೆ ಕೂಡ ಮಾಡಿಕೊಳ್ಳಬೇಕಲ್ಲ ಅಂದುಕೊಂಡರು. ಈಗಾಗಲೇ ಹುಳಿಯನ್ನ, ಮೊಸರನ್ನ ಅಂಥದೆಲ್ಲ ಪಾರ್ಸಲ್ ಆಗಿ ಬಂದಿದ್ದರಿಂದ ಊಟ ಮುಗಿಸಿಕೊಂಡರು. ಆನಂದಮೂರ್ತಿಗಳು ಸೋಫಾ ಮೇಲೆಯೆ ಮಲಗಿದರು.

"ಅರೇ, ರೂಮುಗಳನ್ನು ನೋಡಿಲ್ಲ" ಎಂದು ಸತ್ಯಭಾಮ ಬಲಗಡೆಯ ರೂಮಿನ ಬಾಗಿಲು ತೆಗೆದುಕೊಂಡು ಒಳ ಹೋದವರು ದಿಗ್ಭ್ರಾಂತರಾದರು. ಅದ್ಭುತವಾದ ಪರ್‌ಫ್ಯೂಂ ಘಮಲು. ಹೆಣ್ಣು ಮಕ್ಕಳು ತೊಡೋ ಮ್ಯಾಕ್ಸಿ ಅಂಥಿದ್ದನ್ನು ಮಂಚದ ಮೇಲೆ ಬಿದ್ದಿತ್ತು. ಆಕೆಗೆ ತಲೆ ಬಿಸಿಯಾಗಿ ಕಬೋರ್ಡ್‌ಗಳನ್ನು ಓಪನ್ ಮಾಡಿದರು. ಒಂದು ಕಬೋರ್ಡ್ ತುಂಬ ಹೆಣ್ಣು ಮಕ್ಕಳು ತೊಡೋ ಉಡುಪುಗಳು. ಅಲ್ಲಿ ಸೀರೆ ಅಂಥದ್ದೇನು ಇರಲಿಲ್ಲ. ಎಲ್ಲಾ ರೀತಿಯ ಡ್ರೆಸ್‌ಗಳ ಜೊತೆ ಟೀಷರಟುಗಳು, ಜೀನ್ಸ್ ಅಂಥದೆಲ್ಲ ತುಂಬಿಕೊಂಡಿತ್ತು. ನೋಡಿಯೇ ಅದನ್ನೆಲ್ಲ ಹೆಣ್ಣು ಮಕ್ಕಳು ಧರಿಸುವಂಥದ್ದು ಎಂದುಕೊಂಡರು.

ಒಂದು ರೀತಿಯ ಷಾಕ್. ಪ್ರೇಮ ಹೆಣ್ಣು, ಗಂಡುಗಳನ್ನು ಹದ್ದುಬಸ್ತಿನಲ್ಲಿ ಇರಿಸುತ್ತೆ. ಕಾಮ ಮಾತ್ರ ವಿಜೃಂಭಿಸುತ್ತೆ. ಪೇಚಾಟದಿಂದಲೇ ಹೊರಬಂದರು ಸತ್ಯಭಾಮ. ಅದನ್ನು ಈಗಾಗಲೇ ವಿಭಾ ನೋಡಿದ್ದರು. ಹೆಣ್ಣು ಮಕ್ಕಳು ಬಳಸೋ ಪ್ಯಾಡ್‌ನಿಂದ ಹಿಡಿದು ಲಿಪ್‌ಸ್ಟಿಕ್ ಫರ್‌ಫ್ಯೂಮ್‌ಗಳ ದೊಡ್ಡ ಸಂಗ್ರಹಣೆ ಇತ್ತು.

"ಅಕ್ಕ, ಇಂಥದೆಲ್ಲ ಮಾಮೂಲಿ! ಪ್ಲಾಟ್‌ನ ಇನ್ನೊಬ್ಬರ ಜೊತೆ ಷೇರ್ ಮಾಡ್ಕೊಂಡ್ ಇರ್ಬೇಕು. ಒಂದು ಕಾಲಕ್ಕೆ ಇದು ನಮ್ಮ ಸಂಸ್ಕೃತಿಯಾಗಿರಲಿಲ್ಲ" ವಿಭಾ ಮಾತುಗಳಿಗೆ ಆಕೆ ಪ್ರತಿಕ್ರಿಯಿಸಲಿಲ್ಲ. ನಿಜವಾಗಿ ಇಷ್ಟವಾಗಲಿಲ್ಲ. "ಬಹುಶಃ ನಾವು ಶುಭಂಗೆ ಮೊದಲೊಂದು ಮದ್ವೆ ಮಾಡಿ ಮುಗ್ಸಬೇಕಿತ್ತು. ಶ್ರೀ ಮತ್ತು ಶುಭನ ವಯಸ್ಸಿನಲ್ಲಿ ಬರೀ ಎರಡ್ವರ್ಷದ ಅಂತರವಷ್ಟೇ" ಗೊಣಗಿದರು. "ಆಗುತ್ತೆ ಶ್ರೀಗೆ ಹೆಣ್ಣನ್ನ ನೀವ್ ಹುಡ್ಕೀ, ಶುಭ ಅವ್ನ ಮೆಂಟಾಲಿಟಿ, ಲೈಫ್ ಸ್ಟೈಲಿಗೆ ಅನುಗುಣವಾದ ಹುಡ್ಗೀನ ಹುಡುಕಿಕೋ ತಾನೇ" ಸಮಾಧಾನ ಮಾಡಿದರು ವಿಭಾ. ಆದರೆ ಆಕೆಯ ಒಳಗುದಿಯೇನು ಕಡಿಮೆಯಾಗಲಿಲ್ಲ.

ದಿಢೀರ್ ಅಡಿಗೆಗೆ ಬೇಕಾದ ಪದಾರ್ಥಗಳ ಪ್ಯಾಕೆಟ್‌ಗಳು ಇದ್ದುದ್ದರಿಂದ ಅಡಿಗೆ ಸುಲಭವೆನಿಸಿತು. ಆನಂದಮೂರ್ತಿಗಳು ಸೇರಿದಷ್ಟು ತಿಂದು ಅಡ್ಡಾಡಿದರು. ಮಗ

ತಮ್ಮ ನಿರೀಕ್ಷೆಗಿಂತ ಹೆಚ್ಚಿಗೆ ಮುಂದುವರಿದಿದ್ದಾನೆನ್ನುವುದು ಅವರ ಅರಿವಿಗೆ ಬಂತು.

ಹನ್ನೊಂದರ ಸುಮಾರಿಗೆ ಶುಭಂಕರ ಬಂದ. ಆರು ತಿಂಗಳಿಂದ ಊರಿನ ಕಡೆ ಮುಖ ಹಾಕಿರಲಿಲ್ಲ. ಎರಡು ಸಲ ಬಂದಾಗಲೂ ಸಿಕ್ಕಿರಲಿಲ್ಲ. ಕಣ್ಣಿಗೆ ಕನ್ನಡಕ, ಮೇಲೊಂದು ಜಾಕೆಟ್. ಮುಖದಲ್ಲಿ ಗೆಲುವಿರಲಿಲ್ಲ. ಇವರನ್ನು ನೋಡಿ ಕೂಡ ಸಂತೋಷ ಮೂಡದಿದ್ದಾಗ, ಎಲ್ಲರಲ್ಲೂ ತಳಮಳ.

"ಅರೇ, ಹುಷಾರಾಗಿದ್ದೀಯ?" ಗಾಬರಿಯಾದರು ಸತ್ಯಭಾಮ. ನೀರಿಡಿದು ಹೋದ ಅಮಲ "ಕುಡಿದು ಅಮ್ಮನ ಮಾತಿಗೆ ಉತ್ತರಿಸು" ಅಂದು ಬ್ಯಾಗ್ ಕಿತ್ತುಕೊಂಡಾಗ "ಏಯ್, ಅಮಲೇಶ್ವರದ ರಾಜಕುಮಾರಿ, ಹೇಗಿದ್ದೀ!" ಅವಳನ್ನೇ ಎತ್ತಿಕೊಂಡು ಒಂದು ಸುತ್ತು ತಿರುಗಿಸಿಬಿಟ್ಟಾಗ ಎಲ್ಲರ ಮುಖಗಳ ಮೇಲಿದ್ದ ಗಂಭೀರತೆ ಏಕಾಏಕಿ ಮಾಯವಾಯಿತು. ಕೆಳಗಿಳಿಸಿ ಅಪ್ಪಿಕೊಂಡು "ಮೈಡಿಯರ್ ಸಿಸ್ಟರ್, ನಿನ್ನಂಥ ಹುಡ್ಗೀನ ಸಿಟಿಯಲ್ಲಿ ನೋಡೋಕೆ ಸಾಧ್ಯವೇ ಇಲ್ಲ. ಎಲ್ಲಾ ಮಾಡ್ ಡ್ರೆಸ್‌ಗಳು, ಕೃತಕ ನಗು, ಲೈಫ್ ಒಂದು ತರಹ ಬೋರಿಂಗ್. ಚಿಕ್ಕಂದಿನ ದಿನಗಳೇ ಚೆನ್ನಾಗಿತ್ತು." ಬಡಬಡ ಮಾತಾಡಿದಾಗ ವಾತಾವರಣದಲ್ಲಿ ಒಂದಿಷ್ಟು ಟೆನ್‌ಷನ್ ಕಡಿಮೆ ಆಯಿತು. ವಿಭಾ ಎದ್ದು ಹೋಗಿ ಜ್ಯೂಸ್ ತಂದು ಕೊಟ್ಟು "ಹೇಗಿದ್ದೀ. ಶುಭಾ..." ಕೇಳಿದರು. "ಹಾಯ್, ಸಾರಿ ಚಿಕ್ಕಮ್ಮ, ನೀವು ಬಂದಿದ್ದು ತಿಳಿದಿದ್ರು ಬರೋಕ್ಕಾಗಿಲ್ಲ. ಪ್ರತಿಯೊಬ್ರು ಸ್ವಂತಕ್ಕೊಂದು ಬದ್ಕು ಸೃಷ್ಟಿಸಿಕೊಂಡು ಬಿಟ್ಟಿರುತ್ತಾರೆ. ಅದ್ಕೇ ಬೇರೆಯವ್ರಿಗೆ ಜಾಗವಿಲ್ಲ" ಎಂದ. ಅವನ ಮಾತು ಯಾರಿಗೂ ಸ್ಪಷ್ಟವಾಗಿ ಅರ್ಥವಾಗಲಿಲ್ಲ.

ಇಬ್ಬರು ಅಣ್ಣಂದಿರ ಪ್ರೀತಿಯ ತಂಗಿ ಅಮಲ. ಮೂವರು ಸೇರಿದರೆ ಒಂದು ಅದ್ಭುತವಾದ ಜಗತ್ತನ್ನು ಸೃಷ್ಟಿಸಿಕೊಂಡು ಬಿಡುತ್ತಾರೆ. ಅದನ್ನು ಅತ್ಯಂತ ಸಂತೋಷದಿಂದ ಆಸ್ವಾದಿಸುವ ಆನಂದಮೂರ್ತಿ ಸತ್ಯಭಾಮ ನಿತ್ಯ ಸುಖಿಗಳು.

ಇಂದು ಅಮ್ಮನ ಕೈ ಊಟ ಹೊಟ್ಟೆ ತುಂಬ ಮಾಡಿದ. ನಿತ್ಯ ಏನೋ ತಿನ್ನುವುದು, ಕೆದಕುವುದು ತಟ್ಟೆಗೆ ಹಾಕಿಕೊಂಡಿದ್ದನ್ನು ಕಸದ ತೊಟ್ಟಿಗೆ ಸುರಿಯುವುದು. ಹೆಚ್ಚು ಕಡಿಮೆ ಪ್ರತಿನಿತ್ಯದ ವಿಧಿ. ವಿಭಾಗಿಂತ ಸತ್ಯಭಾಮ ಮನದಲ್ಲಿ ಸಾಕಷ್ಟು ಪ್ರಶ್ನೆಗಳು ಇದ್ದವು. ಆನಂದಮೂರ್ತಿಗಳು 'ಬಾ ಮಾತನಾಡೋಣ' ಎಂದು ಮುಂದಿನ ಬಾಲ್ಕನಿಗೆ ಕರೆದೊಯ್ದು "ಕೂತ್ಕೋ.." ಎಂದು ಅವನೆದರು ಕೂತು "ಯಾವ್ದೇ ಒತ್ತಡವಿರ್ಲಿಲ್ಲ. ಎಲ್ಲಾ ನಿನ್ನ ಆಯ್ಕೆಯೇ ಆಗಿತ್ತು. ನಿನ್ನ ನೋಡಿದಾಗ ಹೆಮ್ಮೆ ಅನಿಸಬೇಕಿತ್ತು. ಸಹಾನುಭೂತಿ ಮೂಡುತ್ತಿದೆ. ತುಂಬಾ ನೋವಿನ ವಿಚಾರ ಶುಭ. ಸ್ವಾಮಿ ವಿವೇಕಾನಂದರು ಪದೇ ಪದೇ ಅವಕಾಶ ಸಿಕ್ಕಾಗಲೆಲ್ಲ ಒಂದು ಮಾತು ಹೇಳುತ್ತಿದ್ದರು. My faith is in younger generation, they will workout problems like lion. ಅರ್ಥವಾಗಿರಬೇಕಲ್ಲ. ನನ್ನ ವಿಶ್ವಾಸವೆಲ್ಲವು ಯುವ ಪೀಳಿಗೆಯಲ್ಲಿದೆ. ಹೇಗೆ ಸಿಂಹ ಕ್ಲಿಷ್ಟ ಸನ್ನಿವೇಶವನ್ನು ಸಮರ್ಥವಾಗಿ ಎದುರಿಸುತ್ತದೆಯೋ ಅಷ್ಟೇ ಸಮರ್ಥವಾಗಿ ಅವರು ಕಾರ್ಯ ನಿರ್ವಹಿಸಬಲ್ಲರು. ಯುವಕರು ಸಕ್ರಿಯವಾಗಿ ಸಮಾಜದಲ್ಲಿ ತಮ್ಮನ್ನು ತೊಡಗಿಸಿಕೊಂಡಾಗ 'ಯೂತ್ ಪವರ್' ಅನ್ನೋಕೆ ನಿಜವಾದ ಅರ್ಥ. ಉತ್ತಮ ಚಾರಿತ್ರ್ಯ ಮುಖ್ಯವಾಗುತ್ತೆ. ಶಾರೀರಿಕ ಅಭಿವೃದ್ಧಿ, ಜ್ಞಾನದ ಅಭಿವೃದ್ಧಿ,

ನೈತಿಕ ಮೌಲ್ಯವೆಂಬ ತರಬೇತಿ ಚಾರಿತ್ರ್ಯ ನಿರ್ಮಾಣಕ್ಕೆ ಮುಖ್ಯ ಆಧಾರಸ್ತಂಭಗಳು. ಇದನ್ನೇ ಬಹಳ ಸಲ ಸ್ವಾಮಿ ವಿವೇಕಾನಂದರು ಒತ್ತಿ ಒತ್ತಿ ಹೇಳುತ್ತಿದ್ದುದ್ದು. ಇದನ್ನು ಯೂತ್ ಜನರೇಷನ್ ಅರ್ಥ ಮಾಡ್ಕೋಬೇಕು. ಇದ್ರಿಂದ ದೇಶ, ಸಮಾಜ ತಮ್ಮ ಪಾಡಿಗೆ ತಾವು ಉದ್ಧಾರವಾಗುತ್ತೆ. ಬಹುಶಃ ಇವು ಮೂರನ್ನು ಕಳೆದುಕೊಂಡಂಗೆ ಕಾಣ್ತೀಯ" ಎಂದವರ ಕಣ್ಣುಗಳಲ್ಲಿನ ಕಂಬನಿಯನ್ನು ಕಂಡವನೆ ಅವರ ಕಾಲುಗಳನ್ನು ಗಟ್ಟಿಯಾಗಿ ಹಿಡಿದುಕೊಂಡು ತೊಡೆಯ ಮೇಲೆ ಮುಖ ಮುಚ್ಚಿಕೊಂಡು ರೋದಿಸತೊಡಗಿದ. ಕಣ್ಣೀರು ತೊಡೆದುಕೊಂಡು ಮಗನ ತಲೆಯ ಮೇಲೆ ಕೈ ಇಟ್ಟರು. 'ಶಕ್ತಿಯೆ ಬದುಕು, ದುರ್ಬಲತೆಯೆ ಮರಣ' ಇದು ಸ್ವಾಮಿ ವಿವೇಕಾನಂದರ ಮಾತು. ಅವರು ಅರ್ಥೈಸುವ ರೀತಿಯಲ್ಲಿ ಶಕ್ತಿಯೆಂದರೆ ಆತ್ಮವಿಶ್ವಾಸ" ಎಂದರು. ಅವನು ತುಟಿ ಬಿಚ್ಚಲಿಲ್ಲ.

"ಶುಭ ಏನಾದ್ರೂ ಪ್ರಾಬ್ಲಮ್ಮ?" ನಿಧಾನವಾಗಿ ವಿಚಾರಿಸಿದರು. ಅವರ ಕೈ ಅವನನ್ನು ಸಂತೈಸುವಂತೆ ತಲೆಯ ಮೇಲಿತ್ತು. ಕನಿಷ್ಟ ತೂಕದಲ್ಲು ಕೂಡ ಒಂದು ಐದಾರು ಕೆ.ಜಿ. ಯಾದರೂ ಕಡಿಮೆಯಾಗಿದ್ದ. ಬಿಳುಚಿಕೊಂಡ ಮುಖ, ಕಣ್ಣಿಗೆ ಕನ್ನಡಕ, ಕಣ್ಣುಗಳಲ್ಲಿ ಆತ್ಮವಿಶ್ವಾಸದ ಕೊರತೆ. ಅರ್ಧ ಗಂಟೆಯ ನಂತರ ನಿಧಾನವಾಗಿ ತಲೆಯೆತ್ತಿದ "ಕಾಲೇಜು ಮೆಟ್ಟಲು ಹತ್ತಿದ ಕೂಡಲೆ ನಂಗೆ ಚಿಕ್ಕಪ್ಪ ಆದರ್ಶವಾದ. ನನ್ನ ಮನದಾಸೆ ಐ.ಟಿ. ಕಂಪನಿಯಲ್ಲಿ ಕೆಲ್ಸ ಮಾಡುವುದು, ಮುಂದೆ ವಿದೇಶಕ್ಕೆ ಹಾರೋದು. ನನ್ನ ಇಂಜಿನಿಯರಿಂಗ್ ಸರ್ಟಿಫಿಕೇಟ್ ಕೈಗೆ ಸಿಗುವ ಮುನ್ನವೆ ಏಳನೆ ಸೆಮಿಸ್ಟರ್‌ನಲ್ಲಿಯೆ ಕ್ಯಾಂಪಸ್ ಸೆಲೆಕ್ಷನ್. ಒಳ್ಳೆಯ ಕಂಪನಿಗೆ ಆಯ್ಕೆ. ಆಕರ್ಷಕ ಸಂಬಳದ ಆಫರ್. ಎಲ್ಲಾ ಅದ್ಭುತವೆನಿಸಿತು. ಈಗ ಎಲ್ಲಾ ಖಾಲಿ... ಖಾಲಿ... ಅನ್ನಿಸ್ತಾ ಇದೆ." ಮತ್ತೆ ಕಣ್ಣೀರು ಸುರಿಸಿದಾಗ ಸಂತೈಸಿದರು.

ಇಂಥ ಸೂಕ್ಷ್ಮತೆ ಎಲ್ಲರ ಜೀವನದಲ್ಲಿ ಎದುರಾಗುವಂಥದ್ದೆ. ಮೆಟ್ಟಿ ನಿಲ್ಲಬೇಕು. ಅಪ್ಪ, ಮಗ ಸಾಕಷ್ಟು ಹೊತ್ತು ಮಾತಾಡಿದರು. ಯಾರು ಅತ್ತ ತಲೆ ಹಾಕಲಿಲ್ಲ. ಐ.ಟಿ. ಎಲೆಕ್ಟ್ರಾನಿಕ್, ಕಂಪ್ಯೂಟರ್ ಇಂಜಿನಿಯರ್ ಬಗ್ಗೆ ಯುವ ಪೀಳಿಗೆಯ ಕನಸು. ಮಾಹಿತಿ ತಂತ್ರಜ್ಞಾನ ಯುವ ಪೀಳಿಗೆಯನ್ನು ಬದುಕು ಕಟ್ಟಿಕೊಳ್ಳಲು ಪ್ರೇರೇಪಿಸಿದ್ದುಂಟು. ಸಾಕಷ್ಟು ನೆರವನ್ನು ನೀಡಿದ್ದುಂಟು.

ಆ ವೇಳೆಗೆ ಒಂದು ಸಣ್ಣ ಗಲಾಟೆ ಕೇಳಿ ಅಪ್ಪ, ಮಗ ಒಳಗೆ ಹೋದರು. ಅಲ್ಲಿ ಟೈಟ್ ಪ್ಯಾಂಟ್. ಟೀ ಷರಟು ಧರಿಸಿದ ಬಿಚ್ಚುಕೂದಲಿನ ರಮಣಿ ನಿಂತು ಕೂಗಾಡುತ್ತಿದ್ದಳು. ಇದು ಎಲ್ಲರ ಊಹೆ ಕೂಡ ಆಗಿದ್ದರಿಂದ ಯಾರೇನು ವಿಚಲಿತರಾಗಿರಲಿಲ್ಲ. ಹೆಚ್ಚು ಟೆನ್‌ಷನ್‌ಗೆ ಒಳಗಾಗಿದ್ದು ಸತ್ಯಭಾಮ.

"ವಾಟ್ ನಾನ್‌ಸೆನ್ಸ್, ನನ್ನ ರೂಮು ಬ್ಯಾಗ್ಸು ಓಪನ್ ಆಗಿದೆ. ನಂಗೆ ಇದೆಲ್ಲ ಇಷ್ಟವಾಗೋಲ್ಲ. ಇವರೆಲ್ಲ... ಯಾರು?" ದೊಡ್ಡ ದನಿಯ ಕೂಗಾಟ, ಮೊದಲು ನಂದನ್ ಎದ್ದು ಇಂಗ್ಲಿಷ್ ಭಾಷೆಯಲ್ಲಿ ಸಮಾಧಾನ ಮಾಡತೊಡಗಿದರು. "ಯೂ ಷಟ್...." ಎಂದು ರೂಮಿನೊಳಕ್ಕೆ ಹೋದಳು. "ಅವ್ಳು ಯಾರು, ಏನು? ಇಲ್ಲಿನ ಸಂಬಂಧವೇನು? ಯಾವ್ದೂ ತಿಳಿಯದೇ ಮಾತಾಡೋದು ಬೇಡ. ಮೊದ್ಲು

ಶುಭನ್ನ ಕೇಳ್ಬೇಕು" ಅಂದರು ಸಮಾಧಾನದಿಂದಲೇ.

ಸತ್ಯಭಾಮ ಮಿದುಳಿಗೆ ಮಿಂಚಿನ ಸ್ಪರ್ಶವಾದಂತೆ ಚಿತ್ರ ವಿಚಿತ್ರವಾದ ದೃಶ್ಯಗಳು ಬಂದು ತುಂಬಿಕೊಂಡವು. ಅವಳು ರೂಮಿನೊಳಗಿಂದ ಕೂಗಾಡುತ್ತಲೇ ಇದ್ದಳು. ಎಲ್ಲರ ನೋಟ ಶುಭಕರನತ್ತ ಹೊರಳಿತು.

"ಅವ್ಳು ನಿನ್ನ ಕೊಲೀಗಾ? ಅಥ್ವಾ ಫ್ರೆಂಡಾ? ಇಲ್ಲಿ ಈ ಪ್ಲಾಟ್‌ನ ನೀವಿಬ್ರೂ ಷೇರ್ ಮಾಡ್ಕೋತಾ ಇದ್ದೀರಾ? ಸ್ವಲ್ಪ ಕೂಡ ಸೌಜನ್ಯ ಇಲ್ಲ. ನಾಲ್ಕು ತಟ್ಟಿ ಬಿಡೋಣಾಂತ ಅನ್ನಿಸ್ತು. ಆನಂದಮೂರ್ತಿಗಳ ಮಗ ಅನ್ನೋದು ನೆನಪಿಗೆ ಬಂದ್ಮೇಲೆ ಸುಮ್ಮನಾದೆ. ಏನೋ.... ಇದು?" ಸ್ವಲ್ಪ ಗಡುಸಾಗಿಯೆ ಕೇಳಿದ ಶ್ರೀ. ಇಷ್ಟೆಲ್ಲ ಕುಲಗೆಟ್ಟು ಹೋಗೋಕೆ, ಇಲ್ಲಿಗೆ ಬರಬೇಕಿತ್ತಾ? ಎಂದುಕೊಂಡ. ಶುಭಕರ ಬಲವಂತದಿಂದ ಉಗುಳು ನುಂಗಿ "ನನ್ನ ಕೊಲೀಗ್ ಆಗಿದ್ಲು. ಕೆಲ್ಸದಿಂದ ತೆಗ್ದು ಬಿಟ್ರು. ಹೊಸ ಕೆಲ್ಸದ ಅನ್ವೇಷಣೆಯಲ್ಲಿ ಇದ್ದಾಳೆ. ಹೇಳ್ದೇ ಕೇಳ್ದೇ ಲಗೇಜ್ ಹಿಡ್ದು ಬಂದು ಕೂತಿದ್ದಾಳೆ. ಹೇಗೆ ಹೊರ್ಗೇ... ಕಳಿಸೋದೂಂತ" ರಾಗ ಎಳೆದ. ಅಸಹಾಯಕತೆ ಇಣಕಿತು ಅವನಲ್ಲಿ.

"ದಿಸ್ ಈಸ್ ನಾಟ್ ಗುಡ್" ವಿಭಾ ಮುಖ ತಿರುವಿದಳು. ವಿದೇಶದಲ್ಲಿದ್ದ ಆಕೆಗೂ ಇಷ್ಟವಾಗಿರಲಿಲ್ಲ. "ಕನಿಷ್ಟ ನಮ್ಗೇ ಒಂದ್ಮಾತು ತಿಳಿಸೋದು ಬೇಡ್ವಾ? ಎಷ್ಟೇ ಆಗ್ಲಿ, ಇದು ಭಾರತ ಕಣ್ರೋ, ಲಿವಿಂಗ್ ಟು ಗೆದರ್ ಎಂಥೆಂಥ ಸಂಬಂಧಗಳೋ ಷುರುವಾಗಿದೆ. ಅವೆಲ್ಲ ಆಗಿ ಬರೋಲ್ಲ. ಕಷ್ಟ ಅಂದರೆ ಒಂದಿಷ್ಟು ಹಣಕಾಸು ಸಹಾಯ ಮಾಡು. ಭೂತನ ತಂದು ಮನೆಯಲ್ಲಿ ಇಟ್ಕೊಂಡಂಗೆ ಆಗಿದೆ" ರೇಗಾಡಿದರು. ಆನಂದಮೂರ್ತಿಗಳ ಮುಖದ ಮೇಲೆ ಅಪರೂಪಕ್ಕೆ ಮಂದಹಾಸ ಮಾಯವಾಗಿತ್ತು. ಈ ಬೆಳವಣಿಗೆ ಅವರಿಗೂ ಸರಿಯೆನಿಸಲಿಲ್ಲ. ತಮ್ಮನ ಕಡೆ ನೋಡಿದರು. "ಅಲ್ಲಿ ಇದೆಲ್ಲ ಹೊಸದಲ್ಲ. ಇಲ್ಲಿ, ಯಾಕೋ ಸರಿಯೆನಿಸೋಲ್ಲ. ಹುಡ್ಗೀ ತೀರಾ ಬೋಲ್ಡ್ ಹಂಗೆ ಕಾಣ್ತಾಳೆ. ಶುಭನ ಕುಸಿತಕ್ಕೆ ಮೋಸ್ಟ್ಲೀ ಇವಳೇ ಕಾರಣ ಅನಿಸುತ್ತೆ. ಮೊದ್ಲು ಶುಭ ಕೂಡ ತೀರಾ ಸಾಫ್ಟ್ ಇರ್ಲಿಲ್ಲ. ಈಗ ತೀರಾ ಮೃದುವಾದಂಗೆ ಕಾಣ್ತಾನೆ. ಎನೀ ವೇ... ಬೇಗ ಸಾಲ್ವ್ ಆಗ್ಬೇಕು ಈ ಪ್ರಾಬ್ಲಮ್" ಎಂದರು ನಂದನ್. 'ಈಗ ಯುವಕರಿಗಿಂತ ಯುವತಿಯರು ಬೋಲ್ಡ್! ತಮ್ಮ ಕಂಫರ್ಟ್‌ಗಾಗಿ ಯಾವ ಲೆವಲ್‌ಗೆ ಬೇಕಾದರೂ ಇಳಿದುಬಿಡ್ತಾರೆ. ಇದು ಕೆಲವರ ಅಭಿಪ್ರಾಯ. ಅದಕ್ಕೆ ಅವರದೆ ಕನಸುಗಳು ಇವೆ. ಆದರೆ ಭವ್ಯ ಭಾರತದ ಕನಸುಗಳನ್ನು ನನಸು ಮಾಡಲು ಹೊರಟಿರುವ ನಮ್ಮ ಪ್ರಧಾನಿ ಮೋದಿಯವರ ಪತ್ನಿ ಎಂಥ ಸಾಧ್ವಿ, ಋಷಿ ಸದೃಶ ಜೀವನ ಆಕೆಯದು.

ವಿಷಯ ಎದುರಿಗಿತ್ತು. ಎಲ್ಲಾ ಕೂಡಿ ಡಿಸ್‌ಕಷನ್ ಏನು ಬೇಕಿರಲಿಲ್ಲ. ಆನಂದಮೂರ್ತಿಗಳು ಹೆಂಡತಿಯ ಕಡೆ ನೋಟ ಹರಿಸಿ "ಅಡಿಗೆ ಉಳಿದಿದ್ದರೆ...... ಬಡ್ಸು" ಎಂದರು. ಆಕೆಗೆ ಅರ್ಥವಾಗಿತ್ತು. "ಪ್ಲೀಸ್ ಬೇಡ, ಅಮ್ಮ ಅವಮಾನದ ಪಾಲಾಗುವುದು ನಂಗಿಷ್ಟವಿಲ್ಲ" ಶ್ರೀ ವಿರೋಧಿಸಿದ. ಮಕ್ಕಳ ಮಾತುಗಳಿಗೆ ಸದಾ ಗೌರವ ಕೊಡುವ ಆನಂದಮೂರ್ತಿಗಳು ವಿರೋಧಿಸಲು ಹೋಗಲಿಲ್ಲ. "ಶುಭ ಹೋಗಿ ಆ ಮಗುನ ಕೂಗು" ಅಂದರು. ಅವನು ಹಿಂಜರಿದ. "ಅವ್ಳು ಹೊರ್ಗಡೆ

ಊಟ ತಿಂಡಿ ಮಾಡ್ಕೋತಾಳೆ. ಕೆಲವೊಮ್ಮೆ ತಾನೇ ಮಾಡ್ಕೋತಾಳೆ" ಕರೆಯುವುದು ಬೇಡವೆಂದು ಬೇರೆ ರೀತಿಯಲ್ಲಿ ಹೇಳಿದ. ಅರ್ಥ ಮಾಡಿಕೊಂಡು ಸುಮ್ಮನಾದರು.

ಒಂದೆರಡು ದಿನ ಉಳಿಯುವ ಸಲುವಾಗಿಯೆ ಬಂದಿದ್ದರು. ಅವಕಾಶವಿತ್ತು. ಫ್ಲಾಟ್ ದೊಡ್ಡದೇ. ರೂಮುಗಳು ವಿಶಾಲವಾಗಿತ್ತು.

"ನಾನು ಇಲ್ಲಿ ಮಲಗ್ತೀನಿ" ಆನಂದಮೂರ್ತಿಗಳು ಹಾಲ್‌ನಲ್ಲಿದ್ದ ದಿವಾನದ ಮೇಲೆ ಮಲಗಿದರು. ನಂದನ್‌ನಿಂದ ಹಿಡಿದು ಅಮಲವರೆಗೂ ಎಲ್ಲ ರೂಮು ಸೇರಿದರು. ಮಾತು, ತಮಾಷೆಯಲ್ಲಿ ಶುಭ ಕೂಡ ಗೆಲುವಾದ. ಅಮಲ ಅಣ್ಣಂದಿರನ್ನು ಛೇಡಿಸುತ್ತ ನಗುತ್ತಿದ್ದ ಹಿರಿಯರು ಅದರಲ್ಲಿ ಭಾಗಿ "ಎಷ್ಟು ಮಾತಾಡ್ತಾಳೆ ನೋಡು ನಿನ್ನ ಮಗ್ಳು" ಎಂದರು ಸತ್ಯಭಾಮ ಅಮಲಳತ್ತ ಮೆಚ್ಚಿಗೆಯ ನೋಟ ಹರಿಸುತ್ತ. ವಿಭಾ ಮನದುಂಬಿ ನಗೆ ಬೀರಿದರು. ಅದಕ್ಕೆ ಕಾರಣ ನೀವೇ ಎನ್ನುವಂಥ ಭಾವ ಕಣ್ಣುಗಳಲ್ಲಿತ್ತು. ಆ ಸಮಯಕ್ಕೆ ಬಿರುಗಾಳಿಯಂತೆ ನುಗ್ಗಿ ಬಂದ ರೋಮಾ"ಸ್ಟಾಪ್ ಇಟ್, ಸ್ವಲ್ಪ ಕೂಡ ಕಾಮನ್‌ಸೆನ್ಸ್ ಇಲ್ವಾ? ಇಷ್ಟೊಂದು ಗಲಾಟೆ ಮಾಡ್ತೀರಾ? ಐ ಕಿಕ್ ... ನಿಮ್ಮನ್ನೆಲ್ಲ ಹೊರ್ಗೇ ದಬ್ಬಿಬಿಡ್ತೀನಿ" ಜೋರಾಗಿ ಕೂಗಾಡಿದಾಗ, ಎಲ್ಲಾ ಸ್ತಬ್ಧರಾದರು. ಕಕ್ಕಾಬಿಕ್ಕಿಯಾದ ಶುಭಕರ "ಪ್ಲೀಸ್ ಯು ಗೋ, ಇವ್ರು ನನ್ನ ಪೇರೆಂಟ್ಸ್" ಏನೇನೋ ಹೇಳ್ಲೋಕೆ ಷುರು ಮಾಡಿದರೂ ಅವಳು ಸಮಾಧಾನಗೊಳ್ಳಲಿಲ್ಲ. ಮೇಲೆದ್ದ ಶ್ರೀ "ಪ್ಲೀಸ್ ಮೇಡಮ್, ತಾವು ರೂಮಿಗೆ ಹೋಗಿ ಬೆಳಿಗ್ಗೆ ಈ ಬಗ್ಗೆ ಮಾತನಾಡೋಣ" ಹೆಚ್ಚು ಕಡಿಮೆ ಅವಳ ತೋಳಿಡಿದು ಎಳೆದೊಯ್ದು ರೂಮಿಗೆ ಹಾಕಿ ಬಾಗಿಲು ಮುಂದು ಮಾಡಿಕೊಂಡು ಬಂದವ ಕೂತವ ಧಗಧಗ ಉರಿಯುತ್ತಿದ್ದ.

"ಹೊತ್ತಾಯ್ತು, ಮಲ್ಗೀಕೊಳ್ಳೋಣ. ಬೆಳಿಗ್ಗೆ ಈ ಭೂತದ ಬಗ್ಗೆ ಮಾತಾಡೋಣ. ರಾತ್ರಿ ಹೊತ್ತು ದೆವ್ವಗಳಿಗೆ ಪವರ್ ಜಾಸ್ತಿನಂತೆ. ಬೆಳಕು ಹರಿಯುತ್ತಿದ್ದಂಗೆ ಅವುಗಳ ಪವರ್ ಕ್ಷೀಣವಾಗುತ್ತೆ" ದೆವ್ವ ಮೆಟ್ಟಿದವರನ್ನ ಯುದ್ಧಕ್ಕೆ ಕರೆದೊಯ್ಯುವುದು ಬೇಡ" ಎಂದ ನಗುತ್ತ. ಯಾರು ಪ್ರತಿಕ್ರಿಯಿಸಲು ಹೋಗಲಿಲ್ಲ. ಅಮಲ ಹೋಗಿ ಶ್ರೀ ಪಕ್ಕದಲ್ಲಿ ಕೂತು "ನಿಜ್ವಾಗ್ಲೂ ರಾತ್ರಿ ಹೊತ್ತು ದೆವ್ವಗಳಿಗೆ ಪವರ್ ಜಾಸ್ತಿನಾ?" ಕೇಳಿದಾಗ ಜೋರಾಗಿ ನಕ್ಕುಬಿಟ್ಟ.

"ಅದರ ಜೊತೆಗೆ ಇಲ್ಲಿ ದೇವತೆಗಳು ಇರೋದ್ರಿಂದ ದೆವ್ವಗಳಿಗೆ ಇರಿಟೇಷನ್ ಷುರುವಾಗಿರುತ್ತೆ. ಫ್ಲಾಟ್ ಆಗೋ ಮೊದ್ಲು ವಿಪರೀತ ಆವೇಶ" ಎಲ್ಲರು ನಕ್ಕರು. ಆನಂದಮೂರ್ತಿಗಳ ಕಣ್ಣುಗಳು ಮಗನಿಗೆ ಏನೋ ಹೇಳಿದಂತಿತ್ತು. ಒಪ್ಪಿಗೆ ಸೂಚಿಸಿದ. ಮೊದಲ ನೋಟಕ್ಕೆ ರೋಮಾಳ ಉಗ್ರತೆ ಅರಿವಾಗಿತ್ತು. 'ಬಹಳ ಉಪಾಯವಾಗಿ ಹ್ಯಾಂಡಲ್ ಮಾಡಬೇಕಿತ್ತು' ಮಧ್ಯ ಸಿಕ್ಕಿಕೊಂಡಿರೋದು ಶುಭಕರ.

ವಿಭಾ, ನಂದನ್ ಪ್ರತ್ಯೇಕವಾಗಿ ಗಮನಿಸಿದ್ದರು. ಮಗಳನ್ನು ಇಬ್ಬರು ಅಣ್ಣಂದಿರ ನಡುವೆ ಹೆಚ್ಚು ಗೆಲುವಾಗುವ ಅಮಲ ಬಗ್ಗೆ ಅದ್ಭುತವಾದ ಕನಸುಗಳನ್ನು ಕಾಣುವಂತಾಯಿತು. 'ಹೌದು, ನಮ್ಮ ರಿತೂ, ಇವಳು ಹೀಗೆಯೇ ಬೆರತು ಬೆಳೆಯಬೇಕು' ವಿಭಾ ಮನಸ್ಸು ಬಯಸಿತು. ವಿದೇಶದಲ್ಲಿ ಶ್ರೀಮಂತ ಬದುಕು ಅವರಿಗಾಗಿ ಕಾದಿತ್ತು. ಮಗಳ ಬಗ್ಗೆ ನೂರು ಕನಸುಗಳು.

"ನಾನಂತು ವಿಸ್ಮಿತನ ಕರ್ಕೊಂಡ್ಹೋಗೋಕೆ ನಿಶ್ಚಯಿಸಿದೆ!" ನಂದನ್ ಕಿರುನಗೆ ಬೀರಿದರು. 'ವೈ ನಾಟ್...' ಎನ್ನುವಂತೆ ನೋಡಿದರು. ಆದರೆ ಹೆಚ್ಚು ಕಡಿಮೆ ಯಾರು ನಿದ್ರಿಸಲಿಲ್ಲ. ಶ್ರೀ ಪಕ್ಕದಲ್ಲೇ ಮಲಗಿದ್ದ ಶುಭಕರನ ಬೆನ್ನು ತಟ್ಟಿ ಎಬ್ಬಿಸಿ ಬಾಲ್ಕನಿಗೆ ಕರೆದೊಯ್ದು ಮೆಲ್ಲಗೆ ಆ ರೋಮಾಬಗ್ಗೆ ಪೂರ್ತಿ ತಿಳಿಯಬೇಕಿತ್ತು. ನಂತರವೇ ಒಂದು ನಿರ್ಧಾರಕ್ಕೆ ಬರಬಹುದಾಗಿತ್ತು.

"ಶುಭ, ಈ ರೋಮಾ ಯಾರು?" ಕೇಳಿದ ಮೆಲ್ಲಗೆ.

"ನನ್ನ ಕೊಲೀಗ್, ನಂಗಿಂತ ಮೊದ್ಲೇ ಕೆಲ್ಸಕ್ಕೆ ಜಾಯಿನ್ ಆಗಿದ್ದವಳು. ಸ್ವಲ್ಪ ಸೀನಿಯರ್" ಎಂದ ಹೇಳಲೋ ಬೇಡವೋ ಎಂದು "ದಟ್ಸ್ ಓಕೇ, ಇವ್ಳು ಇಲ್ಲಿಗ್ಬಂದೆ ಎಷ್ಟೋ ದಿನವಾಯ್ತು?" ಕೇಳಿದ. ಶುಭ ಕ್ರಾಫ್‌ನಲ್ಲಿ ಕೈಯಾಡಿಸಿಕೊಂಡು "ಮೂರು ತಿಂಗ್ಳು ಮೇಲಾಯ್ತು. ಕೆಲ್ಸದ ಹುಡುಕಾಟದಲ್ಲಿ ಇದ್ದಾಳೆ" ಹೇಳಿದ. ಇದಿಷ್ಟು ಸತ್ಯವೇ ಆಗಿತ್ತು.

"ಇನ್ನ ಎಷ್ಟು ದಿನ ಇಲ್ಲಿ ಇರ್ತಾಳೆ?" ಕೇಳಿದ.

"ಗೊತ್ತಿಲ್ಲ" ಅಯೋಮಯವಾಗಿ ಉತ್ತರಿಸಿದಾಗ ರೇಗಿದ "ಅಲ್ವೋ, ಅಷ್ಟು ಗೊತ್ತಿಲ್ಲಾಂದರೇ ಹೇಗೆ? ಫ್ಲಾಟ್ ಲೀಜ್ ನಿನ್ನ ಹೆಸರಿನಲ್ಲಿದೆ. ಷೇರ್ ಮಾಡಿಕೊಳ್ಳೋ ಅಗ್ರಿಮೆಂಟ್ ಏನಾದ್ರೂ ಇದ್ಯಾ?" ಹೆಚ್ಚು ಕಡಿಮೆ ಗುಡುಗಿದ.

"ಅಂಥದೇನಿಲ್ಲ! ಕೊಲೀಗ್ಸ್ ಅದ್ರಿಂದ ಪರಿಚಯವಿತ್ತು. ಒಂದು ದಿನ ಲಗೇಜ್‌ನ ಜೊತೆ ಬಂದು ಬಿಟ್ಳು. ಕೆಲವು ದಿನ ಇರೋಕೆ ಪರ್ಮಿಷನ್ ಕೇಳಿದ್ಳು. ಈಗ ಹೋಗೋ ಮಾತೇ ಇಲ್ಲ. ಏನು ಮಾಡೋದೋ ತೋಚ್ತಾ ಇಲ್ಲ. ಅಪ್ಪ, ಅಮ್ಮನಿಗೆ ಬೇಜಾರಾಗಿರುತ್ತೆ" ಎಂದ ಶುಭಕರನನ್ನು ನೋಡಿದ. ಅವನ ಆತ್ಮವಿಶ್ವಾಸವೆ ಕಡಿಮೆಯಾಗಿದೆಯೆನಿಸಿತು. ಭುಜ, ರಟ್ಟೆಗಳನ್ನು ಸವರಿ "ಎಷ್ಟೊಂದು ಬಡವಾಗಿದ್ದೀ ಗೊತ್ತಾ! ಈ ವಯಸ್ಸಿನಲ್ಲಿ ಸ್ಥೈರ್ಯ, ಸಿಂಹದ ಗರ್ಜನೆ ಜೊತೆ ಮಹಾಭಾರತದಲ್ಲಿ ಕೃಷ್ಣನ ಉಪಾಯದ ತಂತ್ರ" ಆಮೇಲೆ ಅವು ಇಲ್ಲದ ಸಂಬಂಧ ಬೆಳೆದಿದ್ಯೆ ಎನ್ನುವುದನ್ನು ವಿಚಾರಿಸಿದಾಗ ಬಾಯಿಬಿಟ್ಟ.

"ನಂಗೆ ಮೊದ್ಲು ಗೊತ್ತಿರ್ಲಿಲ್ಲ. ಸ್ಮೋಕ್, ಡ್ರಿಂಕ್ಸ್‌ನ ಅಭ್ಯಾಸವು ಇದೆ. ಕೆಲವು ರಾತ್ರಿಗಳು ಕಾಡಿದಾಗ ವಿಧಿ ಇಲ್ಲದೆ ಬೇರೆಯವನ್ನ ಕರೆತರೋಕೆ ಪರ್ಮಿಷನ್ ಕೊಟ್ಟೆ. ಅಂದಿನಿಂದ ನನ್ನ ತಂಟೆಗೆ ಬರೋಲ್ಲ. ಅವ್ಳ ಫ್ರೆಂಡ್ಸ್ ಕರ್ಕೊಂಡ್ ಬಂದು ಪಾರ್ಟಿ ಮಾಡ್ತಾಳೆ. ನೀವುಗಳು ಬರೋ ವಿಚಾರ ತಿಳ್ಸಿ ರಿಕ್ವೆಸ್ಟ್ ಮಾಡಿಕೊಂಡಾಗ, ನೀವುಗಳು ಇರೋವರ್ಗೂ ಯಾರನ್ನು ಕರ್ಕಂಡ್ ಬರೋಲ್ಲಾಂದ್ಲು" ನಿಸ್ಸಹಾಯಕತೆಯನ್ನು ತೋಡಿಕೊಂಡಾಗ "ಡೋಂಟ್ ವರೀ, ಅವ್ಳು ಹೆಣ್ಣು. ಅದೊಂದೇ ತೊಂದರೆ. ಉಪಾಯದಿಂದ್ಲೇ ಹೊರ್ಗೇ ಹಾಕ್ಬೇಕು" ಎಂದ. ಶ್ರೀ ಲೆಕ್ಕಾಚಾರ ಹಾಕುತ್ತ, ಶುಭಕರ ಇದ್ದ ಮನಸ್ಥಿತಿಯಲ್ಲಿ ಏನು ತೋಚದಂತಾಗಿತ್ತು.

ಎಲ್ಲರು ಸಿಟಿಯಲ್ಲಿ ಸುತ್ತಾಡಿದರು. ನಂದನ್ ತಮಗೆ ಬೇಕೆನಿಸಿದೆಲ್ಲ ಕೊಡಿಸಿದರು. ನಿಜವಾಗಲು ಅವಳ ಉತ್ಸಾಹ ಅವರಲ್ಲಿ ಗರಿಮೂಡಿಸಿತ್ತು. "ವಿಭಾ ನಾವು ಇಲ್ಲೇ

ಉಳ್ದು ಬಿಡೋಣ" ಎಂದರು ಮತ್ತೊಮ್ಮೆ ನಂದನ್. ಹಾರಿ ಹೋದವರಿಗೆ ಈ ಪರಿಸರ ಈಗ ಹೆಚ್ಚೆಚ್ಚು ಇಷ್ಟವಾಗುತ್ತಿತ್ತು. ಎದುರಾದವರೆಲ್ಲ ತಮ್ಮವರೆ ಅನ್ನಿಸತೊಡಗಿತು. ವಿಭಾ ಸ್ಪಷ್ಟವಾಗಿ ತಲೆಯಾಡಿಸಿದಳು. "ಅಂಥ ಯೋಚ್ನೆ ಮಾಡೋಕೆ ಸಾಧ್ಯವೇ? ಅಲ್ಲಿ ನಮ್ಮ ಅಸ್ತಿತ್ವವನ್ನು ಬೆಳೆಸಿಕೊಂಡಿದ್ದೀವಿ. ರೀತೂ ಅಲ್ಲಿಗೆ ಒಗ್ಗಿಕೊಂಡಿದ್ದಾನೆ. ಇಲ್ಲಿಗೆ ಬರೋಕೆ ಇಷ್ಟಪಡೋಲ್ಲ. ಅಂಥದ್ದರಲ್ಲಿ ಅವನನ್ನು ಬಿಟ್ಟು ಇಲ್ಲಿಗೆ ಬರೋಕೆ ಸಾಧ್ಯವೇ? ಬಂದರೂ ಸುಖಿಗಳಾಗಬಲ್ಲೆವಾ? ನೋ.. ನಂದನ್... ರೀತೂ ಬಿಟ್ಟಿರೋಕೆ ನನ್ನಿಂದ ಸಾಧ್ಯವಿಲ್ಲ. ಸದ್ಯಕ್ಕೆ ವಿಸ್ಮಿತನ ಕರೆದೊಯ್ಯೊದೊಂದೇ ಪ್ಲಾನ್" ಎಂದರು. ಅದಕ್ಕೆ ಕಾರಣ ಅವರ ಹೆಚ್ಚಿನ ನೆಂಟರುಗಳೆಲ್ಲ ವಿದೇಶಗಳಲ್ಲಿಯೆ ಸೆಟಲ್ ಆಗಿದ್ದರು. ವಿಭಾಗೂ ಹಿಂದಿರುಗಬೇಕೆಂಬ ಬಯಕೆಯೇನು ಇರಲಿಲ್ಲ. ಭಾರತವನ್ನು ಆಗಾಗ ಬಂದು ಹೋಗುವ ಗೆಸ್ಟ್‌ಹೌಸ್ ಮಾಡಿಕೊಳ್ಳುವ ಆಸೆ ಅಷ್ಟೆ. ಇಲ್ಲೇ ಉಳಿಯಬೇಕೆನ್ನುವ ಸಣ್ಣ ಕನಸು ಕೂಡ ಇರಲಿಲ್ಲ.

ನಂದನ್ ಆ ವಿಷಯವನ್ನು ಅಲ್ಲಿಗೆ ಬಿಟ್ಟರು. ಮಾಡಿದ ತಪ್ಪಿನ ಅನುಭವವಾಗ ತೊಡಗಿತು. ಅಂದು ಇವರು ಷಾಪಿಂಗ್ ಮುಗಿಸಿಕೊಂಡು ಮನೆಗೆ ಬಂದಾಗ ದೊಡ್ಡ ಗಲಾಟೆ ಮನೆಯಲ್ಲಿ. ಇಬ್ಬರು ಯುವತಿಯರ ಜೊತೆ ನಾಲ್ವರು ಯುವಕರು.

ಇವರುಗಳನ್ನು ನೋಡಿದ ಕೂಡಲೆ ರೋಮಾ "ಪ್ಲೀಸ್ ಕಮ್ ಆಲ್ ಆಫ್ ಯು" ಎಂದು ಎಲ್ಲರನ್ನು ರೂಮಿಗೆ ಕರೆದೊಯ್ದು ಬಾಗಿಲು ಹಾಕಿಕೊಂಡಳು. ಅಷ್ಟಾದರೂ ಸಭ್ಯತೆ ಇದೆಯಲ್ಲ ಎಂದುಕೊಂಡರು ಆನಂದಮೂರ್ತಿಗಳು. "ಭಾವ, ಲಾಡ್ಜ್‌ಗೆ ಶಿಫ್ಟ್ ಆಗ್ಬಿಡೋಣ" ಎಂದರು ವಿಭಾ ಕಸಿವಿಸಿಯಿಂದ. "ಸಂಜೆ ಹೊರಡೋದೇ ತಾನೇ! ಸದ್ಯಕ್ಕೆ ಶ್ರೀ ಒಂದೆರಡು ದಿನ ಇಲ್ಲೇ ಇರ್ಲಿ" ಎಂದರು. ತೀರಾ ಕುಸಿದಂತಿದ್ದ ಶುಭಕರ ಒಂದಿಷ್ಟು ಚೇತರಿಸಿಕೊಂಡಂಗೆ ಕಾಣುತ್ತಿದ್ದ. ಮತ್ತೆ ಕುಸಿತ ಬೇಡವಾಗಿತ್ತು.

ಆದರೆ ಇವರುಗಳು ಹೊರಟಾಗ "ಪ್ಲೀಸ್, ಅಪ್ಪ... ನಾನು ಶ್ರೀಯಣ್ಣನ ಜೊತೆ ಬರ್ತೀನಿ. ಇನ್ನೆರಡು ದಿನ ಸುತ್ತಾಡ್ತೀನಿ" ಇಂಥದನ್ನು ಅಮಲ ಆನಂದಮೂರ್ತಿಗಳ ಮುಂದೆ ವ್ಯಕ್ತಪಡಿಸಿದಾಗ, ಅವರು ವಿಭಾ, ನಂದನ್ ಕಡೆ ನೋಡಿದರು. "ನೋ... ನೋ... ಇಲ್ಲೇನು ನೋಡೋದಿದೆ? ಹೇಗೂ ಅಮೆರಿಕಗೆ ಬರ್ತಾ ಇದ್ದೀಯಲ್ಲ. ವಿಕೇಂಡ್‌ನಲ್ಲೆಲ್ಲ ಒಂದೊಂದು ಕಡೆ ಸುತ್ತಾಡೋಣ. ಅಲ್ಲಿ ರಿತೇಶ್ ಇದ್ದಾನೆ. ನಿನ್ನ ಜೊತೆ ಸುತ್ತಾಟಕ್ಕೆ" ಕಟ್ಟುನಿಟ್ಟಾಗಿ ಹೇಳಿದರು ವಿಭಾ. ಮುಖ ಸಣ್ಣಗೆ ಮಾಡಿಕೊಂಡು "ಪ್ಲೀಸ್... ಅಪ್ಪ... ನಾನು ಶ್ರೀ ಅಣ್ಣ, ಶುಭಣ್ಣನ ಜೊತೆ ಸುತ್ತಾಡಬೇಕು" ಮತ್ತೆ ರಿಕ್ವೆಸ್ಟ್ ಆನಂದಮೂರ್ತಿಗಳ ಬಳಿಯಲ್ಲಿಯೆ. ಏನು ಹೇಳದ ಸ್ಥಿತಿ ಅವರದು.

ಆಗ ನಂದನ್ ಮಧ್ಯೆ ಬರಲೇಬೇಕಾಯಿತು.

"ಇರ್ಲೀ, ಸುತ್ತಾಡಿ ಬರಲೀ ಬಿಡು. ನಾವು ಅಮಲಪುರದಲ್ಲಿ ಇರೋಣ" ಅಂದರು. ವಿಭಾಗೆ ವಿರೋಧಿಸಬೇಕೆನಿಸಿತು. ಅದಕ್ಕೆ ಮಗಳಿಂದ ಉತ್ತಮ ಪ್ರತಿಕ್ರಿಯೆ ಸಿಗದೆಂದು ಅರಿವಾದಾಗ "ನಾಳೆ ಒಂದು ದಿನ ಮಾತ್ರ. ಯಾವುದಾದ್ರೂ ರೆಸಾರ್ಟ್‌ಗೆ ಹೋಗ್ಬಿಡಿ. ಇವಳೊಬ್ಬ ಡರ್ಟಿಗರ್ಲ್" ರೋಮಾ ಮೇಲೆ ರೇಗಿಕೊಂಡಳು. ವಿದೇಶದಲ್ಲಿ ನೆಲೆಸಿರುವ ಹೆಣ್ಣೆ ಈ ಪರಿ ಎಗರಾಡಿದರೆ, ಭಾರತೀಯ ಪರಿಸರದ ಸತ್ಯಭಾಮ ಏನು ಹೇಳಬೇಕು?

ಸಂಜೆ ಇವರುಗಳು ಮಾತ್ರ ಹೊರಟಾಗ ಅಮಲ ಖುಷಿಖುಷಿಯಿಂದ ಕೈಯಾಡಿಸಿದಳು. "ಈಗ ಪೂರ್ತಿ ಚೇತರ್ಸಿಕೊಂಡಿದ್ದಾಳೆ, ಅಲ್ವಾ ಅಕ್ಕ?" ವಿಭಾ ಸಂತೋಷದಿಂದ ಕೇಳಿದಾಗ "ಖಂಡಿತ... ನಮ್ಮ ಅಮಲ ರೂಪದಲ್ಲಿ, ಬುದ್ಧಿಯಲ್ಲಿ ಲಕ್ಷಕ್ಕೊಬ್ಬ ಮಗು" ಮನದುಂಬಿ ನುಡಿದರು ಸತ್ಯಭಾಮ. ಕೆಲವೊಮ್ಮೆ ನಾನು ಹೆತ್ತ ಮಕ್ಕಳಿಗಿಂತ ಅವಳ ಮೇಲೆ ಹೆಚ್ಚಿನ ಪ್ರೀತಿಯೇನೋ ಎನ್ನುವ ಅನುಮಾನ ಬಂದುಬಿಡುತ್ತಿತ್ತು. ಅಷ್ಟು ಹಚ್ಚಿಕೊಂಡಿದ್ದರು. ಮುಂದೆ ಅವಳ ಹೆತ್ತವರ ಜೊತೆ ಹೊರಟರೇ? ಅಂಥ ಒಂದು ಭಾವವೇ ಅವರನ್ನು ಅಳುವಂತೆ ಮಾಡುತ್ತಿತ್ತು. ಆದರೆ ಸತ್ಯದ ಅರಿವಿತ್ತು. ಹೊಂದಿಕೊಳ್ಳಬಲ್ಲರು.

* * *

ಶ್ರೀಕರ, ಶುಭಕರರೊಂದಿಗೆ ಮಾಲ್‌ಗೆ ಬಂದ ಅಮಲ ಏನು ಪರ್ಚೇಸ್ ಮಾಡದಿದ್ದರು ಹಕ್ಕಿಯಂತೆ ಹಾರಾಡಿದಳು. "ಮೂವೀ..." ಎಂದಾಗ ಬೇಡವೆಂದು ತಲೆಯಾಡಿಸಿ ಎಲಿಮಿನೇಟರ್ ಮೇಲೆ ಕಾಲಿಟ್ಟು ಎರಡು ಸಲ ಮುಗ್ಗರಿಸಿದ್ದಕ್ಕೆ ಶ್ರೀ ನರ್ವಸ್ ಆಗಿಬಿಟ್ಟ. "ನೀವು ಐಸ್‌ಕ್ರೀಮ್... ತಗೊಳ್ಳಿ ಬಂದೆ" ಅವನು ರೆಸ್ಟ್ ರೂಂ ಕಡೆ ನಡೆದ. ಅಲ್ಲೇ ಜ್ಯೂಸ್ ಹೀರುತ್ತಿದ್ದ ಯುವಕ ಕನ್‌ಫ್ಯೂಷನ್‌ಗೆ ಒಳಗಾದಂತೆ ನಾಲ್ಕು ಸಲ ಪದೇ ಪದೇ ನೋಡಿದ. ಎಲ್ಲೋ ನೋಡಿದ ಮುಖವೆನಿಸಿತು. ಅವನ ಲಕ್ಷವು ಇತ್ತಲೇ!

"ಏಯ್ ಅಮಲ... ಇಲ್ಬಾ" ಶುಭಕರ ಕೂಗಿದ್ದು ಕೇಳಿ ಅತ್ತ ಹೋದ ಅವಳನ್ನು ನೋಡಿ "ಓ, ಗೊತಾಯ್ತು ಬಿಡು!" ಎರಡು ಕೈಯೆತ್ತಿ ಉದ್ಗರಿಸಿದಾಗ ಜೊತೆಯಲ್ಲಿದ್ದ ಅವನ ಗೆಳೆಯರು "ಏನು, ಗೊತ್ತಾಯ್ತು?" ಒಟ್ಟಿಗೆ ಕೇಳಿದರು. 'ಈ ವಿಷ್ಯನ ಇಲ್ಲಿಗೆ ಬಿಡಿ. ಇದರ ಪ್ರಸಾರ ಅನಗತ್ಯ. ಅವರೇನು ಗಲಾಟೆ ಜನವಲ್ಲ. ಬಲವಾದವರನ್ನ ಎದುರು ಹಾಕಿಕೊಳ್ಳಬಾರದೆಂಬ ಬುದ್ಧಿವಂತಿಕೆ ಅವರಿಗಿದೆ. ಅಲ್ಲಿಗೆ ಬಂದಿದ್ದ ಜನಕ್ಕೆ ಎಷ್ಟು ದಿನ ನೆನಪಿನಲ್ಲಿ ಇರುತ್ತೆ' ಭಾವೀ ಬೀಗರು ಎಲ್ಲರಿಗೂ ಸೇರಿಸಿಯೇ ಹೇಳಿದ್ದು. ಅದನ್ನು ಪಾಲಿಸುವುದು ಎಲ್ಲರಿಗೂ ಶ್ರೇಯಸ್ಕರವೆನಿಸಿತ್ತು. ಇನ್ನು ಒಂದೆರಡು ತಿಂಗಳುಗಳಲ್ಲಿ ಅಭಿನಂದನ್ ಮತ್ತು ರಜನಿಯ ವಿವಾಹ ನೆರವೇರಲಿತ್ತು! ಅದರಿಂದ ಅಭಿನಂದನ್ "ಏನಿಲ್ಲ! ಕೆಲವೊಮ್ಮೆ ಏನೋ ನೆನಪಾಗುತ್ತೆ, ಮರುಕ್ಷಣ ಅದರ ನೆನಪು ಅನಗತ್ಯ ಅನಿಸುತ್ತೆ, ಆದರೆ ಅದನ್ನು ತೆಗೆದುಹಾಕೋಕೆ ಸಾಧ್ಯವೇ? ಐ ಯಾಮ್ ಕನ್‌ಫ್ಯೂಷನ್" ಹಾರಿಕೆಯ ಉತ್ತರ ನೀಡಿದ. ಅಂದಿನದು ಪೂರ್ತಿ ಅನಿರೀಕ್ಷಿತವೇ? ಹೌದು ಎಂದಾದರೂ ಅವನದು ಅದರಲ್ಲಿ ಕೈವಾಡವಿತ್ತು. ಯಾವ ದುರುದ್ದೇಶವಿಲ್ಲದಿದ್ದರೂ ರಜನಿ ಬಗ್ಗಿದಾಗ ಜೋಯಿಸರು ಅವನ ಮುಂದೆ ಬೆಳ್ಳಿಯ ಹರಿವಾಣ ಹಿಡಿದಾಗ ಬೆಳ್ಳಿಯ ಬಟ್ಟಲಲ್ಲಿದ್ದ ಕುಂಕುಮ ಎತ್ತಿ ಅವಳ ಪಕ್ಕದಲ್ಲಿ ನಿಂತು ದೇವರನ್ನು ನೋಡುತ್ತಿದ್ದ ಯುವತಿಯ ಬೈತಲೆಗೆ ಹಚ್ಚಿ ಹಾರ ಹಾಕಿದ್ದುಂಟು. ಯಾರ ಮುಂದು ಹೇಳಿರಲಿಲ್ಲ. ಬಹುಶಃ ಇವನು ಹೇಳಿದರೂ ಅವರು ಖಂಡಿತ ನಂಬಲಿಕ್ಕೆ ರೆಡಿ ಇರಲಿಲ್ಲ.

ಸ್ನೇಹಿತರನ್ನು ಬೀಳ್ಕೊಟ್ಟು ಮನೆಗೆ ಬಂದಾಗ ಅವನಮ್ಮ ಎಲ್ಲೋ ಹೊರಡಲು ಸಿದ್ಧವಾಗಿ ಕಾರು ಹತ್ತಲು ಬಂದವರು ಮಗನನ್ನು ನೋಡಿ "ನನ್ನ ಪ್ರೋಗ್ರಾಮ್ ಕ್ಯಾನ್ಸಲ್. ಅದೆಲ್ಲಿ ಹೋಗಿದ್ದೆ ಬೆಳಗ್ನಿಂದ? ರಜನಿ ನಿಂಗೆ ನಾಲ್ಕು ಸಲ ಕಾಲ್ ಮಾಡಿದ್ರಂತೆ" ಅಂದಕೂಡಲೆ ಅಮ್ಮನ ಕೈಹಿಡಿದು "ಮಮ್ಮಿ, ಅವ್ಳು ನಿಮ್ಗಿಂತ ಎಷ್ಟೋ ಚಿಕ್ಕೋಳು. ಅದಕ್ಯಾಕೆ ಅಷ್ಟೊಂದು ಮಾರ್ಯಾದೆ? ನೀನೆಲ್ಲಿ.. ಹೊರಟಿರೋದು? ಬೆಳಗ್ನಿಂದ ಎಷ್ಟು ಕಡೆ ತಿಂದಿದ್ದೀನಿ, ಹೊಟ್ಟೆನೇ ತುಂಬಿಲ್ಲ. ಈಗ ಊಟ, ತಿಂಡಿ ಯಾವುದಾದ್ರೂ ಬೇಕು." ಆಕೆಯ ಕೈಹಿಡಿದು ಎಳೆದೊಯ್ದು "ಇನ್ನು ಎಳೆ ಮಗು ನೀನು! ಹೇಗೆ ನಿನ್ನ ರಜನಿ ಹದ್ದುಬಸ್ತಿನಲ್ಲಿ ಇಡ್ತಾಳೊ, ಗೊತ್ತಿಲ್ಲ" ಕೊಸರಿಕೊಂಡೇ ಮಗನ ಕ್ರಾಪನ್ನು ಕೆದರಿದ್ದು. ಮಗ ಅಂದರೆ ಆಕೆಗೆ ಪಂಚಪ್ರಾಣ. ಜಗತ್ತಿನಲ್ಲಿರೋ ಸರ್ವ ಐಶ್ವರ್ಯ, ಅಂತಸ್ತು ಒಂದು ಕಡೆ. ಮಗ ಒಂದು ಕಡೆ ಅಂದರೆ ಆಕೆ ಮಗನನ್ನು ಆಯ್ದುಕೊಂಡಾರು. ತುಂಬು ತಾಯ್ತನದ ಹೆಣ್ಣು.

"ಈಗ್ಲೇ ಅವಳ ಕಾಟ ಸಾಕಾಗಿದೆ. ತುಂಬ ಹಸಿವು ಕಣೇ ತಾರಿಣಿ ದೇವಿ. ಮೊದ್ಲು ಊಟನೋ, ತಿಂಡಿನೋ ನೋಡು" ಬಡಬಡಿಸಿ ಅಟ್ಟಿದವ ಡೈನಿಂಗ್ ಟೇಬಲ್ ಮುಂದೆ ಬಂದು ಕೂತ. ತಟ್ಟೆ ಹಾಕಿ ಒಂದೆರಡು ಪಲ್ಯ ಚಪಾತಿಯ ಜೊತೆ ಮನೆಯಲ್ಲೇ ತಯಾರಾದ ಕೇಸರಿ ಬಾತ್ ಬಡಿಸಿದಾಗ "ಅಮ್ಮ, ಅದೇನು ನಿನ್ನ ಕೈನಾ ರುಚಿ. ಸಿಟಿಯಲ್ಲಿರೋ ಎಲ್ಲಾ ವೆಜಿಟೇರಿಯನ್ ಹೋಟೆಲ್‌ಗಳಲ್ಲಿ ಊಟ, ತಿಂಡಿ ಎಲ್ಲಾದರ ರುಚಿ ನೋಡಿದ್ದೀನಿ. ಇದರ ಅರ್ಧದಷ್ಟು ರುಚಿ ಕೂಡ ಇಲ್ಲ. ನೀನು ಇಲ್ಲೇ ಕೂತ್ಕೋ" ಅಮ್ಮನನ್ನು ಎದುರಿಗೆ ಕೂಡಿಸಿಕೊಂಡು ಆರು ಚಪಾತಿಯ ನಂತರ ಒಂದಿಷ್ಟು ಹುಳಿಯನ್ನ, ಮೊಸರನ್ನ ತಿಂದು ಎದ್ದಿದ್ದು. ಹೆಚ್ಚು ಕಡಿಮೆ ಕೇಸರಿಬಾತ್ ಮೆಲುವಾಗ ಆಕೆಗೂ ಸಾಕಷ್ಟು ತಿನ್ನಿಸಿ ಎದ್ದ ಸಂತೃಪ್ತಿಯಿಂದ. ತಟ್ಟನೆ ಅವನ ತಲೆಗೆ ಏನೋ ಹೊಳೆಯಿತು. "ಈಗ್ಬಂದೇ..." ಅಂದವ ಕಾರಿನಲ್ಲಿ ಕೂತು ರಭಸದಿಂದ ಹೊರಟ ಮಗನನ್ನು ನಾಲ್ಕಾರು ಸಲ ಕೂಗಿದರು. ಬಹುಶಃ ಕೇಳಿಸಿರಲಿಕ್ಕಿಲ್ಲ. ಅದು ಅವನ ಸ್ವಭಾವ. ಕೆಲವೊಮ್ಮೆ ಆಕೆಗೆ ಭಯವು ಕೂಡ.

ಅಭಿನಂದನ್ ಮತ್ತೆ ಬಂದಿದ್ದು ಅದೇ ಮಾಲ್‌ಗೆ. ಅವರುಗಳು ಇಲ್ಲೇ ಎಲ್ಲೋ ಇರುತ್ತಾರೆಂಬ ನಂಬಿಕೆ. ಪ್ರತಿಯೊಂದು ಕಡೆಯು ಹುಡುಕಿ ತಡಕಾಡಿದ, ಲೇಡಿಸ್ ಡ್ರೆಸ್ ವಿಂಗ್‌ನಲ್ಲಿ ಅದೇ ಕನ್ನಡಕಧಾರಿ ಮತ್ತು ಅದೇ ಹುಡುಗಿ. ಬಹಳ ಸಮೀಪದಿಂದಲೇ ನೋಡಿ ಬೈತಲೆಗೆ ಕುಂಕುಮ ಹಚ್ಚಿದ್ದ ಧೀರ. ಈ ಕೆಟ್ಟ ಧೈರ್ಯ ರಾಜಕಾರಣಿಗಳ ಮಕ್ಕಳಿಗೆ ಮಾತ್ರ ಬರುತ್ತಾ? ಮನಸ್ಸಿಗೆ ಬಂದಿದ್ದು ಕನಿಷ್ಟವಾಗಿ ಒಂದಿಷ್ಟು ಅನುಮಾನವಾದರೂ, ಅದನ್ನು ಪರಿಹರಿಸಿಕೊಳ್ಳದೆ ಬಿಡಲಾರ. ಒಂದು ರೀತಿಯಲ್ಲಿ ಹಟದ ಸ್ವಭಾವ.

ಆ ಅಮಲಾಪುರದ ಯುವತಿ ಪಕ್ಕ ನಿಂತಿದ್ದವ ತೀರಾ ಬಲಿಷ್ಟನಾದ ಯುವಕ. ಕನಿಷ್ಟ ಜಿದ್ದಿಗೆ ಬಿದ್ದರೆ ಹೊಡೆದಾಟಕ್ಕೆ ನಿಲ್ಲುವವನೆ ಅನ್ನಿಸಿದ್ದರಿಂದ, ಸ್ವಲ್ಪ ಹಿಂಜರಿದ. ಸ್ವಲ್ಪ ಹೆಚ್ಚು ಕಮ್ಮಿಯಾದರು ಮಾಧ್ಯಮದವರು ಎಂಎಲ್‌ಎ ಮಗನ ವಂಶಾವಳಿಯನ್ನು ಜಾಲಾಡಿ ಬಿಡುತ್ತಾರೆ. 'ಅಂಥದಕ್ಕೆ ಅವಕಾಶ ಬೇಡ. ದಿನಕಳೆದಂಗೆ ವಿಷ್ಯ ಮಬ್ಬಾಗುತ್ತೆ.

ವಿವಾಹವೊಂದು ಮುಗ್ದು ರಜನಿ ಈ ಮನೆಗೆ ಸೊಸೆಯಾಗಿ ಬರೋವರೆಗೂ ನಾವುಗಳು ಒಂದಿಷ್ಟು ಎಚ್ಚರವಾಗಿ ಇರ್ಬೇಕು' ಇದು ಅವನ ತಂದೆಯ ಆಣತಿ. ಅದೇನು ತಳ್ಳಿ ಹಾಕುವಂಥ ವಿಚಾರವಲ್ಲವಾದ್ದರಿಂದ ಮೌನವಹಿಸಿದ್ದ. ಅದು ಅಗತ್ಯ ಕೂಡ.

ಅದೆಲ್ಲಾ ಅಡ್ಡಾಡಿದ ಕೆಲವು ಪ್ಯಾಕೆಟ್‌ಗಳನ್ನು ಹಿಡಿದು ಎಲ್ಲಾ ಹೊರಟಾಗ ಕನ್ನಡಕಧಾರಿ ನಿಂತ, ಬಂದ ಕಾಲ್ ರಿಸೀವ್ ಮಾಡಲು ಆ ಸಮಯವನ್ನು ವಿನಿಯೋಗಿಸಿಕೊಳ್ಳಲು ತೀರ್ಮಾನಿಸಿದವ.

"ಹಲೋ... ಅನೀ" ಎಂದು ಗೆಳೆಯನಂತೆ ಅವನ ಭುಜದ ಮೇಲೆ ಕೈಯಿಟ್ಟಾಗ ಅವನು ಕಕ್ಕಾಬಿಕ್ಕಿಯಾದ. ಈಚೆಗೆ ಸ್ವಲ್ಪ ಹೆದರಿದ್ದ. ಅದಕ್ಕೆ ಹಂಡ್ರೆಡ್ ಪರ್ಸೆಂಟ್ ರೋಮಾನೆ, ದಶಾವತಾರ ತೋರಿಸಿ ಹೆದರಿಸಿಬಿಡೋಳು. ಅಮಲಾಪುರದ ಆನಂದಮೂರ್ತಿಗಳ ಮಗನನ್ನು ಹೆದರಿಸಿ ಇಲಿಯಾಗಿಸಿದ್ದು ಅವಳ ಸ್ವಂತ ಕೆಪಾಸಿಟಿಯಿಂದ. "ಯಾಕೆ ಮರ್ತುಬಿಟ್ಯಾ? ನಾನು, ನೀನು ಪಿಯುಸಿಯಲ್ಲಿ ಕ್ಲಾಸ್‌ಮೇಟ್ಸ್ ಅಲ್ವಾ?" ನಗೆ ಬೀರಿದ. ಇದು ಸುಳ್ಳೆಂದು ಅಭಿನಂದನ್‌ಗೆ ಗೊತ್ತಿತ್ತು. "ಸಾರಿ, ನಾನು ಪಿಯುಸಿ ಮಾಡಿದ್ದು ಇಲ್ಲಲ್ಲ. ನೀವು ಮಿಸ್ಟೇಕ್ ಮಾಡಿಕೊಂಡಿದ್ದೀರಾ" ಅಂದ ಕೂಡಲೆ "ಸಾರಿ...ಸಾರಿ.. ನೀವು ಹೇಳಿದ್ದು ಕರೆಕ್ಟ್. ಅವ್ನು ಪೂರ್ತಿ ನಿಮ್ಮ ತರಹಾನೆ, ಹೈಟ್‌ಪರ್ಸನಾಲಿಟಿ, ಕನ್ನಡಕ ಎಲ್ಲಾ ನೀವೇ ಅನ್ನಿಸಿಬಿಟ್ಟಿತು" ಅಂದು ಹಾರಿಕೆಯ ಮಾತಾಡಿ ಕ್ಷಮೆ ಯಾಚಿಸಿದಾಗ "ದಟ್ಸ್, ಓಕೇ.. ಪಿಯುಸಿಯೇನು ಡಿಗ್ರಿ ಮುಗ್ಸಿದಾಗ್ಲೂ ನಾನು ಕನ್ನಡಕ ಹಾಕ್ತ ಇರ್ಲಿಲ್ಲ. ಕೆಲ್ಸಕ್ಕೆ ಜಾಯಿನ್ ಆದ್ಮೇಲೆ ಒಂದಿಷ್ಟು ಪ್ರಾಬ್ಲಮ್ ಷುರುವಾಗಿದ್ದು" ಎಂದ ಶುಭಕರ. ಅವನಿಗೆ ಕನ್ನಡಕ ಹಾಕಿದ್ದು ಬೇಸರದ ಸಂಗತಿಯೆ. ಆಮೇಲೆ ಅವನು ಅಮಲಾಪುರಕ್ಕೆ ಹೋಗದಿದ್ದಕ್ಕೆ ಇದು ಒಂದು ಕಾರಣ.

"ನಿಮ್ಗೆ ಆ ಬಗ್ಗೆ ಬೇಸರವಿದೆ. ಡೋಂಟ್ ವರೀ... ಈಚೆಗೆ ಯಂಗ್ ಜನರೇಷನ್‌ಗೆ ಕನ್ನಡಕ ಹಾಕೋದೇ ಒಂದು ಫ್ಯಾಷನ್. ಮಿಡ್ಲ್‌ಏಜ್‌ನೋರು. ತಾವು ಬುದ್ಧಿಜೀವಿ ಅನ್ನೋ ಪ್ರದರ್ಶನಕ್ಕೆ ಹಾಕ್ಕೋತಾರೆ. ವಯಸ್ಸಾದವರಿಗೆ ಒಂದಿಷ್ಟು ಅನಿವಾರ್ಯ" ಎಂದು ಜೋರಾಗಿ ನಕ್ಕ ಅಭಿನಂದನ್ "ಹೇಗೆ, ಪರಿಚಯವಾಗ್ಲೀ. ಫ್ರೆಂಡ್ಸ್ ಅಂದ್ಕೋಬಹುದಲ್ಲ. ಸಿಕ್ಕಾಗ ಮಾತಾಡಿಸಬಹುದು. ಒಂದೆರಡು ಸಲ ಸಿಕ್ಕಿ ಪರಿಚಯ ಸ್ನೇಹವಾದ್ಮೇಲೆ ಮೊಬೈಲ್ ನಂಬರ್ ತಿಳ್ದುಕೊಂಡು ವಾಟ್ಸಪ್, ಫೇಸ್‌ಬುಕ್... ಅದೆಲ್ಲ ನನ್ನಿಂದಾಗೋಲ್ಲ. ನಿಮ್ಮ ಹೆಸರು..." ವಿಚಾರಿಸಿದ. ಅಭಿನಂದನ್‌ನಷ್ಟು ಶುಭಕರ್ ಚುರುಕು ಅಲ್ಲ. ಆರಾಮಾಗಿ ಹೆಸರು ಪರಿಚಯ, ತನ್ನ ಜಾಬ್ ಬಗ್ಗೆಯೆಲ್ಲ ಹೇಳಿದ. ಅವನ ಬಗ್ಗೆ ಮಾತ್ರ ಏನು ವಿಚಾರಿಸಲಿಲ್ಲ. ಅದು ಅನಿವಾರ್ಯ ಅನ್ನಿಸಲಿಲ್ಲ ಕೂಡ.

ಮತ್ತೊಮ್ಮೆ ಕೈ ಕುಲುಕಿದ. ಇಬ್ಬರು ಅಣ್ಣಂದಿರ ಜೊತೆ ಬಂದಿದ್ದು ಅಮಲ. ಅವಳು ಅಮಲೇಶ್ವರ ದೇವಸ್ಥಾನದಲ್ಲಿ ಮೊದಲು ತನ್ನ ಕಣ್ಣಿಗೆ ಬಿದ್ದ ಯುವತಿ! ಮೊದಲ ಸಲ ಅವನೆದೆಯಾಳದಲ್ಲಿ ಭಾವನೆಗಳ ತಳಮಳ. ಬಹಳ ಬುದ್ಧಿವಂತಿಕೆಯಿಂದ ಶಾಂತವಾಗಿ ಸಮಯೋಚಿತವಾಗಿ ಸಮಾಧಾನಿಸಿದ್ದರು ಆನಂದಮೂರ್ತಿಗಳು. ಆಗ ದೊಡ್ಡ ರೀತಿಯ ದಾಂಧಲೆ, ಗಲಾಟೆಯಾಗಬಹುದೆಂದು ಎಲ್ಲರೂ ಮಾತಾಡಿ ಕೊಂಡಿದ್ದರು. ಡೈರೆಕ್ಟಾಗಿ ಅದರಲ್ಲಿ ಇವನ ಪಾಲು ಇದ್ದರೂ ಬೆರಳೆತ್ತಿ ತೋರಲು

ಇಚ್ಛಿಸಿರಲಿಲ್ಲ.

ಮನೆಗೆ ಬಂದ. ಆ ಬಂಗ್ಲೆಯ ಹೆಸರು 'ಅಭೀ'. ಇವನದೇ ಛೋಟಾ ನೇಮ್. ಇವನ ಇಬ್ಬರು ಅಕ್ಕಂದಿರು ಛೇಡಿಸಿದ್ದರು. 'ನಮ್ಮಗಳ ಹೆಸರು ಇಡಬಹುದಿತ್ತು. ಅವನಿಗಿಂತ ಮೊದಲು ಹುಟ್ಟಿದವರು. ಅದೆಲ್ಲ ನಿಮ್ಗೆ ನೆನಪಿಲ್ಲ' ಅದನ್ನು ಅವನಮ್ಮ ಸಮರ್ಥಿಸಿಕೊಂಡಿದ್ದರು 'ಅವನು ಈ ವಂಶದ ಹೆಸರು ಹೇಳೋನು. ಇಲ್ಲಿ ಇರೋನು. ತಾಳಿ ಕಟ್ಟಿಕೊಂಡ ಕೂಡಲೆ ರೆಕ್ಕೆಗಳ್ನ ಕಟ್ಟಿಕೊಂಡು ಹಾರಿ ಹೋದೀರಿ. ನಿಮ್ಮ ಹೆಸರು ಯಾಕೆ ಇಡಬೇಕು?' ಹೆಣ್ಣು ಮಕ್ಕಳನ್ನು ತೆಪ್ಪಗಾಗಿಸಿದ್ದರು. ಮಗ ಅಂದರೆ ತಾರಿಣಿಗೆ ಪಂಚಪ್ರಾಣ.

"ಅದೇನು, ಅಷ್ಟೊಂದು ಅರ್ಜೆಂಟಾಗಿ ಹೋಗಿದ್ದು? ಸ್ವಲ್ಪ ಕೂಡ ನಿಂಗೆ ಸೀರಿಯಸ್‌ನೆಸ್ ಇಲ್ಲ. ನೀನೊಬ್ಬ ಎಂಎಲ್‌ಎ ಮಗ ಅನ್ನೋ ಜಬರುದಸ್ತು ಕೂಡ ಇಲ್ಲ" ಮಗನನ್ನು ರೇಗಿಕೊಂಡರು. ದೊಡ್ಡಸ್ಥಿಕೆ ಅನ್ನೋದು ಅವನ ಜಾಯಮಾನಕ್ಕೆ ಬಂದಿಲ್ಲ. "ಅದೇನು ಸೀರಿಯಸ್‌ನೆಸ್. ಪ್ರತಿಯೊಂದಕ್ಕೂ ಸೀರಿಯಸ್‌ನೆಸ್ ಯಾಕೆ ಬೇಕು? ಎಂಎಲ್‌ಎ ಮಗ ಅಂದರೆ ತಲೆಯ ಮೇಲೆ ಕೊಂಬುಗಳು ಇರುತ್ತಾ? ನಂಗೆ ಅದೆಲ್ಲ ಇಷ್ಟವಾಗೋಲ್ಲ ಬಿಡು" ಎಂದು ಕೊಸರಿಕೊಂಡು ತನ್ನ ರೂಮಿಗೆ ಹೋದವನು ಹಿಂದಕ್ಕೆ ಬಂದ. "ಮಮ್ಮಿ ಈಚೆಗೆ ಪ್ರೈವೆಸ್ಸಿ ಅನ್ನೋದೆ ಇಲ್ಲದಂಗಾಯ್ತು. ಎಲ್ಲಾ ಕಡೆ ಸಿಸಿ ಕ್ಯಾಮರಗಳು! ಇಲ್ಲಿ ನಮ್ಮ ಬಂಗ್ಲೆಗೆ ಯಾಕೆ ಬೇಕಿತ್ತು?" ಮಗನ ವಾದಕ್ಕೆ ಆಕೆ ಹಣೆ ಗಟ್ಟಿಸಿಕೊಂಡರು.

"ನಾನು ಸೋತು ಹೋಗಿದ್ದೀನಿ. ಬೇಕೂಂದರೇ ನಿನ್ನ ಡ್ಯಾಡಿನೇ ಕೇಳು. ಎಷ್ಟು ಜನ ನಮ್ಮ ಮನೆಗೆ ಬಂದು ಹೋಗ್ತಾರೆ. ಈಗ ಅದೆಲ್ಲ ಬಿಡು. ರೂಮುಗಳಿಗೇನು ಸಿಸಿ ಕ್ಯಾಮರ ಅಳವಡಿಸಿಲ್ಲ, ಬಿಡು. ಅದೇನು ಮತ್ತೆ ಹೋಗ್ಬಂದದ್ದು?" ಕೇಳಿದರು ಸೋಫಾ ಮೇಲೆ ಕೂತು.

ಅಮ್ಮನ ಪಕ್ಕ ಕೂತು "ನಾವು ಯಾಕೆ ಅಮಲೇಶ್ವರನ ದೇವಸ್ಥಾನಕ್ಕೆ ಹೋಗಿ ಬರ್ಬಾರ್ದು?" ಕೇಳಿದ. ಆಕೆಗೆ ಬೆಚ್ಚಿ ಬೀಳುವಂತಾಯ್ತು. ಕಣ್ಮುಂದೆ ನಡೆದ ಘಟನೆ ಹೇಗೆ ಮರೆತಾರು? "ಈಗ್ಯಾಕೆ, ನಿನ್ನ ಮದ್ವೆ ಆದ್ಮೇಲೆ... ಎಲ್ಲ ಒಟ್ಟಿಗೆ ಹೋಗೋದು. ನೂತನ ವಧುವರರನ್ನು ಕರೆತಂದು ವಿಶೇಷ ಪೂಜೆ ಮಾಡಿಸ್ತೀನೀಂತ ಹರಕೆ ಹೊತ್ತಿದ್ದೀನಿ" ಅಂದರು ತಾರಿಣಿ. "ದೇವರೇ ಕಾಪಾಡಬೇಕು. ಪ್ರತಿಯೊಂದಕ್ಕೂ ಒಂದು ಹರಕೆ? ದೇವರಿಗೆ ಇದೆಲ್ಲಾ ಬೇಕಾ? ಯಾವ ಹರಕೆ ಯಾರ್ದು, ಯಾರು ತೀರಿಸಿದ್ದಾರೆ, ಯಾರದು ಬಾಕಿ ಇದೆ? ಈ ಚರಾಚರಾ ಕೋಟಿಯಲ್ಲಿ ಯಾರದನ್ನು ಲೆಕ್ಕ ಇಟ್ಕೋತಾನೆ? ನಿಮ್ದು ಅನ್ನೋದೇನಿದೆ?" ಮಾತು ಬೆಳೆಸಿದಾಗ ಆಕೆ ಎದ್ದರು.

"ಪ್ಲೀಸ್, ಬಿಟ್ಬಿಡು. ನೀನೇನು ವಾದ ಮಾಡ್ತೀಯೋ ನಂಗೆ ಅರ್ಥವಾಗೋಲ್ಲ ಬಿಡು. ಹೇಗೂ ಮನೆಯಲ್ಲಿ ಉಳಿದಿದ್ದೀ. ಒಂದಿಷ್ಟು ಓದಿನ ಕಡೆ ಗಮನ ಕೊಡು. ಎಜುಕೇಷನ್ ಕೆಲ್ಸಕ್ಕೆ ಅಲ್ಲದಿದ್ದರೂ ಓದಿನ ಹಣೆಪಟ್ಟಿ ಬೇಕಾಗುತ್ತೆ" ನಸು ಮುನಿಸಿನಿಂದ ಗದರಿಸಿದರು. ಆ ವೇಳೆಗೆ ಅವನ ಮೊಬೈಲ್ ಸದ್ದು ಮಾಡಿತು. "ಇವಳೇ, ಪ್ರಾರಬ್ಧಕರ್ಮವಾಗಿ ಬಿಟ್ಟಿದ್ದಾಳೆ. ಇವ್ಳಿಗೆ ಬೇರೆ ಕೆಲ್ಸ ಇಲ್ವಾ? ನಂಗೆ ತಲೆ ಬಿಸಿ" ಕಟ್

ಮಾಡಿ ಮೊಬೈಲ್ ಒಂದು ಕಡೆ ಎಸೆದ. ಅದು ಮತ್ತೆ ಮತ್ತೆ ಸದ್ದು ಮಾಡೋಕೆ ಹೊರಟಾಗ "ಪ್ಲೀಸ್, ಪ್ಲೀಸ್.." ಅಂದ ತಾರಣಿದೇವಿ ತಾವೇ ಕಾಲ್ ರಿಸೀವ್ ಮಾಡಿ "ಹಲೋ, ರಜನಿ.. ಅವ್ನು ಮೊಬೈಲ್ ಮನೆಯಲ್ಲೇ ಬಿಟ್ಟು ಹೋಗಿದ್ದಾನೆ. ಬಂದ ಕೂಡ್ಲೇ ನಿನ್ನ ಕಾಂಟ್ಯಾಕ್ಟ್ ಮಾಡೋಕೆ ಹೇಳ್ತೀನಿ" ಎಂದು ಹತ್ತು ನಿಮಿಷ ಮಾತಾಡಿದ ನಂತರ "ಅತ್ತೆ, ನಿಮ್ಮ ಮಗನಿಗೆ ಸ್ವಲ್ಪ ಜವಾಬ್ದಾರಿಯಿಂದ ನಡ್ಕೊಳ್ಳೋಕೆ ಹೇಳಿ. ಮೂರು ಮೊಬೈಲ್‌ನ ಪ್ರಸೆಂಟ್ ಮಾಡಿದ್ದೀನಿ. ನನ್ನ ಸಲುವಾಗಿ ಒಂದು ಇಟ್ಕಳ್ಳಿ. ಸಿಮ್ ಹಾಕಿ... ಆಕ್ಟಿವೇಟ್ ಮಾಡಿಕೊಟ್ಟಿದ್ದೀನಿ. ನಂಗೆ ತೀರಾ ಬೇಜಾರಾಗಿದೆ. ತುಂಬ ಹರ್ಟ್ ಮಾಡ್ತಾರೆ" ಮುದ್ದು ಮುದ್ದಾಗಿ ದೂರಿದಳು ಕೂಡ. ತೀರಾ ಅಪರಿಚಿತಳಲ್ಲ. ಚಿದಂಬರಂ ಸ್ನೇಹಿತರ ಮಗಳು. ಕನ್ನಡದ ಮಾತುಗಳು ಒಂದು ವೈಖರಿಯಲ್ಲಿ ಇರುತ್ತೆ. ಹಿಂದಿ, ಇಂಗ್ಲಿಷ್ ನಿರರ್ಗಳವಾಗಿ ಮಾತಾಡಿದರೂ ಕನ್ನಡ ಮಾತ್ರ ತೊಡರುವುದು. ಆ ಮಾತುಗಳು ಬಹಳ ಇಷ್ಟವಾಗಿಬಿಡುತ್ತಿತ್ತು ತಾರಿಣಿಗೆ.

"ಏಯ್, ಯಾಕೋ ಸತಾಯಿಸ್ತಿ, ಆ ಹುಡ್ಗೀನಾ? ನೀನೂಂದರೆ ಪ್ರಾಣ ಬಿಡ್ತಾಳೆ. ಅವಳಿಗೋಸ್ಕರ ಒಂದು ಮೊಬೈಲ್ ಇಟ್ಟುಕೊಳ್ಳೋಕೇನು? ಮೊದ್ಲು ಅವಳ್ನ ಸಮಾಧಾನ ಮಾಡು" ಗದರಿಕೊಂಡರು. ಮುದ್ದು ಮಗನನ್ನು "ದೇವರು ನನ್ನ ಕಾಪಾಡಬೇಕು. ನಾನು ವಾಟ್ಸಪ್ ಓಪನ್ ಮಾಡೇ ಇಲ್ಲ. ಇವ್ಳ ಕಿತ್ತೋದ ಫೋಟೋಗಳ್ನ ನೋಡೋದು, ಅದಕ್ಕೆ ಕಾಮೆಂಟ್ಸ್ ಬರೀಬೇಕು. ಲೈಕ್ ಹಾಕ್ಬೇಕು. ಈ ರೀತಿ ಕಾಡೋಕೆ ಷುರುಮಾಡಿದರೆ, ನಾನು ಹಿಮಾಲಯಕ್ಕೆ ಹೋಗ್ಬಿಡ್ತೀನಿ." ಹೆದರಿಸಿ ರೂಮಿಗೆ ಹೋಗಿ ಬಾಗಿಲು ಹಾಕಿಕೊಂಡ.

ಮೊದಲು ರಜನಿ ಸ್ನೇಹ, ಮಾತು, ಸನಿಹ ಎಲ್ಲಾ ಇಷ್ಟವಾಗಿತ್ತು. ಬೇರೆಯ ಯುವಕರಂತೆ ಹಂಬಲಿಸಿದ್ದುಂಟು. ಆದರೆ ಅವಳ ಲೆವೆಲ್‌ನಲ್ಲಿ ಅಲ್ಲ. ಈಚೆಗಂತು ತಲೆ ಚಿಟ್ಟು ಹಿಡಿದುಹೋಗಿತ್ತು. ಫೇಸ್‌ಬುಕ್, ವಾಟ್ಸಪ್, ಮೊಬೈಲ್, ಚಾಟಿಂಗ್ ಚಿಟ್ಟು ಹಿಡಿದುಹೋಗಿತ್ತು. ಮೂರು ಹೊತ್ತು ಅವಳೇ ಪ್ರತ್ಯಕ್ಷವಾಗೋಳು. ಮುಂದೇನು?

"ಏಯ್, ತೆಗೆಯಯ್ಯ?" ತಾರಿಣಿ ಗಲಾಟೆ ಮಾಡಿದ ನಂತರವೆ ಬಾಗಿಲು ತೆಗೆದು ಅಮ್ಮನ ಕೈ ಹಿಡಿದು ಎಳೆತಂದು ಕೂಡಿಸಿಕೊಂಡು "ಈಗ್ಹೇಳು, ಬಹುಶಃ ಡ್ಯಾಡಿನು ನೀನು ಹೀಗೆ ಕಾಡ್ತ ಇದ್ಯಾ?" ಕೇಳಿದ್ದಕ್ಕೆ ಆಕೆ ನಾಚಿಕೊಂಡು "ಸಾಕು ಬಿಡ್ಹೋ, ಏನೇನೋ ಕೇಳ್ತೀಯಾ? ಸಮಾಜಸೇವೆಗೆ ನಿಂತ ನಿಮ್ಮಪ್ಪನಿಗೆ ಮದ್ವೆ ಒಂದು ಉರುಳು ಅಂದ್ಕೊಂಡರೇನೋ. ಅಷ್ಟೊಂದೇನು ಹಚ್ಚಿಕೊಂಡಿರಲ್ಲಿಲ್ಲ. ಪ್ರೀತಿ, ಪ್ರೇಮ ಇತ್ತು. ಅತಿಯಾಗಿ ವ್ಯಕ್ತಪಡಿಸುವ ಅವಕಾಶವೇ ಸಿಕ್ಕಿಲ್ಲ. ಮಾತುಕತೆ ನೀನು ಹುಟ್ಟಿದ ನಂತರವೆ. ನಿನ್ನ ಅಕ್ಕಂದಿರು ಹುಟ್ಟಿದಾಗ ವರ್ಷಗಟ್ಟಲೇ ತವರಿಗೆ ಅಟ್ಟಿದವರು ಆ ಕಡೆ ತಿರುಗಿ ನೋಡಲಿಲ್ಲ. ಮೊಬೈಲ್ ಇರ್ಲಿಲ್ಲ. ಫೋನ್ ಇತ್ತು. ವಾರಕ್ಕೊಮ್ಮೆ "ಹೇಗಿದ್ದೀ, ಮಗು ಹೇಗಿದೆ?, ಅಂದರೆ ಮುಗಿದುಹೋಗಿತ್ತು. ಸಿನಿಮಾಗಳನ್ನು ನೋಡಿದ್ಮೇಲೆ ಗಂಡ, ಹೆಂಡ್ತಿ ಈ ರೀತಿ ಪ್ರೀತಿ ಮಾಡಬಹುದ್ದು ಅಂತ ತಿಳಿದಿದ್ದು" ಅಂದಾಗ ಮೊದಲು ಕಕ್ಕಾಬಿಕ್ಕಿಯಾದ. ನಂತರ ಸುಧಾರಿಸಿಕೊಂಡು "ಶ್ರೀಮತಿ ತಾರಿಣಿ ಚಿದಂಬರಂ ಅವ್ರೆ, ನಾನು ಅವ್ರ ಮಗ. ಅಷ್ಟನ್ನು ನೀನು ನಿನ್ನ ಭಾವಿ

ಸೊಸೆಗೆ ತಿಳ್ಸಿಬಿಡು. ಇನ್ಮೇಲೆ ಎಸ್‌ಎಂಎಸ್, ಮೆಸೇಜ್, ಚಾಟಿಂಗ್, ಫೇಸ್‌ಬುಕ್, ಟ್ವೀಟರ್ ಏನಿಲ್ಲ ಅಂತ ರಜನಿಗೆ ತಿಳ್ಸಿಬಿಡು. ಒಬ್ಬರ ಬಗ್ಗೆ ಒಬ್ಬರಿಗೆ ಕನಿಷ್ಠ ಕುತೂಹಲ, ಆಸಕ್ತಿ, ಆಕರ್ಷಣೆಯಾದ್ರೂ ಇರ್ಬೇಕು. ಏನು ಇಲ್ಲದಿದ್ದರೆ ಸ್ವಾರಸ್ಯವಿರೋಲ್ಲ. ಮೂರ್ಹೊತ್ತೂ ಪ್ರತಿಯೊಂದಕ್ಕೂ ಜಗಳ, ಸ್ವಲ್ಪ ತಿಳ್ಸಿ ಹೇಳು" ಸ್ವಲ್ಪ ಗಟ್ಟಿಯಾಗಿಯೆ ಹೇಳಿ ಹೊರಹೋದ. ಈಗ ರಜನಿಯೆಂದರೆ ಬೇಸರವೇ.

ಆಕೆ ಸುಮ್ಮನೆ ಕೂತರು. ಅದು ನಿಜ ಅನಿಸಿತು ಕೂಡ. ವಿವಾಹದ ವೇಳೆಗೆ ಈಗಿನ ಜೋಡಿಗೆ ಕೆನ್ನೆ ಕೆಂಪು ಕರಗಿ ಹೋಗಿರುತ್ತೆ. ತಾರಿಣಿಯ ಹಿರಿಯ ಸೋದರತ್ತೆ ಇದನ್ನು ಹೇಳೋರು.

ಮಧ್ಯಾಹ್ನ ಊಟಕ್ಕೆ ನಾಲ್ವರೊಂದಿಗೆ ಬಂದ ಚಿದಂಬರಂ "ಅವ್ರ ಊಟ ಗೆಸ್ಟ್‌ಹೌಸ್‌ನಲ್ಲಿ ಆಗಿದೆ. ನಂಗೆ ಮಾತ್ರ ಬಡ್ಸು" ಎಂದವರು ರೂಮಿಗೆ ಹೋದರು. ಮಾತುಕತೆ ಹಿತಮಿತವಾಗಿಯೆ. ಹೆಂಡತಿಯ ಕಷ್ಟಸುಖ ಗಮನದಲ್ಲಿ ಇಟ್ಟುಕೊಂಡೇ ಅವರ ವರ್ತನೆ. ಕುಕ್ ಇದ್ದಾಗ ನಾಲ್ಕು ಅಲ್ಲ ಹತ್ತು ಜನನ ಕರೆದೊಯ್ದು ಊಟ ಹಾಕಿಸೋರು. ಆದರೆ ತಾರಿಣಿ ಒಬ್ಬರೇ ಎಂದು ತಿಳಿದಾಗ ಅವೆಲ್ಲ ಬಂದ್. ತಾವು ಮಾತ್ರ ಬಂದು ಊಟ ಮಾಡೋರು.

ಡೈನಿಂಗ್ ಟೇಬಲ್ ಬಳಿ ಬರುವ ವೇಳೆಗೆ ಬಡಿಸಿ ತಾರಿಣಿದೇವಿ ಕೂತಿದ್ದರು. "ಅಭೀ, ಬಂದಿದ್ನಾ?" ವಿಚಾರಿಸಿದರು. "ಬಂದಿದ್ದ. ಅವ್ನಿಗೆ ಸ್ವಲ್ಪ ಕೂಡ ರೆಸ್ಪಾನ್ಸಿಬಿಲಿಟಿ ಇಲ್ಲ. ಆ ಹುಡ್ಗೀ ರಜನಿ ಬೆಳಗ್ನಿಂದ ಒಂದತ್ತುಸಲ ಕಾಲ್ ಮಾಡಿದ್ದಾಳೆ. ಇವ್ನು ರಿಸೀವ್ ಮಾಡಿಕೊಂಡಿಲ್ಲ. ಅವಳು ತುಂಬಾನೆ ಬೇಜಾರು ಮಾಡಿಕೊಂಡ್ಲು" ಎಂದರು. ಅವರೇನು ಮಾತಾಡಲಿಲ್ಲ. ತಮ್ಮದನ್ನು ಊಟ ಮುಗಿಸಿ ಎದ್ದು ಹೋಗುವಾಗ "ಅಭೀ ಊಟ ಮಾಡಿದ್ನಾ? ನಿನ್ನ ಊಟ ಮುಗೀತಾ?" ಕೇಳಿದರು ಅಷ್ಟೆ. ಬೇರೆ ವಿಚಾರಗಳು ಬಂದಾಗ ನಿರರ್ಗಳವಾಗಿ ಮಾತಾಡುವವರು ತೀರಾ ವೈಯಕ್ತಿಕ ವಿಷಯಗಳಿಗೆ ಪ್ರತಿಕ್ರಿಯಿಸುವುದು ಚುಟುಕಾಗಿ. ಆಗಾಗ ಇದನ್ನ ಫೇಸ್ ಮಾಡಿ ಆಕೆಗೆ ಅಭ್ಯಾಸವಿತ್ತು.

ಕೈ ತೊಳೆದು ಬಂದವರು "ಸಮಯ ಸಮಯಕ್ಕೆ ನಿನ್ನ ಊಟ, ತಿಂಡಿ ಮುಗಿಸ್ಕೋ. ಬೆಳ್ದ ಹುಡ್ಗ. ಅವನದೇ ಆದ ಯೋಚನೆಗಳು, ಚಿಂತನೆಗಳು ಇರುತ್ತೆ. ಪ್ರತಿಯೊಂದಕ್ಕೂ ನಾವು ಫೋರ್ಸ್ ಮಾಡೋದ್ಬೇಡ. ರಜನಿ ಅವನ ಪರಿಚಯ ನಾಲ್ಕಾರು ವರ್ಷದ್ದು. ಸಂಬಂಧದ ಮಾತುಗಳು ಎರಡು ವರ್ಷದ್ದು. ನಿಶ್ಚಿತಾರ್ಥ ಕೂಡ ಮುಗಿದಿದೆ. ಮದ್ವೆ ದಿನ ಕೂಡ ನಿಶ್ಚಯವಾಗಿದೆ. ಅವ್ರ ಪಾಡಿಗೆ ಅವ್ರನ್ನ ಬಿಡೋಣ. ನೀನು ಆರಾಮಾಗಿರು" ಇಷ್ಟೇ ಹೇಳಿದ್ದು. ಇದು ಆಕೆಯ ನಿರೀಕ್ಷೆಯು ಕೂಡ ಆಗಿತ್ತು.

"ಇನ್ನೊಂದ್ಮಾತು, ಅಭೀ ಒಮ್ಮೆ ಅಮಲೇಶ್ವರ ದೇವಸ್ಥಾನಕ್ಕೆ ಯಾಕೆ ಹೋಗಿ ಬರಬಹ್ದೂಂತ ಕೇಳ್ದ. ನಂಗೆ ಭಯವಾಯ್ತು" ಎಂದಾಗ ಕೆಲವು ನಿಮಿಷಗಳ ಮೌನದ ನಂತರ "ಹೋಗ್ಬರೋಣ, ಅದಕ್ಕೇನು ತಾಪತ್ರಯ? ಹೋಗ್ಬರೋಣ ಬಿಡು" ಎಂದು ಹೊರಟೇಬಿಟ್ಟರು. ಸದ್ಯಕ್ಕೆ ಅಭಿನಂದನ್ ವಿವಾಹ ಮುಗಿಯುವವರೆಗೂ

ಹೋಗಬಾರದೆಂದು ತೀರ್ಮಾನ ಮಾಡಿಕೊಂಡಿದ್ದರು. ಹೇಗೆ ಬಿಡಿಸಿ ಹೇಳುವುದೋ ಆಕೆಗೆ ಅರ್ಥವಾಗಲಿಲ್ಲ.

ಎರಡು ದಿನದ ನಂತರ, ಅಂದು ಭಾನುವಾರವಾದುದ್ದರಿಂದ ಎಂಬಿಎ ಕೊನೆಯ ವರ್ಷದಲ್ಲಿದ್ದ ಅಭಿನಂದನ್‌ಗೆ ಕಾಲೇಜಿನ ಗೊಡವೆ ಇರಲಿಲ್ಲ. ಬೆಳಿಗ್ಗೆ.. ಬೆಳಿಗ್ಗೆಯೆ "ಮಮ್ಮಿ ಮೇಡಮ್ಮ.. ನಾನು ಅಮಲೇಶ್ವರನ ದರ್ಶನಕ್ಕೆ ಹೊರಟಿದ್ದೀನಿ. ರಾತ್ರಿ ಸಾಕ್ಷಾತ್ ಅಮಲೇಶ್ವರ ಕನಸಿನಲ್ಲಿ ಬಂದು ಮಗುವೆ ನೀನು ಬಂದು ನನ್ನ ದರ್ಶನ ಮಾಡ್ಕೊಂಡ್ ಹೋಗು ಅಂತ ಆಣತಿ ಇತ್ತಿದ್ದಾನೆ" ಅಂದಕೂಡಲೆ ಕಿಚನ್‌ನಲ್ಲಿದ್ದ ಆಕೆ ಹೊರಗೆ ಬಂದು "ಏನೇನೋ ಹೇಳ್ಬೇಡ. ನಿಂಗೆ ಸಾಕ್ಷಾತ್ ಅಮಲೇಶ್ವರ ಬಂದು ನನ್ನ ದರ್ಶನಕ್ಕೆ ಬಾ ಅಂತ ಹೇಳಿ ಹೋದ್ನ? ಸುಮ್ನೇ ತಲೆಹರಟೆ ಮಾಡ್ಬೇಡ" ಗದರಿದರು. "ಅಯ್ಯೋ, ಇದೇನು ಹೀಗೆ ಹೇಳ್ತಿ? ಬೇಕಾದರೆ ನಿನ್ತಲೆ ಮೇಲಿಟ್ಟು ಆಣೆ ಮಾಡ್ಲಾ? ನಿಂಗೆ ಸಾಕಷ್ಟು ಸಲ ದೇವರು ಕನಸಿನಲ್ಲಿ ಬಂದು ಹೇಳಿದ್ದು, ಸುಳ್ಳಾ? ನನ್ಹತ್ರ ಲೆಕ್ಕ ಇದೆ" ಅಂದಕೂಡಲೆ ಆಕೆ ಮಗನ ಬಾಯಿ ಮುಚ್ಚಿ "ಸಾಕು ಸುಮ್ಮನಿರು, ಸುಮ್ನೇ ಮಾತು ಯಾಕೆ? ಒಳ್ಳೆಯದಾಗ್ಲೀಂತ ಒಂದು ಅರ್ಚನೆ ಮಾಡ್ಸಿಕೊಂಡು ಬಾ" ಅಷ್ಟು ಹೇಳಿ ಮಗನಿಂದ ತಪ್ಪಿಸಿಕೊಂಡರು. "ಡೋಂಟ್ ವರೀ, ಮಂತ್ರಿ ಹೆಂಡ್ತಿ ಆಗೋ ಯೋಗ ನಿಂಗೆ ಬೇಗ ಬರ್ಲೀಂತ ಕೇಳ್ಕೊಂಡ್ ಬರ್ತೀನಿ. ಅದಕ್ಕಿಂತ ಒಂದು ಹರಕೆ ನೀನೇ ಹೇಳ್ಬಿಡು" ಛೇಡಿಸಿದ. ಆಕೆ ದೇವರಿಗೆ ಹರಕೆ ಹೊರೋದು ಸಾಧಾರಣ ವಿಚಾರ. ದೇವರು, ಸ್ವಾಮಿಗಳು, ಗುರುಗಳು, ಹರಕೆ ಎನ್ನುವುದರ ಬಗ್ಗೆ ಆಕೆಗೆ ತುಂಬಾ ನಂಬಿಕೆ.

ಕಾರು ಹತ್ತಿದ ಅಭಿನಂದನ್. ಇಂದು ಗೆಳೆಯರು ಬೇಡವೆಂದು ಒಬ್ಬನೆ ಹೊರಟ. ಹಿಂಡು ಕಟ್ಟಿಕೊಂಡು ಓಡಾಡುವ ಇಂದು ಒಬ್ಬನೇ ಹೊರಟಿದ್ದು ಒಂದಿಷ್ಟು ಅಚ್ಚರಿಯೆ.

ಬಹಳ ದೂರದ ಹಾದಿಯೇನಲ್ಲ. ಅಮಲಾಪುರ. ಬರೀ ಎಂಬತ್ತು ಕಿಲೋಮೀಟರ್ ಹಾದಿ. ಆ ದೂರ ಕ್ರಮಿಸಲು ಅವನಿಗೆ ಒಂದು ಗಂಟೆ ಸಾಕು. ಆದರೆ ಇಂದು ಮಾತ್ರ ಒಂದು ಮುಕ್ಕಾಲು ಗಂಟೆ ತಗೊಂಡ. ಕಾರು ನಿಂತಾಗ ಮಂತ್ರಗಳು ಕೇಳಿಸುತ್ತಿತ್ತು. ದೇವಸ್ಥಾನದ ಆವರಣದಲ್ಲಿ ಕೆಲವರು ಇದ್ದರೆ, ಗರ್ಭಗುಡಿಯ ಬಳಿ ಕೆಲವರು ಎರಡು ಕಡೆ ಸಾಲುಗಟ್ಟಿ ನಿಂತಿದ್ದರು. ಅದರಲ್ಲಿ ಕೆಲವರಾದರೂ ಇವನತ್ತ ನೋಡಿ ಗೌರವದ ನೋಟ ಬೀರಿದರೆ, ಒಂದಿಬ್ಬರು ಬಂದೇ ಬಿಟ್ಟರು.

"ಬನ್ನಿ... ಬನ್ನಿ.. ಅಪ್ಪಾವರು ಬಂದಿಲ್ವಾ? ಇನ್‌ಫಾರ್ಮೇಷನ್ ಇಲ್ದೇ ಬಂದಿದ್ದೀರಿ. ಬನ್ನಿ.. ಬನ್ನಿ.." ಕರೆದೊಯ್ದರು. ಕೈಯಲ್ಲಿಡಿದ ಹಣ್ಣು ಹೂವಿನ ದೊಡ್ಡ ಬ್ಯಾಸ್ಕೆಟ್ ಅವರ ಕೈಗೆ ಕೊಟ್ಟು ಸ್ವಲ್ಪ ದೂರದಲ್ಲಿ ಒಂದು ಕಡೆ ನಿಂತ. ಮಾತಾಡಿಸಲು ಬಂದವರ ಕಡೆ ಆಸಕ್ತಿ ವಹಿಸಲಿಲ್ಲ. ಲಿಂಗಕ್ಕೆ ಬೆಳ್ಳಿಯ ಮುಖವಾಡ. ಅಮಲೇಶ್ವರ ಕರುಣಾಮಯನಾಗಿ ವಿಜೃಂಭಿಸುತ್ತಿದ್ದ. ಸಾಕಷ್ಟು ಸಲ ಬಂದಿದ್ದರು ಇಂದೇ ಅಮಲೇಶ್ವರನನ್ನು ಭಕ್ತಿಯಿಂದ ನೋಡಿದ್ದು. ಮನದಲ್ಲಿ ನೂರು ವಿಮರ್ಶೆಗಳು ಇದ್ದರೂ ತುಂಬ ಆಕರ್ಷಿತನಾಗಿದ್ದ. ಅಂತು ಒಂಟಿಯಾಗಿ ಮೊದಲ ಸಲ ಬಂದಿದ್ದು. ಗೋತ್ರ, ಪ್ರವರಗಳು ಗೊತ್ತಿದ್ದರಿಂದ ಅರ್ಚಕರು ಸಾಂಗವಾಗಿ ಪೂಜೆ, ಮಂಗಳಾರತಿಯ

ನಂತರ ಮಂಗಳಾರತಿಯ ತಟ್ಟೆ ಇವನ ಮುಂದಿಡಿದರು. ಭಕ್ತಿಯಿಂದ ಮಂಗಳಾರತಿಯನ್ನು ಕಣ್ಣಿಗೊತ್ತಿಕೊಂಡ.

ಒಂದಿಷ್ಟು ಮಾತುಗಳು ಮುಗಿಸಿಕೊಂಡು ಜನ ಖಾಲಿಯಾದ ನಂತರ ಉಳಿದಿದ್ದು ಅರ್ಚಕರು, ಪಾರುಪತ್ತೆಗಾರರನ್ನು ಇನ್ನೊಬ್ಬ ಸ್ವಚ್ಛ ಮಾಡಿಕೊಂಡು ಅಲ್ಲೇ ಪಕ್ಕದಲ್ಲಿ ವಾಸಿಸುವ ಮಾದ ಮಾತ್ರ.

ಬುಟ್ಟಿಯನ್ನು ಹಿಂದಿರುಗಿಸಿದ ಅರ್ಚಕರು ದೇವರ ನೈವೇದ್ಯಕ್ಕೆ ಮಾಡಿದ ಸಿಹಿ ಪೊಂಗಲನ್ನು ದೊನ್ನೆಯಲ್ಲಿ ತಂದಿತ್ತರು. ಅವನು ಅಲ್ಲೇ ಕಂಬದ ಬದಿಗೆ ಕೂತು ಆರಾಮಾಗಿ ಕೂತು ತಿಂದ. ಸಾಕಷ್ಟು ಸಲ ತಿಂದಿದ್ದ. ಇಂದಿನದು ಮಾತ್ರ ಹೆಚ್ಚು ರುಚಿಯೆನಿಸಿತು.

"ಎಲ್ಲಾ... ಹೇಗಿದ್ದಾರೆ? ವಿವಾಹದ ತಯಾರಿಯಲ್ಲಿ ಮಗ್ನವಾಗಿರಬೇಕು. ಅಮ್ಮಾವರು ವಿವಾಹದನಂತರ ವಧುವರರನ್ನು ಕರೆದುಕೊಂಡು ಬಂದು ಗಿರಿಜಾಕಲ್ಯಾಣ ಮಾಡಿಸ್ತೇನೀಂತ ಹೇಳಿಹೋದ್ರು. ದೇವರಲ್ಲಿ ಆ ತಾಯಿಗೆ ಬಹಳ ಭಕ್ತಿ. ನಿಮ್ಮ ತಂದೆಯವರು ಮೊದಲ ಸಲ ಎಲೆಕ್ಷನ್‌ನಲ್ಲಿ ಗೆದ್ದಾಗ ಈ ಸುತ್ತಲ ಪ್ರಾಂಗಣ ಎದ್ದಿದ್ದು. ಎರಡನೇ ಸಲ ಗೆದ್ದಾಗ ನೂತನವಾಗಿ ದೇವಿಯ ವಿಗ್ರಹ ಗಿರಿಜಾಕಲ್ಯಾಣ ಪ್ರಾರಂಭ ಮಾಡಿದ್ದು. ನಂತರ ಎಷ್ಟು ಗಿರಿಜಾ ಕಲ್ಯಾಣಗಳು ನಡೆದವು. ಗಿರಿಜಾಕಲ್ಯಾಣದ ಹರಕೆ ಭಕ್ತರೇ ಜಾಸ್ತಿ" ಒಂದಷ್ಟು ಹೇಳಿದರು. ಜೊತೆಯಲ್ಲಿ ಇನ್ನೊಂದು ವಿಷಯವನ್ನು ಬಿತ್ತರಿಸಿದರು.

"ನಾಳೆ ದಿನ ಆನಂದಮೂರ್ತಿಗಳ ಮನೆಯವರ ಗಿರಿಜಾಕಲ್ಯಾಣ. ಅದಕ್ಕೆ ಈಗಿನಿಂದಲೇ ಸಿದ್ಧತೆಗಳು ಷುರುವಾಗಿದೆ. ಅವ್ರ ತಮ್ಮನ ಸಂಸಾರ ವಿದೇಶಕ್ಕೆ ತೆರಳಲಿದ್ದಾರೆ. ಅಲ್ಲಿನವರೇ ಬಂದಿದ್ದರು. ಈಗ ಹೊರಡೋ ಮುನ್ನ ಒಂದು ಗಿರಿಜಾಕಲ್ಯಾಣ"

ಕಾರಿನಲ್ಲಿ ಬಂದು ಕೂತ. ಮೊದಲ ಸಲ ಒಂಟಿಯಾಗಿ ಬಂದಿದ್ದ. "ನಂಗ್ಯಾಕೋ, ಭಯ ಕಣೋ! ಅವ್ರುಗಳು ವಿಷ್ಯನ ತಳ್ಳಿ ಹಾಕಿರಬಹುದು. ಆದರೆ ನಿಂದೇ ತಪ್ಪುಂತ ಕೆಲವರಾದರೂ ಭಾವಿಸಿರುತ್ತಾರೆ. ಹಂಗಿಸೋದೋ, ಕಾಲು ಕೆರೆದುಕೊಂಡು ಜಗಳಕ್ಕೆ ಬಂದರೆ ಗತಿಯೇನು?" ಅಂತ ಅವರಮ್ಮ ಹೊರಟಾಗ ಆತಂಕ ವ್ಯಕ್ತಪಡಿಸಿದಾಗ "ಅರೇ, ಸುಮ್ಮೇ ಇರು ಮಮ್ಮಿ. ನಾನೇನಾದ್ರೂ ಆ ಹುಡ್ಗೀನ ಹಾರ್ಸಿಕೊಂಡು ಬಂದ್ನಾ? ಯಾರಾದ್ರೂ ಬಂದರೆ ಒಂದು ಕೈ ನೋಡೇ ಬಿಡ್ತೀನಿ" ಕೈ ಮುಷ್ಟಿ ಹಿಡಿದು ತೋರಿಸಿ ಬಂದಿದ್ದ.

ಅವನಿಗೆ ಈಗ ನಗು ಬಂತು. ಅಂಥ ಸಿನಿಮೀಯ ಘಟನೆ ಸಾಧ್ಯವೇ?

* * *

ಸಿಟಿಯಿಂದ ಶ್ರೀಯನ್ನು ಬಿಟ್ಟು ಮಿಕ್ಕವರು ಅಮಲಾಪುರದತ್ತ ಪ್ರಯಾಣ ಬೆಳೆಸಿದರು. ಆನಂದಮೂರ್ತಿಗಳು ಬಹಳ ಒಳ್ಳೆಯ ಡ್ರೈವರ್. ಲಾರಿ, ಟ್ರಾಕ್ಟರ್‌ನಿಂದ ಹಿಡಿದು ಟೂ ವೀಲರ್‌ವರೆಗೆ ಎಲ್ಲಾ ವೆಹಿಕಲ್‌ಗಳನ್ನು ಓಡಿಸಬಲ್ಲರು. ಆದರೆ ಯಾವುದೇ ವೆಹಿಕಲ್ ಆಗಲೀ ಅವರೊಬ್ಬರೇ ಇದ್ದಿದ್ದು ಮಾತ್ರ ಕಡಿಮೆ? ಆ ದಾರಿಯಲ್ಲಿ ಬರುವ

ಯಾರನ್ನು ಬೇಕಾದರೂ ಹತ್ತಿಸಿಕೊಳ್ಳುವಂಥ ಸರಳತೆ, ಅದನ್ನು ದೊಡ್ಡಸ್ಥಿಕೆಯೆಂದು ಭಾವಿಸಿದವರೇ ಅಲ್ಲ.

ನಂದನ್ ವಿಭಾ ಮಗಳಿಗಾಗಿ ಒಂದಿಷ್ಟು ಪರ್ಚೇಸ್ ಮಾಡಿದ್ದರು. ಹೊರಡುವುದಕ್ಕಿಂತ ಮುನ್ನವೇ ಅವಳ ಡ್ರೆಸ್, ಹೇರ್‌ಸ್ಟೈಲ್‌ನಲ್ಲಿ ಬದಲಾವಣೆ ತರಲು ನಿಶ್ಚಯಿಸಿದ್ದರು. ಇದಕ್ಕೆ ಯಾರ ಪರ್ಮಿಷನ್ ಬೇಕಿರಲಿಲ್ಲ. ಮಗಳನ್ನು ಕರೆದೊಯ್ಯುವ ಸಂಪೂರ್ಣ ಮೂಡ್‌ನಲ್ಲಿದ್ದರು. ಜಗತ್ತನ್ನು ಜಯಿಸಿದ ಖುಷಿ ಅವರದು.

"ಶ್ರೀ ಮತ್ತು ಶುಭಕರನೊಂದಿಗೆ ಎಷ್ಟು ಚೆನ್ನಾಗಿ ಹೊಂದಿಕೊಂಡಿದ್ದಾಳೆ ನೋಡಿ ವಿಸ್ಮಿತ. ಅಲ್ಲೂ ರಿತೂ ಜೊತೆ ಬೇಗ ಹೊಂದಿಕೊಂಡರೆ ಸಾಕು. ನಾನು ಅಮ್ಮ ಅಂತ ಅದೆಷ್ಟು ನೂರು ಸಲ ಹೇಳಿದ್ದೀನೋ, ಆದರೆ ಇಂದಿಗೂ ಅಕ್ಕನೇ ಅಮ್ಮಂತ ಕರೀತಾಳೆ" ಇಂಥದೊಂದು ದೂರನ್ನು ಗಂಡನ ಮುಂದಿಟ್ಟಾಗ, ಅವರಿಬ್ಬರು ತೋಟದಲ್ಲಿದ್ದರು. ನಂದನ್‌ಗೆ ತೋಟವೆಂದರೆ ಇಷ್ಟ, ಆಡಿ ಬೆಳೆದಿದ್ದು ಇಲ್ಲಿಯೇ. ಎಷ್ಟೋ ಸವಿನೆನಪುಗಳು ಇತ್ತು. ಮಾವಿನ ಮರ ಹತ್ತಿ ಕಾಲು ಮುರಿದುಕೊಂಡು ಆರು ತಿಂಗಳು ಬ್ಯಾಂಡೇಜ್ ಹಾಕಿಸಿಕೊಂಡಿದ್ದುಂಟು. ಹಿಂದೆ ಸಾಕಷ್ಟು ಸಲ ಬಂದಿದ್ದರು. ಅಮೆರಿಕ ಮೂಡ್‌ನಲ್ಲಿದ್ದರು. ಆದರೆ ಈಗ ಇಲ್ಲೇ ಇದ್ದು ಬಿಡುವ ಮನಸ್ಸಾಗುತ್ತಿತ್ತು. ಇದು ತನ್ನ ನೆಲ ಎನ್ನುವ ಅಭಿಮಾನ ಉಕ್ಕಿ ಬರುತ್ತಿತ್ತು. ಹಿಂದಿನ ಭ್ರಮೆ ಹರಿದುಹೋಗಿತ್ತು.

"ನಾನು ಏನೋ ಹೇಳ್ತಾನೇ ಇದ್ದೀನಿ. ನೀವು ಪರಧ್ಯಾನದಲ್ಲಿ ಇದ್ದೀರಾ" ಎಂದಾಗ ವಿಭಾ "ಸಾರಿ, ಈ ಸಲ ಬಂದ್ಮೇಲೆ ಹೋಗೋದೂಂದರೆ ಹಿಂಸೆಯೆನಿಸಿದೆ. ನಾನೇಕೆ ವಿದೇಶದ ವ್ಯಾಮೋಹ ಬೆಳ್ಸಿಕೊಂಡೆ? ಹಾಗೇ ನೋಡಿದರೇ, ಅಣ್ಣ ಇಲ್ಲೇ ಹೆಚ್ಚು ಸುಖ, ಸಂತೃಪ್ತಿಯಿಂದ ಇದ್ದಾನೆ" ಎಂದರು. ಒಂದು ರೀತಿಯ ಆರ್ದ್ರತೆಯಿಂದ "ಏಯ್ ನಂದನ್, ನಿಮ್ಗೇ ಏನಾಗಿದೆ? ಬಂದಾಗಲೆಲ್ಲ ಹೋಗೋಕೆ ಚಡಪಡಿಸುತ್ತಿದ್ದವರು ನೀವು. ಇದೆಂಥ ಬದಲಾವಣೆ. ಐ ಡೋಂಟ್ ಲೈಕ್. ಭಾರತ ನಮ್ಮ ಪಾಲಿಗೆ ಬಂದು ಹೋಗೋಕಷ್ಟೆ. ನಮ್ಗೇ, ನಮ್ಮ ಮಕ್ಕಳಿಗೆ ಅಲ್ಲಿನ ಸಿಟಿಜನ್‌ಷಿಪ್ ಸಿಕ್ಕಿದೆ." ಸ್ವಲ್ಪ ಬೇಸರದಿಂದಲೇ ನುಡಿದರು ವಿಭಾ. ಆಕೆ ಸುತರಾಂ ಒಪ್ಪರು.

"ಓಕೆ, ಬಿಡು! ಟಿಕೆಟ್ ಬುಕ್ ಆಗಿದೆ. ರಿತೂ ಹತ್ರ ಮಾತಾಡು" ಮಡದಿಯನ್ನು ಬಿಟ್ಟು ಗದ್ದೆಗಳಿಗೆ ನೀರು ಹಾಯಿಸುತ್ತಿದ್ದ ಕಡೆ ಹೊರಟರು. ಆ ಕಡೆ ಬಂದ ಆನಂದಮೂರ್ತಿಗಳು ನಿಂತರು. "ಬಾ... ಬಾ...ಎಳನೀರು ಕುಡೀತಾ ಮಾತಾಡೋಣ. ವಿಭಾ ಕೂಡ ಇನ್ನೆರಡ್ವರ್ಷ ಬರೋಕ್ಕಾಗೋಲ್ಲ ಅಂದ್ಲು" ಎಂದು ತಮ್ಮನನ್ನು ತೆಂಗಿನ ತೋಟಕ್ಕೆ ಕರೆದೊಯ್ದರು. ಅವರಿಗೂ ಒಂದಿಷ್ಟು ಮಾತಾಡೋದು ಇತ್ತು.

ಒಂದು ಕಡೆ ಕೂತು ಎಳನೀರು ಕಿತ್ತಿಸಿ ಕುಡಿದ ನಂತರ "ಸದೂ, ನಿನ್ನ ಪಾಲಿನ ಹಣ ಬ್ಯಾಂಕ್‌ನಲ್ಲಿ ಇಟ್ಟಿದ್ದೀನಿ. ಅದ್ನ ಯಾವಾಗ ಬೇಕಾದರೂ, ಯಾತಕ್ಕೆ ಬೇಕಾದ್ರೂ ಉಪಯೋಗಿಸಬಹುದು. ಅಲ್ಲಿಗೆ ಬೇಕಾದರೂ ತರಿಸ್ಕೋಬಹುದು" ಇಂಥ ಒಂದು ವಿಚಾರವಿಟ್ಟಾಗ ನಂದನ್ ಬೆಚ್ಚಿಬಿದ್ದರು. "ಅಣ್ಣ, ನನ್ನ ಮನಸ್ಸಿನಲ್ಲಿ ಅಂಥ ಆಲೋಚನೇನೇ ಇಲ್ಲ. ಶ್ರಮನು ನಿಂದೇ, ಫಲನು ನಿಂದೇ. ಪ್ಲೀಸ್, ಆ ವಿಚಾರ ಬಿಡು. ನಂಗೂ ಇಲ್ಲೇ

ಉಳಿಯಬೇಕೆನಿಸಿದೆ. ಇದಕ್ಕೆ ವಿಭಾ ಒಪ್ಗೇ ಇಲ್ಲ. ವಿಸ್ಮಿತ, ರಿತೂ ಅಲ್ಲೇ ಹುಟ್ಟಿದೋರು. ಅಲ್ಲಿನ ಸಿಟಿಜನ್‌ಷಿಪ್ ಸಿಕ್ಕಿದೆ. ಬಹುಶಃ ರಿತೂನಂತು ಇಲ್ಲಿಗೆ ಬರೋಕೆ ಇಷ್ಟವಿಲ್ಲ. ಅಲ್ಲಿನ ಜೀವನಶೈಲಿಗೆ ಒಗ್ಗಿಕೊಂಡಿದ್ದಾನೆ. ನಮಗಾಗಿ ಹೋಗಿದ್ದು, ಈಗ ಮಕ್ಕಳಿಗಾಗಿ ಉಳೀಬೇಕು. ಅದು ಸ್ವಲ್ಪ ದಿನ. ಆಮೇಲೆ ಅವರವ್ರ ಬದ್ಕು ಅವರದಷ್ಟೆ.. ಅಟ್ಯಾಚ್‌ಮೆಂಟ್ ಅನ್ನೋದೇ ಇಲ್ಲವಾಗಿ ಬಿಡುತ್ತೆ" ವಿಷಾದ ಅವರ ದನಿಯಲ್ಲಿ ಇಣಕಿದಾಗ ಆನಂದಮೂರ್ತಿಗಳು ಒಂದು ತರಹ ನಕ್ಕರು. "ಸಂಬಂಧಗಳು... ಜನ್ಮಗಳು ಇದೇ ಅಂತಾರೆ. ಹಿಂದಿನ ಜನ್ಮದಲ್ಲಿ ನಾವು ಯಾರು.. ಯಾರೋ ಮುಂದಿನ ಜನ್ಮ.. ಬೇಡ ಬಿಡು. ಅದಕ್ಕೆ ಎಲ್ಲರು ನಮ್ಮವರೇ ಅನ್ನೋ ರೀತಿಯಲ್ಲಿ ಬದ್ಕಿ ಬಿಡ್ಬೇಕು. ಸ್ವಾರ್ಥ, ನಿರಾಶೆ, ನೋವು ಎಲ್ಲ ಕಡ್ಮೆಯಾಗುತ್ತೆ. ಅಸೂಯೆ ಸಾಯುತ್ತೆ" ಎಂದರು. ನಂದನ್‌ಗೆ ಎಷ್ಟು ಅರ್ಥವಾಯಿತೋ, ಇಲ್ಲವೋ... ನಿರಾಸೆಯ ನಗೆ ಬೀರಿ "ನಿನ್ನ ತರಹ ಯೋಚಿಸೋದು ಲಕ್ಷಕ್ಕೊಬ್ಬನಿಗೆ ಸಾಧ್ಯವಿಲ್ಲ. ಮಾತಿನಂತೆ ನಡೆ ಕೂಡ. ಅದಕ್ಕೆ ಇಷ್ಟೊಂದು ಪ್ರಶಾಂತವಾಗಿದ್ದೀ" ಎಂದರು. ಇಲ್ಲಿ ಸದಾನಂದಮೂರ್ತಿ ಆಗಿದ್ದವರು ಕೆಲಸ ಅರಸಿಕೊಂಡು ಡಾಲರ್ ಜಗತ್ತಿನಲ್ಲಿ ಕಾಲಿಟ್ಟ ಮೇಲೆ ನಂದನ್ ಆಗಿದ್ದರು.

ಮತ್ತೆ ನೆನಪಿಸಿಕೊಂಡಂಗೆ ಈಸಲ ಅಮ್ಮುನ ಕರ್ಕೊಂಡ್ ಹೋದ್ಮೇಲೆ ಎರಡ್ವರ್ಷ ಭಾರತಕ್ಕೆ ಬರೋಲ್ಲಾಂದ್ರು. ಹೇಗೂ ನೀವುಗಳು ಇದ್ದೀರಿ. ಸತ್ಯ ಮನೆಗೆ ಸೊಸೆಯರು ಬರ್ಲಿಲ್ಲಾಂತ ಧಾವಂತ ಷುರು ಮಾಡಿದ್ದಾಳೆ. ನಿಂಗೆ ಪಾಲಾಕ್ಷ ಗೊತ್ತಿರಬೇಕಲ್ಲ. ಅವ್ರು ಮಗ್ಳು ರಕ್ಷಾನ ಶ್ರೀಗೆ ಕೊಡ್ಬೇಕೂಂತ ನಿರ್ಧಾರ ಮಾಡಿದ್ದಾನೆ. ಆಗಾಗ ಬಂದು ಹೋಗ್ತಾ ಇರೋದ್ರಿಂದ ಹುಡ್ಗೀ ಎಲ್ಲರಿಗೂ ಒಪ್ಪಿಗೆಯೇ. ಹುಡ್ಗೀನ ಕರ್ಕೊಂಡ್ ಬರ್ತಾ ಇದ್ದಾನೆ. ನೇರವಾಗಿ ವರ, ವಧು ಒಪ್ಗೇ ತಿಳಿಸಿಬಿಟ್ರೆ... ಅಮಲೇಶ್ವರನ ಸನ್ನಿಧಿಯಲ್ಲಿ ಮದ್ವೇನೆ ಮುಗ್ಸಿಬಿಡೋಣ. ನೀವುಗಳು ಇದ್ದೀರಿ. ಊರವರೆಲ್ಲಾ ನೆಂಟರೇ, ಎಲ್ಲರೂ ನಮ್ಮ ಮನೆ ಮದ್ವೆ ಅನ್ನೋ ರೀತಿಯಲ್ಲಿ ಭಾಗವಹಿಸಿ ಸಂಭ್ರಮಪಡ್ತಾರೆ ಎಂದು ತೀರಾ ಸರಳವಾಗಿ ಮಗನ ಮದುವೆಯ ವಿಷಯ ತಿಳಿಸಿದರು. ಪ್ರತಿಯೊಂದು ವಿಷಯದಲ್ಲೂ ನಂದನ್, ವಿಭಾಗೆ ತಿಳಿಸಿ ಅವರ ಸಲಹೆ ಸೂಚನೆ ಪಡೆಯುತ್ತಿದ್ದರು.

ಗೌರವದಿಂದ ಅಣ್ಣನ ಕಡೆ ನೋಡಿ "ನೀವು ಸ್ವಲ್ಪ ಕೂಡ ಬದಲಾಗಿಲ್ಲ. ಅಂದು... ಇಂದು... ಎಂದೂ ಇದೇ ಆನಂದಮೂರ್ತಿಯೆ, ಯೂ ಆರ್ ಗ್ರೇಟ್, ಅಣ್ಣ" ಎಂದ ಸದಾನಂದ ಮೂರ್ತಿ "ಶ್ರೀ ಅಭಿಪ್ರಾಯವೇನು" ಕೇಳಿದರು. "ನೋಡಿದ್ದಾನೆ, ಪಾಲಾಕ್ಷನ ಕುಟುಂಬದ ಪರಿಚಯವಿದೆ. ಆದರೆ ಏನು ಹೇಳಿಲ್ಲ. ಬಹುಶಃ ಬಾ.. ಅಂತ ಹೇಳಿದ್ದೀನಿ. ಬಹುಶಃ ಬರ್ತಾನೆ. ಅದೇ ಆ ಹುಡ್ಗೀ ರೋಮಾಹತ್ರ ಮಾತಾಡ್ತೀನಿ ಅಂದಿದ್ದಾನೆ. ಶುಭನ ಆತ್ಮಸ್ಥೈರ್ಯ ಕಳ್ದುಕೊಂಡಿದ್ದಾನೆ. ಅದೊಂದಿಲ್ಲದಿದ್ದರೆ ಯೋಚ್ನೆ ಮಾಡೋಂಥದೇನಿಲ್ಲ. ಶ್ರೀ ಆತ್ಮಸ್ಥೈರ್ಯದಲ್ಲಿ ತೀರಾ ಬಲಿಷ್ಟ. ಅಷ್ಟೆ ವಿವೇಕಿ ಅಂದ್ಕೋಬಹುದ್ದು. ವಯಸ್ಸಿನ ದುಡುಕುತನವಿದ್ದೇ ಇರುತ್ತೆ" ಎಂದರು.

ಅಣ್ಣ ತಮ್ಮ ಬಹಳಷ್ಟು ಮಾತಾಡಿದರು. ತಮ್ಮನ ತಣ್ಣನೆಯ ವಿಮುಖತೆ ಗೋಚರಿಸಿತು. ಸಹಜ ಅಂದುಕೊಂಡರು ವಿಭಾಗೆ ಇಷ್ಟವಿಲ್ಲವೆಂದು ಗೊತ್ತಿತ್ತು.

"ವಿಭಾ ... ಒಪ್ಪೋಲ್ಲ!" ಎಂದರು ಯೋಚಿಸುತ್ತ.

"ಅದು ಗೊತ್ತಣ್ಣ. ಅದ್ರೂ, ಆ ಪರಿಸರ, ಒತ್ತಡದ ಜೀವ್ನ ನಂಗೆ ನೇಮ್ದಿ ಕೊಡೋಲ್ಲ. ರಿತೇಶ್ ವಿಷ್ಯ ಹೇಳಬೇಕೆಂದರೆ ನಮ್ಮ ಪ್ರಕಾರ ಕುಲಗೆಟ್ಟು ಹೋಗಿದ್ದಾನೆ. ಅವನನ್ನು ನಿಯಂತ್ರಿಸೋದು ಕಷ್ಟವಾಗಿದೆ. ಕೆಲವೊಮ್ಮೆ ಪೊಲೀಸರ ಸಹಾಯ ಪಡೆಯಬೇಕಾಯ್ತು. ಮಕ್ಕಳಿಗೆ ನಮ್ಮ ಪೂರ್ಣ ಸಮಯ ಕೊಡೋಕಾಗ್ಲಿಲ್ವೇನೋ ಅನ್ನೋ ಅಪರಾಧಭಾವ. ಅಂದುಕೊಂಡಿದ್ದೆಲ್ಲ ಸಿಕ್ಕಿದೆ. ಅಮೇರಿಕ ಕರೆನ್ಸಿಯೇನು ನೆಮ್ದಿ ಕೊಡೋಲ್ಲ. ಬದುಕಿನ ಬಗ್ಗೆ ಇಂಟರೆಸ್ಟ್ ಕಳ್ದುಕೊಂಡಿದ್ದೀನಿ" ತೀರಾ ನಿರಾಸೆಯಿಂದ ಮಾತಾಡಿದಾಗ ತಮ್ಮನ ಕೈ ಹಿಡಿದುಕೊಂಡ ಆನಂದಮೂರ್ತಿ "ಬೇಡ, ಇದು ಒಳ್ಳೆಯದಲ್ಲ. ನಿಂಗೂ, ವಿಭಾಗೂ ಸ್ವಲ್ಪ ಸಮಯ ಬೇಕಾಗುತ್ತೆ. ವಿಭಾ ಕೂಡ ಮಕ್ಕಳ ಪರಿವರ್ತನೆಯನ್ನೂ ನಿರೀಕ್ಷಿಸಬಹುದು." ಇಂಥ ಆಶಾಭಾವನೆಯನ್ನು ಬಿತ್ತಿದರು ತಲೆಯಲ್ಲಿ. ಇದೊಂದು ಪ್ರಯತ್ನವಷ್ಟೆ.

ಮತ್ತೊಂದು ಸಂದೇಹವನ್ನು ಅಣ್ಣನ ಮುಂದಿಟ್ಟರು.

"ಅಣ್ಣ, ವಿಭಾ ಮಗಳ್ನ ಕರ್ಕೊಂಡ್ ಹೋಗ್ಲೇಬೇಕೂಂತ ಹಟ ಹಿಡಿದಿದ್ದಾಳೆ. ಆ ಬಗ್ಗೆ ನಿನ್ನ ಅಭಿಪ್ರಾಯ" ತಮ್ಮನ ಮಾತಿಗೆ ಆನಂದಮೂರ್ತಿಗಳು ಜೋರಾಗಿ ನಕ್ಕುಬಿಟ್ಟರು. "ಅಭಿಪ್ರಾಯಕ್ಕೇನು? ಹೆತ್ತ ತಾಯಿಗೆ ಮಗಳನ್ನ ಕರ್ಕೊಂಡ್ ಹೋಗೋ ಆಸೆ ಇರೋಲ್ವಾ? ಅದು ಸಹಜ ಕೂಡ. ಮಗಳ್ನ ಬಿಟ್ಟು ವಿಭಾ ಸಾಕಷ್ಟು ಒಳಗೊಳಗೆ ನೋವು ಅನುಭವಿಸಿದ್ದಾಳೆ. ಇನ್ನು ಬೇಡ. ಅಲ್ಲಿ ಒಳ್ಳೆ ಎಜುಕೇಷನ್ ಕೊಡ್ಸೋ ಆಸೆ. ಕೊಡಿಸ್ಲೀ, ಇದು ತೀರಾ ಸಂತೋಷದ ವಿಚಾರವೆ" ಸಂತೋಷವನ್ನು ವ್ಯಕ್ತಪಡಿಸಿದರು. ಆದರೆ ಇದು ಸಾಧ್ಯವಾ ಎನ್ನುವ ಸಂದೇಹ ಅವರದು. ಆ ಬಗ್ಗೆ ಅಮಲ ಅಲ್ಪಸ್ವಲ್ಪ ಆಸಕ್ತಿನು ತೋರಿಸಿರಲಿಲ್ಲ.

ಆ ವೇಳೆಗೆ ಅವರಿಬ್ಬರ ನಡುವೆ ವಿಭಾ ಬಂದು ಕೂತಳು. "ಆನಂದಣ್ಣ ನಾನು ವಿಸ್ಮಿತ ಜೊತೆಗೆ ಸಿಟಿಗೆ ಹೋಗ್ಬರ್ಲ? ಅವ್ಳ ಹೇರ್ ತುಂಬಾ ಉದ್ದವಾಗಿ ಬೆಳೆದಿದೆ. ಒಂದಿಷ್ಟು ಅವ್ಳ ಫೇಸ್, ಪರ್ಸನಾಲಿಟಿಗೆ ಹೊಂದೋ ಹೇರ್‌ಸ್ಟೈಲ್ ಇದ್ದರೇ ತುಂಬ ಬ್ಯೂಟಿಫುಲ್ಲಾಗಿ ಕಾಣ್ತಾಳೆ. ಅವ್ಳಿಗೆ ಬೇರೆ ಡ್ರೆಸ್‌ಗಳ್ನ ತಂದಿದ್ದೀವಿ" ಅಂದಾಗ ಎರಡು ನಿಮಿಷದ ಮೌನದ ನಂತರ "ಓಕೆ, ಕರ್ಕೊಂಡ್ ಹೋಗ್. ನಿನ್ನ ಮಗ್ಳು ಹೇಗೆ ಬೇಕಾದ್ರೂ ರೂಪಿಸ್ಕೋಬಹ್ದು" ಅಂದರು. ನಂದನ್ ಮಾತ್ರ "ಹೇಗೂ, ಕರ್ಕಂಡ್ ಹೋಗ್ತಾ ಇದ್ದೀವಲ್ಲ. ಅಲ್ಲೇ..." ಮುಂದುವರಿಸಲಿಲ್ಲ. "ಸರಿ ಅನ್ನಿಸೋಲ್ಲ" ಒಂದೇ ಮಾತಿನಲ್ಲಿ ತಳ್ಳಿಹಾಕಿದರು. ವಿಭಾ ಲೀಲಾಜಾಲವಾಗಿ ಡ್ರೈವ್ ಮಾಡಬಲ್ಲರು. ಆದರೆ ಇಲ್ಲಿನ ರೋಡುಗಳನ್ನು ಗಮನದಲ್ಲಿ ಇಟ್ಟುಕೊಂಡು ಟ್ಯಾಕ್ಸಿ ಚಂದ್ರುನ ಜೊತೆಯಲ್ಲಿ ಕರೆದೊಯ್ಯುವಂತೆ ಹೇಳಿದರು.

ಆದರೆ ಅದನ್ನು ವಿರೋಧಿಸಿದ್ದ ಅಮಲ "ನೋ, ನಂಗೆ ಇಷ್ಟವಾಗೋಲ್ಲ. ತುಂಬ ತಲೆನೋವು" ಹೋಗಿ ಮಲಗಿಯೇಬಿಟ್ಟಳು. ಸತ್ಯಭಾಮ ಅವಳನ್ನು ಕನ್ವಿನ್ಸ್ ಮಾಡಲು ಹೋಗಿ ಸೋತರು. "ಹೋಗ್ಲಿ ಬಿಡು, ವಿಭಾ. ಹಟ ಯಾಕೆ? ಹೇಗೂ ಕರ್ಕೊಂಡ್ ಹೋಗ್ತೀಯಲ್ಲ. ಅಲ್ಲಿನ ಪರಿಸರ, ಜೀವನಶೈಲಿಗೆ ಅನುಗುಣವಾಗಿ ಹೇರ್‌ಸ್ಟೈಲ್, ಡ್ರೆಸ್ಸ್‌ಗಳ ಬದಲಾಯಿಸಿಕೊಳ್ಳಬಹುದು. ಇಲ್ಲಿನದನ್ನು ಇಲ್ಲಿಗೆ ಬಿಡು"

ಅಂದರು. ಇದು ವಿಭಾಗೆ ಮುಜುಗರದ ವಿಷಯವಾಯಿತು.

"ಡರ್ಟಿ ಗರ್ಲ್, ಅಲ್ಲಿ ಕೆಲ್ಸಕ್ಕೆ ಬರೋರು ಕೂಡ ಇಷ್ಟು ದರಿದ್ರವಾಗಿ ಇರೋಲ್ಲ. ನೀವು ಇದನ್ನೆಲ್ಲ ಯೋಚ್ಸಬೇಕಿತ್ತು. ಅಕ್ಕ ಇವಳನ್ನ ಕರ್ಕೊಂಡ್ ಹೋದ್ಮೇಲೆ ನಾನೆಷ್ಟು ರಿಸ್ಕ್ ತಗೋಬೇಕು, ಗೊತ್ತಾ?" ಸ್ವಲ್ಪ ಜೋರು ದನಿಯಲ್ಲಿ ಮೊದಲ ಸಲ ಗೊಣಗಿದಾಗ ಸತ್ಯಭಾಮ ಕಣ್ಣಲ್ಲಿ ನೀರಾಡಿತು. ಅಮಲ ಬೆಳವಣಿಗೆಯಲ್ಲಿ ಅವರೆಷ್ಟು ಶ್ರಮಪಟ್ಟಿದ್ದರು. ಗೊತ್ತಿದ್ದ, ಗೊತ್ತಿಲ್ಲದ ಎಷ್ಟೋ ದೇವರುಗಳಿಗೆ ಹರಕೆ ಮಾಡಿಕೊಂಡು ನಿದ್ದೆ, ಊಟ ಬಿಟ್ಟು ಅವಳನ್ನು ಬೆಳೆಸಿದ್ದರು. "ಸಾರಿ ಕಣೇ, ವಿಭಾ... ನಿಮ್ಗೇ ಜಗತ್ತೇ ಪುಟ್ಟ ಹಳ್ಳಿ. ನಂಗೆ ಈ ಅಮಲಾಪುರವೆ ದೊಡ್ಡ ಜಗತ್ತು. ಬೇರೆ... ಬೇರೆ... ತರಹ ಯೋಚ್ನೆಗಳೆ ನನ್ನ ತಲೆಗೆ ಬರ್ತಾ ಇರ್ಲಿಲ್ಲ. ಅಮಲ ಚೂಟಿ ಇದ್ದಾಳೆ. ನಿಂಗೆ ಹೇಗೆ ಬೇಕೋ ಹಾಗೆ ತಿದ್ಕೋಬಹ್ದು. ಎಲ್ಲಾ ಬೇಗ ಕಲೀತಾಳೆ. ಅಮಲ ವಿಸ್ಮಿತಳಾಗಿ ಬೇಗ ಬದಲಾಗ್ತಾಳೆ. ವಿದೇಶದಲ್ಲಿ ಕಲಿತು, ಈಗ ಅಲ್ಲೇ ಇರೋ ನಿನ್ನಂಥ ಬುದ್ಧಿವಂತಳಿಗೆ ಅವಳನ್ನು ತಿದ್ದೋದು ಕಷ್ಟನಾ?" ವಿಭಾಳ ಮಾತಿನಿಂದ ನೋವಾದರು, ಸಂಯಮದಿಂದ ಸಮಾಧಾನಿಸಿದರು. ಇದು ಗಂಡನಿಂದ ಕಲಿತ ಪಾಠ.

ಆದರೂ ಸಂಜೆ ತೋಟಕ್ಕೆ ಹೋದಾಗ ಗಂಡನ ಮುಂದೆ ಕಣ್ಣೀರು ಹಾಕಿದರು. "ಕಲಿತಿದ್ದು ಬಿ.ಎ. ಬರೀ ನಂಗೆ ಇತಿಹಾಸದಲ್ಲೇ ಆಸಕ್ತಿ. ಕಲಿಕೆ ಕಡೆ ಗಮನ ಕೊಡಲಿಲ್ಲ. ಹೆಚ್ಚು ಹೆಚ್ಚು ಸಿಟಿಯಲ್ಲಿ ಕೂಡ ಓಡಾಡಿದವಳಲ್ಲ. ನನ್ನ ಮಿತಿಯಲ್ಲಿ ಅಮಲನ ಬೆಳೆಸಿದ್ದು. ಅದು ವಿಭಾಗೆ ಬೇಸರ"

ಆನಂದಮೂರ್ತಿಗಳು ಹೆಂಡತಿಯ ಕಣ್ಣೀರು ತೊಡೆದು "ನೀನಿದ್ದರು ಅವಳ ಜಾಗದಲ್ಲಿ ಇದೇ ಭಾವನೆಯನ್ನು ವ್ಯಕ್ತಪಡಿಸಬೇಕಾಗಿತ್ತು. ಕಣ್ಣೀರು ಹಾಕೋಂಥ ದೊಡ್ಡ ವಿಷ್ಯನಾ? ನಿಂಗೇನು ಕಡಿಮೆ ನಾಲೆಡ್ಜ್ ಇಲ್ಲ. ಸಿಟಿಯಲ್ಲಿ ಓಡಾಡಿದ ಮಾತ್ರಕ್ಕೆ... ಯಾವ ವಿಷ್ಯದಲ್ಲಿ ಬೆಳೀಬಹ್ದು? ವಿಭಾ ತುಂಬ ಒಳ್ಳೆಯವಳು. ಅಲ್ಲಿ ಹುಟ್ಟಿ, ಅಲ್ಲೇ ಬೆಳೆದು ದೊಡ್ಡ ಸಂಸ್ಥೆಯಲ್ಲಿ ಕೆಲ್ಸ ಮಾಡ್ತಾ ಇರೋಳಿಗೆ ನಮ್ಮ ಪರಂಪರೆ, ಭಾಷೆಯ ಮೇಲೆ ಎಷ್ಟೊಂದು ಅಭಿಮಾನ. ಅರ್ಥ ಮಾಡ್ಕೋ" ಸಂತೈಸಿದರು. ಎಂಥ ಸಮಯದಲ್ಲಾದರೂ ತಮ್ಮ ಒಳ್ಳೆಯ ಸ್ವಭಾವದಿಂದ ಕಾವೇರಿದರು ತಣ್ಣಗೆ ಮಾಡಬಲ್ಲರು. ಇದು ಅವರ ನೈಜ ಸ್ವಭಾವ.

ಅಮಲಾಪುರದಲ್ಲಿ ಎಲ್ಲಿ ಗಲಾಟೆ, ಜಗಳವಾದರೂ ಆನಂದಮೂರ್ತಿಗಳನ್ನು ಹುಡುಕಿಕೊಂಡು ಬರುತ್ತಿದ್ದರು. ಪೊಲೀಸ್ ಸ್ಟೇಷನ್, ಕೋರ್ಟು ಬಾಗಿಲೇರಬೇಕಾದ ಪ್ರಕರಣಗಳು ತಪ್ಪಿ ಹೋಗುತ್ತಿತ್ತು. ಧರ್ಮ, ಜನಾಂಗ, ಸಮುದಾಯ ಯಾವುದರ ಲೆಕ್ಕವನ್ನಿಡದ ಮನುಷ್ಯ ಜನಾನುರಾಗಿಯಾಗಲು ಇಷ್ಟು ಸಾಕಲ್ಲವೇ?

ಇದನ್ನು ವಿಭಾ ಗಂಡನ ಮುಂದೆ ಪ್ರಸ್ತಾಪಿಸಿದರು.

"ವಿಸ್ಮಿತನ ಬೆಳೆಸಿದ ರೀತಿನೇ ಸರ್ಯಾಗಿಲ್ಲ. ಕನ್ನಡ ಬಿಟ್ಟು ಅವ್ಳಿಗೆ ಇನ್ನೊಂದು ಭಾಷೆ ಬರೋಲ್ಲ. ನಿಮ್ಮಣ್ಣ ಎಂಎ ನಿಮ್ಮ ಅತ್ತಿಗೆ ಬಿ.ಎ. ಇಬ್ರೂ ಕಲಿತ ಹುಡುಗರು. ಯಾರ್ಗೂ ಅವಳ ಬಗ್ಗೆ ಕನ್ಸರ್ನ್ ಇಲ್ವಾ? ಇಲ್ಲ ಅವಳ್ನ ಇಲ್ಲೇ ಅಮಲಾಪುರದಲ್ಲಿ

ಉಳ್ಸಿಕೊಳ್ಳೋ ಯೋಚ್ನೆನಾ?" ಕನಲಿದರು. ನಂದನ್ "ಪ್ಲೀಸ್, ಡೋಂಟ್ ಶೌಟ್. ಅಂಥ ಇರಾದೆಯ ಜನವಲ್ಲ. ಅಮೇರಿಕದಂಥ ದೇಶದಲ್ಲಿ ಇರೋಳು. ಅಲ್ಲೇ ನಿನ್ನ ಮಗಳಿಗೆ ಟ್ರೀಟ್‌ಮೆಂಟ್ ಕೊಡ್ಸಬೇಕಿತ್ತು. ಅವ್ರು ಉಳಿಯೋಲ್ಲ, ನಾರ್ಮಲ್ ಆಗೋಲ್ಲಾಂತ ತಾನೇ ತಂದು ಅತ್ತಿಗೆ ಮಡಿಲಿಗೆ ಹಾಕಿದ್ದು. ಅವಳನ್ನು ಸಾಕುವಲ್ಲಿನ ಶ್ರಮ ಲೆಕ್ಕ ಹಾಕ್ಕೋ. ಪ್ಲೀಸ್, ಏನೇನೋ.. ಮಾತಾಡ್ಬೇಡ. ನಿನ್ನ ಗಂಡ ಕೂಡ ಇಲ್ಲೇ ಉಳ್ದು ಬಿಡ್ತಾನೆ" ಅಂದೇಬಿಟ್ಟರು. ಅಂಥ ಆಸೆಯಂತು ಅವನಿಗೆ ಇತ್ತು. ವಿಭಾ ತಣ್ಣಗಾದಳು. ಮತ್ತೆ ದನಿಯೆತ್ತಲಿಲ್ಲ. ಗಂಡ ಎಂದಾದರೂ ಬಂದು ಇಲ್ಲಿ ಉಳಿಯಬಹುದೆಂಬ ಭಯ ಇತ್ತು.

* * *

ಶ್ರೀ ಇಲ್ಲೇ ಉಳಿದಿದ್ದ. ಶುಭನ ಕಾರನ್ನು ರೋಮಾಮುಲಾಜಿಲ್ಲದೆ ತಾನೇ ಉಪಯೋಗಿಸುತ್ತಿದ್ದಳು. ಚಕಾರವೆತ್ತುತ್ತಿರಲಿಲ್ಲ ಅವನು. ಇಂದು ಇದಕ್ಕೊಂದು ಇತಿಶ್ರೀ ಹಾಡಬೇಕೆಂದುಕೊಂಡ. ರೋಮಾರೂಮಿನ ಬಾಗಿಲು ತೆಗೆದ ಕೂಡಲೇ ಮೊದಲು ಹರಿದುಬಂದಿದ್ದು ಸೆಂಟ್.

"ಹಾಯ್ ಮೇಡಮ್, ಕಾರಿನ ಕೀ ಕೊಡಿ" ಎಂದಕೂಡಲೆ ಸೀರಿಯಸ್ಸಾಗಿ ಅವನತ್ತ ನೋಡಿ "ಶುಭ ಕ್ಯಾಬ್‌ನಲ್ಲಿ ಹೋಗ್ತಾನೆ. ಅವ್ನಿಗೆ ಕಾರಿನ ನೆಸಿಸಿಟಿ ಇಲ್ಲ" ಜೋರು ಮಾಡಿದಳು. ಬಹುಶಃ ಅವಳ ಸ್ವಭಾವವೇ ಅಂಥದ್ದು. ಸಾಕಷ್ಟು ಫ್ರೆಂಡ್ಸ್ ಸಂಪಾದಿಸಿಕೊಂಡಿದ್ದರಿಂದ ಇಂಥ ಧೈರ್ಯ.

"ಸ್ವಲ್ಪ ನಂಗೆ ಹೊರ್ಗೆ ಹೋಗೋದು ಇದೆ" ಎಂದ ಚುಟುಕಾಗಿ.

"ನೋ... ನೋ... ನೋ... ನಾನು ಶುಭನಿಗೆ ಹೇಳಿದ್ದೀನಿ. ನಂಗೆ ಜಾಬ್ ಸಿಗೋವರ್ಗೂ ಕಾರು ನನ್ನ ಸುಪರ್ದಿನಲ್ಲೇ ಇಟ್ಟುಕೊಳ್ಳೋಕೆ ಒಪ್ಕೊಂಡಿದ್ದಾನೆ. ಹೂ ಆರ್ ಯು?" ಜಗಳಕ್ಕೆ ನಿಂತಂಗೆ ಕಂಡಳು. ತೀರಾ ತಣ್ಣಗೆ "ನಾನು ಅವ್ನ ಗರ್ಲ್‌ಫ್ರೆಂಡ್. ನಂಗೆ ಎಲ್ಲಾ ರೈಟ್ಸ್ ಇದೆ" ಅಂದು ಹೊರಟೇಬಿಟ್ಟಳು. ಶ್ರೀ ಮಾತಾಡದೆ ಮುಚ್ಚಿದ ರೂಮಿನ ಬಾಗಿಲಿನತ್ತ ನೋಡಿದ.

ದುಡುಕದೆ ಸಂಜೆ ಶುಭ ಬರುವವರೆಗೂ ಕಾದು, ದುಡುಕಿ ಯಾರನ್ನು ನೋಯಿಸುವುದು ಅವನಿಗೆ ಇಷ್ಟವಿಲ್ಲ.

ಟೀ ಮಾಡಿ ಅವನ ಮುಂದೆ ತಂದಿಟ್ಟು "ಒಂದಿಷ್ಟು ಫ್ರೆಷ್‌ಅಪ್ ಆಗು. ಮೊದ್ಲು ಟೀ ಕುಡಿ" ಎಂದ. ಬದಲಿಸಿ ಬದಲಿಸಿ ಶ್ರೀಯನ್ನು ನೋಡಿ ಶುಭಕರ "ಸಾರಿ, ಕಣೋ..." ಎಂದು ಟೀಯನ್ನು ಶೇರ್ ಮಾಡಿ ಅವನಿಗೆ ಅರ್ಧ ಕೊಟ್ಟು "ತಗೋ, ಮೊದ್ಲು ನಾನೇ ಟೀ ಅಂಥದ್ದು ಮಾಡ್ತಾ ಇದ್ದೆ. ಇವಳು ವಕ್ಕರಿಸಿದ ಮೇಲೆ ಕಿಚನ್‌ಗೆ ಹೋದಾಗಲೆಲ್ಲ ಜಗಳ ತೆಗೆಯುತ್ತಿದ್ದಳು. ಅದ್ಕೇ ಕಿಚನ್‌ಗೆ ಹೋಗೋದು ಬಿಟ್ಟೆ. ಜೋರು ದನಿಯಲ್ಲಿನ ಜಗಳ ನಂಗೆ ಇಷ್ಟವಾಗ್ದು" ಎಂದಾಗ ಬರೀ ಮುಗುಳ್ನಕ್ಕು ಟೀ ಕುಡಿದು "ನೀನು ಫ್ರೆಷ್‌ಅಪ್ ಆಗೋ ವೇಳೆಗೆ ಮತ್ತೆರಡು ಕಪ್ ಟೀ ರೆಡಿ ಮಾಡ್ತೀನಿ"

ಅವನನ್ನು ಕಳುಹಿಸಿದ.

ಮೊದಲು ಅವಳ ರೂಮು ಚೆಕ್ ಮಾಡಬೇಕಿತ್ತು. ಅದು ಸಭ್ಯತನವಲ್ಲ. ಕೆಲವು ಸಂದರ್ಭದಲ್ಲಿ ಇಂಥದನ್ನು ಮಾಡುವುದು ತಪ್ಪಿಲ್ಲವೆಂದು ಮಹಾಭಾರತದಲ್ಲಿ ಶ್ರೀಕೃಷ್ಣ ಪರಮಾತ್ಮನೆ ಹೇಳಿದ್ದಾನೆ.

ಬಂದ ಶುಭಕರನ ಮುಂದೆ ಟೀ ಇಟ್ಟು "ಒಂದಿಷ್ಟು ಡೀಟೈಲ್ ಬೇಕು. ಮುಂದೊಂದು ದಿನ ನೀನು ಪಶ್ಚಾತ್ತಾಪ ಮಾಡಬಾರದು. ನಿನ್ನ, ರೋಮಾಸಂಬಂಧಕ್ಕೆ ಒಂದ್ಹೆಸರು ಕೊಡ್ಬೇಕಾಗುತ್ತೆ. ಏನಂತ ಕೊಡುವುದು? ಫ್ರೆಂಡ್ಸ್, ಕೊಲೀಗ್ಸ್, ಪ್ರೇಮಿಗಳು, ಅದಕ್ಕೆ ಮೀರಿದ ಸಂಬಂಧಗಳು ಏನಾದ್ರೂ ಇದ್ಯಾ?" ಕೇಳಿದ ಕೂಡಲೆ ಅತ್ತೆ ಬಿಟ್ಟ. "ನಾನು ಆನಂದಮೂರ್ತಿಗಳ ಮಗ. ಒಳ್ಳೆ ಸಂಸ್ಕಾರದಲ್ಲಿ ಬೆಳೆಸಿದ್ದಾರೆ. ಕೆಲಸ ಕಳ್ದುಕೊಂಡು ಕೆಟ್ಟ ಪರಿಸ್ಥಿತಿಯಲ್ಲಿದ್ದಾಗ, ಒಂದೆರಡು ಒಳ್ಳೆಯ ಮಾತುಗಳ್ನ ಆಡಿದೆ. ಲಗೇಜ್ ಹಿಡಿದು ಬಂದಾಗ ಗಾಬರಿಯೇ, ವಿದೇಶದಲ್ಲಿ ಇದು ಮಾಮೂಲಿ. ಇಂಥದ್ದು ಭಾರತಕ್ಕೆ ಕಾಲಿಟ್ಟಿದೆ. ಅದಕ್ಕೆ ಅವರದೇ ಆದ ಕಾರಣಗಳು ಇರಬಹುದು. ನನ್ನ ಮನಸ್ಸು ಒಪ್ಪೋಲ್ಲ. ರೋಮಾ ನಡವಳಿಕೆ ನೋಡಿದ್ಮೇಲೆ ತೀರಾ ಬೇಸರವಾಗಿದೆ. ಹೋಗೂಂದರೇ ನಂಗೆ ಜಾಬ್ ಸಿಗೋವರ್ಗೂ ಸಾಧ್ಯವಿಲ್ಲ ಅಂತಾಳೆ. ತೀರಾ ಲೋನ್ಲಿಲೆಸ್ ಕಾಣುತ್ತೆ. ನಿನ್ನ ಫ್ರೆಂಡ್‌ಷಿಪ್ ಬೇಕೆಂದು ಕಾಡಿದಾಗ ಅವಳ ಫ್ರೆಂಡ್ಸ್‌ನ ಕರ್ಸಿಕೊಳ್ಳೋಕೆ ಅವಕಾಶ ಕೊಟ್ಟೆ. ಈಗ ಗುಂಪು ಗುಂಪಾಗಿ ಬಂದು ಪಾರ್ಟಿ ಮಾಡ್ತಾರೆ. ಇವಳ ಕೊಲೀಗ್ ಒಬ್ಬ ಆರನೇ ಅಂತಸ್ತಿನಿಂದ ಹಾರಿ ಪ್ರಾಣ ಕಳ್ದುಕೊಂಡ್ಲು. ಅವ್ಳ ಸ್ನೇಹಿತರನ್ನ ಪೊಲೀಸರು ಅರೆಸ್ಟ್ ಮಾಡ್ಕೊಂಡ್ಹೋದ್ರು. ನನ್ನ ಸ್ಥಿತಿ ಹಾಗೇ ಆಗಬಾರದು. ಈಗ ಆ.. ಭಯ ನನ್ನ ಕಾಡ್ತಾ ಇದೆ." ಮತ್ತಷ್ಟು ಕಣ್ಣೀರು ಸುರಿಸಿದ. ಈಗ ಶ್ರೀಗೆ ಅರ್ಥವಾಯಿತು. ತಮ್ಮನ ಹೆಗಲ ಮೇಲೆ ಕೈ ಹಾಕಿ "ಡೋಂಟ್ ವರೀ, ನಾನು ಹ್ಯಾಂಡಲ್ ಮಾಡ್ತೀನಿ. ನೀನು ಕೋಆಪರೇಟ್ ಮಾಡ್ಬೇಕು" ಧೈರ್ಯ ತುಂಬಿದ. ಎದ್ದವನೆ ಕಾರ್ಯೋನ್ಮುಖನಾದ. ಫ್ರಿಜ್, ಅಡಿಗೆ ಮನೆಯೆಲ್ಲೆಲ್ಲ ಶೋಧಿಸಿದ.

ಇನ್ನೊಂದು ಫ್ಲಾಟ್‌ನಲ್ಲಿ ಕೆಲಸ ಮಾಡುತ್ತಿದ್ದ ಸರ್ವೆಂಟ್ಸ್‌ನ ಕರೆದು ಎಲ್ಲ ತೆಗೆದು ಕ್ಲೀನ್ ಮಾಡುವಂತೆ ಹೇಳಿದ. ಮೊಟ್ಟೆ, ನಾನಾ ತರಹದ ಮಸಾಲೆ ಪ್ಯಾಕೆಟ್‌ಗಳು, ರೆಡಿ ಟು ಈಟ್ ಫುಡ್ ಪ್ಯಾಕೇಟ್‌ಗಳು ಅವನ್ನೆಲ್ಲ ಚೀಲಕ್ಕೆ ತುಂಬಿಸಿ ಒಯ್ಯುವಂತೆ ಹೇಳಿದ. ಅವಳು ಉಪಯೋಗಿಸುತ್ತಿದ್ದ ರೂಮು ಬಾಗಿಲು ತೆಗೆಯಲು ಮಾತ್ರ ಪ್ರಯಾಸಪಡಬೇಕಾಯಿತು. ಅಂತು ಒಂದು ಕೀಯಿಂದ ರೂಮು ಓಪನ್ ಆದಾಗ ಗಪ್ಪೆಂದು ವಾಸನೆ ಹೊಡೆಯಿತು. ಅರ್ಧಂಬರ್ಧ ಕುಡಿದು ಖಾಲಿಯಾದ ಷಾಂಪೇನ್ ಬಾಟಲುಗಳು, ಅಸ್ತವ್ಯಸ್ತವಾಗಿ ಬಿದ್ದ ಡ್ರೆಸ್, ಹೊದ್ದಿಕೆಗಳು ಎಲ್ಲಾ ಪೂರ್ತಿಯಾಗಿ ಅಸ್ತವ್ಯಸ್ತ. ನಾಲ್ಕಾರು ಮೊಬೈಲ್‌ಗಳು ಇತ್ತು. ಅದರಲ್ಲಿ ಅವಳ ಜಾತಕ ಜಾಲಾಡಿ ಕೆಲವು ನಂಬರ್‌ಗಳನ್ನು ಗುರುತು ಹಾಕಿಕೊಂಡು, ಆ ನಾಲ್ಕು ಮೊಬೈಲ್‌ಗಳಲ್ಲಿ ಒಂದನ್ನು ಮಾತ್ರ ತೆಗೆದಿಟ್ಟುಕೊಂಡು ಹೊರಗೆ ಬಂದ. ಅಂತು ಸ್ವಲ್ಪ ಡೇಂಜರ್ ವುಮನ್ ಎನ್ನುವ ನಿರ್ಧಾರಕ್ಕೆ ಬಂದ.

ಅಣ್ಣ, ತಮ್ಮ ಹೊರಗೆ ಸುತ್ತಾಡಿಕೊಂಡು ಊಟ ಮುಗಿಸಿ ಹಿಂದಿರುಗುವ

ವೇಳೆಗೆ, ರೋಮಾಮತ್ತು ಅವಳ ಬಾಯ್ ಫ್ರೆಂಡ್ ಬಂದಾಗಿತ್ತು. ಫ್ರಿಜ್, ಕಿಚನ್ ನೋಡಿ ಹಾರಾಡಿಬಿಟ್ಟಾಗ, ಅವಳ ಫ್ರೆಂಡ್ ಸಂತೈಸಿರಬೇಕು.

"ಏಯ್, ಶುಭ... ಏನು ಇದೆಲ್ಲ?" ಕೂಗಿದಳು.

"ಓನ್ಲೀ ಕ್ಲೀನಿಂಗ್ ಅಷ್ಟೆ." ಎಂದ ಮಾಮೂಲಾಗಿ.

"ಅವೆಲ್ಲ ದುಡ್ಡು ಕೊಟ್ಟು ತಂದಿದ್ದು. ನಾನು ಉಪವಾಸ ಮಲಗ್ಲಾ?" ಜೋರು ಮಾಡಿದಳು. "ಇಲ್ಲೊಂದು ಹೋಮ ಮಾಡಿಸೋದು ಇದೆ" ಇವನು ತಣ್ಣಗೆ ಹೇಳೋ ವೇಳೆಗೆ ಅವಳ ಮೊಬೈಲ್ ರಿಂಗ್ ಆಯಿತು. "ಹಲೋ......" ಗುಡುಗಿದಳು. ಆ ಕಡೆಯಿಂದ ಅವಳ ಫ್ರೆಂಡ್ ಗುಡುಗಿದ. "ನಿನ್ನ ಮೊಬೈಲ್‌ನ ಎಲ್ಲಿ ಕಳ್ಳುಕೊಂಡೆ? ಸ್ವಲ್ಪ ಕೂಡ ಸೀರಿಯಸ್‌ನೆಸ್ ಇಲ್ಲ. ಅದನ್ನ ಇಟ್ಕೊಂಡ್ ನಂಗೆ ಧಮಕಿ ಹಾಕ್ತ ಇದ್ದಾರೆ. ಏನು ಇದೆಲ್ಲ ಆಟ? ಇಷ್ಟೊಂದು ಮೋಸನಾ?" ಅವಳು ಚಿತ್ ಆಗಿ ರೂಮಿನೊಳಕ್ಕೆ ಹೋಗಿ ಸದ್ದಾಗುವಂತೆ ಬಾಗಿಲು ಹಾಕಿದಳು.

ನಾಲ್ಕಾರು ಮೊಬೈಲ್‌ಗಳಲ್ಲಿ ಅದೊಂದು ಮಾತ್ರ ಕಾಣೆಯಾಗಿತ್ತು. "ನೀನು ತೆಗೆದ್ಯಾ, ನನ್ನ ಮೊಬೈಲ್?" ಕೂಗಾಡಿದಳು ಗೆಳೆಯ ಜೋಸೆಫ್ ಮೇಲೆ. ಅರ್ಧಗಂಟೆ ಅವರಿಬ್ಬರ ನಡುವೆ ಮಾತುಕತೆ ನಡೆಯಿತು. ಆ ವೇಳೆಗೆ ಒಂದೆರಡು ಕಾಲ್‌ಗಳು ಬಂದು ಮತ್ತಷ್ಟು ಚಿತ್ತಾದಳು.

"ಆ ಮೊಬೈಲ್ ಯಾರು ತೆಗೆದರೋ ಗೊತ್ತಿಲ್ಲ. ಜೋಸೆಫ್ ಈಗೇನ್ಮಾಡೋದು? ಆ ರಾಕಿ ಎಂಥ ರಾಕ್ಷಸಾಂತ ನಿಂಗೆ ಗೊತ್ತಿರಬೇಕು. ಇಲ್ಲಿಗೆ ಒಂದೆರಡು ಸಲ ಬಂದು ಹೋಗಿದ್ದಿದೆ. ನೇರವಾಗಿ ಇಲ್ಲಿಗೆ ಬರ್ತಾನೆ ಕುಡಿದ ಅಮಲಿನಲ್ಲಿ. ದೊಡ್ಡ ರಾದ್ಧಾಂತವಾಗಿ ಬಿಡುತ್ತೆ" ಅವನನ್ನು ಕರೆದುಕೊಂಡು ಕೆಳಗೆ ಹೋದಳು. ಕೀ ಎಲ್ಲೋ ಬಿದ್ದು ಹೋಗಿದ್ದರಿಂದ ಕಾರು ಡೋರ್‌ಗಳನ್ನು ಓಪನ್ ಮಾಡಲು ಸಾಧ್ಯವಾಗದಿದ್ದಾಗ ರೇಗಾಡಿಕೊಂಡು ಆಟೋದಲ್ಲಿ ಹೋಗಿಬಿಟ್ಟರು.

ಎರಡು ದಿನದ ನಂತರ ರೋಮಾಒಬ್ಬಂಟಿಯಾಗಿ ಹಿಂದಿರುಗಿದಾಗ ಕಾರು ಖಾಲಿಯಾಗಿತ್ತು. ನಿಶ್ಚಿಂತೆಯಿಂದ OLXನಲ್ಲಿ ಮಾರಿಬಿಟ್ಟಿದ್ದರು. ಅಲ್ಲಿ ಲಾಭ, ನಷ್ಟದ ಯೋಚನೆ ಇರಲಿಲ್ಲ.

ಕಾಲಿಂಗ್ ಬೆಲ್ ಆದಾಗ ಶ್ರೀ ಒಬ್ಬನೇ ಇದ್ದಿದ್ದು "ಎಲ್ಲಿ ಕಾರು?" ಮೊದಲ ಪ್ರಶ್ನೆ. "ಮಾರಿ ಆಯ್ತು. ಈ ಅಪಾರ್ಟ್‌ಮೆಂಟ್‌ನ ಕೂಡ ಎರಡು ದಿನದಲ್ಲಿ ಖಾಲಿ ಮಾಡ್ತಾ ಇದ್ದೀವಿ. ಲೀಜ್ ಹಣ ಕೊಟ್ಟು ನೀವು ಮುಂದುವರಿಸಬಹುದು. ಅದ್ನ ಈಗಾಗಲೇ ತಿಳ್ಸಿಯಾಗಿದೆ" ಎಂದ ನಾರ್ಮಲ್ಲಾಗಿ. ಅವಳಿಗೆ ಕಕ್ಕಾಬಿಕ್ಕಿ "ನೋ... ನೋ... ನಂಗೆ ಶುಭಕರ್ ಏನು ಹೇಳಲೇ ಇಲ್ಲ. ನಾನು ಈಗ ಎಲ್ಲಿಗೆ ಹೋಗೋದು? ನಂಗೆ ಜಾಬ್ ಸಿಕ್ಕೋವರ್ಗೂ.. ನಾನೆಲ್ಲು ಹೋಗೋಲ್ಲ" ತೀರಾ ಗರಂ ಆಗಬಹುದು.

"ಖಂಡಿತ ಬೇಡ. ನೀವು ಇಲ್ಲೇ ಇರ್ಬಹ್ದು. ನಾವುಗಳು ಮಾತ್ರ ಖಾಲಿ ಮಾಡ್ತಾ ಇರೋದು. ಈಗಾಗ್ಲೇ ಲೀಜ್ ಹಣ ಹಿಂದಕ್ಕೆ ಪಡೆದು ಆಗಿದೆ. ಈ ಪ್ಲಾಟ್ ಓನರ್ ನಂಬರ್ ಕೊಡ್ತೀನಿ. ನೀವೇ ಅವ್ರತ್ರ ಡೈರೆಕ್ಟಾಗಿ ಮಾತಾಡಬಹುದ್ದು" ಅಂದ ತಣ್ಣಗೆ.

ರೂಮಿನೊಳಕ್ಕೆ ಹೋಗಿ ಬಾಗಿಲು ಹಾಕಿಕೊಳ್ಳುವ ಮೊದಲು ಒಮ್ಮೆ ಎಲ್ಲೆಡೆ ನೋಟ ಹರಿಸಿ ಷಾಕಾಗಿದ್ದಳು. ಪೂರ್ತಿ ಖಾಲಿಯಾಗಿತ್ತು. ಫ್ರಿಜ್ ಕೂಡ ಇರಲಿಲ್ಲ. ಅಂದರೆ... ಪ್ಲಾನಾ? ಶುಭಕರ ಏನು ಹೇಳಿರಲಿಲ್ಲ. ರಿಯಲ್ಲಾಗಿ ಪ್ಲಾಟ್ ಖಾಲಿ ಮಾಡುತ್ತಿದ್ದಾರ? ಇದೊಂದು ದೊಡ್ಡ ಹೊಡೆತ. ಆಗಾಗ ತಾಪತ್ರಯಗಳನ್ನ ಹೇಳಿಕೊಂಡು ಹೆದರಿಸಿ ಶುಭಕರನಿಂದ ಹಣ ಪಡೆಯುತ್ತಿದ್ದಳು. ಅದು ಬಂದ್..ಆದರೆ? ಹತ್ತು ಲಕ್ಷದಷ್ಟು ಲೀಜ್ ಅಮೌಂಟ್ ಹೊಂದಿಸುವುದು ಅವಳಿಂದ ಸಾಧ್ಯವೇ ಇರಲಿಲ್ಲ. ಕೆಲಸ ಇಲ್ಲ. ಫ್ರೆಂಡ್ಸ್‌ಗಳಲ್ಲಿ ಕಿತ್ತುಕೊಂಡು ಮಜಾ ಮಾಡುವುದು ಅಭ್ಯಾಸವಾಗಿತ್ತು.

ಹೊರಗೆ ಬಂದಳು. ಒಂದು ಸೆಟ್ ಸೋಫಾ ಇತ್ತು. ಅದರಲ್ಲಿ ಶ್ರೀ ಕೂತಿದ್ದ "ಎಲ್ಲಿ ಶುಭಕರ? ಇದು ನಂಬ್ಕೇ ದ್ರೋಹ. ನಂಗೆ ಜಾಬ್ ಸಿಗೋವರ್ಗೂ ಇರಲೀಂತ ಹೇಳ್ದ. ಈಗ ಏಕಾಏಕಿ ಎಲ್ಲಿಗೆ ಹೋಗ್ದಿ?" ಅವನೆದರು ಕೂತು ತಗಾದೆ ತೆಗೆದಳು. "ಗೊತ್ತಿಲ್ಲ, ಬೈ ದಿ ಬೈ ನಿಮ್ಮನ್ನ ಹುಡ್ಕಿಕೊಂಡು ರಾಕೀ ಅನ್ನೋರು ಬಂದಿದ್ರು. ನಾನು ಇರೋ ವಿಷ್ಯ ಅವ್ರಿಗೂ ಹೇಳ್ದೆ. ಸಂಜೆ ವೇಳೆಗೆ ಬರ್ತೀನಿಂತ ಹೇಳಿದ್ದಾರೆ. ನೀವು ಅವ್ರ ಕ್ಲೋಸ್ ಫ್ರೆಂಡಂತೆ. ಅವ್ರೆ ಏನಾದ್ರೂ ಏರ್ಪಾಟು ಮಾಡ್ಬಹ್ದು. ಈ ಸೋಫಾ ಪ್ಲಾಟ್‌ನವ್ರಿಗೆ ಸೇರಿದ್ದು. ಇಲ್ಲೇ ಇರುತ್ತೆ. ನೀವು ಉಪಯೋಗಿಸ್ಕೋಬಹ್ದು." ಒಂದು ಸಜೆಷನ್ ಕೂಡ ಕೊಟ್ಟ. ನೇರವಾಗಿ ನೋಡಿದಳು. ಕಟ್ಟುಮಸ್ತಾದ ಆಳು. ಮುಖದಲ್ಲಿನ ಒರಟುತನ ನೋಡಿದರೆ ನಾಲ್ಕು ಜನರಿಗೆ ಬಡಿದು ದಬ್ಬುವ ತಾಕತ್ತು ಇದ್ದಂತೆ ಕಂಡಿತು. ಇಲ್ಲಿ ಕಾಂಪ್ರಮೈಸ್ ಅಗತ್ಯವೆನಿಸಿತು.

"ನಂಗೆ ಜಾಬ್ ಸಿಕ್ಕಿಲ್ಲ. ತುಂಬಾ ಟ್ರೈ ಮಾಡ್ತಾ ಇದ್ದೀನಿ. ಈಗ ಲೀಜ್, ಬಾಡ್ಗೆಯೆಲ್ಲ ಆಗೋಲ್ಲ! ಸ್ವಲ್ಪ ಹೆಲ್ಪ್ ಮಾಡಿ. ನಂಗೆ ಇಲ್ಲೇ ಒಂದೆರಡು ತಿಂಗ್ಳು ಇರೋ ಅವಕಾಶ ಕೊಡಿ. ಆ ವೇಳೆಗೆ ಯಾವುದಾದ್ರೂ ಜಾಬ್ ಸಿಕ್ಕುತ್ತೆ. ಬೇರೆ ಏನಾದ್ರೂ ಏರ್ಪಾಟು ಮಾಡ್ಕೋತೀನಿ" ರಿಕ್ವೆಸ್ಟ್ ಮಾಡಿಕೊಂಡಳು. ನಾಲ್ಕಾರು ದಿನಗಳಲ್ಲಿಯೇ ಅವಳ ಸ್ವಭಾವ ಪರಿಚಯವಾಗಿತ್ತು.

"ಸೋ ಸಾರಿ ಮೇಡಮ್, ಲೀಜ್ ಅಮೌಂಟ್ ಪಡೆದಾಗಿದೆ ಬೇರೆ ಏನಾದ್ರೂ ವ್ಯವಸ್ಥೆ ಮಾಡ್ಕೊಳ್ಳಿ" ದೃಢವಾಗಿ ಹೇಳಿದ. ಅವಳು ಏನೇನೋ ಹೇಳಿದಳು. "ಸಾರಿ ಅನ್ನೋದು ಕೂಡ ತಪ್ಪು. ಸಮಯ ಎಲ್ಲರ ಪಾಲಿಗೂ ಅಮೂಲ್ಯವೆ" ಎಂದು ಮೇಲೆದ್ದ. ಅವಳಿಗೆ ದಿಕ್ಕು ತೋಚದಂತಾಯಿತು.

"ನಾನು ತುಂಬ ಪ್ರಾಬ್ಲಮ್‌ಗಳ ಮಧ್ಯೆ ಇದ್ದೀನಿ. ಪ್ಲೀಸ್" ಅಂದಾಗ "ಸಮಸ್ಯೆಯ ಜೊತೆಯಲ್ಲಿಯೆ ಇರು. ಕೈ ಚೆಲ್ಲಿ ಹಿಂದಕ್ಕೆ ಅಡಿ ಇಡಬೇಡ. Stay with the pbroblem, don't quit ಒಬ್ಬ ಸಾಧಕನ ಮಾತನ್ನು ಆಗಾಗ ಹೇಳೋರು ನನ್ನ ತಂದೆ. ಸಮಸ್ಯೆಗಳು ಎಲ್ಲಿ ಇಲ್ಲ. ಪರಿಹಾರಕ್ಕೂ ಕೂಡ ಅದೇ ದಿಕ್ಸೂಚಿ" ಎಂದು ಅಲ್ಲೇ ಇದ್ದ ಕೀ ಬಂಚನ್ನು ಅವಳ ಮುಂದಿಟ್ಟು "ಪ್ಲಾಟ್ ಓನರ್ ಅಗ್ರಿಮೆಂಟ್ ರೆಡಿ ಮಾಡ್ಕೊಂಡ್ ಬರ್ತಾರೆ. ಕಡ್ಡಾಯವಾಗಿ ಕೆಲವು ಕರಾರುಗಳನ್ನು ಹಾಕಿದ್ದಾರೆ. ನೋಡಿ, ತೀರ್ಮಾನ ತಗೊಳ್ಳಿ. ನಮ್ಮ ಹಣ ವಾಪಸ್ಸು ಪಡೆದಿದ್ದರಿಂದ ನಾವು ಅವ್ರನ್ನು ಭೇಟಿ ಮಾಡೋ ಅಗತ್ಯವಿಲ್ಲ" ಹೇಳಿದವನು ಷೂ ಏರಿಸಿ ಹೊರಟೇಬಿಟ್ಟ.

"ಹೇಡಿ, ನಮಕ್ ಹರಾಮ್....." ಅವುಡು ಕಚ್ಚಿ ಸ್ವಲ್ಪ ಜೋರಾಗಿಯೇ ಬೈಯ್ದಳು. ಅಲ್ಲಿ ಯಾರೂ ಇರದಿದ್ದರಿಂದ, ಇನ್ನಷ್ಟು ಒದರಿದಳು. 'ಈಗೇನು ಮಾಡುವುದು?' ಅವಳ ಎಲ್ಲಾ ಫ್ರೆಂಡ್‌ಗಳಿಗೂ ಕಾಲ್ ಮಾಡಿದ್ದಳು. 'ನೋ, ನೋ.... ಮೊಬೈಲ್ ಚಾರ್ಜಿಂಗ್, ಸಣ್ಣಪುಟ್ಟ ಗಿಫ್ಟ್‌ಗಳು, ವೀಕೆಂಡ್ ಪಾರ್ಟಿಗಳಷ್ಟೆ.' ಎಲ್ಲರದು ಇದೇ ಅಭಿಪ್ರಾಯ.

ಆ ವೇಳೆಗೆ ಫ್ಲಾಟ್ ಓನರ್‌ನಿಂದ ಕಾಲ್ ಬಂತು "ಶುಭಕರಗೆ ಫ್ಲಾಟ್ ಬೇಕೂಂದರಂತೆ. ಅವ್ರು ಖಾಲಿ ಮಾಡಿ ಬೇರೆಡೆ ಷಿಫ್ಟ್ ಆಗಿದ್ದಾರೆ. ಈಗ ನಿಮ್ದು ಹೇಳಿ. ಇಂದಿನಿಂದಲೇ ಲೀಜ್ ಪೀರಿಯಡ್ ಲೆಕ್ಕಕ್ಕೆ ಬರುತ್ತೆ. ಇಲ್ಲಿ ಬಾಡ್ಗೇ ಇಪ್ಪತ್ತೈದು, ಐದು ಲಕ್ಷ ಅಡ್ವಾನ್ಸ್.." ಜೊತೆಗೆ ಸಾಕಷ್ಟು ಕರಾರುಗಳನ್ನು ಹೇಳುತ್ತ ಹೋದಾಗ ಅವಳೆದೆ ಧಸಕ್ಕೆಂದಿತ್ತು. ಅವಳು ಇದನ್ನು ನಿರೀಕ್ಷಿಸಿರಲಿಲ್ಲ. "ನೋ ಸಾರಿ, ಖಾಲಿ ಮಾಡ್ತೀನಿ" ಅಂದಳು ಸೋತ ದನಿಯಲ್ಲಿ "ದಟ್ಸ್ ಓಕೆ, ನಾವು ಗಂಟೆಗಳ ಲೆಕ್ಕಾಚಾರದವರು. ಸಂಜೆ ಆರರ ಒಳ್ಗೆ ಫ್ಲಾಟ್ ಖಾಲಿಯಾಗಿ ಬಿಡ್ಬೇಕು. ಬೇಕಾದರೇ ನಮ್ಮ ವಾಚ್‌ಮನ್ ಸಹಾಯ ಪಡೆದುಕೊಳ್ಳಿ." ಕಾಲ್ ಕಟ್ ಮಾಡಿದರು. ಜಗತ್ತು ಕಲರ್‌ಫುಲ್ ಅಂದುಕೊಂಡಿದ್ದು ಸುಳ್ಳಾಗಿ ನಿರ್ದಯವಾಗಿತ್ತು. ಒಂಟಿತನದ ಅನುಭವ! ಯಾರು ಅವಳ ಜವಾಬ್ದಾರಿಯನ್ನು ತೆಗೆದುಕೊಳ್ಳಲು ಸಿದ್ಧರಿರಲಿಲ್ಲ. ಸಾಕಷ್ಟು ಯುವತಿಯರಿಗೆ ಇಂಥದ್ದು ಎದುರಾಗಿರಬೇಕು.

ಗೊಳೋ ಎಂದು ಅತ್ತಳು. ಬೀರು, ಬ್ರಾಂದಿ ಬಾಟಲುಗಳನ್ನು ಖಾಲಿ ಮಾಡುವ ಮುನ್ನವೇ ವಾಚ್‌ಮನ್ ಬಂದು ಬಾಗಿಲಾಚೆ ನಿಂತ. "ನಿಮ್ಮ ಲಗೇಜ್ ಹೊರ್ಗೆ ಸಾಗಿಸೋಕೆ ಹೇಳಿದ್ದಾರೆ" ಅವಳಿಗೆ ನಗು ಬಂತು. "ಇನ್ನ ಹತ್ತು ನಿಮಿಷ ಕಾದರೆ ಲಗೇಜ್ ಸಮೇತ ಹೊರ್ಗೆ ಹಾಕೋಕೆ ಹೇಳ್ತಾರೆ. ಯಾರ ಹೆಲ್ಪ್‌ಗೆ ಯಾರು ನಿಲ್ಲೋಲ್ಲ. ಎಲ್ಲರನ್ನು ಟೋಟಲ್ಲಾಗಿ ಷೂಟ್ ಮಾಡಿ ಬಿಸಾಕಿಬಿಡ್ಬೇಕು" ಕುಡಿದ ಮತ್ತಿನಲ್ಲಿ ತೊದಲುತ್ತ ಕೆಲವು ಬಟ್ಟೆಗಳನ್ನು ಬ್ಯಾಗ್‌ಗೆ ತುರುಕಿಕೊಂಡು "ಇವನ್ನೆಲ್ಲ ಕಸದ ತೊಟ್ಟಿಗೆ ಹಾಕ್ಬಿಡು" ಎಂದು ಬ್ಯಾಗನ್ನು ಎಳೆದುಕೊಂಡು ಹೊರಟಾಗ ಅವನು ಲಿಫ್ಟ್ ವರೆಗೂ ಸಹಾಯ ಮಾಡಿದ.

ಬಂದ ಗೆಳೆಯರು ಬಿಟ್ಟು ಹೋಗಿದ್ದ ಅವರ ಬಟ್ಟೆಗಳ ಜೊತೆಗೆ ಡ್ರಿಂಕ್ಸ್ ಜೊತೆ ಮೆಲ್ಲುವ ಖಾರದ ಗೋಡಂಬಿ ಜೊತೆ ಓಪನ್ ಮಾಡದ ಕೆಲವು ತಿನಿಸುಗಳ ಪ್ಯಾಕೆಟ್‌ಗಳು ಬಿದ್ದಿತ್ತು. ಅದನ್ನೆಲ್ಲ ತುಂಬಿಕೊಂಡ. ನಡು ವಯಸ್ಸಿನ ಮನುಷ್ಯ. ಹಳ್ಳಿಯಿಂದ ಸಿಟಿಗೆ ಬಂದಾಗಿನಿಂದ ವಾಚ್‌ಮನ್ ವೃತ್ತಿಯೆ. ನಾಲ್ಕರು ಕಡೆ ಬದಲಾಗಿದ್ದ. ಕೆಲವು ಕಡೆ ಕೆಲಸದಿಂದ ತೆಗೆದಿದ್ದರು. ಒಂದೆರಡು ಸಲ ತಾನಾಗಿ ಕೆಲಸ ಬಿಟ್ಟಿದ್ದ. ಸರ್ವಿಸ್, ನಿವೃತ್ತಿ, ಪ್ರಾವಿಡೆಂಟ್, ಪಿಂಚಣಿ ಅಂಥದೇನಿಲ್ಲ. ಕೈಯಲ್ಲಾಗದ ದಿನ ಮನೆಗೆ ಹೋಗಬೇಕಷ್ಟೆ. ವಯಸ್ಸಿಗೆ ಬಂದ ಇಬ್ಬರು ಮಕ್ಕಳು. ಅವರವರು ವಿವಾಹವಾಗಿ ಇವರಿಂದ ದೂರವಾಗಿದ್ದರು.

ಈಗ ಅವನು, ಅವನ ಹೆಂಡತಿ ಒಂದು ಪುಟ್ಟ ಬಾಡಿಗೆ ಮನೆಯಲ್ಲಿ ವಾಸಿಸುತ್ತಿದ್ದರು.

ಬದುಕಿದ್ದರೆ ಅವನ ಮುಂದಿನ ದಿನಗಳ ಸಲುವಾಗಿ ಒಂದಿಷ್ಟು ಕೂಡಿಡಬೇಕಿತ್ತು

* * *

ಈಗಾಗಲೇ ಕಾರು ಖರೀದಿಸಿದ್ದ ಶ್ರೀಕರ, ಶುಭಕರ ಬರುವಾಗ ಅಮಲೇಶ್ವರ ಗುಡಿಯಲ್ಲಿ ಪೂಜೆಗೆ ನಿಲ್ಲಿಸಿದಾಗ ಅಲ್ಲೇ ಪಕ್ಕದಲ್ಲಿ ವಾಸಿಸುತ್ತಿದ್ದ ಅರ್ಚಕರು ಓಡಿ ಬಂದರು. ಆನಂದಮೂರ್ತಿಗಳೆಂದರೆ ಅಷ್ಟು ಗೌರವ, ಅಭಿಮಾನ. ತೋಟದ ಹಣ್ಣು, ಹಂಪಲುನ ಜೊತೆಗೆ ದವಸ ಧಾನ್ಯವನ್ನು ಕಳುಹಿಸಿಕೊಡುವ ಉದಾರತೆ ಇತ್ತು. ಅದರಲ್ಲಿ ಲವಲೇಶವು ದೊಡ್ಡಸ್ಥಿಕೆ ಇರಲ್ಲಿಲ್ಲ. ಬಹುಶಃ ಅಂಥ ಸ್ವಭಾವ ಕಂಡೇ ಇಲ್ಲವೆನಿಸುತ್ತಿತ್ತು.

"ಬನ್ನಿ... ಬನ್ನಿ..." ಎಂದರು ಸೊಂಟಕ್ಕೆ ಮಗುಟ ಸುತ್ತಿಕೊಳ್ಳುತ್ತ "ಸ್ವಲ್ಪ ತಡವಾಯ್ತು. ಮೊದ್ಲು ನಿಮ್ಮ ಕ್ಷಮಾಪಣೆ ಕೇಳಿ, ಆಮೇಲೆ ದೇವರಲ್ಲಿ ಕೇಳ್ಬೇಕು" ಎಂದು ಹಣ್ಣು, ಹೂವಿನ ಬುಟ್ಟಿಯನ್ನು ಅವರತ್ತ ಕೊಟ್ಟರು. ಅವರು ಗರ್ಭಗುಡಿಯ ಬಾಗಿಲು ತೆಗೆದಿಟ್ಟು ಮತ್ತೊಮ್ಮೆ ಮಡಿಯುಟ್ಟು ಬಂದರು.

ಪೂಜೆಯ ನಂತರ ಕಾರಿನ ಪೂಜೆ ನೆರವೇರಿಸಿ ಪ್ರಸಾದ ಕೊಟ್ಟ ನಂತರ ಒಂದು ವಿಷಯ ತಿಳಿಸಿದರು. "ಮೊನ್ನೆ ಎಂಎಲ್ಎ ಚಿದಂಬರಂ ಮಗ ಒಂಟಿಯಾಗಿ ಬಂದಿದ್ದ. ಯಾವಾಗಲೂ ಫ್ಯಾಮಿಲಿ ಸಮೇತ, ಸ್ನೇಹಿತರ ಹಿಂಡು ಕಟ್ಟಿಕೊಂಡು ಬರುತ್ತಿದ್ದವ ಒಂಟಿಯಾಗಿ ಬಂದಿದ್ದು ಅಚ್ಚರಿಯೆ. ಒಮ್ಮೆ ಮಾತ್ರ ವಿವಾಹವಾಗೋ ವಧುವಿನ ಜೊತೆ ಬಂದಿದ್ದರು. ಅದಕ್ಕೆ ಮೊದ್ಲೇ ಎಂಎಲ್ಎಯವರ ಶ್ರೀಮತಿ ನಮ್ಗೆ ತಿಳಿಸಿ ವಿಶೇಷ ಪೂಜೆ ಮಾಡಿಂದ್ರು. ಮೊನ್ನೆ ಮಾತ್ರ ಒಬ್ಬರೇ ಬಂದಿದ್ರು. ವಿಶೇಷವೇನಿರಲಿಲ್ಲ, ಅನ್ನ ಪ್ರಸಾದವನ್ನು ಪಡೆದು ಇಲ್ಲೇ ತಿಂದರು. ಸುತ್ತಾಡಿದರು. ಸ್ವಲ್ಪ ಹೊತ್ತು ತೀರಾ ಸರಳವಾಗಿ ಕೂತಿದ್ದರು."

ಅವರು ಹೇಳಿದ್ದು ನೋಡಿ ಅವನಿಗೆ ಅಚ್ಚರಿ. ಈ ವಿಚಾರ ತಮಗೆ ತಿಳಿಸಬೇಕಾದ ಅಗತ್ಯವಿತ್ತೆ? ಎಷ್ಟೋ ಸಲ ಬಂದು ಹೋಗಿರಬಹುದು. ಜೀರ್ಣೋದ್ಧಾರ ಸಂದರ್ಭದಲ್ಲಿ ಸಾಕಷ್ಟು ದಿನ ಇಲ್ಲೇ ಗೆಸ್ಟ್‌ಹೌಸ್‌ನಲ್ಲಿ ಫ್ಯಾಮಿಲಿ ಸಮೇತ ಟೆಂಟ್ ಹೂಡಿದ್ದರು. ಆದರೆ ಇಂದು ತಿಳಿಸಿದ್ದಕ್ಕೆ ಏನಾದರೂ ವಿಶೇಷವಿದೆಯಂತ ಯೋಚಿಸುವಂತಾಯಿತು ಶ್ರೀಗೆ. ಬರೀ ಮುಗುಳ್ನಗೆ ಬೀರಿದ.

ಕಾರು ಹತ್ತಿದನಂತರ ಶುಭಕರ "ಏನೀ ಹೌ, ಈ ಕ್ಷೇತ್ರದ ಎಂಎಲ್ಎ ಏನು ಮಾಡಿದ್ದಾರೋ ಬಿಟ್ಟಿದ್ದಾರೋ, ದೇವಸ್ಥಾನದ ಜೀರ್ಣೋದ್ಧಾರ ಜೊತೆ ಕುಡಿಯಲು ನೀರಿನ ವ್ಯವಸ್ಥೆ, ದೇವಸ್ಥಾನಕ್ಕೆ ಬಂದವರಿಗೆ ತಂಗಲು ವ್ಯವಸ್ಥೆ, ಜೊತೆಗೆ ಒಂದು ಗೆಸ್ಟ್‌ಹೌಸ್, ದೇವಾಲಯಕ್ಕೆ ಸುಂದರ ಪ್ರಾಂಗಣ, ಅದಕ್ಕೆ ಅನತಿ ದೂರದಲ್ಲಿ ಹೂವಿನ ತೋಟ ಅಂತು ಒಂದು ಅದ್ಭುತ ತಾಣವಾಯ್ತು. ಅದ್ಕೇ ಹಾಟ್ಸ್ ಆಫ್ ಅನ್ನಲೇ ಬೇಕು" ಇದನ್ನು ಹೇಳಿದಾಗ ಅಂದು ನಡೆದ ಘಟನೆಯ ಲೆಕ್ಕಾಚಾರದಲ್ಲಿದ್ದ ಶ್ರೀ. ಅವನಪ್ಪ ಹೇಳುವಂತೆ ತಪ್ಪು ಯಾರದೂ ಅಲ್ಲ. ಒಂದು ಸಣ್ಣ ಇನ್ಸಿಡೆಂಟ್ ನಡೆದು ಹೋಗಿದ್ದು ಅಮಲೇಶ್ವರನ ಸನ್ನಿಧಿಯಲ್ಲಿ.

"ಶ್ರೀ ನಾನು ಡ್ರೈವ್ ಮಾಡ್ಲಾ?" ಅಂದಾಗಲೇ ತನ್ನ ಚಿಂತನೆಯಿಂದ ಹೊರಗೆ ಬಂದಿದ್ದು "ಬೇಡ, ನಾನೇನೋ ಗೊಂದಲದಲ್ಲಿದ್ದೆ. ದೇವಸ್ಥಾನದಲ್ಲಿ ಅಮಲೇಶ್ವರನ ಸನ್ನಿಧಿಯಲ್ಲಿ ಅಮಲ ಹುಟ್ಟಿದ ಹಬ್ಬದ ದಿನ ಒಂದು ಘಟನೆ ನಡೆಯಿತು" ಎಂದು ಎಲ್ಲವನ್ನು ವಿವರಿಸಿದ. ಎರಡು ಮೂರು ವರ್ಷದಿಂದ ಸಿಟಿಯಲ್ಲಿದ್ದ. ಹಲವು ರೀತಿಯ ಯುವತಿಯರನ್ನು ನೋಡಿದ್ದ. ಪರಂಪರೆಗೆ ಜೋತು ಬೀಳುವವರು ಬೆರಳೆಣಿಯವರಾದರೆ, ಎಂಜಾಯ್ ಬದುಕಿನ ಲಕ್ಷಣ ಎನ್ನುವಂತೆ ವರ್ತಿಸುತ್ತಿದ್ದರು. ಕೆಲವರು ತೀರಾ ಓವರ್. ವೀಕ್ ಎಂಡ್ ಪಾರ್ಟಿಗಳಲ್ಲಿ ಮೋಜು, ಮಸ್ತಿ ಎಲ್ಲಾ ಇರುತ್ತಿತ್ತು.

"ಆಕಸ್ಮಿಕವೇ ಇರಬಹುದು. ಆ ಜನ ದುಬಾರಿಯವರು. ಒಂದು ಸಂಬಂಧದ ಹಿಂದೆ ಹಣದ ಲೆಕ್ಕಾಚಾರವಿರುತ್ತೆ. ಅಂತು ಇದು ಅಮಲ ಮನಸ್ಸಿನ ಮೇಲೆ ಒಂದು ಪರಿಣಾಮವಾಗಿರುತ್ತೆ" ಎಂದ ಶುಭಕರ. ಆಮೇಲಿನ ಎಲ್ಲ ಪ್ರತಿಕ್ರಿಯೆಗಳನ್ನು ತಿಳಿಸಿದ ನಂತರ "ಅವ್ರುಗಳು ಹೆದರಿದ್ರೂ ಅಪ್ಪ ಸಮಾಧಾನ ಮಾಡಿ ನಿಶ್ಚಿತಾರ್ಥ ಮುಗ್ಸಿಕೊಂಡು ಹೋಗೂಂದ್ರು. ಆ ಬಗ್ಗೆ ಅವಳು ಎಂದೂ ಮಾತಾಡಿಲ್ಲ. ಈಗ ಅಮೆರಿಕಗೆ ಹೋಗ್ತಾ ಇದ್ದಾಳಲ್ಲ. ಇವ್ರು ಅಲ್ಲೇ ಹುಟ್ಟಿದ್ದು. ಚಿಕ್ಕಪ್ಪ, ಚಿಕ್ಕಮ್ಮ ಗ್ರೀನ್‌ಕಾರ್ಡ್ ಹೋಲ್ಡರ್. ಮುಂದೆ ಕೂಡ ಅವಳ್ನ ಭಾರತಕ್ಕೆ ಕಳಿಸೋ ಇರಾದೆ ಇಲ್ಲ. ಅದಕ್ಕೋಸ್ಕರ ಆ ಮ್ಯಾಟರ್‌ಗೆ ಅಷ್ಟು ಮಹತ್ವ ಕೊಡ್ಲಿಲ್ಲ. ಅಮಲ ಹೋಗ್ತಾಳೇಂತ ನೆನಸಿಕೊಂಡರೇನೇ ತೀರಾ ಡಿಸ್ಟರ್ಬ್ ಆಗಿಬಿಡ್ತೀನಿ" ಎಂದವನ ಎದೆ ಭಾರವಾಗಿತ್ತು. ಆಮೇಲೆ ಮಾತಾಡಿದ್ದೆಲ್ಲ ಅಮಲ ವಿಚಾರವೇ.

ಇವರು ಮನೆಯ ಬಳಿ ಇಳಿದಾಗ ಎದುರುಗೊಂಡದ್ದು ಅಮಲನೇ. "ಮೈ ಬ್ಯೂಟಿಫುಲ್ ಸಿಸ್ಟರ್.." ಎಂದು ಪಿಂಕ್‌ಕಲರ್ ಸೆಲ್ವಾರ್‌ಕಮೀಜ್ ತೊಟ್ಟ ಅವಳ ಬೈತಲೆಗೆ ಚುಂಬಿಸಿದ. ಮನೆಯಲ್ಲಿ ಸಂಭ್ರಮದ ವಾತಾವರಣವಿತ್ತು. ಆ ಕಡೆ ರೋಡಿನಂಚಿನ ಮರದ ಕೆಳಗೆ ನಾಲ್ಕು ಕಾರುಗಳು ಇತ್ತು. ಬಂದವರು ಆನಂದಮೂರ್ತಿಗಳ ಡಿಗ್ರಿ ಕ್ಲಾಸ್‌ನಲ್ಲಿ ಕ್ಲಾಸ್‌ಮೇಟ್ ಆಗಿದ್ದ ಪಾಲಾಕ್ಷ ಅವರ ಫ್ಯಾಮಿಲಿ. ಅವರೇನು ಇಲ್ಲಿಗೆ ಹೊಸಬರಲ್ಲ, ಸಾಕಷ್ಟು ಸಲ ಬಂದು ಹೋಗಿದ್ದರು. ಈ ಕುಟುಂಬದವರು ಕೂಡ ಅವರಲ್ಲಿ ನಡೆದ ಎಲ್ಲಾ ವಿಶೇಷ ಸಮಾರಂಭಗಳಲ್ಲಿ ಹೋಗಿ ಭಾಗವಹಿಸಿದ್ದರು. ಅದರಿಂದ ಒಬ್ಬರಿಗೊಬ್ಬರು ಅಪರಿಚಿತರಲ್ಲ. ಸ್ನೇಹದ ಜೊತೆ ಆತ್ಮೀಯತೆ, ಸಂಬಂಧ ಬೆಳೆಸಬೇಕೆನ್ನೋ ಆಕಾಂಕ್ಷೆ ಇಬ್ಬರಲ್ಲೂ ಇತ್ತು. ಎರಡು ಕುಟುಂಬದವರು ಒಬ್ಬರನ್ನೊಬ್ಬರು ಗೌರವದಿಂದ ಕಾಣುತ್ತಿದ್ದರು.

ದೊಡ್ಡ ಹಜಾರದಲ್ಲಿ ಸೇರಿದ್ದ ಎಲ್ಲರು ಒಟ್ಟಿಗೇನೇ ಆಹ್ವಾನಿಸಿದರು. "ಬನ್ನಿ... ಬನ್ನಿ... ನಿಮ್ಮಗಳಗೋಸ್ಕರವೇ ಕಾಯ್ತ ಇದ್ದವೀ." ಪಾಲಾಕ್ಷ ದೊಡ್ಡ ದನಿಯಲ್ಲಿ ಹೇಳಿದಾಗ ಇಬ್ಬರ ಮುಗಳ್ನಗೆಯೆ ಉತ್ತರವಾಯಿತು. ತಂದೆಗೆ ಮಾತ್ರ ನಮಸ್ಕರಿಸಿ ಇಬ್ಬರು ಒಳಗೆ ಹೋದರು. ಹಿಂದೆ ಹೋಗಿದ್ದು ಅಮಲಾನೆ. ಮೊದ್ಲು ನೀರು ಕೊಟ್ಟಳು. "ರಕ್ಷಾ ತುಂಬ ಚೆನ್ನಾಗಿ ಮಾತಾಡ್ತಾರೆ" ಅಷ್ಟೇ ನುಡಿದಿದ್ದು. ಕೆಲವೊಮ್ಮೆ ಹೆಚ್ಚು ಮಾತಾಡುವ ಅಮಲ ಕೆಲವೊಮ್ಮೆ ಮೌನಗೌರಿ.

ಎಲ್ಲರದು ಒಟ್ಟಿಗೆ ಊಟ ಆಯಿತು. ವಿಭಾ ತಾನು ದೊಡ್ಡ ವಿದ್ಯಾವಂತೆ ಎಂದು ಹಮ್ಮು ತೋರಿಸದೇ ಸತ್ಯಭಾಮ ಎಲ್ಲ ಕೆಲಸಗಳಲ್ಲೂ ಪಾಲ್ಗೊಂಡಳು. "ಈ ವರ್ಷ ಇವ್ನ ವಿವಾಹ ಮುಗಿದರೆ, ಮುಂದಿನ ವರ್ಷ ಶುಭಕರನ ಮದ್ವೆ ಮಾಡಿ ಮುಗ್ಸಬಹ್ದು. ಆಮೇಲೆ ಸ್ವಲ್ಪ ಜವಾಬ್ದಾರಿ ಕಮ್ಮಿ ಆಗುತ್ತೆ" ಎಂದರು ವಿಭಾ. ಸತ್ಯಭಾಮ ಏನು ಹೇಳಲಿಲ್ಲ. ಶ್ರೀ ವಿವಾಹ ಮುಂದೂಡುತ್ತಿದ್ದ. ಅದಕ್ಕೆ ಕಾರಣವೆ ಹೇಳುತ್ತಿರಲಿಲ್ಲ. "ನಿಜನೇ, ಮೊದ್ಲು ಶ್ರೀ ಒಪ್ಕೋಬೇಕು. ಅವ್ನು ಇದ್ವರ್ಗೂ ಏನೂ ಹೇಳ್ಲಿಲ್ಲ" ಎಂದು ತಮ್ಮ ಮನದ ಗೊಂದಲ ಹೇಳಿಕೊಂಡರು." ವಯಸ್ಸಿಗೆ ಬಂದ ಹುಡುಗರ ಮೇಲೆ ಇವರು ಒತ್ತಡವೇರೋಲ್ಲ. ನಾನೇನಾದ್ರೂ ಆ ವಿಚಾರವೆತ್ತಿದರೆ, ಸ್ವಲ್ಪ 'ಶ್ರೀ ನಿರ್ಧಾರಕ್ಕೆ ಬದ್ಧರಾಗೋಣ'. ಒಂದೇ ಮಾತು ಮುಗ್ದು ಹೋಯ್ತು?'' ಎಂದರು ಅಸಹಾಯಕತೆಯಿಂದ ಸತ್ಯಭಾಮ.

ಆಮೇಲೆ ಎಲ್ಲಾ ಮಾತುಕತೆಗೆ ಕೂತರು. ಅವರ ಕಡೆಯಿಂದ ಹತ್ತು ಹನ್ನೆರಡು ಜನ ಬಂದಿದ್ದರು. ತೀರಾ ಹೈಫೈ ಫ್ಯಾಮಿಲಿಯವರಲ್ಲ. ಕೊಡು ಬಿಡುವ ಬಗ್ಗೆ ತಕರಾರೇನಿಲ್ಲ.

"ಆನಂದ್, ನಾವು ನಿಶ್ಚಿತಾರ್ಥ ಮುಗ್ಸಿಕೊಂಡೇ ಹೋಗೋಣಾಂತ ಬಂದಿದ್ದೀವಿ" ಪಾಲಾಕ್ಷ ಹೇಳಿದಾಗ ಆನಂದಮೂರ್ತಿಗಳು "ಖಂಡಿತ ಆಗ್ಬಹ್ದು. ವಿವಾಹವಾಗೋರ ಒಪ್ಗೇ ಸಿಕ್ಕರೆ ಮಿಕ್ಕಿದ್ದೆಲ್ಲ ಸರಾಗ. ಬೇಕಾದರೆ ಅಮಲೇಶ್ವರ ದೇವಸ್ಥಾನದಲ್ಲಿ ಮಗಳನ್ನ ಧಾರೆಯೆರೆದು ಕೊಟ್ಟು ಹೋಗ್ಬಿಡು. ಯಾವ್ದೇ ರಿಸ್ಕ್ ಬೇಡ" ಎಂದರು ಸರಾಗವಾಗಿ. ಅಂಥ ಮನುಷ್ಯನೇ ಆನಂದಮೂರ್ತಿಯೆಂದು ಗೊತ್ತು. "ನಿನ್ಮಾತು ಸರಿ. ಒಬ್ಬರಿಗೊಬ್ಬರು ನೋಡ್ತಾ ಇರೋದು, ಮಾತಾಡೋದು ಯಾವ್ದೂ ಹೊಸದಲ್ಲ. ಅಮಲೇಶ್ವರ ಜಾತ್ರೆಗೆ ಬಂದಾಗ ಇಲ್ಲೇ ಎಂಟು ದಿನ ಇದ್ಲು. ತೋಟ, ದೇವಸ್ಥಾನ ಅಂತೆಲ್ಲ ಸುತ್ತಾಟ ನಡ್ಸಿದ್ದಾರೆ. ಕರೆದು ಡೈರೆಕ್ಟಾಗಿ ಕೇಳ್ಬಿಡೋಣ" ಅಂದರು ಪಾಲಾಕ್ಷ ಒಪ್ಪಿಗೆ ಸೂಚಿಸುವಂತೆ ಆನಂದಮೂರ್ತಿಗಳು ನಕ್ಕರು.

ರಕ್ಷಾನ ಕೇಳಿದಾಗ ಎಲ್ಲರ ಸಮ್ಮುಖದಲ್ಲಿಯೇ ತನ್ನ ಒಪ್ಪಿಗೆ ಸೂಚಿಸಿದಳು. ಆದರೆ ಶ್ರೀ ಮಾತ್ರ "ನಾನು ರಕ್ಷಾ ಹತ್ರ ಮಾತಾಡ್ಬೇಕು. ಸ್ನೇಹದಿಂದ ತೋಟ, ದೇವಸ್ಥಾನ ಸುತ್ತೋದು ಬೇರೆ. ವಿವಾಹವೆನ್ನುವ ಜವಾಬ್ದಾರಿಯೇ ದೋಣಿ ಹತ್ತೋಕೆ ಮೊದ್ಲು ಪರಸ್ಪರ ಸಾಮರಸ್ಯದಿಂದ ವಿವಾಹವೆನ್ನುವ ದೋಣಿಯನ್ನು ಮುನ್ನಡೆಸಲು ಸಾಧ್ಯವೇ ಎಂದು ಯೋಚಿಸಬೇಕು. ಇಲ್ಲ ಆಯತಪ್ಪಿ ನಾವುಗಳು ಮಾತ್ರವಲ್ಲ ಎರಡು ಕುಟುಂಬಗಳು ಮುಳುಗಿ ಹೋಗುತ್ತೆ. ಅದು ನಂಗೆ ಇಷ್ಟವಿಲ್ಲ" ಪ್ರೌಢವಾಗಿ ಮಾತಾಡಿದಾಗ ಹೆಂಗಸರಿಗೆ ಇಷ್ಟವಾಗಿ ಕಾಣದಿದ್ದರೂ ಆನಂದಮೂರ್ತಿಗಳು, ಪಾಲಾಕ್ಷ ಒಪ್ಪಿಗೆ ಸೂಚಿಸಿದರು.

ಸಂಜೆ ಇಬ್ಬರೂ ತೋಟಕ್ಕೆ ಹೋದರು. ಸಂಜೆಯ ನೆರಳು ಬೆಳಕಿನ ಆಟದೊಂದಿಗೆ ತಣ್ಣಗೆ ಬೀಸುವ ತಂಗಾಳಿ ಅತ್ಯಂತ ಆಹ್ಲಾದಕರವೆ. ಯುವ ಜೋಡಿಗೆ ಅದ್ಭುತವಾದ ಸ್ವಾಗತವೇ.

ಒಂದು ಕಡೆ ಕೂತರು. ಆಳು ಎಳನೀರನ್ನು ಕೆತ್ತಿ ತಂದು ಅವರ ಮುಂದಿಡಿದ

"ಹೇಗಿದೆ ನಿನ್ಮಗು?" ವಿಚಾರಿಸಿದ. "ನಾಳೆ ಬೆಳಿಗ್ಗೆ ಶುಭಕರ ಸಿಟಿಗೆ ಹೋಗ್ತಾನೆ. ಅವ್ನ ಜೊತೆ ಹೊರಡಿ. ಮಿಕ್ಕಿದ್ದು ಅವನೇ ನೋಡ್ತಾನೆ" ಎಂದ. ಹೇಳಿದ್ದು ಅವನಿಗೆ.

"ನಮ್ಮ ಮನೆ, ತೋಟ ಸುತ್ತಲ ಪ್ರದೇಶ ಹೇಗೆ ಅನ್ನಿಸ್ತು?" ಎಂದು ಕೆತ್ತಿದ ಎಳೆನೀರನ್ನು ಅವಳ ಮುಂದಿಡಿದ. "ನಾನು ಇಲ್ಲಿಗೆ ಮೊದಲ ಸಲ ಬರ್ತಾ ಇಲ್ಲ. ಸಾಕಷ್ಟು ಸಲ ಬಂದಿದ್ದೀನಿ" ಎಂದು ಅವನತ್ತ ಮಿಂಚಿನ ನೋಟ ಹರಿಸಿದಾಗ "ಯಾವ್ದೇ ಉದ್ದೇಶವಿಲ್ದೇ ಬಂದಿದ್ದು. ಈಗ ಒಂದು ಉದ್ದೇಶವಿದೆ" ಎಂದು ಮುಗಳ್ನಕ್ಕು 'ಇಷ್ಟ' ಎನ್ನುವಂತೆ ಕಣ್ಣರಳಿಸಿದಳು. ತಲೆಯಾಡಿಸಿದ "ಬರೀ ಅಷ್ಟು ಸಾಲ್ದು. ನಂಗೆ ಸಿಟಿಗೆ ಹೋಗಿ ಯಾವ್ದೇ ಕೆಲ್ಸ ಹಿಡಿಯೋ ಆಸಕ್ತಿ ಇಲ್ಲ. ವಿವಾಹದ ನಂತರ ಇಲ್ಲೇ ಇರ್ಬೇಕಾಗುತ್ತೆ. ನನ್ತಂದೆ ತಮ್ಮ ವಿವೇಕ, ಒಳ್ಳೆಯತನದಿಂದ ಅಪಾರವಾದ ಗೌರವ, ಪ್ರೀತಿಯನ್ನು ಸಂಪಾದಿಸಿದ್ದಾರೆ ಹತ್ತು ಊರುಗಳಲ್ಲಿ. ಅದನ್ನು ಮತ್ತಷ್ಟು ವಿಸ್ತರಿಸುವುದು ಮಾತ್ರವಲ್ಲ. ಒಂದತ್ತು ಕುಟುಂಬಗಳಿಗೆ ನೆರವು ಒದಗಿಸುವ ಕನಸು ನಂದು. ನೀನು ಕೈ ಹಿಡಿದು ಬಂದರೆ ನಂಗೆ ನಿನ್ನ ಸಹಕಾರ ಬೇಕಾಗುತ್ತೆ. ನಿನ್ನ ಕನಸು ಬೇರೆಯಾಗಿ ಇದ್ದರೆ ಮುಂದೆ ತೊಂದರೆಯಾಗುತ್ತೆ. ಎರಡು ಕುಟುಂಬಗಳ ಬಾಂಧವ್ಯ ಹಾಳಾಗುತ್ತೆ. ಈಗ ನಿನ್ನ ಅಭಿಪ್ರಾಯ, ಕನಸುಗಳ್ನ ಮನ ಬಿಚ್ಚಿ ಹೇಳು" ಎಂದ. ಕೆಲವು ನಿಮಿಷಗಳು ಅವಳು ತುಟಿ ತೆರೆಯಲಿಲ್ಲ.

"ಐ ಲವ್ ಯು" ಎಂದು ಎಳೆನೀರನ್ನು ಪಕ್ಕದಲ್ಲಿರಿಸಿ ಅವನೆರಡು ಕೈಗಳನ್ನು ಬಿಗಿಯಾಗಿ ಹಿಡಿದುಕೊಂಡು "ಪ್ಲೀಸ್, ಪ್ಲೀಸ್ ನೀನು ಇಲ್ದೇ ನಾನು ಬದ್ಕಲಾರೆ" ಅಳೋಕೆ ಷುರು ಮಾಡಿದಳು. ಸ್ವಲ್ಪ ಹೊತ್ತು ಅಳಲು ಬಿಟ್ಟು "ನೀನು ಅಳೋಕೆ ಕಾರಣವೇ ಇಲ್ಲ, ವಿವಾಹಕ್ಕೆ ಮುನ್ನ ಹೆಣ್ಣು ಗಂಡು ಪರಸ್ಪರ ಐ ಲವ್ ಯು, ಐ ಲವ್ ಯು ಎಂದು ಹೇಳ್ಬಹುದು. ನೀನು ಇಲ್ದೇ ನಾನು ಬದ್ಕಲಾರೆ ಅಂತ ಡೈಲಾಗ್ ಹೊಡೆಯಬಹುದು. ಆದರೆ ನಂತರದ ದಿನಗಳಲ್ಲಿ ಒಬ್ಬರಿಗೊಬ್ಬರು ಶತ್ರುಗಳಂತೆ ಕಾದಾಡೋ ಪರಿಸ್ಥಿತಿ. ಜಗತ್ತು ಚಲನಶೀಲವಾದದ್ದು. ಬದಲಾವಣೆಗಳು ಸಹಜ. ಸಾಮಾನ್ಯ ಹೆಣ್ಣು ಕೂಡ ಸಾಕಷ್ಟು ಬದಲಾಗಿದ್ದಾಳೆ. ಆದರ್ಶ, ಸನಾತನ ಧರ್ಮ, ಮಣ್ಣು ಮಸಿಯನ್ನು ಪಕ್ಕಕ್ಕಿಟ್ಟು ಸಾಕಷ್ಟು ವರ್ಷಗಳೆ ಆಗಿದೆ. ಅದನ್ನೆಲ್ಲ ಮೈಮೇಲೆ ಎಳ್ಕೋಂತ ನಾನು ಹೇಳೋಲ್ಲ. ಎಷ್ಟು ಬೇಕೋ ಅಷ್ಟು ಬದಲಾವಣೆ ಅನಿವಾರ್ಯ. ಮಹಿಳೆಯರು ಎಲ್ಲ ಕ್ಷೇತ್ರದಲ್ಲಿ ಕೆಲ್ಸ ಮಾಡ್ತಾ ಇದ್ದಾರೆ. ಕೆಲವು ಕ್ಷೇತ್ರಗಳಲ್ಲಿ ಮುಂಚೂಣಿಯಲ್ಲಿದ್ದಾರೆ. ಆ ಬಗ್ಗೆ ಗೌರವ, ಹೆಮ್ಮೆಯೇ. ಆದರೆ ವೈಯಕ್ತಿಕವಾಗಿ ಯೋಚ್ಸಬೇಕಾಗಿದೆ. ಈಗ ನಿನ್ನ ಕನಸುಗಳನ್ನು ಬಿಚ್ಚಿಡು. ಎಷ್ಟರಮಟ್ಟಿಗೆ ಕಾಂಪ್ರಮೈಸ್ ಆಗಬಹುದೋ ನೋಡೋಣ." ಸಂತೈಸಿದ. "ನಂಗೂ ನಿನ್ಮೇಲೆ ಪ್ರೀತಿ ಇದೆ. ಮುಂದೆ ಕೂಡ ಇದೇ ಪ್ರೀತಿ ಇರ್ಬೇಕು. ಒಬ್ಬರನ್ನ ಬಿಟ್ರು ಒಬ್ಬರು ಬದ್ಕಲಾರೆವು ಅನ್ನೋ ಕನಿಷ್ಟ ಭಾವವಾದ್ರೂ ನಮ್ಮಲ್ಲಿ ಉಳಿಯಬೇಕು. ನಿನ್ನ ನೋಯಿಸೋ ಉದ್ದೇಶವಿಲ್ಲ. ಪ್ಲೀಸ್ ಅಂಡರ್‌ಸ್ಟ್ಯಾಂಡ್ ಮಿ" ಎಂದು ಸಂತೈಸಿದ ಅವಳು ನಿಧಾನವಾಗಿ ಬಾಯಿ ಬಿಟ್ಟಳು.

"ನಂಗೆ ಸಿಟಿ ಲೈಫ್ ಇಷ್ಟ. ಡ್ಯಾಡ್ ನಂಗೊಂದು ಮನೇನ ಕೊಂಡುಕೊಡ್ತಾರೆ.

ನಾವುಗಳು ಅಲ್ಲಿ ಇರ್ಬಹ್ದು. ನಿಮ್ಮ ಎಜುಕೇಷನ್‌ಗೆ ಅನುಗುಣವಾಗಿ ಡ್ಯಾಡ್ ಒಂದು ಇಂಡಸ್ಟ್ರಿ ಏರ್ಪಾಟು ಮಾಡ್ತಾರೆ. ಇಷ್ಟವಿಲ್ಲಾಂದರೆ ಕೆಲ್ಸಕ್ಕೆ ಪ್ರಯತ್ನಿಸಬಹುದು. ನಮ್ಗೇ ಫೈನಾನ್ಷಿಯಲ್ ಪ್ರಾಬ್ಲಮ್ ಇಲ್ದಂಗೆ ನೋಡ್ಕೋತಾರೆ" ಹೇಳುತ್ತಲೇ ಹೋದಳು. ಅವಳ ವೈವಾಹಿಕ ಜೀವನದಲ್ಲಿ ಸಂಗಾತಿಯ ನಿರೀಕ್ಷೆ ಮಾತ್ರ ಇತ್ತು. ಅಲ್ಲಿ ಮತ್ತೊಬ್ಬರಿಗೆ ಪ್ರವೇಶವಿರಲಿಲ್ಲ. ಇವಳೇ ಅಲ್ಲ ಹೆಚ್ಚು ಯುವತಿಯರ ಕನಸು ಇದು "ಗುಡ್, ನಿನ್ನ ಆನೆಸ್ಟಿಗೆ ಹಾಟ್ಸ್ ಆಫ್. ರಕ್ಷಾ ಇದು ಯಾವ್ದೂ ನೆರವೇರೋಲ್ಲ. ನನ್ನ ಕನಸುಗಳು ಅಮಲಾಪುರದಲ್ಲಿಯೆ ಹರಡಿಕೊಂಡಿದೆ. ಸಾರಿ, ಸಂಬಂಧ ಬೇಡ. ಫ್ರೆಂಡ್ಸ್ ಆಗಿ ಇದ್ಬಿಡೋಣ. ನನ್ನ ತಂದೆ, ನಿನ್ನ ತಂದೆಯ ಫ್ರೆಂಡ್‌ಶಿಪ್ ಮುಂದುವರಿಯಲಿ. ನಿನ್ನ ಕನಸುಗಳನ್ನು ಬಲಿ ಕೊಡು ಅನ್ನೋಲ್ಲ. ನನ್ನ ಕನಸುಗಳ್ನ ಬಲಿ ಕೊಡೋಕೆ ನಾನು ಇಷ್ಟಪಡೋಲ್ಲ. ಈ ವಿಚಾರನ ಇಲ್ಲಿಗೆ ಕೈ ಬಿಡೋಕೆ ನಿನ್ನ ಪೇರೆಂಟ್ಸ್‌ಗೆ ಹೇಳು. ಇನ್ನ ಹೋಗೋಣ" ಮೇಲೆದ್ದ. ಅಲ್ಲೇ ಇರುವ ಎಳನೀರನ್ನು ಕುಡಿದು ರಾಶಿಯ ಕಡೆ ತೂರಿದ. "ಬೆಸ್ಟ್ ಆಫ್ ಲಕ್. ನಿಂಗೆ ಒಳ್ಳೆಯ ಸಂಗಾತಿ ಸಿಗ್ಲೀ" ಎಂದ. ಅವನು ಒಂದಿಷ್ಟು ವಿಚಲಿತನಾಗಿರಲಿಲ್ಲ. ವಿಷಯವನ್ನು ಬಹಳ ಆರಾಮಾಗಿ ತಗೊಂಡಿದ್ದ. ತಾನು ಆನಂದಮೂರ್ತಿಗಳ ಮಗ ಎನ್ನುವುದನ್ನು ಸಾಬೀತುಪಡಿಸಿದ್ದ.

ರಕ್ಷಾ ಜೋರಾಗಿ ಅಳಲು ಷುರು ಮಾಡಿದಳು. ಹೌದು ಶ್ರೀಯ ದೃಢವಾದ ಮೈಕಟ್ಟು, ತುಂಬು ಆತ್ಮವಿಶ್ವಾಸದ ಮುಖ, ಅಭ್ಯಂಜನ ಸ್ನಾನದಿಂದ ಸೊಂಪಾಗಿ ಬೆಳೆದ ತಲೆಗೂದಲು ಅವಳ ಮಟ್ಟಿಗೆ ದೊಡ್ಡ ಹೀರೋನೆ. ಅವಳ ಫ್ರೆಂಡ್ಸ್‌ಗೆಲ್ಲ ಈಗಾಗಲೇ ಅವನ ಫೋಟೋ ತೋರಿಸುವುದರ ಜೊತೆಗೆ ವಿವಿಧ ಭಂಗಿಗಳಲ್ಲಿ ಸೆರೆ ಹಿಡಿದ ಮೊಬೈಲ್‌ನಲ್ಲಿದ್ದ ಫೋಟೋಗಳನ್ನ ತೋರಿಸುವುದರ ಜೊತೆಗೆ ಆಗಾಗ ನೋಡಿ ಖುಷಿಪಡುತ್ತಿದ್ದಳು. ತನ್ನ ಫಿಯಾನ್ಸಿ, ಭಾವಿ ಗಂಡನೆನ್ನುವ ಕನಸಿನಲ್ಲಿ ಇದ್ದಳು. ಈಗ ಭ್ರಮನಿರಸನ... ಸಹಿಸಲು ಅಸಾಧ್ಯವಾಗಿತ್ತು.

"ಪ್ಲೀಸ್, ನಿನ್ನ ಬಿಟ್ಟು ಬದ್ಕೋ ಶಕ್ತಿ ಇಲ್ಲ!" ಅಂದಳು.

"ಒನ್ ಥಿಂಗ್, ಒಂದು ತಿಂಗ್ಳು ಯೋಚ್ಸು, ನನ್ನ ವಿಚಾರಗಳ್ನ ನಿನ್ನ ಪೇರೆಂಟ್ಸ್ ಮುಂದಿಡಿದು ಅವ್ರ ಅಭಿಪ್ರಾಯ ಸಂಗ್ರಹಿಸಿಕೋ. ಇಲ್ಲಿ ನಾನು ನಿನ್ನ ಸಂಗಾತಿಯನ್ನಾಗಿ ಮಾತ್ರ ಸ್ವೀಕರಿಸಿ ತೃಪ್ತನಾಗೋಲ್ಲ. ಅಮಲಾಪುರದ ಆನಂದಮೂರ್ತಿ, ಸತ್ಯಭಾಮಗೆ ಸೊಸೆಯಾಗಬೇಕು. ನಂಗೆ ಒಬ್ಬ ತಮ್ಮ ಬರೀ ವಯಸ್ಸಿನಲ್ಲಿ ಒಂದೂವರೆ ವರ್ಷ ಚಿಕ್ಕವನಷ್ಟೆ. ಅತ್ತಿಗೆಯಾಗಿ ಪ್ರೀತಿಸೋ ವಿಶಾಲತೆ ಇರ್ಬೇಕು. ಜೊತೆಗೆ ಒಬ್ಬ ನಾದಿನಿ, ನಂದನ್ ಮತ್ತು ವಿಭಾ ಚಿಕ್ಕಪ್ಪ ನನ್ನವರು ಅನ್ನೋ ಧಾರಾಳತನ ಬೇಕು. ಅಪ್ಪ ಬದುಕನ್ನು ಯಜ್ಞವಾಗಿ ಸ್ವೀಕರಿಸಿದ್ದಾರೆ. ಎಲ್ಲರ ಕಷ್ಟಸುಖಕ್ಕೂ ಮರಗುವ ಮನಸ್ಸಿದೆ. 'ಪ್ರೀತಿಯೆಂಬುದು ವಿಶಾಲವಾದದ್ದು, ಮಾನವನ ಸ್ವಾರ್ಥದಿಂದಾಗಿ ಸಂಕುಚಿತ ಗೊಂಡಿದೆ' ಇದು ಸ್ವಾಮಿ ವಿವೇಕಾನಂದರ ಮಾತು. ಆಗಾಗ ನನ್ನಪ್ಪ ನೆನಪಿಸ್ತಾ ಇರ್ತಾರೆ. ಅದ್ರಿಂದ ಮುಂದೆ ನೀನು ನೊಂದುಕೊಳ್ಳೋದು ಬೇಡ. ದಾಂಪತ್ಯಕ್ಕೆ ಎಷ್ಟು ನವಿರುತನವಿದೆಯೋ... ಅರ್ಥಮಾಡಿಕೊಳ್ಳಬಲ್ಲೆ. ಹೋಗೋಣ, ಕಾಯ್ತ ಇರ್ತಾರೆ. ನಿಂಗೆ ಹೇಗೆ ಬೇಕೋ ಹಾಗೆ ಅವ್ರನ್ನ ಕನ್ವಿನ್ಸ್ ಮಾಡು. ಐ ಲವ್ ಯು, ಇದರಲ್ಲೇ

ಎಲ್ಲಾ ಅಡಗಿದೆಯೆಂದು ತಿಳಿಯಬೇಡ. ಪ್ಲೀಸ್, ಗೆಟ್... ಅಪ್... ಹೋಗೋಣ" ಎಂದು ಮುಂದಕ್ಕೆ ನಡೆದ.

ಸುಮಾರು ದೂರ ಬಂದನಂತರ "ಹಾಯ್ ಶ್ರೀ, ಎಷ್ಟೊಂದು ಗುಲಾಬಿಗಳು ಅರಳಿದೆ. ನಂಗೊಂದು ಗುಲಾಬಿ ಕಿತ್ತುಕೊಡು" ಅಂದಳು. ಮೊದಲು ನಿಂತ, ಆಮೇಲೆ ಮುಗುಳ್ನಕ್ಕ. ಒಂದು ಹಳದಿ ಗುಲಾಬಿ ಹೂವನ್ನು ಕಿತ್ತು ಅವಳತ್ತ ನೀಡಿ "ಇದು ಪ್ರಪೊಸಲ್ ಅಲ್ಲ. ನಂಗೆ ಅಂಥದ್ದರ ಬಗ್ಗೆ ನಂಬ್ಕೇ ಇಲ್ಲ. ನನ್ನ, ನಿನ್ನ ತಂದೆಯ ಫ್ರೆಂಡ್‌ಷಿಪ್ ಸಲುವಾಗಿ ಅಂದ್ಕೋ ಎಂದು ಕೊಟ್ಟು ಮುಂದಕ್ಕೆ ನಡೆದ. ಅವನು ಕೊಟ್ಟಿದ್ದು ಹಳದಿ ಗುಲಾಬಿ, ನೂರಾರು ಕೆಂಪು ಗುಲಾಬಿಗಳು ಅರಳಿತ್ತು. ಅವನು ಆಯ್ದುಕೊಂಡಿದ್ದು ಹಳದಿ ಗುಲಾಬಿಯನ್ನು.

ಬಹುಶಃ ಮನೆಯವರೆಲ್ಲ ಇವರಿಗಾಗಿಯೆ ಕಾದಿದ್ದರು. ಆನಂದಮೂರ್ತಿಗಳು ಒಬ್ಬರನ್ನು ಬಿಟ್ಟು ಎಲ್ಲರು 'ಒಪ್ಪಿಗೆ' ಸಿಕ್ಕೇ ಬಿಟ್ಟಿದೆಯೆನ್ನುವಂತೆ ಹರ್ಷಚಿತ್ತರಾಗಿದ್ದರು. ಶ್ರೀ ಸಹಜವಾಗಿದ್ದರು, ಮಗಳ ಮುಖ ಮಂಕಾಗಿದ್ದು ನೋಡಿ ಎಲ್ಲರ ಮುಖಗಳು ಕಳೆಗಟ್ಟಿದ್ದವು.

ಈಗಾಗಲೇ ಸಂಭಾಷಣೆಯನ್ನು ರೆಕಾರ್ಡ್ ಮಾಡಿದ್ದರಿಂದ ಆನ್ ಮಾಡಿ ಎಲ್ಲರ ಮುಂದಿಟ್ಟು ರೂಮಿಗೆ ಹೋದ. ಇನ್ನೊಂದು ರೂಮಿನಲ್ಲಿದ್ದ ನಂದನ್ ಮತ್ತು ವಿಭಾ ಕೂಡ ಬಂದು ನಿಂತರು. ಆದ ರೆಕಾರ್ಡಿಂಗ್ ಪೂರ್ತಿ ಕೇಳುವವರೆಗೂ ಯಾರೂ ಬಾಯಿ ತೆರೆಯಲಿಲ್ಲ.

"ಏನಪ್ಪ, ಪಾಲಾಕ್ಷ?" ಕೇಳಿದರು ಆನಂದಮೂರ್ತಿಗಳು. ಪೂರ್ತಿ ತಬ್ಬಿಬ್ಬು. ಹೇಳೋಕೆ ತೋಚದಂತೆ ಚಡಪಡಿಸಿದರು. "ಸ್ವಲ್ಪ ಕನ್ವಿನ್ಸ್ ಮಾಡಿದರೆ?" ಅಂದಾಗ ಮೂರ್ತಿಗಳು ನಕ್ಕುಬಿಟ್ಟರು. "ರಕ್ಷಾ ತುಂಬ ಒಳ್ಳೆ ಹುಡ್ಗೀ, ಅವ್ಳ ಮನಸ್ಸು ನೋಯಿಸೋದು ಬೇಡ" ಎಂದು ಆನಂದಮೂರ್ತಿಗಳು ಎದ್ದು ಹೋದರು. ಮಗನ ಮಾತುಗಳು ಸಮಂಜಸವಾಗಿತ್ತು. ಆದರೂ ಒಮ್ಮೆ ಮಾತಾಡಬೇಕೆನಿಸಿ ರೂಮಿಗೆ ಬಂದರು. "ಶ್ರೀ ಈಗಾಗಲೇ ಎರಡ್ಮೂರು ವರ್ಷದಿಂದ ನಿಮ್ಮಿಬ್ಬರ ವಿವಾಹ ಮಾತುಕತೆಯ ಹಂತದಲ್ಲಿತ್ತು. ನಿಮ್ಮಗಳ ಹೃದಯದಲ್ಲಿ ಪ್ರೇಮ ಚಿಗುರೊಡೆದಿರಬಹುದು ಅವಳ..." ಅಂದ ಕೂಡಲೇ "ಸಾರಿ, ಅಪ್ಪ... ಅಂಥದೇನಿಲ್ಲ. ರಕ್ಷಾ ಕೂಡ ಅಷ್ಟೆ. ಅವಳ ಕನಸುಗಳ್ನ ನನಸು ಮಾಡೋ ರಾಜಕುಮಾರ ಸಿಕ್ಕರೆ ಫುಲ್‌ಖುಷ್. ಆ ಬಗ್ಗೆ ತಲೆ ಕೆಡ್ಸಿಕೊಳ್ಳೋದು ಬೇಡ. ನಂಗೆ ಅಮಲಾಪುರ ಬಿಟ್ಟು ಹೋಗೋ ಮನಸ್ಸಿಲ್ಲ" ಸ್ಪಷ್ಟತೆ ಇತ್ತು ಅವನ ದನಿಯಲ್ಲಿ. "Saying no means you know your limits" ಇದು ಇಂಗ್ಲಿಷ್ ಕೋಟ್. ಅದ್ನ ನನ್ನ ಡೈರಿಯಲ್ಲಿ ನೋಟ್ ಮಾಡಿಕೊಂಡಿದ್ದೆ ಎಂದ ಅವರು ಆರಾಮಾಗಿ ಅರ್ಥೈಸಿಕೊಂಡರು. ಎಲ್ಲರೆಡೆ ಒಂದು ತರಹ ನಗು ಬೀರಿದರು. ಅದರಲ್ಲಿ ವಿಷಾದವೇನು ಇರಲಿಲ್ಲ.

ಪಾಲಾಕ್ಷ ಅವರ ಪೂರ್ತಿ ಫ್ಯಾಮಿಲಿಗೆ ಈ ಸಂಬಂಧ ತಪ್ಪಿ ಹೋಗುವುದು ಇಷ್ಟವಿಲ್ಲ. "ಸ್ವಲ್ಪ ಮಾತಾಡ್ತೀವಿ, ರಕ್ಷಾಳೊಂದಿಗೆ" ಎಂದಾಗ ಮೇಲೆದ್ದ

ಆನಂದಮೂರ್ತಿಗಳು "ಖಂಡಿತ ಮಾತಾಡಿ, ಯಾವ್ದೇ ಕಾರಣಕ್ಕೆ ಅವಳನ್ನ ನೋಯಿಸ್ಬೇಡಿ. ಈ ಜನ್ಮದಲ್ಲಿ ಬಂಧುಗಳು! ಮುಂದಿನ ಜನ್ಮಕ್ಕೆ ಯಾರು ಎಲ್ಲೆಲ್ಲೋ, ಒಬ್ಬರಿಗೊಬ್ಬರು ನೋವು ಕೊಡದೆ ಹಿತವಾಗಿ ಬದ್ಕಬೇಕು" ಎಂದು ಗೆಳೆಯನ ಹೆಗಲ ಮೇಲೆ ಕೈಯಿಟ್ಟು ಎದ್ದು ಹೋದರು. ಇಂಥ ಆನಂದಮೂರ್ತಿಯ ಪರಿಚಯವೆ.

ಪಾಲಾಕ್ಷನ ಹೆಂಡತಿಯ ಕಡೆಯಿಂದ ಸಾಕಷ್ಟು ಆಸ್ತಿ ಬಂದಿತ್ತು. ಯಾವುದಾದರೊಂದು ಇಂಡಸ್ಟ್ರಿ ಮಾಡಿಕೊಡುವ ತಾಕತ್ತಿನ ಜೊತೆ ವಿದೇಶಕ್ಕೆ ಕಳಿಸಬಲ್ಲವರಾಗಿದ್ದರು. ಆದ್ದರಿಂದ ವಿಭಾಗೆ ಈ ಸಂಬಂಧ ಇಷ್ಟವಾಗಿತ್ತು. ಅದನ್ನು ಗಂಡನ ಮುಂದೆ ವ್ಯಕ್ತಪಡಿಸಿದರು.

"ಶ್ರೀಗೆ ಯಾಕೆ ಬುದ್ಧಿ ಇಲ್ಲ. ಈಗಿನ ಓದಿದ ಹೆಣ್ಣುಗಳು ಇಂಥ ಊರುಗಳಲ್ಲಿ ಉಳಿಯೋಕೆ ಇಷ್ಟಪಡೋಲ್ಲ. ಇವನ ಕನಸುಗಳನ್ನು ಸಕಾರವಾಗಿ ತೀರಾ ಸಾಧಾರಣ ಸಂಬಂಧಗಳಲ್ಲಿ ಮಾಡ್ಕೋಬೇಕಾಗುತ್ತೆ. ಸ್ವಲ್ಪ ಕೂಡ ಪ್ರೆಸ್ಟೀಜ್ ಇಲ್ಲ" ಗೊಣಗಿದಾಗ ನಂದನ್ ನಕ್ಕರು. "ನಾನು ಅಂಥ ಒಂದು ಭ್ರಮೆಯಲ್ಲಿ ಇದ್ದೆ. ಈಗ ಅದ್ರಿಂದ ಕಳಚಿಕೊಂಡಿದ್ದೀನಿ, ಅದ್ರಿಂದ ಹಣ, ಹೆಸರು ಒಂದು ಹಂತದವರ್ಗೂ ಬೇಕಾಗುತ್ತೆ. ಆಮೇಲೆ ಅದೇನು ನಮ್ಗೇ ನೆಮ್ದೀ ಕೊಡೋಲ್ಲ. ಇಷ್ಟಕ್ಕಾಗಿ ಈ ಪರಿಶ್ರಮವೇ? ಇದ್ರಿಂದ ನನ್ನ ದೇಶಕ್ಕೆ, ಸಮಾಜಕ್ಕೆ ನಾನೇನು ಮಾಡಿದಂಗಾಗಿದೆ ಅನ್ನೋ ಯೋಚ್ನೆಯಲ್ಲಿ ಬೆಂದು ಹೋಗ್ತೀವಿ. ಮೂರು ದಿನದ ಬಾಳಲ್ಲಿ ನೂರಕ್ಕೆ ಇರಲೀ ಒಂದು ನಾಲ್ಕು ಜನಕ್ಕಾಗಲೀ ಉಪಯೋಗ ಆಗಿದೆಯೇ? ನೋ... ಬದ್ಕಿದ್ದೀನಿ ಅಷ್ಟೆ. ಆ ಮಬ್ಬಿನಲ್ಲಿ ಎಲ್ಲವು ನೀನೇ ಆಗಿ ಕಂಡೆ, ಈಗ ಒಂದು ರೀತಿಯ ಭ್ರಮನಿರಸನವಾಗಿದೆ. ನಂಗೆ ಹಣ, ಹೆಸರು ಬೇಡ. ಮನಸ್ಸು ಶಾಂತಿಯನ್ನರುಸುತ್ತಿದೆ. ಆತ್ಮ ಇಲ್ಲಿರೋಕೆ ಕುಣಿಯುತ್ತಿದೆ, ಆದರೆ ಅದ್ಕೆ ನಿನ್ನ ಒಪ್ಗೇ ಬೇಕಾಗುತ್ತೆ ವಿಭಾ. ನೀನು ಭಾರತೀಯಳು ಇರಬಹ್ದು. ಆದರೆ ನೀನು ಹುಟ್ಟಿದ್ದೇ ವಿದೇಶದಲ್ಲಿ. ನಿನ್ನ ಬಂಧುಗಳೆಲ್ಲ ಹೆಚ್ಚು ಕಡ್ಮೆ ವಿದೇಶದಲ್ಲಿದ್ದಾರೆ. ಅಲ್ಲಿ ಒಗ್ಗಿಕೊಂಡಿದ್ದೀ. ನಿನ್ನ ಮಕ್ಳುನ ಅಲ್ಲೇ ಬೆಳೆಸೋ ಆಸೆ, ಸೆಟಲ್ ಮಾಡಬೇಕೆಂಬ ಇಚ್ಛೆ. ಅದು ತಪ್ಪು ಅನ್ನಲಾರೆ. ಶ್ರೀಯ ನಿರ್ಧಾರ ಸರ್ರ್ಯಾಗಿದೆ" ತನ್ನ ಅಭಿಪ್ರಾಯವನ್ನ ದೃಢವಾಗಿ ವ್ಯಕ್ತಪಡಿಸಿದರು. ವಿಭಾ ಪೂರ್ತಿ ಷಾಕಾದಳು. "ಅಂದರೆ ನಿಮ್ಮ ಉದ್ದೇಶ?" ಕೇಳಿದ್ದಕ್ಕೆ ಕೈಗಳನ್ನು ಆಡಿಸಿ ಎದ್ದು ಹೋದರು.

ಇಷ್ಟಕ್ಕೆ ಪಾಲಾಕ್ಷಯ್ಯನ ಮಗಳು ಅವಳ ಮನೆಯವರು ಸುಮ್ಮನಾಗಲಿಲ್ಲ. ಹಗ್ಗ ಜಗ್ಗಾಟ ಷುರು ಮಾಡಿಕೊಂಡರು. "ಸಿಟಿಯಲ್ಲಿ ಮನೆ ತೆಗ್ದು ಕೊಡೋಣ. ಶ್ರೀ ಮತ್ತು ರಕ್ಷಾ ಸಂಸಾರ ಅಲ್ಲೇ ಹೂಡಲಿ. ಇವನೊಬ್ಬ ಬೇಕಾದರೆ ಹೋಗ್ಬಂದ್ ಮಾಡ್ಲಿ. ಓಡಾಟಕ್ಕೆ ಒಂದು ಕಾರು ಬೇಕಾದರೆ ಕೊಡ್ಸಿಬಿಡೋಣ" ಹಲವರು ಇದಕ್ಕೆ ಜೈ ಅಂದಾಗ ಅನುಮಾನಿಸಿದ್ದು ಪಾಲಾಕ್ಷಯ್ಯ. "ಈ ಮಾತುಗಳ್ನ ಹೇಳೋಕೆ ಸಂಕೋಚವೆನಿಸುತ್ತೆ. ಶ್ರೀ ಅಷ್ಟು ಗಟ್ಟಿಯಾಗೋಕೆ ಆನಂದಮೂರ್ತಿಯ ಸ್ವಭಾವವೇ ಕಾರಣ. ಅವನಲ್ಲಿ ಲವಲೇಶವು ಅಹಂಕಾರವಿಲ್ಲ. ವಿದ್ಯೆಯಲ್ಲಿ, ಪ್ರತಿಭೆಯಲ್ಲಿ ನಂಗಿಂತ ಏನು ನೂರಾರು, ಸಾವಿರಾರು ಜನರಿಗಿಂತ ಎತ್ತರದಲ್ಲಿ ಇದ್ದಾನೆ. ಅವ್ನು ಇಂಗ್ಲಿಷ್, ಹಿಂದಿ ಮಾತ್ರವಲ್ಲ ಫ್ರೆಂಚ್ ಭಾಷೆಯಲ್ಲಿ ಅಪರಿಮಿತ ಪಾಂಡಿತ್ಯ ಗಳಿಸಿದ್ದಾನೆ. ವಿದ್ಯಾರ್ಥಿ

ಕೆರಿಯರ್‌ನಲ್ಲೆ ಬೆಸ್ಟ್ ಸ್ಟೂಡೆಂಟ್, ಅವನಿಗಿದ್ದ ಐಶ್ವರ್ಯದ ಮುಂದೆ ನಾವೇನು ಇಲ್ಲ. ತನಗೆ ಸಿಗಬೇಕಾಗಿದ್ದಕ್ಕೂ ಹಕ್ಕು ಮಂಡಿಸಲು ಹೋಗಲಿಲ್ಲ. ಆಗ ಮಹಾಭಾರತದ ಕತೆ ಬಿಡಿಸಿಟ್ಟ ಹಿಂದೆಗೆದ. ಅಂಥವನ ಮುಂದೆ ಈ ರೀತಿ ವ್ಯಾಖ್ಯಾನಿಸುವುದು ಕಷ್ಟ. ನೀವೇ ಈ ವಿಚಾರವನ್ನು ಸತ್ಯಭಾಮ ಅವ್ರ ಮುಂದಿಡಿ" ಬೇರೆಯವರ ಮೇಲೆ ಹಾಕಿ ಮೌನವಾಗಿ ಉಳಿದರು.

"ಇದಕ್ಕೆ ನಿನ್ನ ಒಪ್ಗೇನಾ?" ಮೊದಲು ಮಗಳ ಮುಂದೆ ಈ ಪ್ರಸ್ತಾಪನೆ ಇಟ್ಟಾಗ ಅವಳಂತು "ಓಕೇ, ಓಕೇ... ನಾನಂತು ಹ್ಯಾಪಿ" ಕುಣಿದಾಡಿಬಿಟ್ಟಳು. ಶ್ರೀ ಅವಳ ಮೆಚ್ಚಿಗೆಯ ಯುವಕ. ಇದರಿಂದ ಅವನು ಒಪ್ಪಿಯೇ ಬಿಡುತ್ತಾನೆಂದು ತಿಳಿದರು. ಇದಕ್ಕೆ ಸತ್ಯಭಾಮ, ವಿಭಾ ಅರೆ ಒಪ್ಪಿಗೆ ಸೂಚಿಸಿದರು. "ಯುವಕ, ವಿದ್ಯಾವಂತ, ಸಮಾಜವನ್ನು ಸರಿಯಾದ ರೀತಿಯಲ್ಲಿ ತಿಳಿದವ. ಸಂಗಾತಿಯ ಆಯ್ಕೆ ವಿಚಾರದಲ್ಲಿ ಅವನದೇ ಫೈನಲ್" ಎಂದು ಸುಮ್ಮನಾದರು. ವಿಭಾ ಕೂಡ "ಅದು, ಒಳ್ಳೆಯ ಸಲಹೆಯೇ ಅಕ್ಕ. ಶುಭ ಸಿಟಿಯಲ್ಲೇ ಇರೋದ್ರಿಂದ ಅವ್ನಿಗೂ ಅನ್ಕೂಲವಾಗುತ್ತೆ. ನಂಗೇನೋ ಇದು ಬೆಸ್ಟ್ ಅನ್ನಿಸುತ್ತೆ" ಅದಕ್ಕೆ ಸತ್ಯಭಾಮ ಏನು ಹೇಳಲಿಲ್ಲ. ಅಮಲಾಪುರದಲ್ಲಿ ಯುವಕರು ಸಿಟಿ, ವಿದೇಶಗಳ ಬೆನ್ನತ್ತಿ ಹೋದನಂತರದ ಕುಟುಂಬಗಳು ಕಂಗೆಟ್ಟು ಜಮೀನು, ತೋಟಗಳು ಬೀಳಾಗುವುದನ್ನು ಕಂಡು ಆನಂದಮೂರ್ತಿಗಳು ಅವರುಗಳ ಆಸರೆಗೆ ನಿಂತಿದ್ದರು. ಇಂಥದೊಂದು ಯಜ್ಞ ನಡೆಯುತ್ತಿರುವುದು ಅವರಿಂದಲೇ.

ಬೇರೆಯವರು ಪ್ರಸ್ತಾಪಿಸುವುದಕ್ಕೆ ಮುನ್ನ ರಕ್ಷಾಗೆ ಹೇಳಿದರು. "ನೀನು ಶ್ರೀನ ಒಪ್ಸು. ಮಿಕ್ಕಿದ್ದೆಲ್ಲ ಸರಾಗ. ಹೇಗೂ ವರದಕ್ಷಿಣೆ, ವರೋಪಚಾರ ಕೇಳೋಂಥ ಜನವಲ್ಲ. ನಿನ್ನ ತಂದೆ ಮುಂದೆ ನಿಂತು ಬೇರೆ ಬೇರೆ ತರಹದ ಅನ್ಕೂಲಗಳನ್ನ ಮಾಡಿಕೊಡ್ತಾರೆ. ಒಂದು ಪೆಟ್ರೋಲ್ ಬಂಕ್‌ನ ಕನಸಿದೆ. ಅದ್ನ ಅಳಿಯನಿಗೆ ಮಾಡ್ಸಿಕೊಡ್ಲಿ" ಅಮ್ಮನ ಮಾತಿಗೆ ರಕ್ಷಾ ಖುಷಿಪಟ್ಟರೂ ಶ್ರೀ ತುಂಬ ವೀಕ್ ಮೈಂಡ್ ಅಲ್ಲ, ಸುಲಭಕ್ಕೆ ಸೋಲು ಒಪ್ಪಿಕೊಳ್ಳಲ್ಲ ಅನ್ನಿಸಿತು. ಆದರೂ ಪ್ರಯತ್ನ ಮಾಡಲು ಸಿದ್ಧವಾದಳು.

ಅವನು ಒಂದೇ ಏಟಿಗೆ ತಳ್ಳಿ ಹಾಕಿದ "ಸಾರಿ ರಕ್ಷಾ, ನಾನು ಅಮಲಾಪುರ ಬಿಟ್ಟು ಸಿಟಿಗೆ ಬರೋಕೆ ಖಂಡಿತ ಒಪ್ಪೋಲ್ಲ. ಅಂದರೆ ಅಲ್ಲಿಗೂ ಇಲ್ಲಿಗೂ ತಿರುಗೋದು ಮೈಗಾಡ್, ಇಷ್ಟರ ಸಲುವಾಗಿ ಜೀವನ. ಅಲ್ಲೂ ನಾನೇನು ಮಾಡೋಲ್ಲ! ಇಲ್ಲೂ ಏನು ಮಾಡೋಕ್ಕಾಗೋಲ್ಲ. ಸ್ಟಾಪ್ ದಿಸ್... ಇಷ್ಟೆಲ್ಲ ಕಾಂಪ್ರಮೈಸ್ ಬೇಕಾ? ನಿನ್ನ ತಂದೆ ಒಳ್ಳೆ ಗಂಡು ಹುಡ್ಕಿ ಮದ್ವೆ ಮಾಡ್ತಾರೆ. ನಿನ್ನ ಮದ್ವೆಯಲ್ಲಿ ಸಖತ್ತಾಗಿ ಓಡಾಡ್ತೀನಿ ಬಿಡು" ಎಂದ ಖುಷಿಯಿಂದಲೇ. ಅವಳ ನಿರಾಸೆಯ ಕಣ್ಣುಗಳಲ್ಲಿ ಕಂಬನಿ ಚಿಮ್ಮಿದಾಗ ಅವನೇನು ತಲೆ ಕೆಡಿಸಿಕೊಳ್ಳಲಿಲ್ಲ. ಅದು ತಾತ್ಕಾಲಿಕ! ಬಹುಶಃ ಗಂಟೆಗಳು, ದಿನಗಳಿಗಷ್ಟೇ ಸೀಮಿತ. ಹೊಸ ಜೋಡಿ ಸಿಕ್ಕಕೂಡಲೆ ಹಳೆಯದನ್ನೆಲ್ಲ 'ಆರಾಮಾಗಿ ಮರ್ತು ಬಿಡ್ತಾಳೆ' ಅಂದುಕೊಂಡ.

ತನ್ನ ಪಾಡಿಗೆ ತಾನು ತೋಟದ ಕಡೆ ಹೊರಟ. ಆಮೇಲೆ ಒಂದೆರಡು ಗಂಟೆಗಳ ನಂತರ ಇವನನ್ನ ಅರಸಿಕೊಂಡು ಬಂದ ಶುಭಕರ.

"ರಕ್ಷಾ ತುಂಬ ಅಳ್ತಾ ಇದ್ಲು. ಬೇಕಾದರೆ ಇಲ್ಲೇ ಇರ್ತಿನಿ ಅನ್ನೋ ಬೇಡಿಕೆ ಇಟ್ಟಿದ್ದಾಳೆ." ಶುಭನ ಮಾತಿಗೆ ಶ್ರೀ ನಕ್ಕುಬಿಟ್ಟ. "ಕ್ಷಣದ ಮಾತಷ್ಟೆ. ಬಹುಶಃ ಬಲವಂತದಿಂದ ಒಗ್ಗಿಸಿಕೊಂಡರು. ಅವ್ಳು ಸುಖಿಯಾಗೋಲ್ಲ. ಇಡೀ ಮನೆಯ ನೆಮ್ದಿ ಕದಡಿ ಹೋಗುತ್ತೆ. ಡೈವೋರ್ಸ್ ಪ್ರಯತ್ನ ಮಾಡಬೇಕಾಗುತ್ತೆ. ಅಮಲಾಪುರದಲ್ಲಿ ಆನಂದಮೂರ್ತಿಗಳ ಮನೆಯದು ಮೂರನೆ ಡೈವೋರ್ಸ್ ಕಾರ್ಯಕ್ರಮವಾಗುತ್ತೆ. ಅದೆಲ್ಲ ಬೇಡ" ಕಡ್ಡಿ ತುಂಡು ಮಾಡಿದಂತೆ ಹೇಳಿದ. ಅದನ್ನೆ ಅವರುಗಳ ಮುಂದೆ ಹೇಳಲು ಸಿದ್ಧನಿದ್ದ. ಕೆಲವು ವಿಚಾರಗಳಲ್ಲಿ ಅವನಿಗೆ ಸಂಕೋಚ ಇಷ್ಟವಿಲ್ಲ.

"ಅವ್ರುಗಳು ನಾಳೆ ಹೊರಡಬೇಕಂತೆ. ಇಂದು ನಿಶ್ಚಿತಾರ್ಥ ಕಾರ್ಯಕ್ರಮ ಮುಗ್ಸಿ ಬಿಡೋದು..." ಅಂದಕೂಡಲೆ ತಲೆಯೆತ್ತಿ ಅವನತ್ತ ನೋಟ ಹರಿಸಿ "ಶುಭ, ಅವ್ರ ಉದ್ದೇಶವೇ ಅರ್ಥವಾಗ್ಲಿಲ್ಲ. ಮಗ್ಳು ಸುಖವಾಗಿರಬೇಕು, ಸಂತೋಷವಾಗಿರಬೇಕು ಜೊತೆಗೆ ಕಂಫರ್ಟ್ ಜೀವ್ನ ನಡೆಸಬೇಕೆಂದರೇ, ಬೇರೆ ಗಂಡನ್ನ ಹುಡ್ಕೀ ಮದ್ವೆ ಮಾಡ್ಲಿ. ಇದು ನಮ್ಮ ಎರಡು ಕುಟುಂಬಗಳಿಗೂ ಸಾಕ್ಷಿ" ಸ್ವಲ್ಪ ಗಡುಸಾಗಿಯೆ ನುಡಿದ.

ಅಣ್ಣ, ತಮ್ಮ ಕಲೆತು ಬಂದರು ಮನೆಗೆ. ಅಮಲಾಪುರದಲ್ಲಿ ಇದೊಂದು ದೊಡ್ಡ ವಿಚಾರವಾಗಿ ಹರಡದಿದ್ದಕ್ಕೆ ಕಾರಣ ಪಾಲಾಕ್ಷನ ಫ್ಯಾಮಿಲಿ ಆಗಾಗ ಆನಂದಮೂರ್ತಿಗಳ ಮನೆಗೆ ಬಂದು ಹೋಗುತ್ತಿದ್ದರಿಂದ ದೊಡ್ಡ ಸುದ್ದಿಯಾಗಿರಲಿಲ್ಲ ಅಷ್ಟೆ.

ದೊಡ್ಡ ಹಜಾರದಲ್ಲಿ ಎಲ್ಲಾ ಸೇರಿದ್ದರು.

"ಬಾಪ್ಪ... ಬಾ... ರಕ್ಷಾ ಹಠ ಮಾಡ್ತಾ ಇದ್ದಾಳೆ. ಜೋರಾದ ಅಳು. ನಮ್ಗೆ ಸುಧಾರಿಸೋಕೆ ಆಗ್ತಾ ಇಲ್ಲ. ಸ್ವಲ್ಪ ಸಮಾಧಾನಿಸು. ನಿಂಗೆ ತಾನೇ ಹಟ ಯಾಕೆ? ಅವ್ಳು ಹೇಳ್ದಂಗೆ.. ಕೇಳ್ಬಿಡು. ಆಮೇಲೆ ನೀನು ಹೇಳ್ದಂಗೆ ಕೇಳೋ ತರಹ ಬಂದೋಬಸ್ತು ಮಾಡ್ಕೋ" ಪಾಲಾಕ್ಷಯ್ಯ ಕಿರಿಯ ತಮ್ಮ ಹೇಳಿದರು. ತಂದೆಯತ್ತ ನೋಟ ಹರಿಸಿದ. ಅವರು ಗಂಭೀರವಾಗಿ ಕೂತಿದ್ದರು. "ಇದು ಹಟದ ಪ್ರಶ್ನೆಯಲ್ಲ. ಬೆಡ್‌ರೂಂನ ಕಿಡಿ ಮನೆಯೆಲ್ಲ ವ್ಯಾಪಿಸಿ ಎಲ್ಲರನ್ನು ಭಸ್ಮ ಮಾಡುತ್ತೆ. ತನ್ನ ಅಳು, ಹಟಕ್ಕಾಗಿ ಸಫರ್ ಆಗ್ತಾಳೆ. ನಂಗೆ ಅದು ಇಷ್ಟವಿಲ್ಲ. ನಾನು ಹೇಳಿದ್ದೀನಿ. ಹಿರಿಯರಾಗಿ ನೀವು ಸಂತೈಸಿ" ಎಂದು ಇನ್ನೊಂದು ರೂಮಿಗೆ ಹೋದ. ಈಗಿನ ರಾಜಿಸೂತ್ರಕ್ಕೆ ಅವನು ಸಿದ್ಧನಿಲ್ಲ.

ಆಮೇಲೆ ತಮ್ಮಲ್ಲಿ ತಾವು ಚರ್ಚಿಸಿ ವಿಷಯವನ್ನು ಮುಂದೂಡಿದರು. ಇಲ್ಲಿಂದ ಹೋದ ಒಂದೇ ವಾರಕ್ಕೆ ಪಾಲಾಕ್ಷಯ್ಯ "ರಕ್ಷಾ ಮದ್ವೆ ಸೆಟ್ಲು ಆಯ್ತು. ವಿವಾಹದಲ್ಲೇ ನಿಶ್ಚಿತಾರ್ಥಶಾಸ್ತ್ರ ಮಾಡಿಕೊಳ್ಳಬಹುದೆಂದರು. ಸುಮರೇಶ್ ದೆಹಲಿ ರಾಯಭಾರಿ ಕಚೇರಿಯಲ್ಲಿ ದೊಡ್ಡ ಆಫೀಸರ್. ಮಿಕ್ಕಿದ್ದು ಹೇಳ್ತೀನಿ. ಎಲ್ಲಾ ತಕ್ಷಣ ಹೊರಟು ಬನ್ನಿ." ಇಂಥದೊಂದು ಮೆಸೇಜ್ ಮುಟ್ಟಿಸಿದರು.

ಸತ್ಯಭಾಮ ಬಾಯಿ ಮೇಲೆ ಕೈಯಿಟ್ಟುಕೊಂಡರು.

"ಅಯ್ಯೋ, ರಕ್ಷಾ ನಾನು ಬೇರೆ ಯಾರನ್ನು ಮದ್ವೇನೇ ಆಗೋಲ್ಲ ಅಂದ್ಲು.

ಎಂಟೇ ದಿನದಲ್ಲಿ ಇಷ್ಟೊಂದು ಬದಲಾವಣೆ" ಎಂದರು.

ಶ್ರೀ ಅರ್ಥಪೂರ್ಣ ನಗೆ ಬೀರಿದ.

* * *

ರಕ್ಷಾ ವಿವಾಹಕ್ಕೆ ಆನಂದಮೂರ್ತಿಗಳ ಪೂರ್ತಿ ಕುಟುಂಬ ಆಗಮಿಸಿತ್ತು. ಭರ್ಜರಿ ತಯಾರಿಯೇ. ಪಾಲಾಕ್ಷಯ್ಯ ಗೆಳೆಯನ ಕೈ ಹಿಡಿದುಕೊಂಡು "ನೀವೆಲ್ಲಿ ಬರೋಲ್ವೋ ಅಂದ್ಕೊಂಡೇ" ಅಂದಾಗ ಆನಂದಮೂರ್ತಿಗಳು ಜೋರಾಗಿ ನಕ್ಕರು. "ಯಾಕೆ ಹಾಗೆ ಅಂದ್ಕೊಂಡೆ? ನಿನ್ಮಗ್ಳು ರಕ್ಷಾ ಮದ್ವೆಗೆ ಬರ್ದೇ ಇರ್ತೀನಾ? ಅವ್ಳು ನಂಗೆ ಮಗ್ಳು ಇದ್ದಂಗೇನೆ. ಯಾವ ವಿಚಾರಕ್ಕೂ ನಾನು ನಿನ್ನ ಪಕ್ಕನೇ ಇರ್ತೀನಿ" ಗೆಳೆಯನ ಭುಜವನ್ನು ಬಳಸಿದರು. ಅಂಥ ಮನಸ್ಥಿತಿ ಅವರದು.

ರಕ್ಷಾ ಭಾವಿ ಪತಿ ಸುಮರೇಶ್‌ಬಾಬುವನ್ನು ಕರೆತಂದು ಇಡೀ ಕುಟುಂಬಕ್ಕೆ ಪರಿಚಯಿಸಿದಳು. ಹೆಚ್ಚೆಚ್ಚು ಖುಷಿ ಅವಳ ಮುಖದ ಮೇಲೆ ಕಾಣುತ್ತಿತ್ತು. ಯಾವ ಸಂಕೋಚವೂ ಇಲ್ಲದೇ ಶ್ರೀ ಛೇಡಿಸಿದ ಸುಮರೇಶ್‌ಬಾಬು ಪರ್ಸನಾಲಿಟಿಯನ್ನು ಹೊಗಳಿದ. ಹೆಚ್ಚೆನಿಸುವ 'ಅಹಂ' ಉಳ್ಳ ವ್ಯಕ್ತಿಯಂತೆ ಕಂಡ ರಕ್ಷಾ ಭಾವೀ ಪತಿ.

ಧಾರೆಯನಂತರ ಪಾಲಾಕ್ಷಯ್ಯ ತೋಡಿಕೊಂಡ "ನಾವು ಸ್ವಲ್ಪ ಹಿಂದೂ ಮುಂದು ಯೋಚಿಸಿದ್ವಿ, ರಕ್ಷಾ ಕುಣಿದಾಡಿಬಿಟ್ಟಳು. ಯೋಚ್ಸೋಕೆ ಅವಕಾಶನೆ ಕೊಡ್ಲಿಲ್ಲ. ಸ್ವಲ್ಪ ದುಡ್ಡಿನ ಆಸೆಯ ಜನ ಅಂತ ಕಾಣ್ತಾರೆ. ಬರಬೇಕಾಗಿದ್ದು ಲಿಸ್ಟ್ ಮಾಡಿ ರವಾನಿಸಲಿಲ್ಲ. ಅವ್ರೆ ಎಲ್ಲಾ ಪರ್ಚೇಸ್ ಮಾಡಿ ನಮ್ಗೇ ಬಿಲ್‌ಗಳ್ನ ಕೊಟ್ಟು ತಕ್ಷಣ ಹಣ ವಸೂಲು ಮಾಡಿಕೊಂಡ್ರು. ಅವ್ರ ಪಟ್ಟಿಯೇನೋಂತ ಅನ್ನಿಸ್ತಾ ಇದೆ. ನನ್ನ ಎಸ್ಟಿಮೇಟ್‌ಗಿಂತ ಮೂರರಷ್ಟು ಹೆಚ್ಚಿಗೆ ಹಣ ಖರ್ಚಾಗಿದೆ" ಅಸಹಾಯಕತೆ ಇತ್ತು ಅವರ ದನಿಯಲ್ಲಿ.

ಗೆಳೆಯನ ಭುಜ ತಟ್ಟಿದ ಆನಂದಮೂರ್ತಿಗಳು "ರಕ್ಷಾ ಚಿಕ್ಕ ಮಗುವಲ್ಲ. ನಿಮ್ಮ ಸಲಹೆ, ಅವಳ ತೀರ್ಮಾನ ಅಷ್ಟೇ... ಮುಂದೊಂದು ದಿನ ನಿಮ್ಮತ್ರ ಕೈ ತೋರಿಸ್ತಾರ್ರು. ಅದು ತನ್ನದೇ ತಪ್ಪು ಅಂದುಕೊಂಡರೆ ಸಾಮರಸ್ಯ ಕಾಯ್ಕೊಂಡ್ ಹೋಗ್ತಾಳೆ" ಸಮಾಧಾನ ಹೇಳಿದರು. ದೆಹಲಿ ಗಂಡು ನೋಡಿ ಕುಣಿಯುತ್ತಿದ್ದ ಪಾಲಾಕ್ಷಯ್ಯ ಕಡೆಯವರೆಲ್ಲ ಸಪ್ಪಗಾಗಿದ್ದರು. ಬೇಡಿಗೆ ಇಟ್ಟು ಇವರುಗಳಿಗೆ ಹಣ್ಣುಗಾಯಿ ನೀರುಗಾಯಿ ಮಾಡಿಬಿಟ್ಟಿದ್ದರು. ಅತ್ಯಂತ ಸಂತೋಷವಾಗಿದ್ದಳು ರಕ್ಷಾ.

ವಿವಾಹದ ನಂತರ ರಿಸೆಪ್ಷನ್‌ಗೂ ಕೂಡ ನಿಲ್ಲದೆ ಹೊರಟಾಗ ಪಾಲಾಕ್ಷಯ್ಯನ ಇಡೀ ಫ್ಯಾಮಿಲಿ ಕಣ್ಣೀರು ಹಾಕಿದರು.

"ನಮ್ಗೇ ಯಾವ ತಪ್ಪಿಗೆ ಶಿಕ್ಷೆ? ಬೀಗರು ಕಡೆಯವರು ಎಂದರೆ ಹೆದರೊಂಗೇ ಆಗಿಹೋಗಿದೆ. ನಮ್ಮ ಶ್ರೀ ಎಷ್ಟು ಸರಳವಾಗಿದ್ದ"

"ಅಂಥ ನಿರ್ಧಾರ ಬೇಡ, ಮನಸ್ಸುಗಳು ಹಾಳಾಗುತ್ತೆ. ನಮ್ಮ ಡಿ.ವಿ.ಜಿ.ಯವರು ಹೀಗೆ ಹೇಳಿದ್ದಾರೆ.

ನೀನೊಬ್ಬ ಜಗದೊಳಗೆ ನಿಮ್ಮೊಳಗೊಂದು ಗ
ನೀನೇ ಜಗ, ನೀನಿರದೆ ಜಗವುಂಟೆ ನಿನಗೆ?
ತಾನೇ ಜಗವೆಲ್ಲವೆಂದ ರಿತಂಗೆ ಹಗೆಯಲ್ಲಿ?
ಏನಿಹುದವೆಂಗನ್ಯ – ಮರುಳ ಮುನಿಯ ॥

"ಇತರರಿಗಿಂತ ತಾನು ಶ್ರೇಷ್ಠ ಎಂಬ ಭಾವವೇ ಅಹಂಕಾರ ರೂಪದಲ್ಲಿ, ವಿದ್ಯೆಯಲ್ಲಿ, ಕೆಲಸದಲ್ಲಿ ತಾನು ಶ್ರೇಷ್ಠ ಎನ್ನುವ ಭಾವ. ಇದೆಲ್ಲ ಕಳೆಯೋಕೆ ಅವಕಾಶ ಬೇಕಾಗುತ್ತೆ. ಅನಗತ್ಯ ಹೆದರಿಕೆಗಳನ್ನು ಇಟ್ಕೋಬೇಡ. ಎಲ್ಲ ಒಳ್ಳೇದೇ ಆಗುತ್ತೆ" ಎಂದು ಧೈರ್ಯ ತುಂಬಿ ಹೊರಟರು. ಇನ್ನೆರಡು ದಿನದಲ್ಲಿ ಮಗಳ ಜೊತೆ ನಂದನ್ ದಂಪತಿಗಳು ಅಮೆರಿಕಗೆ ಹಾರುವವರಿದ್ದರು. ಅದಕ್ಕೆ ಒಂದಿಷ್ಟು ತಯಾರಿಯ ಅಗತ್ಯವಿದ್ದುದ್ದರಿಂದ ಬೇಗ ಹೊರಟರು. ಮನೆಯವರಿಗೆಲ್ಲ ಅಮಲ ಹೊರಡುವುದು ದುಗುಡವೆನಿಸಿದರು, ಅದಕ್ಕೆ ಮೀರಿದ ಸಂತೋಷವೂ ಇತ್ತು. ಆ ಮಗು ಎಲ್ಲರ ಕನಸುಗಳ ಸಾಕಾರವೆನ್ನುವಂತೆ ಖುಷಿಪಡುತ್ತಿದ್ದರು.

ಅಡಿಗೆ ಮನೆಗೆ ಬಂದ ವಿಭಾ "ಆ ಪಾಟಿ ಕೂದಲು ಬೆಳೆಸಿದ್ದಾಳೆ. ಮ್ಯಾನೇಜ್ ಮಾಡೋದು ಕಷ್ಟ. ನಾನೇ ಒಂದಿಷ್ಟು ಡ್ರೆಸ್ಸಿಂಗ್ ಮಾಡ್ತೀನಿ. ಸ್ವಲ್ಪ ವಿಸ್ಮಿತಾಗೆ ಹೇಳಿ. ನನ್ನ ಮಾತು ಬಡಾ ಪೆಟ್ಟಿಗೆ ಒಪ್ಪೋಲ್ಲ. ಪ್ಲೀಸ್.." ಎಂದು ಕರೆದೊಯ್ದರು ಸತ್ಯಭಾಮನ. ದೊಡ್ಡ ಜಡೆ ಹಾಕಿಕೊಂಡು ಕಾಲು ಬಿಡಿಸುತ್ತ ಕೂತಿದ್ದು ತಟ್ಟನೆ ತಿರುಗಿದಳು. ವಿಭಾ ಪ್ರಯತ್ನವಾಗಿತ್ತು. "ಸ್ವಲ್ಪ ಬಾ ಮಗಳೇ, ನಮ್ಗೂ ನಿನ್ನ ಬೇರೆ ತರಹ ನೋಡೋ ಆಸೆ ಇರೋಲ್ವಾ? ನಿನ್ನಮ್ಮ ಹೇರ್ ಡ್ರೆಸ್ಸಿಂಗ್ ಮಾಡ್ತಾಳೆ. ನಿಂಗೆ ಹೊಂದುವಂತೆ, ಆ ಮೇಲೆ ಲಕ್ಷಣವಾಗಿ ಮೇಕಪ್. ಮದ್ವೆ ಹೆಣ್ಣಾಗಿ ರಕ್ಷಾ ಹೇಗೆ ಕಂಡಳು ನೋಡು" ಎಷ್ಟೇ ಪುಸಲಾಯಿಸಿದರು ಅವಳದು ಒಂದೇ ಮಾತು "ನಂಗೆ ಇಷ್ಟವಾಗೋಲ್ಲ ಆ ಮೇಲೆ ಆನಂದಮೂರ್ತಿಗಳು, ಶ್ರೀ ಅವಳನ್ನು ಒಪ್ಪಿಸುವ ವೇಳೆಗೆ ಸಾಕಾದರು. "ತಗೋಮ್ಮ, ಹೇಗೆ ಬೇಕೋ ಹಾಗೆ ಸಿಂಗರಿಸು" ಎಂದು ವಿಭಾಗೆ ಒಪ್ಪಿಸಿ ಹೊರಬಂದರು.

"ಚಿಕ್ಕಮ್ಮ, ಯಾಕೆ ಹಿಂಸೆ ಮಾಡ್ತಾರೆ? ನಮ್ಮ ಅಮಲಾಗೆ ಯಾವ ಹೇರ್ ಡ್ರೆಸ್ಸಿಂಗ್, ಮೇಕಪ್ ಬೇಡವೇ ಬೇಡ. ಈಗ್ಲೇ ಲಕ್ಷಣವಾಗಿ ಇದ್ದಾಳೆ" ಗೊಣಗಿದ ಶ್ರೀ. ಆನಂದಮೂರ್ತಿಗಳು ಮಾತಾಡಲಿಲ್ಲ. ತಾನು ಹೆತ್ತ ಮಗಳನ್ನು ತನ್ನ ಆಸೆಯಂತೆ ರೂಪಿಸಿಕೊಳ್ಳುವುದು ತಪ್ಪಲ್ಲವೆನಿಸಿತು.

ಸತ್ಯಭಾಮ ಕೂಡ ಕಿಡಿ ಕಾಡಿದರು.

"ಹೇಗೊ, ಅಲ್ಲಿಗೆ ಕರ್ಕೊಂಡ್ ಹೋಗ್ತಾಳಲ್ಲ, ಹೇಗೆ ಬೇಕೋ ಹಾಗೇ ಇಟ್ಕೊಳ್ಳಿ. ಇಲ್ಯಾಕೆ ಹಿಂಸೆ ಮಾಡ್ತಾಳೆ?" ಹೆಂಡತಿಯ ಮಾತಿಗೆ ಪ್ರತಿಕ್ರಿಯಿಸಲು ಹೋಗಲಿಲ್ಲ. ಇಬ್ಬರು ಅಮ್ಮಂದಿರ ಆಸೆಗಳಲ್ಲಿ ತಪ್ಪು ಹುಡುಕಲು ಹೇಗೆ ಸಾಧ್ಯ? ಹದಿನೆಂಟರ ಹೊಸ್ತಿಲಿನಲ್ಲಿರುವ ಅಮಲಾಗೆ ಪ್ರತಿಕ್ರಿಯಿಸಬೇಕು, ಇದು ಅವರ ಅನಿಸಿಕೆ. ಅದನ್ನ ಹೇಳಲಿಲ್ಲ ಅಷ್ಟೆ.

ಸತ್ಯಭಾಮ ಮಾತಿಗೆ ಹೂಗುಟ್ಟಿದ್ದ ಅಮಲಾ ದೊಡ್ಡ ಜಡೆ ಭುಜದವರೆಗೆ

ತುಂಡಾದಾಗ ಬಿಕ್ಕಿ ಬಿಕ್ಕಿ ಅತ್ತರು. ಫೇಷಿಯಲ್, ಮೇಕಪ್ ಕಣ್ಣೀರಿನೊಂದಿಗೆ ಮಾಡಿಸಿಕೊಂಡು ಬಿಗಿಯಾದ ಜೀನ್ಸ್, ಟೀಷರ್ಟ್‌ನೊಂದಿಗೆ ವಿಭಾ ಅವಳನ್ನು ನೋಡುತ್ತ "ಬ್ಯೂಟಿಫುಲ್, ಈಗ ಹೇಗೆ ಕಾಣ್ತೀಯಾ ಗೊತ್ತೆ!" ಕೆನ್ನೆ ಸವರಿ ಹಣೆಗೆ ಚುಂಬಿಸಿ ಹಾಲ್‌ಗೆ ಕರೆತಂದಾಗ ಎಲ್ಲರೂ ಕಣ್ಣರಳಿಸಿದರು.

"ನೋ.. ನೋ.." ಎಂದು ಕಿರಿಚಿದವಳು ರೂಮಿಗೆ ಹೋಗಿ ಬಾಗಿಲು ಹಾಕಿಕೊಂಡಾಗ ಎಲ್ಲರೂ ಗಾಬರಿಯಾದರು. "ವಾಟ್ ಈಸ್ ದಿಸ್ ನಾನ್ಸೆನ್ಸ್, ಸ್ವಲ್ಪ ಕೂಡ ಕಾಮನ್‌ಸೆನ್ಸ್ ಇಲ್ವಾ? ಯಾಕೆ ಅವಳ್ನ ಹಿಂಸೆ ಮಾಡ್ತೀಯಾ?" ಗದರಿದರು ನಂದನ್.

"ಪ್ಲೀಸ್, ಡೋಂಟ್ ಶೌಟ್... ಬದಲಾವಣೆಗೆ ಹೊಂದ್ಕೋಬೇಕು. ಅಲ್ಲಿ ಈ ಮುದ್ದು ಗೌರಮ್ಮನ್ನ ನೋಡಿ ನಗ್ತಾರೆ, ಇನ್‌ಸಲ್ಟ್ ಮಾಡ್ತಾರೆ. ನನ್ನ ರಿಲೇಟಿವ್ಸ್ ಏನಂದ್ಕೋತಾರೆ? ಅವ್ರ ಮುಂದೆ ತಗೊಂಡ್ ಹೋಗಿ ನಿಲ್ಲಿಸೋ ಪ್ರಯತ್ನ ನಂದು" ವಿಭಾ ಕೂಡ ಜೋರು ಮಾಡಿದರು.

"ಪ್ಲೀಸ್ ವಿಭಾ, ಇಬ್ರ ಮಾತುಗಳಲ್ಲೂ ಅರ್ಥವಿದೆ. ಸಮಾಧಾನವಾಗಿ ಮಾತಾಡಿ. ಜೋರು ಮಾತು, ಅಸಹನೆಯಿಂದ ಇಡೀ ವಾತಾವರಣವೆ ಮಲಿನವಾಗುತ್ತೆ. ಇಬ್ರೂ ಸೇರಿ ಅಮಲಗೆ ತಿಳೀ ಹೇಳಿ" ಎಂದು ನಂದನ್ ಭುಜ ತಟ್ಟಿ ಹೊರಗೆ ಹೋದರು ಆನಂದಮೂರ್ತಿಗಳು. ಆ ವೇಳೆಗೆ ಸರಿದು ಹೋಗಿದ್ದರು ಸತ್ಯಭಾಮ ಮತ್ತು ಶ್ರೀ. "ಅವಳು ಮುಂದೆ ಈ ತರಹ ಕಿತ್ತಾಡಿದರೇ, ಅಮಲ ಆರೋಗ್ಯ ಕೆಡುತ್ತೆ... ಬಹಳ ಸೂಕ್ಷ್ಮ. ನಂದನ್ ಹೇಳೋದ್ರಲ್ಲಿ ತಪ್ಪೇನಿದೆ? ವಿಭಾದೇ... ಅತೀ!" ಎಂದು ಮಗನ ಮುಂದೆ ಗೊಣಗಿದವರು ಹೊರಗೆ ಹೋದರು. ಅಮಲ ಎಂದರೆ ಅವರಿಗೆ ಪ್ರಾಣ. ಕ್ಷಣಕ್ಷಣವು ಗಮನಿಸಿ ಬಹಳ ಎಚ್ಚರದಿಂದ ಬೆಳೆಸಿದ್ದರು. ಈಗ...? ಅಲ್ಲಿ ಒಳ್ಳೆ... ಡಾಕ್ಟರ್‌ಗಳು ಇರಬಹುದು.

ಆಕೆಗೆ ತಲೆ ಕೆಟ್ಟಂತಾಯಿತು. ರೂಮಿನಲ್ಲಿ ಇಣಕಿದವರು "ಸ್ವಲ್ಪ ಹೊತ್ತು ತೋಟಕ್ಕೆ ಹೋಗ್ಬರ್ತೀನಿ. ಸ್ವಲ್ಪ ಅಮಲಾನ ನೋಡೋಕೆ ಹೇಳಿ ವಿಭಾಗೆ. ಮೊದ್ಲು ರೂಮು ಬಾಗ್ಲು ತೆಗ್ಸೀ" ಎಂದು ಆನಂದಮೂರ್ತಿಗಳಿಗೆ ಹೇಳಿದವರು ಕಣ್ಣಲ್ಲಿ ನೀರಾಕಿಕೊಂಡು ಹೋಗಿಬಿಟ್ಟರು.

ಆನಂದಮೂರ್ತಿಗಳು ಮತ್ತು ಶ್ರೀ ಪ್ರಯತ್ನದಿಂದ ಬಾಗಿಲು ತೆಗೆಸಿದರು. ಓಡಿ ಬಂದವಳೇ ಶ್ರೀಯನ್ನು ಅಪ್ಪಿಕೊಂಡು "ಅಣ್ಣ ಈ ಡ್ರೆಸ್ ನಂಗೆ ಕಂಫರ್ಟ್ ಅನ್ನಿಸೋಲ್ಲ" ಅಳೋಕೆ ಷುರು, ಸಂತೈಸಲು ಸಾಕಷ್ಟು ಸಮಯವೇ ಹಿಡಿಸಿತು. "ಹೋಗಿ ಬದಲಾಯಿಸ್ಕೋ" ಭುಜ ತಟ್ಟಿ ಕಣ್ಣೀರು ತೊಡೆದು ಕಳಿಸಿದವನು ವಿಭಾ ಬಳಿಗೆ ಬಂದು "ಸಾರಿ ಚಿಕ್ಕಮ್ಮ ದಯವಿಟ್ಟು ಕ್ಷಮಿಸಿ. ಅಮಲ ಈ ಎನ್ವಿರಾನ್ಮೆಂಟ್‌ನಲ್ಲಿ ಬೆಳೆದಿದ್ದರಿಂದ ಸ್ವಲ್ಪ ಇನ್ನೋಸೆಂಟ್, ಅಷ್ಟೆ ಬುದ್ಧಿವಂತೆ. ಅಲ್ಲಿಗೆ ಹೋದ್ಮೇಲೆ ಆ ಎನ್ವಿರಾನ್ಮೆಂಟ್ ಪ್ರಭಾವದಿಂದ ಬೇಗ ಬದಲಾಗ್ತಾಳೆ. ಹ್ಯಾವ್ ಎ ಪೇಷನ್ಸ್' ಬಹಳ ಸಮಾಧಾನದಿಂದ ಹೇಳಿದ. ಆದರೆ ವಿಭಾಗೆ ಸಹಿಸಿಕೊಳ್ಳಲಾಗಲಿಲ್ಲ. "ನಾನು ತುಂಬಾ

ಆಪ್‌ಸೆಟ್ ಆಗ್ಬಿಟ್ಟಿದ್ದೀನಿ. ಇಷ್ಟೊಂದು ಹಟಮಾರಿತನ! ನಾನು ಅಕ್ಕನ ಕೈಯಲ್ಲಿ ತುಂಬಾ ಒಬಿಡಿಯಂಟಾಗಿ ಇರ್ತಾಳೆ ಅಂದ್ಕೊಂಡಿದ್ದು ತಪ್ಪಾಯ್ತು" ಸಿಡಿದಂತೆ ಹೇಳಿದಾಗ ಶ್ರೀ ಹೊರಗೆ ಹೋದ. ಅವನಿಗೆ ಕೋಪ.

ಅವನಮ್ಮ ಅಮಲಾನ ಬೆಳೆಸಲು ಪಟ್ಟ ಶ್ರಮದ ದೃಶ್ಯಗಳು ಇನ್ನೂ ಅವನ ಕಣ್ಮುಂದೆ ಇತ್ತು. ಊಟ, ತಿಂಡಿಯ ಪರಿವೇ ಇಲ್ಲದೆ ಮೂರು ಹೊತ್ತು ಮಡಿಲಿನಲ್ಲಿ ಇಟ್ಟುಕೊಂಡು ಪಟ್ಟ ಶ್ರಮ ತುಂಬಾ ಅದ್ಭುತವೆ. ಇವತ್ತೇನಾದರೂ ಅಮಲ ಅಷ್ಟರ ಮಟ್ಟಿಗೆ ನಾರ್ಮಲ್ ಆಗಿದ್ದಾಳೆಂದರೆ ಅದಕ್ಕೆ ಸತ್ಯಭಾಮ ಕಾರಣ. ಅಂಥದ್ದರಲ್ಲಿ... ವಿಭಾ... ಆಡಿದ ಮಾತು ಬಹಳ ಖಿನ್ನನಾಗಿ ತೋಟಕ್ಕೆ ಹೋಗಿದ್ದು.

ಆ ಘಟನೆಯ ನಂತರ ವಿಭಾಳತ್ತ ಇಣಕಲಿಲ್ಲ ಅಮಲ. ತೀರಾ ಉದ್ದವಾಗಿದ್ದ ಕೂದಲಿಗೆ ಸಡಿಲವಾಗಿ ನೀರು ಜಡೆ ಹಾಕುತ್ತಿದ್ದ, ಕೆಲವೊಮ್ಮೆ ಮಧ್ಯೆ ಸೀಳಿ ಎರಡು ಜಡೆ ಹಾಕುತ್ತಿದ್ದ ಸತ್ಯಭಾಮ "ಅಮಲಾ, ನೀನು ಯಾರ್ಮುಂದು ಜಡೆ ಬಿಚ್ಚಬೇಡ. ರಾಶಿ ಕೂದಲು ಬೇರೆಯವ್ರ ದೃಷ್ಟಿಗೆ ಬಿದ್ದು ಎಲ್ಲಿ ದೃಷ್ಟಿ ಆಗುತ್ತೋ." ಎಷ್ಟೋ ಸಲ ಹೇಳಿದ್ದುಂಟು. ನಿಜವಾಗಿಯೂ ಅವಳ ನೀಳ ಕೇಶರಾಶಿಗೆ ಕತ್ತರಿ ಬಿದ್ದಿದ್ದು ತೀರಾ ದುಃಖದ ಸಂಗತಿ.

"ನಾಳೆ ಬೆಳಿಗ್ಗೇನೇ ಹೊರಡೋದು. ಬೆಂಗ್ಳೂರಿನಿಂದ ದೆಹಲಿಗೆ ಹೋಗಿ ಒಂದು ದಿನ ಅಲ್ಲಿರೋ ನನ್ನ ಕಸಿನ್ ಮನೆಯಲ್ಲಿ ತಂಗಿ ಹೊರಡೋದು. ಅಮಲಾ ಲಗೇಜ್ ರೆಡಿ ಮಾಡ್ಬೇಕಲ್ಲ" ಅಂದರು. ವಿಭಾ "ಓ ಮಾಡ್ಕೋ, ಎಲ್ಲಾ ತೆಗ್ದು ಇಟ್ಟಿದ್ದೀನಿ. ನೀನು ಕಳ್ಸಿದ ಕಾಸ್ಟ್ಲೀ ಡ್ರೆಸ್‌ಗಳೆಲ್ಲ ತೆಗ್ದು ಇಟ್ಟಿದ್ದೀನಿ. ಅಮಲಾನು ನಿನ್ನ ಸಹಾಯಕ್ಕೆ ಕರ್ಕ್ಕೊಂಡ್ಹೋಗ್" ಇಂಥದೊಂದು ಮಾತನ್ನು ಹೇಳಿದರು. ಅಸಮಾಧಾನವನ್ನೇನು ತೋರ್ಪಡಿಸಲಿಲ್ಲ. "ಏನು ತಿಳ್ಕೋಬೇಡಿ. ಈಗ್ಲೇ ವಿಸ್ಮಿತ ನನ್ನ ನೋಡಿದರೆ ಮಾರು ದೂರ ಹೋಗ್ತಾಳೆ. ಹೆತ್ತವಳ ಕರುಳಿನ ಸಂಕಟ ಅರ್ಥಮಾಡ್ಕೊಳ್ಳಿ" ಎಂದು ಕಣ್ಣೀರು ಹಾಕಿದಾಗ ಕರಗಿಹೋದರು. "ಅಯ್ಯೋ, ನಂಗೆ ಅರ್ಥವಾಗದ? ಸಾಕಿದ ನಂಗೆ ಇಷ್ಟು ಮಮತೆ ಇರೋವಾಗ ಹೆತ್ತ ನಿನ್ನ ಸಂಕಟ ಅರ್ಥವಾಗುತ್ತೆ. ನಾಲ್ಕು ದಿನ ಹಾಗೇ ಇರ್ತಾಳೆ. ಆಮೇಲೆ ಸರಿ ಹೋಗ್ತಾಳೆ. ಹೇಗೂ ಕೆಲ್ಸ ಬಿಡ್ತೀನೀಂತ ಹೇಳ್ತಾ ಇದ್ದೀಯಲ್ಲ. ನಿನ್ನ ಒಡನಾಟದಲ್ಲಿ ಬೇಗ ಚೇತರಿಸ್ಕೋತಾಳೆ. ಆಮೇಲೆ ಭಾರತಕ್ಕೆ ಹೋಗೋಣಾಂದರೆ ರಿತೇಶ್‌ನ ಹಾಗೇ ಬರೋಲ್ಲಾಂತ ಪಟ್ಟು ಹಿಡೀತಾಳೆ" ಎಂದು ಸಂತೈಸಿದರು. ಆನಂದಮೂರ್ತಿಗಳ ಹೆಂಡತಿಯಾಗಿ ಬೇರೆಯುವರನ್ನೂ ನೋಯಿಸಲಾರರು. ನೋವನ್ನು ಬಲವಂತವಾಗಿ ಅಡಗಿಸಿಕೊಳ್ಳೋದು ಕೂಡ ಕಷ್ಟವೇ.

ಲಗೇಜ್ ಎಲ್ಲಾ ಪ್ಯಾಕ್ ಆಯಿತು. ಅಮಲಾ ಮಾತಾಡುವುದನ್ನೇ ನಿಲ್ಲಿಸಿದಳು. ಆನಂದಮೂರ್ತಿಗಳು, ಸತ್ಯಭಾಮ ಮಾತಾಡಿಸಿದರೆ ಕಣ್ಣಲ್ಲಿ ನೀರು. ಎಲ್ಲಾ ರೀತಿಯಲ್ಲೂ ಕನ್ವಿನ್ಸ್ ಮಾಡಿ ಸಾಕಾಗಿದ್ದರು.

ಶ್ರೀಯಂತು "ಹಲೋ ವಿಸ್ಮಿತ ಮೇಡಮ್, ಡಾಲರ್‌ನತ್ತ ಪ್ರಯಾಣ. ನಾನು ಒಂದು ಪ್ರೋಗ್ರಾಂ ಹಾಕ್ಕೊಂಡ್ ಟೋಟಲೀ ಇಡೀ ಫ್ಯಾಮಿಲಿಯವರೆಲ್ಲ ಅಮೆರಿಕಗೆ

ಬರ್ತೀವಿ. ಆಗ ನೀನೇ ನಮ್ಮ ಗೈಡ್" ಹಾಸ್ಯ ಮಾಡಿದ. ಅವಳು ಜೋರಾಗಿ ಮಗುವಿನಂತೆ ಅಳಲು ಷುರು ಮಾಡಿದಳು. ಅವನಿಗೆ ಗಾಬರಿ. ಬೆಳಿಗ್ಗೆ ಹೊರಡುವ ತಯಾರಿ ಇತ್ತು. ರಾತ್ರಿ ಪೂರ ಜ್ವರ. ಎಲ್ಲಾ ಹೌಹಾರಿದರು. "ಈಗೇನು ಮಾಡೋದು?" ವಿಭಾ ಅಂತು ಆತಂಕಕ್ಕೆ ಒಳಗಾದರು.

"ಸಣ್ಣಪುಟ್ಟದಕ್ಕೆಲ್ಲ ಜ್ವರ ಬರೋದು ಕಾಮನ್" ಎಂದ ಆನಂದಮೂರ್ತಿಗಳು ಡಾಕ್ಟರನ್ನ ಕರೆತಂದು ಪರಿಸ್ಥಿತಿ ತಿಳಿಸಿ ಇಂಜಕ್ಷನ್ ಕೊಡಿಸಿದರು. "ಪ್ರಯಾಣನ ಮುಂದೂಡಿ, ವೈರಲ್ ಫೀವರ್ ಇರ್ಬಹುದ್ದು" ಇಂಥದೊಂದು ಸಜೆಷನ್ ಕೊಟ್ಟು ಹೋದರಷ್ಟೆ. ನಂದನ್, ವಿಭಾ ರಜ ಮುಗಿದಿತ್ತು. ಪ್ರಯಾಣ ಮುಂದೂಡುವುದು ಸಾಧ್ಯವಿರಲಿಲ್ಲ. "ಅಷ್ಟು ಸುಲಭವಲ್ಲ. ದೆಹಲಿಯಲ್ಲಿ ನನ್ನ ಕಸಿನ್ ಫ್ಯಾಮಿಲಿ ಡಾಕ್ಟ್ರು ನೋಡ್ತಾರೆ" ಎಂದುಬಿಟ್ಟರು. ಮಗಳನ್ನು ಕರೆದೊಯ್ಯುವ ಪಟ್ಟಿನಿಂದ ಸ್ವಲ್ಪವು ವಿಚಲಿತರಾಗಲಿಲ್ಲ. ಆದರೆ ಬೆಳಿಗ್ಗೆ ವೇಳೆಗೆ ಒಂದೆರಡು ಡಿಗ್ರಿಗಳ ಜ್ವರ ಏರಿದಾಗ ನಂದನ್ "ವಿಭಾ ಸುಮ್ನೇ ಹಟ ಮಾಡ್ಬೇಡ. ಸದ್ಯಕ್ಕೆ ವಿಸ್ಮಿತ ಇಲ್ಲೇ ಇರ್ಲಿ, ತಾನಾಗಿ ಬರೋಕೆ ಒಪ್ಪಿದಂದು ಕರ್ಕೊಂಡ್ ಹೋಗೋಣ" ಎಂದರು ದೃಢವಾಗಿ. ಈ ಸ್ಥಿತಿಯಲ್ಲಿ ಮಗಳನ್ನು ಕರೆದೊಯ್ಯುವುದು ಅವರಿಗೆ ಇಷ್ಟವಿರಲ್ಲಿಲ್ಲ. ಅದಕ್ಕೆ ಅನಿವಾರ್ಯವಾಗಿ ಒಪ್ಪಲೇಬೇಕಾಯಿತು.

ಶ್ರೀಯೊಬ್ಬನೇ ಅವರನ್ನು ಕರೆದೊಯ್ದ ಏರ್‌ಪೋರ್ಟ್‌ಗೆ. ವಿಭಾ ಅಂತು ತುಂಬಾ ನಿರಾಸೆ, ನೋವಿನಿಂದಲೇ ಫ್ಲೈಟ್ ಹತ್ತಿದ್ದು. ಅವಮಾನ, ಹತಾಶೆಯಿಂದ ಒದ್ದಾಡಿದರು.

* * *

ಅಭಿನಂದನ್‌ಗೆ ಮತ್ತೊಮ್ಮೆ ಆಕಸ್ಮಿಕವಾಗಿ ಭೇಟಿಯಾಗಿದ್ದು ಶುಭಕರ. ಅವನಾಗಿ ನಿಲ್ಲಿಸಿ ಮಾತಾಡಿಸಿದ. "ಹಾಯ್ ಹಲೋ.. ಮತ್ತೆ ಸರ್‌ಪ್ರೈಜ್ ಆಗಿ ಭೇಟಿ!" ಆತ್ಮೀಯವಾಗಿ ಕೈ ಕುಲುಕಿದ. ನಾಲ್ಕು ಜನ ಯುವಕರ ಮಧ್ಯೆಯೆ ಅವನು ಇದ್ದಿದ್ದು "ವೀಕೆಂಡ್ ರಜ, ಒಂದಿಷ್ಟು ಪರ್ಚೇಸಿಂಗ್ ಇತ್ತು" ಎಂದು ನಸು ನಗೆ ಬೀರಿದ. ಅವನು ಅಷ್ಟಕ್ಕೆ ಶುಭಕರನನ್ನು ಬಿಡಲಿಲ್ಲ. ಗೆಳೆಯರನ್ನು ಬೀಳ್ಕೊಟ್ಟು ಅವನೊಂದಿಗೆ ಮಾಲ್‌ನಲ್ಲಿ ಸುತ್ತಾಡಿದ. ಜೊತೆಗೆ ಒಂದೆರಡು ಗಂಟೆಗಳಲ್ಲಿ ಎಷ್ಟೋ ದಿನ ಗೆಳೆಯನಂತೆ ವರ್ತಿಸಿದ. ಲಂಚ್ ಜೊತೆಯಲ್ಲಿಯೇ ತಗೊಂಡರು. ಆಮೇಲೆ ಅವನನ್ನು ಫ್ಲಾಟ್‌ನ ಮುಂದೆ ತಾನೇ ಡ್ರಾಪ್ ಮಾಡಿ ಹೋದ. "ನಾನು ನಿಮ್ಮ ಫ್ರೆಂಡ್ ಆಗೋಕೆ ಲಾಯಕ್ ಇದ್ದೀನಾ?" ಕೈ ಹಿಡಿದು ಕೇಳಿದಾಗ ಶುಭಕರನಿಗೆ ಒಂದಿಷ್ಟು ಗಲಿಬಿಲಿ "ವೈ ನಾಟ್, ನಾನು ನಿಮ್ಮ ಫ್ರೆಂಡ್ ಅಂತ್ಲೇ ಕನ್ಸೀಡರ್ ಮಾಡ್ಬಹುದ್ದು. ಒಂದು ಮಾತು ಹೇಳ್ಲಾ? ಸ್ವಾಮಿ ವಿವೇಕಾನಂದರು ಒಂದ್ಮಾತು ಹೇಳ್ತಾರೆ. ಸ್ನೇಹ ಅಂದರೆ ಕಣ್ಣು ಮತ್ತು ಬೆರಳು ಇದ್ದಂಗೆ. ಬೆರಳಿಗೆ ನೋವಾದರೆ ಕಣ್ಣಲ್ಲಿ ನೀರು ಬರುತ್ತೆ. ಕಣ್ಣಲ್ಲಿ ನೀರು ಬಂದರೆ ಬೆರಳು ಒರೆಸುತ್ತೆ. ಇದು ಸ್ನೇಹದ ಮಹತ್ವ, ಫ್ರೆಂಡ್ಸ್ ಅಂದುಕೊಳ್ಳೋಣ" ಎಂದ ಸರಳವಾಗಿ. ಅಭಿನಂದನ್‌ಗೆ ತಕ್ಷಣ ಆ ಮಾತಿನ ಅರ್ಥ ತಿಳಿಯಲಿಲ್ಲ.

ಮನೆಗೆ ಬಂದ ಕೂಡಲೇ ಅಮ್ಮನ ಮುಂದೆ ಈ ವಿಷಯ ಇಟ್ಟ "ಈಗ್ಹೇಳು,

ಇದರ ಸರಿಯಾದ ಅರ್ಥ. ಸ್ನೇಹವೆಂದರೆ ಕಣ್ಣು, ಬೆರಳಿಗೆ ಗಂಟು ಹಾಕಿದ್ದಾರೆ ಸ್ವಾಮಿ ವಿವೇಕಾನಂದರು. ಕಾನ್ವೆಂಟ್ ಓದು, ಎಷ್ಟು ಬೇಕೋ ಅಷ್ಟೇ ಓದಿಕೊಂಡಿದ್ದು. ಡೀಪಾಗಿ ಅರ್ಥೈಸಿಕೊಳ್ಳೋದು ಕಷ್ಟ. ಶ್ರೀಮಂತ ಯುವಕರ ದಂಡು ಸ್ನೇಹಕ್ಕೆ" ತಾರಿಣಿದೇವಿಯ ಮುಂದೆ ಪಟ್ಟಾಗಿ ಕೂತ. ಮಗ ಹೇಳಿದ ರೀತಿಯಿಂದ ಆಕೆಗೂ ಅರ್ಥೈಸಿಕೊಳ್ಳುವುದು ಕಷ್ಟವೆನಿಸಿತು. ಅತಿಥಿಗಳು ಬಂದು ಹೋಗುವ ದಿವಾನ್‌ಖಾನೆಯ ಗೋಡೆಯನ್ನು ಸ್ವಾಮಿ ವಿವೇಕಾನಂದರ ಫೋಟೋ ಅಲಂಕರಿಸಿತ್ತು. ಅವರೊಬ್ಬ ಮಹಾತ್ಮರು, ಸ್ವಾಮಿಗಳು ಎಂದು ತಿಳಿದಿದ್ದರು. ಅಷ್ಟು ಬಿಟ್ಟು ದೊಡ್ಡದಾಗಿ ತಾರಿಣಿಯವರಿಗೇನು ಗೊತ್ತಿರಲಿಲ್ಲ. ಕುಟುಂಬದ ಲೆಕ್ಕಾಚಾರಗಳ ಜೊತೆ ಗಂಡ ಮಂತ್ರಿ ಪದವಿ ಅಲಂಕರಿಸಲೀಯೆನ್ನುವ ಹೆಬ್ಬಯಕೆಗಷ್ಟೆ ಆಕೆಯ ಗಮನ. ಅದಕ್ಕಾಗಿ ದೇವಸ್ಥಾನಗಳಿಗೆ ಸಾಕಷ್ಟು ದೇಣಿಗೆ ನೀಡುವುದರ ಜೊತೆಗೆ ಹರಕೆ, ಪೂಜೆಯನ್ನು ನೆರವೇರಿಸುವಲ್ಲಿ ಮಗ್ನೆ. ಒಬ್ಬ ಒಳ್ಳೆಯ ಗೃಹಿಣಿ.

"ನಂಗೂ ಕನ್‌ಫ್ಯೂಷನ್, ನಿಮ್ಮಪ್ಪನ ಪರ್ಸನಲ್ ಸೆಕ್ರೆಟರಿನ ಕೇಳು" ಎಂದಾಗ ಅವನು ನಕ್ಕುಬಿಟ್ಟ. "ಇಂಥ ವಿಷ್ಯಗಳಿಗೆ ಅವರ ಬುದ್ಧಿ ಖರ್ಚು ಆಗೋಲ್ಲ. ಡ್ಯಾಡಿನೇ ಕೇಳಿ ಬಿಡ್ತೀನಿ. ಸ್ವಾಮಿ ವಿವೇಕಾನಂದರ ಎಷ್ಟೋ ಸಮಾರಂಭಗಳಲ್ಲಿ ಭಾಗವಹಿಸಿ ಸಾಕಷ್ಟು ಭಾಷಣಗಳ್ನ ಬಿಗಿದಿದ್ದಾರೆ. ನೋಡೋಣ ಅವ್ರ ನಾಲೆಡ್ಜ್‌ನ ಸವಾಲು ಎಸೆದಂತೆ ಮಾತಾಡಿದವನು ಹೊರಗೆ ಹೋದವನು ಮತ್ತೆ ಬಂದು ಕೂತು "ಸ್ವಲ್ಪ ಮಾತಾಡೋದಿದೆ. ಸ್ವಾಮಿಗೆ ಒಂದಿಷ್ಟು ಬಿಸಿ ಬಿಸಿ ಪಕೋಡ ಮಾಡೋಕ್ಹೇಳು. ಒಂದಿಷ್ಟು ಪರ್ಸನಲ್ಲಾಗಿ ಮಾತಾಡೋದಿದೆ" ಎಂದು ತನ್ನ ರೂಮಿಗೆ ಕರೆದೊಯ್ದು. ಸೋಫೆಸ್ಟಿಕೇಟೆಡ್ ಲೈಫ್! ಎಂಎಲ್ಎ ಸಾಹೇಬರ ಏಕಮಾತ್ರ ಗಂಡು ಸಂತಾನ, ಅವನಿಗೆ ಇಬ್ಬರು ಅಕ್ಕಂದಿರಿಬ್ಬರು ಇದ್ದರು. ಈ ವಂಶೋದ್ಧಾರಕನ ಮೇಲೆ ಅತಿಯಾದ ಪ್ರೀತಿ. ಜ್ಯೋತಿಷ್ಯ ನಂಬೋ ಫ್ಯಾಮಿಲಿ, ಪ್ರತಿಯೊಂದಕ್ಕೂ ಅವರುಗಳನ್ನು ಆಶ್ರಯಿಸುವುದು ಅಭ್ಯಾಸ ಮಾಡಿಕೊಂಡಿದ್ದು ಕೆಲವೊಮ್ಮೆ ಎಡವಟ್ಟುಗಳಾಗಿದ್ದು ಇದ್ದರು. ಅದಕ್ಕೆ ತಮ್ಮದೆ ತಪ್ಪುಗಳನ್ನ ಹುಡುಕಿಕೊಳ್ಳುತ್ತಿದ್ದರಿಂದ ಬೆಳೆಸಿಕೊಂಡ ನಂಬಿಕೆಗಳು ಅಲುಗಾಡುತ್ತಿರಲಿಲ್ಲ. ಅದು ಅಂಥ ದೊಡ್ಡ ಮಟ್ಟದಲ್ಲೇನು ಅಲ್ಲ.

"ಸ್ವಲ್ಪ ಕೂತ್ಕೋ. ಅವ್ನು ಪದೇ ಪದೇ ಬಂದು ಕಾಡೋದು ಬೇಡಾಂತ ನಿನ್ನ ಕುಕ್‌ಗೆ ಪಕೋಡ ಮಾಡೋಕೆ ಹೇಳಿ ಬಂದಿದ್ದು. ಅದು ಅವ್ನ ಫೇವರೇಟ್ ಆದುದ್ದರಿಂದ ತಯಾರಿಕೆಗೆ ಸಾಕಷ್ಟು ಸಿದ್ಧತೆಗಳ್ನ ಮಾಡಿಕೊಳ್ಳಬೇಕಿದೆ. ಮೈ ಲವ್ಲೀ ಮಾಮ್. ಇವತ್ತು ಅಮಲಾಪುರದ ಆನಂದಮೂರ್ತಿಗಳ್ನ ಮಗನನ್ನ ಭೇಟಿಯಾದೆ. ಇದು ನನ್ನ ಮತ್ತು ಅವ್ನ ಭೇಟಿ ಎರಡನೆಯದು" ಅಂದಕೂಡಲೇ ಆಕೆ ಹೌಹಾರಿದರು.

"ಯಾಕೆ ಭೇಟಿಯಾದೆ? ನಿಂಗೇನಾದ್ರೂ ತಲೆ ಕೆಟ್ಟಿದ್ಯಾ? ಬೇಡಾಂದ್ರು, ಅಮಲೇಶ್ವರನ ದೇವಸ್ಥಾನಕ್ಕೆ ಹೋಗ್ಬಂದೆ. ಈಗ ನೋಡಿದ್ರೆ ನಿಂಗ್ಯಾಕೆ ಬೇಕಿತ್ತು ಈ ಭೇಟಿ? ಆನಂದಮೂರ್ತಿ, ಅವ್ರ ಮಗ, ಅವ್ರ ಮನೆ ಹಿಸ್ಟರಿಯೆಲ್ಲ ಸಂಗ್ರಹ ಮಾಡಿದ್ವಿ, ವಾಯ್, ಅಭೀ ಖಂಡಿತ ಬೇಡ. ನಾವು ಸ್ವಲ್ಪದರಲ್ಲಿ ಎಸ್ಕೇಪ್ ಆಗಿ, ಸ್ವಲ್ಪ ಹೆಚ್ಚು ಕಡ್ಮೆಯಾಗಿದ್ದರೇ, ಮಾಧ್ಯಮಗಳ ಮುಂದೆ ಹೋಗಿ ಕೂಡ್ಬೇಕಿತ್ತು. ಅವ್ರು ತಿರುಗಿಸಿ,

ಮರಗಿಸಿ ಕೇಳಿದ್ದೆ ಕೇಳಿ, ಚಿತ್ ಮಾಡಿ ಬಿಡ್ತಾ ಇದ್ರು. ರಾಜಕೀಯದಲ್ಲಿ ಇರೋರು ಎಷ್ಟು ಎಚ್ಚರವಾಗಿದ್ರೂ... ಸಾಲ್ದು. ಸ್ವಲ್ಪ ಅರ್ಥ ಮಾಡ್ಕೋ. ಅಮಲೇಶ್ವರ ನಮ್ಮನ್ನ ಹೇಗೋ ಪಾರು ಮಾಡಿದ್ದಾರೆ. ಅದ್ರಲ್ಲಿ ಮತ್ತೆ ಸಿಕ್ಕಿಹಾಕಿಕೊಳ್ಳೋದ್ಬೇಡ. ಪ್ಲೀಸ್... ಪ್ಲೀಸ್... ಅರ್ಥಮಾಡ್ಕೋ. ಆ ಯಡವಟ್ಟು ನಿನ್ನಿಂದಲೇ ಆಗಿದ್ದು. ಸ್ವಲ್ಪ ಎಚ್ಚರವಹಿಸಿದ್ದರೆ, ಆಗ್ತಾ ಇರ್ಲಿಲ್ಲ. ನಿಂಗೆ ಸೀರಿಯಸ್‌ನೆಸ್ ಇಲ್ಲ. ರಜನಿ ತಂದೆ ನಿನ್ತಂದೆ ಫ್ರೆಂಡ್ಸ್. ಆಕಸ್ಮಿಕ ಅಂದ್ಕೊಂಡ್ರು. ಅದಕ್ಕಾಗಿ ಹಣ ತೆತ್ತೋಕೂ ಸಿದ್ಧವಾಗಿದ್ರು. ಆ ಮನುಷ್ಯ ತೀರಾ ಪೆದ್ದು ಒಲ್ಲೆ ಅಂದ್ಬಿಟ್ಟ." ಇದೊಂದು ಮಾತ್ರ ಅವನಿಗೆ ಹೊಸ ವಿಷಯ.

"ಇದು ನಂಗೆ ಗೊತ್ತಿರಲಿಲ್ಲ ಬಿಡು." ಅಂದಾಗ ಆಕೆ ಹಣೆ ಗಟ್ಟಿಸಿಕೊಂಡರು. "ನಂದೆ ತಪ್ಪು ಬಿಡು. ಎಂದೂ ಈ ವಿಚಾರ ಎತ್ತೋದು ಬೇಡ. ಅವ್ರೇನು ಬೇರೆ ಪ್ಲಾನ್ ಮಾಡ್ತಾ ಇದ್ದಾರ? ಜನಗಳ್ನ ನಂಬೋದೆ ಕಷ್ಟ. ಆ ಆನಂದಮೂರ್ತಿಗಳ ಮಕ್ಳು ಎದುರಾದರು ಮಾತಾಡಿಸ್ಬೇಡ. ನಂಗೆ ಈಗ ಬೇರೆ ತರಹ ಭಯ ಷುರುವಾಗಿದೆ" ಆಕೆ ಒಂದು ಕಡೆ ಸುಮ್ಮನೆ ಕೂತುಬಿಟ್ಟರು. ಹುಟ್ಟಿನಿಂದ ಚುರುಕುತನದ ಜೊತೆ ಮಗನ ತುಂಟುತನವನ್ನ ಬಲ್ಲವರು.

ಆಕೆಗೆ ಸಮಾಧಾನವಾಗಲಿಲ್ಲ. ರಾತ್ರಿ ಚಿದಂಬರಂ ಮುಂದೆ ಈ ವಿಚಾರ ಇಟ್ಟರು. "ನಂಗ್ಯಾಕೋ ಭಯ ಕಣ್ರೀ, ಇವತ್ತು ಮತ್ತೆ ಆನಂದಮೂರ್ತಿಗಳ ಮಗನನ್ನು ಭೇಟಿಯಾಗಿದ್ದನಂತೆ. ಯಾಕೆ ಬೇಕಿತ್ತು? ಅವನು ಹುಟ್ಟು ತರಲೆ. ನಂಗ್ಯಾಕೋ ಭಯ. ಅಂದಿನ ಒಂದು ಕಾರಣ ಇಟ್ಕೊಂಡ್... ಆ ಹುಡ್ಗೀನ ಮನಸ್ಸಿಗೆ ಹಚ್ಚಿಕೊಂಡಿದ್ದಾನ?" ಕೇಳಿದ್ದಕ್ಕೆ ಅವರು ನಕ್ಕುಬಿಟ್ಟರು. "ಇಲ್ಲದೆಲ್ಲ ಯಾಕೆ ಯೋಚಿಸ್ತಿ? ನಿನ್ನ ಹೆದರಿಸೋಕೆ ಆನಂದಮೂರ್ತಿಗಳ ಮಗನನ್ನು ಭೇಟಿಯಾಗಿದ್ದೇಂತ ಹೇಳಿರಬಹುದು. ಅಸಲು ಭೇಟಿಯಾಗಿದ್ನಾ? ನೀನು ಸುಮ್ಮೆ ಸುಮ್ಮೆ ತಲೆ ಕೆಡಿಸ್ಕೋಬೇಡ. ಸಾಕಷ್ಟು ವಿಚಾರ್ಸಿಕೊಂಡಿದ್ದೀನಿ ಆನಂದಮೂರ್ತಿಗಳ ಬಗ್ಗೆ. ಬಹಳ ದೊಡ್ಡತನವುಳ್ಳ ಒಳ್ಳೆಯ ಮನುಷ್ಯ. ಆ ಮನುಷ್ಯ ನನ್ನ ಎದುರಿಗೆ ಎಂಎಲ್‌ಎ ಸೀಟಿಗೆ ನಿಂತರೂ ಸೋಲೋನು ನಾನೇ. ಅಷ್ಟೊಂದು ಜನಪ್ರಿಯತೆ ಇದೆ. ಹೆಸರು, ಹಣಕ್ಕೆ ದಾಸನಾಗೋಂಥ ಮನುಷ್ಯನಲ್ಲ. ನಿನ್ಮಗನ ಕೈಯಲ್ಲಿ ಕುಂಕುಮ ಹಚ್ಚಿಸಿಕೊಂಡು ಹಾರ ಹಾಕಿಸಿಕೊಂಡ ಹುಡ್ಗೀ ಅಮೆರಿಕಗೆ ಹೋಗಿಯಾಗಿದೆ. ಆ ಹುಡ್ಗೀ ಆನಂದಮೂರ್ತಿಗಳ ಸ್ವಂತ ಮಗಳಲ್ಲ, ಅವ್ರ ಆಮ್ಮನ ಮಗ್ಳು. ಇನ್ನ ನೀನು ನಿಶ್ಚಿಂತೆಯಾಗಿರು" ಎಂದೇನೋ ಬುದ್ಧಿ ಹೇಳಿದರು. ಆದರೂ ಅವರ ಮನದಲ್ಲಿ ಅನುಮಾನದ ಸಣ್ಣ ಎಳೆ ಮೂಡಿತು.

ಎರಡು ದಿನದ ಹಿಂದೆ ರಜನಿ ಕಾಲ್ ಮಾಡಿ "ಮಾವ ನಿಮ್ಮ ಮಗ ನನ್ನ ತೀರಾ ನೆಗ್ಲೆಕ್ಟ್ ಮಾಡೋಕೆ ಷುರು ಮಾಡಿದ್ದಾನೆ. ತಾನಾಗಿ ಕಾಲ್ ಮಾಡೋಲ್ಲ. ನಾನಾಗಿ ಮಾಡಿದ್ರೂ ಎತ್ತೋಲ್ಲ. ಮದ್ವೆಗೆ ಜ್ಯೂಯಲರಿ ಪರ್ಚೇಸ್ ಮಾಡ್ಬೇಕಲ್ಲ, ಅಭೀನ ಕರೆಸ್ಕೋಂತ ಡ್ಯಾಡಿ, ಮಮ್ಮಿ ಹೇಳಿದ್ರು. ಬರೋದು ಇರಲೀ, ನನ್ನ ಕಾಲ್ ರಿಸೀವ್ ಮಾಡೋಲ್ಲಾ ನಂಗೆ ಅಳು ಬರುತ್ತೆ" ತೋಡಿಕೊಂಡಾಗ ಏನೋ ಒಂದು ಹೇಳಿ ಸಮಾಧಾನಿಸುವುದರ ಜೊತೆಗೆ "ನಾನು ಕಳ್ಸಕೊಡ್ತೀನಿ" ಆಶ್ವಾಸನೆ ಕೊಟ್ಟಿದ್ದರು. ಅದನ್ನು ಪೂರೈಸಲೇಬೇಕಿತ್ತು. ಅದಕ್ಕೆ ಇದು ಸಂದರ್ಭ ಅನಿಸಿತು ಕೂಡ. "ಮಲಕ್ಕೋ,

ಅವ್ನ ಹತ್ರ ಮಾತಾಡಿಯೇ ವಾರವಾಯ್ತು. ಎದುರಾದಾಗ ಹಾಯ್ ಡ್ಯಾಡಿ... ಎಂದರೆ ಮುಗಿದು ಹೋಗ್ತಾ ಇತ್ತು. ಈಗ ಮಾತಾಡ್ತೀನಿ, ನೀನು ಮಲ್ಗು..." ರೂಮಿನಿಂದ ಎದ್ದು ಹೊರಗೆ ಬಂದರು. ಅಟ್ಟಹಾಸದ ವೈಭವಯುತ ಜೀವನದ ಬಯಕೆ ಅವರಿಗೇನು ಇರಲಿಲ್ಲ.

ದಿವಾನ್‌ಖಾನೆಯತ್ತ ಹೋಗುವ ಮುನ್ನ "ಹಲೋ... ಮಗನೇ ಅಭೀ, ಒಂದಿಷ್ಟು ಮಾತಾಡಬೇಕೆನಿಸಿದೆ, ನಿಂಗೆ ಪುರುಸೊತ್ತು ಇದ್ಯಾ?" ಕೇಳಿದರು. ಮಗನ ರೂಮು ಬಳಿ ನಿಂತು, ಲ್ಯಾಪ್‌ಟ್ಯಾಪ್ ಮುಂದೆ ಕೂತಿದ್ದವನು "ಓಕೇ, ಡ್ಯಾಡ್... ಪುರುಸೊತ್ತುಗೇನು ಬೇಕಾದಷ್ಟಿದೆ. ಆದರೆ ನೀವೇ ಒಂಟಿಯಾಗಿ ಸಿಗೋಲ್ಲ" ಲ್ಯಾಪ್‌ಟಾಪ್ ಆಫ್ ಮಾಡಿ ಎದ್ದು ಬಂದ. ಚಿದಂಬರ್‌ಗಿಂತ ಅಭೀ ಒಂದು ಇಂಚು ಎತ್ತರ "ಹಲೋ ಡ್ಯಾಡ್ ಹ್ಯಾಂಡ್‌ಸಮ್, ಇಂಡಸ್ಟ್ರಿಯಲಿಸ್ಟ್ ಭಗವಾನ್ ಅವ್ರ ಮಗಳ್ನ ಮದ್ವೆ ಆಗ್ತೀಯಾ ಅನ್ನೋ ಪುಕಾರ್ ಇರೋದ್ರಿಂದ, ಆಫರ್‌ಗಳು ಬರ್ಲಿಲ್ಲ. ಆದರೆ..." ನಕ್ಕು "ಈ ಮನೆಯ ಮುಂದೆ ಹೆಣ್ಣು ಹೆತ್ತವರು ಸಾಲುಗಟ್ಟಿ ನಿಲ್ಲೋರು. ಎಂಎಲ್‌ಎ ಮಗಾಂತ ಅಲ್ಲ, ನಿನ್ನ ಹ್ಯಾಂಡ್‌ಸಮ್ ಪರ್ಸನಾಲಿಟಿ ನೋಡಿ, ಒಂದೆರಡು ಪಿಕ್ಚರ್‌ಗಳಿಗೆ ಹೀರೋನ ಫ್ರೊಡ್ಯೂಂಡ್ ದುಡ್ಡು ಮಾಡೋ ವೇಳೆಗೆ ಸಾಲುಗಟ್ಟಿ ಪ್ರೊಡ್ಯೂಸರ್‌ಗಳು ನಿಲ್ಲೋರು ಈ ಎಂಎಲ್‌ಎ ಮನೆಯ ಮುಂದೆ ಮಗನನ್ನು ಹಾಸ್ಯ ಮಾಡಿದರು. ಎತ್ತರದ ಪರ್ಸನಾಲಿಟಿ, ದೃಢವಾದ ಅಂಗಾಂಗಗಳು ಗ್ರೀಕ್ ಶಿಲ್ಪದಂತೆ ಇದ್ದೆ. ವಂಶದಿಂದ ಬಳುವಳಿಯಾಗಿ ಮೈಕಟ್ಟು, ಜಿಮ್‌ಗೆ ಹೋಗುತ್ತಿದ್ದ. ಇತ್ತೀಚೆಗೆ ಯೋಗ ಷುರು ಮಾಡಿದ್ದರಿಂದ ಭರ್ಜರಿಯಾದ ಯೌವನಕ್ಕೆ ಯುವ ತೇಜಸ್ಸು.

ಇಬ್ಬರು ಹೋಗಿ ದಿವಾನ್‌ಖಾನೆಯಲ್ಲಿ ಕೂಡುವ ಮೊದಲು ಸಿಸಿ ಟಿವಿಯನ್ನು ಆಫ್ ಮಾಡಿದರು.

"ಈಗ್ಹೇಳು, ಹೇಗೆ ನಡೀತಾ ಇದೆ ನಿನ್ನ ಎಜುಕೇಷನ್?" ಮೆಲ್ಲಗೆ ಕೇಳಿದರು. "ನೋ ಪ್ರಾಬ್ಲಮ್, ನಂಗೆ ಇಂಟರೆಸ್ಟ್ ಕೂಡ ಇರೋದ್ರಿಂದ... ತಲೆಭಾರ ಅನ್ನಿಸೋಲ್ಲ. ಡ್ಯಾಡ್ ನಿಮ್ಮನ್ನೊಂದು ಪ್ರಶ್ನೆ ಕೇಳ್ಬೇಕು. ಮಮ್ಮಿ ಮುಂದಿಟ್ಟೆ. ಆಕೆಗೆ ಅರ್ಥವಾಗ್ಲಿಲ್ಲ ಅಥವಾ ನಿಂಗೆ ಅರ್ಥವಾಗೋ ಹಂಗೆ ಹೇಳೋಕ್ಕಾಗಿಲ್ಲ. ನನ್ನ ಫ್ರೆಂಡ್ ಒಬ್ಬ ಹೇಳ್ದ. 'ಸ್ನೇಹ ಅಂದರೆ ಕಣ್ಣು ಬೆರಳು ಇದ್ದಂಗೆ. ಬೆರಳಿಗೆ ನೋವಾದರೆ ಕಣ್ಣಲ್ಲಿ ನೀರು ಬರುತ್ತೆ. ಕಣ್ಣಲ್ಲಿ ನೀರು ಬಂದರೆ ಬೆರಳು ಒರೆಸುತ್ತೆ' ಇದಕ್ಕೆ ಒಂದಿಷ್ಟು ವಿವರಣೆ ಬೇಕು" ಎಂದ ಪಟ್ಟಾಗಿ.

"ಸೋ, ಸಿಂಪಲ್, ನಿಜವಾದ ಸ್ನೇಹಕ್ಕೆ ಆ ಬೆಲೆ ಇರುತ್ತೆ. ಸ್ನೇಹ ಅಂದರೆ ಕಣ್ಣು ಮತ್ತು ಬೆರಳಿನ ಸಂಬಂಧ. ಒಂದಕ್ಕೆ ನೋವಾದಾಗ, ಇನ್ನೊಂದು ಧಾವಿಸಬೇಕು, ಅದೇ ಸ್ನೇಹ ಎಂದರು. ಅವರ ಕೈ ಹಿಡಿದು ಕುಲುಕಿದ. "ಥ್ಯಾಂಕ್ಯೂ ಡ್ಯಾಡ್, ಇದು ತೀರಾ ಸಿಂಪಲ್ ಅಂದ್ಕೊಂಡ್ರು... ಬಹುಶಃ ಸ್ವಾಮಿ ವಿವೇಕಾನಂದರಂಥವರು ಮಾತ್ರ ಹೇಳಬಹುದೇನೋ. ಈಗ ನಂದು ಆಯ್ತು. ನೀವೇನು ಮಾತಾಡಬೇಕೋ, ಹೇಳಿ. ಮಮ್ಮಿ ಕೆಲವನ್ನ ಹೇಳಿರುತ್ತಾರೆ. ಪ್ಲೀಸ್, ಷುರು ಮಾಡಿ" ಎಂದು ಸರಿಯಾಗಿ ಕೂತ

ಮಗನನ್ನೇ ನೋಡಿದರು. ಜಿಮ್, ಯೋಗ ಅದೂ ಇದೂ ಮಾಡಿ ಆರೋಗ್ಯಕರವಾದ ಮಾಂಸಖಂಡಗಳನ್ನು ಬೆಳೆಸಿಕೊಂಡಿದ್ದ. ಅದನ್ನು ನೋಡಿಯೇ "ಏಯ್, ಚಿದು ನಮ್ಮ ಅಭೀ ಹಾಕ್ಕೊಂಡ್ ಯಾಕೆ ಸಿನಿಮಾ ತೆಗೀಬಾರ್ದು? ಹೀರೋ ಅಂದರೆ ಹೀಗಿರಬೇಕೆಂದು ಮುಗಿಬಿದ್ದು ನೋಡ್ತಾರೆ" ರಜನಿ ತಂದೆ ಹೇಳಿದಾಗ ನಕ್ಕು ಬಿಟ್ಟಿದ್ದರು. ಆ ಬೆಳವಣಿಗೆಯೇನು ಅವನಲ್ಲಿ ಕಾಣದಿದ್ದರೂ, ಅದಕ್ಕೆ ಅವರ ಅಭ್ಯಂತರವೇನಿಲ್ಲ.

"ಷುರು ಮಾಡಿ ಡ್ಯಾಡಿ" ಎಂದ ಅವರ ಕೈ ಹಿಡಿದು. ಅಪರಿಮಿತವಾದ ಸಲುಗೆಯ ಅವರ ಬಗ್ಗೆ. "ಏನು... ವಿಷ್ಯ?" ಕೇಳಿದರು. ಏನು ಇಲ್ಲವೆನ್ನುವಂತೆ ಮುಖ ಮಾಡಿ "ಎಲ್ಲ ನಾರ್ಮಲ್! ಫೈನಲ್ ಹಿಯರ್, ಓದೋದು ಇರುತ್ತೆ ರ್‍ಯಾಂಕ್ ಅಂಥದೇನು ಇಲ್ಲದಿದ್ದರೂ ಕ್ಲಾಸ್ ಅಂತು ಗ್ಯಾರಂಟಿ. ಬೀಗರು ಫೋನ್ ಮಾಡಿ ವಿಚಾರಿಸಿದ್ರಾ?" ಬೇಸರದ ಮುಖ ಮಾಡಿದ. ಚಿದಂಬರಂ ಮುಗುಳ್ನಕ್ಕರು. "ಬಿಡು ಅವ್ರ ವಿಷ್ಯ? ನೀನು ರಜನಿನ ನೆಗ್ಲೆಕ್ಟ್ ಮಾಡ್ತಾ ಇದ್ದೀಯಾ ಅಂತ ಅವ್ಳ ಫಿರ್ಯಾದು" ಎಂದರು ನಾರ್ಮಲ್ಲಾಗಿ.

"ಟೂ ಮಚ್ ಡ್ಯಾಡ್! ನನ್ನ ಸಮಯನ ಪೂರ್ತಿಯಾಗಿ ಅವ್ಳಿಗೆ ಮುಡುಪಾಗಿ ಇಡ್ಲಾ! ಕಾಲ್, ಮೆಸೇಜ್, ವಾಟ್ಸಾಪ್... ಅದು ಎಂಥ ವಿಷ್ಯಗಳ್ನ ಷೇರ್ ಮಾಡಿಕೊಳ್ಳೋದು? ಕರ್ಚೀಫ್, ನ್ಯಾಪ್‌ಕಿನ್ ಹಿಡಿದು ಡ್ರೆಸ್, ಜ್ಯೂಯಲ್... ಹೀಗೆ ಊಹಿಸಿಕೊಂಡ್ಹೋಗಿ, ಅಷ್ಟು ಮುಂದೆ ಬೇರೇನು ಕಾಣದಂತಾಗುತ್ತೆ ಹೀಗೆ ಮುಂದುವರಿದರೇ, ಹೇಗೆ... ಅವಾಯ್ಡ್ ಮಾಡ್ಲೀ? ಇವಳ ಜೊತೆ ಮುಂದೆ ಜೀವ್ನ ಹೇಗಪ್ಪಾಂತ ಅನ್ನಿಸಿಬಿಟ್ಟಿದೆ. ಅವಳ ಜಗತ್ತು ತೀರಾ ಚಿಕ್ಕು. ಅದರಲ್ಲಿ ನನ್ನ ಎಳೆದು ಹಾಕ್ಕೊಂಡ್ ಬಿಟ್ಟರೇ ಹುಚ್ಚನಾಗಿ ಬಿಡ್ತೀನಿ. ಸ್ವಲ್ಪ ಥಿಂಕ್ ಮಾಡಿ. ಇಷ್ಟರ ಒಳ್ಗೇ ಹೇಗೆ ಬದುಕೋದು. ಹೆಂಡ್ತಿ, ರೊಮಾನ್ಸ್ ಜೀವನದಲ್ಲಿ ಒಂದೊಂದು ಪಾರ್ಟ್ ಅಲ್ವಾ? ಪೂರ್ತಿ ಅದೇ ಆದರೆ... ಗತಿಯೇನು? ಎಂದಾಗ, ಅವರು ನಕ್ಕುಬಿಟ್ಟರು.

"ಇದೆಲ್ಲ ಮದ್ವೆ ಆಗೋವರ್ಗ್ಗೂ ಅಷ್ಟೆ. ಆಮೇಲೆ ಪೊಸ್ಸೆಸಿವ್ ಕಡ್ಮೆ ಆಗುತ್ತೆ. ತುಂಬಾ ನೊಂದ್ಕೋತಾಳೆ. ಮದ್ವೆಗೋಸ್ಕರ ಜ್ಯೂಯಲ್ಸ್ ಪರ್ಚೇಸ್ ಮಾಡ್ಬೇಕಂತೆ. ಈ ಸಮಯದಲ್ಲಿ ನೀನು ಅವ್ಳ ಜೊತೆಯಲ್ಲಿ ಇರೋದು ಒಳ್ಳೇದು ಅನ್ನೋ ಅಭಿಪ್ರಾಯ ಎಲ್ಲರದು. ಒಂದು ನಾಲ್ಕು ದಿನ ಹೋಗಿ ಬರಬಹ್ದು" ಅಂದರು.

ಅಭಿನಂದನ್ ಎರಡು ಕೈಗಳನ್ನ ಜೋಡಿಸಿದ. "ಅವಳತ್ರ ಸಾಕಷ್ಟು ಒಡ್ವೇ ಇದೆ. ಮತ್ತೆ... ಮತ್ತೆ... ಕೊಳ್ಳೋದು ಯಾಕೆ? ಅಲ್ಲಿ ನಡ್ಯೋದು ಅವ್ರ ಮನೆಯ ಜ್ಯೋತಿಷಿಗಳ ಮಾತು. ಕ್ಯಾರೆಟ್, ಹೊಳಪುನಿಂದ ಹಿಡಿದು ಮುತ್ತು, ಕಲ್ಲು, ಪಚ್ಚೆ ಪ್ರತಿಯೊಂದರ ಬಗ್ಗೆಯು ಅವ್ರ ತೀರ್ಮಾನವೇ ಫೈನಲ್. ಅಲ್ಲಿ ಬೇರೆಯವ್ರ ಅಗತ್ಯವಿರೋಲ್ಲ. ಬಹುಶಃ ನಂಗೆ ಕಾಲ್ ಮಾಡೋ ಸಮಯನು ಜ್ಯೋತಿಷಿಗಳೇ ನಿರ್ಧಾರ ಮಾಡ್ಬೇಕೋ, ಏನೋ! ನಂಗಂತು ಒಂದೊಂದು ಸಲ ಭಯವಾಗುತ್ತೆ. ಆ ಮಹಾಶಯ ಜ್ಯೋತಿಷಿಗಳು ಅಲ್ಲೇ ಇದ್ದಾರಲ್ಲ. ಆದರೆ..." ಮುಂದೆ ಹೇಳದಂತೆ ಕೈಯೆತ್ತಿದ ಚಿದಂಬರಂ "ಬಿಡು ಆ ವಿಷ್ಯ, ನಂಗೂ ತೀರಾ ಅತಿಯೆನಿಸುತ್ತೆ. ಆರಾಮಾಗಿ ನಿಶ್ಚಿತಾರ್ಥ ಮುಗ್ಸಿಕೊಳ್ಳ ಬಹುದಿತ್ತು ಬಿಡು, ಆ ವಿಷ್ಯ ಹೇಗಾದ್ರಾಗ್ಲಿ, ದೆಹಲಿಗೆ ಹೋಗ್ಬಾ, ಇಷ್ಟವಿಲ್ಲದಿದ್ರೂ...

ಕೆಲವೊಮ್ಮೆ ಕಾಂಪ್ರಮೈಸ್ ಆಗಬೇಕಾಗುತ್ತೆ. ಸಂಬಂಧಗಳು ಉಳಿಯಬೇಕೆಂದರೆ ಇನ್ನೊಂದ್ಮಾತು.." ವಿಷಯಕ್ಕೆ ಬಂದರು. ಅವನಿಗೆ ಸುಲಭವಾಗಿ ಅರ್ಥವಾಯಿತು.

"ಅದೇನು, ಡ್ಯಾಡಿ?" ಎಂದ ನೇರವಾಗಿ.

"ನೀನು ಅಮಲೇಶ್ವರನ ದೇವಸ್ಥಾನಕ್ಕೆ ಹೋಗಿದ್ದೆ" ಅಂದರು. "ಹೌದು, ದೇವಸ್ಥಾನಕ್ಕೆ ಹೋಗೋದು ಮಹಾಪರಾಧವಾ? ಎಷ್ಟೋ ಸಲ ಹೋಗಿದ್ದೀವಿ. ಕೆಲವೊಮ್ಮೆ ಓದಿನಲ್ಲಿ ಬಿಜಿಯಾಗಿದ್ದಾಗ್ಲೂ, ಬಲವಂತ ಮಾಡಿ ಕರ್ಕಂಡ್ ಹೋಗಿದ್ದೀರಿ. ಅಂಥದ್ದರಲ್ಲಿ ಅವ್ನ ವಿಚಾರಿಸೋಕೆ ಮಮ್ಮಿ ಹೇಳಿದ್ರಾ? ಎಲ್ಲಾ ಅವ್ರೆ ಕೇಳ್ಕೋಬೇಕು. ನಮ್ಮ ಬಗ್ಗೆ ನಾವು ಕೇಳಿಕೊಳ್ಳೋದು ಬೇಡ್ವಾ?" ಸವಾಲೆಸೆದಂತೆ ಹೇಳಿದೆ. ಅವರಿಗೆ ನಗು ಬಂತು. ಚಿಕ್ಕಂದಿನಿಂದಲೂ ಅಷ್ಟೆ ವಾದಕ್ಕೆ ಬೀಳುತ್ತಿದ್ದ. ಅಕ್ಕಂದಿರ ಜೊತೆಯಂತು ಅವನ ತಂಟೆ ತಕರಾರು ಇರುತ್ತಿತ್ತು. ಕೊನೆಗೆ ಗೆಲುವು ತನಗೆ ಬೇಕೆಂದು ಹಟ ಮಾಡುತ್ತಿದ್ದ.

"ನೀನು ರಾಜಕೀಯಕ್ಕೆ ಬರಬೇಕೂಂತ ಅನ್ನಿಸ್ತಾ ಇದೆ" ಅಂದರು ಜೋರಾಗಿಯೆ ನಗುತ್ತ. ಅಭಿನಂದನ್ ಎದ್ದು ತಂದೆಗೆ ದೀರ್ಘ ದಂಡ ನಮಸ್ಕಾರ ಹಾಕಿ "ಬೇಡ, ಡ್ಯಾಡ್... ಅಷ್ಟೊಂದು ದೊಡ್ಡ ಶಿಕ್ಷೆ ಬೇಡ. ಜನಕ್ಕೆ ಮಾಡೋದಕ್ಕಿಂತ ನಮ್ಗೇ, ನಮ್ಮವರಿಗೆ ಮಾಡಿಕೊಳ್ಳೋದೆ ಜಾಸ್ತಿ ಅದೆಲ್ಲ, ನನ್ನಂಥವನಿಗೆ ದೊಡ್ಡ ರಿಸ್ಕ್. ಕೈ ಮುಗಿಯಾಟ, ಅಸತ್ಯದ ಆಶ್ವಾಸನೆಗಳ ಭಾಷಣಗಳ ಸರಮಾಲೆ ಬೇರೆಯವ್ರಿಗಿಂತ, ನಮ್ಗೇ ನಾವು ಮಾಡಿಕೊಳ್ಳೋ ಮೋಸ. ನಾಳೆ ನಮ್ಮೊಳಗಿನ ಅಮಲೇಶ್ವರ ಪ್ರಶ್ನಿಸಿದರೆ ಉತ್ತರವೇ ಇರೋಲ್ಲ. ಹೇಗೂ, ಎಂಬಿಎ ಮುಗಿದ್ಮೇಲೆ ಮೊದ್ಲು ಕೆಲ್ಸಕ್ಕೆ ಟ್ರೈ ಮಾಡಿ ಎಕ್ಸ್‌ಪೀರಿಯನ್ಸ್ ಸಂಪಾದನೆ ನಂತರ ನಾನೇನು ಮಾಡ್ಬಹುದು ಅಂತ ಯೋಚಿಸ್ತೀನಿ. ನಿಮ್ಮ ಸಲಹೆ, ಸಹಕಾರಗಳು ಇರ್ಲೀ, ಆದರೆ ನಿರ್ಧಾರ ನಂದೇ... ಆಗ್ಲೀ" ಮನಸ್ಸಿನಲ್ಲಿದ್ದನ್ನು ಬಿಚ್ಚಿಟ್ಟ. ಚಿದಂಬರಂ ವಿವೇಕಿ, ಏನು ಹೇಳಲು ಹೋಗಲಿಲ್ಲ.

ಅವರ ಸೀರಿಯಸ್ಸಾದ ಮುಖ ನೋಡಿ "ಪ್ಲೀಸ್, ಡ್ಯಾಡ್ ನಿಮ್ಗೆ ಏನೋ ಹೇಳೋದಿದೆ. ನಾನು ಅಷ್ಟೊಂದು ಅವಿಧೇಯನಲ್ಲ. ಆದರೆ ಅದು ಭಗವಾನ್‌ರ ಕಟ್ಟಪ್ಪಣೆಯಾಗಬಾರದಷ್ಟೆ" ಅಂದ ಅವರ ಕಾಲುಗಳ ಬಳಿ ಹೋಗಿ ನೆಲದ ಮೇಲೆ ಕೂತು "ಏಯ್ ನನ್ನ ಮಗ್ನ ಬಗ್ಗೆ ಗೊತ್ತಿಲ್ವಾ? ನೀನು ಆನಂದಮೂರ್ತಿಗಳ ಮಗ್ನ ಭೇಟಿಯಾಗಿದ್ಯಾ? ಅವ್ನು ನಿನ್ನ ಫ್ರೆಂಡ್ಸ್, ಕ್ಲಾಸ್‌ಮೇಟ್ ಅಲ್ಲ. ಮತ್ತೆ..." ಅಂದಕೂಡಲೇ ನಕ್ಕು "ಸರ್‌ಪ್ರೈಜ್ ಅಷ್ಟೆ. ಮಾತು ಕೂಡ ಆಕಸ್ಮಿಕವೇ. ಈ ಇನ್ಸಿಡೆಂಟ್‌ಗಳಿಗೆ ಏನು ಹೇಳೋಕಾಗುತ್ತೆ? ಅಂದು, ಅಮಲೇಶ್ವರ ದೇವಸ್ಥಾನದಲ್ಲಿ ನಡೆದುಹೋಗಿದ್ನ ನೆನಪಿಸಿಕೊಳ್ಳಿ. ನಂಗೆ ಆ ಹುಡ್ಗೀ ಪರಿಚಯವಾ?" ಅಂದಕೂಡಲೇ ಎಳೆತ ಬೇಡವೆಂದು "ಓಕೇ, ದಟ್ಸ್... ಆಲ್... ಮತ್ತೆ ಮುಂದುವರಿಕೆ ಬೇಕಿಲ್ಲ. ನಿನ್ನ ವಿವಾಹದ ನಂತರವೇ ಅಮಲೇಶ್ವರನ ದರ್ಶನ. ಕೆಲವಕ್ಕೆ ಕಾರಣಗಳ್ನ ಹೇಳೋಕ್ಕಾಗೋಲ್ಲ" ಭುಜ ತಟ್ಟಿ ರೂಮಿಗೆ ಹೋದರು.

ತಾರಿಣಿ ನಿದ್ರಿಸಿರಲಿಲ್ಲ. ಬಹುಶಃ ಚಿದಂಬರಂಗಿಂತ ತಾರಿಣಿಯೇ ಇಲ್ಲದನ್ನ ಊಹಿಸಿಕೊಂಡು ಭಯಪಡುತ್ತಿದ್ದರು. ಕೆಲವೊಮ್ಮೆ ಹೆಂಡತಿಯ ಮಾತುಗಳಿಗೆ ಅವರಿಗೆ ನಗು ಬರುತ್ತಿತ್ತು.

"ಯಾಕೆ ನಿದ್ದೆ ಬರ್ಲಿಲ್ವಾ? ಹೆಣ್ಣು ಮಕ್ಳ ಮದ್ವೆ ಮಾಡೋವಾಗ ಆರಾಮಾಗಿದ್ದೆ. ಈಗೆಂಥ.. ಯೋಚ್ನೆ? ನಿನ್ನ ಪ್ರಕಾರನೆ ಅಭೀ, ರಜನಿ ವಿವಾಹದ ನಂತರವೇ ಅಮಲೇಶ್ವರನ ದರ್ಶನ. ನಾನು ಅವ್ನ ಹತ್ರ ಮಾತಾಡಿದ್ದೀನಿ. ಅವ್ನ ಎಗ್ಸಾಮ್ ಮುಗಿದ್ಮೇಲೆ ಹತ್ತಿರದ ಲಗ್ನ ನೋಡಿ ಯಾಕೆ ವಿವಾಹ ಕಾರ್ಯವನ್ನು ಮುಗಿಸಬಾರ್ದು?" ಇಂಥದೊಂದು ಸಲಹೆಯನ್ನು ಗಂಡನ ಮುಂದಿಟ್ಟರು. ಈಗಾಗಲೇ ಇಂಥದೊಂದು ವಿಚಾರ ಅವರ ಮನದಲ್ಲಿತ್ತು. "ನೋಡೋಣ, ಅಂಥ ಒಂದು ಪ್ರಸ್ತಾಪ ಅವನ ಮುಂದಿಡಬಹುದು, ಆದರೆ ಜ್ಯೋತಿಷಿಗಳು ಒಪ್ಪಬೇಕಲ್ಲ. ಒಬ್ಬರಲ್ಲ, ಇಬ್ಬರು... ಜೊತೆಗೆ ತಾನೇ ಸೃಷ್ಟಿಸಿಕೊಂಡ ಮೌಢ್ಯದಿಂದ ಅವರು ಹೊರಬರಲಾರತರು. ಅವರುಗಳನ್ನು ಒಪ್ಪಿಸುವುದು ಹೇಗೆ?" ತಮ್ಮ ಜಿಜ್ಞಾಸೆಯನ್ನು ತೋಡಿಕೊಂಡರು ಹೆಂಡತಿಯ ಮುಂದೆ.

"ಅದಿರ್ಲಿ. ಆ ದಿನ, ಆ ಕ್ಷಣ, ಆ ಮುಹೂರ್ತ ತೀರಾ ಶ್ರೇಷ್ಠರೆಂದರು. ಅಲ್ಲಿ ಆಗಿದ್ದೇನು, ಅಭೀ ಬೈತಲೆಗೆ ಕುಂಕುಮ ಹಚ್ಚಿ ಹಾರ ಹಾಕಿದ್ದು ಆನಂದಮೂರ್ತಿಗಳ ಮಗಳಿಗೆ. ಆಮೇಲೆ ದಡಬಿಡಂತ ನಿಶ್ಚಿತಾರ್ಥ ಮುಗ್ಸಿಕೊಂಡ್ವಿ, ಅದ್ಕೇ ಅವರೇನೋ ಮಾರ್ಗೋಪಾಯಗಳು ಸೂಚಿಸಿದ್ರು. ನಂಗಂತು ಏನೇನೂ ಅರ್ಥವಾಗಲಿಲ್ಲ. ಬಹುಶಃ ಮನೆಯಲ್ಲಿ ಯಾವುದಾದ್ರೂ ಕನ್ವೆನ್ಷನ್ ಹಾಲ್‌ನಲ್ಲಿ ಅದ್ದೂರಿಯಾಗಿ ನಿಶ್ಚಿತಾರ್ಥ ಮುಗ್ಸಿಕೊಂಡ್ಬಂದು... ಅಮಲೇಶ್ವರ ಗುಡಿಯಲ್ಲಿ ಗಿರಿಜಾಕಲ್ಯಾಣ ದೊಡ್ಡ ರೀತಿಯಲ್ಲಿ ಮಾಡ್ಸ ಬಹುದಿತ್ತು. ಸಲಹೆ, ಸೂಚನೆಗಳಿಂದ ಆಗಿದ್ದು ಅನಾಹುತವೇ" ಪೇಚಾಡಿಕೊಂಡರು ತಾರಿಣಿ.

"ನಡೆದುಹೋಗಿದ್ದರ ಬಗ್ಗೆ ಚರ್ಚೆ ಬೇಡ. ಮುಂದಿನ ನಡೆಯ ಬಗ್ಗೆ ಯೋಚ್ಸಬೇಕು. ಅನವಶ್ಯಕವಾಗಿ ತಲೆ ಕೆಡ್ಸಿಕೊಂಡು ಬಿ.ಪಿ. ಏರಿಸ್ಕೋಬೇಡ" ಎಂದವರು ಮಲಗಿದರು.

ಅವರ ಲೆಕ್ಕಾಚಾರದ ಪ್ರಕಾರ ಅಭಿನಂದನ್ ಅಮಲೇಶ್ವರನ ಗುಡಿಯ ಕಡೆಗೆ ವಿವಾಹವಾಗುವವರೆಗೂ ಹೋಗುವುದಿಲ್ಲ.

* * *

ನಂದನ್, ವಿಭಾ ಅಮೆರಿಕಕ್ಕೆ ಹಿಂದಿರುಗಿ ಹದಿನೈದು ದಿನಗಳೇ ಆಯಿತು. ಹೆಚ್ಚು ಕಡಿಮೆ ಅಮಲ ಚೇತರಿಸಿಕೊಂಡದ್ದು ಸುಮಾರಾಗಿಯೆ. ಸ್ಕೈಪ್‌ನಲ್ಲಿ ಕೂಡ ಅವರುಗಳೊಂದಿಗೆ ಸಂಭಾಷಿಸಲು ಅಮಲ ಇಷ್ಟಪಡಲಿಲ್ಲ. ಆನಂದಮೂರ್ತಿಗಳನ್ನ ಬಿಟ್ಟು ಮಿಕ್ಕವರೆಲ್ಲ ಬಲವಂತ ಮಾಡಿ ಸುಮ್ಮನಾದರು.

ಸತ್ಯಭಾಮಗಂತು ಅಯೋಮಯ. ಮುಂದೇನು? ವಿಭಾ ಆಸೆಯಂತೆ ಅಮಲನ ವಿದೇಶಕ್ಕೆ ಕರೆದೊಯ್ಯಲು ಸಾಧ್ಯವಿಲ್ಲವಾ? ಯಾವುದೇ ನಿರ್ಣಯಕ್ಕೆ ಬರಲಾರದೆ ಹೋದರು. ಅಂದು ತೋಟದಿಂದ ಬಂದ ಕೂಡಲೇ ಗಂಡನ ಮುಂದೆ ಎರಡು ವಿಚಾರಗಳನ್ನು ಪ್ರಸ್ತಾಪಿಸಬೇಕೆಂದು ನಿರ್ಧರಿಸಿದರು. ಆನಂದಮೂರ್ತಿಗಳು ಯಾರೊಂದಿಗೋ ಮಾತಾಡುತ್ತಿದ್ದವರು ಒಳಗೆ ಬಂದ ಕೂಡಲೇ ದೀರ್ಘ ಪೀಠಿಕೆ ಹಾಕಲು ನಿರ್ಧರಿಸಿದರು ಸತ್ಯಭಾಮ.

"ಸ್ವಲ್ಪ ನಂಗೊಂದಿಷ್ಟು ಸಮಯ ಕೊಡ್ತೀರಾ?" ಕೇಳಿದರು.

ನಸುನಗುತ್ತಲೇ ಸತ್ಯಭಾಮ ಮುಂದೆ ಬಂದು ಕೂತು "ಅಯ್ಯೋ ರಾಮ ನೀನು ಸಮಯ ಕೇಳ್ಬೇಕಾ? ಅಜ್ಞೆ ಮಾಡಿದರೆ ಈ ಆನಂದಮೂರ್ತಿ ಅಲುಗಾಡೋಲ್ಲ. ಈಗ್ಹೇಳು... ಭಾಮೆ" ಎಂದರು ಹಾಸ್ಯದ ದನಿಯಲ್ಲಿ.

"ಸೀರಿಯಸ್ ವಿಷ್ಯ, ಅಮಲ ಬಗ್ಗೆ ಏನಾದ್ರೂ ಯೋಚಿಸಿದ್ದೀರಾ" ಇನ್ನೇನು ಕಾಲೇಜುಗಾದ್ರು ಸೇರಿಸಬೇಕು. ಇಲ್ಲ ಅವ್ಳ ಅಪ್ಪ, ಅಮ್ಮನ ಬಳಿಗೆ ಕಳ್ಸಬೇಕು" ಎಂದರು ಗಂಭೀರವಾಗಿ. ಆನಂದಮೂರ್ತಿಗಳ ಮುಖವೇನು ತೀರಾ ಗಂಭೀರವಾಗಲಿಲ್ಲ, "ಪಾಪ, ನಂದನ್‌ಗಿಂತ ವಿಭಾ ಮಗಳ್ನ ಅಲ್ಲೇ ಇರಿಸ್ಕೋ ಬೇಕು ಅನ್ನೋ ಹಂಬಲ. ಅಮಲ ಅಲ್ಲೇ ಹುಟ್ಟಿದ್ದರಿಂದ ಅಮೆರಿಕನ್ ಸಿಟಿಜನ್‌ಷಿಪ್ ಸಿಕ್ಕೇ ಸಿಗುತ್ತೆ. ಅಲ್ಲಿನ ಎಜುಕೇಷನ್ ಅನ್ನೋದು ಅವ್ಳ ಧೋರಣೆ. ಇದು ತಪ್ಪಲ್ಲ ಕೂಡ. ನಮ್ಮ ನಿರ್ಧಾರಕ್ಕಿಂತ ಅಮಲಳೊಂದಿಗೆ ಮಾತಾಡು. ಆಮೇಲೆ ಏನು ಮಾಡಬಹುದೆಂದು ನಿರ್ಧಾರಕ್ಕೆ ಬರೋಣ" ಅದನ್ನ ಹೆಂಡತಿಗೆ ಒಪ್ಪಿಸಿದರು. ಆದರೆ ನುಸುಳಿಕೊಳ್ಳುವ ಜಾಯಮಾನದವರಲ್ಲ.

ಆಕೆ ಮೇಲೇಳಲಿಲ್ಲ.

"ನಿಮ್ಮ ಸ್ನೇಹಿತ ಪಾಲಾಕ್ಷನ ಮಗ್ಳಿಗೆ ಮದ್ವೆಯಾಗಿ ತಿಂಗಳುಗಳೇ ಕಳೀತು. ನಾವು ಶ್ರೀ ಬಗ್ಗೆ ಯೋಚ್ಸಬೇಕಲ್ಲ... ಸಾಕಷ್ಟು ಜಾತ್ಕಗಳು ಬಂದಿದೆ. ಅವ್ನು ಇಂಟರೆಸ್ಟ್ ತೋರಿಸೋಲ್ಲ. ನೀವೇ ಸ್ಪಷ್ಟವಾಗಿ ಮಾತಾಡಿ. ಅವ್ನು ಕಾಲೇಜಿನಲ್ಲಿ ಕಲಿತವ. ಹುಡ್ಗೀ... ಪ್ರೇಮ... ಪ್ರೀತಿ... ಅಂಥದೇನಾದ್ರೂ ಇದ್ದರೆ ತಿಳ್ಕೊಳ್ಳಿ. ಅಲ್ಲಿ ನಮ್ಮ ಶುಭನ್ನ ಒಂಟಿಯಾಗಿ ಬಿಡೋದು ಕಷ್ಟವೇ" ತಾವು ಹೋದಾಗಿನ ಘಟನೆಗಳನ್ನು ನೆನಪು ಮಾಡಿಕೊಂಡರು.

"ಮಕ್ಕಳಿಗೆ ಅಮ್ಮನಲ್ಲಿ ಸ್ನೇಹ, ಸಲಿಗೆ ಜಾಸ್ತಿಯಾಗಿ ಇರುತ್ತೆ. ಅಂಥದೆಲ್ಲ ನೀನು ಮಾತಾಡೋದೇ ಸರಿ." ಅದನ್ನು ಹೆಂಡತಿಗೆ ಹೊರೆಸಿದರು. ಮರುದಿನ "ನಿನ್ನ ಮದ್ವೆ ಮಾಡೋ ಆಭಿಲಾಷೆ ನಮ್ಗೇ, ನಿನ್ನ ನಂತರ ಶುಭಾದು ವಿವಾಹ ಮಾಡ್ಬೇಕು. ಹೆತ್ತವರಿಗೆ ಇವು ದೊಡ್ಡ ಜವಾಬ್ದಾರಿಗಳು" ಎಂದು ಸೂಕ್ಷ್ಮವಾಗಿ ಪ್ರಸ್ತಾಪಿಸಿದಾಗ ಶ್ರೀ ಪ್ರತಿಕ್ರಿಯಿಸಿರಲಿಲ್ಲ. ಎದ್ದು ಹೋದಾಗ ಅಚ್ಚರಿಯೆನಿಸಿತು. ಅವನ ಮನದಲ್ಲಿ ಉದ್ದೇಶವೇನಿದೆ? ಈ ಪ್ರಶ್ನೆಗೆ ಅವರಿಗೆ ಉತ್ತರ ಸಿಗುತ್ತಿರಲಿಲ್ಲ. 'ಏನಾದ್ರೂ ಲವ್ ಡಿಸ್ಸಾಪಾಯಿಂಟ್' ಅದು ಸರಿಯೆನಿಸಲಿಲ್ಲ. ಸುಮ್ಮನೆ ಕೂತರು.

ತೋಟಕ್ಕೆ ಹೋಗಿದ್ದ ಅಮಲ ಬಂದಾಗ ಹತ್ತಿರ ಕೂಡಿಸಿಕೊಂಡ ಸತ್ಯಭಾಮ "ನಿನ್ನ ಮಮ್ಮಿಗೆ ಅಮ್ಮು ಅಂತ ಕೂಗೋದು ಇಷ್ಟವಾಗ್ದು. ಇಲ್ಲಿಗೆ ನೀನು ಅಮಲಾನೇ ಬಿಡು. ಸ್ವಲ್ಪ ಸೀರಿಯಸ್ಸಾಗಿ ಕೇಳು. ನೀನು ತುಂಬಾ ಎಜುಕೇಷನ್ ಪಡೆದು ಅಮೆರಿಕದಲ್ಲಿ ದೊಡ್ಡ... ದೊಡ್ಡ... ಹುದ್ದೆಗಳಲ್ಲಿರುವ ನಂದನ್, ವಿಭಾ ಮಗ್ಳು. ನಿನ್ನ ಎಜುಕೇಷನ್ ಬಗ್ಗೆ ನಿನ್ನ ಮಮ್ಮಿಗೆ ತೃಪ್ತಿ ಇಲ್ಲ. ಮುಂದೇನು?" ಕೇಳಿದ್ದಕ್ಕೆ ಅವಳು "ನಾನು ಕಾಲೇಜಿಗೆ ಸೇರ್ಕೊಂತೀನಿ" ಎದ್ದು ಹೋದಳು. ಅವರಿಗೆ ಏನು ಹೇಳಬೇಕೋ ಗೊತ್ತಾಗಲಿಲ್ಲ.

ವಿಭಾದು ಒಂದೇ ರೀತಿಯ ತಗಾದೆ "ಅಮೆರಿಕಗೆ ಬರಲು ಸಾಲುಗಟ್ಟಿ ನಿಂತಿರುತ್ತಾರೆ. ನಾವು ಅಲ್ಲಿನ ಸಿಟಿಜನ್ಸ್. ಇವಳದು ಎಂಥ ಅದೃಷ್ಟ. ಒಳ್ಳೆ ಎಜುಕೇಷನ್ ಸಿಗುತ್ತೆ. ಅದ್ಭುತವಾದ ಜೀವ್ನ ಸಿಗುತ್ತೆ. ಸ್ವಲ್ಪ ಅರ್ಥ ಮಾಡ್ಸಿ" ಎಂದು ಹೇಳಿ... ಹೇಳಿ... ಸತ್ಯಭಾಮ ತಲೆ ಚಿಟ್ಟಿಡಿಸಿಬಿಟ್ಟಿದ್ದರು.

ಗಂಡ ಮನೆಗೆ ಬಂದ ಕೂಡಲೇ ಸತ್ಯಭಾಮ "ಅಮ್ಮು, ಇಲ್ಲೇ ಕಾಲೇಜಿಗೆ ಸೇರ್ಕೊಳ್ತೀನೀಂತ ಅಂದ್ಲು" ತಿಳಿಸಿದ ಕೂಡಲೇ "ತುಂಬ ಸಂತೋಷ. ದ್ವಾಪರದಲ್ಲಿ ಕೃಷ್ಣನ್ನ ಹೆತ್ತಿದ್ದು ದೇವಕಿಯಾದರೂ ಅವ್ನ ಚಿಕ್ಕಂದಿನ ಲಾಲನೆ, ಪಾಲನೆಯ ಅದೃಷ್ಟ ಯಶೋದೆಯದು. ಅಮ್ಮು ವಿಭಾ ಹೆತ್ತರೂ ನಿನ್ನ ಮಗ್ಳು" ಎಂದರು ಆನಂದಮೂರ್ತಿಗಳು. ಅದನ್ನೆ ತಮ್ಮ ಮತ್ತು ವಿಭಾಗೆ ತಿಳಿಸುವ ಕೆಲಸವನ್ನು ತಾವೇ ವಹಿಸಿಕೊಂಡರು.

ಹೆಚ್ಚು ಸಂತೋಷಿಸಿದ್ದು ಶ್ರೀಕರ "ಗುಡ್, ಒಳ್ಳೆಯದಾಯ್ತು. ಇಲ್ಲಿನ ಪರಿಸರ ಇಷ್ಟವಾಗಿದೆ. ಆರಾಮಾಗಿ ಓದಿಕೊಳ್ಳಿ. ಇಷ್ಟಬಂದಾಗ ಹೋಗ್ಲಿ, ಅಮೆರಿಕಗೆ. ಆದಷ್ಟು ಅಲ್ಲಿನ ವಾತಾವರಣಕ್ಕೆ ಹೊಂದಿಕೊಳ್ಳುವಂಥ ತಯಾರಿ ನಮ್ಮಿಂದ ಸಾಧ್ಯವೇ? ಎನಿ ಹೌ, ಮುಂದೆ ನೋಡೋಣ" ಎಂದ. ಅವನಿಗಂತು ಅಮಲಾನ ಕಳಿಸುವ ಇಷ್ಟವಿರಲಿಲ್ಲ. ಸಾಕಷು ಸಲ ಹೋಗಿ ಹಿಂದಿರುಗಿದಾಗ ಅವಳಲ್ಲಿ ಲವಲವಿಕೆ ಮಾಯವಾಗಿರುತ್ತಿತ್ತು. ಚೇತರಿಸಿಕೊಳ್ಳಲು ಸಾಕಷ್ಟು ಸಮಯ ತೆಗೆದುಕೊಳ್ಳುತ್ತಿದ್ದಳು.

"ಇನ್ನೊಂದು ವಿಷ್ಯ ಶ್ರೀ ನಿಮ್ಮಮ್ಮನಿಗೆ ಬೇಗ ಸೊಸೆಯನ್ನು ಬರಮಾಡಿಕೊಳ್ಳುವ ಆತುರ. ನಾಲ್ಕಾರು ಸಂಬಂಧಗಳು ಬಂದಿವೆ. ಹುಡ್ಗೀರು ವಿವಾಹದನಂತರ ಇಲ್ಲೇ ಇರಲು ಸಮ್ಮತಿಸಿದ್ದಾರೆ." ಸ್ವತಃ ಆನಂದಮೂರ್ತಿಗಳೇ ಈ ಪ್ರಸ್ತಾಪ ಮುಂದಿಟ್ಟಾಗ ಒಂದಿಷ್ಟು ಮೌನದನಂತರ "ಸಾರಿ, ಸದ್ಯಕ್ಕೆ ಈಗ ನಂಗೆ ವಿವಾಹವಾಗೋ ಮನಸ್ಸಿಲ್ಲ... ಶುಭಂಗೆ ಮದ್ವೆ ಮಾಡ್ಬಿಡಿ, ನಂತರ ಯೋಚಿಸ್ತೀನಿ" ನಡದೇಬಿಟ್ಟ. ಶ್ರೀ ಸ್ವಭಾವದ ಬಗ್ಗೆ ಬಲ್ಲವರು. ಎರಡು ವಿಷಯಗಳು ಇತ್ಯರ್ಥವಾದಂತಾಯಿತು. ಸತ್ಯಭಾಮ ತೀರಾ ಯೋಚನೆಗೆ ಬಿದ್ದರು. "ಇವ್ನಿಗೆ ರಕ್ಷಾ ಮೇಲೆ ಮನಸ್ಸು ಇತ್ತೇನೋ. ಆದರೆ ನಿಮ್ಮ ಫ್ರೆಂಡ್ ಅಷ್ಟು ಬೇಗ ಮಗ್ಳಿಗೆ ಮದ್ವೆ ಮಾಡ್ಬಾರ್ದಿತ್ತು" ಎಂದರು ಆನಂದಮೂರ್ತಿಗಳು ಯಾವುದೇ ನಿರ್ಣಯಕ್ಕೆ ಬರದೇ ಹೋದರು.

"ಬಹುಶಃ ಅದಲ್ಲ, ನಿರಾಕರಣೆ ಇವನದೇ ಆಗಿತ್ತು. ಬಹುಶಃ ರಕ್ಷಾನ ಅಷ್ಟು ಇಷ್ಟಪಡುವ ಹಾಗಿದ್ದರೆ ಮದ್ವೆ ಆಗ್ಬಹುದಿತ್ತು. ಸಿಟಿಯಲ್ಲಿ ಮನೆ ಮಾಡಿದ್ರೂ... ಅಲ್ಲಿಗೂ ಇಲ್ಲಿಗೂ ಓಡಾಡಬಹುದೆಂದು ಸಲಹೆ ಕೊಟ್ಟರು. ಆದರೆ ಇವ್ನೇ ಒಪ್ಪಲಿಲ್ಲ. ಆ ಬಗ್ಗೆ ಏನೇನೋ ಊಹೆ ಮಾಡಿಕೊಳ್ಳೋದು ಬೇಡ. ಅವ್ನ ಮನಸ್ಸಿನಲ್ಲಿ ಏನಿದೇಂತ ತಿಳ್ದುಕೊಳ್ಳೋಕೆ ಸಮಯ ಬೇಕಾಗುತ್ತೆ" ಎಂದು ಒಂದು ಫುಲ್‌ಸ್ಟಾಪ್ ಇಟ್ಟರು.

ಶ್ರೀ ಹೆಮ್ಮೆ ಪಡುವಂಥ ಮಗನೇ. ಬರೀ ತನ್ನ ಮತ್ತು ತನ್ನ ರಕ್ತ ಸಂಬಂಧಿಗಳನ್ನು ಬಿಟ್ಟು ಬೇರೆಯವರ ಬಗ್ಗೆಯು ಯೋಚಿಸುವಂಥ ಮನಸ್ಸು ಇತ್ತು. ಮಾನವೀಯತೆಯ ಬಗ್ಗೆ ಅವನ ಒಲವು.

ಮರುದಿನ ಏಕಾಏಕಿ ಪಾಲಾಕ್ಷ ತಮ್ಮ ಹೊಂಡ ಕಾರಿನಲ್ಲಿ ಬಂದು ಇಳಿದಿದ್ದು ಅಚ್ಚರಿಯೆನಿಸದಿದ್ದರೂ, ಇಷ್ಟುದಿನ ಬರುವುದಕ್ಕೇ ಸಂಬಂಧ ಬೆಳೆಸಬೇಕೆನ್ನುವ ಉತ್ಸಾಹ ಇತ್ತು. ಈಗ ಮಗಳ ಮದುವೆ ಮುಗಿದಿತ್ತು.

"ಅರೇ, ಏನು ಮಾವ ಸರ್‌ಪ್ರೈಜ್" ಎಂದ ಮೊದಲು ಎದುರು ಸಿಕ್ಕ ಶ್ರೀ "ನೋಡ್ಬೇಕೂಂತ ಅಂದುಕೊಂಡ್ ಬಂದೇ, ಅಂದರೆ ಸುಳ್ಳಾಗುತ್ತೆ. ವಿಷ್ಯ ಬೇರೆಯದೇ ಇದೆ" ಅಂದ ಪಾಲಾಕ್ಷ ಒಂದು ತರಹ ಮುಖ ಮಾಡಿ "ನೀನ್ಯಾಕೆ ನಮ್ಮಗ್ಳುನ ಮದ್ವೆ ಆಗ್ಲಿಲ್ಲ? ನಿಶ್ಚಿಂತೆಯಿಂದ ಇದ್ದೆ. ಈಗ ನೂರೆಂಟು... ಸಂಕಟಗಳು" ಎಂದು ಪೇಚಾಡಿಕೊಂಡು ಮನೆಯೊಳಗೆ ಹೋದರು. ಇಲ್ಲಿ ಅವರಿಗೆ ಯಾವ ಸಂಕೋಚವೂ ಇರಲಿಲ್ಲ.

ತೋಟದಿಂದ ಹಿಂದಿರುಗಿ ಬಂದ ಆನಂದಮೂರ್ತಿಗಳ ಮುಂದೆ ವಿಷಯ ಇಟ್ಟಾಗ ಚಕಿತರಾದರು. "ದಿಢೀರೆಂದು ಕೆಲ್ಸಕ್ಕೆ ರಾಜೀನಾಮೆ ಕೊಡೋ ವಿಷ್ಯ!... ಮೊದ್ಲೇ ಏನಾದ್ರೂ ಇಂಥ ಪ್ಲಾನ್ ಇತ್ತಾ? ಅವರು ಅಡ್ಡಡ್ಡ ತಲೆಯಾಡಿಸಿ ಗೊತ್ತಿಲ್ಲ, ಬೆಂಗ್ಳೂರಿನಲ್ಲಿ ಮನೆ ಬೇಕೂಂದ್ರು. ಅದ್ಕೇ ನಾವು ರೆಡಿಯಾಗಿಯೆ ಇದ್ವೀ. ಸುಮರೇಶ್ ತಂದೆಗೆ ರಿಯಲ್ ಎಸ್ಟೇಟ್‌ನಲ್ಲಿನ ಕೆಲವರ ಪರಿಚಯವಿದೆ. ಅದ್ಕೇ ನಿಮ್ಮ ಹೆಲ್ಪ್ ಬೇಕೂಂದ್ರು, ನಾವೇನು ಹೇಳಲಿಲ್ಲ. ಮದ್ವೆ, ವರೋಪಚಾರಕ್ಕೆ ಸಾಕಷ್ಟು ಖರ್ಚು ಮಾಡಿ ಸೋತು ಹೋಗಿದ್ವಿ. ಮಗ್ಳು ಬಂದು ಬೇಡಿಕೆ ಇಟ್ಟಿದ್ದು ಹತ್ತು ಲಕ್ಷಕ್ಕೆ. ನಂತರ ಇದು ಬೆಳೀತಾ ಹೋಯ್ತು. ರಕ್ಷಾ ಅಮ್ಮನ ತವರಿನ ಆಸ್ತಿ ಒತ್ತೆಯಾಗಿ ಹೋಯ್ತು. ಒಂದು ರೀತಿಯಲ್ಲಿ ಎಮರ್ಜೆನ್ಸಿಯ ಸುಳಿಯಲ್ಲಿ. ಕ್ಯಾಷಾಗಿ ಒಂದು ಹತ್ತು ಲಕ್ಷ ಬೇಕಾಗಿದೆ." ಇಂಥ ಬೇಡಿಕೆ ಮುಂದಿಟ್ಟರು. ಅವರ ಮಧ್ಯೆ ಎಂದೂ ಹಣದ ವ್ಯವಹಾರವಿರಲಿಲ್ಲ.

"ಆಯ್ತು ಕೂತ್ಕೋ" ಸಮಾಧಾನದಿಂದಲೇ ಹೇಳಿದರು. ತಕ್ಕಮಟ್ಟಿಗೆ ಆಸ್ತಿ ಇತ್ತು, ಆದಾಯವೂ ಇತ್ತು. ಹಾಗೆ ಕಷ್ಟದಲ್ಲಿದ್ದವರಿಗೆ ನೆರವಾಗುತ್ತಿದ್ದರಿಂದ ದೊಡ್ಡ ರೀತಿಯಲ್ಲಿ ಹಣವನ್ನೇನು ಕೂಡಿಹಾಕಿಕೊಂಡಿರಲಿಲ್ಲ ಆನಂದಮೂರ್ತಿಗಳು. ಆತ್ಮೀಯ ಗೆಳೆಯ ಹಣದ ಸಹಾಯಕ್ಕಾಗಿ ಬಂದಿದ್ದಾನೆ. ಇಲ್ಲವೆನ್ನಲು ಸಾಧ್ಯವೇ? "ಈಗ್ಹೇಳು, ಹತ್ತು ಲಕ್ಷದ ವಿಷ್ಯ ಪಕ್ಕಕ್ಕಿಟ್ಟು ಸಮಸ್ಯೆಯೇನೆಂದು ಹೇಳು" ಕೇಳಿದರು.

ವಿವಾಹ ನಿಶ್ಚಯವಾದ ದಿನದಿಂದ ಇಂದಿನವರೆಗೂ ನಡೆದದ್ದನ್ನೆಲ್ಲ ವಿವರಿಸಿದರು. "ನಮ್ಗೇ ಇನ್ನೊಂದು ಪ್ರಯತ್ನ ಮಾಡೋ ಮನಸ್ಸಿತ್ತು. ನಿನ್ನ ಸಂಬಂಧ ಯಾವ ಕಾರಣಕ್ಕೂ ತಪ್ಪಿ ಹೋಗ್ಬಾರ್ದು ಅನ್ನೋ ಹಟ ನನ್ನದಾಗಿತ್ತು. ಆದರೆ ಸಂಬಂಧ ಬಂದ ಕೂಡ್ಲೇ ರಕ್ಷಾ ಕುಣಿದಾಡಿಬಿಟ್ಟಳು. ಮೊಬೈಲ್‌ಗಳ ಮಧ್ಯೆ ಅವರುಗಳ ಸಂಬಂಧ ಓಡಿಯಾಡಿತು. ಬಹುಶಃ ಈ ಸಂಬಂಧ ತಪ್ಪಿದರೆ ಎಲ್ಲಿ ಆತ್ಮಹತ್ಯೆ ಮಾಡಿಕೊಂಡ್ ಬಿಡ್ತಾಳೋ ಅನ್ನೋ ಅಂಜಿಕೆ ನಮ್ಗೆ ಷುರುವಾಯ್ತು. ಅವ್ರುಗಳು ಕೇಳಿದ್ದಕ್ಕೆಲ್ಲ ಹ್ಞೂಗುಟ್ಟಿದ್ವಿ, ಭರ್ಜರಿ ಮದ್ವೆ ಅಂದ್ರು. ಲಕ್ಷ ಲಕ್ಷ... ಬಿಡಿ ಬಿಡಿಯಾಗಿ ಕೋಟಿಗಳಾಯ್ತು. ನಾನು ಅಷ್ಟೊಂದು ಶ್ರೀಮಂತನಾ ಹೇಳಿ? ತೀರಾ ಸೋತು ಹೋದ್ವಿ. ನಂತರ ಕೂಡ ನಿಶ್ಚಿಂತೆ ಇಲ್ಲ. ಬೆಂಗ್ಳೂರಿನಲ್ಲಿ ಮನೆ ಬೇಕೂಂದ್ರು. ಕಂತುಗಳ ಮೇಲೆ ಪರ್ಚೇಸ್ ಮಾಡಿದ್ದು.

ತೀರಾ ಪಾಪರ್ ಆಗ್ಬಿಟ್ಟೆ ಕಣೋ" ಅಳೋಕೆ ಷುರು ಮಾಡಿದರು. "ಈಗ ಕೆಲ್ಸ ಬಿಟ್ಟಿದ್ದಾನೆ ಸುಮರೇಶ್. ಬೆಂಗ್ಳೂರಿನಲ್ಲಿ ನೆಲೆಸಿ ರಿಯಲ್ ಎಸ್ಟೇಟ್ ಮಾಡೋ ಯೋಚ್ನೆ. ಸದ್ಯಕ್ಕೆ ಈ ಮಾವನ ಕಡೆಯಿಂದ ಸಾಕಷ್ಟು ಅಮೌಂಟ್. ಈಗ ಹತ್ತು ಲಕ್ಷ" ಮತ್ತಷ್ಟು ಕಣ್ಣೀರು ಸುರಿಸಿದರು.

ಆನಂದಮೂರ್ತಿಗಳಿಗೆ ತಕ್ಷಣ ಮಾತನಾಡಲಿಕ್ಕಾಗಲಿಲ್ಲ.

"ಈ ಹತ್ತು ಲಕ್ಷದಿಂದ ಟೋಟಲೀ ಸಮಸ್ಯೆಗಳು ಪರಿಹಾರವಾಗುವುದಾದರೆ, ಖಂಡಿತ ಸಂತೋಷ. ಬೆಳಿಗ್ಗೆ ಕಳುಹಿಸಿ ಕೊಡ್ತೀನಿ ಈಗ ಆರಾಮಾಗಿ ಮಲಕ್ಕೋ" ಎಂದರು. ಹತ್ತು ಲಕ್ಷ ದೊಡ್ಡ ಮೊತ್ತವೇ ಈ ಸಮಯದಲ್ಲಿ.

ರಾತ್ರಿ ಈ ವಿಚಾರವನ್ನು ಮಗ ಮತ್ತು ಹೆಂಡತಿಯ ಮುಂದಿಟ್ಟರು. ತಕ್ಷಣ ಸತ್ಯಭಾಮ "ಅಂತು, ನಿಮ್ಮ ಸ್ನೇಹಿತರಿಗೆ ನಮ್ಮಲ್ಲಿ ಹತ್ತು ಲಕ್ಷ ಕ್ಯಾಷ್ ಇದೆಯೆಂದು ನಂಬಿದ್ದಾರಲ್ಲ, ಅಷ್ಟು ಸಾಕು. ಲಕ್ಷಗಟ್ಟಲೇ ಆದಾಯವಿದ್ದರೂ ದೊಡ್ಡದಾಗಿ ಉಳ್ಸಿಕೊಂಡಿದ್ದು ಇದ್ಯಾ? ಯಾರದೋ ಒಂದು ಸಮಸ್ಯೆ ಇರುತ್ತೆ. ಸದ್ದುಗದ್ದಲವಿಲ್ಲದೆ ನೆರವು ನೀಡ್ತೀರಾ, ಈಗ್ಹೇಳಿ. ಇದನ್ನೇ ನಿಮ್ಮ ಫ್ರೆಂಡ್‌ಗೆ ಹೇಳಿ. ಮಗ್ಳಿಗೆ ಬುದ್ಧಿ ಹೇಳಬಹುದಿತ್ತು. ಒಂದಿಷ್ಟು ಕಾದು ಮದ್ವೆ ಮಾಡಬಹುದಿತ್ತು. ಆ ವೇಳೆಗೆ ಇವನಾದ್ರೂ ಮನಸ್ಸು ಬದಲಾಯ್ಸಿ ಇರ್‍ತಾ ಇದ್ದ. ಇಲ್ಲ ಅವಳಾದ್ರೂ ಮೆತ್ತಗಾಗ್ತ ಇದ್ಲು. ತಿಂಗ್ಳು ಕಳೆಯೋಕೆ ಮೊದ್ಲೇ ಮದ್ವೇ ಮಾಡಿ ಮುಗಿಸಿದ್ರು" ಗೊಣಗುಟ್ಟಿದರು. ಒಂದೆರಡು ವರ್ಷಗಳ ಮೊದಲೆ ರಕ್ಷಾ ತಮ್ಮ ಸೊಸೆಯೆಂಬ ಭಾವನೆ ಅವರಲ್ಲಿ ಮೂಡಿ ಆಗಿತ್ತು. ತಪ್ಪಿ ಹೋಗಿದ್ದು ಒಂದು ರೀತಿಯ ದುಃಖವೇ. ಜೊತೆಗೆ ಕೋಪವು ಕೂಡ.

"ಬಿಡು ಸತ್ಯ, ಅವರೇನೋ ಸಮಸ್ಯೆಯಲ್ಲಿದ್ದಾಗ ಈ ರೀತಿ ಯೋಚ್ಸೋದು ಸ್ನೇಹದ ಲಕ್ಷಣವಲ್ಲ. ಅದೆಲ್ಲ... ಇರಲೀ ಈಗ ಹತ್ತು ಲಕ್ಷ ಹೊಂದಿಸೋದು ಹೇಗೆ? ಸದಾನ ಪಾಲಿನದು ಎಂದು ತೆಗೆದಿಟ್ಟ ಹಣ ಬ್ಯಾಂಕಿನಲ್ಲಿ ಇದೆ. ಅದ್ನ ಹೇಗೆ ನಾವು ಬಳಸಿಕೊಳ್ಳೋದು? ಅದು ಅವ್ನ ಒಪ್ಪೀ ಇಲ್ದೇ ಸಾಧ್ಯವೇ ಇಲ್ಲ" ಎಂದರು ಆನಂದಮೂರ್ತಿಗಳು. ಸತ್ಯಭಾಮ ಎದ್ದು ಹೋಗುವ ಮುನ್ನ "ಇಲ್ಲಿ ನನ್ನ ಅವಶ್ಯಕತೆ ಏನಿಲ್ಲ. ನಿಮ್ಮಷ್ಟು ಧಾರಾಳತನ ನಂಗಿಲ್ಲ. ನಂಗೆ ನನ್ನ ಸಂಸಾರ, ಗಂಡ, ಮಕ್ಕಳೇ ಮುಖ್ಯ" ಎಂದು ಎದ್ದು ಹೋದರು. ಆಕೆಯ ಅಭಿಪ್ರಾಯದಲ್ಲಿ ತಂದೆ, ಮಗ ತಪ್ಪು ಹುಡುಕಲು ಹೋಗಲಿಲ್ಲ. "ಚಿಕ್ಕಪ್ಪನ್ನ ವಿಚಾರ್‍ಸಿ ಬ್ಯಾಂಕಿನಿಂದ ಹಣ ತೆಗ್ದು ಕೊಡೋಕೆ ಸಮಯ ಬೇಕಾಗುತ್ತೆ. ಹೇಗೂ, ನಮ್ಮ ತೆಂಗಿನ ಫಸಲು ಭದ್ರಯ್ಯನ ಮಂಡಿಗೆ ತಾನೇ ಹಾಕೋದು. ಎಂದೂ ಕೇಳಿಲ್ಲ. ಈಗ ಕೇಳಿದರೆ ತಪ್ಪಿಲ್ಲ. ಆಮೇಲೆ ಹೊಂದಿಸಿ ಅವ್ರ ಹಣ ಹಿಂದಿರುಗಿಸಬಹುದು" ಇಂಥದೊಂದು ಸಲಹೆಯನ್ನ ಮುಂದಿಟ್ಟ. ಸದ್ಯಕ್ಕೆ ಅದು ಸರಿಯೆನಿಸಿತು ಕೂಡ ಆನಂದಮೂರ್ತಿಗಳಿಗೆ "ಹಾಗೇ ಮಾಡೋಣ" ಅಂದರು.

"ಆ ವಿಚಾರ ನಂಗೆ ಬಿಡಿ. ಈಗ ನೀವ್ಹೋಗಿ ನಿಶ್ಚಿಂತೆಯಿಂದ ಮಲ್ಗೀ" ಎಂದ. ಮಗನನ್ನು ಅಭಿಮಾನದಿಂದ ನೋಡಿ ಅವನ ಹೆಗಲ ಮೇಲೆ ಕೈಯಿಟ್ಟರು. ಕಣ್ಣು ಮಾತಾಡಿತಷ್ಟೆ "ಇನ್ನೊಂದು ವಿಚಾರ. ಸದ್ಯಕ್ಕೆ ನೀನು ವಿವಾಹನ ಮುಂದೂಡಿದೆ.

ಈಗ ಶುಭಂಕರನ ಬಗ್ಗೆ ಯೋಚ್ಸಬೇಕಿದೆ. ಅವನೊಂದಿಗೆ ನೀನು ಮಾತಾಡು" ಅಷ್ಟು ಹೇಳಿ ಮಲಗಲು ಹೋದರು. ಮಗನ ಬಗ್ಗೆ ಅಷ್ಟೊಂದು ಭರವಸೆ.

ರೂಮಿಗೆ ಬಂದ ಶ್ರೀ ಭದ್ರಯ್ಯನಿಗೆ ಕಾಲ್ ಮಾಡಿದ "ಅಯ್ಯೋ, ಅದೇನು ಇಷ್ಟೊತ್ತಿನಲ್ಲಿ ಫೋನ್ ಮಾಡಿದ್ದೀರಾ? ಒಂದ್ಮಾತು ಬಾ ಅಂದಿದ್ದರೆ ನಾನು ಹಾಜರಾಗಿ ಬಿಡ್ತಾ ಇದ್ದೆ" ಎಂದ. "ನಾಳೆ ಬೆಳಿಗ್ಗೆ ಹತ್ತು ಲಕ್ಷ ಕ್ಯಾಷ್ ಬೇಕು. ಒಂದ್ವಾರದಲ್ಲಿ ಹಿಂದಿರುಗಿಸ್ತೀನಿ." ಪ್ರಸ್ತಾಪಿಸಿದ ಕೂಡಲೇ ಐದು ನಿಮಿಷದ ಮೌನದ ನಂತರ "ತೆಂಗಿನ ಫಸಲು..." ರಾಗ ತೆಗೆದ. "ಇಲ್ಲ ಭದ್ರಯ್ಯ, ಅದ್ರ ಮೇಲೆ ಸಾಲ ತೆಗೆಯ್ಯೋ ಇರಾದೆ ಇಲ್ಲ. ಒಂದ್ವಾರಕ್ಕೆ ಕೊಡಬಹುದಾದ ಬಡ್ಡಿ ಕೊಡೋಣ" ತೀರಾ ಲೆಕ್ಕಾಚಾರದ ಮನುಷ್ಯ ಭದ್ರಯ್ಯ ಆದರೆ ಆನಂದಮೂರ್ತಿಗಳ ಕುಟುಂಬವೆಂದರೆ ಒಂದಿಷ್ಟು ಹೆಚ್ಚಿನ ಗೌರವಾಭಿಮಾನಗಳು. "ಆಯ್ತು, ನಾನೇ ಬರಲಾ?" ಕೇಳಿದ. "ಬೇಡ, ನಾನೇ ಬರ್ತೀನಿ" ಕಾಲ್ ಕಟ್ ಮಾಡಿದ. ಕೊಟ್ಟು ಅಭ್ಯಾಸವಿತ್ತೆ ವಿನಹ ಸಾಲಕ್ಕಾಗಿ ಕೈ ಚಾಚಿರಲಿಲ್ಲ. ಮಿತಿಯ ಬದುಕು. ಅದರಲ್ಲೂ ಧಾರಾಳತನವಿತ್ತು.

ಹೆಚ್ಚು ಕಡಿಮೆ ಪಾಲಾಕ್ಷ ಮತ್ತು ಆನಂದಮೂರ್ತಿಗಳು ಮಾತಾಡುತ್ತಲೇ ಬೆಳಕು ಹರಿಸಿದ್ದರು. ಸ್ನಾನ ಮಾಡಿ ಉಪಾಹಾರದ ವೇಳೆಗೆ ಶ್ರೀ ಹತ್ತು ಲಕ್ಷದ ನೋಟುಗಳ ಬಂಡಲ್‌ನ ತಂದು ತಂದೆಯ ಕೈಯಲ್ಲಿಟ್ಟ.

"ಮೊದಲ ಸಲ ಮಂಡಿಯ ಭದ್ರಯ್ಯನ ಹಣದ ಸಾಲ ಮಾಡಿದ್ದು. ಕೆಲವೊಮ್ಮೆ ಜಾಮೀನಿಗೆ ನಿಂತು ಹಣ ಕೊಡಿಸಿದ್ದುಂಟು. ಈ ಸಲ ಮಾತ್ರ ನೇರವಾಗಿ. ಒಂದ್ವಾರ ಅವಧಿ ಪಡೆದಿದೆ. ಸಂಜೆ ವೇಳೆಗೆ ಚಿಕ್ಕಪ್ಪ, ಚಿಕ್ಕಮ್ಮನತ್ರ... ಮಾತಾಡಿ, ಅವರದಾಗಿರೋ ಹಣ ತೆಗ್ದು ಭದ್ರಯ್ಯನಿಗೆ ಕೊಡ್ಬೇಕು" ಎಂದ... ಅವರು ತಲೆದೂಗಿದರು.

ಕಣ್ಣೀರು ಹಾಕುತ್ತ ಹೊರಟ ಪಾಲಾಕ್ಷ "ಆನಂದ ನಿನ್ಮಗನ ನನ್ಜೊತೆ ಕಳ್ಸು. ನಂಗೆ ಏನೋ ಒಂದು ತರಹ ಆಗ್ತಾ ಇದೆ. ಸುಮರೇಶ್ ಕೈಗೆ ಈ ಹಣ ಹಾಕಿ ಋಣ ಹರಿದುಕೋತೀನಿ" ಹತಾಶ ಸ್ಥಿತಿಯಿಂದ ಮಾತಾಡಿದಾಗ ಆನಂದಮೂರ್ತಿಗಳು ಅವರ ಕೈಹಿಡಿದು "ಯಾಕೆ ಈ ಧಾವಂತ? ಬೇರೇನು ಮಾತಾಡೋದು ಬೇಡ. ನಿನ್ನ ಜೊತೆ ಶ್ರೀ ಬರ್ತಾನೆ ಹತಾಶೆ ಒಳ್ಳೆಯದಲ್ಲ. ಐಎಎಸ್ ಮಾಡಿದ ಸುಮರೇಶ್‌ನ ಈ ಬದಲಾವಣೆಗೆ ಅವನದೇ ಆದ ಕಾರಣಗಳು ಇರುತ್ತೆ. ಸಹನೆ ಮಾತ್ರವಲ್ಲ ಧೈರ್ಯ ಕಳ್ಕೋಬೇಡ" ಸಾಂತ್ವನ ಹೇಳಿ ಕಳಿಸಿದರು. ಶ್ರೀ ಹೋಗುವುದು ಅನಿವಾರ್ಯವಾಗಿತ್ತು.

ದಾರಿಯುದ್ದಕ್ಕೂ ಅವನ ಕೈ ಹಿಡಿದು ಬಡಬಡಿಸಿದರು ಪಾಲಾಕ್ಷ. "ಹೆಚ್ಚು ಕಡ್ಮೆ ರಕ್ಷಾ ಮದ್ವೆಯಿಂದ ಪೂರ್ತಿ ಖಾಲಿಯಾಗಿದ್ದೀವಿ. ಹನಿಮೂನ್ ಖರ್ಚು ಎಷ್ಟು ಗೊತ್ತಾ, ಹತ್ತಿರ ಹತ್ತಿರ ಮೂವತ್ತು ಲಕ್ಷ ದಾಟಿ ಹೋಯಿತು. ಪ್ರತಿಯೊಂದರ ಬಿಲ್‌ಗೂ ಹಣ ಸಂದಾಯ ಮಾಡಬೇಕಾಯಿತು" ಹೇಳಿಕೊಂಡು ಬಂದರು. ತೀರಾ ಜಂಟಲ್‌ಮನ್‌ನಂತೆ ಕಾಣುವ ಅಳಿಯ ಬಕಾಸುರನ ಅವತಾರವೆನಿಸಿತು. ಮುಂದೆ "ಮಾವ, ಸಾಧ್ಯವಿಲ್ಲವೆಂದಾಗ ಕೈ ಎತ್ತಿ ಬಿಡಿ. ಮಿಕ್ಕಿದ್ದೆಲ್ಲ ಕೊಟ್ಟು ಅಮಲಾಪುರಕ್ಕೆ ಬಂದ್ಬಿಡಿ, ಅಪ್ಪ ಜೊತೆಯಲ್ಲಿ ಇರ್ತಾರೆ. ಪ್ರಶಾಂತ ವಾತಾವರಣ. ನಿಮ್ಮಗಳಿಗೆ ತೊಂದರೆಯಾಗದಂಗೆ ನೋಡ್ಕೋತೀನಿ" ಅಂದ. ಅದು ಕರ್ತವ್ಯವೆಂದುಕೊಂಡನೆ

ವಿನಹ ಉಪಕಾರವೆನ್ನುವ ಭಾವ ಅವನದಲ್ಲ.

ಅವನ ಎರಡು ಕೈಗಳನ್ನು ಹಿಡಿದುಕೊಂಡು ಕಣ್ಣಿಗೆ ಒತ್ತಿಕೊಂಡಾಗ "ಮಾವ, ಇದೇನಿದು, ನಾನು ನಿಮ್ಗಿಂತ ಚಿಕ್ಕೋನು. ನಿಮ್ಮಗಳ ತೊಡೆಯ ಮೇಲೆ ಆಡಿ ಬೆಳೆದವನು" ಅಂದು ಕೈಗಳನ್ನು ಬಿಡಿಸಿಕೊಂಡ.

ಸುಮರೇಶ್ ಮತ್ತು ರಕ್ಷಾ ಬಾಗಿಲಲ್ಲೇ ಎದುರುಗೊಂಡು ಕರೆದೊಯ್ದರು. ಮನೆ ಚೆನ್ನಾಗಿಯೇ ಇತ್ತು. ಮಾವ ಕೊಂಡು ಕೊಟ್ಟ ಮನೆ ದಂಪತಿಗಳಿಗೆ ಗಿಫ್ಟ್.

ಒಂದಿಬ್ಬರು ಸರ್ವೆಂಟ್ಸ್ ಇಣಕಿ ತಲೆ ಮರೆಸಿಕೊಂಡರು. ಮೊದಲು ಸರ್ವೆಂಟ್‌ಗಳ ಉಪದ್ರವವಿರಲಿಲ್ಲ. ಸಾಧಾರಣ ಬದುಕನ್ನು ಸಾಗಿಸುತ್ತಾ ಪಾಲಾಕ್ಷಯ್ಯನ ಕುಟುಂಬ. ಅಳಿಯ ಐಎಎಸ್ ಆಫೀಸರ್! ಕೆಲಸದಲ್ಲಿ ಇದ್ದಿದ್ದು ರಾಯಭಾರಿ ಕಚೇರಿಯಲ್ಲಿ.

"ಕೆಲ್ಸ ಬಿಟ್ಟೆ. ರಿಯಲ್ ಎಸ್ಟೇಟ್ ಬಿಜಿನೆಸ್ ಷುರು ಮಾಡಿದ್ದೀನಿ. ನನ್ನ ಮಾವನವ್ರ ಫ್ರೆಂಡ್ ಮಗ ಅಂತೀರಾ! ನೀವು ಬೇಕಾದರೆ ನನ್ಹತ್ರ ಕೆಲ್ಸ ಮಾಡ್ಬಹ್ದು. ಎಕ್ಸ್‌ಪೀರಿಯನ್ಸ್ ಸಲುವಾಗಿ ಆರು ತಿಂಗ್ಳು ಸಂಬಳ ಇರೋಲ್ಲ. ನಿಮ್ಮ ಬಯೋಡೇಟಾ ಮೇಲ್ ಮಾಡಿ" ಅಂದರು ಸುಮರೇಶ್ ಬಾಬು. ಅವನೇನು ಸ್ವಲ್ಪ ಕೂಡ ವಿಚಲಿತನಾಗದೆ "ಥ್ಯಾಂಕ್ಯೂ ಸರ್, ನಂಗೆ ಕೆಲ್ಸದ ಅಗತ್ಯವಿಲ್ಲ" ಎಂದು ಎದ್ದು ಹೊರಗೆ ಬಂದಾಗ ಆ ಕಡೆ ಬಾಗಿಲಿನಿಂದ ಹೊರಬಂದ ರಕ್ಷಾನ ಅಮ್ಮ ಕಣ್ಣೀರು ಹಾಕುತ್ತ "ಮಗ್ಳು ಮದ್ವೆ ಎಷ್ಟು ದೊಡ್ಡ ಪೆಟ್ಟುಕೊಟ್ಟಿದೆ ನೋಡು. ತುಂಬಾ ಆತುರಪಟ್ವಿ" ಗೋಳಾಡಿದರು.

"ಆಯ್ತು ಬಿಡಿ ಅತ್ತೆ, ನಡ್ದು ಹೋಗಿದೆ. ಅವ್ರಿಗೆ ಸೇರಬೇಕಾದ ಸಂಪತ್ತಿನ ಸ್ವಲ್ಪ ಆತುರವಾಗಿ ವಸೂಲು ಮಾಡಿಕೊಂಡಿದ್ದಾರಷ್ಟೆ. ಎಂದಿನಂತೆ ಜಾತ್ರೆಗೆ ಬನ್ನಿ" ಎಂದು ಹೊರಟಾಗ ರಕ್ಷಾ ಬಂದು ಅವನಿಗೆ ಜೊತೆಯಾಗಿ "ನಾನು ಆತುರಪಟ್ಟೆ. ಅವ್ರ ಹ್ಯಾಂಡ್‌ಸಮ್ ಪರ್ಸನಾಲಿಟಿ, ಓದು, ಹುದ್ದೆಗೆ ಬೇಸ್ತು ಬಿದ್ದೆ" ಅಂದಾಗ ನಕ್ಕುಬಿಟ್ಟ. "ಬೇಸ್ತೇನು ಅಲ್ಲ. ಇವು ಮೂರು ಸುಮರೇಶ್ ಬಾಬುನಲ್ಲಿ ಇದ್ದಿದ್ದು ನಿಜ ತಾನೇ? ಬೇಸ್ತು ಬೀಳೋಕೇನಿದೆ?" ಅಂದ ಸಿಂಪಲ್ಲಾಗಿ. ರಕ್ಷಾ ಮಾತಿಗೆ ಧಾಟಿಯಿಂದಲೆ ಅರ್ಥಮಾಡಿಕೊಂಡಿದ್ದ.

"ನನ್ನ ಮನಸ್ಸಿನಲ್ಲಿ ನೀನೇ ಇದ್ದೆ. ನೀನು ನನ್ನ ಸಲಹೆಗೆ ಒಪ್ಕೋಬಹುದಿತ್ತು ಇಲ್ಲ ಬಲವಂತವಾಗಿ ಪ್ರೀತಿಯಿಂದ ನನ್ನ ಓಲೈಸಿ ಒಪ್ಪಿಸಬಹುದಿತ್ತು" ಅಂದಕೂಡಲೆ ಹುಬ್ಬುಗಳು ಗಂಟಿಕ್ಕಿ "ಷಟಪ್, ಅದು ಈಗಿನದಕ್ಕಿಂತ ಅದ್ವಾನವಾಗಿ ಬಿಡ್ತಾ ಇತ್ತು. ನಮ್ಜೊತೆ ಎರಡು ಕುಟುಂಬಗಳು ಸಫರ್ ಆಗ್ಬೇಕಿತ್ತು. ಈಗ ಸಫರ್ ಆಗ್ತಾ ಇರೋದು ನಿನ್ನ ತವರು ಮನೆ ಮಾತ್ರ, ಸ್ವಲ್ಪ ಅರ್ಥ ಮಾಡ್ಕೋ. ಮಾವ, ಅತ್ತೆ ಕುಗ್ಗಿ ಹೋಗಿದ್ದಾರೆ. ಹ್ಞೂ ಅಂದಿದ್ದು ಸಾಕು, ಇನ್ಮೇಲೆ ಇಲ್ಲ ಅನ್ನು. ಅವ್ರ ಫೈನಾನ್ಷಿಯಲೀ ಸಾಮರ್ಥ್ಯ ನಿಂಗೆ ಗೊತ್ತಿರೋದೇ. ಮತ್ತೆ ಸುಮರೇಶ್‌ಗೆ ಹ್ಞೂ ಅನ್ನೋಕೆ ಷುರು ಮಾಡಿದ್ರೆ, ಅತ್ತೆ ಮಾವ ಪಾತಾಳ ಸೇರ್ತಾರೆ. ಅರವತ್ತು ಕೆ.ಜಿ. ಹೊರೋ ಸಾಮರ್ಥ್ಯ ಇರೋ ಅವ್ರಿಗೆ ನೀನು ಹೊರೆಸಿರೋದು ಒಂದು ಸಾವಿರ ಕೆ.ಜಿ. ಅದನ್ನು ಹೊರಬಲ್ಲರೇ? ಒಂದಿಷ್ಟು ಯೋಚ್ನೆ ಮಾಡು, ಸುಮರೇಶ್‌ಗೂ ವಿವರಿಸು. 'ಇಲ್ಲ' ಅನ್ನೋದರಿಂದ ಎಲ್ಲರ

ಕಲ್ಯಾಣ ಇದೆ. ವಿವಾಹವಾಗಿದ್ದಕ್ಕೆ ಪಶ್ಚಾತ್ತಾಪ ಬೇಡ. ಮುಂದೆ ಎಚ್ಚರವಾಗಿರು. ಜಾತ್ರೆಗೆ ಬರೋಕೆ ಸುಮರೇಶ್‌ಬಾಬುಗೂ ಆಹ್ವಾನ ಕೊಟ್ಟಿದ್ದೀನಿ. ಬರ್ತೀನಿ.. ಬಿ ಹ್ಯಾಪಿ" ನಡೆದ. ಕಾರಿನಲ್ಲಿ ಓಡಾಟವಿದ್ದರೂ ಇಂದು ಬಸ್ಸು ಹಿಡಿಯಲು ಹೋದಾಗ ಸಿಕ್ಕಿದ್ದು ಚಂದ್ರು. "ಅಣ್ಣ, ನೀವು ಇಲ್ಲಿ... ಹತ್ತಿ...ಹತ್ತಿ.." ಎಂದು ಬಲವಂತವಾಗಿ ಹತ್ತಿಸಿಕೊಂಡ "ಅಣ್ಣ, ನೇರವಾಗಿ ಊರಿಗಾ?" ಅಂದ. ಹೌದೆಂದು ತಲೆಯಾಡಿಸಿದ, ಒಮ್ಮೆ ಯಾಕೆ ಶುಭಕರನ ನೋಡಬಾರದೆನಿಸಿದರು ಅವನ ಶಿಫ್ಟ್ ಬದಲಾಗಿತ್ತು. ರಾತ್ರಿ ಎರಡರ ನಂತರವೇ ಸಿಗುವುದು ಬೇಡವೆನಿಸಿತು.

"ಹೇಗೆ, ನಡೀತಾ ಇದೆ... ಚಂದ್ರು" ಎಂದ. ಆನಂದಮೂರ್ತಿಗಳೇ ಷ್ಯೂರಿಟಿ ಹಾಕಿ ಅವನಿಗೆ ಕಾರನ್ನು ಕೊಡಿಸಿದ್ದರು. "ಬೊಂಬಾಟಾಗಿದೆ. ಟ್ಯಾಕ್ಸಿ ಹಿಡಿದು ಓಡಾಡೋ ಜನ ಅಮಲಾಪುರದಲ್ಲಿ ಜಾಸ್ತಿಯಾಗಿದೆ. ಸರ್ರ್ಯಾಗಿ ಬ್ಯಾಂಕ್‌ಗೆ ಕಂತು ಕಟ್ತಾ ಇದ್ದೀನಿ. ದೊಡ್ಡ ಯಜಮಾನ್ರು ಇಂಥದೊಂದು ಉಪಕಾರ ಮಾಡದಿದ್ದರೇ, ನಾನು ಸಿಟಿಯಲ್ಲಿ ಯಾರ ಹತ್ತಿರವಾದ್ರೂ ಆಟೋ ಓಡ್ಸಿಕೊಂಡು ಇರಬೇಕಿತ್ತು. ಆಗ ನೂರೆಂಟು ಖರ್ಚುಗಳು. ಎಷ್ಟು ಉಳೀತಾ ಇತ್ತೋ, ಏನೋ. ನಮ್ಮಪ್ಪ, ಅಮ್ಮ ಇನ್ನಷ್ಟು ಹಣ್ಣಾಗಿ ಬಿಡ್ತಾ ಇದ್ರು. ಈಗ ಎಲ್ಲಾ ಆರಾಮ್, ಅಮಲಾಪುರದ ಜನ ಮಾತ್ರವಲ್ಲ. ಸುತ್ತಮುತ್ತಲಿನವರು ನನ್ನ ಟ್ಯಾಕ್ಸಿ ಮೊದ್ಲೇ ಬುಕ್ ಮಾಡಿಕೊಂಡಿರುತ್ತಾರೆ. ಅಮಲೇಶ್ವರ ದರ್ಶನಕ್ಕೆ ಹೋಗೋರಂತು ಇದ್ದೇ ಇರ್ತಾರೆ. ಇನ್ನೊಂದು ಟ್ಯಾಕ್ಸಿ ಮಾಡಿಕೊಂಡ್ರು ಆಗುತ್ತೆ. ನೀವು ಒಪ್ಪಿದ್ರೆ ಯಜಮಾನರನ್ನು ಕೇಳ್ತೀನಿ" ಅಮಲಾಪುರ ತಲುಪುವವರೆಗೂ ತನ್ನ ಅನುಭವಗಳನ್ನು ಹೇಳುತ್ತ ಹೊರಟ. ಜಗಳ ಆಡಿಕೊಂಡು ಹೊರಟವನನ್ನ ಆನಂದಮೂರ್ತಿಗಳೇ ಕರೆದು ಬುದ್ಧಿ ಹೇಳಿ, ತಾನೇ ಷೂರಿಟಿ ಹಾಕಿ ಟ್ಯಾಕ್ಸಿ ಸಲುವಾಗಿ ಇಂಡಿಗೋ ಕಾರು ಕೊಡಿಸಿದ್ದರು. ಹಳ್ಳಿ, ಸಣ್ಣ ಊರುಗಳ ಯುವ ಸಮೂಹ ಸಿಟಿಗಳನ್ನು ಸೇರಿ ಹುಟ್ಟಿ ಬೆಳೆದ ವಾತಾವರಣಗಳನ್ನು ಬರಡು ಮಾಡಬಾರದೆನ್ನುವುದೇ ಅವರ ಉದ್ದೇಶ. ಅಂಥ ಸಮಯಗಳಲ್ಲಿ ಶಕ್ತಿ ಮೀರಿ ಅವರುಗಳನ್ನು ಅಲ್ಲೇ ಉಳಿಸಿಕೊಳ್ಳುವ ಪ್ರಯತ್ನ ಮಾಡುತ್ತಿದ್ದರು. ಕೆಲವು ಯುವಕರು ವಿರೋಧ ವ್ಯಕ್ತಪಡಿಸಿದರು ನಂತರ ಇವರ ಸಲಹೆ, ಸೂಚನೆಗಳನ್ನು ಒಪ್ಪಿಕೊಳ್ಳುತ್ತಿದ್ದುದ್ದು ಒಂದು ವಿಶೇಷ.

ಪೂರ್ತಿ ಕತ್ತಲು ಆವರಿಸಿತ್ತು ಅಮಲಾಪುರದಲ್ಲಿ. ಆದರೆ ಎಲ್ಲೆಡೆ ವಿದ್ಯುದ್ದೀಪಗಳು ಝಗಝಗಿಸುತ್ತಿದ್ದವು. ಇದೇ ಎಂಎಲ್ಎ ಚಿದಂಬರಂ ಹಿಂಬಾಲಕರು ಎಲೆಕ್ಷನ್ ಮುನ್ನ ಅವರಲ್ಲಿಗೆ ಬಂದು "ಈ ಸಲ ನಮ್ಮ ಅಣ್ಣವರು ಈ ಕ್ಷೇತ್ರದಲ್ಲಿ ಎಲೆಕ್ಷನ್‌ಗೆ ನಿಲ್ತಾ ಇದ್ದಾರೆ. ನೀವು ನಿಲ್ದೇ ಇರೋಕೆ ಏನು ಕೊಡ್ಬೇಕು? ನೀವು ಯಾವ ಪಾರ್ಟಿಯಿಂದ ಎಲೆಕ್ಷನ್‌ಗೆ ನಿಂತರೂ ಎದುರು ನಿಂತವರ ಸೋಲು ಗ್ಯಾರಂಟಿಯಂತೆ" ಅಂದಾಗ ನಕ್ಕು ಬಿಟ್ಟಿದ್ದರು. ಅವರಿಗೆ ಎಲೆಕ್ಷನ್‌ಗೆ ನಿಲ್ಲೋ ಆಸೆ ಖಂಡಿತ ಇರಲಿಲ್ಲ. ಜನರ ಬಲವಂತವಿತ್ತು. ಆದರೆ ಕೆಲವಕ್ಕೆ ಮಣಿಯುವುದು ಅವರ ಸ್ವಭಾವವಲ್ಲ. "ಅಯ್ಯೋ ಬಿಡಿ, ನಾವು ಸಾಧಾರಣ, ರಾಜಕೀಯ ವರ್ಚಸ್ಸು ಇಲ್ಲ. ಅದ್ನ ಬೆಳೆಸಿಕೊಳ್ಳೋ ಹಂಬಲನು ಇಲ್ಲ" ಸರಳವಾಗಿ ಹೇಳಿದರೂ ಅರ್ಥ ಮಾಡಿಕೊಳ್ಳದಿದ್ದಾಗ ಒಂದು ಸಾಧಾರಣ ಬೇಡಿಕೆ ಅವರುಗಳ ಮುಂದಿಟ್ಟಿದ್ದರು. "ಏನೇನು ಬೇಡ. ಅಮಲಾಪುರದಲ್ಲಿ

ಕೆಲವು ಮನೆಗಳಿಗೆ ವಿದ್ಯುದ್ದೀಪಗಳಿಲ್ಲ. ತೀರಾ ಬಡತನದಲ್ಲಿನ ಕುಟುಂಬಗಳು ಇವೆ. ಅವಕ್ಕೆಲ್ಲ ಬೆಳಕು ಕಾಣಿಸಿ" ಅಂದಿದ್ದರು. ಆಮೇಲೆ ಚಿದಂಬರಂ ಇವರನ್ನು ಭೇಟಿಯಾಗದಿದ್ದರೂ ಅದನ್ನು ನಡೆಸಿಕೊಟ್ಟಿದ್ದರು. ಇಡೀ ಊರಿಗೆ ವಿದ್ಯುತ್ ವ್ಯವಸ್ಥೆ ಆಗಿತ್ತು.

ಟ್ಯಾಕ್ಸಿಯಿಂದ ಇಳಿದ ಶ್ರೀ "ಬಾ.. ಬಾ... ಊಟ ಮಾಡ್ಕೊಂಡ್ ಹೋಗು" ಬಲವಂತದಿಂದ ಕರೆದೊಯ್ದು. ಎದುರಾದ ಸತ್ಯಭಾಮ "ಅರೇ, ಚಂದ್ರು ಕೆತ್ತು ಹಲಸಿನಕಾಯಿ ಹುಳಿ, ನಿಂಗಿಷ್ಟ ಅಂಥ ಗೊತ್ತು. ನಿಂಗೂ ಎಲೆ ಹಾಕ್ತೀನಿ" ಅಂದವರು ಒಳಹೋದರು. ಬಟ್ಟೆ ಬದಲಾಯಿಸಿ ಬಂದ ಶ್ರೀ "ಕೈಕಾಲು ತೊಳ್ಕೊಂಡ್ ಬಾ" ಎಂದು ಅವನನ್ನು ಕಳುಹಿಸಿದ. ಇಲ್ಲಿ ಜಾತಿ, ಧರ್ಮದ ತಾರತಮ್ಯವಿರಲಿಲ್ಲ. ಶ್ರೀಮಂತರು, ಬಡವರು ಇಬ್ಬರು ಒಂದೇ ಆನಂದಮೂರ್ತಿಗಳಿಗೆ. ಅದಕ್ಕೆ ಒಗ್ಗಿಕೊಂಡಿದ್ದರು ಮನೆಯವರು. "ಅಮ್ಮ, ಅಪ್ಪನ ಊಟ ಆಯ್ತ?" ಎನ್ನುತ್ತಲೇ ಕೂತ. ಇಬ್ಬರಿಗೂ ಡೈನಿಂಗ್ ಟೇಬಲ್ ಮೇಲೆ ಎಲೆಗಳನ್ನು ಹಾಕಿದ್ದರು. ಇದು ಈಚೆಗೆ ಬಂದಿತ್ತು. ಆದರೂ ಹೆಚ್ಚು ಕಡಿಮೆ ನೆಲದಲ್ಲಿ ಕೂತೇ ಊಟ ಮಾಡುತ್ತಿದ್ದು, ನಂದನ್ ದಂಪತಿಗಳು ಬಂದಾಗ ಒಟ್ಟಿಗೆ ಅಲ್ಲಿ ಊಟಕ್ಕೆ ಕೂಡುತ್ತಿದ್ದರು. ಅವರುಗಳ ಸಲುವಾಗಿಯೇ ಈ ವ್ಯವಸ್ಥೆಯೇನೋ? ಬೇರೆಯವರಿಗೆ ನೋವಾಗದಂತೆ, ಮುಜುಗರವಾಗದಂತೆ ನಡೆದುಕೊಳ್ಳುವುದು ಆನಂದಮೂರ್ತಿಗಳ ಸ್ವಭಾವ.

ಸತ್ಯಭಾಮ ಸ್ವಲ್ಪ ಮಂಕಾಗಿದ್ದರು. ಈ ವಿಪರೀತ ಧಾರಾಳತನ ಆಕೆಗೆ ಕೆಲವೊಮ್ಮೆ ಬೇಸರ ತರಿಸುತ್ತಿತ್ತು. ಆದಾಯವಿತ್ತು. ಆದರೆ ಅರ್ಥಿಕವಾಗಿ ಇಂಪ್ರೂಮೆಂಟ್ಸ್ ಇರಲಿಲ್ಲ. ಕಷ್ಟ ಅಂದವರಿಗೆಲ್ಲ ಸಹಾಯಹಸ್ತ ಇದ್ದೇ ಇರುತ್ತಿತ್ತು.

ಊಟ ಮುಗಿಸಿ ಕೈ ತೊಳೆದು ಬಂದ ಚಂದ್ರು ಟ್ಯಾಕ್ಸಿಯಿಂದ. ಹಣ್ಣು, ಹೂ ತಂದಿಟ್ಟು ಅಡ್ಡ ಬಿದ್ದ ಕಣ್ತುಂಬಿ.

"ಅಮ್ಮ, ನಾನೇನು ಆಗ್ಬಿಡ್ತಾ ಇದ್ನೋ, ನಂಗೊಂದು ಒಳ್ಳೇ ದಾರಿ ತೋರಿಸಿದ್ರು ಅಪ್ಪವರು. ನನ್ನ ಬೆನ್ನ ಹಿಂದೆ ನಿಂತು ಮಾರ್ಗದರ್ಶನ ಮಾಡಿದ್ರು ಅಣ್ಣವರು" ಕೃತಜ್ಞತೆಯಿಂದ ನುಡಿದು ಹೋದ.

ಆಕೆಯ ಮನದಲ್ಲಿನ ಬೇಸರ, ದುಗುಡ ಕೆಲವು ಕ್ಷಣಗಳಲ್ಲಿ ತೊಡೆದು ಹೋಯ್ತು. 'ಛೆ...' ಎಂದುಕೊಂಡವರು ಕೈ ತೊಳೆದು ಬಂದ ಮಗನ ಮುಂದೆ ಕೂತರು. "ಹೇಗಿದ್ದಾರೆ?" ವಿಚಾರಿಸಿದಾಗ "ನೋ, ಪ್ರಾಬ್ಲಮ್, ಚೆನ್ನಾಗೇ ಇದ್ದಾರೆ. ರಕ್ಷಾ, ಸುಮರೇಶ್ ಬಾಬು ಕೂಡ ಖುಷಿ ಖುಷಿಯಾಗಿಯೇ ಇದ್ದಾರೆ. ಮುಂದಿನದನ್ನು ಯೋಚ್ಸಬೇಕಿಲ್ಲ. ಆರಾಮಾಗಿ ಬಂದು ಅಮಲಾಪುರದಲ್ಲಿ ಇದ್ಬಿಡೀಂತ ಹೇಳಿದ್ದೀನಿ" ಅಂದ. ಆಕೆಗೆ ಸಣ್ಣಗೆ ರೇಗಿತು.

"ನೀನು, ನಿಮ್ಮಪ್ಪ ಇಬ್ರೂ ಸರ್ಯಾಗಿಯೇ ಇದ್ದೀರಿ. ಇಬ್ರೂ ಗಂಡು ಮಕ್ಳು, ಯಾರಾದರೊಬ್ರು ಸೆಟಲ್ ಆಗಿದ್ದೀರಾ? ಅಂದು ಅಪಾರ್ಟ್‌ಮೆಂಟ್‌ನಲ್ಲಿ ನೋಡಿದ್ಮೇಲೆ ನಂಗೆ ಭಯ ಷುರುವಾಗಿದೆ. ನೀನೋ, ಆರಾಮಾಗಿ ಬಂದ ಪಾಲಾಕ್ಷರ ಸಂಬಂಧ ದೂರ ಮಾಡ್ಕೊಂಡೆ. ಅಷ್ಟು ಸಾಕೂಂತ ಮಗ್ಳಿಗೆ ಮದ್ವೆ ಮಾಡಿಕೊಂಡರು. ಮನೆ

ತುಂಬಿಸಿಕೊಳ್ಳಬೇಕೆಂದಿದ್ದ ರಕ್ಷಾ ಮದ್ವೆಗೆ ಹೋಗಿ ಅಕ್ಷತೆ ಹಾಕಿ ಆಶೀರ್ವಾದ ಮಾಡಿ ಬಂದಾಯ್ತು. ಈಗ ಕಷ್ಟ ಹೇಳ್ಕೊಂಡ್.. ಬಂದರೆ, ಇಲ್ಲಿ ಇಟ್ಟುಕೊಳ್ಳೋಕೆ ಅಪ್ಪ, ಮಗ ರೆಡಿಯಾಗಿದ್ದೀರಿ. ಕೆಲವೊಮ್ಮೆ ಹೊಟ್ಟೆ ಉರಿದು ಹೋಗುತ್ತೆ." ಕಣ್ಣೀರು ಹಾಕಿದರು. ಹೆಣ್ಣು ತನ್ನ ಕುಟುಂಬ ಬಗ್ಗೆ ಯೋಚಿಸುವುದು ತಪ್ಪಲ್ಲ. ಆದರೆ ಸತ್ಯಭಾಮ ತೀರಾ ಸ್ವಾರ್ಥಿಯಲ್ಲ. ಕೆಲವೊಮ್ಮೆ ಆರಾಮಾಗಿ ಪೂರಾ ಗಂಡನ ವಿಚಾರಧಾರೆಗಳಿಗೆ ಸಪೋರ್ಟಾಗಿ ನಿಂತು ಬಿಡುತ್ತಿದ್ದರು. ಅಸಹನೆ ತಾತ್ಕಾಲಿಕವೇ.

ಆಮೇಲೆ ಸ್ವಲ್ಪ ಮೆತ್ತಗಾಗಿ "ಜಾತ್ರೆಗೆ ಬರ ಹೇಳಿದ್ಯಾ?" ಕೇಳಿದರು. ಅವನು ನಕ್ಕುಬಿಟ್ಟ "ಪಾಲಾಕ್ಷಿ ದಂಪತಿಗಳು ಮಗಳು, ಅಳಿಯನ ಜೊತೆ ಬರಬಹುದು. ನಾನು ಬರಬಹ್ದೂ ಅಂತ ಅಂದೆ. ಬಂದೇ ಬರ್ತಾರೇಂತ ಮಾತ್ರ ಹೇಳಲಿಲ್ಲ" ಎಂದು ತಪ್ಪಿಸಿಕೊಂಡ.

ಹೊರಟ ಮಗನನ್ನು ಕರೆದು "ನಾಲ್ಕಾರು ಸಂಬಂಧಗಳ್ನ ತಂದಿದ್ದಾರೆ ಜೋಯಿಸರು. ನಿನ್ನ ವಿವಾಹ ಆಗ್ದೇ ಹೊರತು ಶುಭಕರನ ಬಗ್ಗೆ ಯೋಚ್ಸೋ ಹಂಗಿಲ್ಲ. ದಯವಿಟ್ಟು ಮದ್ವೆ ಮಾಡ್ಕೊಂಡ್ ಉಪಕಾರ ಮಾಡು" ಎಂದರು. ಅವನು ಮೌನವಾಗಿ ನಿಂತ. ಸದ್ಯಕ್ಕೆ ಅವನಿಗೆ ವಿವಾಹವಾಗುವ ಯೋಚನೆ ಇರಲಿಲ್ಲ. ಪೂರ್ತಿ ಅಮ್ಮನತ್ತ ತಿರುಗಿ ಬಂದು ಕೈ ಹಿಡಿದುಕೊಂಡು "ಅಮ್ಮ ಸದ್ಯಕ್ಕೆ ನನ್ನ ಬಿಡು. ಈಗ ಶುಭಕರನ ವಿವಾಹದ ಪ್ರಯತ್ನ ಮಾಡೋಣ" ಅಷ್ಟು ಹೇಳಿ ಹೊರಟೇಬಿಟ್ಟ. "ಏಯ್... ಶ್ರೀ..." ಆಕೆ ಕೂಗಿಕೊಳ್ಳುತ್ತಲೇ ಇದ್ದರು. ಮಕ್ಕಳ ಮದುವೆಯ ವಿಷಯದಲ್ಲಿ ಆಕೆ ತಲೆಬಿಸಿ ಮಾಡಿಕೊಂಡಿದ್ದರು.

ಆನಂದಮೂರ್ತಿಗಳು ಮನೆಗೆ ಬಂದಿದ್ದರು. ಸಮಸ್ಯೆಗಳು ಇದ್ದಾಗ ಆನಂದಮೂರ್ತಿಗಳನ್ನು ಅಮಲಾಪುರದ ಜನರು ಕರೆದೊಯ್ಯುವುದು ವಾಡಿಕೆ. ಮಗನನ್ನು ಕೂಡಿಕೊಂಡು ಜೊತೆಯಾಗಿಯೇ ಬಂದಿದ್ದರು.

"ಬಹುಶಃ ಹ್ಲೂ.. ಹ್ಲೂ... ಅಂದು ಹೆಚ್ಚು ಕಡ್ಮೆ ಎಲ್ಲಾ ಕಳ್ಕೊಂಡಿದ್ದಾರೆ. ಈಗ ಇನ್ನ 'ಇಲ್ಲಾಂತ' ಕೈಯೆತ್ತಿ ಇಲ್ಲಿಗೆ ಬಂದ್ಬಿಡಿ ಅಂತ ಹೇಳ್ಬಂದಿದ್ದೀನಿ" ಅಂದ ಮಗನನ್ನೇ ನೋಡಿದರು. ಸೂರ್ಯ ಮಬ್ಬಾಗಿ ಪೂರ್ತಿ ಕತ್ತಲು ಆವರಿಸಿದ್ದರು, ಅವನ ಮುಖದಲ್ಲಿ ಚಂದ್ರನ ಪ್ರಸನ್ನತೆಯ ಬೆಳಕಿತ್ತು. "ಒಳ್ಳೇದೇ ಮಾಡ್ದೇ" ಅಷ್ಟೇ ಅಂದವರು "ನಿನ್ನಮ್ಮನ ವರಾತ ಜಾಸ್ತಿಯಾಗಿದೆ. ಜೋಯಿಸರು ಕೆಲವು ಜಾತ್ಕಗಳನ್ನ ಹಿಡಿದು ಬಂದಿದ್ದಾರೆ. ನಿನ್ನ ಸಲುವಾಗಿ... ಅಂದ್ಕೋ" ತಂದೆಯ ಮಾತುಗಳಿಗೆ ಅವನು ಪ್ರತಿಕ್ರಿಯಿಸಲೇ ಇಲ್ಲ. ಸದ್ಯದಲ್ಲಂತು ಅವನಿಗೆ ವಿವಾಹವಾಗುವ ಇಚ್ಛೆ ಇರಲಿಲ್ಲ. ಮತ್ತೆ ಪ್ರಸ್ತಾಪಿಸಲು ಹೋಗಲಿಲ್ಲ. ಮರುದಿನ ಬೆಳಗಿನ ಉಪಾಹಾರದ ರೊಟ್ಟಿ ಮೆಲ್ಲುತ್ತ ಹೆಂಡತಿಯ ಮುಂದೆ ಈ ವಿಷಯ ಇಟ್ಟರು. "ಸತ್ಯ ಒಂದ್ಮಾತು ಹೇಳ್ಲಾ? ಸದ್ಯಕ್ಕೆ ಶ್ರೀಗೆ ವಿವಾಹವಾಗೋಕೆ ಇಷ್ಟವಿಲ್ಲ. ಸದ್ಯಕ್ಕೆ .. ಅಷ್ಟೆ. ಶುಭನ ವಿವಾಹ ಮುಗಿಸಿದ್ಮೇಲೆ ಅವ್ನ ಬಗ್ಗೆ ಯೋಚ್ಸಬಹುದು" ಅಷ್ಟು ಅಂದು ಸುಮ್ಮನಾದರು. ಇವರ ಉಪಾಹಾರ ಮುಗಿಸೋವರೆಗೂ ಆಕೆ ತುಟಿಪಿಟಕ್ ಅನ್ನಲಿಲ್ಲ.

ಹೊರಬಂದು ಉಯ್ಯಾಲೆಯ ಮೇಲೆ ಕೂತ ನಂತರ "ನಿಮ್ಗೇ ಗೊತ್ತಿದೆ,

ಲೋಕದ ಶಿಷ್ಟಾಚಾರ. ಶ್ರೀ ದೊಡ್ಡವ. ಅವ್ನ ವಿವಾಹವಾಗ್ದೇ ಶುಭಂಗೆ ಮಾಡೋಕ್ಕಾಗೋಲ್ಲ. ಜನ ಏನೇನೋ ಅಪಪ್ರಚಾರ ಮಾಡ್ತಾರೆ. ಮುಂದೆ ಅವ್ನ ಮದ್ವೆಗೆ ಕಷ್ಟವಾಗುತ್ತೆ" ತನ್ನ ವಾದವನ್ನು ಮಂಡಿಸಿದರು. ಅದು ಸುಳ್ಳಲ್ಲ ಕೂಡ. ಹೆಂಡತಿಯ ಮಾತು ಒಪ್ಪತಕ್ಕದ್ದೇ.

"ಹೌದು, ಶಿಷ್ಟಾಚಾರ ಇರೋದು ಸಮಾಜದ ಒಳಿತಿಗೆ ಮಾತ್ರವಲ್ಲ, ವ್ಯಕ್ತಿಗತವಾಗಿ ಕೂಡ ಒಳ್ಳೆಯದಾಗಬೇಕು. ಶ್ರೀ ಕಲಿತವ, ಶಿಷ್ಟಾಚಾರ ಅವ್ನಿಗೂ ಗೊತ್ತುಂಟು. ಇಲ್ಲಿ ಒತ್ತಡವೇರೋಕ್ಕಾಗೋಲ್ಲ. ಮುಂದೆ ಅವ್ನ ಮದ್ವೆಗೆ ಕಷ್ಟವಾಗುತ್ತೇಂತ ನಾವೇ ಊಹಿಸಿಕೊಳ್ಳೋದು ಬೇಡ. ಒಮ್ಮೆ ಯೋಚ್ಸಿ ನೋಡು" ಎಂದರು. ಆ ಕ್ಷಣ ಆಕೆಗೆ ಸರಿಯೆನಿಸಿತು ಕೂಡ "ಹೋಗ್ಲೀ, ಶುಭನಾದ್ರೂ ವಿಚಾರ್ಸಿ. ತಿಳಿದೇ ಪ್ರಯತ್ನ ಮಾಡೋಣಾಂತ! ಅದೇ ಆ ಹುಡ್ಗೀ ರೋಮಾಪ್ರೀತಿ, ಸಂಬಂಧ ಅಂತ ಪೊಲೀಸ್, ಕೋರ್ಟು ಕಚೇರಿಗೆ ಎಳೆದುಬಿಟ್ಟಾಳು. ಈಗ ಹೆಣ್ಣು ಮಕ್ಳಿಗೆ ಸಂಕೋಚ ಅನ್ನೋದಿಲ್ಲ. ಪಬ್ಲಿಕ್‌ನಲ್ಲಿ ಪೇಪರ್‌ನೋರಿಗೆ, ಮಾಧ್ಯಮದವ್ರ ಮುಂದೆ ಕೂತು ಹೇಳ್ಕೋತಾರೆ. ನಂಗೆ ಇಂಥದೆಲ್ಲ ಭಯ ಇದೆ" ಎಂದರು ಸತ್ಯಭಾಮ. ಅದನ್ನು ಅಲ್ಲಗಳೆಯಲು ಹೋಗಲಿಲ್ಲ. ಸಮರ್ಥಿಸಿಕೊಳ್ಳಲು ಹೋಗಲಿಲ್ಲ ಆನಂದಮೂರ್ತಿಗಳು. "ಶ್ರೀಗೆ ವಿಚಾರಿಸೋಕೆ ಹೇಳ್ತೀನಿ."

ರಾತ್ರಿ ತಮ್ಮ ರೂಮಿಗೆ ಕರೆಸಿಕೊಂಡು "ಈಗ ಶುಭಂಗೆ ಮದ್ವೆ ಮಾಡೋಣ ಅನ್ನೋದು ನಿನ್ನ ಅಮ್ಮನದು ಮಾತ್ರವಲ್ಲ. ನನ್ನ ಅಭಿಪ್ರಾಯ ಕೂಡ. ಅವನದೇನಾದ್ರೂ ಲವ್ ಅಫೇರ್ ಅಂಥದೇನಾದ್ರೂ ಇದ್ಯಾ? ಅದ್ನ ವಿಚಾರಿಸ್ಕೋ. ಇಲ್ಲಿ ಮೊದಲ ಮೆಟ್ಟಲಿನಲ್ಲಿ ಎಡವಿದರೆ ಮುಂದೆ ಸಮಸ್ಯೆಯಾಗುತ್ತೆ. ಅವನದು ಒಬ್ಬನದೇ, ಮಾತ್ರವಲ್ಲ ಕುಟುಂಬ ಜೊತೆ ಸಮಾಜವು ಸೇರಿಕೊಳ್ಳುತ್ತೆ. ಅದೇ ಅಂದು ಅಪಾರ್ಟ್‌ಮೆಂಟ್‌ನಲ್ಲಿನ ಆ ಹುಡ್ಗೀ.." ಮೊದಲ ಸಲ ಆ ವಿಚಾರ ಪ್ರಸ್ತಾಪಿಸಿದರು. ತಂದೆ ಅನಗತ್ಯ ವಿಷಯಗಳನ್ನು ಪ್ರಸ್ತಾಪಿಸುವುದಿಲ್ಲವೆಂದು ಅವನಿಗೆ ಗೊತ್ತು. ಎಲ್ಲವನ್ನೂ ಬಿಡಿಸಿ ಹೇಳಿದ. "ಫ್ಲಾಟ್ ಬದಲಾಯಿಸಬೇಕಾಯ್ತು. ಕಟು ಮನಸ್ಸಿನ ಬೇರೊಬ್ಬರೊಂದಿಗೆ ಆಡಿಕೊಳ್ಳುತ್ತ ಪ್ರಯೋಜನ ಪಡೆದುಕೊಳ್ಳುವ ರೋಮಾಗೆ ಬೇಕಾಗಿರೋ ಇನ್‌ಸ್ಟಂಟ್ ಬದ್ಕು. ರೆಸ್ಟೋರೆಂಟ್‌ಗಳ ತರಹ ಫ್ರೆಂಡ್ಸ್‌ನ ಕೂಡ ಬದಲಾಯಿಸ್ತಾಳೆ. ಶುಭ ಸಿಕ್ಕಿಕೊಂಡಿದ್ದು ಸಹಾನುಭೂತಿಯಲ್ಲಿ ಉರುಳಲ್ಲಿ. ಈಗ ಎಚ್ಚೆತ್ತುಕೊಂಡಿದ್ದಾನೆ. ಕಳೆದುಕೊಂಡಿದ್ದ ಆತ್ಮವಿಶ್ವಾಸ ಪೂರ್ತಿಯಾಗಿ ಮರುಕಳಿಸುವಂಥ ಸಂಗಾತಿಯ ಅಗತ್ಯವಿದೆ" ಎಂದ ಬಹಳ ಎಚ್ಚರದಿಂದ.

"ಫ್ರೆಂಡ್ಲಿಯಾಗಿ ನೀನೇ ಮಾತಾಡಿಬಿಡು" ಅವನಿಗೆ ವಹಿಸಿದರು. ಮತ್ತೆ, ಒಂದು ಇಂಪಾರ್ಟೆಂಟ್ ವಿಷ್ಯ. ಅಮಲ ಹೇಗಿದ್ದಾಳೆ? ಮತ್ತೆ ವಿಚಾರಿಸಿದರು. ಕಾಲೇಜಿಗೆ ಅವರೇ ಜಾಯಿನ್ ಮಾಡಿಸಿದ್ದರು. ಓದು, ಓಡಾಟ ಎಲ್ಲಾ ಗಮನಿಸಿದ್ದರೂ, ಅವನ ಅಭಿಪ್ರಾಯ ಅತಿ ಮುಖ್ಯವಾಗಿತ್ತು. "ನೋ ಪ್ರಾಬ್ಲಮ್, ಎಲ್ಲಾ ಸ್ಟೂಡೆಂಟ್ಸ್ ತರಹ ತಾನು ಹೋಗ್ತಾಳೆ. ಈಗ ಪಿಯುಸಿಗೆ ಜಾಯಿನ್ ಆಗಿರೋರು ಅವಳ್ಗಿಂತ ಸ್ವಲ್ಪ ಚಿಕ್ಕವರು. ಅದೆಲ್ಲಿ ಸಮಸ್ಯೆಯಾಗುತ್ತೆ, ಅಂದ್ಕೊಂಡೇ, ಏನಿಲ್ಲ. ಖುಷಿ ಖುಷಿಯಾಗಿ ಇದ್ದಾಳೆ. ಅದ್ರೂ ಚಿಕ್ಕಮ್ಮನಿಗೆ ಒಂದಿಷ್ಟು ಬೇಸರವೇ. ಇನ್ನೊಂದು ವಿಚಾರ, ಸದೂ

ಚಿಕ್ಕಪ್ಪ ಅವರ ಸಲುವಾಗಿ ಹಾಕಿರೋ ಹಣದ ತಗೋಳೋಕೆ ಸಮ್ಮತಿಸಿದರು, ಆದರೆ ಚಿಕ್ಕಮ್ಮ ಈ ತರಹದ ದಾನಧರ್ಮಗಳಿಂದ ಪ್ರಯೋಜನವೇನು, ಮಗಳಿಗೆ ಬುದ್ಧಿ ಹೇಳಲಾರದೆ ಹೋದವರು ಈಗ ಸಹಾಯಕ್ಕೆ ಹೇಗೆ ಬಂದರೂಂತ ಕುಟುಕಿದರು. ತುಂಬಾ ಬೇಜಾರು ಮಾಡಿಕೊಂಡಿದ್ರು. ಆ ಹಣನ ಆದಷ್ಟು ಬೇಗ ಆ ಅಕೌಂಟ್‌ಗೆ ಜಮಾ ಮಾಡ್ಬೇಕು" ಎಂದಿದ್ದಕ್ಕೆ ತಲೆದೂಗಿದರು. ವಿಭಾ ಬುದ್ಧಿವಂತೆಯೆಂದು ಅವರಿಗೆ ಗೊತ್ತಿತ್ತು.

"ಪಾಲಾಕ್ಷನ ಪರಿಸ್ಥಿತಿ ವಿಭಾಗೆ ಗೊತ್ತಿರಲಾರದು. ಜೊತೆಗೆ ಮಗಳನ್ನು ಅನುನಯಿಸಿ ಮದ್ವೆಗೆ ಒಪ್ಪಿಸಬೇಕಿತ್ತು ಅನ್ನುವ ತವಕದ ಜೊತೆ, ಒಂದಿಷ್ಟು ನಿರಾಸೆ, ಅವ್ಳ ಚಿಂತನೆಯ ಧಾಟಿಗೆ ಅದು ಸರಿ ಇರಬಹುದು. ಮೊದ್ಲು ಆ ಹಣ ಜಮಾ ಮಾಡೋಣ" ಅಂದರು. ಆ ಬಗ್ಗೆ ಅವರು ಕಿಂಚಿತ್ ಬೇಸರಿಸಲಿಲ್ಲ. ಆ ವೇಳೆಗೆ ಹಾಜರಾದ ಅಮಲ "ಒಂದಿಷ್ಟು ಓದೋದಿದೆ. ಶ್ರೀ ಅಣ್ಣ ನಾನು ಡಾಕ್ಟ್ರು ಆದರೆ ಹೇಗೆ?" ಅಂದಕೂಡಲೇ ಶ್ರೀ ಬರಸೆಳೆದು ಅವಳನ್ನು ಅಪ್ಪಿಕೊಂಡು "ವೆರಿಗುಡ್, ಒಂದು ನರ್ಸಿಂಗ್ ಹೋಂ ಕಟ್ಟಿಸಿಬಿಡೋದು ಅಮಲಾಪುರದಲ್ಲಿ. ಆಮೇಲೆ ಒಂದಿಷ್ಟು ಇಂಪ್ರೂ ಮಾಡಿ ಹೈಟೆಕ್ ಆಸ್ಪತ್ರೆ ಮಾಡೋ ಯೋಜನೆ ಹಾಕ್ಕೋಬಹ್ದು" ಕನಸುಗಳನ್ನ ಹರಡಿದ. ಆನಂದಮೂರ್ತಿಗಳು ಸಂತೋಷಿಸಿದರು. ಒಂದಲ್ಲ, ಒಂದು ಆತಂಕವನ್ನೆದುರಿಸುತಲೇ ಅವಳನ್ನೂ ಬೆಳೆಸಿದ್ದರು.

ಬೆಳಿಗ್ಗೆ ಈ ವಿಚಾರ ನಂದನ್‌ಗೆ ತಿಳಿಸಿದಾಗ ತೀರಾ ಸಂತೋಷಗೊಂಡು "ವಿಭಾ, ಇಲ್ಬಾ... ನಿನ್ನ ಮಗ್ಳು ಮೆಡಿಕಲ್ ಮಾಡ್ತಾಳಂತೆ" ಎಂದರು. ವಿಡಿಯೋ ಕಾಲ್‌ನಲ್ಲಿ ಮಗಳನ್ನು ನೋಡಲು ಅಪೇಕ್ಷಿಸಿದ ವಿಭಾ ಅವಳನ್ನು ನೋಡಿ ಜೋರಾಗಿ ಅಳಲು ಷುರು ಮಾಡಿದರು. "ಮೈ ಲವ್‌ಲೀ ಡಾಟರ್ ವಿಸ್ಮಿತ್... ಪ್ಲೀಸ್ ಯು ಮಸ್ಟ್ ಕಮ್, ನಂಗೆ ನಿನ್ನ ಬಿಟ್ಟಿರೋಕೆ ಆಗೋಲ್ಲ. ಇಲ್ಲೇ ನಿನ್ನ ಓದಿಸಿ ಡಾಕ್ಟ್ರನ ಮಾಡ್ತೀನಿ" ಅಂದ ಕೂಡಲೇ ಅವಳು ಓಡಿ ಹೋದಳು. ಅವಳಿಗೆ ಇಲ್ಲಿಂದ ದೂರದ ಅಮೇರಿಕಗೆ ಹೋಗೋದು ಇಷ್ಟವಿಲ್ಲ.

ಅಪ್ಪ, ಮಗ ಅದೂ ಇದೂ ಮಾತಾಡಿ ಕಾಲ್ ಕಟ್ ಮಾಡಿದರು. ವಿಭಾಗೆ ಹೇಗೆ ತಿಳಿಸಿ ಹೇಳುವುದೆನ್ನುವುದೇ ಅವರಿಗೆ ಅರ್ಥವಾಗಲಿಲ್ಲ.

* * *

ಈ ಸಲ ಜಾತ್ರೆಗೆ ಬರಲೇಬೇಕೆಂದು ಅಮಲಾಪುರದ ಕೆಲವು ಜನರು ಬಂದು ಆಹ್ವಾನಿಸಿದಾಗ ಚಿದಂಬರಂ ಚಿಂತೆಗೀಡಾದರು. ಅಭೀ ವಿವಾಹವಾಗುವವರೆಗೂ ಆ ಕಡೆ ಹೋಗುವ ಯೋಚನೆ ಇರಲಿಲ್ಲ. ಎಷ್ಟೇ ಮರೆಯಲು ಪ್ರಯತ್ನಿಸಿದರು ಅಂದಿನ ಪ್ರಸಂಗ ಬಂದು ಅವರ ಕಣ್ಮುಂದೆ ನಿಲ್ಲುತ್ತಿತ್ತು. ಜ್ಯೋತಿಷಿಗಳ ಹಿಡಿತದಿಂದ ಭಗವಾನ್ ಹೊರತಂದು ವಿವಾಹ ಮಾಡುವುದು ಕಷ್ಟ ಸಾಧ್ಯವಿತ್ತು.

ಅದರಿಂದ ಬಂದ ಜನರಿಗೆ ಅರೆ ಮನಸ್ಸಿನಿಂದ ಒಪ್ಪಿಗೆ ನೀಡಿ ಕಳುಹಿಸಿದರು. ಅವರು ಮೂರು ಸಲ ಗೆದ್ದು ಎಂಎಲ್‌ಎ ಆಗಿದ್ದು ಬೇರೆ ಕ್ಷೇತ್ರದಲ್ಲಿ. ಆದರೆ ಒಳ

ರಾಜಕೀಯದಿಂದ ಇಲ್ಲಿ ಎರಡು ಸಲ ನಿಂತರು ಗೆಲುವು ಸಾಧಿಸಿದ್ದರಿಂದ ಅಮಲೇಶ್ವರನ ಮೇಲೆ ಭಕ್ತಿ ದ್ವಿಗುಣವಾಗಿತ್ತು. ದೇವಸ್ಥಾನದ ಜೀರ್ಣೋದ್ಧಾರದ ಜೊತೆಗೆ ಬಂದು ಹೋಗುವ ಭಕ್ತರ ಸಲುವಾಗಿ ಸಾಕಷ್ಟು ಮೂಲಭೂತ ಸೌಕರ್ಯಗಳನ್ನು ಮಾಡಿಸುದರ ಜೊತೆಗೆ ಒಂದು ಗೆಸ್ಟ್‌ಹೌಸ್ ನಿರ್ಮಿಸಿದ್ದರು ಹೋದಾಗ ತಂಗಲು. ಬೇರೆ ಸಮಯದಲ್ಲಿ ಬೇರೆಯವರಿಗೂ ಕೊಡಲು ನೀತಿ, ನಿರ್ಬಂಧನೆಗಳು ಜಾರಿಯಲ್ಲಿತ್ತು. ಇದರಿಂದ ಸುತ್ತಮುತ್ತಲಿನವರಿಗೂ ದೊಡ್ಡ ಉಪಕಾರವಿತ್ತು. ಇದೇ ಕ್ಷೇತ್ರದಲ್ಲಿ ಚಿದಂಬರಂ ನಿಂತರು. ಸುಲಭವಾಗಿ ಗೆದ್ದು ಬರುತ್ತಾರೆಂದ, ಹೈಕಮಾಂಡ್‌ಗೆ ಮನವರಿಕೆ ಆಗಿತ್ತು. ಅದರಿಂದ ಅಲ್ಲಿನವರ ಆಹ್ವಾನಕ್ಕೆ ಮನ್ನಣೆ ಕೊಡಲೇಬೇಕಿತ್ತು.

ಹೆಂಡತಿಯನ್ನು ಕರೆದು ವಿಷಯ ತಿಳಿಸಿದರು.

"ನಾವುಗಳು ಜಾತ್ರೆಗೆ ಹೋಗಲೇ ಬೇಕಾಗುತ್ತೆ" ಎಂದು ಪರಿಸ್ಥಿತಿಯನ್ನು ವಿವರಿಸಿದರು. "ಏನೋ, ಒಂದು ತರಹ ಸ್ರೀ. ಆ ಜನರು ಅಲ್ಲಿಗೆ ಬಂದೇ ಬರ್ತಾರೆ. ಮುಖಾಮುಖಿಯಾದರೇ... ತೊಂದರೇನೇ" ಈ ಭಯ ಅವರಿಗೂ ಇತ್ತು. ಆದರೆ ತಾರಿಣಿಗೆ ಒಂದಿಷ್ಟು ತೀವ್ರವಾಗಿತ್ತು. "ಆ ಜನ ಅಂಥವರಲ್ಲ ಬಿಡು. ಆ ಹುಡ್ಗೀ ಆನಂದಮೂರ್ತಿಗಳ ಸ್ವಂತ ಮಗಳಲ್ಲ. ವಿದೇಶದಲ್ಲಿ ನೆಲೆಸಿರೋ ಅವ್ರ ತಮ್ಮನ ಮಗ್ಳು. ಬಹುಶಃ ಈ ಸಲ ಬಂದಾಗ ಕರೆದೊಯ್ದು ಇರ್ಬಹ್ದು. ಎಲ್ಲರ ಪ್ರಕಾರ ಮಾತ್ರವಲ್ಲ. ನನ್ನ ಪ್ರಕಾರ ಕೂಡ ಆನಂದಮೂರ್ತಿ ಒಳ್ಳೆಯ ವ್ಯಕ್ತಿ. ಹಣಕ್ಕೆ ಆಸೆ ಪಡುವಂಥ ಮನುಷ್ಯನಲ್ಲ. ಇಲ್ಲದಿದ್ದರೆ ವಿರೋಧಿಗಳು ನಮ್ಮನ್ನು ಬಯ್ದು ಮಾಧ್ಯಮಗಳ ಮುಂದೆ ನಿಲ್ಸಿ ಬಿಡ್ತಾ ಇದ್ರು. ಅವರಿಂದ ನಮ್ಗೇ ಯಾವಾಗ್ಲೂ ತೊಂದರೆ ಆಗೋಲ್ಲ" ಬಹಳ ಸ್ಪಷ್ಟವಾಗಿ ಹೇಳಿದರು. ಆದರೂ ಆಕೆಗೆ ಅರೆ ಮನಸ್ಸು.

"ಆಯ್ತು, ನಾವುಗಳು ಹೋಗೋಣ. ಅಭೀ ಮಾತ್ರ ಬರೋದ್ಬೇಡ" ಎಂದರು ದೃಢವಾಗಿ. "ಆಯ್ತು ಮಹಾರಾಣಿ, ಎಷ್ಟೇ ಸಲ ನಾವಿಬ್ರೇ ಹೋಗಿಬಂದಿದ್ದೀವಿ. ಕೆಲವೊಮ್ಮೆ ಒಂಟಿಯಾಗಿ ಹೋಗಿದ್ದಿದೆ. ಅವ್ನು ಸ್ಟಡಿಯಲ್ಲಿ ಬಿಜಿ. ತಾನಾಗಿ ಪಟ್ಟು ಹಿಡಿದು ಬರೋಂಥ ಪೈಕಿಯಲ್ಲ" ಇಷ್ಟು ಆಶ್ವಾಸನೆ ಕೊಟ್ಟರು.

ಆಗಾಗ ತಾನು ಆನಂದಮೂರ್ತಿಗಳ ಮಗನನ್ನು ಕಂಡಿದ್ದಾಗಿ ಜೊತೆಯಾಗಿ ಮಾಲ್‌ಗಳಲ್ಲಿ ಸುತ್ತಾಡಿದ್ದು, ಕಾಫಿಬಾರ್‌ನಲ್ಲಿ ಕಾಲ ಕಳೆದಿದ್ದರ ಬಗ್ಗೆ ಹೇಳಿ ರೇಗಿಸುತ್ತಿದ್ದ. ಆದ್ದರಿಂದ ಆಕೆಗೆ ತಲೆ ಬಿಸಿ.

"ಬೀಗರು ಮತ್ತೇನಾದರೂ... ಹೇಳಿದ್ರಾ?" ಕೇಳಿದರು.

"ಹೇಳೋಕೆ, ಕೇಳೋಕೆ ಏನಿದೆ? ನನ್ನೊಂದಿಗೆ ಮಾತಾಡೋರು ಜ್ಯೋತಿಷಿಗಳು ಟೈಮ್ ಫಿಕ್ಸ್ ಮಾಡಿ ಕೊಡ್ಬೇಕೇನೋ? ಕೆಲವೊಮ್ಮೆ ಇವ್ರ ಸಹವಾಸವೇ ಬೇಡಾಂತ ಅನ್ನಿಸಿಬಿಡುತ್ತೆ. ಅವ್ನ ಮಿತಿಯಲ್ಲೇ ಇದನ್ನೆಲ್ಲ ಇಟ್ಕೊಂಡರೇ ಸಾಕು. ಮಗ್ಳು ಜೊತೆ ಇದನ್ನೆಲ್ಲ ಗಂಟಾಕಿ ಕಳಿಸಿದರೇ ಮಾತ್ರ ಕಷ್ಟವಾಗುತ್ತೆ. ಅವ್ನ ನಿನ್ನ ಬೀಗಿತ್ತಿಗೆ ಭಾವಿ ಸೊಸೆಗೆ ಮನದಟ್ಟು ಮಾಡಿಕೊಡು. ಕಾಲ್ ಮಾಡಿ... ಮಾಡಿ ರಜನಿ ಗೋಳಾಡಿದಳೂಂತ ಅಭೀನ ಕಳಿಸ್ದೇ. ಅಂದೇನು ದಿನ ಚೆನ್ನಾಗಿಲ್ಲ ಷಾಪಿಂಗ್ ಮಾಡೋದು ಒಳ್ಳೆಯದಲ್ಲಂತ

ಜ್ಯೋತಿಷಿಗಳು ಹೇಳಿದರಂತೆ, ಹೊರಟವರನ್ನ ನಿನ್ನ ಬೀಗಿತ್ತಿ ಕ್ಯಾನ್ಸಲ್ ಮಾಡ್ಸಿದಳಂತೆ. ನಿನ್ಮಗ ಹೇಳ್ದೇ ಕೇಳ್ದೇ ಸಂಜೆ ಫ್ಲೈಟ್‌ಗೆ ವಾಪಸು ಬಂದಿದ್ದಾನೆ. ತೀರಾ ಅತಿಯಾದರೆ ಎಲ್ಲಾ ಕಷ್ಟವೇ? ಹೇಗೆ... ಹೇಳೋದೇನು... ಸಾಕಷ್ಟು ಸಲ ಹೇಳಿದ್ದೀನಿ. ಅವ್ನು ಏನೇನೋ ಹೇಳಿ ಸಮರ್ಥಿಸ್ಕೋತಾನೆ" ಬೇಸರ ವ್ಯಕ್ತಪಡಿಸಿದರು. ಈಚೆಗಂತೂ ಅಭೀ ಅಮ್ಮನ ಬಳಿ ಮಾತಾಡಿಸುವುದನ್ನೇ ನಿಲ್ಲಿಸಿದ್ದ. "ನಂಗೆ ಇದನ್ನೆಲ್ಲ ಹೇಳಲೇ ಇಲ್ಲ. ಅಭೀ" ನೊಂದುಕೊಂಡರು ತಾರಿಣಿ.

ಚಿದಂಬರಂ ಏನೂ ಮಾತಾಡಲಿಲ್ಲ.

"ಊಟಕ್ಕೇನು ಕಾಯ್ಬೇಡ. ಯಾವ್ದೋ ಮೀಟಿಂಗ್ ಇದೆ. ಸಿ.ಎಂ. ಆಫೀಸ್‌ನಲ್ಲಿ. ನಾನು ಬರೋದು ಸಂಜೆನೇ. ನಿಂಗೆ ಎಲ್ಲಾದ್ರೂ ಹೋಗೋದಿದ್ದರೆ ಹೋಗ್ಬಾ" ಎಂದು ಹೇಳಿದಾಗ ಆಕೆ ತಟ್ಟನೆ "ಈ ಜಾತ್ರೆ ವಿಷ್ಯ... ನಾವುಗಳು ಹೋಗೋ ಸಂಗತಿ ಅಭಿಗೆ ಹೇಳೋದು ಬೇಡ" ಹೆಂಡತಿಯ ಮಾತುಗಳಿಗೆ ಮುಗುಳ್ನಕ್ಕರು. ಎಷ್ಟು ಎಚ್ಚರ... ಮಗನ ವಿಚಾರ! "ಎರ್ಡು ಹೆಣ್ಣುಮಕ್ಳ ಮದ್ವೆ ಮಾಡೋವಾಗ ಕೂಡ ಇಷ್ಟೊಂದು ಧಾವಂತ ಇರ್ಲಿಲ್ಲ. ನಿನ್ಮಗ ಸ್ಫುರದ್ರೂಪಿ, ವಿವೇಕಿ, ಬುದ್ಧಿವಂತ, ಓದಿನಲ್ಲಿ ಕ್ಲಾಸ್...ಭಗವಾನ್ ತಾವಾಗೇ ಮುಂದುಬಂದು ಸಂಬಂಧ ಬೆಳೆಸೋಕೆ ಮುಂದಾಗಿರೋದು. ಸುಮ್ನೆ ಸುಮ್ನೇ ತಲೆ ಬಿಸಿ ಮಾಡ್ಕೋಬೇಡ" ಅವರು ನಡೆದರು.

ಹಿಂದೆಯೇ ವಿಡಿಯೋ ಕಾಲ್ ಮಾಡಿ ಎಷ್ಟೋ ಹೇಳಿಕೊಂಡಳು ಅವರ ಹಿರಿಯ ಮಗಳು ಹೇಮಲತ "ಮಮ್ಮಿ, ರಜನಿ ಅಭಿ ಏನಾದ್ರೂ ಜಗಳ ಕಾದಿದ್ದಾರ? ಏನಾದ್ರೂ ತಮಾಷೆ ಮಾಡಿದರೆ ಕಾಲ್‌ಕಟ್ ಮಾಡ್ಕೋತಾನಂತೆ" ಇಂಥದೊಂದು ಬತ್ತಿ ಹಚ್ಚಿದಳಷ್ಟೆ. ಆಕೆ ಎರಡು ಕೈಯಲ್ಲು ತಲೆ ಹಿಡಿದುಕೊಂಡು ಕೂತರು. ಅಮಲಾಪುರದ ದೇವಸ್ಥಾನದಲ್ಲಿನ ದೃಶ್ಯ ಅವರ ಕಣ್ಮುಂದೆ ಸುಳಿಯುತ್ತಿತ್ತು. ಅವರಿಗಿಂತ ಮಗನ ಬಗ್ಗೆಯೆ ಅವರಿಗೆ ಅನುಮಾನ, 'ಯಾವ ಅನಾಹುತವು ಆಗದೇ ಇರಲಿ ಅಂತ' ಒಂದು ಹರಕೆ ಕಟ್ಟಿದರು.

ಕಾಲೇಜಿನಿಂದ ಬಂದವನೊಂದಿಗೆ ಅವರೇ ಮಾತಿಗೆ ಕೂತರು. "ನನ್ಹತ್ರ ಮಾತಾಡೋದೇ ಕಡ್ಮೇ ಮಾಡಿದ್ದೀಯ" ಅಂದಾಗ ಮುಖ ಕಿವುಚಿದ. "ಮಾತಾಡೋಕೆ ಮಾತೇ ಇಲ್ಲ. ಮೊದಲಾದ್ರೂ ರಾಜಕೀಯದ ಬಗ್ಗೆನೋ, ಮನೆಗೆ ಬಂದವರ ಬಗ್ಗೆನೋ, ವಿದೇಶದಲ್ಲಿರೋ ಅಕ್ಕಂದಿರ ಬಗ್ಗೆ ಮಾತು ಇರೋದು. ಇಲ್ಲಿ ನೋಡಿದ ಮೂವಿಗಳ ಬಗ್ಗೆ ದೊಡ್ಡ ರೀತಿಯಲ್ಲಿ ಚರ್ಚೆ ಮಾಡ್ತಾ ಇದ್ವಿ. ಈಗ ಅಂಥದೇನಿಲ್ಲ ರಜನಿ... ರಜನಿ... ರಜನಿ... ಮೂರ್ಹೊತ್ತೂ ಅವಳದೇ ಜಪ. ಕಾಲ್ ಮಾಡಿದ್ಯಾ.. ವಾಟ್ಸಪ್‌ನ ಅಪ್‌ಲೋಡ್ ಮಾಡಿದ್ಯಾ.... ಫೇಸ್‌ಬುಕ್...ಅಲ್ಲು ಬೇರಾರು ಅಲ್ಲ... ಬರೀ ರಜನಿಗೆ. ಸಾಕಾಗಿಹೋಗಿದೆ. ಇಷ್ಟರ ಜಗತ್ತಿನಲ್ಲಿ ಮಾತುಗಳೇ... ಇಲ್ಲ. ಬದುಕೋದಾದ್ರೂ... ಹೇಗೆ?" ಸಿಡಿದು ಬಿದ್ದ. ಆಕೆ ಸುಸ್ತಾದರು.

"ಹೋಗ್ಲಿ ಬಿಡೋ, ನಂಗೆ ನೀನು ಇಂಪಾರ್ಟೆಂಟ್ ಆಗಿರೋದ್ರಿಂದ ರಜನಿ ಮುಖ್ಯವಾಗ್ತಾಳೆ. ಕೇಳಿದರೆ ತಪ್ಪೇನು? ಅವ್ಳು..." ಹೇಳೋಕೆ ಮುನ್ನವೇ ತಡೆದು "ಬೇಡ, ಮೇಡಮ್ ತಾರಿಣಿ ಚಿದಂಬರಂ ಅವರೇ. ನಿಮ್ಮ ಮಾತುಗಳನ್ನು ಕೇಳೋಕೆ

ನಿಮ್ಮ ಮಗ ಸಿದ್ಧವಿಲ್ಲ" ಹೊರಹೋದ. ಮೊದಲು ಮಗ ಎಂದಾದರೂ ಈ ರೀತಿ ಮಾತಾಡಿದ್ದುಂಟಾ? ಅವರಿಗೆ ಗಲಿಬಿಲಿ. ಅಂದಿನ ಆಕಸ್ಮಿಕ ಘಟನೆಯ ನಂತರ ಬದಲಾದನಾ? ಕೆನ್ನೆಗೆ ಹಾಕಿಕೊಂಡರು. 'ಎಲ್ಲೋ ಒಂದು ಕಡೆ ಎಚ್ಚರಿಕೆಯ ಮಾತು.

ರಾತ್ರಿ ಬಾಯಿತಪ್ಪಿ "ಅಮಲೇಶ್ವರ ಜಾತ್ರೆಗೆ ಬರಲೇಬೇಕೆಂದು ಅಲ್ಲಿನ ಸುತ್ತ ಮುತ್ತಲಿನ ಜನ ನಿನ್ನ ಡ್ಯಾಡಿಗೆ ಆಮಂತ್ರಣ ಕೊಟ್ಟು ಹೋಗಿದ್ದಾರೆ. ಹೋಗ್ಲೇ.. ಬೇಕಾಗಿದೆ. ಈಗ ರಾಜಕೀಯ ಕ್ಷೇತ್ರದಲ್ಲಿ ಅಮಲೇಶ್ವರ ಬಹಳ ಫೇಮಸ್. ಅದೇ ಕ್ಷೇತ್ರದಲ್ಲಿ ಶ್ರೀ ಚಿದಂಬರಂ ಅವ್ರು ಎಲೆಕ್ಷನ್‌ಗೆ ನಿಲ್ಲಬೇಕಾಗಿದ್ದರಿಂದ, ಹೋಗಲೇಬೇಕಿದೆ" ಹೇಳಿಬಿಟ್ಟರು. ಆಕೆಯಲ್ಲಿ ಮಾತು ನಿಲ್ಲದು.

"ಒಳ್ಳೇದಾಯ್ತು, ನಂಗೂ ಯಾಕೋ ಸಿಟಿ ಲೈಫ್ ಬೋರೋಡೆಸಿಬಿಟ್ಟಿದೆ. ನಾನಂತೂ.. ರೆಡಿ" ಅಂದಕೂಡಲೆ ಆಕೆ ಬೆಚ್ಚಿಬಿದ್ದರು. "ಓದೋದು ಇರುತ್ತೆ. ನೀನು ಫೈನಲ್ ಇಯರ್. ನಾನು ನಿನ್ನ ಡ್ಯಾಡಿ ಮಾತ್ರ ಹೋಗ್‌ಬರ್ತೀವಿ" ಎಂದರು. ಅಮ್ಮ ನನ್ನ ದೀರ್ಘವಾಗಿ ನೋಡಿ ಜೋರಾಗಿ ನಕ್ಕ "ಡ್ಯಾಡಿ ಬೇಡಾಂತ ಅನ್ನೋಲ್ಲ. ನಾನೇನು ಹಗ್ಲು... ರಾತ್ರಿ ಓದ್ತೀನಾ? ನಾನು ಬರೋದ್ರಿಂದ ನಿಮ್ಗೆ ಆಗೋ ಅನಾಹುತವೇನು? ನಾನು ಬರಬಾರ್ದೂಂತ ಹೈಕಮಾಂಡ್ ಹೇಳಿದ್ಯಾ? ಇಲ್ಲ ನೀವಿಬ್ಬರೇ ತೀರ್ಮಾನಿಸಿದ್ದೀರಾ? ಐ ಡೋಂಟ್ ಲೈಕ್ ಇಟ್. ನಾನು ಮೆಜಾರಿಟಿಗೆ ಬಂದಾಗಿದೆ. ಈಗ್ಲೂ ನನ್ಮೇಲೆ ನಿರ್ಬಂಧ ಹೇರುತ್ತಿರಲ್ಲ. ಟೂ ಮಚ್. ನಾನು ಒಪ್ಪೋಲ್ಲ ಬಿಡು" ಜೋರು ಮಾಡಿದ. ಅಮ್ಮನ ಮುಂದೆ ಹಾರಾಡುವುದು ಅವನಿಗೆ ಅಭ್ಯಾಸವೇ. ಆಗ ಮೆತ್ತಗಾಗಿ ಬಿಡುವುದು ಈಕೆಗೂ ಅಭ್ಯಾಸವೆ. "ಸ್ವಲ್ಪ ಕೇಳಮ್ಮ ಅಭೀ" ಓಲೈಸುವ ಪ್ರಯತ್ನ ಮಾಡಿದರು.

"ಪೂಸಿ ಹೊಡೆಯೋದು ನಿಲ್ಸೀ ಬಿಡಿ. ನಾನಂತು ಜಾತ್ರೆಗೆ ಬರೋ ತೀರ್ಮಾನ ಮಾಡಿದ್ದೀನಿ" ಎಂದು ಹಾರುತ್ತ ಹೋದಾಗ ಆಕೆ ಸುಮ್ಮನೆ ಕೂತುಬಿಟ್ಟರು. 'ಹೋಗಿ ಬರೋವರ್ಗೂ ಹೇಳೋದ್ಬೇಡ.' ಗಂಡನ ಮೇಲೆ ಹೇರಿದ್ದ ನಿರ್ಬಂಧನೆ ಇದು. ಅದನ್ನು ಗಾಳಿಗೆ ತೂರಿದ್ದು ಅವರೇ.

ಬಹಳ ಪ್ರೀತಿಯಿಂದ ಮಗನನ್ನು ಹತ್ತಿರ ಕೂಡಿಸಿಕೊಂಡ ತಾರಿಣಿ "ಆಯ್ತು ಬಿಡು, ನೀನು ಮೆಜಾರಿಟಿಗೆ ಬಂದಾಗಿದೆ. ನಿನ್ನ ನಿರ್ಧಾರಗಳ್ನ ನೀನೇ ತಗೋಬಹ್ದು. ಆದ್ರೂ ತಂದೆತಾಯಿ ಬಗ್ಗೆ ಯೋಚಿಸಬೇಕಲ್ಲ. ನಾನು ನಿನ್ನ ತುಂಬ ಹಚ್ಕೊಂಡ್ ಇದ್ದೀನಿ. ನೀನು ತುಂಬಾ.. ತುಂಬಾ ಸುಖವಾಗಿರಬೇಕು. ನಿನ್ನ ಭವಿಷ್ಯದ ಬಗ್ಗೆ ನೂರಾರು ಕನಸುಗಳು ಇದೇ ಕಣೋ" ಅಂದ ಕೂಡಲೆ ಜೋರಾಗಿ ನಕ್ಕುಬಿಟ್ಟ.

"ಅದು ಸಹಜ ಮೈ ಲಿವ್ಲೀ ಮಮ್ಮಿ. ನಿನ್ನ ಕನಸುಗಳ್ನ ನನಸು ಮಾಡೋ ಸಲುವಾಗಿ ನನ್ನ ಆಸೆ, ಅನಿಸಿಕೆ, ಸ್ವತಂತ್ರಗಳ್ನ ಬಲಿಕೊಡ್ಬೇಡ. ನಾನು ಜಾತ್ರೆಗೆ ಬರ್ತೀನಿ ಅಂದೇ. ಅದಕ್ಯಾಕೆ, ಇಷ್ಟೆಲ್ಲ...? ಈಗ ಬೇಡ ಅಂತೀಯಾ, ಆಮೇಲೆ ಬಂದ್ರೂ ಬರೋಕ್ಕಾಗುತ್ತಾ? ಬರೋ ಹೆಣ್ಣು ನನ್ನ ಪೂರ್ತಿ ಸ್ವತಂತ್ರವನ್ನು ಮೊಟಕು ಮಾಡಿಬಿಡ್ತಾಳೆ. ಪ್ರತಿಯೊಂದಕ್ಕೂ ಅವ್ಳ ಪರ್ಮಿಷನ್. ವಿವಾಹ ಅನ್ನೋ ಸಂಕೋಲೆ ಇನ್ನು ಮೂರ್ವರ್ಷ ಮುಂದಕ್ಕೆ ಹೋಗ್ಲೀ. ಈ ಪ್ರಾರ್ಥನೆಗಾಗಿಯೆ ಅಮಲೇಶ್ವರನ

ಸನ್ನಿಧಿಗೆ ಬಂದು ಬಲವಾದ ಒಂದು ಮನವಿ ಸಲ್ಲಿಸ್ತೀನಿ" ಅಂದಕೂಡಲೆ ಬೆಚ್ಚಿಬಿದ್ದರು. ಆಕೆ "ಬೇಡ ಕಣೋ, ನಾನು ಬೇಗ ಸೊಸೆ ಮನೆಗೆ ಬರಲೀಂತ ಇದ್ದರೇ, ನಿಂಗೆ..." ಆಕೆ ಪೂರ್ತಿ ಮಾಡುವ ಮುನ್ನ ಅವನು ಜಾಗ ಖಾಲಿ ಮಾಡಿ ಹೋದ.

ಆಕೆ ಮೌನವಾಗಿ ಕೂತುಬಿಟ್ಟರು. ತುಂಬಾ ಲೀಲಾಜಾಲವಾಗಿ ಹೆಣ್ಣುಮಕ್ಕಳ ವಿವಾಹ ಮುಗಿಸಿದ್ದರು. ಅವರಿಬ್ಬರು ವಿದೇಶಗಳಲ್ಲಿ ಆರಾಮಾಗಿದ್ದರು. ಎರಡೋ, ಮೂರೋ ವರ್ಷಕ್ಕೋ ಬಂದುಹೋಗುತ್ತಿದ್ದರು. ಇವರುಗಳು ಕೂಡ ಹೋಗಿ ಬಂದಿದ್ದಿದೆ. ಸಿಕ್ಕಿದ ಕಡೆಯಲ್ಲೆಲ್ಲ ಸೈಟು, ಜಮೀನು ಕೊಂಡು ಹಾಕಿಕೊಳ್ಳದಿದ್ದರೂ ಮಾಲ್‌ನಲ್ಲಿ ಪಾರ್ಟನರ್‌ಷಿಪ್ ಇತ್ತು. ಹತ್ತು ಲಕ್ಷ ಬಾಡಿಗೆ ಬರುತ್ತಿತ್ತು. ಆರ್ಥಿಕವಾಗಿ ಕಂಗೆಡಬೇಕಿರಲಿಲ್ಲ.

ಆ ವೇಳೆಗೆ ಹಳ್ಳಿ ಕಡೆಯವರು ಯಾರೋ ಒಂದು ಬುಟ್ಟಿ ತುಂಬಾ ಹೂ, ಹಣ್ಣು ತಂದಿಟ್ಟು ಇನ್ವಿಟೇಷನ್ ಕೊಟ್ಟುಹೋಗುವುದರ ಜೊತೆಗೆ "ಸಾಹೇಬರು ನಮ್ಮ ಕ್ಷೇತ್ರದಲ್ಲಿ ನಿಲ್ತಾರಂತೆ. ಸಾಕಷ್ಟು ಕೆಲ್ಸ ಮಾಡ್ಬೇಕಾಗಿದೆ. ಅಕಸ್ಮಾತ್ ವಿರೋಧ ಪಕ್ಷದವರೇನಾದ್ರೂ.... ಆನಂದಮೂರ್ತಿಗಳ್ನ ನಿಲ್ಲಿಸಿದರೇ ಸೋಲಂತು ಕಟ್ಟಿಟ್ಟಬುತ್ತಿ" ಹೇಳಿಹೋದರು. ಮತ್ತೆ ಅದೇ ಭೂತ ಒಂದು ಮುಂದೆ ನಿಂತಂತಾಯಿತು. 'ಅದು ಯಾವ ಸೀಮೆಯ ಆನಂದಮೂರ್ತಿ' ಎದುರಿಗೆ ನಿಂತು ಹೆದರಿಸದಿದ್ದರೂ ಈ ತರಹ ಕಾಡೋಕೆ ಶುರು ಮಾಡಿದ್ದರಲ್ಲ. ಬೇಸತ್ತರು ತಾರಿಣಿ.

ರಾತ್ರಿ ಚಿದಂಬರಂ ಮನೆಗೆ ಬಂದಾಗಲೇ ಹತ್ತರ ಸುಮಾರು. ಹೊರಗಿನ ವಿಷಯ ತಂದು ಮನೆಯಲ್ಲಿ ಹಾರಾಡೋಂಥ ಮನುಷ್ಯನಲ್ಲ.

"ತಾರಿಣಿ, ತಟ್ಟೆ ಹಾಕು. ಮೀಟಿಂಗ್ ನಡುವೆ ಏನು ತಿನ್ನಲೇ ಇಲ್ಲಾಂತ ಅಂದ್ಕೋ" ಅನ್ನುತ್ತಲೇ ಡ್ರೈವರ್‌ನ ಮನೆಗೆ ಹೋಗೂಂತ ಹೇಳಿ ಬಂದ ನಂತರವೇ ಬಟ್ಟೆ ಬದಲಾಯಿಸಿ ಬಾತ್ ರೂಂಗೆ ಹೋಗಿಬಂದು ಊಟಕ್ಕೆ ಕೂತಿದ್ದು "ಎಲ್ಲಿ ಅಭೀ..? ಕೇಳಿದರು. ವ್ಯಾಸಂಗದ ಸಲುವಾಗಿ ರೂಂ ಸೇರಿದರು ಬಂದು ಕೂಡುವುದು ಪದ್ಧತಿ. ಅವನದ್ದು ಊಟ ಆಗಿಲ್ವಾ?" ಕೇಳಿದರು ಬಡಿಸಲು ಬಂದ ಹೆಂಡತಿಯನ್ನು.

"ಇನ್ನು ಮನೆಗೆ ಬಂದಿಲ್ಲ. ಅವ್ನ ಫ್ರೆಂಡ್ ಬರ್ತ್‌ಡೇ ಪಾರ್ಟಿಯಂತೆ. ಒಂದು ಹಿಂಡು ಜನ ಬಂದು ಎಳ್ಕೊಂಡ್ಹೋದ್ರು. ಊಟ ಅಲ್ಲೇ ಮುಗ್ಸಿಕೊಂಡು ಬಂದ್ರೂ.. ಹೆಚ್ಚಲ್ಲ" ಗೊಣಗುತ್ತಲೇ ಬಡಿಸತೊಡಗಿದರು. ಹೆಂಡತಿಗೆ ಅಸಮಾಧಾನವಾಗಿದೆಯೆಂದು ಅವರಿಗೆ ಅರ್ಥವಾಯಿತು. "ಅಮ್ಮ, ಮಗನ ಜಗಳವಾ?" ಕೇಳಿದರು. ಕಜ್ಜಾಯವನ್ನೇ ಮೆಲ್ಲುತ್ತ. ಅವರಿಗೆ ಪ್ರತಿದಿನ ಎರಡು ಹೊತ್ತು ಸ್ವೀಟ್ ಬೇಕೇ ಬೇಕು. ಬೆಳಿಗ್ಗೆ ತಿಂದಿದ್ದು ರಾತ್ರಿಗೆ ಬೇಡ. ಮತ್ತೆ ಬೇರೆ ಐಟಂ. ರೂಢಿಗತವಾಗಿ ಬಂದಿದ್ದರಿಂದ ಆಕೆಗೆ ಅತಿಶಯವೆನಿಸುತ್ತಿರಲಿಲ್ಲ. ಸಹಾಯಕರಾಗಿ ಒಬ್ಬ ಸರ್ವೆಂಟ್ ಇದ್ದುದ್ದರಿಂದ ಅಡಿಗೆ ಕಷ್ಟವೆನಿಸುತ್ತಿರಲಿಲ್ಲ" ನೀನು ಊಟಕ್ಕೆ ಕೂತ್ಕೋ" ಎಂದವರು ಮೌನವಾಗಿ ತಮ್ಮ ಊಟ ಮುಗಿಸಿ ಎದ್ದುಹೋದರು. ಟಿವಿ ಮುಂದೆ ಕೂತು ನ್ಯೂಸ್ ನೋಡುತ್ತಿದ್ದವರ ಎದುರು ಬಂದು ಕೂತ ತಾರಿಣಿ "ನಂಗ್ಯಾಕೋ, ಭಯವಾಗುತ್ತೆ. ತುಂಬಾ ವಿಧೇಯ ಅಂದ್ಕೊಂಡೆ. ಸ್ವತಂತ್ರದ ಬಗ್ಗೆ ಮಾತಾಡ್ತಾನೆ." ತಗಾದೆ ತೆಗೆದರು. ಚಿದಂಬರಂ

ಮುಗುಳ್ನಕ್ಕರು. ಮತ್ತೇನೋ ಶುರುವಾಗಿದೆ. ಬೆಳ್ದ ಮಗ. ತೀರಾ ಬುದ್ಧಿ ಹೇಳೋಕೆ ಹೋಗ್ಬಾರ್ದು. ನಮ್ಮ ಅಗತ್ಯ ಇದೇಂತ ಅನ್ನಿಸಿದಾಗ ಪ್ರವೇಶಿಸಬೇಕಷ್ಟೆ. ಸ್ವಂತ ಯೋಚನೆಗಳು, ಚುರುಕುತನ ಈಗ ಅವ್ನಿಗೆ ತುಂಬಾನೆ ಬೇಕು. ಅದ್ನ ಮೊಟಕುಗೊಳಿಸೋಕೆ ಹೋಗ್ಬಾರ್ದು. ಈಗೇನಾಯ್ತು?" ಕೇಳಿದರು. ಹೊರಗೆ ತೀರಾ ಗೋಜಲು. ಅದರಿಂದ ಮನೆಯಲ್ಲಿ ಶಾಂತಿಯನ್ನ ಕಾಯ್ದಿಡುವ ಪ್ರಕಿಯೆ.

"ಅವ್ನು ಜಾತ್ರೆಗೆ ಬರ್ತೀನೀಂತ ಕೂತಿದ್ದಾನೆ."

ಹೆಂಡತಿಯ ಮಾತಿಗೆ ಅವರಿಗೆ ನಗು ಬಂತು. ನಕ್ಕರೆ ಪರಿಹಾಸ್ಯವಾಗುತ್ತದೆಯೆಂದು "ಯಾರಾದ್ರೂ ಬಂದು ಅವನ್ನ ಜಾತ್ರೆಗೆ ಇನ್‌ವೇಟ್ ಮಾಡಿದ್ರಾ? ಅವ್ನಿಗೆ ಹೇಗೆ ಗೊತ್ತು?" ಕೇಳಿದರು. ಅವರಿಗೆ ಹೆಂಡತಿಯ ಸ್ವಭಾವ ಗೊತ್ತು.

"ನಾನೇ ಬಾಯಿತಪ್ಪಿ ಹೇಳ್ದೇ. ಪರಿಸ್ಥಿತಿ ವಿವರಿಸಿ ನೀನೇನು ಬರೋ ಅಗತ್ಯವಿಲ್ಲಂದೇ. ಅವನೆಲ್ಲಿ ಕೇಳ್ತಾನೆ? ನಾನು ಬರ್ತೀನೀಂತ ಹಟ ಮಾಡ್ತಾ ಇದ್ದಾನೆ."

ಈಗ ಜೋರಾಗಿಯೆ ನಕ್ಕರು. "ನಂಗೆ ಹೇಳ್ಬೇಕಾ ಅಂದೆ. ಅದೂ ಅವ್ನಿಗೆ ಗೊತ್ತಾಗ್ತ ಇತ್ತು. ಆಗಿನದು ಗೊತ್ತಿಲ್ಲ. ಜಾತ್ರೆಗೆ ತಾನೇ ಬರಲೀ ಬಿಡು. ಸಾವಿರ ಜನ ಜೊತೆಯಲ್ಲಿ ಇರ್ಬಹ್ದು. ಆದ್ರೆ... ಸ್ವಂತ ಮಗ ಜೊತೆಯಲ್ಲಿ ಇರ್ತಾನೆ, ಅಂದರೆ ಅದು ಕೊಡ್ಸೋ ಆನಂದನೇ ಬೇರೆ" ಎಂದರು. ಆಕೆಗೆ ತಲೆ ಚಚ್ಚಿಕೊಳ್ಳಬೇಕೆನಿಸಿತು. "ಹೇಗೇ, ಹೇಳ್ಬೇಕೋ ಗೊತ್ತಾಗ್ತ ಇಲ್ಲ. ಸದ್ಯಕ್ಕೆ ಅಮಲೇಶ್ವರ ದೇವಸ್ಥಾನಕ್ಕೆ ಅವ್ನು ಬರೋದು ಬೇಡ. ಅಂದು ನಡೆದಿದ್ದು ನೆನಪಾಗಿ ಕಾಡುತ್ತೆ. ಈಚೆಗೆ ರಜನಿ ಅಂದರೆ ಅವ್ನಿಗೆ ಅಷ್ಟಕಷ್ಟೆ. ಇಂಥ ಬೆಳವಣಿಗೆ ಸರಿ ಇಲ್ಲ" ಸ್ವಲ್ಪ ಜೋರಾಗಿಯೆ ಗೊಣಗಿದರು. ಅವರಿಗೆ ಏನು ಹೇಳಬೇಕೋ ಅರ್ಥವಾಗಲಿಲ್ಲ.

"ಅದೊಂದು ಸಣ್ಣ ಇನ್ಸಿಡೆಂಟ್ ಅಷ್ಟೆ. ಆಮೇಲೆ ರಜನಿ ಬೈತಲೆಗೆ ಕುಂಕುಮ ಹಚ್ಚಿಸಿ, ಹಾರ ಹಾಕಿ ನಿಶ್ಚಿತಾರ್ಥದ ಕಾರ್ಯಕ್ರಮ ನಡೀತಲ್ಲ. ಅದಕ್ಕೆ ಸಾಕಷ್ಟು ಜನ ಸಾಕ್ಷಿಯಾದ್ರೂ. ಇಷ್ಟನ್ನು ನೆನಪಿನಲ್ಲಿ ಇಟ್ಟುಕೊಳ್ದೇ ಆಕಸ್ಮಿಕವಾಗಿ ನಡೆದುಹೋಗಿದ್ದಕ್ಕೆ ಯಾಕೆ ತಲೆ ಕೆಡ್ಸಿಕೋತಾನೆ? ಅಷ್ಟೊಂದು ಸೆಂಟಿಮೆಂಟ್ ಅಲ್ಲ. ಕೆಲವನ್ನ ಅರ್ಥ ಮಾಡಿಕೊಳ್ಳೋ, ಅರಗಿಸಿಕೊಳ್ಳೋ ದಿಲ್ ಅವ್ನಿಗೆ ಇದೆ. ನೀನು ಸುಮ್ನೇ ನಿನ್ತಲೆ ಬಿಸಿ ಮಾಡ್ಕೋಬೇಡ." ಸ್ವಲ್ಪ ಗದರಿದಂತೆ ಮಾತಾಡಿದರು. ಹೊರಗೆ ಚಟ್ಟಿಡಿಸೋಷ್ಟು ರಾಜಕೀಯ, ಯಾಕಾದರೂ ಬಂದೇ? ಮುಂದೆ ಎಲೆಕ್ಷನ್‌ಗೆ ನಿಲ್ಲೋದೇ ಬೇಡಾಂತ ಅನ್ನಿಸಿಬಿಟ್ಟಿತ್ತು. ತಾನು ರಾಜಕಾರಣಕ್ಕೆ ಲಾಯಕ್ ಇಲ್ಲವೇನೋ ಅನ್ನೋ ಭಾವ.

"ಅವ್ನಿಗೆ ನೀವೇ ಬರಬೇಡಾಂತ ಹೇಳಿ" ಎಂದು ಎದ್ದುಹೋದರು. ಅದೊಂದು ಸಹಜವಾದ ವಿಚಾರವೇ. "ಬಂದರೆ... ಬರಲು ಬಿಡಿ' ಎಂದು ಆ ಕ್ಷಣ ಅಂದುಕೊಂಡರು. ಜಾತ್ರೆ ಸಲುವಾಗಿ ವಿಶೇಷ ಪ್ಯಾಕೇಜ್ ಬಿಡುಗಡೆಯಾಗಿದ್ದುದ್ದರಿಂದ ಇನ್ನಷ್ಟು ವೈಭವಯುತವಾಗಿ ಎಂಎಲ್‌ಎ ಅವರಿಗೆ ಒಂದು ಸನ್ಮಾನ ಕಾರ್ಯಕ್ರಮವು ಇತ್ತು. ದೂರ ದೇಶದಲ್ಲಿ ಇರುವ ಹೆಣ್ಣುಮಕ್ಕಳು ಅಳಿಯಂದಿರು ಎರಡೋ, ಮೂರೋ ವರ್ಷಕ್ಕೆ ಒಂದು ಸಲವಷ್ಟೆ. ಈಗ ಹತ್ತಿರದಲ್ಲಿರೋ ಅಭಿನಂದನ್ ಒಬ್ಬನೇ! ಆ ಕ್ಷಣ ಆರ್ದ್ರಗೊಂಡರು. ಅವನು ಜೊತೆಯಲ್ಲಿದ್ದರೇ, ಆನೆ ಬಲ! ಅವನ ಇರುವನ್ನು

ಬಯಸಿತು ಆ ಕ್ಷಣ. ತಾವೇ ಸ್ವತಃ ಅವನ ಮೊಬೈಲ್‌ಗೆ ಕಾಲ್ ಮಾಡಿ "ಎಲ್ಲಿದ್ದೀ ಮಗನೇ?" ಕೇಳಿದರು. ಅವನಿಗೆ ಸರ್‌ಪ್ರೈಜ್. ಕ್ಲಾಸ್‌ರೂಂನಲ್ಲಿದ್ದವನು ಎದ್ದು ಹೊರಗೆ ಬಂದು "ಹಲೋ, ಡ್ಯಾಡ್.. ಏನು ಸರ್‌ಪ್ರೈಸಾಗಿ ಕಾಲ್ ಮಾಡಿದ್ದೀರಾ?" ಕೇಳಿದ. "ಯಾಕೋ ನಿನ್ನತ್ರ ಮಾತಾಡ್ಬೇಕೂಂತ ಅನ್ನಿಸ್ತು" ಅಂದಕೂಡಲೇ "ಓಕೇ, ಇನ್ನು ಗಂಟೆಯೊಳ್ಗೇ ನಿಮ್ಮ ಮುಂದೆ ಇರ್ತೀನಿ" ಅಂದು ಕಾಲ್‌ಕಟ್ ಮಾಡಿದ.

ಡೈನಿಂಗ್ ಹಾಲ್‌ಗೆ ತಾವೇ ಬಂದವರು "ತಾರಿಣಿ, ಅಭಿಗೆ ಏನು ಇಷ್ಟವೋ, ಅದ್ನ ಮಾಡ್ಸು. ಒಟ್ಟಿಗೆ ತಿಂತೀವಿ" ಅಂದಾಗ ಆಕೆ ಅಚ್ಚರಿಯಿಂದ ಕಿಚನ್‌ನಿಂದ ಹೊರಗೆ ಬಂದರು. "ಅದೇನು? ಕೇಳಿದ್ದಕ್ಕೆ ಅಂಥದೇನಿಲ್ಲ, ಮಾತಾಡ್ಬೇಕೂಂತ ಅನ್ನಿಸ್ತು. ಕಾಲ್ ಮಾಡ್ದೇ. ಬರ್‍ತಾ ಇದ್ದಾನೆ ಅವ್ನಿಗೆ ಇಷ್ಟವಾದ ಸ್ವೀಟ್ಸ್ ಮಾಡ್ಸು" ಎಂದವರು ಮುಂದಿನ ಗೆಸ್ಟ್‌ರೂಂಗೆ ಹೋದರು. ಇವರ ಪರ್ಸನಲ್ ಸೆಕ್ರೆಟರಿ ಪರಮೇಶಿ ಜೊತೆಗೆ ಇನ್ನಿಬ್ಬರು ಇದ್ದರು.

"ಕೂತ್ಕೊಳ್ಳಿ." ಅಂದು ತಾವು ಕೂತರು.

ಅವರಲ್ಲಿ ಒಬ್ಬ ಮುಂದೆ ಬಂದು "ನಮ್ಮ ಫೈನಾನ್ಸ್ ಮಿನಿಸ್ಟರ್ ದಾಸಪ್ಪನವ್ರ ಮಗನ್ನ ನಿಮ್ಮ ಹಳೇ ಕ್ಷೇತ್ರದಲ್ಲಿ ನಿಲ್ಲಿಸ್ತಾರಂತೆ. ನೀವು ನಿಮ್ಮ ಮಗನ್ನ ನಿಲ್ಲಿಸಬೇಕೆನ್ನೋ ಒಂದು ಸಣ್ಣ ಆಸೆ." ಒಬ್ಬನ ವಿನಂತಿ. ಅಲ್ಲಿನ ಜನರ ಪ್ರತಿನಿಧಿಯೆನ್ನುವಂತೆ ಹೇಳಿಕೊಂಡ "ಇನ್ನು ಸಮಯ ಇದೆ. ನಾನು ನಿಂತ ಕ್ಷೇತ್ರ ಅಲ್ಲಿ ನನ್ಮಗ ನಿಲ್ಲಬೇಕೆನ್ನೋ ಆಸೆ ನಂಗೇನಿಲ್ಲ. ಅವ್ನಿಗೂ ರಾಜಕೀಯದಲ್ಲಿ ಆಸಕ್ತಿ ಇರಬೇಕಲ್ಲ" ಅನುಮಾನ ವ್ಯಕ್ತಪಡಿಸಿದರು.

ಇವರ ಮಾತುಕತೆಯ ನಡುವೆ ಆಗಮಿಸಿದ ಅಭಿನಂದನ್. "ಡ್ಯಾಡ್, ಇವ್ರನ್ನೆಲ್ಲಾ ರಿಲೀವ್ ಮಾಡ್ಬಿಡಿ. ಇಲ್ಲದಿದ್ದರೇ ಅದೇ ರಾಜಕೀಯದ ಮಾತುಗಳು. ಅದ್ನ ಬಿಟ್ಟು ಬೇರೇನಾದ್ರೂ ಮಾತಾಡೋಣ. ನೋಡು ಪರಮೇಶಿ ಇವ್ರ ಜೊತೆ ಆರಾಮಾಗಿ ಊಟ ಮಾಡ್ಬಿಡು" ಅವರುಗಳನ್ನು ಕಳಿಸಿದ.

ಚಿದಂಬರಂ ಅಭಿಮಾನದಿಂದ ಮಗನತ್ತ ನೋಡಿದರು.

"ಹೇಳಿ ಡ್ಯಾಡ್ ಈಗ, ಮಮ್ಮಿ ಏನಾದ್ರೂ ರಿಪೋರ್ಟ್ ಮಾಡಿದ್ದಾರ? ಅದೇನು ನನ್ನ ಮಗು ತರಹ ಟ್ರೀಟ್ ಮಾಡ್ತಾರೆ. ಇದು ಸರೀನಾ? ಅರೇ, ನನ್ನ ಇಷ್ಟ.. ಇಷ್ಟಗಳ ಕಡೆ ಮಮ್ಮಿ ಗಮನವೇ ಇಲ್ಲ. ನಾನು ಮೆಜಾರಿಟಿಗೆ ಬಂದಿದ್ದೀನೀಂತ ಒಂದಿಷ್ಟು ತಿಳ್ಸಿ ಹೇಳಿ" ಬಡಬಡ ಒದರಿದ. ಅವರು ಆರಾಮಾಗಿ ನಕ್ಕರು. ತನಗೂ ಇದೊಂದು ಎಚ್ಚರಿಕೆಯ ಗಂಟೆಯೆನಿಸಿತು. "ಓಕೇ, ಮೈಸನ್... ಅಮ್ಮ ಅನ್ನೋದೇ ಹಾಗೇ. ತಾಯ್ತನದಿಂದ ಅವಳೆಂದು ಮುಕ್ತಳಾಗೋಲ್ಲ. ಆ ವಿಷ್ಯ ಬಿಡು. ಭಗವಾನ್ ದೊಡ್ಡದಾಗಿ ನಿನ್ಮೇಲೆ ಕಂಪ್ಲೆಂಟ್ ಮಾಡಿದ್ರು" ಅಂದರು. ಅದು ನಿಜವೂ ಕೂಡ. ಅವನ ಮುಖ ಗಂಭೀರವಾಯಿತು. ಹಲ್ಲುಮುಡಿ ಕಚ್ಚಿದ.

"ಅವರದು ಟೂ ಮಚ್. ಅವ್ರಿಗೆ ಸ್ವಲ್ಪ ಕೂಡ ಕಾಮನ್‌ಸೆನ್ಸ್ ಇಲ್ಲ. ಜ್ಯೂಯಲ್ ಪರ್ಚೇಸ್ ಅಂದ್ರು. ಇಲ್ಲಿಂದ ಹೋಗಿ ಆಯ್ತು. ಎರಡು ದಿನ ಮುಂದಕ್ಕೆ ಹಾಕಿದ್ರು. ಅಂದು ಹೊರಟಾಗ ಸಮಯ ಸರಿ ಇಲ್ಲಾಂತ ಜ್ಯೋತಿಷಿಗಳು ಹೇಳಿದ್ರೂಂತ ಕ್ಯಾನ್ಸಲ್

ಮಾಡಿದ್ರೂ. ಇದೇನು ಹುಚ್ಚಾಟ? ಭೂತಚೇಷ್ಟೆ ಅನ್ನಿಸ್ತು. ಹೇಳದೇನೇ, ಹಿಂದಿರುಗಿದೆ. ಸಿಟಿಯಲ್ಲಿ ಫ್ಲೈಟ್‌ನಿಂದ ಇಳಿದ ನಂತರವೇ, ಕಾಲ್ ಮಾಡಿ ವಿಷ್ಯ ತಿಳಿಸಿದ್ದು. ಇದು ನನ್ನ ಕೈಯಲ್ಲಾಗೋಲ್ಲ. "ಸ್ವಲ್ಪ ಜೋರಾಗಿಯೇ ಹೇಳಿದ. ಮನದಲ್ಲಿದ್ದುದ್ದನ್ನು ಮುಕ್ತವಾಗಿ ತೋಡಿಕೊಂಡ. ರಜನಿ ತುಂಬ ಕಷ್ಟವಾಗಿದ್ದಳು. ಪ್ರೊಫೆಸಿವ್‌ನೆಸ್ ಜೊತೆಗೆ ಜ್ಯೋತಿಷಿಗಳ ಸಲಹೆ, ಸೂಚನೆ, ಅದನ್ನೇ ಪಾಲಿಸಲೇಬೇಕೆಂಬ ನಿರ್ಬಂಧ. ಅಭೀ ತಲೆ ಕೆಟ್ಟು ಹೋಗಿತ್ತು.

ಅದು ಚಿದಂಬರಂಗೆ ಅರ್ಥವಾಗಿತ್ತು. ಸೈರಿಸಿಕೊಳ್ಳುವ ಅನಿವಾರ್ಯತೆ ಎಲ್ಲಿಯವರೆಗೂ? ಅವ್ರಿಗೂ ಜ್ಯೋತಿಷ್ಯದ ಮೇಲೆ ನಂಬಿಕೆ ಇತ್ತು. ಭಗವಾನ್‌ರಷ್ಟು ಅತಿರೇಕಕ್ಕೆ ಹೋಗಿರಲಿಲ್ಲ. ಒಳ್ಳೆಯವ, ಅದ್ಭುತವಾದ ವ್ಯವಹಾರ, ಸಮಾಜದಲ್ಲಿ ಆಸ್ತಿ, ಅಂತಸ್ತಿನ ಹೆಸರು ಗಳಿಸಿಕೊಂಡಿದ್ದ. ಅದರಿಂದಲೇ ವಿರೋಧಿಸಲು ಒಂದಿಷ್ಟು ಇರುಸು ಮುರುಸು.

"ಆಯ್ತು ಅಭೀ, ತೀರಾ ಹಚ್ಕೋಬೇಡ. ಇಲ್ಲಿಗೆ ರಜನಿ ಬಂದ್ಮೇಲೆ ಅಲ್ಲಿನ ರೀತಿ ರಿವಾಜುಗಳು ಬೇಡವೆಂದು ಹೇಳಿದರಾಯ್ತು. ಊಟ ಮಾಡ್ದೇ ಯಾಕೋ ತೃಪ್ತಿಯಾಗ್ಲಿಲ್ಲ. ನಿನ್ಜೊತೆ ಊಟ ಮಾಡ್ತೀನಿ" ಅಂದರು ಉತ್ಸಾಹದಿಂದ. ಟೇಬಲ್ಲಿಗೆ ಬಂದಕೂಡಲೇ ಅವರ ಗಮನಹರಿದಿದ್ದು ಹೊಬ್ಬಟ್ಟು ತುಪ್ಪ ಹಾಕಿಸಿಕೊಂಡು ನಾಲ್ಕು ತಿಂದ ನಂತರ "ಇನ್ನು ಬರೀ ಅನ್ನ, ತಿಳಿಸಾರು, ನಾನು ತಿನ್ನೋ ಸಿಹಿತಿಂಡಿಗಳ್ನ ನೋಡಿ ನನ್ನ ರಾಜಕೀಯ ಮಿತ್ರರು 'ನಿಂಗೆ ಷುಗರ್ ಬಂದರೇ ಏನ್ಮಾಡ್ತಿ.. ಅಂತಾರೆ?" ಎಂದು ನಕ್ಕರು. ತಾರಿಣಿ ಮುಖದಲ್ಲಿ ಗಾಬರಿ. "ಅವ್ರಿಗೆ ನಿಮ್ಮ ಮೇಲೆ ಹೊಟ್ಟೆಯುರಿ. ನಿಮ್ಮ ಶತ್ರುಗಳಿಗೆ ಬರಲೀ... ಷುಗರ್" ರೇಗಿಕೊಂಡರು.

"ಬರಬರ್ದೂಂತ ಏನಾದ್ರೂ ಇದ್ಯಾ? ನನ್ನ ಪೇರೆಂಟ್ಸ್ ಆರೋಗ್ಯವಾಗಿದ್ದು. ಅವ್ರ ಪೇರೆಂಟ್ಸ್ ಕೂಡ ಆರೋಗ್ಯವಾಗಿದ್ರು. ಅವರೆಂದು ಡಾಕ್ಟ್ರ ಬಳಿ ಹೋಗಿಯೇ ಇರ್ಲಿಲ್ಲ. ಅವ್ರಿಗೆ ಷುಗರ್ ಇತ್ತೋ, ಬಿ.ಪಿ. ಇತ್ತೋ... ಯಾರ್ಗೇ ... ಗೊತ್ತು? ಬೇರೆಯವ್ರ ತಟ್ಟೆಗೆ ಕೈಹಾಕ್ಲೋ, ಅಸೂಯೆಪಡದೇ, ಇದ್ದುದ್ದರಲ್ಲಿ ಆರಾಮಾಗಿದ್ರು. ಅವ್ರ ಆರೋಗ್ಯದ ಗುಟ್ಟು ಅದೇ... ಇರಬಹ್ದು" ಎಂದು ಎದ್ದುಹೋದರು.

ದಿವಾನ್‌ಖಾನೆಗೆ ಬಂದಕೂಡಲೇ "ಅಭೀ, ಅಲ್ಲಿನ ಜನ ಬಂದು ಅಮಲೇಶ್ವರನ ಜಾತ್ರೆಗೆ ಬರಲೇಬೇಕೆಂದು ಆಹ್ವಾನಿಸಿದ್ದಾರೆ. ಹೋಗಲೇಬೇಕಿದೆ" ಅನ್ನೋ ವೇಳೆಗೆ ಕೈಗಳನ್ನೊರೆಸುತ್ತ ಬಂದು ಕೂತರು. ತಾರಿಣಿ "ನಾನು, ನಿನ್ನ ಡ್ಯಾಡಿ ಮಾತ್ರ ಹೋಗೋದೂಂತ" ಅಂದೇಬಿಟ್ಟರು. ಚಿದಂಬರಂ ಮುಗುಳ್ನಗೆ ಬೀರಿ "ನಿನ್ನ ಓದಿನ ಟೆನ್‌ಷನ್ ನಾವುಗಳು ಮಾತ್ರ ಹೋಗೋದೂಂತ" ಅದನ್ನು ತಿದ್ದಿ ಹೇಳಿದರು.

"ನೋ, ಡ್ಯಾಡ್... ಇದು ಸರ್ಯಾದ ರೀಸನ್ ಅಲ್ಲ, ನಾನೇನಾದ್ರೂ ಪ್ರೈಮರಿ ಶಾಲೆ ಹುಡ್ಗೀನಾ? ನನ್ನ ಓದಿನ ಬಗ್ಗೆ ನಿಮ್ಗೇ ಕಾಳಜಿ ಯಾಕೆ? ಮಮ್ಮಿ ಏನಾದ್ರೂ ಹರಕೆ ಹೊತ್ತಿದ್ದಾರಂತ?" ತಾರಿಣಿ ಕಡೆ ಕುಹಕನೋಟ ಹರಿಸಿದ "ಅದ್ನ ಅವ್ಳೇ ಹೇಳ್ತಾಳೆ. ನಂಗೆ ಕೆಲ್ಸವಿದೆ" ಮೇಲೆದ್ದರು.

"ನನ್ನ ಬಗೆಗಿನ ಹರಕೆಗಳನ್ನೆಲ್ಲ ಅವ್ರೆ ಹೊತ್ತರೆ... ಹೇಗೆ? ನಾನು ನಂಗೆ ಬೇಕಾದ ರೀತಿಯಲ್ಲಿ ಹರಕೆ ಹೊತ್ಕೊಂಡಿದ್ದೀನಿ. ಈ ಸಲ ಜಾತ್ರೆಗೆ ಬಂದು ತೇರು ಎಳೀತೀನಿಂತ. ಅದ್ಕೇ ನಿಮ್ಮ ಪರ್ಮಿಷನ್ ಕೇಳ್ಬೇಕಾ?" ಅಂದ ಬಂದು ಅವರ ಎದುರು ನಿಂತು "ನೋ, ಮೈ... ಬಾಯ್, ಇದ್ಕೆಲ್ಲ ನಮ್ಮಗಳ ಪರ್ಮಿಷನ್ ಯಾಕೆ?" ಎಂದವರು ಹೊರಹೋದರು.

ಈಗ ಬಂದು ಅಮ್ಮನ ಎದುರು ಕೂತ. ಹುಬ್ಬು ಕುಣಿಸಿ ಪ್ರಶ್ನಿಸಿದ. "ನಿನ್ನದೇನು?" ಎನ್ನುವಂತೆ ಆಕೆಗೆ ತಲೆ ಚಿಟ್ಟಿಡಿಯಿತು.

"ಏನಾದ್ರೂ.. ಮಾಡ್ಕೋ! ನಂಗೇನೋ ಅನುಮಾನ. ಹಿಂದೆ ನಾವು ಸಾಕಷ್ಟು ಸಲ ಹೋಗಿ ಬಂದಿದೆ. ಹೋದ್ಸಲ ಜಾತ್ರೆಗೂ ಬರ್ಲಿಲ್ಲ. ಈ ಸಲ ನಿನ್ನದೇನು ತಕರಾರು? ಆ ಸಿಂಧೂರ ಹಚ್ಚಿದ ಹುಡ್ಗೀ ನಿನ್ನ ಮನಸ್ಸಿನಲ್ಲಿ ನಿಂತು ಕಾಡ್ತಾ ಇರ್ಬೇಕು" ಅಂದೇಬಿಟ್ಟರು. ಅದು ತಾನು ಮಾಡಿದ ಯಡವಟ್ಟು ಎಂದು ಸ್ವಲ್ಪ ತಡವಾಗಿ ಗೊತ್ತಾಯಿತು.

ಐದು ನಿಮಿಷದ ಮೌನದ ನಂತರ "ಯು ಆರ್ ಕರೆಕ್ಟ್, ಸತ್ಯವನ್ನು ತಾಯಿ ಮಾತ್ರ ಗುರುತಿಸಬಲ್ಲಳು ಅನ್ನೋದಕ್ಕೆ ನೀನು ಉದಾಹರಣೆ.. ಯಸ್... ಅಂತೀನಿ. ಇದ್ರಲ್ಲಿ ನನ್ನ ಅಪರಾಧವೇನಿಲ್ಲ. ಯಾಕೆ ಕಾಡ್ತಾಳೆ, ಹೇಗೆ ಕಾಡ್ತಾಳೆ ಅನ್ನೋದಿಕ್ಕೆ ನಾನೇನು ಹೇಳ್ಲೀ? ನಂಗೂ ಇದ್ವರ್ಗೂ ಹೊಳೆದಿರಲಿಲ್ಲ. ನೀನು ಹೇಳಿದ್ದೇ ನಿಜವಾಗಿರಬೇಕು. ಆ ಹುಡ್ಗೀದೇ ತಪ್ಪಿರಬೇಕು."

ಮಗನ ಮಾತುಗಳಿಗೆ ಆಕೆ ತಲೆ ಹಿಡಿದುಕೊಂಡು ಕೂತುಬಿಟ್ಟರು. ಮನಸ್ಸಿನಲ್ಲಿ ಇದ್ದಿದ್ದನ್ನು ಹೊರಹಾಕಿ ತಪ್ಪು ಮಾಡಿದೆ ಅನಿಸಿತು. ಬಹುಶಃ ಪ್ರಸ್ತಾಪಿಸದಿದ್ದರೆ, ದಿನಕಳೆದಂತೆ ಅದು ಅವನಿಂದ ಮರೆಯಾಗಿ ಬಿಡುತ್ತಿತ್ತೇನೋ? ಸ್ಪಷ್ಟತೆ ಅವನ ಮುಂದಿಟ್ಟು ದೊಡ್ಡ ತಪ್ಪು ಮಾಡಿದ್ದರು.

"ಯಾಕೆ ಮಮ್ಮಿ, ನಿನ್ನ ಅನುಮಾನಾನೆ ನಿಜವಿರಬೇಕೇನೋ, ಹೇಗೆ ದೃಢಪಡಿಸಿಕೊಳ್ಳೋದು?" ಹಾಸ್ಯ ಮಾಡಿದ. ಮೇಲೆದ್ದ ತಾರಿಣಿ "ಷಟಪ್, ಏನೇನೋ ಮಾತಾಡ್ಬೇಡ. ನಾನು ಅಂದಿದ್ದನ್ನು ಸೀರಿಯಸ್ಸಾಗಿ ತಗೋಬೇಕಿಲ್ಲ. ನಿನ್ನ ಮದ್ವೆ ರಜನಿ ಜೊತೆ ನಿಶ್ಚಯವಾಗಿದೆ. ಅಷ್ಟು ನಿನ್ನ ಮನಸ್ಸಿನಲ್ಲಿ ಇರ್ಲೀ, ನೀನು ರಜನಿ ಜೊತೆಯಲ್ಲೇ ಅಮಲೇಶ್ವರನ ದರ್ಶನಕ್ಕೆ ಬರ್ಬೇಕು. ಅದ್ವರ್ಗೂ ಅಲ್ಲಿಗೆ ಬರೋಂಗಿಲ್ಲ" ರೇಗಿ ಎದ್ದುಹೋದವರು ಸುಮ್ಮನೆ ಕೂಡಲಿಲ್ಲ. ಪರಮೇಶಿಯನ್ನು ಪ್ರತ್ಯೇಕವಾಗಿ ಕರೆಸಿಕೊಂಡು ವಿಚಾರಿಸಿದರು. "ಆನಂದಮೂರ್ತಿಗಳ ಮನೆಯವ್ರು ಹೇಗೆ?"

"ಒಳ್ಳೆಯವರು, ಅಮಲಾಪುರದಲ್ಲಿ ಮಾತ್ರವಲ್ಲ ಸುತ್ತಮುತ್ತ ಒಳ್ಳೆಯ ಹೆಸ್ರು ಸಂಪಾದಿಸಿಕೊಂಡಿದ್ದಾರೆ. ಶ್ರೀಮಂತ ಕುಟುಂಬವೇ. ಇಬ್ರೂ ಗಂಡು ಮಕ್ಳು, ಹಿರಿಯವ ವಿದ್ಯಾಭ್ಯಾಸ ಮುಗ್ಸೀ ಅಮಲಾಪುರದಲ್ಲಿ ಇದ್ದಾನೆ. ಕಿರಿಯವ ಸಾಫ್ಟ್‌ವೇರ್ ಇಂಜಿನಿಯರ್. ಸಿಟಿಯಲ್ಲಿ ಇದ್ದಾನೆ. ಅದೇ ಆ ಹುಡ್ಗೀ ಅವ್ರ ಸ್ವಂತ ಮಗಳಲ್ಲ, ತಮ್ಮನ ಮಗ್ಳು. ಅದು ಈ ವೇಳೆಗೆ ಅಮೆರಿಕಗೆ ಹಾರಿಹೋಗಿರಬೇಕು. ಅವ್ರ ಕಡೆಯಿಂದ

ಯಾವ್ದೇ ತಾಪತ್ರಯವಿಲ್ಲ. ಕೊಟ್ಟ ಸೂಟುಕೇಸ್‌ನ ಹಿಂದಿರುಗಿಸಿ ಹೋದ ಪುಣ್ಯಾತ್ಮ ಆನಂದಮೂರ್ತಿ. ಬೇರೆ ಯಾರಾದ್ರೂ ಆಗಿದ್ದರೇ ಅಷ್ಟು ದುಡ್ಡನ್ನ ಬಿಡ್ತಾ ಇರ್ಲಿಲ್ಲ. ಏನು ನಡೀತೋ, ಬಿಡ್ತೋ, ವಿರೋಧ ಪಕ್ಷದವ್ರು ಅಂತ್ಲೇ ಅಲ್ಲ, ಯಜಮಾನರ ಮೇಲೆ ಕತ್ತಿ ಮಸೆಯೋ ಎಷ್ಟೋ ಜನ ಇದ್ದಾರೆ, ನಿಮ್ಮಗಳದೇ ತಪ್ಪೂಂತ ಬೀದಿಗೆ ಎಳ್ದು ಹರಾಜು ಹಾಕಿ ಬಿಡೋರು. ಅದೃಷ್ಟ ಮಾಡಿದ್ವಿ, ಆ ಪೈಕಿ ಜನವಲ್ಲ ಬಿಡಿ" ಗೊತ್ತಿದ್ದ ವಿಷಯವನ್ನು ನಿಸ್ಸಂಕೋಚವಾಗಿ ತಿಳಿಸಿದ.

ತಾರಿಣಿಗೆ ನಿಶ್ಚಿಂತೆ ಅನ್ನಿಸಿತು.

"ಅಂತು ಆ ಹುಡ್ಗೀ ಇಲ್ಲಿ ಇಲ್ವಲ್ಲ. ಅಷ್ಟು ಸಾಕು."

"ಚಿಕ್ಕಜಮಾನ್ರು ಅಮಲಾಪುರಕ್ಕೆ ಹೋಗ್ಬಂದರಂತಲ್ಲ. ಮೊನ್ನೆ ಅವ್ರೆ ಹೇಳಿದ್ರು. ಜಾಗ ಸೂಪರ್ ಆಗಿದೆ ಕಣೋ, ಬೇಸರವಾದಾಗ ಹೋಗ್ಬೇಕೂಂತ ಅನ್ನಿಸೋ ಪ್ಲೇಸ್ ಅಂದ್ರು. ಅವ್ರಿಗೆ ಅಮಲೇಶ್ವರನ ಸನ್ನಿಧಿ ಸುತ್ತಮುತ್ತಲಿನ ಪ್ರದೇಶ ತುಂಬ ಇಷ್ಟವಾಗಿದೆ. ಗೆಳೆಯರ ಜೊತೆ ಹೋಗಿ ಆಗಾಗ ಗೆಸ್ಟ್‌ಹೌಸ್‌ನಲ್ಲಿ ಉಳಿದುಬಂದರೂ.. ಹೆಚ್ಚಲ್ಲ" ಅಂದ. ಪರಮೇಶಿ ಬಿಟ್ಟಿದ್ದು ಟುಸ್ ಪಟಾಕಿಯೇ. ಆದರೆ ಆಕೆ ಮಿದುಳಿನಲ್ಲಿ ಸಿಡಿಯಿತು. "ಬರ್ತೀನಿ, ಅಮ್ನೋರೆ" ಅವನು ತನ್ನ ಪಾಡಿಗೆ ತಾನು ಹೋದ. ಆಕೆಗೆ ಘಟಾಸ್ಫೋಟ.

ತಾರಿಣಿ ಕುಸಿದು ಕೂತರು. ತನಗೆ ಯಾಕೆ ಇಂಥ ಭಯ? ಏನೇನು ಅರ್ಥವಾಗಲಿಲ್ಲ. ರಾತ್ರಿ ಚಿದಂಬರಂ "ಅಭೀ, ಜಾತ್ರೆಗೆ ಬರ್ತೀನಿ ಅಂದರೆ ಸುಮ್ನೇ ಇರು. ಬರಬೇಡಾಂತ ಹೇಳೋಕೆ ಯಾವ್ದೇ ಕಾರಣವಿಲ್ಲ. ಅವ್ನ ಪರವಾಗಿ ಬೇಡೋದು, ಹರಕೆ ಹೊರೋದು ನೀನು ಎಷ್ಟು ದಿನ? ಸ್ವಂತಕ್ಕೆ ಅವ್ನೇ ಏನಾದ್ರೂ ಕೇಳಿಕೊಳ್ಳಲೀ" ಅಂದು ಸುಮ್ಮನೆ ಮಲಗಿಬಿಟ್ಟರು.

ಅಂತ ಮಗ ಬರೋದು ಶತಃಸಿದ್ಧವೆನಿಸಿತು. ಆಗ ಒಂದು ಯೋಚನೆ ಹೊಳೆಯಿತು. ರಜನಿನ ಕರೆಸಿಕೊಂಡರೆ ಹೇಗೆ? ಅದನ್ನು ಗಂಡನ ಮುಂದಿಟ್ಟಾಗ "ನಿನ್ನಿಷ್ಟ.." ಎಂದು ಮಗ್ಗುಲಾದರು.

* * *

ಕಾಲೇಜು ಮುಗಿಸಿಕೊಂಡು ಅಮಲಾ ಮನೆಗೆ ಬಂದಾಗ ಇಂದು ಮಾತ್ರ ಸಂಜೆಯ ಐದು. ಸ್ಕೂಟರ್‌ನಲ್ಲಿ ಬಂದ ಶ್ರೀ ಜೊತೆಯಲ್ಲಿ ಕರೆತಂದಿದ್ದ. 'ಮೋಡದ ವಾತಾವರಣವಿದೆ. ಮಳೆ ಬಂದರೆ ಕಷ್ಟವಾಗುತ್ತೆ' ಒಂದು ಹತ್ತು ಸಲವಾದರೂ ಹೇಳಿ ಮಗನನ್ನು ಅಟ್ಟಿದರು. ಹೆತ್ತ ಮಕ್ಕಳಿಗಿಂತ ಅವಳೇ ಹೆಚ್ಚು ಮುದ್ದು. ಕೈ ತುತ್ತು ಹಾಕಿ ಊಟ ಮಾಡಿಸುವುದರ ಜೊತೆಗೆ, ಕೆಲವೊಮ್ಮೆ ಅವಳಿಗಾಗಿ ಜೋಗುಳ ಕೂಡ ಹಾಡುತ್ತಿದ್ದರು.

"ಅಮ್ಮ, ನಾನು ಇನ್ಮೇಲೆ ಸ್ಕೂಟರ್‌ನಲ್ಲಿ ಕಾಲೇಜಿಗೆ ಹೋಗ್ತೀನಿ" ಇಂಥ ಬೇಡಿಕೆ ಮಂಡಿಸಿದಾಗ ಸತ್ಯಭಾಮ 'ಹ್ಞೂ' ಅನ್ನಲೇಬೇಕಿತ್ತು. ಪ್ರತಿಸಲವು ವಿಭಾ "ಅಕ್ಕ, ಅವ್ಳು ಅಮೇರಿಕದಲ್ಲಿ ಇರಬೇಕಾದವರು. ಸ್ವಲ್ಪ ಧೈರ್ಯ ಕಲಿಸಿ. ಸ್ವತಂತ್ರವಾಗಿ, ಛಾಲೆಂಜ್‌ಗಾಗಿ ನಿರ್ಣಯಗಳ್ನ ತಗಳೋದ್ನ ಕಲ್ಸಿ." ಇಂಥ ಬೇಡಿಕೆಯನ್ನು ಮುಂದಿಡುತ್ತಲೇ

ಬರುತ್ತಿದ್ದರಿಂದ ಅದಕ್ಕೆ ಅನುಗುಣವಾಗಿ ಯೋಚಿಸಬೇಕಿತ್ತು. "ಆಯ್ತು, ಶ್ರೀ ಹತ್ರ ಹೇಳಿಸ್ಕೋ ಆಮೇಲೆ ಬೇಕಾದರೆ ಕಾರು ತಗೊಂಡ್ಹೋಗ್ಬಹುದು" ಸಮ್ಮತಿ ಸಿಕ್ಕಾಗ ಅಮ್ಮನನ್ನು ಅಪ್ಪಿಕೊಂಡಳು. ಇಂಥ ಸಲಿಗೆ ವಿಭಾ ಹತ್ತಿರ ಇಲ್ಲ. ಅವಳೆಷ್ಟೆ ಪ್ರಯತ್ನಿಸಿದರು ದೂರದೂರವೇ. ಅದೊಂದು ಕೊರಗು ಹೆತ್ತಮ್ಮನಿಗೆ.

ಆ ವೇಳೆಗೆ ಶುಭಕರನಿಂದ ಫೋನ್ ಬಂತು. "ಅಣ್ಣ..." ಅವಳೇ ರಿಸೀವ್ ಮಾಡಿಕೊಂಡಿದ್ದು "ಹೇಗಿದ್ಯಾ, ಪುಟ್ಟ?" ವಿಚಾರಿಸಿದವ "ಅಮ್ಮು, ನಂದನ್ ಅಂಕಲ್, ವಿಭಾ ಚಿಕ್ಕಮ್ಮ ಫೋನ್ ಮಾಡಿದ್ರು. ನೀನು ಅಲ್ಲಿಗೆ ಹೋದರೇ, ಅವ್ರಿಗೆ ಸಂತೋಷ, ನಮ್ಗೇ ದುಃಖ. ರಿತೇಶ್ ನಿಂಗಾಗಿ ಪಟ್ಟು ಹಿಡಿದಿದ್ದಾನಂತೆ" ಮೊದಲು ಶುರು ಮಾಡಿದ್ದು ಅಲ್ಲಿನ ವಿಷಯನೇ "ಅಮ್ಮನಿಗೆ ಕೊಡ್ತೀನಿ ಮಾತಾಡು" ಮೊಬೈಲ್ ಸತ್ಯಭಾಮ ಕೈಗಿತ್ತು ಹೊರಗೆಹೋದಳು. ಅವಳಿಗೆ ಅಮೆರಿಕ, ಕ್ಯಾಲಿಫೋರ್ನಿಯ ಅಲ್ಲಿದ್ದ ಮನೆ, ಸುತ್ತಮುತ್ತಲಿನ ಪರಿಸರ ಒಂದು ಇಷ್ಟವಾಗದು. ಸೋದರ ರಿತೇಶ್ ಕೂಡ ಅವಳಿಗೆ ಇಷ್ಟವಿಲ್ಲ! ಯಾಕೆಂದು ಹೇಳಲಾರಳು. ಅದನ್ನು ಹೇಳಿದರೂ ಯಾರು ಅರ್ಥಮಾಡಿಕೊಳ್ಳುವುದಿಲ್ಲ. ಈಚೆಗೆ ನ್ಯೂಜೆರ್ಸಿಯಿಂದ ಕ್ಯಾಲಿಫೋರ್ನಿಯಾಗೆ ಶಿಫ್ಟ್ ಆಗಿದ್ದರು.

ಸತ್ಯಭಾಮ ಮಗನ ಬಳಿ ಕಷ್ಟಸುಖವನ್ನು ತೋಡಿಕೊಂಡವರು "ಶ್ರೀ ಸದ್ಯಕ್ಕೆ ನಂಗೆ ಮದ್ವೆ ಸಂಬಂಧಗಳ್ನ ನೋಡ್ಬೇಡಿ. ಶುಭಂಗೆ ವಿವಾಹ ಮಾಡೀಂತ ಕೂತಿದ್ದಾನೆ. ಹೇಗೋ... ಇದು ನಂಗೆ ಸರಿ ಅನ್ನಿಸೋಲ್ಲ. ನಿಂಗೆ ಮದ್ವೆಯಾದರೆ, ಬಂದ ಸೊಸೆ ನಿನ್ನ ಜೊತೆ ಸಿಟಿಯಲ್ಲಿ ಇರ್ತಾಳೆ. ಅವ್ನಿಗೆ ಮದ್ವೆಯಾದರೇ ತಾನೇ ಸೊಸೆ ಬಂದು ಇಲ್ಲಿರೋದು" ಎಂದರು. ದುಃಖಿತರಾಗಿ "ನೀನು ಹೇಳೋದು ಸರಿ. ಅದ್ರೂ ಸದ್ಯಕ್ಕೆ ಮದ್ವೆ ಆಗೋಕೆ ಅವ್ನಿಗೆ ಒಪ್ಗೇ ಇಲ್ಲ. ನಾನು ಸಾಕಷ್ಟು ಮಾತಾಡಿ ಸುಮ್ಮನಾದೆ" ಬಿತ್ತರಿಸಿದ, ನಂತರ ನಂದನ್, ವಿಭಾ ಸುದ್ದಿ ಹರಡಿದ "ಸ್ವಲ್ಪ ಅಮಲಾನ ಕನ್ವಿನ್ಸ್ ಮಾಡಿ ಅಮೆರಿಕಗೆ ಕಳ್ಸಿ ಬಿಡಿ. ವಿಭಾ ಚಿಕ್ಕಮ್ಮ ಅಂತು ಗೋಳಾಡ್ತಾ ಇದ್ದಾರೆ. "ಆಕೆ ಬರೀ ಹ್ಞೂಗುಟ್ಟಿದರು. ಶ್ರೀ ಶುಭಂಗೂ ಅದು ಇಷ್ಟವಿಲ್ಲ. ಆದರೆ ಅನಿವಾರ್ಯ.

"ನಾವಂತು ಕಳಿಸೋಕೆ ರೆಡಿಯಾಗಿ ಇದ್ದೀವಿ. ಕತ್ತಿಡಿದು ಮನೆಯಿಂದ ಹೊರ್ಗೇ ತಳ್ಳೋಕಂತು ನಮ್ಮಿಂದ ಸಾಧ್ಯವಿಲ್ಲ" ಕಾಲ್‌ಕಟ್ ಮಾಡಿ ಸುಮ್ಮನೆ ಕೂತರು. ನಿಜವಾಗಿ ವಿಭಾ ಮೇಲೆ ಕೋಪ ಬಂತು. ಆನಂದಮೂರ್ತಿಗಳು ಬಂದಕೂಡಲೇ "ನೋಡಿ, ನಿಮ್ಮ ತಮ್ಮ ಮಗ್ಳು ಸಹವಾಸ ಬೇಡ. ಅವಳನ್ನ ಹಿಡಿದು ಇಟ್ಟುಕೊಳ್ಳೋಕೆ ನಾನೇನು ಬಂಜೆಯಲ್ಲ. ನಾನು ಎರಡು ಮಕ್ಕಳನ್ನ ಹೆತ್ತಿದ್ದೀನಿ" ಕಣ್ಣೀರಿಟ್ಟರು. ಸರಿ ಇರಬಹುದು ಆದರೆ ಹಾಗೆ ಯೋಚಿಸುವುದು ಮಾತ್ರ ತಪ್ಪೆನಿಸಿತು.

"ಅಷ್ಟೊಂದು ಓದಿಕೊಂಡಿದ್ದರು ವಿಭಾ ಒಳ್ಳೆಯ ಹುಡ್ಗೀ. ಇಲ್ಲಿಗೆ ಬಂದರೆ ಸರಳವಾದ ಅಮಲಾಪುರದ ಹೆಣ್ಣೆ ಅನ್ನೋ ರೀತಿ ನಡ್ಕೋತಾಳೆ. ಅವ್ಳು ಹೆತ್ತ ಮಗ್ಳು. ತನ್ನ ಬಳಿ ಇರಬೇಕೆಂದು ಬಯಸೋದು ತಪ್ಪಲ್ಲ. ಅಮ್ಮುಗೆ ಹದಿನೆಂಟು ತುಂಬಿದೆ. ನಮ್ಮ ಹಳೇ ಲೆಕ್ಕದಲ್ಲಿ ವಿವಾಹದ ವಯಸ್ಸೇ ಅಲ್ವೇ ಒಂದು ಗಂಡು ನೋಡಿದರೇ, ಶಾಶ್ವತವಾಗಿ ಅಲ್ಲೇ ಉಳೀತಾಳೆ. ಅವರೆಗೂ ಕಾದರೇ ಸಾಕು. ನಾನು ವಿಭಾ ಹತ್ರ

ಮಾತಾಡ್ತೀನಿ. ಯಾವ್ದೇ ರಂಪಾಟ ಅಮಲಾ ಮುಂದೆ ಬೇಡ. "ಇಂಥದೊಂದು ಪಾಯಿಂಟ್ ಇಟ್ಟರು. ವಿವಾಹದ ನಂತರ ಅಮಲ ಗಂಡನ ಮನೆಗೆ ಹೋಗಬೇಕಾದವಳೆ, ಅದಕ್ಕೆ ಯಾಕೆ ಈ ಪರದಾಟ? ಎಂದು ತಮ್ಮನ್ನು ತಾವು ಸಮಾಧಾನ ಮಾಡಿಕೊಂಡರು.

ಇದಕ್ಕೆ ಮೊದಲು ವಿಭಾ ಒಂದು ಪ್ರಸ್ತಾಪ ಆನಂದಮೂರ್ತಿಗಳ ಮುಂದಿಟ್ಟರು. "ಭಾವ, ಈಗ ಒಂದೇ ದಾರಿ. ನನ್ನ ಅಂಕಲ್ ಅಳಿಯನ ಕಡೆಯವ್ರು ಹೈಲಿ ಕ್ವಾಲಿಫೈಡ್ ಫ್ಯಾಮಿಲಿ, ಟೂ ರಿಚ್, ಸಾಕಷ್ಟು ಪ್ರಾಪರ್ಟಿ ಇದೆ. ಅಪ್ಪ ಅಮೆರಿಕನ್, ಅಮ್ಮ ಇಂಡಿಯನ್. ರಿಚ್ಚಿ ತಂದೆಯ ತದ್ರೂಪು ಮೆಡಿಕಲ್ ಮಾಡ್ತಾ ಇದ್ದಾನೆ. ವೆರೀ ಸೈಲೆಂಟ್. ನಮ್ಮ ವಿಸ್ಮಿತನ ಯಾಕೆ ಅವ್ನಿಗೆ ಕೊಟ್ಟು ಮದ್ವೆ ಮಾಡ್ಬಾರ್ದು, ಅನ್ನೋ ಪ್ರಸ್ತಾಪ ನನ್ನ ಮನಸ್ಸಿನಲ್ಲಿ ಬಂತು. ವೆರಿ ಯಂಗ್ ಅಂಡ್ ಹ್ಯಾಂಡ್‌ಸಂ. ತುಂಬಾ ಇಷ್ಟವಾದ. ಅವ್ನಿಗೆ ಇಂಡಿಯನ್ ಟ್ರೆಡಿಷಿಯನ್ ಗರ್ಲ್ ಅಂದರೆ ಇಷ್ಟ ಅಂದ. ನಮ್ಮ ವಿಸ್ಮಿತ ಸೂಟ್ ಆಗ್ತಾಳೆ. ನೀವೇನು ಹೇಳ್ತೀರಾ?" ಕೇಳಿದಾಗ ಏನು ಹೇಳಬೇಕೋ, ತೋಚಲಿಲ್ಲ. "ನಂದನ್ ಜೊತೆ ಮಾತಾಡು. ಅಮಲಾಗೆ ಈಗ ಇನ್ನ ಹದಿನೆಂಟು ತುಂಬಿದೆ. ಈಗಿನ ಜಮಾನದ ಮದ್ವೆಗೆ ಸ್ವಲ್ಪ ಚಿಕ್ಕದೇನೋ! ನಿಂಗೆ ಅವ್ಳ ಬಗ್ಗೆ ಗೊತ್ತೆ ಇದೆ" ಎಂದರು.

"ಡೋಂಟ್‌ವರೀ ಭಾವ. ಅವ್ನು ತೀರಾ ಚಿಕ್ಕವನೇ. ಅವ್ನಿಗೂ ಇಪ್ಪತ್ತು ಮೂರರ ಹರೆಯ. ಅವ್ರು ವಿಸ್ಮಿತ ಫೋಟೋ, ವಿಡಿಯೋ ನೋಡಿ ತುಂಬಾ ಇಂಪ್ರೆಸ್ ಆಗಿದ್ದಾನೆ. ಈ ಹರೆಯದಲ್ಲಿ ಹೆತ್ತವರ್ಗಿಂತ ಸಂಗಾತಿ ಪ್ರಿಯವಾಗ್ತಾನೆ. ಕೆಲವನ್ನೆಲ್ಲ ವಾಟ್ಸಪ್ ಮುಖಾಂತರ ಶ್ರೀ ಮೊಬೈಲ್‌ಗೆ ಕಳಿಸಿದ್ದೀನಿ. ಅವ್ಳಿಗೆ ತೋರ್‍ಸಿ, ರಿಚ್ ಇಷ್ಟವಾದರೇ, ಅವ್ಳು ಅಮೆರಿಕಗೆ ಹಾರಿ ಬರ್ತಾಳೆ" ಎಂದು ಹೇಳುತ್ತ ಹೋದರು. ಅದು ನಿಜವೂ ಕೂಡ. "ಆಯ್ತು... ಆಯ್ತು..." ಎಂದು ಹ್ಞೂಗುಟ್ಟಿದರು. ನೀವು ಬರೀ ನಿಮಿತ್ತ ಮಾತ್ರ ಪುರುಷೋತ್ತಮನಾದ ಕೃಷ್ಣ ಗೀತೆಯಲ್ಲಿ ಹೇಳಿರುವುದು ಇದನ್ನೆ. ಸಮ್ಮತಿಯನ್ನು ಸೂಚಿಸಿದರು ಮೊಬೈಲ್‌ನಲ್ಲಿಯೇ. ಅವರಿಂದ ಯಾವುದೇ ವಿರೋಧ ಬರುವುದು ಸಾಧ್ಯವಿಲ್ಲವೆಂದು ವಿಭಾಗೆ ಗೊತ್ತಿತ್ತು. ಅಂತೂ ಹರ್ಷಚಿತ್ತರಾದರು ದೂರದಲ್ಲಿದ್ದ ವಿಭಾ. ನಂದನ್ ಮಾತ್ರ ಯಾವುದೇ ಅಭಿಪ್ರಾಯ ಸೂಚಿಸಲಿಲ್ಲ. ಭಾರತದಿಂದ ಕರೆದೊಯ್ಯಬೇಕೆಂಬ ಆತುರತೆ ಅವರಿಗೆ ಇರಲಿಲ್ಲ. ಅಲ್ಲಿಂದಲೇ ಅಮಲೇಶ್ವರನಿಗೆ 'ವಿಸ್ಮಿತ ಆ ಮಣ್ಣಿನಲ್ಲಿಯೇ ಉಳಿಯಲಿ' ಎನ್ನುವ ಪ್ರಾರ್ಥನೆಯನ್ನು ಗುಟ್ಟಾಗಿ ಸಲ್ಲಿಸಿದ್ದುಂಟು.

ಇದನ್ನು ಮೊದಲು ತಿಳಿಸಿದ್ದು ಶ್ರೀಗೆ. ಅವನು ಗಾಬರಿಯಾದ. "ಈಗಿನ್ನು ಹದಿನೆಂಟು. ಎಜುಕೇಷನ್ ಕೂಡ ಒಂದು ಹಂತಕ್ಕೆ ಬಂದಿಲ್ಲ. ಅಮ್ಮು ಈಗ್ಲೂ... ಇನ್ನೋಸೆಂಟ್! ಚಿಕ್ಕಮ್ಮ ಯಾಕೆ ಈ ತರಹ ಯೋಚಿಸಿದ್ದು?" ಅಂದವ "ಅವ್ರಿಗೆ ಭಯ! ಅಮಲ ಈ ನೆಲಕ್ಕೆ ಎಲ್ಲಿ ಕಚ್ಚಿಕೊಂಡು ಬಿಡ್ತಾಳೇನೋಂತ ವಿವಾಹನ ನೆಪ ಮಾಡ್ಕೊಂಡ್ ಅಲ್ಲಿಗೆ ಕರ್ಕೊಂಡ್ ಹೋಗೋ... ನೆಪ" ಎಂದ. ಅವರು ಹ್ಞೂಗುಟ್ಟಿದರು. ಸಂಜೆ ಐದರ ಸಮಯ. ಸೂರ್ಯ ಪೂರ್ತಿಯಾಗಿ ಪಶ್ಚಿಮದ ದಿಕ್ಕಿಗೆ ವಾಲಿದ್ದರೂ ಮರಗಳ ಮರೆಯಲ್ಲಿ ಬೆಳಕು ಆಟವಾಡುತ್ತಿತ್ತು.

"ಇದು ತಪ್ಪಲ್ಲ ಕೂಡ. ಬಾಲ್ಯ ತವರಿಗೆ ಮೀಸಲು. ಯೌವನದಲ್ಲಿ ಸಂಗಾತಿ ಅನ್ವೇಷಣೆ. ಈ ದಿಕ್ಕಿನಲ್ಲಿ ವಿಭಾ ಯೋಚಿಸಿದ್ದು ಸರಿಯೆ. ರಿಚರ್ಡ್ ಹತ್ತಿರದ ಬಂಧುವಿನ ಮಗ. ಅವ್ನ ಫೋಟೋ, ವಿಡಿಯೋ ಕ್ಲಿಪ್ಪಿಂಗ್‌ನ ವಾಟ್ಸಪ್, ಫೇಸ್‌ಬುಕ್‌ಗೆ ಕಳ್ಸಿಕೊಡ್ತೀನಿ ಅಂದ್ಲು. ಡೌನ್‌ಲೋಡು ಮಾಡ್ಕೋ. ಆ ಯುವಕನ ಮೇಲೆ ಮಧುರವಾದ ಭಾವ ಮೂಡಿ ಮೆಚ್ಚಿಕೊಂಡರೇ, ಇವಳ್ನ ಕ್ಯಾಲಿಫೋರ್ನಿಯಗೆ ಕಳಿಸೋಕೆ ಸುಲಭವಾಗುತ್ತೆ. ಅಲ್ಲೇ ವಿಭಾ, ನಂದನ್ ಇರೋದರಿಂದ ಮತ್ತಷ್ಟು ನಿರಾಳ" ಇಂಥ ಅಭಿಪ್ರಾಯ ವ್ಯಕ್ತಪಡಿಸಿದ್ದರಿಂದ ಅವನಿಗೂ ಸರಿಯೆನಿಸಿತು. ಆದರೆ ಎಲ್ಲೋ ಮನದಾಳದಲ್ಲಿ ಅಪಸ್ವರದ ಅನಾವರಣವಿತ್ತು. "ಅಂತೂ, ವಿಭಾ ಚಿಕ್ಕಮ್ಮ ಒಂದು ಯೋಜನೆಯನ್ನು ಮುಂದಿಟ್ಟಿದ್ದಾರೆ. ಓಕೆ, ಇದ್ರಿಂದ ಅಮ್ಮು ಲೈಫ್ ಸರಿಹೋದರೆ ಸಾಕು" ಎಂದ ನಿರ್ಲಿಪ್ತನಾಗಿ.

ಇದೇ ಸಮಯವೆಂದು ಆನಂದಮೂರ್ತಿಗಳು "ನಿಂಗೆ ಮೊದ್ಲು ಶುಭಂಗೆ ವಿವಾಹ ಮಾಡೋಕೆ ನಿಮ್ಮಮ್ಮನ ಮನಸ್ಸು ಒಪ್ತಾ ಇಲ್ಲ" ಅಂದಾಗ "ಪ್ಲೀಸ್, ಅಮ್ಮಂಗೆ ಸ್ವಲ್ಪ ತಿಳ್ಸೀ ಹೇಳಿ. ಸದ್ಯಕ್ಕೆ ನಂಗೆ ವಿವಾಹದ ಯೋಚ್ನೆ ಇಲ್ಲ. ಹೆಚ್ಚು ಅನಿವಾರ್ಯತೆ ಇರೋದು ಶುಭಂಗೆ ಮತ್ತೆ ಯಾರಾದ್ರೂ ರೋಮಾ ಅಂಥವರು ಜೋತು ಬೀಳೋಕೆ ಮೊದ್ಲು ಅವ್ನ ವಿವಾಹ ಮಾಡಿ, ಅವ್ನು ಆ ಷಾಕ್‌ನಿಂದ್ಲೇ ಹೊರ ಬಂದಿಲ್ಲ. ಧೈರ್ಯ ಕೊಡೋ ಸಂಗಾತಿ ಜೊತೆಯಲ್ಲಿ ಇದ್ದರೆ ಒಳ್ಳೇದು" ಎಂದು ನಕ್ಕ. ಆನಂದಮೂರ್ತಿಗಳು ಸುಮ್ಮನಾದರು.

ಮರುದಿನ ರಕ್ಷಾ ಬಂದಾಗ ಕುಟುಂಬಕ್ಕೆಲ್ಲ ಅಚ್ಚರಿ. ಅವಳು ಬಂದಿದ್ದು ಒಂಟಿಯಾಗಿ. ವಿಷಯ ಗೊತ್ತಿದ್ದರಿಂದ ಆತಂಕಕ್ಕೆ ಒಳಗಾಗಿದ್ದರು ಸರ್ವರು. ಪಾಲಾಕ್ಷಿಯ ಮಗಳು ರಕ್ಷಾ ಯಾಕೆ ಬಂದಳು?

"ಇಬ್ರಿಗೂ ಇನ್ವಿಟೇಷನ್ ಇತ್ತಲ್ಲ ಮಗಳೇ... ಒಬ್ಬೇ ಬಂದಿದ್ದೀಯ" ಹಾಸ್ಯವಾಗಿಯೇ ಕೇಳಿದರು ಆನಂದಮೂರ್ತಿಗಳು. "ಅವರು ಬಿಜಿ, ಅದಕ್ಕೆ ನಾನೇ ಬಂದೇ" ಅರೆ ಮನಸ್ಸಿನಿಂದ ಹೇಳಿದಂತಿತ್ತು. ಹೆಂಡತಿಯ ಕಡೆ ನೋಡಿದರು. "ನೋಡು ಸತ್ಯ, ನಾನು ತೋಟದ ಕಡೆ ಹೋಗ್ಬರ್ತೀನಿ" ಹೊರಟರು! ಇಲ್ಲ ಅನ್ನುವುದು ಕೂಡ ಕೆಲವೊಮ್ಮೆ ಪ್ರಯೋಜನಕ್ಕೆ ಬರುತ್ತದೆಯೆಂದು. ಅದು ಅನಿವಾರ್ಯ ಕೂಡ ಎಂದು ಒತ್ತಿ ಹೇಳಿದ್ದ ಶ್ರೀ ಕೊಟ್ಟ ಹಣ ಹಿಂದಕ್ಕೆ ಬರುತ್ತದೆಯೆನ್ನುವ ನಂಬಿಕೆಯಿಂದ ಮಾಡಿರಲಿಲ್ಲ. ಮತ್ತದೇ... ಪುನರಾವರ್ತನೆ. ಮುಗಿಯದ ಕತೆ ಯಾರು, ಯಾರನ್ನು ಬಲಿ ತೆಗೆದುಕೊಳ್ಳುತ್ತೋ? ಚಿಂತೆಗೆ ಬಿದ್ದಿತ್ತು. ಒಳ್ಳೆಯ ಮನಸ್ಸು.

ಸತ್ಯಭಾಮ ಕೂಡ ಅರೆಮನಸ್ಸಿನಿಂದಲೇ ಮಾತಾಡಿಸಿದ್ದು. ಭಾವಿ ಸೊಸೆಯೆಂಬ ಬಗ್ಗೆ ಸಂಬಂಧದ ಭಾವ ಬೆಳೆಸಿಕೊಂಡಿದ್ದರು. ಆದರೆ ಅದದ್ದು ಬೇರೆ.

"ಅದೇನು ಸುಮರೇಶ್‌ಬಾಬು ಬರ್ಲಿಲ್ವಾ?" ಕೇಳಿದರು. ಅವಳು ಕಾಫೀ ಕುಡಿಯುತ್ತ "ಇಲ್ಲ, ಅವ್ರು ಏನೇನೋ ಹಚ್ಕೊಂಡ್ ಟೆನ್‌ಷನ್‌ನಲ್ಲಿದ್ದಾರೆ. ಅದಕ್ಕೆ ನಾನೊಬ್ಬೇ ಬಂದೇ!" ಅಂದಳು. ಆಕೆಗೆ ಸ್ವಲ್ಪ ರೇಗಿತು. "ಮದ್ವೆಯಾಗಿ ವರ್ಷ ತುಂಬೋ ಮೊದ್ಲು ಅಪ್ಪ, ಅಮ್ಮನ ಖಾಲಿ ಕೈ ಮಾಡ್ದೇ.ನಿಂಗೆ ಸರಿ ಅನ್ನಿಸುತ್ತ? ಐಎಎಸ್

ಮಾಡಿದ್ದೆ. ರಾಯಭಾರಿ ಕಚೇರಿಯಲ್ಲಿ ದೊಡ್ಡ ಹುದ್ದೆಯಲ್ಲಿ ಇದ್ದ. ಕೆಲ್ಸ ಬಿಟ್ಟಿದ್ದು ಯಾಕೆ?" ಕೇಳಿದರು. ಪಾಲಾಕ್ಷ ಬಂದಾಗ ಸಾಲ ಮಾಡಿ ಕೊಟ್ಟಿದ್ದರು. ಗೆಳೆಯನ ಸಲುವಾಗಿ ಆನಂದಮೂರ್ತಿಗಳು ತಿಂಗಳೇ ಕಳೆದರೂ ಅದರ ಪ್ರಸ್ತಾಪ ಇರಲಿಲ್ಲ. ಆ ಕೋಪ ಆಕೆಗೆ ಇದ್ದೇ ಇತ್ತು.

ಕಾಫೀ ಲೋಟ ಅಲ್ಲಿಟ್ಟು ಎದ್ದುಹೋದಳು ಕಣ್ತುಂಬಿ. ಅವರಿಗೆ ಹೋಗಿ ಸಂತೈಸಬೇಕೆನಿಸಲಿಲ್ಲ. ಆ ವೇಳೆಗೆ ಶ್ರೀ ಬಂದ. ಅವನನ್ನು ಆನಂದಮೂರ್ತಿಗಳು ಕಳಿಸಿದ್ದರು.

"ಅರೇ, ಇದೇನು... ಇಲ್ಲಿ ನಿಂತೇ? ಎಲ್ಲಿ ನಿನ್ನ ಪಾರ್ಟನರ್"? ಅಂದವ "ಅಳ್ತಾ ಇದ್ದೀಯಾ? ನಡೀ... ಒಳ್ಗೇ" ಎಂದ. ಹೊರಗೆ ನಿಂತಿದ್ದು ಟ್ಯಾಕ್ಸಿ. ಸುಮರೇಶ್ ಸ್ವಂತ ಎರಡು ಕಾರುಗಳ ಒಡೆಯ. ಇನ್ನೊಂದು ಕಾರು ಮಾವನಿಂದ ಬಳುವಳಿಯಾಗಿ ಬಂದಿದ್ದನ್ನು ಮಾರಿಬಿಟ್ಟಿದ್ದ. ಪಾಲಾಕ್ಷ ಬಳಿ ಕೂಡ ನಿಸಾನ್ ಕಾರು ಇತ್ತು. ಇವಳು ಬಂದಿದ್ದು ಟ್ಯಾಕ್ಸಿಯಲ್ಲಿ.

"ಹೋಗಿ ಮೊದ್ಲು ಫ್ರೆಷ್‌ಆಪ್ ಆಗು. ಏನಾದ್ರೂ ತಿಂದನಂತರ ಉಳಿದ ವಿಷ್ಯ. ಮೊದ್ಲು ಹೋಗು" ಒತ್ತಾಯವೇರಿದನಂತರ ಹೋದಳು. ಸಣ್ಣ ಹ್ಯಾಂಡ್‌ಬ್ಯಾಗ್ ಬಿಟ್ಟು ಲಗೇಜೇನು ತಂದಿರಲಿಲ್ಲ. ದುಸದುಸ ಅನ್ನುತ್ತಿದ್ದ ಸತ್ಯಭಾಮ "ಏನೋ, ವಿಚಾರ್ಸು. ಇಂಥ ಹೆಣ್ಣು ಮಕ್ಳು ಇದ್ದರೇ ಹೆತ್ತವರು ಉದ್ಧಾರವಾದಂತೆಯೆ" ಗೊಣಗಿದರು. ರಕ್ಷಾ ವಿಚಾರದಲ್ಲಿ ತಾಳ್ಮೆ ಕಳೆದುಕೊಂಡಂತೆ ಕಂಡರು. "ಏನೋ ಬಂದಿದ್ದಾಳೆ. ವಿಚಾರ್ಸಿ, ನಾಲ್ಕು ಸಮಾಧಾನದ ಮಾತುಗಳನ್ನು ಹೇಳಿ ಕಳಿಸೋಣ" ಎಂದ ಮಾಮೂಲಾಗಿ.

"ಅಷ್ಟು ಮಾತ್ರ ಆಗ್ಲೀ ಶ್ರೀ. ಈ ಸಲ ಸಾಕಷ್ಟು ಮಳೆ ಇಲ್ಲ. ನಾವೇ ಅತಂತ್ರ ಸ್ಥಿತಿಯಲ್ಲಿ ಇದ್ದೀವಿ. ಅಕಸ್ಮಾತ್ ಹಸಿದುಬಂದ ನಾಲ್ವರಿಗೆ ಊಟ ಹಾಕೋ ಸ್ಥಿತಿಯಲ್ಲಿಯಾದ್ರೂ.. ಇರಬೇಕಲ್ಲ" ಮತ್ತಷ್ಟು ಗೊಣಗಿದರು. ಗೃಹಕೃತ್ಯದ ಜವಾಬ್ದಾರಿ ಹೊತ್ತ ಗೃಹಿಣಿಗೆ ಇಂಥ ಆತಂಕ ಸಹಜ ಅಂದುಕೊಂಡ.

ಊಟದ ನಂತರ "ಶ್ರೀ ನಿನ್ನ ಹತ್ರ ಮಾತಾಡ್ಬೇಕು" ಅಂದವಳನ್ನು ರೂಮಿಗೆ ಕರೆದೊಯ್ದು "ಈಗ್ಹೇಳು..." ಅಂದಕೂಡಲೇ ಅವನಿಗೆ ಜೋತುಬಿದ್ದು ಅಳೋಕೆ ಶುರು ಮಾಡಿದಾಗ "ಮೊದ್ಲು ಕೂತ್ಕೊಂಡ್ ಅತ್ತು ಬಿಡು. ಸಮಾಧಾನವಾದ ಮೇಲೆ ಮಾತಾಡೋಣ" ಅವಳನ್ನು ಸರಿಸಿ ಸೋಫಾ ಮೇಲೆ ಕೂಡಿಸಿ ಹೊರಗೆ ಹೋದ. ಇಷ್ಟವೆನಿಸಲಿಲ್ಲ. "ನೀನಿಲ್ದೇ ನಾನು ಬದುಕೋಲ್ಲ!" ಎಂದು ಗೋಳಾಡಿಕೊಂಡು ಹೋದವಳು ಒಂದೂವರೆ ತಿಂಗಳಲ್ಲಿ ಮದುವೆಯ ಇನ್ವಿಟೇಷನ್ ಕಳಿಸಿದ್ದು ಮಾತ್ರವಲ್ಲ, ಸುಮರೇಶ್‌ಬಾಬುನೊಂದಿಗೆ ದೆಹಲಿಯಲ್ಲೆ ಉಳಿದು ಷಾಪಿಂಗ್ ಮಾಡಿದ್ದು ದೊಡ್ಡ ವಿಷಯವೇನಲ್ಲ ಈ ಕಾಲಕ್ಕೆ. ನಸುನಗುತ್ತಲೇ ಹೊರಗೆ ಬಂದ.

ಆನಂದಮೂರ್ತಿಗಳು ಉಯ್ಯಾಲೆಯ ಮೇಲೆ ಕೂತು ಮಗನತ್ತ ನೋಡಿದರು. ಅವನು ಶಾಂತವಾಗಿಯೆ ಇದ್ದ "ಎಲ್ಲೋ ಡಿಸ್ಟರ್ಬ್ ಆಗಿದ್ದಾಳೆ. ಸ್ವಲ್ಪ ಸಮಾಧಾನವಾಗಿ

ಆಮೇಲೆ ವಿಚಾರಿಸಿದರಾಯ್ತು" ಹೊರಗೆ ಹೋದ. ರಕ್ಷಾಳ ಈ ಸ್ವಭಾವ ಲೆಕ್ಕಾಚಾರ ಹಾಕಿಯೇ ವಿವಾಹದಿಂದ ಹಿಂದೆ ಸರಿದಿದ್ದು. ಅವಳು ಕಂಫರ್ಟ್‌ನ ಬಿಟ್ಟು ಬೇರೇನು ಯೋಚಿಸುವ ಸ್ವಭಾವವಲ್ಲವೆಂದು ಅವನ ಅರಿವಿಗೆ ಬಂದಿತ್ತು. ಇಂಥ ಸ್ವಭಾವ ಅವನ ಮನಸ್ಥಿತಿಗೆ ತೀರಾ ವಿರುದ್ಧವಾದದ್ದು.

ತೋಟದ ಕಡೆ ಹೊರಟವನು ಹಿಂದಕ್ಕೆ ಬಂದ. ಟ್ಯಾಕ್ಸಿಯಲ್ಲಿ ಒಂಟಿಯಾಗಿ ಬಂದಿದ್ದರಿಂದ ಅವಳನ್ನು ಹಿಂದೆ ವಾಪಸು ಕಳಿಸಬೇಕಿತ್ತು.

"ಅಪ್ಪ, ನೀವು ಪಾಲಾಕ್ಷ ಮಾವನ ಜೊತೆ ಮಾತಾಡಿ" ಹೇಳಿ ಅವರೆದುರು ಕೂತ. "ನಾಲ್ಕು ಸಲ ಫೋನ್ ಮಾಡಿದ್ದೆ. ಅವ್ನು ಮೊಬೈಲ್ ತೆಗೀತಾ ಇಲ್ಲ. ಹಣ ತಗೊಂಡ್ಹೋದ್ಮೇಲೆ ಹೆಚ್ಚು ಕಡ್ಮೇ ಮಾತೇ ನಿಲ್ಲಿಸಿದ್ದಾನೆ" ಎಂದು ಸಣ್ಣ ನಗೆ ಬೀರಿದರು. ಅದರಲ್ಲಿ ಸಣ್ಣ ರೀತಿಯ ವಿಷಾದವಿತ್ತು. ಯಾವ ಸಮಸ್ಯೆಯಲ್ಲಿದ್ದಾನೋ ಎನ್ನುವ ಆತಂಕ.

ಮತ್ತೆ ಶ್ರೀ ರೂಮಿಗೆ ಬಂದಾಗ ರಕ್ಷಾ ಅಷ್ಟಿಷ್ಟು ಸಮಾಧಾನಗೊಂಡಿದ್ದಳು. "ಬಾ ಹೊರ್ಗಡೆ..." ಎಂದು ಕೈಹಿಡಿದು ಎಳೆತಂದು ಅಲ್ಲಿದ್ದ ಕುರ್ಚಿಯ ಮೇಲೆ ಕೂಡಿಸಿ "ಈಗ್ಹೇಳು, ಯಾಕೆ ಒಬ್ಬೇ... ಬಂದೆ"? ಸ್ವಲ್ಪ ಜೋರಾಗಿಯೇ ಕೇಳಿದ. "ನಂಗೆ ಸುಮರೇಶ್ ಜೊತೆ ಜೀವ್ನ ಸಾಧ್ಯವಿಲ್ಲ. ಡೈವೋರ್ಸ್ ತಗೊಂಡ್ ನಿನ್ಮದ್ವೇ ಮಾಡ್ಕೋತೀನಿ" ಅಂದು ಕಣ್ಣೀರು ಸುರಿಸತೊಡಗಿದಾಗ ಆನಂದಮೂರ್ತಿಗಳು ಮಗನ ಕಡೆ ನೋಡಿದರು. "ಇದು ಆಗೋ ಕೆಲ್ಸವಲ್ಲ. ಈ ಶ್ರೀಗೆ ಮದ್ವೆ ಆಗೋ ಇಚ್ಛೆನೇ ಇಲ್ಲ. ಮೈಂಡ್ ಇಟ್ ... ರಕ್ಷಾ. ನಿನ್ನ ವೈವಾಹಿಕ ಜೀವನವನ್ನು ಹಾಳು ಮಾಡ್ಕೋಬೇಡ" ಸ್ಪಷ್ಟವಾಗಿ ನುಡಿದು ಹೊರಗೆ ಹೋದ.

ಸಾಕಷ್ಟು ಮಾಡಿ ಉಳಿದಿದ್ದನ್ನೆಲ್ಲ ಕರಗಿಸಿ ಮಗಳು, ಅಳಿಯನಿಗೆ ಸುರಿದನಂತರ ಪಾಲಾಕ್ಷ ದಂಪತಿಗಳು ಇಲ್ಲಿಂದ ಒಯ್ದು ಹತ್ತು ಲಕ್ಷದೊಂದಿಗೆ ಕಣ್ಮರೆಯಾಗಿಬಿಟ್ಟಿದ್ದರು. ಇದೊಂದು ವಿಷಾದ ಗೀತೆ.

"ಬೇಸರದಿಂದ ತೀರ್ಥಯಾತೆಗೆ ಹೋಗಿರಬೇಕು. ಬರ್ತಾರೆ ಬಿಡು. ಇಂಥ ಆತುರದ ನಿರ್ಣಯಗಳು ಬೇಡ. ನಿನ್ನ ಪೂರ್ಣವಾದ ಸಪೋರ್ಟ್‌ನೊಂದಿಗೆ ಸುಮರೇಶ್ ಬಾಬು ಮುಂದುವರಿದಿರಬಹುದು. ನೀನು ಬಂದಿದ್ದು ಸರಿಯಲ್ಲ. ವಿವಾಹವಾದ ಕೆಲವೇ ತಿಂಗಳುಗಳಲ್ಲಿ ವಿಚ್ಛೇದನ! ಬೇಡ ಮಗಳೇ. ಇಂಥ ಆತುರದ ನಿರ್ಣಯಗಳಿಂದ ಪಶ್ಚಾತ್ತಾಪಪಡಬೇಕಾಗುತ್ತೆ."

ದಂಪತಿಗಳು ಒಂದಿಷ್ಟು ಬುದ್ಧಿ ಹೇಳಿ ಆ ಟ್ಯಾಕ್ಸಿಯವನನ್ನು ಹಿಂದಕ್ಕೆ ಕಳಿಸಿ ಚಂದ್ರುನ ಕರೆಸಿ "ಆರಾಮಾಗಿ ಮನೆ ತಲುಪಿಸಿ ಇವ್ರ ಯಜಮಾನರನ್ನು ಮಾತಾಡ್ಸಿಕೊಂಡ್ಬಾ" ಎಂದು ಕಳುಹಿಸಿಕೊಟ್ಟರು ಆನಂದಮೂರ್ತಿಗಳು. "ಎಷ್ಟು ವಿಚಿತ್ರವಾಗಿ ಮಾತಾಡಿದ್ಲು ನೋಡಿದ್ರಾ? ವಿವಾಹದಲ್ಲಿಯೆ ರೊಮಾನ್ಸ್‌ಗೆ ಮುಂದಾಗಿದ್ಲು. ಈಗ ಡೈವೋರ್ಸ್ ಮಾಡ್ತೀನೀಂತ ಬಂದಿದ್ದಾಳೆ. ಏನು ಹುಡ್ಗೀನೋ ಏನೋ... ಸದ್ಯ ಈ ಮನೆಗೆ ಸೊಸೆಯಾಗಿ ಬರದದ್ದೇ ಒಳ್ಳೆಯದಾಯ್ತು" ಅಂದರು ಸತ್ಯಭಾಮ. ರಕ್ಷಾನ ಮದುವೆಯಾಗದೆ ಮಗ ಇದ್ದಿದ್ದೇ ಸಮಾಧಾನವೆನಿಸಿತು.

"ಒಂದು ಭ್ರಾಮಕ ಜಗತ್ತಿನಲ್ಲಿ ಬದುಕುತ್ತ ಇರ್ತಾರೆ ಹುಡ್ಗೀರು. ಅದು ನೀರ ಮೇಲಿನ ಗುಳ್ಳೆ. ಅದು ಒಡೆದ್ಮೇಲೆ ಚಡಪಡಿಕೆ ಅಷ್ಟೆ. ಸರಿಹೋಗ್ತಾಳೆ... ಬಿಡು" ಎಂದರು ಆನಂದಮೂರ್ತಿಗಳು. ಅವಳಿಗಿಂತ ಮಗನ ನಿರ್ಣಯದ ಬಗ್ಗೆ ಅವರಿಗೆ ಚಿಂತೆಯಾಗಿತ್ತು. ಈ ಘೋಷಣೆ ತಾತ್ಕಾಲಿಕವಾ ಅಥವಾ ನಿರ್ಧಾರವಾ? ಅರ್ಥೈಸಿಕೊಳ್ಳುವುದು ಅವರಿಗೆ ಕಷ್ಟವೆನಿಸಿತು.

ರಾತ್ರಿ ಮಗನನ್ನು ಕೂಡಿಸಿಕೊಂಡು ವಿಚಾರಿಸಿದರು. "ನೀನು ರಕ್ಷಾನ ತುಂಬ ಹಚ್ಚಿಕೊಂಡಿದ್ಯಾ? ಅದಕ್ಕೆ ವಿವಾಹ ಬೇಡಾನ್ನೋ ನಿರ್ಣಯವಾ?" ಶ್ರೀ ತಲೆ ಅಡ್ಡಡ್ಡ ಆಡಿಸಿದ "ಅಂಥದೇನಿಲ್ಲ. ತೀರಾ ಹಚ್ಚಿಕೊಂಡಿದ್ದರೇ, ಅಪ್ಪು ಹೇಳಿದ್ದಕ್ಕೆಲ್ಲ ಹ್ಞೂ ಎಂದು ವಿವಾಹವಾಗಿ ಬಿಡ್ತಾ ಇದ್ದೆ. ನಾನು ಪ್ರೀತಿ, ಪ್ರೇಮ ಎನ್ನುವ ಅಮಲಿಗೆ ಬಿದ್ದೇ ಇಲ್ಲ. ಒತ್ತಾಯ ಬೇಡ. ಸದ್ಯದಲ್ಲಿ ನಂಗೆ ವಿವಾಹದ ಯೋಚ್ನೇ ಇಲ್ಲ. ದಯವಿಟ್ಟು ಶುಭನ ಮದ್ವೆ ಪ್ರಯತ್ನ ಮಾಡಿ" ಹೇಳಿ ಎದ್ದುಹೋದ. ಅವನ ದನಿಯಲ್ಲಿನ ನಿಖರತೆ ಗುರ್ತಿಸಿದರು. ಮತೆ ಪ್ರಸ್ತಾಪ ಬೇಡವೆನಿಸಿತು.

ಆನಂದಮೂರ್ತಿಗಳು ಮೌನ ವಹಿಸಿದರು. ಎಷ್ಟೋ ಹೊತ್ತಿನ ನಂತರ ಸತ್ಯಭಾಮನ ಕರೆದು "ನೀನು ಅದೃಷ್ಟವಂತೆ! ನಿಂಗೆ ಸೊಸೆ ಕಾಟ ಇಲ್ಲ. ಆರಾಮಾಗಿ ಇರು" ಎಂದರು.

ಸತ್ಯಭಾಮ ಬಾಯಿಂದ ಮಾತುಗಳೇ ಹೊರಡಲಿಲ್ಲ.

* * *

ಈ ಸಲ ಅಮಲಾಪುರದ ಜಾತ್ರೆ ದೊಡ್ಡ ರೀತಿಯಲ್ಲಿ ಏರ್ಪಾಟಾಗಿತ್ತು. ಸುಣ್ಣ ಬಣ್ಣ ಕಂಡ ಆವರಣ ಫಳಫಳ ಎನ್ನುತ್ತಿತ್ತು. ಈಗಾಗಲೇ ಕರಪತ್ರಗಳನ್ನು ಹಂಚಿದ್ದು ಮಾತ್ರವಲ್ಲ. ದೊಡ್ಡ.. ದೊಡ್ಡ.. ಫ್ಲೆಕ್ಸ್ ವಿರಾಜಮಾನವಾಗಿತ್ತು. ಅಂತೂ ಒಂದು ರೀತಿಯ ಸಂಭ್ರಮದ ವಾತಾವರಣ. ಅಲ್ಲಿನ ಪ್ರಸಾದದ ಏರ್ಪಾಟಿಗಾಗಿ ನಾಲ್ಕಾರು ಸಲ ತಮ್ಮ ಪಟಾಲಂ ಕಟ್ಟಿಕೊಂಡು ಓಡಾಡಿದ್ದುಂಟು ಶ್ರೀ. ಪ್ರಸಾದ ಏರ್ಪಾಟು ಎಂದಿನಂತೆ ಆನಂದಮೂರ್ತಿಗಳದ್ದಾದರೂ ಬಂದ ಜನಕ್ಕೆಲ್ಲ ಎಂಎಲ್ಎ ಕಡೆಯವರಿಂದ ಪ್ರಸಾದದ ಭೋಜನದ ಏರ್ಪಾಟು ಆಗಿತ್ತು.

ಅಂತೂ ಒಂದು ರೀತಿಯ ಕಲರ್‌ಫುಲ್ ಸಮಾರಂಭ. ಹಿಂದಿನ ದಿನವೇ ಸತ್ಯಭಾಮ "ನಾಳೆ ತೇರು, ಎಂಎಲ್ಎ ಜೊತೆ ಅವ್ರ ಮನೆಯವರೆಲ್ಲ ಬರ್ತಾರೆ" ಅಂದರು. ಆನಂದಮೂರ್ತಿಗಳು ಹಸನ್ಮುಖರಾಗಿ "ಬರಲಿ ಸಂತೋಷದ ವಿಚಾರವೇ, ಶಾಶ್ವತ ಅನ್ನಪ್ರಸಾದದ ವ್ಯವಸ್ಥೆ ಕೂಡ ಏರ್ಪಾಟಾಗುವಂತೆ ಸೂಚನೆ ಇದೆಂದ್ರು. ಒಳ್ಳೇದೆ" ಎಂದರು ಆರಾಮಾಗಿ. ಅಂದು ನಡೆದುಹೋಗಿದ್ದು ನೆನಪಿನಲ್ಲಿ ಇದ್ದರೂ, ಅದನ್ನು ಸೀರಿಯಸ್ಸಾಗಿ ತಗೊಂಡಿರಲಿಲ್ಲ ಅಷ್ಟೆ "ನಂಗೇನೋ ಒಂದು ತರಹ ಅನ್ನಿಸುತ್ತೆ. ಅಂದು ಅದೊಂದು ನಡೆಯದಿದ್ದರೆ ಚೆನ್ನಿತ್ತು" ಸಂಕೋಚ ವ್ಯಕ್ತಪಡಿಸಿದರು.

"ನಮ್ಮ ಎಣಿಕೆಗೆ ಮೀರಿ ನಡೆದದ್ದು, ಅದ್ರ ಬಗ್ಗೆ ತಲೆ ಕೆಡಿಸ್ಕೋಬೇಡ. ಅವ್ರುಗಳು ಅದ್ನ ಸೀರಿಯಸ್ಸಾಗಿ ತಗೊಂಡಿರೋಲ್ಲ. ಆಮೇಲೆ ಎಲ್ಲಾ ಸಾಂಗವಾಗಿ ನಡೆದಿದೆಯಲ್ಲ"

ಎಂದು ಸುಮ್ಮನಾಗಿಸಿದರು.

ಜಾತ್ರೆಯ ದಿನ, ನೆನೆದವರ ಮನದಲ್ಲಿ. ಮನೆಯಲ್ಲಿರುವ ಅಮಲೇಶ್ವರ ವಿಜೃಂಭಣೆಯಿಂದ ಅಲಂಕೃತನಾಗಿ ತೇರನ್ನೇರಿದ್ದ. ಜನಗಳಲ್ಲಿ ಸಂಭ್ರಮವೋ... ಸಂಭ್ರಮ. ತೇರನ್ನೆಳೆಯಲು ದೊಡ್ಡ ಜನಜಾತ್ರೆಯೇ ನೆರೆದಿತ್ತು. ಆ ಸಮಯಕ್ಕೆ ಬಂದ ಎಂಎಲ್‌ಎ ಚಿದಂಬರಂ ಅವರ ಮನೆಯವರನ್ನು ಶಾಸ್ತ್ರೋಕ್ತವಾಗಿ ಎದುರುಗೊಂಡು ಕರೆತಂದರು. ಆಗ ಎಂಎಲ್‌ಎ ಚಿದಂಬರಂ ಜಯಕಾರಗಳು ಶುರುವಾದವು. ಆನಂದಮೂರ್ತಿಗಳು ಅತ್ಯಂತ ಮೌನವಾಗಿ ತೇರಿನ ಮುಂಭಾಗದಲ್ಲಿ ನಿಂತಿದ್ದರು. ಅವರ ಪಕ್ಕ ಸತ್ಯಭಾಮ ಅಮಲ ನಿಂತಿದ್ದರೆ, ಶ್ರೀ ಅತ್ತಿತ್ತ ಕಣ್ಣಾಡಿಸುತ್ತ ಶುಭಕರನ ಆಗಮನ ನಿರೀಕ್ಷಿಸುತ್ತಿದ್ದ. ಅರ್ಚನೆ, ಮಂಗಳಾರತಿಯ ನಂತರ ತೇರನ್ನು ಎಳೆಯಲು ಮುಂದಾದರು. ಅದಕ್ಕೆ ಅಧಿಪತ್ಯ ವಹಿಸಿದವರು ಚಿದಂಬರಂ ಮಗನೊಂದಿಗೆ ತೇರು ಎಳೆಯಲು ಮುಂದಾದರು. 'ಅಮಲೇಶ್ವರನಿಗೆ, ಗಿರಿಜಾ ಸಮೇತ ಅಮಲೇಶ್ವರನಿಗೆ' ಜಯಕಾರ ಶುರುವಿನೊಂದಿಗೆ ರಷ್ ಕದಲಿತು. 'ಅಭಿ' ತೇರ್‌ನ ಹಗ್ಗ ಬಿಟ್ಟು ದಿಟ್ಟಿಸಿದ. ಆ ಕಡೆ ಶ್ರೀ ತಂಗಿಯನ್ನು ಹುರಿದುಂಬಿಸುತ್ತ ರಥ ಎಳೆಯತೊಡಗಿದ. ಸ್ವಲ್ಪ ಹಿಂದಕ್ಕೆ ಸರಿದ ಅಭಿನಂದನ್ ಮೊಬೈಲ್‌ನ ಹೊರತೆಗೆದು ಕ್ಲಿಕ್ಕಿಸಿದ. ಹೌದು, ಅದೇ ಹುಡುಗಿ, ಅವಳ ಬೈತಲೆಗೆ ಕುಂಕುಮ ಹಚ್ಚಿ, ನಿರಾತಂಕನಾಗಿ ಹಾರ ಹಾಕಿದ್ದ ಸೀನ್ ಅವನ ಮುಂದೆ ಬಂದು ನಿಂತಿತು.

ಎಂತದೋ ಎಂದು ಉಂಟಾಗದ ಮಧುರವಾದ ಭಾವ. ರೋಮಾಂಚಿತನಾದ. ತಾರಿಣಿ ಎಚ್ಚರಿಸಿದಾಗಲೇ ಅವನು ತನ್ನ ಮಧುರವಾದ ಭಾವ ಪ್ರಪಂಚದಿಂದ ಮರಳಿದ್ದ.

"ರಜನಿ ಬಂದಿದ್ದಾಳೆ. ತೇರು ಎಳೆದಾಗಿತ್ತು. ನೇರ ಗೆಸ್ಟ್‌ಹೌಸ್‌ಗೆ ಹೋಗಿದ್ದಾರೆ ಇಡೀ ಕುಟುಂಬ. ನೀನು ಅವ್ರು ಜೊತೆಯಲ್ಲಿ ತೇರು ಎಳೆದಿದ್ದರೆ ಚೆನ್ನಾಗಿತ್ತು" ಎಂದರು ತುಸು ಬೇಸರದಿಂದ. ಅಭೀ ನಗುತ್ತ "ಯಾಕೆ, ಈಗ ತೇರು ಮುಂದಕ್ಕೆ ಹೋಗ್ತಾ ಇದೆಯಲ್ಲ. ಎಲ್ಲರಿಗೂ ಎಲ್ಲಾ ಲಭ್ಯ ಇರೋಲ್ಲಾಂತ ನೀನು ಹೇಳಿದ್ದು. ನನ್ನ ಮಾತಲ್ಲ. ನಾನು ಎಲ್ಲರ ಮಾತಿಗಿಂತ ನನ್ನ ಮನಸ್ಸಿನ ಮಾತನ್ನೇ ಕೇಳೋದು. ಈಗ ನೀನು ಗೆಸ್ಟ್‌ಹೌಸ್ ಕಡೆ ಹೊರಟಿದ್ದೀಯ, ನಾನು ಬರಬೇಕು... ಅಷ್ಟೆ. ನಡೀ.. ನಡೀ... ಡ್ಯಾಡಿನ ಆರಾಮಾಗಿ ಬಿಡು. ಎಲೆಕ್ಷನ್‌ಗೆ ನಿಲ್ಲೋ ಕ್ಷೇತ್ರ. ಇಲ್ಲಿ ಇರೋರು ಓಟು ಹಾಕೋ ಜನ" ಅಮ್ಮನಿಗೆ ಕಣ್ಣೊಡೆದ. ಮಗನ ತಲೆಗೆ ಬಂದು ಮೊಟಕಿದರು. ಚಿದಂಬರಂ ಅಲ್ಲೇ ಉಳಿದರು.

ಅಮ್ಮ ಮಗ ಗೆಸ್ಟ್‌ಹೌಸ್‌ಗೆ ಬಂದಾಗ ಭಗವಾನ್ ಫ್ಯಾಮಿಲಿ ಒಂದಿಷ್ಟು ಟಚ್ ಆಫ್ ಮಾಡಿಕೊಂಡು "ಐಯಾಮ್ ವೆರಿ ಸಾರಿ, ರೋಡ್‌ನಲ್ಲಿ ಒಂದು ಆಕ್ಸಿಡೆಂಟ್. ಅದ್ಕೇ ತಡವಾಯ್ತು. ತೇರು ಎಳೆದು ಆಯ್ತು?" ಕೇಳಿದರು. ಭಗವಾನ್ ಹೆಂಡತಿ ಯಾಮಿನಿ "ನೀವುಗಳು ಎಳೆಯಬಹುದು. ಇನ್ನ ಸಾಕಷ್ಟು ದೂರ ತೇರು ಕ್ರಮಿಸಬೇಕಿದೆ. ಅಲ್ಲಿ ಸೇರಿರೋ ಜನ ಒಮ್ಮೆಲೇ ಎಳೆದರು ಅಂದರೆ, ಮುಗೀತು" ಹಾಸ್ಯ ಮಾಡಿದ. ಅಂತು ಭಗವಾನ್ ಫ್ಯಾಮಿಲಿಯ ಜೊತೆ ಇವರುಗಳು ಹೋಗಿ ಆ ಜಾಗ ತಲುಪುವ

ವೇಳೆಗೆ ಅಲ್ಲೊಂದು ಅನಾಹುತವಾಗಿತ್ತು. ಒಬ್ಬ ತೇರಿನ ಚಕ್ರಕ್ಕೆ ಕಾಲು ಕೊಟ್ಟಿದ್ದರಿಂದ ಇಡೀ ಜನರಲ್ಲಿ ಕೋಲಾಹಲ.

ಇವರುಗಳು ಬರುವ ವೇಳೆಗೆ ಶ್ರೀ ಅವನನ್ನು ಎತ್ತಿ ಒಯ್ದು ಕಾರಿನೊಳಕ್ಕೆ ಹಾಕಿದ್ದ. ಆನಂದಮೂರ್ತಿಗಳು ತಾವು ಹೊದ್ದಿದ್ದ ರೇಶಿಮೆಯ ಶಲ್ಯವನ್ನು ಅವನ ಕಾಲಿಗೆ ಕಟ್ಟಿದವರು ಮಗನಿಗೆ ಏನೋ ಹೇಳಿದರು. ಕಾರು ಮುಂದಕ್ಕೆ ಚಲಿಸಿತು. ಶ್ರೀ ಜೊತೆ ಗಾಯಗೊಂಡವನ ಮನೆಯವರು ಒಂದಿಬ್ಬರು ಹತ್ತಿಕೊಂಡಿದ್ದರು.

ಜನರಲ್ಲಿ ಆ ಸಂಭ್ರಮವೇ ಕುಸಿಯಿತು.

"ಆಯ್ತು, ಒಂದು ಸಣ್ಣ ಅನಾಹುತ. ಇಷ್ಟು ಜನ ಸೇರಿದ್ದ ಕಡೆ ಇಂಥದ್ದು ಅಪರೂಪವಲ್ಲ. ಜೈಕಾರ ಹಾಕುತ್ತ ತೇರನ್ನು ಎಳೀರಿ" ಎಂದು ಹುರಿದುಂಬಿಸಿ ಅವರು ಒಂದು ಕೈಹಾಕಿದರು. "ಅಮಲಾ ನಡೀ" ಎಂದು ತೇರು ಎಳೆಯಲು ಮುಂದಾದ ಆನಂದಮೂರ್ತಿಗಳಿಗೆ ಸಾಥ್ ಕೊಡಲು ನಿಂತಿದ್ದ ಅಮಲ ಮುಖ ಕಳೆಗುಂದಿತ್ತು. 'ಅಮಲೇಶ್ವರ ಸ್ವಾಮಿಗೆ ಜೈ...' ಎಂದು ಆನಂದಮೂರ್ತಿಗಳ ಕೂಗಿಗೆ ಭಕ್ತರ ಕೂಗು ಸೇರಿತು. ರಥದ ಗಾಲಿಗಳು ಮುಂದಕ್ಕೆ ಉರುಳತೊಡಗಿತು.

ರಥ ದೇವಸ್ಥಾನದ ತಲುಪಿದ ಮೇಲೆ ಎಲ್ಲಾ ನಿಶ್ಚಿಂತೆ.

ಮಾಮೂಲಿ ಪ್ರಸಾದದ ನಂತರ ಊಟದ ವ್ಯವಸ್ಥೆ. ದೇವಸ್ಥಾನದ ಪಕ್ಕದ ಜಾಗವನ್ನು ಅಂದರೆ ಗೆಸ್ಟ್‌ಹೌಸ್‌ನ ಎದುರುಗೋಡೆಯ ಜಾಗವನ್ನು ಚೊಕ್ಕಟಗೊಳಿಸಿ ಮೇಲೆ ಸುತ್ತಲೂ ಶಾಮಿಯಾನದಿಂದ ಅಲಂಕರಿಸಿ ಟೇಬಲ್ಲು, ಚೇರ್‌ಗಳ ವ್ಯವಸ್ಥೆ ಮಾಡಲಾಗಿತ್ತು. ಅಡಿಗೆಯ ಘಮಲು ಸುತ್ತಲ ವಾತಾವರಣವನ್ನೇ ಘಮಘಮಿಸುವಂತೆ ಮಾಡಿತ್ತು. ಬಡಿಸಲು ಎಂಎಲ್‌ಎಯ ದೊಡ್ಡ ಅಭಿಮಾನಿಗಳ ದಂಡು. ಆದರೆ ಜನರು ಒಂದೊಂದು ರೀತಿಯಲ್ಲಿ ಮಾತನಾಡಿಕೊಳ್ಳುತ್ತಿದ್ದರು. ಒಬ್ಬ ಭಕ್ತನ ಕಾಲು ಮೇಲೆ ಚಕ್ರ ಹಾದಿದ್ದು ಅಪಶಕುನ ಕೆಲವರ ದೃಷ್ಟಿಯಲ್ಲಿ. ವಿವಿಧ ರೀತಿಯಲ್ಲಿ ವ್ಯಾಖ್ಯಾನಿಸುತ್ತಲೇ ಊಟ ಮಾಡಿದರು.

ಗೆಸ್ಟ್‌ಹೌಸ್‌ನಲ್ಲಿ ಸೆಲೆಬ್ರೆಟಿಗಳ ಜೊತೆ ಊಟ ಮಾಡುತ್ತಿದ್ದ ಚಿದಂಬರಂ ಆನಂದಮೂರ್ತಿಗಳನ್ನೂ ನೆನಪಿಸಿಕೊಂಡರು. "ಊಟದ ಪಂಕ್ತಿಯಲ್ಲಿ ಮನುಷ್ಯ ಕಾಣಲಿಲ್ಲ." ಅನ್ನುವ ವೇಳೆಗೆ ಬಂದ ಅರ್ಚಕರು "ಅವ್ರು ಹಿಂದೇನೇ ಸಿಟಿಗೆ ದೌಡಾಯಿಸಿದರು. ಗಾಯಗೊಂಡ ವ್ಯಕ್ತಿ ಮಾತ್ರವಲ್ಲ ಅವ್ರ ಮನೆಯವರ ಯೋಗಕ್ಷೇಮ ವಿಚಾರಿಸಿದ ನಂತರವೇ ಅವ್ರ ಊಟ ತಿಂಡಿಗಳು. ಕೊಡೋದರಲ್ಲಿ ತೃಪ್ತಿ ಕಾಣುವ ಮನುಷ್ಯ. ಕೊಡುವಿಕೆಯೆನ್ನುವುದೆ ಅವ್ರ ಮಟ್ಟಿಗೆ ಯಜ್ಞ. ಅಪರೂಪದ ವ್ಯಕ್ತಿ" ಅನ್ನುವ ವೇಳೆಗೆ ಅಭಿ ಬಂದ. ಬಂದವ ಜೊತೆಯಲ್ಲಿದ್ದ ಶುಭಕರನ ಪರಿಚಯಿಸಿದ. "ಇವ್ರು ಶುಭಕರ್ ಅಂತ. ಅಮಲಾಪುರದ ಆನಂದಮೂರ್ತಿಗಳ ಕಿರಿಯ ಮಗ. ಇವ್ರು ನನ್ನ ಭೇಟಿಗಳೆಲ್ಲ ಆಕಸ್ಮಿಕವೆ" ಎಂದ ಸರಳವಾಗಿ. ಎಲ್ಲಾ ಮುಖಮುಖ ನೋಡಿಕೊಂಡರು.

"ನಮಸ್ತೆ, ಊಟದ ಮಧ್ಯೆ ಬಂದು ಡಿಸ್ಟರ್ಬ್ ಮಾಡ್ದೇ ಸಾರಿ..." ಅಂದುಕೊಂಡು

ಶುಭಕರ ಇವನತ್ತ ತಿರುಗಿ ಬರ್ತೀನಿ, ಈಗ ಶ್ರೀ ಫೋನ್ ಮಾಡಿ ಒಂದಿಷ್ಟು ಕೆಲ್ಸ ವಹಿಸಿದ್ದಾನೆ" ನಡದೇಬಿಟ್ಟ. ಯಾವುದು ತಪ್ಪಲ್ಲ. ಅಂದು ನಡೆದುಹೋಗಿದ್ದು ಎಲ್ಲರಿಗೂ ಗೊತ್ತಿತ್ತು. ಒಂದು ರೀತಿಯ ಇರಿಸುಮುರಿಸು.

ಎಂಎಲ್ಎ ಮನೆಯವರ ಊಟ ಗೆಸ್ಟ್‌ಹೌಸ್‌ನಲ್ಲಿ.

"ನೀನು ಊಟಕ್ಕೆ ಕೂತ್ಕೋ... ಬಾ ಎಂದರು. ತಾರಿಣಿ ಮುಖ ಮುದುಡಿಯೇ ನಾನು ಪೆಂಡಾಲ್‌ನಲ್ಲಿ ಮಾಡ್ತೀನಿ. ನೋ ಪ್ರಾಬ್ಲಮ್" ಎಂದು ಹೊರಗೆ ಹೋದ. ಯಾರ ಬಾಯಿಂದಲೂ ಮಾತುಗಳು ಹೊರಬರಲಿಲ್ಲ. ಯಾಮಿನಿ "ರಜನಿ ನೀನು ಹೋಗಿ ಅಭೀ ಜೊತೆಯಲ್ಲೇ ಮಾಡು. ಕೆಲವೊಮ್ಮೆ ಸಿಂಪ್ಲಿಸಿಟಿ ಬೇಕಾಗುತ್ತೆ" ಎಂದರು. ಅವಳು ಮುಖ ಒಂದು ತರಹ ಮಾಡಿ "ಈಗ ಹೆಚ್ಚು ಕಡ್ಮೆ ನಿನ್ನ ಊಟ ಮುಗಿದಿದೆ. ಅಭೀ ಹಾಸ್ಯ ಮಾಡ್ತಾನೆ. ಇಲ್ಲಿ ಕೂಡ ನನ್ನ ಮರ್ರು, ಒಂದು ಗುಂಪು ಫ್ರೆಂಡ್ಸ್ ಮಾಡ್ಕೊಂಡಿದ್ದಾನೆ" ನಿಷ್ಠೂರ ಪಾಸು ಮಾಡಿದಳು. ಭಗವಾನ್ ನಕ್ಕು "ನಾವುಗಳು ಇವಳ ಜೀವನದಲ್ಲಿ ಇದ್ದೀವಿ ಅನ್ನೋದ್ನೇ ಮರ್ರು, ಮೂರ್ಹೊತ್ತು ಅಭೀ ಅಭೀ ಅಂತ ಜಪ ಮಾಡ್ತಾಳೆ" ಎಂದು ಮಗಳನ್ನ ಹಾಸ್ಯ ಮಾಡಿದರು.

ಕೈ ತೊಳೆದುಬಂದವಳು "ನಿಮ್ಮ ಮಗ ಈಚೆಗೆ ತುಂಬಾ ಬದಲಾಗಿದ್ದಾನೆ. ಕಾಲ್ ಮಾಡಿದ್ರೆ, ರಿಸೀವ್ ಮಾಡೋಲ್ಲ. ಮೆಸೇಜ್ ಮಾಡಿದ್ರೆ ಕೇರ್ ಮಾಡೋಲ್ಲ. ವಾಟ್ಸಪ್‌ನಲ್ಲಿ ಚಾಟಿಂಗೂ ಮಾಡೋಕು ಸಿಗೋಲ್ಲ" ನಿಷ್ಠೂರ ಮಾಡಿದಳು.

"ಮುಂದೆ ಸ್ವತಂತ್ರನ ಹೇಗೂ ಒತ್ತೆ ಇಡಬೇಕಲ್ಲ. ಈಗ ಒಂದ್ನಾಲ್ಕು ದಿನ ಆರಾಮಾಗಿ ಇರ್ಲಿ ಬಿಡು" ಎಂದು ನಕ್ಕರು ಭಗವಾನ್. ಬಿಜಿನೆಸ್ ಟೆನ್‌ಷನ್‌ನಲ್ಲಿ ಅವರಿಗೆ ಇಂಥ ಸಣ್ಣಪುಟ್ಟ ವಿಷಯಗಳು ಅರಿವಿಗೆ ಬರೋಲ್ಲ. ಮಗಳು ಪದೇಪದೇ ಈ ವಿಚಾರ ಪ್ರಸ್ತಾಪಿಸುತ್ತಿದ್ದರಿಂದ ಸೀರಿಯಸ್ ಬೇಕೆನಿಸಿತು.

ಎಲ್ಲಾ ಒಂದೆಡೆ ಕೂತಾಗ ಭಗವಾನ್ "ಒಂದಿಷ್ಟು ಪರ್ಸನಲ್" ಅಂದಾಗ ಇವೆರಡು ಫ್ಯಾಮಿಲಿಗಳನ್ನ ಬಿಟ್ಟು ಮಿಕ್ಕವರನ್ನೆಲ್ಲ ಹೊರಗೆ ಕಳಿಸಲಾಯಿತು. ಆಗ ಕಾಲ್ ಮಾಡಿದವರು "ಬನ್ನಿ... ಬನ್ನಿ... ನಾವೆಲ್ಲ ಕಾಯ್ತ ಇದ್ದೀವಿ" ಎಂದು ಕಟ್ ಮಾಡಿದವರು. "ರಜನಿಗೆ ಮತ್ತೇನು ಓದೋ ಮನಸ್ಸಿಲ್ಲ. ಮೂರ್ಹೊತ್ತು ಅಭಿಯ ಜಪವೆ. ಆದಷ್ಟು ಬೇಗ ವಿವಾಹ ಮಾಡಿಬಿಡೋ ತೀರ್ಮಾನ. ನಿಮ್ಮ ಅಭಿಪ್ರಾಯ...?" ಕೇಳಿದರು. ಹೆಂಡತಿಯ ಕಡೆ ನೋಡಿದ ಚಿದಂಬರಂ "ನಮ್ಮದೇನು ಪ್ರಾಬ್ಲಮ್, ಅಭೀ ಕೋರ್ಸ್ ಮುಗಿಯೋಕು ಏನು ತೊಂದರೆ ಇಲ್ಲ. ಹೀ ಈಸ್ ವೆರಿ ಇಂಟಲಿಜೆಂಟ್. ನಿಮ್ಮ ಜ್ಯೋತಿಷಿಗಳ ಪ್ರಕಾರ ಇನ್ನು ಆರೆಂಟು ತಿಂಗ್ಳು ಬೇಡಾಂತ ಹೇಳಿದ್ದಾರೆ. ಅಂದ್ರಿ. ಈಗ ಅವ್ರು ಮತ್ತೇನಾದ್ರೂ ಸಜೆಷನ್ ಕೊಟ್ಟಿದ್ದಾರ?" ಸ್ವಲ್ಪ ಬೇಸರದಿಂದಲೇ ಕೇಳಿದರು. ಭಗವಾನ್‌ಗೆ ಒಂದಿಷ್ಟು ಕಸಿವಿಸಿ.

"ನೋ... ನೋ... ಈಗ ಅವ್ರ ಗುರುಗಳು ದಯ ಮಾಡಿಸ್ತಾ ಇದ್ದಾರೆ. ಅವ್ರು ಸಜೆಷನ್‌ನ ಮುಖ್ಯವಾಗಿಸಿ ಕೊಳ್ಳೋಣಾಂತ" ಭಗವಾನ್ ಮಾತಿಗೆ ಚಿದಂಬರಂಗೆ ರೇಗಿತು. "ಮಿಸ್ಟರ್ ಭಗವಾನ್ ನೀವು ಎಜುಕೇಟೆಡ್ ಇಷ್ಟೊಂದು ಜ್ಯೋತಿಷಿಗಳಿಗೆ

ಜೋತು ಬೀಳೋದು ಸರಿಯೆನಿಸೋಲ್ಲ. ಅವರೇನು ದೇವರಲ್ಲ. ಇದೊಂದು ವಿಚಾರದಲ್ಲಿ ನಿಮ್ಮ ಬಗ್ಗೆ ನಮ್ಗೇ ಬೇಸರ. ಅಂದು ಹಿಂದಿನ ದಿನ ಹೊರಡೋಕೆ ಜ್ಯೋತಿಷಿಗಳು ಪರ್ಮಿಷನ್ ಕೊಡ್ಲಿಲ್ಲಾಂತ, ಮರುದಿನ ಏರ್‌ಪೋರ್ಟ್‌ನಿಂದ ನೇರವಾಗಿ ಬಂದ್ರಿ ತಡವಾಯ್ತು. ನಿಮ್ಮ ಜ್ಯೋತಿಷಿಗಳು ಇಟ್ಟುಕೊಟ್ಟ ಲಗ್ನಕ್ಕೆ ಅಭಿ ಬೇರೊಂದು ಹೆಣ್ಣಿನ ಬೈತಲೆಗೆ ಕುಂಕುಮ ಹಚ್ಚಿ ಹಾರ ಹಾಕಿದ್ದೆ. ಅದಕ್ಕೆ ನಿಮ್ಮ ಜ್ಯೋತಿಷಿಗಳು ಏನು ಹೇಳ್ತಾರೆ? ಇಂದು ಕೂಡ ಅದೇ ತಪ್ಪು. ತಾರಿಣಿ ಅಭೀ, ರಜನಿ ಕೈಯಲ್ಲಿ ತೇರು ಎಳೆಸಬೇಕೆಂದುಕೊಂಡಿದ್ಲು. ಇಂದು ಬಂದಿದ್ದು ತಡವಾಗಿಯೆ. ಇದಕ್ಕೆಲ್ಲ ಅವ್ರು ಏನು ಹೇಳ್ತಾರೆ? ಅದಕ್ಕೊಂದು ಹೋಮ, ಒಂದಿಷ್ಟು ದಾನ, ಜೊತೆಗೆ ಪರಿಹಾರರೂಪವಾಗಿ ಏನೇನೋ ಮಾಡಿಸ್ತಾರೆ. ಏನಾದ್ರೂ... ಮಾಡ್ಕೊಳ್ಳಿ. ಹೊರ್ಗೇ ಜನ ಕಾದಿದ್ದಾರೆ. ನೆಗ್ಲೆಕ್ಟ್ ಮಾಡೋಕ್ಕಾಗೋಲ್ಲ. ಬಂದವರನ್ನ ರಿಸೀವ್ ಮಾಡ್ಕೊಂಡ್ ನೀವೇ ಮಾತುಕತೆ ಮುಗ್ಸೀ" ಹೊರಗೆ ಹೋದರು. ಭಗವಾನ್ ಇಂಥ ಎಷ್ಟೋ ಕಷ್ಟ ಎದುರಿಸಿದ್ದರು. ಅವರಿಗೆ ಜ್ಯೋತಿಷ್ಯದ ಬಗ್ಗೆ ಅಪಾರವಾದ ನಂಬಿಕೆ. ತಾವು ಅಪಾರವಾದ ಸಂಪತ್ತು ಗಳಿಸಿದ್ದಕ್ಕೆ ಜ್ಯೋತಿಷ್ಯವೇ ಕಾರಣವೆಂದು ಅವರ ನಂಬಿಕೆ.

"ನೋಡಿ, ತಾರಿಣಿ ಅವರೇ... ಹೆಣ್ಣಾಗಿ ಅರ್ಥಮಾಡಿಕೊಳ್ಳಬಲ್ಲಿರಿ. ಒಳ್ಳೆಯ ಲಗ್ನ, ಶುಭಮುಹೂರ್ತಗಳಲ್ಲಿ ಆದ ವಿವಾಹಗಳೆ ಶುಭಪ್ರದ. ನಮ್ಗೇ ಒಳ್ಳೇ ಮಗ್ಳು, ನೂರು ಕನಸುಗಳು. ವಾಸ್ತು, ಜಾತಕ, ಜ್ಯೋತಿಷ್ಯಾಂದ್ರೆ ನಂಗೆ ತುಂಬಾ ನಂಬ್ಕೇ" ಹೇಳಿಕೊಂಡು ಹೋದರು ತಮ್ಮ ಅನುಭವಗಳನ್ನು ತಾರಿಣಿ ಸುಮ್ಮನೆ ಹ್ಞೂಗುಟ್ಟಿದರು. ಐದು ಕೋಟಿ ಖರ್ಚು ಮಾಡಿ ಕಟ್ಟಿಸಿದ ಬಂಗ್ಲೆಯನ್ನು ಡೆಮಾಲಿಷ್ ಮಾಡಿಸಿದ್ದೂ ಆಕೆಗೂ ಗೊತ್ತಿತ್ತು.

ಆ ವೇಳೆಗೆ ಬೆಂಜ್ ಕಾರಿನಲ್ಲಿ ಜ್ಯೋತಿಷಿಗಳ ಆಗಮನವಾಯಿತು. ವಯೋವೃದ್ಧರು, ಕತ್ತಿನಲ್ಲಿ ರುದ್ರಾಕ್ಷಿಸರಗಳು, ತೊಟ್ಟಿದ್ದು ಶ್ವೇತವಸ್ತ್ರ. ಬೆಳೆಸಿದ ಗಡ್ಡ, ಮೀಸೆ, ಹಣೆಯಲ್ಲಿ ತ್ರಿಪುಂಡಕ. ಅದ್ಭುತವಾದ ಸ್ವಾಗತ ದೊರೆಯಿತು.

ಉಭಯ ಕುಶಲೋಪರಿಯ ನಂತರ ದೈವದರ್ಶನಕ್ಕೆ ಒಂದು ಅವಧಿಯನ್ನು ಫಿಕ್ಸ್ ಮಾಡಿಕೊಂಡನಂತರ ಭಗವಾನ್ ಕುಟುಂಬದ ಸಮೇತ ದೇವಸ್ಥಾನದ ಆವರಣದಿಂದ ಹಿಡಿದು ಪ್ರಾಧಿಕಾರದ ಜೊತೆ ಗೆಸ್ಟ್‌ಹೌಸ್. ಈಗ ಕಟ್ಟಡದ ಹಂತದಲ್ಲಿರುವ ಕಲ್ಯಾಣಮಂಟಪ. ಮುಂದಿನ ರೂಪುರೇಷೆಗಳನ್ನು ನೋಡಿ ಕೆಲವು ಸಲಹೆಗಳನ್ನು ಇತ್ತರು.

ಸಂಜೆ ದೈವದರ್ಶನದ ನಂತರ ಭಕ್ತರ ಕಷ್ಟಸುಖ ಪ್ರಶ್ನೆಗಳಿಗೆ ಉತ್ತರಿಸುವುದಾಗಿ ತಿಳಿಸಿದನಂತರ ಅಲ್ಪ ಉಪಾಹಾರ ಸ್ವೀಕರಿಸಿದ ನಂತರ ಅಣತಿ ಇತ್ತರು.

"ನಿಮ್ಮ ಬೀಗರು, ಅವ್ರ ಮಕ್ಕಳ್ನ ಕರ್ಸಿ" ಇಂಥ ಅಹವಾಲನ್ನು ಕರುಣಿಸಿದರು. ಹೊರಗಿನ ಜನಜಂಗುಳಿಯ ಮಧ್ಯೆ ಸೇರಿಹೋಗಿದ್ದ ಎಂಎಲ್‌ಎ ಮತ್ತು ಅವರ ಮಗನಿಗೆ ಕರೆ ಕಳಿಸಿದರು. ಬಂದಿದ್ದು ಚಿದಂಬರಂ ಒಬ್ಬರೇ.

"ಕೂತ್ಕೊಳ್ಳಿ, ಮತ್ತೆ ಈ ಕ್ಷೇತ್ರದಲ್ಲಿ ತಾವು ಸ್ಪರ್ಧಿಸುವುದಾಗಿ ಭಗವಾನ್ ತಿಳಿಸಿದರು"

ಎಂದು ಕಣ್ಮುಚ್ಚಿ ಧ್ಯಾನಮಗ್ನರಾದವನ ಕೈಯಲ್ಲಿ ರುದ್ರಾಕ್ಷಿ ಸರವಿತ್ತು. ಯಾವ ಲೆಕ್ಕಾಚಾರವೋ ಕಣ್ತೆರೆದು "ನಿಮ್ಗೆ ಸೀಟು ಸಿಗೋದು ಕಷ್ಟವೇ. ಆದ್ರೂ... ಸಿಗುತ್ತೆ. ನೀವು ಗೆಲ್ಲೋದಿಕ್ಕೆ ಇನ್ನೊಬ್ಬ ವ್ಯಕ್ತಿ ಅಡ್ಡಗಾಲು ಹಾಕ್ತಾರೆ" ಇಂಥದೊಂದು ಸೂಚನೆ ಕೊಟ್ಟರು. ಚಿದಂಬರಂ ವಿಚಲಿತರಾಗಲಿಲ್ಲ. "ಇದು ಸಹಜವೇ. ನಾನು ರಾಜಕೀಯನೇ ಅಷ್ಟೊಂದು ಸೀರಿಯಸ್ಸಾಗಿ ತಗೊಂಡಿಲ್ಲ. ದೊಡ್ಡ ರೀತಿಯ ಪ್ರಯತ್ನಗಳನ್ನ ಮಾಡೋಲ್ಲ" ನಿಶ್ಚಿಂತೆಯಿಂದ ನುಡಿದರು. ಆಮೇಲೆ ಅವರೇನೋ ಹೇಳಿದರು. ಕಡ್ಡಾಯವಾಗಿ ಕೆಲವು ಹೋಮ, ದಾನಗಳ ಬಗ್ಗೆ ನಿಖರವಾಗಿ ತಿಳಿಸಿದರು. ಇವರೇನು ಪ್ರತಿಕ್ರಿಯಿಸಲೇ ಇಲ್ಲ. ಆದರೆ ಭಗವಾನ್ "ಎಲ್ಲದರ ಏರ್ಪಾಟು ನನ್ನದೇ... ಇರಲಿ!" ಎಂದು ಮುಂದಾದರು. ಆಗ ಕೂಡ ಚಿದಂಬರಂ ಪ್ರತಿಕ್ರಿಯಿಸಲಿಲ್ಲ. ತುಂಬಾ ತಲೆ ಬಿಸಿಯಾಗಿತ್ತು.

"ವಿವಾಹ ಯಾವಾಗ ಇಟ್ಟೋಬಹುದ್ದು?" ವಿಚಾರಿಸಿದರು. ಇದು ಮುಗಿದರೆ ಚಿದಂಬರಂಗೆ ಸಾಕಿತ್ತು. "ನಿಮ್ಮ ಮಗನ್ನ ಕರ್ಸಿ" ಎಂದಾಗ ಅವರಿಗೆ ಅಚ್ಚರಿ "ಜಾತ್ಕನ ಕೊಟ್ಟಿದ್ದೀನಿ. ಎರಡು ಕಡೆಯವರು ನೋಡಿ ಸಮ್ಮತಿಸಿದ್ದೂ ಆಗಿದೆ" ಸ್ವಲ್ಪ ಬೇಸರವಿತ್ತು ಅವರ ದನಿಯಲ್ಲಿ.

ಭಗವಾನ್‌ರು ಅವನನ್ನು ಎಬ್ಬಿಸಿಕೊಂಡು ಕರೆದೊಯ್ದು "ಇವ್ರಿಗೆ ಫೇಸ್ ರೀಡಿಂಗ್ ಕೂಡ ಗೊತ್ತಿದೆ. ಮುಖ ನೋಡಿದ ಕೂಡ್ಲೇ ಪೂರ್ಣ ಭವಿಷ್ಯ ಉಸುರುತ್ತಾರೆ. ಅಭೀ ಭವಿಷ್ಯದ ಬಗ್ಗೇನು ಸಾಕಷ್ಟು ನಿರೀಕ್ಷೆ ಇದೆ. ಅವ್ನು ರಾಜಕೀಯಕ್ಕೆ ಸೇರ್ಪಡೆಯಾಗಬೇಕು. ಅವ್ನ ಭವಿಷ್ಯ ಉಜ್ವಲವಾಗಿದೆ" ಪಿಸುಗುಟ್ಟಿದರು ಚಿದಂಬರಂ ಮುಖ ಒಂದು ತರಹ ಮಾಡಿ "ಪ್ಲೀಸ್, ಅವ್ನ ಬಗ್ಗೆ ಅಂಥ ನಿರೀಕ್ಷೆ ಇಟ್ಟುಕೋಬಾರ್ದು. ಅವ್ನಿಗೆ ರಾಜಕೀಯದ ಬಗ್ಗೆ ಅಂಥ ಆಸಕ್ತಿ ಇಲ್ಲ. ಅಲ್ಲಿ ನುಸುಳಿ ಮೇಲೇಳುವ ತಂತ್ರಗಾರಿಕೆ ಕೂಡ ಅವ್ನಿಗೆ ಗೊತ್ತಿಲ್ಲ. ಅವ್ನ ಆಯ್ಕೇ ಅವನದ್ದೇ. ನಾನು ಸಾಕಷ್ಟು ಸಲ ಹೇಳಿದ್ದೀನಿ."

ಆ ವೇಳೆಗೆ ಅಭಿನಂದನ್ ಬಂದಿದ್ದರಿಂದ ಇವರುಗಳ ಮಾತುಕತೆ ಅಲ್ಲಿಗೆ ನಿಂತಿತು. "ಬಾ... ಅಭಿನಂದನ್ ನಿನಗೋಸ್ಕರನೇ ಕಾಯ್ತಾ ಇದ್ದೀವಿ" ಎಂದು ಒಳಗೆ ಕರೆದೊಯ್ದು ಜ್ಯೋತಿಷಿಗಳ ಎದುರು ಕೂಡಿಸಿದರು. ಬೆರಳುಗಳಲ್ಲಿ ಲೆಕ್ಕ ಹಾಕುತ್ತಿದ್ದವರು ಮುಗುಳ್ನಗೆ ಬೀರಿದರು.

"ನೀನು ಅಭಿನಂದನ್ ಅಲ್ವಾ?" ಕೇಳಿದರು.

"ಹೌದು..." ಎಂದ. ಈಗಾಗಲೇ ಅವರು ಜಾತಕ ಪರಿಶೀಲಿಸಿದ್ದರಿಂದ ಮುಖವನ್ನು ನೇರವಾಗಿ ದಿಟ್ಟಿಸಿದ ನಂತರ "ನಿನ್ನ ಬಲಗೈ ಚಾಚಿ ಹಸ್ತವನ್ನು ಅಗಲಿಸಿ" ಎಂದರು. ಅವನೊಮ್ಮೆ ತಂದೆಯತ್ತ ನೋಡಿ ಬಲವಂತಕ್ಕೆ ಕೈಮುಂದೆ ಮಾಡಿ ಅಂಗೈಯನ್ನು ಅಗಲಿಸಿದ. ಮಧ್ಯದ ಬೆರಳಿನ ಮೃದುವಾಗಿ ಹಿಡಿದು, ಕೈನ ಪ್ರತಿಯೊಂದು ಇಂಚು ಇಂಚನ್ನು ಪರಿಶೀಲಿಸಿದರು.

"ಒಳ್ಳೇ ರಾಜಯೋಗ ಇದೆ. ಭಗವಾನ್ ಮಗಳ್ನ ವಿವಾಹವಾಗೋಕೆ ಅಷ್ಟಿಷ್ಟು ಮಾಡಿದ್ದೆ. ನಿಂಗೆ ರಾಜಕೀಯದಲ್ಲಿ ಒಳ್ಳೆ ಭವಿಷ್ಯವಿದೆ" ಎಂದರು. ಅವನ ಮುಖ ಒಂದು ತರಹ ಆಯಿತು. ತಂದೆಯತ್ತ ನೋಡಿದ. ಮೌನ ವಹಿಸುವಂತೆ ಸನ್ನೆ

ಮಾಡಿದರು. ರಜನಿ ಅವನನ್ನು ಅಕ್ಕಪಕ್ಕ ಕೂಡಿಸಿ ಹಸ್ತಗಳನ್ನು ಪರೀಕ್ಷಿಸಿ ಅವನ ತಾಳ್ಮೆಗೆ ಪರೀಕ್ಷೆಯೊಡ್ಡಿದ್ದರು. ಆಮೇಲೆ ಎದ್ದು ಹೊರಟವನು ತಂದೆಯ ಪರ್ಸನಲ್ ಸೆಕ್ರೆಟರಿ ಪರಮೇಶಿಯನ್ನು ಕರೆದು "ನಾನು ಹೊರಟೇಂತ ತಿಳ್ಸಿಬಿಡು" ಎಂದು ಕಾರು ಹತ್ತಿದವನು ಮಾಯವಾದ. ಅದು ವಯಸ್ಸಿನ ರಭಸ. ಇವೆಲ್ಲ ಬೇಡವೆನಿಸಿತ್ತು. ಕೆಲವೊಮ್ಮೆ ಸ್ಪಷ್ಟವಾಗಿ, ಅಸ್ಪಷ್ಟವಾಗಿ ಹೇಳಿದಿತ್ತು. ಭಗವಾನ್ ಇದ್ದ ಮಬ್ಬಿನಲ್ಲಿ ಏನು ಅರ್ಥವಾಗದು.

ಬಹಳ ಹೊತ್ತಿನನಂತರ ಈ ವಿಚಾರ ತಿಳಿದಿದ್ದು ಚಿದಂಬರಂಗೆ ಎಲ್ಲಕ್ಕಿಂತ ಹೆಚ್ಚು ನಿರಾಸೆ ತಂದಿದ್ದು. 'ಈ ವರ್ಷ ಅಂದರೆ ಇನ್ನ ಒಂಬತ್ತು ತಿಂಗಳು ಈ ಜೋಡಿಗೆ ಸೂಕ್ತವಾದ ಮುಹೂರ್ತವಿಲ್ಲ' ಇಂತ ಒಂದು ಪರವಾನ್ ಹೊರಡಿಸಿದ್ದರಿಂದ ಅಲ್ಲಿ ಮಾತಿಗೆ ಅವಕಾಶವೇ ಇರಲಿಲ್ಲ.

ಜ್ಯೋತಿಷಿಗಳು ಹೊರಟನಂತರ "ಇದು ಟೂ ಮಚ್, ಮಿಸ್ಟರ್ ಭಗವಾನ್. ವರ್ಷದ ಹಿಂದೆಯೇ ಮುಗಿಯಬೇಕಾದ ವಿವಾಹ. ನಿಮ್ಗೆ ಎಷ್ಟು ಜನ ಜ್ಯೋತಿಷಿಗಳ ಪರಿಚಯ? ಯಾವ ಯಾವ ಆಧಾರದ ಮೇಲೆ ಲಗ್ನಗಳನ್ನು ನಿಶ್ಚಯ ಮಾಡುತ್ತಾರೆ? ನಮ್ಮ ಪುರೋಹಿತರ ಪ್ರಕಾರ ಆರು ತಿಂಗಳ ಹಿಂದೆ ಸಾಲಾಗಿ ಮೂರು ಲಗ್ನಗಳು ಇತ್ತು. ನಿಮ್ದು ಚಿತ್ರ, ವಿಚಿತ್ರವಾದ ಬೇಡಿಕೆಗಳು" ಮೇಲೆದ್ದರು. ಆದಷ್ಟು ಬೇಗ ಅವರಿಗೆ ಮಗನ ವಿವಾಹ ಮುಗಿಸುವ ಆಸೆ ಇತ್ತು. ಅದಕ್ಕೆ ಅವರದೇ ಆದ ಕಾರಣಗಳು ಹಾರ್ಟ್‌ನಲ್ಲಿ ಸಣ್ಣ ಹೋಲ್ ಕಾಣಿಸಿಕೊಂಡಿತ್ತು. ಚಿಕಿತ್ಸೆಯು ನಡೆಯುತ್ತಿತ್ತು. ಇದು ಹೆಂಡತಿ, ಮಗನಿಂದ ವಿವಾಹ ಮಾಡಿಬಿಡುವ ಆತುರ.

"ಪ್ಲೀಸ್ ಕೂತ್ಕೊಳ್ಳಿ" ಕೈಹಿಡಿದು ಕೂಡಿಸಿದಾಗ "ನಿಮ್ಮ ಪ್ರಕಾರ ನಿಶ್ಚಿತಾರ್ಥ ಮುಗಿದಿದೆ. ನೀವು ಹ್ಞೂ ಅಂದರೇ ಹುಡ್ಗ, ಹುಡ್ಗೀ ರೆಡಿ ಇರೋದರಿಂದ ತಾಳಿ ಕಟ್ಟಿಸಿ ಬಿಡೋಣ. ಅಮಲೇಶ್ವರನ ಸನ್ನಿಧಿಯಲ್ಲಿ" ಅಂದೇಬಿಟ್ಟರು. ಅದಕ್ಕೆ ಅವರು ರೆಡಿ ಇಲ್ಲ. "ಈ ಸಲ ನಿಮ್ಮ ಮಗನ ಜಾತ್ಕದಲ್ಲಿ ಮುಖ್ಯಮಂತ್ರಿ ಆಗೋ ಯೋಗವಿದೆ. ರಾಜಕೀಯದಲ್ಲಿ ಎತ್ತರಕ್ಕೆ ..... ಬಹಳ ಎತ್ತರಕ್ಕೆ ಬೆಳೆಯೋ ಅವಕಾಶವಿದೆ. ಅದಕ್ಕೆ ನಾವುಗಳು ಅನುಸರಣೆ ಮಾಡಬೇಕಿದ. ಈಗ ಜ್ಯೋತಿಷಿಗಳು ಇಟ್ಟುಕೊಟ್ಟ ಲಗ್ನ ಎರಡು ಕುಟುಂಬಕ್ಕೂ ಅನ್ಕೂಲವಾಗಿದೆ. ಆ ಮುಹೂರ್ತಕ್ಕೆ ಪ್ರತಿಯೊಂದನ್ನು ಈಗಿನಿಂದಲೇ ಏರ್ಪಾಟು ಮಾಡ್ಕೋತೀನಿ" ಎಳೆದು... ಎಳೆದು ಹೇಳತೊಡಗಿದಾಗ ಚಿದಂಬರಂ ನಿಸ್ಸಹಾಯಕರಾಗಿ ಹೆಂಡತಿಯ ಕಡೆ ನೋಡಿದರು. "ರಾಜಕೀಯ ಡ್ಯಾಡ್ ಪಾಲಿಗಷ್ಟೆ ಅವರು ಮಂತ್ರಿಗಳು ಆಗ್ತಾರೋ, ಬಿಡ್ತಾರೋ ನಂಗೆ ಸಂಬಂಧಿಸಿದ್ದಲ್ಲ. ನನ್ನ ಹಾದಿನ ನಾನು ಆಯ್ಕೋತೀನಿ. ಅದಕ್ಕೆ ನೀವ್ಯಾರೂ ಅಡ್ಡಬರಬಾರ್ದು" ಸಾಕಷ್ಟು ಸಲ ಅಮ್ಮನ ಮುಂದೆ ಹೇಳಿದ್ದೆ. ಅದು ಚಿದಂಬರಂಗೂ ಗೊತ್ತು...

"ಅವ್ನಿಗೆ ರಾಜಕೀಯ ಅಂದರೇನೇ ಅಲರ್ಜಿ. ಕೆಲವರು ಟಿಕೆಟ್ ಕೊಡಿಸ್ತೀನಿ ಅಂದಾಗ ಕೂಡ ನಿರಾಕರಿಸಿದ್ರು. ಅದ್ರಿಂದ ಅಂಥ ಕನಸುಗಳು ಬೇಡ" ತಾರಿಣಿ ಹೇಳಿದರು. ಮಗ ರಾಜಕೀಯಕ್ಕೆ ಬರೋದು ಆಕೆಗೆ ಇಷ್ಟವೇ.. ಆದರೆ ಮಗನನ್ನು ಒಪ್ಪಿಸುವ ಭರವಸೆ ಅವರಿಗೆ ಇರಲಿಲ್ಲ. ಕೆಲವು ವಿಷಯದಲ್ಲಿ ಅವನು ಹಠಮಾರಿ

"ಡೋಂಟ್ ವರೀ ಮೇಡಮ್. ಜ್ಯೋತಿಷ್ಯದಲ್ಲಿದೆ, ನಿಮ್ಮ ಕೈಯಲ್ಲಿ ಆಗದ್ದು ನನ್ಮಗ್ಳು ಮಾಡ್ತಾಳೆ" ಭರವಸೆಯಿಂದ ನುಡಿದರು ಭಗವಾನ್ ಮಗಳತ್ತ ನೋಡಿ. ತಾರಿಣಿಗೆ ಅವಮಾನವೆನಿಸಿತು.

"ಯಾವ್ದೇ ವಿಚಾರದಲ್ಲಿ ಅವ್ನ ಡಿಸಿಷನ್ ಫೈನಲ್!" ಮೇಲೆದ್ದರು ಚಿದಂಬರಂ. ತಾರಿಣಿಗೂ ಅಷ್ಟು ಸಾಕಿತ್ತು. "ನೀವುಗಳು ರೆಸ್ಟ್ ತಗೊಳ್ಳಿ, ನಂಗೆ ಒಂದು ಮೀಟಿಂಗ್ ಇದೆ" ಎದ್ದುಹೋದರು. ಇಂದು ಅವರಿಗೆ ತೀರಾ ಬೇಸರವಾಗಿತ್ತು.

"ನೋಡಿದ್ರಾ, ಈಗ್ಲೇ ನನ್ಮಗನ್ನ ಕೊಂಡುಕೊಂಡಿರೋ ಹಾಗೆ ಮಾತಾಡಿದರೆ" ಗೊಣಗಿದಾಗ ನಕ್ಕರು ಚಿದಂಬರಂ. "ಸತ್ಯನೇ ಹೇಳಿದ್ದಾರೆ. ಈಗ್ಲೇ ಅವ್ನು ನಮ್ಮ ಮಾತು ಕೇಳ್ತೋಲ್ಲ. ಹೆಂಡ್ತಿ ಬಂದ್ಮೇಲೆ ಕೇಳ್ತಾನೇ ಅನ್ನೋ ನಂಬ್ಕೇ ಇದ್ಯಾ? ಅದು ಸ್ವಾಭಾವಿಕ ಬಿಡು" ಸಮಜಾಯಿಷಿ ನೀಡಿದರು.

ಅಮಲಾಪುರದ ಕೆರೆಯಲ್ಲಿ ಹೂಳು ತುಂಬಿಕೊಂಡಿದ್ದರಿಂದ ಅದನ್ನು ತಕ್ಷಣ ಹೂಳೆತ್ತಿಸುವ ವಿಚಾರದಲ್ಲಿ ಮಾತುಕತೆ ನಡೆಯಿತು ಮುಖಂಡರ ಜೊತೆ. ಆನಂದಮೂರ್ತಿಗಳು ಮುಖಂಡರು ಎಂದು ಗುರುತಿಸಿಕೊಳ್ಳುತ್ತಿರಲಿಲ್ಲ. ಅದು ಬೇಕಾಗಿಯೂ ಇರಲಿಲ್ಲ. ಆದರೆ ಮುಖಂಡತ್ವದ ಪಟ್ಟ ಲಭ್ಯವಾಗಿತ್ತು.

* * *

ಯಾವುದೇ ಸಮಸ್ಯೆ ಇಲ್ಲದೆ ಅಮಲಾ ಕಾಲೇಜಿಗೆ ತನ್ನ ಸ್ಕೂಟರ್‌ನಲ್ಲಿ ಹೋಗುತ್ತಿದ್ದುದ್ದು ಮನೆಯವರಿಗೆಲ್ಲ ಸಂಭ್ರಮವೇ. ಮೊದಲು ಕೆಲವು ದಿನ ಶ್ರೀ ಅವಳೊಂದಿಗೆ ಹೋಗುತ್ತಿದ್ದ. ಎಷ್ಟು ಬೇಗ ಕಲಿತಳೆಂದರೆ ಅವಳ ಸಹಪಾಠಿಗಳಿಗೆಲ್ಲ ಅಚ್ಚರಿಯೇ. ಅಂದು ಆನಂದಮೂರ್ತಿಗಳು ಸಿಕ್ಕವರಿಗೆಲ್ಲ ಸಿಹಿ ತಿಂಡಿ ಹಂಚಿಬಿಟ್ಟಿದ್ದರು.

ಅಂದು ಕಾಲೇಜಿನಿಂದ ಬಂದಾಗ ಒಯ್ದ ಡಬ್ಬಿ ಖಾಲಿಯಾಗಿರಲಿಲ್ಲ. ತೆಗೆದು ನೋಡಿದ ಸತ್ಯಭಾಮ ರೇಗಿಕೊಂಡರು. "ಏನು ತಿಂದೇ ಇಲ್ಲ, ನಿಮ್ಮಮ್ಮ ನನ್ನ ತರಾಟೆಗೆ ತಗೊಂಡ್ ಬಿಡ್ತಾಳೆ. ಇಂಟರ್‌ನೆಟ್ ಮುಖಾಂತರ ಕಳಿಸಿದ ಫೋಟೋಗಳನ್ನೆಲ್ಲ ಪರಿಶೀಲನೆ ಮಾಡ್ತಾಳೆ. ಏನಾದ್ರೂ ವೆರೈಟಿ ತಿಂಡಿ ಕಳ್ಸೀ ಅನ್ನೋ ಡೈಲಾಗ್... ಬೇರೆ" ರೇಗಿದರು.

"ಅಂಥದ್ದೇನಿಲ್ಲ, ಅಮಲೇಶ್ವರ ಸ್ವಾಮಿ ಅರ್ಚಕರು ಪ್ರಸಾದ ತಂದು ಹೆಚ್ಚು ಕಡ್ಮೇ ಇಡೀ ಕಾಲೇಜಿಗೆ ಹಂಚಿದರು. ಅದೇ ಸಾಕಷ್ಟು ಆಯ್ತು. ಮಿಕ್ಕವರೆಲ್ಲ ಡಬ್ಬಿಗಳಲ್ಲಿ ಇದ್ದಿದ್ದು ಹೊರ್ಗೇ ಚೆಲ್ಲಿದರು. ನಾನು ಮಾತ್ರ ವಾಪಸ್ಸು ತಂದೆ, ಅಮ್ಮ ಪ್ರೀತಿಯಿಂದ ಮಾಡಿಕೊಟ್ಟಿದ್ದು ಚೆಲ್ಲಬಾರದೆನಿಸಿತು" ಎಂದಳು ಮುಗ್ಧವಾಗಿ.

ಸತ್ಯಭಾಮಗೆ ಮಗಳ ಮೇಲೆ ಪ್ರೀತಿ ಉಕ್ಕಿ ಹರಿಯಿತು. ತಬ್ಬಿಕೊಂಡು ಮುದ್ದಾಡಿದರು. "ಅದೇ, ನಿನ್ನ ಮಮ್ಮಿ.. ಕಸಿನ್ ಅಂಥದ್ದು ಏನೋ ಆಗಬೇಕಂತಲ್ಲ ಅದೇ ರಿಚ್ಚಿ... ಆ ಹುಡ್ಗನ ಜೊತೆ ಚಾಟಿಂಗ್ ಮಾಡ್ಬೇಕಂತೆ. ನಿನ್ನ ಮಮ್ಮಿ ಬಲವಾದ ಹುಕುಂ ಹೊರಡಿಸಿದ್ದಾರೆ" ಎಂದು ಮನವೊಲಿಸುವಂತೆ ಪ್ರಯತ್ನ ಮಾಡಿದರು. ಅವಳು ಸಪ್ಪಗಾದಳು.

"ಅಯ್ಯೋ ಬೋರಿಂಗ್... ಚಾಟಿಂಗ್ ಮಾಡೋಕೆ ಏನಿದೆ? ನಂಗೆ ಅದೆಲ್ಲ ಇಷ್ಟವಿಲ್ಲ" ಕಾಲೇಜು ಬ್ಯಾಗ್ ಅಲ್ಲಿಟ್ಟು ಬಾತ್‌ರೂಂಗೆ ಹೋದಳು. 'ಅದೆಲ್ಲ ಅವ್ಳಿಗೆ ಇಷ್ಟವಿಲ್ಲ ವಿಭಾ' ಸಾಕಷ್ಟು ಸಲ ಸತ್ಯಭಾಮ ಹೇಳಿ ಸೋತುಹೋಗಿದ್ದರು. ಸೋಷಿಯಲ್ ಮೀಡಿಯದಲ್ಲಿ ತನ್ನ ಮಗಳು ಸಕ್ರಿಯವಾಗಿ ತೊಡಗಿಕೊಳ್ಳಬೇಕೆಂದು ವಿಭಾ ಆಸೆ. ಅದಕ್ಕೆ ಅವಳದು ನಕಾರ ಧೋರಣೆ. ಆನಂದಮೂರ್ತಿಗಳ ಮುಂದೆ ಈ ವಿಚಾರ ಪ್ರಸ್ತಾಪಿಸಿ ಸಾಕಾಗಿದ್ದರು. ಈ ವಿಚಾರದಲ್ಲಿ ಒತ್ತಡ ಅವರಿಗೆ ಇಷ್ಟವಿಲ್ಲ. ಇಂದು ಬಂದಕೂಡಲೇ ಅದೇ ಪ್ರಸ್ತಾಪ "ನೀನು ತಲೆ ಕೆಡಿಸ್ಕೋಬೇಡ. ಅನಗತ್ಯ ಉಪಯೋಗದಿಂದ ಸಮಸ್ಯೆಗಳೇ ಹಿಂದೆ ಹೆತ್ತವರನ್ನ, ಬಂಧುಬಳಗವನ್ನು ನೋಡಲು ಓಡಿಬರುತ್ತಿದ್ದರು. ಮಾತಾಡಲು ಹಂಬಲಿಸುತ್ತಿದ್ದರು. ಆಗ ಆ ತವಕ, ಹಂಬಲಿಕೆಗಳು ಕಡಿಮೆಯಾಗಿ ಹೋಗಿದೆ. ಹಿಂದೆ ಕೂಡ ನಾವುಗಳು ಸುಖವಾಗಿಯೇ ಇದ್ವಿ. ಈಗ ಬದಲಾವಣೆಗಳಿಂದ ಜಗತ್ತು ನಮ್ಮ ಮುಷ್ಟಿಯಲ್ಲಿದೆಯೆನ್ನುವ ಭಾವ. ನಾನು ವಿಭಾ ಹತ್ರ ಮಾತಾಡ್ತೀನಿ ಬಿಡು. ಅಮ್ಮುಗೆ ಯಾವ್ದೇ ಒತ್ತಡವೇರೋದು ಬೇಡ" ಇಂದು ತಾಕೀತು ಮಾಡಿದರು. ನಳನಳಿಸುತ್ತಿರುವ ಅಮಲ ಕಮರುವುದು ಅವರಿಗೆ ಬೇಕಿರಲಿಲ್ಲ.

ರಾತ್ರಿ ವಿಭಾಗೆ ಕಾಲ್ ಮಾಡಿದ ಆನಂದಮೂರ್ತಿಗಳು "ಸ್ವಲ್ಪ ಅರ್ಥಮಾಡ್ಕೋ, ವಿಭಾ. ನಿನ್ಮಗ್ಳು ಆರಾಮಾಗಿ ಕಾಲೇಜಿಗೆ ಹೋಗ್ತಾ ಇದ್ದಾಳೆ. ಆರೋಗ್ಯವಾಗಿಯೂ ಇದ್ದಾಳೆ. ವರೀ ಮಾಡ್ಕೋಬೇಡ. ಈ ವಯಸ್ಸಿನಲ್ಲಿ ಹೆತ್ತವರಿಗಿಂತ ಸಂಗಾತಿ ಪ್ರಿಯವಾಗ್ತಾರೆ ಅನ್ನೋ ಮಾತು ನಿಜವೇ. ನೀನು ಕಳಿಸಿರೋ ವಿಡಿಯೋ ಕ್ಲಿಪಿಂಗ್, ಫೋಟೋಗಳ್ನ ಅವ್ಳು ನೋಡೋಕೆ ಇಷ್ಟಪಡೋಲ್ಲ. ಈ ಸಲ ಬರೋವಾಗ ನಿನ್ನ ಕಸಿನ್ ರಿಚರ್ಡ್‌ಸನ್‌ನ ಕರ್ಕೊಂಡ್ ಬಾ. ಇಬ್ಬರ ಒಪ್ಗೇ ಸಿಕ್ಕಿದ್ರೆ.. ಇಲ್ಲೇ ಅಮಲೇಶ್ವರದ ದೇವಸ್ಥಾನದಲ್ಲಿ ವಿವಾಹ ಕಾರ್ಯಕ್ರಮ ಸಂತೋಷವಾಗಿ ಮುಗಿಸೋಣ. ಅಮಲ ವಿವಾಹದನಂತರ ಬೇರೆ ಕಡೆ ಸೇರಿಹೋಗುವವಳೇ. ಆ ಬಗ್ಗೆ ತಕರಾರು ಇರೋಲ್ಲ. ಇದು ಸಲಹೆ, ಮಿಕ್ಕಿದ್ದು ನೀನು, ನಂದನ್ ರಿಚರ್ಡ್ ಫ್ಯಾಮಿಲಿಯವ್ರ ಜೊತೆ ಮಾತಾಡಿ ಒಂದು ಡಿಸಿಷನ್‌ಗೆ ಬನ್ನಿ. "ದೀರ್ಘವಾಗಿ ಹೇಳಿದರು. ವಿಭಾಗೆ ಆಡಲು ಮಾತುಗಳೇ ಇಲ್ಲವೆನಿಸಿತು." ಸಾರಿ... ಅಷ್ಟೇ ಅಂದಿದ್ದು.

ಅಂದು ಕಾಲೇಜಿನಲ್ಲಿ ಒಂದು ಕಾರ್ಯಕ್ರಮ ಇತ್ತು. ಅದು ಮುಗಿಸಿ ಹೊರಡುವ ತರಾತುರಿಯಲ್ಲಿ ಇವಳ ಸ್ಕೂಟರ್ ಸ್ಟಾರ್ಟ್ ಆಗಲಿಲ್ಲ. ಆಗ ಒಂದಿಬ್ಬರು ಉಳಿದು ಮಿಕ್ಕವರು ಚೆಲ್ಲಾಪಿಲ್ಲಿಯಾಗಿ ಹೋದರು. ಅದು ವುಮೆನ್ಸ್ ಕಾಲೇಜು.

"ವಾಯ್, ಇದು ಇನ್ನ ಸ್ಟಾರ್ಟ್ ಆಗೋಲ್ಲ. ಇಲ್ಲೇ ಎಲ್ಲಾದ್ರೂ ತಳ್ಳಿ ಹೋಗೋಣ. ನಿಮ್ಮ ಶ್ರೀಯಣ್ಣ ಬಂದು ತಗೊಂಡ್ ಬರ್ತಾರೆ" ಇನ್ನಿಬ್ಬರ ಸಲಹೆ ಆ ವೇಳೆಗೆ ಬಂದ ಕಾರು ನಿಂತಿತು. ಇಳಿದಿದ್ದು ಡ್ರೈವರ್. ಜೊತೆ ಓನರ್" "ಏನಾಗಿದೆ?" ಕೇಳಿದ ಸಿಂಪಲ್ಲಾಗಿ ಆ ದನಿಯಲ್ಲಿ ಏನೋ ಇದೆಯೆನಿಸಿತು. "ಸ್ಟಾರ್ಟ್ ಆಗ್ತಾ ಇಲ್ಲ" ಅಷ್ಟೇ ಸರಳವಾಗಿ ಹೇಳಿದಳು. ಡ್ರೈವರ್ ಮುಂದೆ ಬಂದರು. ಕಣ್ಣಲ್ಲೇ ಹಿಂದಕ್ಕೆ ಹೋಗುವಂತೆ ತಾನೇ ಸ್ಟಾರ್ಟ್ ಮಾಡಿಕೊಟ್ಟು "ಇನ್ನು ಹೋಗ್ಬಹ್ದು" ಎಂದವನ ಕಣ್ಣಲ್ಲಿ ದನಿಯಲ್ಲಿ ಏನೋ ಇದೆಯೆನಿಸಿತು. ಅದರಲ್ಲಿ ಹೊಸತನವಿದೆಯೆನಿಸಿತು.

"ಥ್ಯಾಂಕ್ಯೂ ಸರ್" ಅಂದು ಸ್ಕೂಟರ್ ಹತ್ತಿದಾಗ ಅವಳ ಗೆಳತಿ ಕೂಡ ಹತ್ತಿದಾಗ "ಅಮಲ..." ಎಂದ. ತಟ್ಟನೇ ಇಳಿದಳು "ಹಾಯ್ ಅಮಲ ಮತ್ತೊಮ್ಮೆ ಹೇಳಿ ಕಾರಿನತ್ತ ಹೋದವನು ಕ್ಷಣ ನಿಂತು ಅತ್ತ ತಿರುಗಿದಾಗ ಆ ಕಣ್ಣುಗಳಲ್ಲಿ ಅಪರೂಪವಾದ ಭಾವ, 'ನೀವು ಪರಿಚಿತರಾ?" ಎಂದು ಪ್ರಶ್ನಿಸುವಂತಿತ್ತು ಅವಳ ನೋಟ. ಕುಡಿ ನೋಟ ಹರಿಸಿ ಕಾರು ಹತ್ತಿದ.

"ನಿನ್ನ ಹೆಸರು ಗೊತ್ತಿದೆಯಲ್ಲ" ಎಂದಳು ಅವಳ ಸಹಪಾಠಿ.

"ಈ ಅಮಲಾಪುರದಲ್ಲಿ ನನ್ನನ್ನು ಸೇರಿ ಐದು ಜನ ಅಮಲ ಇದ್ದಾರೆ" ಸ್ಕೂಟರ್ ಮುಂದಕ್ಕೆ ಸಾಗಿತು. ಆದರೆ ಅವಳಲ್ಲಿ ಭಾವ ಆಂದೋಲನ. ಅದು ಆತಂಕವಲ್ಲ, ಭಯವಲ್ಲ, ದುಃಖವಂತೂ ಖಂಡಿತ ಅಲ್ಲ. ಜೊತೆಗೆ ಅವೆಲ್ಲದರ ಮಿಶ್ರಣ ಖಂಡಿತವಾಗಿ ಅಲ್ಲ. ಮತ್ತೇನು? ಮಧುರಾನುಭೂತಿ.

ಇವಳು ಮನೆಗೆ ಎಂಟ್ರಿ ಕೊಡೋ ವೇಳೆಗೆ ಶುಭಕರನ ಆಗಮನವಾಗಿತ್ತು. 'ಅಮ್ಮ...' ಎಂದು ಎತ್ತಿಕೊಂಡು ಮೂರು ಸುತ್ತು ತಿರುಗಿಸಿಬಿಟ್ಟ, ಈಗಲೂ ಅವನಿಗೆ ತಂಗಿಯೆಂದರೆ ಪ್ರಾಣವೇ.

"ಬಿಡೋ.. ಬಿಡೋ.." ಅಂದಳಷ್ಟೆ. ಈ ಅಣ್ಣನ ಪ್ರೇಮ ಅವಳಿಗೆ ಹಿತವೆ "ದಿಢೀರ್... ಪ್ರತ್ಯಕ್ಷ" ಎಂದು ಅವನ ಕ್ರಾಪ್ ಕೆದರಿದಳು. "ನಿನ್ನ ಮಮ್ಮಿ ಏನೇನೋ ಕಳಿಸಿದ್ದಾರೆ" ಅಂದಾಗ, ಅವಳು ಆಸಕ್ತಿ ತೋರಲಿಲ್ಲ. ಗಿಫ್ಟ್‌ಗಳು ಬರುತ್ತಲೇ ಇತ್ತು. ಅವಳಿಗೆ ಅದರಲ್ಲಿ ಆಸಕ್ತಿಯೇ ಇಲ್ಲ. "ಅಯ್ಯೋ, ಯಾಕೆ ಕಳಿಸ್ತಾರೋ, ನಂಗೆ ಅದೆಲ್ಲ ಇಷ್ಟವಾಗೋಲ್ಲ" ಅಂದಳಷ್ಟೇ.

ಮಗ ಬಂದ ಸಂಭ್ರಮದಲ್ಲಿ ಸತ್ಯಭಾಮ ವಿಶೇಷ ಅಡುಗೆಯ ವ್ಯವಸ್ಥೆಯಲ್ಲಿದ್ದರು. "ನೋಡೋ, ಶುಭ ಶ್ರೀ ಈಗ ಸದ್ಯಕ್ಕೆ ಮದ್ವೇನೇ ಬೇಡಾಂತಾನೆ. ನಿನ್ನದೇನು? ಪ್ರೇಮ.. ಗೀಮ... ಓಕೇ! ರೋಮಾ ಅಂತ ಹುಡ್ಗೀ ಬೇಡ. ಕನಿಷ್ಟ ನಮ್ಗೇ ಹೊಂದಿಕೆಯಾಗದಿದ್ದರೆ, ಬೇಡ. ನಿಂಗಾದ್ರೂ ಹೊಂದಿಕೆ ಆಗ್ಬೇಕಲ್ಲ" ಸಾಂಬಾರ್‌ಗೆ ಒಗ್ಗರಣೆ ಕೊಡುತ್ತ ಹೇಳಿದಾಗ ಕರಿದಿಟ್ಟ ಹಪ್ಪಳಕ್ಕೆ ಕೈಹಾಕಿ ಮೆಲ್ಲತೊಡಗಿದವ "ನಾನೊಂದು ತೀರ್ಮಾನ ಮಾಡಿಬಿಟ್ಟದ್ದೀನಿ. ನನ್ನ ವಿವಾಹವಾಗೋ ಹುಡ್ಗೀ ಮನೆಯಲ್ಲೇ ಇರ್ಲೀ... ಇರಬೇಕು ಕೂಡ. ಈಚೆಗೆ ನನ್ನ ಫ್ರೆಂಡ್ಸ್ ಸಂಸಾರಗಳ್ನ ನೋಡ್ ಬಿಟ್ಟಿದ್ದೀನಿ. ಮೂರೊತ್ತು ಜಗಳಗಳು, ಹಾರಾಟ... ಅದು ಎಲ್ಲಿಗೆ ಹೋಗಿ ಮುಟ್ಟುತ್ತೆ ಅಂದರೇ... ಚಾನಲ್‌ಗಳ ಮುಂದೆ ರಾದ್ಧಾಂತ. ಆಮೇಲೆ ಕೌನ್ಸಲಿಂಗ್... ಕೋರ್ಟ್, ಕಚೇರಿ... ಈ ರಾದ್ಧಾಂತದೊಳಗೆ ಕಳೆದುಕೊಳ್ಳೋದೆಷ್ಟು? ಆಮೇಲೆ ಉಳಿಯೋದು ಎಷ್ಟು? ಈಗ ನಿನ್ನ ನೋಡ್ತಾನೆ ಬೆಳೆದಿದ್ದೀನಿ. ಒಂದೇ ಒಂದು ದಿನ ರಜ ಇದ್ಯಾ? ಬೆಳಗ್ಗೆ ಎದ್ದಾಗ ಶುರುವಾದ ಕೆಲ್ಸ ಸಂಜೆ... ರಾತ್ರಿಯವರೆಗೂ ಒಳ್ಳೆ ಕುಕ್, ಆತ್ಮೀಯತೆ ತೋರು ಅಮ್ಮ... ಮನೆಯವರ ಆರೋಗ್ಯ ಕಾಪಾಡು ಶ್ರಮಿಸೋ ಗೃಹಿಣಿ, ಮೊದಲ ಗುರುವು, ಮೊದಲ ವೈದ್ಯೆ ಎಲ್ಲವೂ ನೀನೇ. ಇಲ್ಲಿ ಎಷ್ಟೋ ಜನ ನೆಮ್ದಿಯಾಗಿದ್ದೀನಿ. ಬಂದ ಜನಕ್ಕೆ ಆತಿಥ್ಯ, ಎಲ್ಲರನ್ನು ಸಂತೃಸುವ, ಸಮರ್ಥಿಸಿಕೊಳ್ಳುವ, ಸತತವಾಗಿ ಮನೆಯನ್ನು ಕಾಪಾಡುವ ಗೃಹದೇವತೆ. ಎಷ್ಟು ರೆಸ್ಪಾನ್ಸಿಬಲ್ ಪ್ರೊಫೆಷನ್.

ನನ್ನ ಕೈ ಹಿಡಿಯೋಳು ಹೌಸ್ ಮೇಕರ್ ಆದರೆ ಸಾಕು. ಫ್ಯಾಮಿಲಿಯೆಂದರೆ ನಾನೊಬ್ಬ ಎಂದು ತಿಳಿಯದೇ ನನ್ನವರನ್ನೆಲ್ಲ ತನ್ನವರೆಂದುಕೊಳ್ಳುವ ಹೃದಯವಂತಿಕೆ ಇದ್ದರೆ ಸಾಕು. ಅಮಲಾಪುರದ ಆನಂದಮೂರ್ತಿಗಳ ಅದೃಷ್ಟ ಮುಂದುವರಿಯಲಿ" ಅಂದ ಸ್ವಲ್ಪ ಗೆಲುವಾಗಿ. ಆಕೆ ಹಿಂದಕ್ಕೆ ತಿರುಗಿ ಮಗನನ್ನು ದಿಟ್ಟಿಸಿದರು. ಅಚ್ಚರಿಯಿಂದ. ಈಗ ಅವನ ಕಣ್ಣುಗಳಲ್ಲಿ ಮಂಕುತನವಿರಲಿಲ್ಲ.

"ನಾವುಗಳು ಬಂದಾಗ ನೀನು ಇದ್ದ ಸ್ಥಿತಿ ನೋಡಿ ಭಯವಾಯ್ತು. ಆ ಹುಡ್ಗೀ ರೋಮ... ನೆನಿಸ್ಕೊಂಡರೇನೇ ಭಯವಾಗುತ್ತೆ" ಅಂದರು. ಕೈಯನ್ನು ಟವಲಿಗೊರೆಸಿಕೊಳ್ಳುತ್ತ "ಅಮ್ಮ, ಆ ರೋಮನೇ ನಿಂಗೆ ಸೊಸೆಯಾಗಿ ತರಬೇಕೂಂತ ಇದ್ದನಂತೆ ಶುಭಣ್ಣ, ಶ್ರೀ ಅಣ್ಣ ಸುಮ್ನೇ ಇರ್ತಾನಾ? ಇಬ್ಬರ ಕೈಕಾಲುಗಳ್ನ ಕಟ್ಟಿ ತಂದು ಅಡಿಕೆ ಸುಲಿಯೋಕೆ ಹಾಕ್ತೀನಿ ಅಂದ ಏಟಿಗೆ ರೋಮ ಪರಾರಿ" ಅಂದ ಅಮಲನ ನೋಡಿ "ವಾ, ಪರ್ವಾಗಿಲ್ಲ ಕಣೋ, ಅಮ್ಮ... ನಿನ್ನ ಸ್ವಲ್ಪ ಅಪ್‌ಟುಡೇಟ್ ಮಾಡೋಕೆ ಚಿಕ್ಕಮ್ಮ ನಂಗೆ ಹೇಳ್ತಾ ಇದ್ದಾಳೆ. ಅದಕ್ಕೆ ನನ್ನ ಅಗತ್ಯವೇನಿಲ್ಲ, ಬಿಡು. ರಿಚ್ಚಿ ಬಂದು ನಿನ್ನ ಹಾರ್‍ಸಿಕೊಂಡು ಹೋಗಿಬಿಡ್ತಾನೆ" ಹಾಸ್ಯ ಮಾಡಿದ ಕೂಡಲೇ ಮಂಕಾದಳು. ರಿಚರ್ಡ್‌ಸನ್ ವಿಭಾ ಆಯ್ಕೆಯ ಗಂಡು.

"ಆ ರಿಚ್ಚಿನ ಇಡಕೊಂಡ್ ನನ್ನ ಪ್ರಾಣ ಯಾಕೆ ತಿಂತಾರೆ? ನಂಗೆ ಭಾರತ ಬಿಟ್ಟು ಬೇರೆಲ್ಲಿಗೋ ಹೋಗೋ ಪುಟ್ಟ ಕನಸು ಕೂಡ ಇಲ್ಲ. ಸಾಕಷ್ಟು ಸಲ ಹೋಗಿ ಬಂದಿದ್ದಾಗಿದೆ, ಮತ್ತೆ ಹೋಗೋಲ್ಲ" ಎಂದು ಗೊಣಗಿಕೊಂಡು ಹೊರಗೆ ಹೋದಳು ಅಮಲ. ತುಂಬ ಸ್ಪಷ್ಟವಾಗಿತ್ತು ಅವಳ ಮನ.

ಸತ್ಯಭಾಮ ಸಮಾಧಾನದ ಉಸಿರುಬಿಟ್ಟರು.

"ಅಮಲ ತೀರಾ ಸಮಸ್ಯೆಯ ಮಗುವಾಗಿಯೇ ನನ್ನ ಮಡಿಲು ಸೇರಿದ್ದು. ಅಮೆರಿಕದ ತಜ್ಞ ವೈದ್ಯರು ಕೂಡ ಏನು ಮಾಡೋಕೆ ಸಾಧ್ಯವಿಲ್ಲವೆಂದ ಮೇಲೆಯೇ ಮಗು ತಂದು ನಂಗೆ ಒಪ್ಪಿಸಿದ್ದು. ಅಂದು ಆ ಮಗುವಿನ ಬಗ್ಗೆ ಆಸೆಯೇ ಇರಲಿಲ್ಲ. ಈಗ ಮಗಳು ಮೇಲಿನ ಅಧಿಕಾರ ತನ್ನದು, ಅವ್ಳು ಅಮೆರಿಕಗೆ ಬರಲೇಬೇಕೂಂತ ವಿಭಾ ಹಟ. ಅದಕ್ಕೆ ನಾನೇ ಕಾರಣ ಅನ್ನೋ ತರಹ ಇನ್‌ಡೈರೆಕ್ಟಾಗಿ ವಾರ್ನ್ ಮಾಡೋಕೆ ಶುರು ಮಾಡಿದ್ದಾಳೆ. ಅವ್ರ ಮಗಳ್ನ ಇಂದೇ ಬಂದು ಕರ್ಕೊಂಡ್ಹೋಗ್ಲಿ. ನನ್ನದೇನು ಅಭ್ಯಂತರವಿಲ್ಲ. ಇದ್ನ ವಿಭಾ ಒಪ್ಕೋಬೇಕು. ಅವ್ರು ಮಾತಾಡೋದು ನೋಡಿದರೇ, ನಾನು ದೊಡ್ಡ ಅಪರಾಧಿ ಅನ್ನಿಸಿಬಿಟ್ಟಿದೆ" ಮಗನ ಬಳಿ ತೋಡಿಕೊಂಡರು. ಅವನಿಗೂ ಇದು ಬೇಸರವೇ.

ಈಗ ಬಂದ ಕಾರಣ ಉಸುರಿದ "ಚಿಕ್ಕಮ್ಮನ ಪ್ರಕಾರ ನಾನು ಅಮಲನ ಸಿಟಿಗೆ ಕರ್ಕೊಂಡ್ಹೋಗ್ಬೇಕು. ಅಲ್ಲಿನ ಲೈಫ್‌ನ ಪರಿಚಯಿಸಬೇಕು. ನಮ್ಮ ಸಿಟಿ ಹುಡುಗಿಯರು ಯಾವ ವಿದೇಶಿ ಹುಡ್ಗೀಯರಿಗೂ ಕಡ್ಮೇ ಇಲ್ಲ. ಆ ವಾತಾವರಣದಲ್ಲಿ ಬೆಳೆಯಲೀಂತ ಅವ್ರ ಅಭಿಪ್ರಾಯ. ರಜ ಇದ್ದಾಗ, ರಜ ಬಂದಾಗ ನನ್ನೊತೆ ಬಂದು ಅಪಾರ್ಟ್‌ಮೆಂಟ್‌ನಲ್ಲಿ ಇದ್ದು, ಒಂದು ರೀತಿಯಲ್ಲಿ ಬಿಡುಬೀಸಾಗಿ ಇರಲೀಂತ ಆಕೆಯ ಅಭಿಪ್ರಾಯ. ಆದ್ರೂ ಫೈನಲ್ ಅಮಲದೇ ತಾನೇ?" ಎಂದವ ಹಪ್ಪಳ

ಹಿಡಿದು ಹೊರಗೆಹೋದ. ರೋಮಾಳ ಸ್ವಭಾವಕ್ಕೆ ಬೇಸತ್ತು ಬದಲಾಗಿದ್ದ.

ಆನಂದಮೂರ್ತಿಗಳು ಬಂದಿದ್ದು ಮೂರರ ಸುಮಾರಿಗೆ ಅಪ್ಪ, ಮಗ ಜೊತೆಯಲ್ಲೇ ಬಂದಿದ್ದ. ತೋಟದಲ್ಲಿ ಹುರುಳಿಕಾಯಿ, ಬೆಂಡೆಕಾಯಿ, ಸೌತೆಕಾಯಿ ಮಜಬೂತಾಗಿ ಬೆಳೆದುನಿಂತಿತ್ತು. ಅದನ್ನು ಸಿಟಿಯ ಮಾರ್ಕೆಟಿಗೆ ಸಾಗಿಸುವ ಬಿಜಿಯಲ್ಲಿ ಅಪ್ಪ, ಮಗ ನಿರತರಾಗಿದ್ದುದ್ದರಿಂದ ಊಟಕ್ಕೆ ಬಂದಿದ್ದು ತಡವಾಯ್ತು.

"ಅಮ್ಮ, ಅಮಲಾ..." ಎಂದುಕೊಂಡೇ ಬಂದಿದ್ದು ಆನಂದಮೂರ್ತಿಗಳು "ಶುಭಂ..." ಎಂದು ಮಗನನ್ನು ಅಪ್ಪಿಕೊಂಡವರು "ಬಂದಿದ್ದು... ಒಳ್ಳೆಯದಾಯ್ತು. ನಿಮ್ಮಮ್ಮ ಮತ್ತಷ್ಟು ಕಳೆ.. ಕಳೆಯಾಗಿ ಚಟುವಟಿಕೆಯಿಂದ ಅಡ್ಗೇ ಮಾಡಿ ಊಟ ಬಡಿಸ್ತಾಳೆ" ಎಂದರು. ಹೆಂಡತಿಗೊಂದು ಮೆಚ್ಚುಗೆಯ ಮಾತು ಜೊತೆಗೆ "ಅದೇ ಅಷ್ಟೊತ್ತು ಚಕ್ರಕ್ಕೆ ಸಿಕ್ಕಿ ಕಾಲು ಮುರ್ದುಕೊಂಡನಲ್ವಾ, ಅವ್ನ ಕುಟುಂಬ ಬರುತ್ತೆ, ದವಸ, ಧಾನ್ಯ ಕೊಟ್ಟು ಕಳ್ಸು" ಎಂದು ಹೇಳಿ ನಗೆಬೀರಿದರು. "ನಿಂಗೆ ಕೋಪ ಬಂದಿದೆ. ಇದು ಎಲ್ಲಿಗೆ ಹೋಗಿ ಮುಟ್ಟುತ್ತೋ? ಎಂದು ಪ್ರಶ್ನಿಸಬಹುದು. ಹಾಗೇನು ಆಗೋಲ್ಲ.. ಸತ್ಯ" ಎಂದರು ಆನಂದಮೂರ್ತಿಗಳು. ಪ್ರತಿ ವ್ಯಕ್ತಿಯ ಕಷ್ಟ ತನ್ನದೆಂದು ಕೊಳ್ಳುವ ಈ ವ್ಯಕ್ತಿಯನ್ನು ಬದಲಾಯಿಸಲು ಸಾಧ್ಯವಿಲ್ಲವೆಂದು ಎಂದೋ ಮನಗಂಡಿದ್ದರು ಸತ್ಯಬಾಮ.

'ಊರೆಲ್ಲ ನೆಂಟರು ಕೇರಿಯಲ್ಲವು ಬಳಗ। ಧಾರಣಿಯು ಎಲ್ಲ
ಕುಲದೈವವಾಗಿನ್ನು! ಯಾರನ್ನೂ ಬಿಡಲೋ- ಸರ್ವಜ್ಞ'

ಈ ಸರ್ವಜ್ಞವಚನ ಹೇಳಿದ್ದು ಅಮಲ. ಆಗ ಎಲ್ಲರೂ ನಕ್ಕರು ಪದೇಪದೇ ಈ ವಚನವನ್ನು ಆನಂದಮೂರ್ತಿಗಳು ಉದಾರಿಸುತ್ತಿದ್ದರೂ ಅದು ಎಲ್ಲರ ಕಂಠಪಾಠವಾಗಿತ್ತು.

ಒಟ್ಟಿಗೆ ಕೂತು ಊಟ ಮಾಡಿದರು. ಮಧ್ಯೆ ಮಧ್ಯೆ ತೊಗರಿನುಚ್ಚಿನ ಉಂಡೆ ಮೆಲ್ಲುತ್ತ "ತುಂಬಾ ರುಚಿ ಕಣೋ, ನಮ್ಮ ಸದೂಗೆ ಇದೆಂದರೆ ತುಂಬಾ ಇಷ್ಟ. ಮೊದ್ಲು ಮಾಡಿದಾಗಲೆಲ್ಲ ನೆನಪಿಸ್ತಾನೆ" ತಮ್ಮನನ್ನು ನೆನಸಿಕೊಂಡರು. ಈಚೆಗೆ ಕಾಲ್ ಮಾಡಿದಾಗಲೆಲ್ಲ "ನಂಗೆ ಹಿಂದಿರುಗೋ ಆಸೆ. ಏನೇನೋ ಆಸೆಗಳಿತ್ತು. ಡಾಲರ್ ಮೇಲಿನ ಮೋಹ ಇಲ್ಲಿಯವರೆಗೂ ಕರೆ ತಂದಿತು. ಈಗ ಭ್ರಮನಿರಸನ. ನಂಗೆ ಭಾರತಕ್ಕೆ ಹಿಂದಿರುಗೋ ಬಯಕೆ ಬದುಕಿರೋವಾಗ ಈಡೇರುತ್ತೋ, ಇಲ್ವೋ, ಆದರೆ ಸತ್ತ ಮೇಲಾದ್ರೂ... ಆ ಭೂಮಿಯಲ್ಲಿ ಬೆರೆತುಹೋಗ್ಬೇಕು. ಅಗ್ನಿ ನನ್ನ ದೇಹವನ್ನು ದಹಿಸಿ ಪಂಚಭೂತಗಳಲ್ಲಿ ನನ್ನ ಲೀನವಾಗಿಸಬೇಕು" ಇಂಥ ಮಾತುಗಳಿಂದ ಆನಂದಮೂರ್ತಿಗಳಿಗೆ ಚಡಪಡಿಸುವಂತಾಗುತ್ತಿತ್ತು. ಒಂದು ರೀತಿಯ ನಿಸ್ಸಹಾಯಕತ್ವ. ವಿಭಾ ಖಂಡಿತ ಒಪ್ಪೊಲ್ಲ.

ಆ ವೇಳೆಗೆ ಶ್ರೀ ಕೂಡ ಬಂದ. ಅವನ ಊಟದ ನಂತರ ಒಂದು ಬೈಠಕ್ ತಂದೆಯ ಮುಂದೆ ಶುಭಕರ ತನ್ನ ಅಭಿಪ್ರಾಯವನ್ನು ವ್ಯಕ್ತಪಡಿಸಿದ ನಂತರ. "ಬಹುಶಃ ಇನ್ನ ಐದು ವರ್ಷ... ಹತ್ತು ವರ್ಷ ಕೆಲ್ಸ ಮಾಡ್ಬಹ್ದು. ನಂತರ ಇಲ್ಲಿಗೆ

ಹಿಂದಿರುಗೋನೇ. ಆ ವೇಳೆಗೆ ಟೆನ್‌ಷನ್‌ನಿಂದ ಬಿ.ಪಿ. ಷುಗರ್ ಆದೂ ಇದೂ ಅಮರಿಕೊಂಡಿರುತ್ತೆ. ಅದಕ್ಕೆ ಒಗ್ಗಿಕೊಳ್ಳುವಂಥ ಹುಡ್ಗೀ ಬೇಕು" ಎಂದ ನಿಧಾನವಾಗಿ.

"ಓದಿರೋ ಹುಡ್ಗೀರು, ತಮ್ಮ ಕೆರಿಯರ್ ಬಗ್ಗೆ ಯೋಚಿಸ್ತಾರೆ. ಇಂಡಿಪೆಂಡೆಂಟ್ ಲೈಫ್ ಬೇಕೂಂತಾರೆ. ಇದೆಲ್ಲ ಈಗ ಮಾಮೂಲಿ. ತಲಾಶ್ ಮಾಡ್ಬೇಕು, ನೀನು ಸ್ವಾರ್ಥಿ ಕಣೋ" ತಮ್ಮನ ಭುಜ ಬಳಸಿ ಹಾಸ್ಯ ಮಾಡಿದ. ಆಗ ನೆನಪಾಗಿದ್ದು ರೋಮಾ" ಈಗ ಅದೇ ಎಲ್ಲಿದ್ದಾಳೆ?" ವಿಚಾರಿಸಿದ ಕನಿಕರದಿಂದ.

"ಯಾವ್ದೇ ಹೋಟಲ್‌ನಲ್ಲಿ ರಿಸೆಪ್ಷನಿಸ್ಟ್ ಆಗಿದ್ದಾಳೆ. ಒಮ್ಮೆ ಸಿಕ್ಕಿದ್ಲು ಮಾಲ್‌ನಲ್ಲಿ. ಒಂದಿಷ್ಟು ಹಣ ಬೇಕೂಂತ ಸಾಲ ಪಡೆದುಕೊಂಡು ಅದನ್ನ ಅವ್ಳು ಹಿಂದಿರುಗಿಸೋಲ್ಲಾಂತ ನಂಗೂ ಗೊತ್ತು, ಅವಳಿಗೂ ಅಷ್ಟೇ. ಹಿಂದಿರುಗಿಸೋ ಇಚ್ಛೆ ಇರೋಲ್ಲ. ಬಡತನ ಹೊದ್ದುಕೊಂಡು ಹುಟ್ಟಿದೋಳೂ. ದುಂದುವೆಚ್ಚ, ಅವಿಧೇಯತೆಯಿಂದ ಹಾಳಾದ್ಲು, ಇಲ್ಲೂ ಬರೀ ಸಹಾನುಭೂತಿ ಕಣೋ... ಶ್ರೀ "ಅಣ್ಣನ ಕಡೆ ನೋಡಿದಾಗ ಅವನು ನಕ್ಕುಬಿಟ್ಟ. ಆಗ ಗೋಳಾಡಿಸಿದ್ದು ನೆನಪಿತ್ತು.

"ಶ್ರೀ ತುಂಬಾ ಪಾಕಡಾ ಕಣಮ್ಮ. ನನ್ನ ಸಹಾನುಭೂತಿ ಒಂದು ತರಹ. ಇವನದು ಮತ್ತಷ್ಟು ವಿಸ್ತಾರ. ವಿವಾಹವಾಗಿ ಬಿಡೂಂದ "ದೂರು ಸಲ್ಲಿಸಿದ ನಂತರ ಅಯ್ಯೋ ಇದೆಲ್ಲ ಸುಳ್ಳು. ಅವ್ನು ನನ್ನ ಪರ ನಿಂತು ಬ್ಯಾಟಿಂಗ್ ಆಡದಿದ್ದರೇ, ನಾನು ಸೋತು... ಆತ್ಮಹತ್ಯೆ ಮಾಡ್ಕೊಂಡ್ ಬಿಡ್ತಾ ಇದ್ದನೇನೋ" ಎಂದು ಅಭಿಮಾನದಿಂದ ಶ್ರೀ ಕಡೆ ನೋಡಿದಾಗ ಮತ್ತದೇ ನಸುನಗೆ ಮಗನತ್ತ. ಮತ್ತೇನೋ ನೆನಪಿಸಿಕೊಂಡಂಗೆ "ಅಪ್ಪ, ವಿರೂಪಾಕ್ಷ ಮೇಷ್ಟರನ್ನ ನೋಡ್ದೇ. ಅವ್ರು ಗುರುತು ಹಿಡಿಯದಂಗೆ ಹೋಗಿ ಬಿಟ್ರು. ಶಿಸ್ತಿನ ಮನುಷ್ಯ, ತೀರಾ ಅಸ್ವಸ್ಥರಾಗಿದ್ದರು." ಇಂಥದೊಂದು ವಿಷಯ ಮುಟ್ಟಿಸಿದರು. ಆದರೆ ಆನಂದಮೂರ್ತಿಗಳು ಒಂದಿಷ್ಟು ವಿಷಯ ಕಲೆ ಹಾಕಿದರು. ಇಬ್ಬರು ಮಕ್ಕಳ ತಂದೆ, ತಾಯಿ ಆದರ್ಶವಂತರು, ಉತ್ತಮ ಶಿಕ್ಷಕರು ಕೂಡ. ಬಹಳ ಅಕ್ಕರೆಯಿಂದ ವಿದ್ಯಾರ್ಥಿಗಳಿಗೆ ಪಾಠ ಹೇಳುತ್ತಿದ್ದರು. ಅಮಲಾಪುರದಲ್ಲಿಯೇ ನಿವೃತ್ತಿಯಾಗಿ ಅಲ್ಲೇ ಸ್ವಂತದೊಂದು ಗೂಡು ಕಟ್ಟಿಕೊಂಡು ವಾಸವಾಗಿದ್ದರು. ಈಚೆಗೆ ಒಂದೂವರೆ ವರ್ಷದ ಹಿಂದೆ ಮಾರಿಹೋಗಿದ್ದರು. ಹೆದ್ದಾರಿಯೆ ಬದಿಯಲ್ಲೇ ಇದ್ದುದ್ದರಿಂದ ಒಳ್ಳೆಯ ರೇಟು ಬಂದಿತ್ತು.

ಆ ವಿಷಯ ಅಲ್ಲಿಗೆ ನಿಂತಿತ್ತು.

'ಸದ್ಯಕ್ಕೆ ವಿವಾಹವಾಗೋಲ್ಲ' ಎಂದು ಶ್ರೀ ಘೋಷಿಸಿದ್ದರಿಂದ ಶುಭಕರನ ವಿವಾಹದ ಪ್ರಯತ್ನ ಮಾಡಬೇಕು. ಬಹುಶಃ ಲವ್ ಅವನ ಜೀವನದಲ್ಲಿ ವರ್ಕ್‌ಔಟ್ ಆಗಿರಲಿಲ್ಲ. ಓಡಾಟಕ್ಕೆ ಸಿಕ್ಕೋ ಹುಡ್ಗೀರನ್ನು ಸಂಗಾತಿಯಾಗಿ ಸ್ವೀಕರಿಸಲು ಅವನು ಸಿದ್ಧನಿರಲಿಲ್ಲ.

* * *

ತಂದೆಯ ಜೊತೆ ದೆಹಲಿಗೆ ಹೋದವನು ಲಾಡ್ಜ್‌ನಲ್ಲೇ ಉಳಿಯಲು ಇಚ್ಛಿಸಿದ್ದರಿಂದ, ಚಿದಂಬರಂ ಸ್ವಲ್ಪ ಬುದ್ಧಿ ಹೇಳಿದರು.

"ಭಗವಾನ್ ವಿಚಾರದಲ್ಲಿ, ತೀರಾ ಜ್ಯೋತಿಷ್ಯಕ್ಕೆ ಅಂಟಿಕೊಂಡಿರೋದು ನಂಗೂ

ಬೇಸರವೇ. ರಜನಿ ನಮ್ಮ ಮನೆಗೆ ಬರೋ ಹುಡ್ಗೀ. ನಾವು ತಿದ್ದಿಕೋಬಹ್ದು. ಹ್ಯಾವ್ ಎ ಪೇಷನ್ಸ್. ಹೋಗ್ಬಾ... ಇಲ್ಲ ಕಾಲ್ ಮಾಡು ಅವಳೇ ಓಡಿ... ಬರ್ತಾಳೆ" ಎಂದರು. ಬೇಸರದ ಮುಖ ಮಾಡಿದ ಅಭೀ.

"ಡ್ಯಾಡ್, ನಂಗೆ ಅಷ್ಟು ಈಸೀ ಅನ್ನಿಸೋಲ್ಲ. ಈಗಾಗಲೇ 'ನಿಸರ್ಗ'ದಲ್ಲಿ ಜ್ಯೋತಿಷಿಗಳ ವಾಸ್ತವ್ಯದ ಸಲುವಾಗಿಯೇ ಒಂದು ಲಕ್ಷುರಿ ಕೋಣೆ ಇದೆ. ಅದೇ ಅಭೀ ನಲ್ಲೂ ಬೇಕೂಂದರೇ.. ಗತಿಯೇನು" ಮಗನ ಮಾತಿಗೆ ಅವರು ನಕ್ಕು ಬಿಟ್ಟರು. "ಹಾಗೇನು ಆಗೋಲ್ಲ. ವಿವಾಹದ ನಂತರ ಅವ್ಳು ಕೇಳೋದು ಗಂಡನ ಮಾತನ್ನೇ. ಯು ಡೋಂಟ್ ವರೀ.... ಕಾಲ್ ಮಾಡಿ ಕರೆಸಿಕೊಂಡು ಒಂದಿಷ್ಟು ಸುತ್ತಾಡಿ" ಸಲಹೆ ಕೊಟ್ಟರು.

ಸಂಜೆ ವೇಳೆಗೆ ಲಾಡ್ಜ್‌ಗೆ ಭಗವಾನ್ ಮಗಳ ಸಮೇತ ಬಂದು ಇಳಿದರು. ಜೊತೆಗೆ ಒಂದಿಷ್ಟು ನಿಷ್ಠುರ. "ರಾಜಕೀಯದವ್ರಿಗೆ ಇಲ್ಲಿನ ಏರ್ಪಾಟು ಇದೆ. ನಿಂಗ್ಯಾಕೆ... ಸಂಕೋಚ? ನಡೀ... ನಡೀ..." ಸಲುಗೆಯಿಂದ ಹೇಳಿದರು. ಅಲ್ಲಿ ಆತ್ಮೀಯತೆ ಬೆರೆತ ಸ್ನೇಹವಿತ್ತು. ಭಾವಿ ಮಾವ ತಂದೆಯ ಗೆಳೆಯರು, ಅವರಿಗಿಂತ ಒಂದೆರಡು ವರ್ಷ ಹಿರಿಯರು "ಓಕೆ...." ಅನ್ನಲೇಬೇಕಿತ್ತು. ಆವೇಳೆಗೆ ಅವರ ಧರ್ಮಪತ್ನಿಯಿಂದ ಒಂದು ಕಾಲ್ "ಈಗ ನೀವು ಅಭಿನಂದನ್‌ನ ಕರ್ಕೊಂಡ್ ಬರ್ಬೇಡಿ. ಈಗ ಯಮಗಂಡ ಕಾಲವಂತೆ" ಇಂಥದೊಂದು ನ್ಯೂಸ್ ಮುಟ್ಟಿದ ಕೂಡಲೇ "ಅಭಿನಂದನ್, ಈಗ ಸಮಯ ಸರಿ ಇಲ್ವಂತೆ. ಸಂಜೆ... ಬರ್ಬಹ್ದು. ಆವರೆಗೂ ಒಂದಿಷ್ಟು ಸುತ್ತಾಡಿ ನೀನು, ರಜನಿ... ರಾತ್ರಿ ಡಿನ್ನರ್ ನಿಸರ್ಗದಲ್ಲಿಯೇ" ಅಂದಕೂಡಲೇ ಕೋಪದಿಂದ ಅವನ ಮೈ ಹತ್ತಿ ಉರಿದಂತಾಯಿತು. "ನೋ ಸರ್... ನೀವೊಂದು ಚಾರ್ಟ್ ರೆಡಿ ಮಾಡಿಕೊಡಿ. ಅದ್ರ ಪ್ರಕಾರ ನಡೆದುಕೊಳ್ತೀನಿ. ಸಂಜೆ ಬರೋಕ್ಕಾಗೋಲ್ಲ. ಸುತ್ತಾಡೋ ಮನಸ್ಸು ಇಲ್ಲ. ರಜನಿನ ಕರ್ಕೊಂಡ್ಹೋಗಿ" ಅಷ್ಟು ಹೇಳಿದವನೇ ಲಾಡ್ಜ್‌ನಿಂದ ಹೊರಗೆ ಹೋದ.

"ಅಭೀ, ಬೇಜಾರು ಮಾಡ್ಕೊಂಡ್ ಹೋದ. ಜ್ಯೋತಿಷ್ಯ ಅಂದರೆ ಅವ್ನು ಉರ್ದು ಬೀಳ್ತಾನೆ. ಇದೆಲ್ಲ ಜಾಸ್ತಿ ಅನ್ನಿಸೋಲ್ವಾ ಡ್ಯಾಡಿ?" ಮುದ್ದಾಗಿ ಉಲಿದಳು. "ನೋ... ನೋ.. ಗ್ರಹಗಳ ಚಲನೆಯ ನಿರ್ಬಂಧನೆಯಲ್ಲೇ ನಾವ್‌ಗಳು ಇರೋದು. ಅದ್ರ ಪ್ರಕಾರವೇ ನಡ್ಕೋಬೇಕು" ಅಂದಾಗ ಅವಳೇನು ಹೇಳಲಾಗಲಿಲ್ಲ. ಕೆಲವೊಮ್ಮೆ ತಾವಾಗಿ ತೊಡಿಸಿಕೊಂಡ ಸರಪಣಿಗಳು ಎನಿಸಿಕೊಂಡಿದ್ದುಂಟು ಆದರೆ ಅಪ್ಪ, ಅಮ್ಮನ್ನ ಮಗಳು ಧೈರ್ಯವಾಗಿ ಎದುರಿಸಿ ನಿಲ್ಲಲಾರಳು.

ತಂದೆಗೆ ಒಂದು ಮೆಸೇಜ್ ಕಳಿಸಿ ಅಭಿನಂದನ್ ಹಿಂದಿರುಗಿಬಿಟ್ಟ. ಕೆಲವು ವಿಚಾರಗಳಲ್ಲಿ ಕಾಂಪ್ರಮೈಸ್ ಆಗಿ ಅವನಿಗೆ ಸಾಕಾಗಿತ್ತು. ಇನ್ನು ಸಾಧ್ಯವಿಲ್ಲ ಎನಿಸಿತ್ತು.

ಅರೇ, ಇದೇನಿದು! ಎರಡು ದಿನ ಅಲ್ಲೇ ಉಳಿಬೇಕೂಂತ ತಾನೇ ಹೋಗಿದ್ದೆ?" ಕೇಳಿದರು ತಾರಿಣಿ "ಅಯ್ಯೋ, ಅದು ಹೇಗೆ ಸಾಧ್ಯ? ಅದಕ್ಕೆ ಭಗವಾನ್ ಮನೆಯ ಜ್ಯೋತಿಷಿಗಳ ಪರ್ಮಿಷನ್ ಬೇಕಲ್ಲ? ಜಾಗ, ಸಮಯ ಪ್ರತಿಯೊಂದಕ್ಕೂ ಗ್ರಹಗತಿಗಳು ಹೊಂದ್ಕೋಬೇಕಲ್ಲ! ಟೆರಿಬಲ್.. ನಾನು ಇನ್ನ ಆ ಕಡೆ ತಲೆ ಹಾಕೊಲ್ಲ.

ಜ್ಯೋತಿಷಿಗಳೇನು ದೇವರಾ? ಸದ್ಯಕ್ಕೆ ನನ್ನ ಮಾತಾಡಿಸ್ಬೇಡ" ಅಂತ ಹೇಳಿ ರೂಮಿನಲ್ಲಿ ಹೋಗಿ ಬಾಗಿಲು ಹಾಕಿಕೊಂಡ. ಅವನಿಗೆ ತಲೆ ಚಿಟ್ಟು ಹಿಡಿದಂತಾಯಿತು. ಈ ರೀತಿಯ ಕಾಂಪ್ರಮೈಸ್ ಅವನಿಗೆ ಇಷ್ಟವಿಲ್ಲ.

ಮೊಬೈಲ್ ಆನ್ ಮಾಡಿದ. ಹೋಗಿ ಫೋಟೋಗಳನ್ನು ಚೆಕ್ ಮಾಡಿದ. ಹತ್ತಾರು ಸಲ ಮೊಬೈಲ್‌ನಲ್ಲಿ ಫೋಟೋಗಳನ್ನು ಕ್ಲಿಕ್ಕಿಸಿದ್ದ. ತೇರನ್ನೂ ಎಳೆಯುವ ಗಡಿಬಿಡಿ. ಆನಂದಮೂರ್ತಿಗಳು, ಶ್ರೀಗಳ ಮಧ್ಯೆ ಇದ್ದ ಹುಡುಗಿಯೇ ಅಮಲ! ಅವಳು ಅಮೆರಿಕಗೆ ಹೊರಟುಹೋದ್ಲು. ಆ ಹುಡ್ಗೀ ಆನಂದಮೂರ್ತಿಗಳ ಸ್ವಂತ ಮಗಳಲ್ಲ. ವಿದೇಶದಲ್ಲಿರೋ ನಂದನ್ ದಂಪತಿಗಳ ಮಗಳು. ಅವಳು ಹುಟ್ಟಿದ್ದು ಕ್ಯಾಲಿಫೋರ್ನಿಯ. ಅವಳು ಅಲ್ಲೇ ಉಳಿಯುವಂತವಳು. ಅವನಮ್ಮ ತಾರಿಣಿ ಒತ್ತಿ ಹೇಳಿದ್ದಳು. ಇವೆಲ್ಲ ಇರಬಹುದು. ಆದರೆ ಜ್ಯೋತಿಷಿಗಳು ಫಿಕ್ಸ್ ಮಾಡಿ ಕೊಟ್ಟ ಮುಹೂರ್ತಕ್ಕೆ ಅವನು ಕುಂಕುಮ ಹಚ್ಚಿದ್ದು ಅಮಲ ಬೈತಲೆಗೆ ಹಾರ ಹಾಕಿದ್ದು ಕೂಡ ಅವಳ ಕುತ್ತಿಗೆಗೇನೇ... ಆಕಸ್ಮಿಕ ಇರಬಹುದು. ಹುಡುಗಾಟ ಇರಬಹುದು. ಜೊತೆಗೆ ಇದರಲ್ಲೆಲ್ಲ ನಂಬಿಕೆ ಇಲ್ಲದೇ ಇರಬಹುದು ಕೂಡ, ಆದರೆ ಆ ಹುಡುಗಿ ಅವನ ಮನದಲ್ಲಿ ನಿಂತು ಕಾಡುತ್ತಿರುವುದಂತೂ ನಿಜವೆ. ಯಾಕೆ? ಈ ಪ್ರಶ್ನೆಗೆ ಮಿದುಳು, ಮನಸ್ಸು, ಹೃದಯ ಯಾವುದು ಉತ್ತರಿಸಬೇಕು?

"ಏಯ್, ಅಭೀ ಬಾಗಿಲು ತೆಗೀ. ನಿನ್ನ ಡ್ಯಾಡಿ ಫೋನ್ ಮಾಡಿದ್ದಾರೆ" ರೂಮಿನ ಬಾಗಿಲು ಬಡಿಯುವುದಕ್ಕೆ ಶುರುವಾದಾಗ ಹೊರಗೆ ಬಂದು ನಿಂತ "ಯಾಕಮ್ಮ, ಡಿಸ್ಟರ್ಬ್ ಮಾಡ್ತೀಯಾ? ಮಗು ಹೆತ್ತು ಬೆಳೆಸಿದ್ದೀವಿ ಅನ್ನೋದಕ್ಕೆ ಇಷ್ಟೊಂದು ಕಾಡೋದಾ? ಎಲ್ಲಾ ಹೆತ್ತವರು ಹೀಗೇನಾ? ಅಥ್ವಾ ನೀವುಗಳು ಮಾತ್ರ... ಹೀಗೇನಾ? ಮೊದ್ಲೇ ಅಪ್ಲಿಕೇಷನ್ ಹಾಕ್ಕೊಂಡೇ ಹೆತ್ತವರನ್ನು ಪಡೆಯಬೇಕಾ?" ಮಗನ ಮಾತಿನ ಭರಾಟೆಗೆ ಆಕೆ ಸುಸ್ತಾದರು. ಆಕೆಯ ಕೈಯಲ್ಲಿ ಮೊಬೈಲ್ ಇತ್ತು. "ನಿನ್ನ ಡ್ಯಾಡಿ ಕಾಲ್ ಮಾಡಿದ್ದಾರೆ" ಅಂದು ಅವನ ಕೈಗೆ ಕೊಟ್ಟುಹೋದರು. ಮಗ ಸಖತ್ತಾಗಿ ದಬಾಯಿಸುತ್ತಾನೆಂದು ಗೊತ್ತು. "ಸಾರಿ... ಡ್ಯಾಡಿ..." ಎಂದ. ಬಹುಶಃ ಇವನು ಅಂದಿದ್ದೆಲ್ಲ ಅವರು ಕೇಳಿಸಿಕೊಂಡಿದ್ದರು. "ಸಾರಿ, ನಾವೇ ದೇವರ ಹತ್ರ ಅಪ್ಲಿಕೇಷನ್ ಹಾಕ್ಕೊಂಡ್ ನಿನ್ನ ಪಡೆದಿದ್ದು. ನಮ್ಗೇ ಆ ಬಗ್ಗೆ ರಿಗ್ರೇಟ್ಸ್ ಇಲ್ಲಬಿಡು. ನಿಧಾನವಾಗಿ ಮಾತನಾಡೋಣ" ಎಂದು ಕಾಲ್‌ಕಟ್ ಮಾಡಿದ್ದರು.

ನೇರವಾಗಿ ಅಮ್ಮನ ರೂಮಿಗೆ ಬಂದ ಆಕೆ ಮುಸಮುಸ ಎನ್ನುತ್ತ ಕಣ್ಣು ಮೂಗೊರೆಸಿಕೊಳ್ಳುತ್ತಿದ್ದರು. ಆಗಾಗ ಇಂಥ ಸಂದರ್ಭಗಳನ್ನು ಅವನೆದುರಿಸಬೇಕಿತ್ತು. ಪಕ್ಕ ಹೋಗಿ ಕೂತವ "ಅಯ್ಯೋ, ನೀನೇ ನಂಗಾಗಿ ಅಪ್ಲಿಕೇಷನ್ ಹಾಕಿಕೊಂಡಿದ್ಯಂತಲ್ಲ. ಈಗ ಆಗಾಗ ಕಣ್ಣೀರು ಸುರಿಸಿದರೆ ಪ್ರಯೋಜನವೇನು ತಾರಿಣಿದೇವಿ ಚಿದಂಬರಂ. ಈ ಸಲ ಡ್ಯಾಡಿ ಬದ್ಲು ನೀನೇ ಯಾಕೆ ಎಲೆಕ್ಷನ್‌ಗೆ ನಿಂತ್ಕೋಬಾರ್ದು. ಕ್ಯಾನ್ವಾಸಿಗೆ ಈ ನಿಮ್ಮ ಮಗ ಬರ್ತಾನೆ. ಹೇಗೆ, ಓಟುಗಳ್ನ ಹಾಕಿಸ್ತೀನಿ... ನೋಡು" ಛೇಡಿಸಿ ಕೆನ್ನೆ ಸವರಿದ ಕೂಡಲೇ ಆಕೆ ಅಳುವಿನಲ್ಲೇ ನಕ್ಕರು. "ಸಾಕು ಸುಮ್ಮನಿರು. ಪೂಸಿಯೊಡೆಯೋದು ಎಲ್ಲಿ ಕಲಿತೇ?" ಹೆತ್ತಮ್ಮನ ನಸುಮುನಿಸು ಅವನಿಗೆ ಅಭ್ಯಾಸವೇ

ಇನ್ನಷ್ಟು ನಗಿಸಿದ.

ಆದರೆ ಆರಾಮಾಗಿ ರಾಜಿಯಾದರು "ಒಂದಿಷ್ಟು, ನಿನ್ನ ಸುತ್ತಾಡಿಸ್ಕೊಂಡ್... ಬರ್ಲಾ?" ಅಂದಾಗ ಆಕೆ ಗೆಲುವಾದರು. "ಓಕೆ, ಕಣೋ... ನಂಗೂ ಮನೆಯಲ್ಲಿದ್ದು.. ಇದ್ದು ಬೇಸರ. ಕ್ಲಬ್, ಕಾರ್ಡ್ಸ್, ಅಲ್ಲಿನ ಮಹಿಳಾಮಣಿಗಳೊಂದಿಗೆ ಎಗ್ಗಿಲ್ಲದ ಮಾತುಗಳು ಸ್ವಲ್ಪ ಕೂಡ ಇಷ್ಟವಾಗೋಲ್ಲ" ತೋಡಿಕೊಂಡರು. ಕೆಲವೊಮ್ಮೆ ತಾಯಿ, ಮಗ ಒಳ್ಳೆಯ ಫ್ರೆಂಡ್ಸ್. ಎಷ್ಟೋ ಹರಟುತ್ತಿದ್ದರು.

"ಇವತ್ತು ಯಾವುದಾದ್ರೂ.. ಒಂದು ಮೂವಿ ನೋಡೋದು" ಅಂದಾಗ ಬೇಡ ಕಣೋ, ಎಲ್ಲಾದ್ರೂ ಕೂತು ಹರಟೆ ಹೊಡೆಯೋಣ" ಎಂದಾಗ ಸಮ್ಮತಿ ಸೂಚಿಸಿದ.

ಅಮ್ಮ, ಮಗ ಸುಮಾರಾದ ಪಾರ್ಕ್‌ಗೆ ಬಂದು ಕೂತರು. ಅಲ್ಲೇ ಮಾರುವ ಚುರುಮುರಿ, ಪಾನಿಪುರಿ ಹಿಡಿದು ಬಂದು ನಗುನಗುತ್ತ ಮಾತಾಡುತ್ತಾ ತಿಂದರು. ಮಧ್ಯೆ ಎದ್ದವನೇ ಹೇಳಿದ.

"ಈಗ್ಬಂದೇ.." ಎಂದುಹೋದ ಅಭೀ ಕರೆದುಕೊಂಡು ಬಂದಿದ್ದು ಶುಭಕರನನ್ನು "ಇವ್ರು ನನ್ನ ಮಮ್ಮಿ...ಇವ್ನು ನನ್ನ ಫ್ರೆಂಡ್. ಶುಭಕರ. ನಾನಿನ್ನ ಸ್ಟೂಡೆಂಟ್. ಅವ್ನು ಜಾಬ್‌ನಲ್ಲಿ ಇದ್ದಾನೆ. ನಾನು ಫೈನಾನ್ಷಿಯಲ್ಲಿ ನಿಮ್ಮ ಅಧೀನ. ಅವ್ನು ಸ್ವತಂತ್ರ. ನನ್ನ ಮೊಬೈಲ್ ಚಾರ್ಜಿಂಗ್‌ಗೆ ನೀವೆ ಕೊಡ್ಬೇಕು. ಇವನದು ಆ ಸ್ಥಿತಿಯಲ್ಲ" ಚಟಾಕಿ ಹಾರಿಸಿದಾಗ ಆಕೆ ಕಣ್ಣಲ್ಲಿಯೆ ಮಗನನ್ನು ಗದರಿದರು. "ಸತ್ಯ... ತಾನೇ? ಇವನೇನೂ ಹೈ ಫೈ ಫ್ರೆಂಡಲ್ಲ ಬಿಡು. ವೆರಿಸಿಂಪಲ್, ಬ್ರಿಲಿಯಂಟ್... ಐ ಲೈಕ್ ಹೀ" ಎಂದು ಅವನ ಭುಜದ ಮೇಲೆ ಕೈಹಾಕಿದಾಗ, ಆಕೆ ಬಲವಂತವಾಗಿಯೆ ನಗೆ ಬೀರಿದರು. ಅಲ್ಲಿಂದ ಕದಲಿದರೆ ಸಾಕಿತ್ತು "ಯಾರೋ ಗೆಸ್ಟ್‌ಗಳು.. ಬರೋರಿದ್ರು" ಮಗನಿಗೆ ನೆನಪಿಸಿದಾಗ "ಓ ಮೈ ಗಾಡ್.. ನಂಗೆ ಮರ್ತೇಹೋಗಿತ್ತು. ಓಕೆ ಫ್ರೆಂಡ್, ನೀನ್ಯಾಕೆ ನಮ್ಮ ಮನೆಗೆ ಬರಬಾರ್ದು?" ಕೇಳಿದ. ಶುಭಕರ ನಸುನಗೆ ಬೀರಿದ.

"ಇನ್ನೊಮ್ಮೆ.. ಬರೋಣ" ಅಂದವ ಅದು ಜನನಿಬಿಡ ಪಾರ್ಕ್ ಎನ್ನುವುದನ್ನು ಮರೆತು ಬಗ್ಗಿ ನಮಸ್ಕಾರ ಮಾಡಿ "ಬರ್ತೀನಮ್ಮ." ಹೊರಟೇಬಿಟ್ಟ. ಆಕೆ ಭಾರವಾದ ಉಸಿರು ದಬ್ಬಿದರು. ಮಗನತ್ತ ನೋಟ ಹರಿಸಿದರು. "ನಿನ್ನ ಫ್ರೆಂಡ್ಸ್ ಎಲ್ಲಾ ಗೊತ್ತು. ಇವನ್ಯಾರು ಹೊಸ ಫ್ರೆಂಡ್? ನಂಗ್ಯಾಕೋ ಅವ್ನ ಆಟಿಟ್ಯೂಡ್ ನಂಗಿಷ್ಟವಾಗ್ಲಿಲ್ಲ" ಗೊಣಗಿದ್ದಕ್ಕೆ ಜೋರಾಗಿ ನಕ್ಕು "ನೇರವಾಗಿ ಮನೆಗೆ! ನೀನು ಪೂರ್ತಿ ಅಪ್‌ಸೆಟ್ ಆದಂಗೆ ಇದ್ದೀಯ" ಮೆಲ್ಲಗೆ ಹಂಗಿಸಿದ. ಶುಭಕರ ಇಷ್ಟವಾಗಿಲ್ಲವೆಂದು ಅವನಿಗೆ ಗೊತ್ತಾಗಿತ್ತು.

ಕಾರು ಹತ್ತುವವರೆಗೂ ತಾರಿಣಿದೇವಿ ಮಾತಾಡಲಿಲ್ಲ. ಶುಭಕರ ಆನಂದಮೂರ್ತಿಗಳ ಮಗನೆಂದು ಗೊತ್ತಿತ್ತು. ಯಾಕೋ, ಏನೋ, ಸ್ಪಷ್ಟವಾಗಿ ಕಾರಣ ಹೇಳದಿದ್ದರೂ ಆಕೆಗೆ ಅವನ ಪರಿಚಯ ಇಷ್ಟವಾಗಲಿಲ್ಲ.

"ಯಾಕೆ ಮೇಡಮ್... ತುಂಬಾ ಅಪ್‌ಸೆಟ್ ಆಗಿದ್ದೀರಾ? ಅವನೇನು ಚಿದಂಬರಂ ಎದುರು ಎಲೆಕ್ಷನ್‌ಗೆ ನಿಲ್ಲೋಲ್ಲ. ಅಂಥ ಕನಿಷ್ಟ ಆಸೆ ಆ ಮನೆಯವ್ರಿಗೆ ಇಲ್ಲ" ಒತ್ತಿಯೇ ಹೇಳಿದ್ದು.

ಆಕೆ ಇನ್ನಷ್ಟು ಮುಖ ಊದಿಸಿಕೊಂಡು "ಸಿಕ್ಕಿದವರೆಲ್ಲ ಎಲೆಕ್ಷನ್‌ಗೆ ನಿಲ್ಲೋಕ್ಕಾಗೋಲ್ಲ. ಪಾರ್ಟಿಯವ್ರು ಸೀಟು ಕೊಡೋಲ್ಲ. ಕೊಟ್ರೂ... ಗೆಲ್ಲಕ್ಕಾಗೋಲ್ಲ. ನಿಮ್ಮಪ್ಪನಿಗೆ ದಂಡು... ದಂಡು ಅಭಿಮಾನಿಗಳು ಇದ್ದಾರೆ. ಅಕಸ್ಮಾತ್ ನಿಂತರೂ ಠೇವಣಿ ಕಳ್ಕೊಳ್ಳಬೇಕಾಗುತ್ತೆ" ಬಿರುಸಾಗಿ ನುಡಿದಿದ್ದಕ್ಕೆ ಮತ್ತಷ್ಟು ಜೋರಾಗಿ ನಕ್ಕ. ಆಕೆ ಕೋಪದಿಂದ ಮಗನತ್ತ ನೋಡಿದಾಗ ಬಾಯಿ ಮುಚ್ಚಿಕೊಂಡೇ "ಆಕ್ಸಿಡೆಂಟ್.. ಆಗ್ಬಾರ್ದು ಅಷ್ಟೆ" ಕಾರು ರಭಸದಿಂದ ಮುಂದಕ್ಕೆ ಸಾಗಿತು.

'ಅಭೀ' ತಲುಪಿದ ಕೂಡಲೇ ರಭಸದಿಂದ ಮುಂದಕ್ಕೆ ಸಾಗಿತು. ಸೆಲ್ಯೂಟೊಡೆದು ಗೇಟು ತೆಗೆದ. ಅಮ್ಮನ ಮುಖ ಒಮ್ಮೆ ನೋಡಿಯೇ ಕಾರಿನಿಂದ ಇಳಿದು ತಾನೇ ಡೋರ್ ತೆಗೆದು ಸೆಲ್ಯೂಟೊಡೆದ. ಆಕೆ ಮುಖ ತಿರುಗಿಸಿಕೊಂಡು ಹೋದರು. ಆಕೆಗೆ ಅರ್ಥವಾಗಿದ್ದರು.

ಅಕ್ಕಂದಿರಲ್ಲಿ ಒಬ್ಬರಲ್ಲ ಒಬ್ಬರು ಫೋನ್ ಮಾಡಿ "ಮಾಮ್‌ನ ಯಾಕೆ ಗೋಳಾಡಿಸ್ತಿ? ಆಕೆ ನಿಂಗಾಗಿ ಸಾಕಷ್ಟು ಹರಕೆಗಳ್ನ ಹೊತ್ತಿದ್ದಾರೆ. ನಮ್ಮಲ್ಲಿ ಇಲ್ಲದ ಪ್ರೀತಿ ವಂಶೋದ್ಧಾರಕನ ಮೇಲೆ ಪ್ಲೀಸ್ ಕಣೋ, ಮಮ್ಮಿಗೆ ಟೆನ್‌ಷನ್ ಆಗೋಂಥದೇನು ಮಾಡ್ಬೇಡ" ಇಂಥ ರಿಕ್ವೆಸ್ಟ್‌ಗಳು ಅವನಿಗೆ ವಿದೇಶದಲ್ಲಿದ್ದ ಸೋದರಿಯರಿಂದ ಸಿಗುತ್ತಿತ್ತು. ಅದೇನೋ ಅವನಿಗೆ ಅರ್ಥವಾಗುತ್ತಿರಲಿಲ್ಲ. ಜೊತೆಗೆ ಸೀರಿಯಸ್ಸಾಗಿ ತಗೋತಾ ಇರಲಿಲ್ಲ.

ಆಕೆ ಗೆಸ್ಟ್‌ರೂಂನಲ್ಲಿ ಆಸೀನರಾಗಿ ಕೈಯಲ್ಲಿದೆ ಹ್ಯಾಂಡ್ ಬ್ಯಾಗನ್ನು ಅಷ್ಟು ದೂರಕ್ಕೆ ಎಸೆದುಬಿಟ್ಟರು. ಅಮಲೇಶ್ವರನ ಬಗ್ಗೆ ಅಪಾರವಾದ ಭಕ್ತಿಭಾವ ಬೆಳೆಸಿಕೊಂಡಿದ್ದ ಆಕೆ ಈಚೆಗೆ ಅಮಲಾಪುರವೆಂದರೆ ಬೆಚ್ಚುವಂತಾಗಿತ್ತು. ಆಕೆಗೆ ಕೂಡ ಸ್ಪಷ್ಟವಾಗಿ ಉತ್ತರ ಗೊತ್ತಿಲ್ಲ. ತಾನೇ ಜ್ಯೂಸ್ ತಂದು ಅಮ್ಮನ ಮುಂದಿಟ್ಟು ಎದುರು ಕೂತ "ನಂಗೇನೇನು ಅರ್ಥವಾಗೋಲ್ಲ. ಅರೇ ತೀರಾ ಸಿಂಪಲ್. ಅವನೊಬ್ಬ ಸಭ್ಯ ಸಾಫ್ಟ್‌ವೇರ್ ಇಂಜಿನಿಯರ್. ಯಾವ್ದೇ ಅಭ್ಯಾಸಗಳು ಇಲ್ದ ಶುಭಕರನ್ನ ನೋಡಿ ನೀನ್ಯಾಕೆ ಅಪ್‌ಸೆಟ್ ಆಗಿದ್ದು? ತಾಯಿ ಸಮಾನವೆಂದು ಕಾಲಿಗೆ ನಮಸ್ಕರಿಸಿದ. ಹಾಯ್... ಆಂಟೀ... ಎಂದು ಚಮಕಾಯಿಸಬೇಕಿತ್ತೆ? ಆರಾಮಾಗಿ ತಣ್ಣನೆಯ ಜ್ಯೂಸ್ ಹೀರಿ ಪ್ರಶ್ನೆ ಹಾಕ್ಕೊಳ್ಳಿ. ದ್ವೇಷಕ್ಕೆ, ಬೇಸರಕ್ಕೆ, ಕೋಪಕ್ಕೆ ಪ್ರತಿಯೊಂದಕ್ಕೂ ಒಂದೊಂದು ಕಾರಣವಿರುತ್ತೆ" ಅಂತ ಎದ್ದುಹೋದ. ಆಕೆ ಅಲ್ಲಾಡದೇ ಕೂತರು. ತೀರಾ ಸರಳವಾಗಿ ಮಾತಾಡಿದರು ಮಗನ ಮಾತುಗಳಿಂದ ತಲೆ ಕೆಡಿಸಿಕೊಳ್ಳುತ್ತಿದ್ದರು. ಕೆಲವೊಮ್ಮೆ ಅವನ ಮಾತುಗಳಲ್ಲಿ ಅರ್ಥವಿದೆಯೆನಿಸುತ್ತಿತ್ತು. ಆ ವೇಳೆಗೆ ಚಿದಂಬರಂನಿಂದ ಕಾಲ್ ಬಂತು. "ಎಲ್ಲಿ... ಅಭೀ? ಅವನನ್ನೇನು ಅನ್ನಬೇಡ. ಅವ್ನು ಮಾಡಿದ್ದೇ ಸರಿಯೆನಿಸಿತು. ಜ್ಯೋತಿಷಿ, ಜ್ಯೋತಿಷ್ಯದಲ್ಲಿನ ಅವ್ರ ವಿಪರೀತ ನಂಬ್ಕೆಗಳು ಬಹುಶಃ ಜೀವ್ನವನ್ನೇ ಅಸ್ತವ್ಯಸ್ತಗೊಳಿಸುತ್ತೆ. ಈಗಿನ ನಿಸರ್ಗ ಡೆಮಾಲಿಷ್ ಮಾಡಿಸ್ತಾರಂತೆ. ಅಲ್ಲೆಲ್ಲೋ ವಾಸ್ತು ಹೆಚ್ಚು ಕಡ್ಮೆಯಾಗಿದೆಯಂತೆ. ಪೂಲಿಷ್... ಹಾಳಾಗ್ಲೀ.. ಬಿಡು. ಅಪ್ಪ, ಮಗಳಿಬ್ಬರು ಸಾರಿ ಕೇಳಿದ್ರು. ಬರೀ ಹುಚ್ಚಾಟಿಕೆ, ಅವನನ್ನೇನು ಅನ್ನೋಕೆ ಹೋಗ್ಬೇಡ" ಎಂದು ಎಚ್ಚರಿಸಿಯೇ ಕಾಲ್‌ಕಟ್ ಮಾಡಿದ್ದು ಮಗನ ಸರಿಗಳನ್ನು ಪ್ರಶ್ನಿಸಬಾರದೆನ್ನುವ ವಿವೇಕಿ.

ಲ್ಯಾಪ್‌ಟಾಪ್ ಮುಂದೆ ಕೂತವನು ವಾಟ್ಸಪ್‌ನಲ್ಲಿದ್ದ ಅಂದಿನ ಫೋಟೋಗಳನ್ನು

ಹಿಗ್ಗಿಸಿ, ಕುಗ್ಗಿಸಿ... ನಾನಾ ಆ್ಯಂಗಲ್‌ನಲ್ಲಿ ನೋಡುತ್ತಿದ್ದ. ಹೌದು, ಅಮಲ ಮುದ್ದಾದ ಹುಡುಗಿ, ಅಮಲಾಪುರದ ಪರಿಸರ ಅಚ್ಚಭಾರತೀಯಳನ್ನಾಗಿ ಬೆಳೆಸಿತ್ತು. 'ವಾಹ್..' ಎಂದುಕೊಂಡ. 'ಅಮ್ಮು ಯು ಆರ್ ಪ್ರಿಟಿ... ಬ್ಯೂಟಿ... ಐ ಲೈಕ್ ಯು, ಐ ಲವ್ ಯು, ಐ ಆಡೋರ್... ಯು' ಅಂದುಕೊಂಡ. ನೈಸರ್ಗಿಕವಾಗಿ ರೂಪ ತಳೆದ ಪ್ರಕೃತಿಯ ಒಂದು ಭವ್ಯ ಚಿತ್ರವೆನಿಸಿತು. ರಜನಿ ಎಲ್ಲಿಯೋ ಮರೆಯಾಗಿಹೋದಳು. ತೀರಾ ಸನಿಹದಲ್ಲಿ ಜಾಗ ಮಾಡಿಕೊಂಡು ನಿಂತವಳು ಅಮಲಾಪುರದ ಈ ಮುದ್ದಿನ ಅಮ್ಮು... ಅಮಲಾ...

"ಅಭೀ... ಅಭೀ..." ಅಮ್ಮನ ದನಿ ಕೇಳಿಸಿದ ಕೂಡಲೇ ಆಫ್ ಮಾಡಿದ. ಅವರು ತಮ್ಮ ಭಾವೀ ಸೊಸೆ ರಜನಿ ಸಲುವಾಗಿ ಪರಿಚಯವೇ ಇಲ್ಲದ ಆನಂದಮೂರ್ತಿಗಳ ಇಡೀ ಕುಟುಂಬವನ್ನು ದ್ವೇಷಿಸುತ್ತಿದ್ದರು. ಅದನ್ನು ದ್ವೇಷದ ತೀವ್ರತೆ ಅಲ್ಲವೆಂದರೂ ಏನೋ ಒಂದು ರೀತಿಯ ಭಯ, ಅವರಿಂದ ದೂರ ಸರಿಯಲು ಬಯಸುತ್ತಿತ್ತು. "ಬಂದೇ ಮಿಸಸ್ ತಾರಿಣಿ ಚಿದಂಬರಂ. ಹೊಸ್ದಾಗಿ ಯಾವುದಾದ್ರೂ ವಿಷ್ಯ ಫ್ಲಾಷ್ ಆಯ್ತು?" ನಗುನಗುತ್ತಲೇ ಬರಮಾಡಿಕೊಂಡ. ಅವನ ಮಾತಿನ ವರಸೆಯೇ ಹಾಗಿರುತ್ತಿತ್ತು.

ಬಂದು ಮಗನ ಪಕ್ಕ ಕೂತು "ರಾತ್ರಿ, ಡಿನ್ನರ್‌ಗೆ ನಿಂಗೆ ಇಷ್ಟವಾದದ್ದು ಏನಂದ್ರೂ ಮಾಡಿಸ್ಲಾ?" ಕೇಳಿದರು. ಅವನು ಮಾತಾಡದೇ ಅಮ್ಮನ ತೊಡೆಯ ಮೇಲೆ ತಲೆ ಇಟ್ಟು "ಎಷ್ಟು ಹಾಯ್ ಎನ್ನಿಸುತ್ತೆ ಗೊತ್ತಾ? ಈ ಸುಖದ ಮುಂದೆ ಯಾವ ಸುಖನೂ ಇಲ್ಲ" ಅಮ್ಮನ ಕೈಹಿಡಿದು ಹಣೆಯ ಮೇಲಿಟ್ಟುಕೊಂಡು ಕಣ್ಣು ಮುಚ್ಚಿದ. ಆಕೆಯ ಕಣ್ತುಂಬಿತು. ನನ್ನ ಅಭೀಗೆ ಏನು ಆಗ್ಬಾರ್ದು. ಸಂತೋಷವಾಗಿ ಆರಾಮಾಗಿ ಇರ್ಬೇಕು. ಅನುಕ್ಷಣವು ಇದೇ ಪ್ರಾರ್ಥನೆ ತಾರಿಣೀದೇವಿಯವರದು. "ಅಭೀ..." ಎಂದರು. ಅವರ ದನಿಯಲ್ಲಿನ ಕಂಪನ ಗುರ್ತಿಸಿ ಎದ್ದು ಕೂತ. "ಅದೇನು... ಹೇಳು?" ಕೇಳಿದ. ಭಾವೀ ಸೊಸೆಗೆ ನಿಸರ್ಗ ಎಂದು ನಾಮಕರಣ ಮಾಡಿದ್ದರು. ಕೆನ್ನೆ, ನೆತ್ತಿ, ಎಲ್ಲ ಸವರಿ "ನಂಗೆ ಭಯ ಕಣೋ– ನಿನ್ನ ಮತ್ತು ನಿಸರ್ಗ ಮದ್ವೆ ಮುಗಿದರೇ ಸಾಕು. ಎಷ್ಟೋ ನನ್ನ ಜವಾಬ್ದಾರಿ ಕಡ್ಮೆ ಆಗುತ್ತೆ. ಒಂದು ರೀತಿಯಲ್ಲಿ ನಿಶ್ಚಿಂತೆ" ಅಂದರು.

ಅವನಿಗೆ ಏನೇನು ಅರ್ಥವಾಗಲಿಲ್ಲ. ಚಿದಂಬರಂ ಮತ್ತು ಭಗವಾನ್ ಇಬ್ಬರು ಸ್ನೇಹಿತರು. ಆಗಾಗ ಬಂದುಹೋಗುವ ವಾಡಿಕೆ ಇದ್ದುದ್ದರಿಂದ ಸಂಬಂಧ ಬೆಳೆಸುವ ಆಕಾಂಕ್ಷೆ ಇಬ್ಬರಲ್ಲಿ ಮೂಡಿದ್ದರಿಂದ ಮಾತುಕತೆ ಆರಂಭವಾಗಿತ್ತು. ನಿರಾಕರಿಸಲು ನಿಸರ್ಗಕ್ಕಾಗಲೀ, ಅಭಿನಂದನ್‌ಗಾಗಲೀ ಕಾರಣವಿರಲಿಲ್ಲ. ಸ್ನೇಹ ಮುಂದುವರಿದು ಅದಕ್ಕೆ ಪ್ರೇಮದ ಸಿಂಚನವಾಯಿತು. ಓಡಾಟಕ್ಕೆ ಬಂದು ಹೊಸ ಅರ್ಥ ಹುಟ್ಟಿಕೊಂಡಿತು.

ಭಗವಾನ್‌ರ ಜ್ಯೋತಿಷ್ಯ ವಿಷಯ ಗೊತ್ತಿತ್ತು ಚಿದಂಬರಂಗೆ. ಆದರೆ ಪ್ರಖರತೆ ಇಷ್ಟರಮಟ್ಟಿಗೆ ಇದೆಯೆಂದು ಸಂಬಂಧದ ಪ್ರಸ್ತಾಪವಾದ ನಂತರವೇ ತಿಳಿದಿದ್ದು. ಇದು ಅತಿಯೆಂದು ಅವರಿಗೂ ಅನ್ನಿಸಿತ್ತು. ಅದನ್ನು ಮನಸ್ಸು ಬಿಚ್ಚಿ ಹೇಳಿಯೂ ಇದ್ದರು.

"ಸ್ವಲ್ಪ ಅರ್ಥ ಮಾಡ್ಕೋ" ಅಂದರು ಮತ್ತೆ ತಾರಿಣಿ.

"ಏನು ಅರ್ಥ ಮಾಡ್ಕೋಬೇಕು? ನಂಗೆ ಹಸಿವಾದಾಗ ತಿಂಡಿ ತಿನ್ನಬೇಕೇ ವಿನಹ ಅದಕ್ಕೂ ಜ್ಯೋತಿಷಿಗಳ ಲೆಕ್ಕಾಚಾರ ಪಾಲಿಸೋಕೆ ಆಗುತ್ತಾ? ಐ ಡೋಂಟ್ ಲೈಕ್ ಇಟ್. ಅರೇ, ಇದೇನು ಮಮ್ಮಿ, ನನ್ನ ಭವಿಷ್ಯ ನಿಸರ್ಗಳನ್ನು ಮದ್ವೆ ಆಗೋದರಲ್ಲೇ ಇದೆ ಅನ್ನೋ ತರಹ ಮಾತಾಡ್ತೀಯ. ನನ್ನ ಹಡೆಯೋವಾಗ ಇಂಥದೊಂದು ಹರಕೆ ಹೊತ್ತುಕೊಂಡಿದ್ಯಾ? ಆಗ ಇನ್ನ ಅವ್ಳು ಹುಟ್ಟೇ ಇರಲಿಲ್ಲ. ನೀವುಗಳು ಮಾಡೋ ಎಡವಟ್ಟುಗಳಿಗೆ ನಾನು ಹೊಣೆನಾ? ಮೈ ಗಾಡ್, ಹೀಗೇ ಮುಂದುವರಿದರೆ ನಾನು ಮನೆ ಬಿಟ್ಟು ಹೋಗಿಬಿಡ್ತೀನಿ ಅಷ್ಟೆ" ರೋಪ್ ಹಾಕಿದ. ಇಂಥದಕ್ಕೆ ತಾರಿಣಿ ಬೇಗ ಹೆದರುತ್ತಾರೆಂದು ಅವನಿಗೆ ಗೊತ್ತಿತ್ತು. ಅಂಥ ಇಚ್ಛೆ ಅವನಿಗೆ ಇರಲಿಲ್ಲ. ಅದರೂ ಕೆಲವೊಮ್ಮೆ ಅವನ ಸಹನೆ ಸತ್ತುಹೋಗುತ್ತಿತ್ತು. ಆಕೆ ಮಾತಾಡದೆ ಸುಮ್ಮನೆ ಕೂತರು. ಚಿದಂಬರಂ ಎಚ್ಚರಿಸಿದ್ದರು. "ದೇವರನ್ನ ತುಂಬಾ ಕಾಡಿಬೇಡಿ... ಪಡೆದ ಮಗು ಅಭೀ. ನಿನ್ನ ಇಬ್ರೂ ಹೆಣ್ಣು ಮಕ್ಕಳಿಗಿಂತ ಡಿಫರೆಂಟ್. ಒಳ್ಳೆ ಮನಸ್ಸಿನವ. ಅಷ್ಟೇ ಸೂಕ್ಷ್ಮ ಕೂಡ. ಆದ್ರಿಂದ ಹುಷಾರಾಗಿರು" ಆ ಎಚ್ಚರಿಕೆ ಅವರ ನೆನಪಿನಲ್ಲಿ ಇತ್ತು. ಅದಕ್ಕೆ ಒಂದಿಷ್ಟು ಅಂಜಿಕೆ.

"ಸಾರಿ ಕಣೋ ಅಭೀ, ಏನೀ ಹೌ.... ಅಮಲಾಪುರದ ಜನನ ಹೆಚ್ಚಿಗೆ ಹಚ್ಕೋಬೇಡ ಅಷ್ಟೆ" ಎಂದರು ಒಂದು ನಿರ್ಧಾರಕ್ಕೆ. ಅವನ ಮುಖದಲ್ಲಿ ಅಚ್ಚರಿ ಮಿನುಗಿತು. "ಇದು ಇಂಟಲಿಜೆನ್ಸ್ ರಿಪೋರ್ಟಾ? ಅಲ್ಲಿ ಭಯೋತ್ಪಾದಕರು ಬಂದು ಅವಿತುಕೊಂಡಿದ್ದಾರ? ಇಲ್ಲ ಅಂಥ ಜನರ ಸಪೋರ್ಟ್‌ಗೆ ನಿಂತಿದ್ದಾರ. ಅಮಲಾಪುರದ ಜನ?" ಕೇಳಿದ. ಆಕೆಗೆ ಏನು ಹೇಳಬೇಕೋ ಗೊತ್ತಾಗಲಿಲ್ಲ. "ನಿನ್ಹತ್ರ ಮಾತಾಡೋದೆ ಕಷ್ಟ. ಅಂಥದೇನಿಲ್ಲ! ನನ್ನ ಮನಸ್ಸು ಹೇಳ್ತಾ ಇದೆ. ಅದೇ ನೀನು ಪರಿಚಯಿಸಿದ ಯುವಕನ್ನ ಒಂದಿಷ್ಟು ದೂರ ಇಡು. ಸದ್ಯಕ್ಕೆ ವಿವಾಹವಾಗೋವರ್ಗೂ ಅಮಲಾಪುರಕ್ಕೆ ಹೋಗೋದ್ಬೇಡ" ಇಂಥ ಒಂದು ಲಕ್ಷ್ಮಣರೇಖೆ ಎಳೆದರು. ಆ ವೇಳೆಗೆ ಯಾರೋ ಬಂದಿದ್ದರಿಂದ ತಾರಿಣಿದೇವಿ ಎದ್ದುಹೋದರು.

ಅಭಿನಂದನ್ ನಿಶ್ಚಿಂತೆಯಿಂದ ರೂಮಿನಿಂದ ಹೊರಗೆಹೋದ.

ಅಮ್ಮನ ಭಯಕ್ಕೆ ಅರ್ಥವಿಲ್ಲವೆನಿಸಿದರು, ನಿಸರ್ಗ ಅವನ ಮನದಿಂದ ಅಳಿಸಿ ಹೋಗಿದ್ದಂತೂ ನಿಜ. ಅವಳ ಎಲ್ಲಾ ನಡೆನುಡಿಗಳು ಆರ್ಟಿಫಿಷಿಯಲ್ಸ್ ಎನಿಸಿಬಿಟ್ಟಿತ್ತು. ನಿಜವಾಗಿ ಅವನ ಹೃದಯದ ಆಯ್ಕೆ ಅಮಲ. ಆಕಸ್ಮಿಕವೋ, ಇಲ್ಲಿ ಬೇಕೆಂದೇ ಚೇಷ್ಟೆಗಾಗಿ ಮಾಡಿದನೋ ಅಮಲ ಅವನ ಎಲ್ಲಾ ಕನಸುಗಳ ಅಧಿದೇವತೆಯಾಗಿದ್ದಳು. ಈಗ ಇರೋ ಸ್ಥಿತಿಯಲ್ಲಿ ಸ್ಪಷ್ಟಪಡಿಸಲಾರ.

ಎರಡು ದಿನದನಂತರ ಚಿದಂಬರಂ ಹಿಂದಿರುಗಿ ಬಂದರು. ಭಗವಾನ್ ಸ್ವತಃ ಏರ್‌ಪೋರ್ಟಿಗೆ ಬಂದು ಅವರನ್ನ ಬೀಳ್ಕೊಟ್ಟಿದ್ದರು. ಮತ್ತೆ... ಮತ್ತೆ ನಿಸರ್ಗ ಬಗ್ಗೆ ನೆನಪಿಸಿದ್ದರು. "ಆ ಹುಡ್ಗೀ ಅಭಿನಂದನ್ ಬಗ್ಗೆ ತೀರಾ ತಲೆ ಕೆಡ್ಸಿಕೊಂಡಿದ್ದಾಳೆ. ವಾಟ್ಸ್‌ಪ್‌ನಲ್ಲಾದ್ರೂ... ಚಾಟ್ ಮಾಡೋಕೆ ಹೇಳು" ಅಂದಾಗ ಬರೀ ನಕ್ಕಿದ್ದರು. "ಹಿಂದೆ ಹುಡುಗರು ಹುಡ್ಗೀಯರ ಹಿಂದೆ ಬಿದ್ದು ಗೋಳಾಡಿಸುತ್ತಿದ್ದರು. ಈಗ

ರಿವರ್ಸ್ ಆಗಿದೆ. ನಿಸರ್ಗಗೆ ಓದಿನಲ್ಲಿ ಇಂಟ್ರೆಸ್ಟ್ ಇಲ್ಲ. ಅಭಿಯಾದ್ರು... ಕೋರ್ಸು ಮುಗ್ಸಿಕೊಳ್ಳಿ" ಎಂದಿದ್ದರು. ಆದರೂ ಮಗನಿಗೆ ನಿಸರ್ಗಳಲ್ಲಿ ಮೊದಲಿನ ಆಸಕ್ತಿ ಕಡಿಮೆಯಾಗಿದೆಯೆನಿಸಿತು.

ಬಂದಕೂಡಲೇ "ನಿಮ್ಮ ಹತ್ರ ಮಾತಾಡ್ಬೇಕು. ಅಭೀ ಸುಮ್ನೇ ನನ್ನ ಗೋಳಾಡಿಸ್ತಾನೆ. ಹೆಣ್ಣು ಮಕ್ಳ ಮದ್ವೆ ಕಷ್ಟ ಅನ್ನಿಸ್ಲೆ ಇಲ್ಲ. ಇವನದೇ.. ರಾಮಾಯಣ. ಸ್ವಲ್ಪ ಸಮಯ ಮಾಡ್ಕೊಳ್ಳಿ. ವಂಶಕ್ಕೆ ಇರೋನೊಬ್ಬ. ಅವ್ನ ಭವಿಷ್ಯನೇರ್ಪಾಗ್ಬೇಕು" ಧಾವಂತ ಹೇಳಿದಾಗ ಅವರಿಗೆ ಒಂದಿಷ್ಟು ಗಾಬರಿ, ಜೊತೆಗೆ ನಗು ಕೂಡ. "ನೀನು ಯಾರನ್ನಾದ್ರೂ.. ಅಂದರೆ ಜ್ಯೋತಿಷ್ಯಗಳ್ನ ಭೇಟಿಯಾಗಿದ್ಯಾ? ಮೂರ್ಹೊತ್ತು... ಕಿತ್ತಾಡುತ್ತಾರಂತ?" ಹಾಸ್ಯ ಮಾಡಿದರು.

"ಇಲ್ಲ ಅವರದೇ ಸಾಕಾಗಿದೆ. ಅಂಥದೇನಿಲ್ಲ! ನಂಗೆ ಸಮಸ್ಯೆಯಾಗಿರೋದು ಅಮಲಾಪುರದ ಹುಡ್ಗೀ. ಅಂದು ನಡೆದು ಹೋಗಿದ್ದು ಮರೆಯೋಕೆ ಸಾಧ್ಯವಿಲ್ಲ."

ಚಿದಂಬರಂ ಕಣ್ಣು ಕೆಂಪಗೆ ಮಾಡಿದರು.

"ಅವರೇನಾದ್ರೂ, ಇಲ್ಲಿಗೆ.. ಬಂದಿದ್ರಾ? ಇಲ್ಲ ಆ ಹುಡ್ಗೀ ಬಂದು ನಿನ್ನ ಮಗನ್ನ ಕಾಡ್ತ ಇದ್ದಾಳ? ಆನಂದಮೂರ್ತಿ ಮತ್ತು ಅವ್ರ ಮನೆಯವ್ರುಗಳೇ ಅದ್ನ ಸೀರಿಯಸ್ಸಾಗಿ ತಗೊಂಡಿಲ್ಲ. ನಿಂಗ್ಯಾಕೆ ಭಯ? ನಿಂದು ವಿಪರೀತವಾಯ್ತು. ಆ ಹುಡ್ಗೀ ಸಾಮಾನ್ಯಳಲ್ಲ. ಎರಡು ಕುಟುಂಬಗಳ್ನ ಅಚ್ಚೆಯ ಮಗ್ಳು. ಕ್ಯಾಲಿಫೋರ್ನಿಯಾದಲ್ಲಿ ನೆಲೆಸಿರುವ ನಂದನ್ ದಂಪತಿಗಳ ಒಬ್ಬೇ ಮಗ್ಳು. ಈ ಎಂಎಲ್‌ಎ ಮಗ್ನ ಕಾಡಿ ಬೇಡೋಕೆ ಬರೋಲ್ಲ. ನಾನು ಸಾಕಷ್ಟು ಮಾಹಿತಿಗಳ್ನ ಕಲೆಕ್ಟ್ ಮಾಡಿದ್ದೀನಿ. ಆ ಹುಡ್ಗೀ ಅಮಲ ಅಮ್ಮ ವಿಭಾ ನೆಂಟರಿಷ್ಟರೆಲ್ಲ ನೆಲೆಸಿರೋದು ಅಮೇರಿಕದಲ್ಲಿ. ವಿಭಾ ಹೆತ್ತವರು. ನೆಂಟರಿಷ್ಟರು ಅಲ್ಲಿ ದೊಡ್ಡ ದೊಡ್ಡ ಉದ್ಯಮಿಗಳನ್ನು ಸ್ಥಾಪಿಸಿ ಸಕ್ಸಸ್ ಆಗಿದ್ದಾರೆ. ವಿಭಾ, ನಂದನ್ ಅಲ್ಲೇ ಕೆಲ್ಸದಲ್ಲಿ ಇರೋದು. ಸಾಕಷ್ಟು ಪ್ರಾಪರ್ಟಿ ಮಾಡ್ಕೊಂಡಿದ್ದಾರೆ. ಅವರದು ಶ್ರೀಮಂತ ಕ್ಯಾಟಗರಿ. ತಪ್ಪು ಆಗಿರೋದು ನಮ್ಮಿಂದ. ದಂಡ ಕಟ್ಬೇಕಾದೋರು ನಾವು. ಧಾರಾಳವಾಗಿ ಕ್ಷಮಿಸಿದ್ದಾರೆ. ಅವ್ರಿಂದ ಅಪಾಯವಿಲ್ಲ. ಇಲ್ಲಿ ನೋಡಿದರೇ, ಅವ್ರೆ... ಎತ್ತರದಲ್ಲಿ ಇದ್ದಾರೆ. ಆ ಬಗ್ಗೆ ಇಲ್ಲದ ಭಯ ಕಲ್ಪಿಸ್ಕೊಂಡ್ ಕೊರಗೋದು ಬೇಡ. ಹೇಗೂ ಎಂಬಿಎ ಕೊನೆಯ ವರ್ಷದಲ್ಲಿ ಇದ್ದಾನೆ. ಇಂಟಲಿಜೆಂಟ್, ಉದ್ಯೋಗ ಹಿಡ್ದು ಅನುಭವ ಗಳಿಸಲೀ, ಆಮೇಲೆ ಸ್ವಂತದ್ದರ ಬಗ್ಗೆ ಯೋಚ್ಸಬಹುದು. ಅವ್ನ ಬಾಲ್ಯನ ನೆನಪಿಸ್ಕೋ, ಅಲ್ಪಸ್ವಲ್ಪ ಅರ್ಥವಾದಾನು. ತೀರಾ ಕಾಂಪ್ರಮೈಸ್ ಆಗೋ ಸ್ವಭಾವ ಅವನದಲ್ಲ. ಪ್ಲೀಸ್..." ಬುದ್ಧಿ ಹೇಳಿದರು. ಅವರಿಗೆ ಹೆಂಡತಿಯ ಬಗ್ಗೆ ಒಳ್ಳೆಯ ಅಭಿಪ್ರಾಯ. ಹಾಗಂತ ಸ್ವಾಭಾವಿಕ ಆಸೆಗಳಿಂದೇನು ವಿಮುಕ್ತಳಾಗಿರಲಿಲ್ಲ.

ಅಂತೂ ಒಂದು ರೀತಿಯ ತಟಸ್ಥ ಸ್ಥಿತಿಗೆ ಬಂದರು ತಾರಿಣಿ. ಆದರೆ ಗಂಡ ಮಂತ್ರಿಯಾಗಲಿಯೆಂದು ಸಾಕಷ್ಟು ದೇವರುಗಳಿಗೆ ಹರಕೆಯೊತ್ತಿದ್ದರು. ಅದೊಂದು ಮಾತ್ರ ನೆರವೇರಿರಲಿಲ್ಲ. ಜ್ಯೋತಿಷಿಗಳ ಸಲಹೆಯಂತೆ ಭಾವಿ ಸೊಸೆ ರಜನಿಯ ಹೆಸರನ್ನು ನಿಸರ್ಗ ಎಂದು ಬದಲಾಯಿಸಿಕೊಂಡಿದ್ದರು. ಈಗ ಭಗವಾನ್‌ರ ಮಗಳು ನಿಸರ್ಗ.

* * *

ತೋಟಕ್ಕೆ ಹೊರಟ ಆನಂದಮೂರ್ತಿಗಳು, ವಿರೂಪಾಕ್ಷ ಮಾಸ್ತರ್ ದಂಪತಿಗಳು ಇದ್ದ ಮನೆಯ ಮುಂದೆ ನಿಂತರು. ಅದು ಈಗ ಮನೆಯಾಗಿರಲಿಲ್ಲ. ಎಲ್ಲಾ ಕೆಡವಿ ನೆಲಸಮ ಮಾಡಿದ್ದರು. ಕೊಂಡವರದು ಬೇರೆಯ ಪ್ಲಾನ್ ಇರಬಹುದು.

ಮಾಸ್ತರ್ ನಿವೃತ್ತಿಯಾದ ಮೇಲೆ ಆ ಜಾಗ ಕೊಂಡು ಪುಟ್ಟ ಮನೆಯನ್ನು ಕಟ್ಟಿಸಿಕೊಂಡು ವಾಸಿಸುತ್ತಿದ್ದರು. ಸರ್ಕಾರಿ ಮಾಸ್ತರಾಗಿದ್ದರು. ಪೆನ್‌ಷನ್ ಬರುತ್ತಿತ್ತು. ಇಬ್ಬರ ಜೀವನಕ್ಕೆ ಸಾಕಿತ್ತು. ಮನೆಯ ಸುತ್ತಲಿನ ಖಾಲಿಜಾಗದಲ್ಲಿ ಹೂ, ಗಿಡಗಳನ್ನು ಬೆಳೆಸಿ ಮಕ್ಕಳಂತೆ ಆರೈಕೆ ಮಾಡುತ್ತಿದ್ದರು. ಅವುಗಳ ಸೇವೆಯಲ್ಲಿ ತೃಪ್ತಿ, ನೆಮ್ಮದಿ ಕಾಣುತ್ತಿದ್ದ ಜನ. ಅಮಲಾಪುರದ ಯಾರೇ ಜನ ಬಂದರೂ ಪ್ರೀತಿಯಿಂದ ಕಾಣುವುದು ತಮಗೆ ಗೊತ್ತಿದ್ದ ಸಲಹೆ, ಸಹಕಾರ ನೀಡುತ್ತಿದ್ದರು. ಮಗಳ ಮದುವೆಯಾಗಿತ್ತು. ಆ ಮೇಲೆ ಹನ್ನೆರಡು ವರ್ಷಗಳ ನಂತರ ಹುಟ್ಟಿದ ಸಂತಾನವನ್ನು ಅಕ್ಕರೆಯಿಂದ ಬೆಳೆಸಿದ್ದರು. ತಾನು ಸಾಫ್ಟ್‌ವೇರ್ ಇಂಜಿನಿಯರ್ ಆಗಲೇಬೇಕೂಂತ ಹಟ ಹಿಡಿದು ಸಿಟಿಯಲ್ಲಿ ನಿಂತಾಗ ಹೊಟ್ಟೆಬಟ್ಟೆ ಕಟ್ಟಿ ಓದಿಸಿದ್ದರು. ಅದು ಫಲ ಕೊಟ್ಟಿತ್ತು ನಿಜ. ಕ್ಯಾಂಪಸ್ ಸೆಲೆಕ್ಷನಲ್ಲಿ ಕೆಲಸ ಗಿಟ್ಟಿಸಿಕೊಂಡ ಜೊತೆಗೆ ಲವ್ ಮ್ಯಾರೇಜ್ ಆಗಿ ಸೆಟಲ್ ಆಗಿದ್ದ. ದೊಡ್ಡ ಆ್ಯಂಬಿಷನ್ ಇಟ್ಟುಕೊಂಡೇ ಸಪ್ತಪದಿ ತುಳಿದಿದ್ದು. ನಾಮಕಾವಸ್ಥೆ ಹೋಗಿಬಂದಿದ್ದಷ್ಟೇ ದಂಪತಿಗಳು. ಅರ್ಧ ಕನಸು ನುಚ್ಚು ನೂರಾಗಿದ್ದರು ಗಿಡಗಳ ನಡುವೆ ತಮ್ಮ ನಲಿವನ್ನು ಹುಡುಕಿಕೊಂಡ ಜನ. ಈಗ ಪರದೇಶಿಗಳು!

ಹೂವಿನಿಂದ ಅರಳಿ ನಿಲ್ಲುತ್ತಿದ್ದ ಸೇವಂತಿಕೆ, ಕನಕಾಂಬರ, ಮಲ್ಲಿಗೆ, ಜಾಜಿ, ಕಣಗಲೆ ಗಿಡಗಳು ಭೂಗತವಾಗಿಹೋಗಿತ್ತು. ಅಲ್ಲಿ ಹೋಗಿ ನಿಂತರು ಪಳೆಯುಳಿಕೆಯಂತೆ ನಿಂತ ದಾಳಿಂಬೆ ಮತ್ತು ಅದರಡಿಯಲ್ಲಿ ಅಲ್ಲಲ್ಲಿ ತುಂಬೆಯ ಪುಟ್ಟ ಗಿಡಗಳು. ಬಗ್ಗಿ ಅವುಗಳನ್ನು ಮುಟ್ಟಿದರು. ಅದರ ಸ್ಪರ್ಶವೇ ಆಹ್ಲಾದಕರ.

"ಅಮಲೇಶ್ವರ ದೇವಸ್ಥಾನಕ್ಕೆ ಭಕ್ತರ ಸಂಖ್ಯೆ ಜಾಸ್ತಿಯಾಗಿರೋದ್ರಿಂದ... ಇಲ್ಲೊಂದು ಹೋಟಲ್, ಲಾಡ್ಜ್ ಮೇಲೆ ಏಳಲಿದೆ. ಮೈನ್‌ರೋಡ್‌ನ ಬದಿಯಲ್ಲಿ ಇರೋದ್ರಿಂದ ಮೂರು ಪಟ್ಟು ಹೆಚ್ಚಿಗೆ ಹಣ ಕೊಟ್ಟು ಖರೀದಿಸಿದ್ದಾರೆ. ಯಾರೋ ಬಿಲ್ಡರ್ಸ್ ಬಂದ ಜನಕ್ಕೂ ಅನ್ಕೂಲ, ಜೊತೆಗೆ ಒಳ್ಳೆ ಪ್ರಾಫಿಟ್. ಅಮಲೇಶ್ವರನ ಮೇಲಿನ ಭಕ್ತಿಗಿಂತ ಇಲ್ಲಿ ವ್ಯವಹಾರವೇ ಹೆಚ್ಚು ಕೆಲ್ಸ ಮಾಡಿದೆ" ಎಂದಿದ್ದ ಶ್ರೀ ಮಾರಾಟವಾದಾಗ.

ಆದರೆ ಅಲ್ಲಿ ನೆನಪಾಗಿದ್ದು ವಿರೂಪಾಕ್ಷಪ್ಪ ದಂಪತಿಗಳು. ಅಲ್ಲಿ ಅವರು ಬೆಳೆಯುತ್ತಿದ್ದುದ್ದು ಅಕ್ಕರೆಯ ಫಸಲು. ಬೆಳೆದ ಹೂಗಳನ್ನು, ತರಕಾರಿಗಳು ಆ ದಾರಿಯಲ್ಲಿ ಹೋಗಿಬರುವವರಿಗೂ ಕೂಗಿ ಕೊಡುತ್ತಿದ್ದರು.

ಆ ಕಡೆ ಬಂದ ಶ್ರೀ ಬೈಕ್ ನಿಲ್ಲಿಸಿ "ಅರೇ, ನೀವೇನು ಇಲ್ಲಿ? ಇಳಿದುಬಂದವ" ಹೋಗಿ ಬರೋವಾಗೆಲ್ಲ, ಮಾಸ್ತರು ನೆನಪಾಗುತ್ತೆ. ಮುಖ ಕಂಡಕೂಡಲೇ ಕರೆದು ಏನಾದರೂ ಕೊಟ್ಟರೇನೇ ಸಮಾಧಾನ. ಹೆಚ್ಚುಕಡಿಮೆ ಇಲ್ಲಿ ಬೆಳೆದ ಸೌತೆಗಳು ಅಮಲಾಪುರದ ಜನರೆಲ್ಲ ರುಚಿ ನೋಡಿದ್ದಾರೆ. ಯಾವ ತಾರತಮ್ಯದ ಮನೋಭಾವವಿರಲಿಲ್ಲ. ಧಣಿಗಳು, ಕೂಲಿಗಳು ವ್ಯತ್ಯಾಸವೆಣಿಸದೆ ಎಲ್ಲರನ್ನು ಕರೆದು ಮಾತಾಡಿಸುತ್ತಿದ್ದರು. ಕರೆದು ತಾವು ಬೆಳೆದದ್ದನ್ನ ಕೊಡ್ತಾ ಇದ್ರು. ಬಂದ ಎಲ್ಲ

ಮಕ್ಕಳಿಗೂ ಪಾಠ ಹೇಳಿದ್ದಾರೆ. ಅಂಥವರು ಅಲ್ಲಿ ಹೇಗೆ ಒಗ್ಗಿಕೊಂಡಿದ್ದಾರೋ" ಎಂದವ "ಹೇಗೋ, ಶುಭಕರ ನೋಡ್ದೇಂತ ಹೇಳಿದ್ದಾನಲ್ಲ. ಅಲ್ಲೇ ಎಲ್ಲೋ ಹತ್ತಿರದಲ್ಲಿ ಇರ್ಬೇಕು. ಒಂದಿಷ್ಟು ಪಾಲಿಷ್ ಮಾಡಿ ಮಾತಾಡ್ಸಿಕೊಂಡ್.. ಬರ್ಬೇಕು. ಅಂಥವರ ಅನಿವಾರ್ಯತೆ ಎಂದಿಗೂ ಸಮಾಜಕ್ಕೆ ಇರುತ್ತೆ" ಅಂದವ ಅಪ್ಪನನ್ನ ಬೈಕ್‌ನ ಮೇಲೆ ಕೂಡಿಸಿಕೊಂಡು ಕರೆದೊಯ್ದು ತೋಟಕ್ಕೆ.

ಅಡ್ಡಾಡಿ ಬಂದವರು ಒಂದೆಡೆ ಕೂತ ಮೇಲೆ "ಪಾಲಾಕ್ಷಿ–ಮಗ್ಳು ಫೋನ್ ಮಾಡಿದ್ಲು. ಅವಳಪ್ಪ, ಅಮ್ಮ ಎಲ್ಲೋ ಹೋಗಿ ಬಿಟ್ಟಿದ್ದಾರೆ. ನಾನೇನು... ಮಾಡ್ಲೀ?" ಕೇಳಿದ್ಲು. ಅದಕ್ಕೆ ಎರಡು ದಿನದ ಮೊದಲು ಪಾಲಾಕ್ಷಿ ಫೋನ್ ಮಾಡಿ "ನಾನು ಪೂರ್ತಿ ದಿವಾಳಿಯಾಗಿದ್ದೀನಿ. ಅಳಿಯ, ಮಗ್ಳು ನಮ್ಮನ್ನ ಎಲ್ಲಾದ್ರೂ ಒತ್ತೆ ಇಡೋ ಮೊದ್ಲು ತಪ್ಪಿಸ್ಕೊಂಡ್ ದೂರವಾಗಿದ್ದೀವಿ. ಅಕಸ್ಮಾತ್ ಅವಳೇನಾದ್ರೂ ಕಾಲ್ ಮಾಡಿ ವಿಚಾರಿಸಿದರೇ, ನಮ್ಮನ್ನ ನಮ್ಮ ಪಾಡಿಗೆ ಬಿಡೋದಿಕ್ಕೆ ಹೇಳು. ಎಂದಾದ್ರೂ. ಬದುಕಿದ್ದರೇ ನಿಮ್ಮಲ್ಲಿಗೆ ಬರ್ತೀವಿ. ದಯವಿಟ್ಟು ಹುಡುಕಿಸೋದು ಬೇಡಾಂತ ಅಂದೇ. ಅದನ್ನೇ ಅಪ್ಪಿಗೆ ಹೇಳ್ದೇ. ಎಂಥ ದುರಂತ ನೋಡು. ಎಷ್ಟು ಕಡ್ಮೇ ಸಮಯದಲ್ಲಿ ಎಲ್ಲಾ ಹಾಳಾದ್ರು. ಅದಕ್ಕೆ ಕಾರಣ ಯಾರೂಂತ ಬೆಟ್ಟು ಮಾಡೋದು?" ಎಂದರು ನಿಟ್ಟುಸಿರು ದಬ್ಬುತ್ತ. ಆನಂದಮೂರ್ತಿಗಳು. ಸ್ವಲ್ಪ ಬೇಸರಗೊಂಡ ಶ್ರೀ.

"ದಯವಿಟ್ಟು ನೀವು ತಪ್ಪನ್ನ ನಮ್ಮಡೆ ಹಾಕ್ಕೋಬೇಡಿ. ವೈಯಕ್ತಿಕವಾಗಿ ನಾವು ದುರಂತದಲ್ಲಿ ಭಾಗಿಯಾಗಬೇಕಿತ್ತು. ವಿವಾಹನ ಅವಳು ವೈಯಕ್ತಿಕವಾಗಿ ಲೆಕ್ಕಾಚಾರವಾಗಿ ಭಾವಿಸಿದ್ಲು. ಅಕಸ್ಮಾತ್ ಪಾಲಾಕ್ಷಿ ಮಾವ ಫೋನ್ ಮಾಡಿದ್ರೆ, ಇಲ್ಲೇ ಬಂದು ಇರೋಕೆ ಹೇಳಿ. ನಾವು ಅಷ್ಟು ಮಾಡಬಹುದೇ ವಿನಹ ಅಪ್ಪ ಮಗಳ ಸಂಸಾರಕ್ಕೆ ಯಾವ್ದೇ ಸಹಾಯ ಮಾಡೋಕೆ ಮಾತ್ರ ಸಿದ್ಧವಿಲ್ಲ" ಬಹಳ ಸ್ಪಷ್ಟವಾಗಿಯೇ ಹೇಳಿದ. ಆನಂದಮೂರ್ತಿಗಳು ಅವನ ಭುಜದ ಮೇಲೆ ಕೈಇಟ್ಟು "ಗುಡ್, ಒಳ್ಳೇದೆ ಹೇಳ್ದೇ. ಸಹಾನುಭೂತಿಯನ್ನು ಎಲ್ಲಾ ಸಮಯದಲ್ಲೂ ಬಳಸ್ಕೋಬಾರ್ದು" ಮೆಚ್ಚಿಗೆಯಾಡಿದರು. ಅಪ್ಪ, ಮಗನ ಮಧ್ಯೆ ಒಳ್ಳೆ ತಾಳಮೇಳವಿತ್ತು. ಆದರೆ ತಮ್ಮನ ಬಗ್ಗೆ ಅವರ ಚಡಪಡಿಕೆ ಜಾಸ್ತಿಯಾಗಿತ್ತು. ಮೊದಲಿನ ನಿಶ್ಚಿಂತೆ ಇರಲಿಲ್ಲ.

"ನಂದನ್ ಫೋನ್ ಮಾಡಿ ತುಂಬಾ ಮಾತಾಡಿದ. ಅವನಲ್ಲಿ ಮೊದ್ಲಿನ ಉತ್ಸಾಹವೇ ಇಲ್ಲ. ಅವ್ನ ಇಲ್ಲಿ ಹುಟ್ಟಿ ಅಲ್ಲಿ ಹೋಗಿ ಸೆಟಲ್ ಆದವ. ಆದರೆ ವಿಭಾದು ಬೇರೆ ಪರಿಸ್ಥಿತಿ. ಅವಳು ಹುಟ್ಟಿದ್ದು, ಬೆಳೆದಿದ್ದು ಎಲ್ಲಾ ಅಲ್ಲೇ. ಅವಳ ಎರಡು ತಲೆಮಾರಿನ ಜನರೇಶನ್ ಅಮೆರಿಕಗೆ ಒಗ್ಗಿಹೋಗಿದ್ದರು. ಅದೇ ಅವರ ದೇಶ! ನಮ್ಮ ಸದಾನದು, ಆ ರೀತಿಯಲ್ಲ. ಅಲ್ಲೇ ನೆಲೆಸಿ ಬಿಡೋ ದೃಷ್ಟಿಯಿಂದಲೇ ವಿಭಾನ ಮದ್ವೆಯಾಗಿದ್ದು. ಈಗ ಭಾರತಕ್ಕೆ ಮರಳುವ ಆಸೆ ಅವನಿಗೆ. ಅದು... ಸಾಧ್ಯವೇ? ವಿಚಿತ್ರವಾಗಿ ಮಾತಾಡುತ್ತಾನೆ. ಬಹುಶಃ ಅಮಲ ಅಂಥ ಪರಿಸ್ಥಿತಿಯಲ್ಲಿ ಅಮಲಾಪುರವನ್ನು ಬಂದು ಸೇರದಿದ್ದರೇ, ಬಂದುಹೋಗುವಿಕೆ, ಇಷ್ಟರಮಟ್ಟಿನ ತುಡಿತ ಇರುತ್ತಿರಲಿಲ್ಲವೇನೋ? ಬಹುಶಃ ಇವಳು, ಅಲ್ಲಿ ಹೋಗಿ ಸೇರಿದರೇ, ಬಹುಶಃ ಅಮೆರಿಕನೇ ಅವ್ರ ತಾಯಿ ನೆಲವಾಗಿ ಬಿಡುತ್ತೆ" ಎಂದರು. ವಾಸ್ತವವನ್ನು ಉಸುರಿದರಷ್ಟೆ.

ಅವರೇನು ವಿಚಲಿತರಾಗಲಿಲ್ಲ. ಅದನ್ನು ಒಪ್ಪಲು ಶ್ರೀ ಮನ ಸಿದ್ಧವಾಗಲಿಲ್ಲ.

"ಬಹುಶಃ ಅಮಲ ಹೋಗೋ ಗ್ಯಾರಂಟಿ ಇಲ್ಲ! ಅವ್ರ ಕಸಿನ್. ಅಂದರೆ ವಿಭಾ ಚಿಕ್ಕಮ್ಮ ಕಸಿನ್ ರಿಚರ್ಡ್ ತನ್ನ ಪ್ರೇಮಪಾಶದಲ್ಲಿ ನಮ್ಮ ಹುಡ್ಗೀನ ಎತ್ತಿ ಒಯ್ಯಬೇಕಷ್ಟೆ. ಆ ವಿಚಾರದಲ್ಲೂ ನಾವು ಸಹಾಯ ಮಾಡೋ ಸ್ಥಿತಿಯಲ್ಲಿ ಇಲ್ಲ" ನಸುನಗೆ ಬೀರಿದ.

ಆಮೇಲೆ ಅಪ್ಪ ಮಗ ವಿರೂಪಾಕ್ಷ ಮಾಸ್ತರನ್ನ ಒಮ್ಮೆ ಭೇಟಿ ಮಾಡಲೇಬೇಕೆಂಬ ನಿರ್ಧಾರಕ್ಕೆ ಬಂದರು. ಅದಕ್ಕೆ ಶುಭಕರನ ಸಹಾಯ, ಸಹಕಾರ ಬೇಕಿತ್ತು.

"ತೀರಾ ನಿಕೃಷ್ಟ ಸ್ಥಿತಿಯಲ್ಲಿ ಕಂಡೆ. ತೀರಾ ಸವೆದುಹೋಗಿದ್ದರು" ಎಂದು ಒಂದು ಚಿತ್ರಣವನ್ನು ಅವರ ಮುಂದೆ ಇಟ್ಟಿದ್ದ. ಯಾಕೆ ಎಂಬುದೇ ಅರ್ಥವಾಗಿರಲಿಲ್ಲ. ಕರೆದೊಯ್ದದ್ದು ಅವರ ಮಗ, ಸೊಸೆ.

"ಶ್ರೀ ಅವ್ರ ಮಗ ನಹುಷ ಒಂದು ಅಪಾರ್ಟ್‌ಮೆಂಟ್‌ನ ಅಡ್ರೆಸ್ ಕೊಟ್ಟಿದ್ದ. ನನ್ನ ಡೈರಿಯಲ್ಲಿ ಇದೆ. ಅದ್ನ ಹಿಡ್ದು ತಲಾಷ್ ಮಾಡಬಹುದಲ್ಲ" ಎಂದರು. "ಸಿಟಿ ಬೃಹತ್ತಾಗಿ ಬೆಳೆದಿದೆ. ಆದ್ರೂ, ಇಂಟರ್‌ನೆಟ್ ಸೌಲಭ್ಯ ಇರೋದ್ರಿಂದ... ಅಷ್ಟೇನು ಕಷ್ಟವಾಗೋಲ್ಲ" ಎಂದ ಉತ್ಸಾಹದಿಂದ. ಅವನು ಸಮಾಜಮುಖಿ. ಬೇರೆಯವರಿಗೆ ಬೇಗ ಸ್ಪಂದಿಸುತ್ತಿದ್ದ. "ನಾಳೆ ಹೋಗ್ಬರೋಣ. ಒಂದಿಷ್ಟು ಕಾರಿನ ಕೆಲ್ಸವಿದೆ ಅಂದೆ. ಅದ್ನ ಮುಗ್ಸಿಕೊಂಡು ಬರ್‍ಬಹ್ದು. ಈಗಿರೋ ಶುಭನ್ನ ಅಪಾರ್ಟ್‌ಮೆಂಟ್ ನೋಡಿಲ್ಲ. ಹಾಗೇ ಹೋಗಿದ್ದು ಬರೋಣ. ಇವರಿಬ್ಬರನ್ನು ಕರೆದೊಯ್ದರೇ ಹೇಗೆ? ಸತ್ಯನ ಗ್ಯಾರಂಟಿ ಇಲ್ಲ. ಖಂಡಿತ ಅಮಲನಂತೂ ಕರ್ಕೊಂಡ್ ಹೋಗೋಣ" ಅಂದಾಗ ಹ್ಞೂಗುಟ್ಟಿದ. ಸ್ವತಂತ್ರವಾಗಿ ಸ್ಕೂಟರ್ ಓಡಿಸುವ ಹುಡುಗಿ ಆರಾಮಾಗಿ ಕಾಲೇಜಿಗೂ ಮನೆಗೂ ಓಡಾಡುತ್ತಿದ್ದದ್ದು ಮಾತ್ರವಲ್ಲ. ಕಿರುದಾರಿಗಳಲ್ಲೂ ಓಡಿಸುವಷ್ಟು ಪ್ರವೀಣಳಾಗಿದ್ದರಿಂದ ವಿಭಾಗೆ ಸಂತೋಷ, ಜೊತೆಗೆ ಬೇಸರ ಕೂಡ. 'ಹೇಗೋ ಇಲ್ಲಿಗೆ ಬಂದರೆ ಸಾಕು. ರಿಕ್ಕಿ ಜೊತೆ ಚಾಟಿಂಗ್ ಮಾಡ್ಬಹ್ದು. ಡೈರೆಕ್ಟಾಗಿ ಒಬ್ಬರಿಗೊಬ್ರು ಮಾತಾಡಿಕೊಳ್ಳಿ. ಶ್ರೀ ಸ್ವಲ್ಪ ಕನ್ವಿನ್ಸ್ ಮಾಡು' ಇಂಥ ಪಟ್ಟು ಆಕೆಯದು. ಆದರೆ ಅವನ ಪ್ರಯತ್ನಕ್ಕೆ ಮುಲಾಜಿಲ್ಲದೆ 'ನೋ...' ಅಷ್ಟೆ. ಅಮಲನ ಈ ವಿಚಾರದಲ್ಲಿ ಕನ್ವಿನ್ಸ್ ಮಾಡಲಾಗಲಿಲ್ಲ ಯಾರಿಗೂ.

ಅಂತು ಬೆಳಿಗ್ಗೆ ತಮ್ಮ ಇನ್ನೋವಾ ಕಾರಿನಲ್ಲಿ ಹೊರಟಿದ್ದು ಅಪ್ಪ, ಮಗಳು ಮಾತ್ರವಲ್ಲ, ಕೆಲಸವಿದ್ದವರನ್ನು ತುಂಬಿಸಿಕೊಂಡೇ ಹೊರಟಿದ್ದು. ಶನಿವಾರವಾದ್ದರಿಂದ ಶುಭ ಬಂದು ಜಾಯಿನ್ ಆದ.

ಗಾರ್ಡನ್ ಅಪಾರ್ಟ್‌ಮೆಂಟ್ ಶ್ರೀಮಂತಿಕೆಯಿಂದಲೇ ಕೂಡಿತ್ತು. ಅಡ್ರೆಸ್ ಹಿಡಿದು ಹೋದಾಗ ಅಲ್ಲಿ ಅಪಾರ್ಟ್‌ಮೆಂಟ್ ಖಾಲಿ ಮಾಡಿ ಆಗಿತ್ತು. ಇನ್ನು ನಹುಷನ ಯಾವುದೇ ವಿಳಾಸ ತಿಳಿದಿರಲಿಲ್ಲ. ಆದರೆ ಆ ಸಮಯದಲ್ಲಿ ಬಂದುನಿಂತ ಫಾರ್ಚೂನ್‌ನಿಂದ ಇಳಿದಿದ್ದು ಎಂಎಲ್‌ಎ ಚಿದಂಬರಂರ ಏಕೈಕ ಪುತ್ರ ಅಭಿನಂದನ್. "ಹಾಯ್, ಶುಭ" ಎಂದು ಕೈ ಕುಲುಕಿದಾಗ ಪರಿಚಯಿಸುವುದು ಅನಿವಾರ್ಯವಾಯಿತು. "ನನ್ತಂದೆ ಆನಂದಮೂರ್ತಿಗಳು, ನನ್ನಣ್ಣ ಶ್ರೀಕರ... ನನ್ನ ಸ್ವೀಟ್, ಸಿಸ್ಟರ್ ಅಮಲ" ಪರಿಚಯಿಸಿದರು. ಅಮಲ ಬಿಟ್ಟು ಯಾರು ಗೊಂದಲಕ್ಕೆ ಒಳಗಾಗಲಿಲ್ಲ. "ನನ್ನ

ಫ್ರೆಂಡ್.. ಅಭಿನಂದನ್" ಪರಸ್ಪರ ಪರಿಚಯದ ನಮಸ್ಕಾರಗಳು ವಿನಿಮಯವಾದವು.

ವಿನಯದಿಂದಲೇ ಉಭಯ ಕುಶಲೋಪರಿ ವಿಚಾರಿಸಿದ ನಂತರ ಶುಭ ಗಾರ್ಡನ್ ಅಪಾರ್ಟ್‌ಮೆಂಟ್‌ಗೆ ಬಂದಕಾರಣ, ನಂತರ ವಿಷಯ ಅರುಹಿದ "ಅರ್ಧಗಂಟೆಯಲ್ಲಿ ನಿಮ್ಗೇ ಪೂರ್ತಿ ಡೀಟೈಲ್ಸ್ ಕೊಡ್ತೀನಿ" ಆಶ್ವಾಸನೆ ನೀಡಿದ. ಬೀಳ್ಕೊಟ್ಟು ಹೊರಟವರು ಕಾರನ್ನು ಗ್ಯಾರೇಜ್‌ಗೆ ಬಿಟ್ಟು ಶುಭಕರನ ಅಪಾರ್ಟ್‌ಮೆಂಟ್‌ಗೆ ಹೋದರು. ತೀರಾ ಶ್ರೀಮಂತಿಕೆಯ ಪರಿಸರವಲ್ಲ. ಚಿಕ್ಕದಾಗಿದ್ದರೂ ಚೊಕ್ಕವಾಗಿತ್ತು. ಹನ್ನೆರಡು ಸಾವಿರ ಬಾಡಿಗೆ ಎಂದು ಹೇಳಿದ.

"ಮದ್ವೆಯಾದ್ರೂ ಸಾಕು ಬಿಡೋ, ಶುಭ. ಎನ್ವರಾನ್‌ಮೆಂಟ್ ಚೆನ್ನಾಗಿದೆ" ಎಂದು ಶ್ರೀ ಶಭಾಷ್‌ಗಿರಿ ಕೊಟ್ಟ. "ನಮ್ಮ ಎಂಎಲ್ಎ ಚಿದಂಬರಂ ಮಗ ಅಲ್ವಾ ಅಭಿನಂದನ್?" ವಿಚಾರಿಸಿದ. ದೊಡ್ಡ ರೀತಿಯ ಕುತೂಹಲವನ್ನು ವ್ಯಕ್ತಪಡಿಸಲಿಲ್ಲ. ಆದರೆ ಅಂದಿನ ಘಟನೆ ನೆನಪಿನಲ್ಲಿ ಉಳಿಯುವಂತೆ ಮಾಡಿತ್ತು.

"ತೀರ ಆಕಸ್ಮಿಕವಾಗಿ, ಮಾಲ್‌ನಲ್ಲಿ ಪರಿಚಯ. ಒಂದೆರಡು ಮೂರು ಸಲ ಭೇಟಿ. ಅಮಲಾಪುರದ ಜಾತ್ರೆಯಲ್ಲಿಯೇ ಎಂಎಲ್ಎ ಮಗ ಎಂದು ತಿಳಿದಿದ್ದು. ತೀರಾ ಸಿಂಪಲ್, ಸೋಷಿಯಲ್, ರಾಜಕೀಯದ ಜಬರದಸ್ತು ಇಲ್ಲ. ಈ ಹೊತ್ತಿನ ಭೇಟಿ ಕೂಡ ಆಕಸ್ಮಿಕವೇ. ಬಹುಶಃ ಅವ್ನ ಫ್ರೆಂಡ್ ಸರ್ಕಲ್ ದೊಡ್ಡದಿರಬಹುದು. ಅದ್ರಿಂದ ನಹುಷನ ವಾಸ ಬೇಗ ಪತ್ತೆ ಆಗುತ್ತೆ. ನಂಗೂ ವಿರೂಪಾಕ್ಷ ಮಾಸ್ತರನ್ನ ನೋಡಿದ ದಿನದಿಂದ ಆ ಚಿತ್ರವೇ ಉಳ್ದು ಬಿಟ್ಟಿದೆ." ತೀರಾ ನಿಸ್ತೇಜರಾಗಿದ್ದರು ಎಂದು ತಿಳಿಸಿದ ಸರಳವಾಗಿ.

ಹತ್ತು ನಿಮಿಷದಲ್ಲಿ ವಿಳಾಸದ ಮೆಸೇಜ್ ಕಳಿಸಿ ವಾಟ್ಸಪ್‌ನಲ್ಲಿ ಪೂರ್ತಿ ಡೀಟೈಲ್ಸ್ ತಿಳಿಸಿದ "ಥ್ಯಾಂಕ್ಯೂ.. ಥ್ಯಾಂಕ್ಯೂ" ಎಂದು ಅಭಿನಂದನ್‌ಗೆ ತಿಳಿಸಿ ಕಾಲ್‌ಕಟ್ ಮಾಡಿದ. ತಲೆ ಹರಟೆ ಅಲ್ಲವೆನಿಸಿತು. "ಗೊತ್ತಾಯಿತಲ್ಲ. ಫುಡ್ಕೀ ಭೇಟಿ ಮಾಡಿ ಬಿಡೋಣ. ನಮ್ಮ ಅಮ್ಮುನ ಕಂಡರೆ ಬಹಳ ಪ್ರೀತಿ. ಕೆಲವು ಸಮಯವಾದ್ರೂ ಗಿಡ, ಹೂಗಳ ಮಧ್ಯೆ ಬಹು ಎಚ್ಚರದಿಂದ ಆಟವಾಡಿಸುತ್ತಿದ್ದರು. ಅವ್ಳ ಚೇತರಿಕೆಗೂ ಅವರ ಪಾಲು ಕೂಡ ಇದೆ" ಆನಂದಮೂರ್ತಿಗಳು ವಿರೂಪಾಕ್ಷ ಮಾಸ್ತರನ್ನು ಕೃತಜ್ಞತೆಯಿಂದ ನೆನೆದರು.

ಅಣ್ಣ, ತಮ್ಮ ಕಿಚನ್ ಸೇರಿದಾಗ "ಅಡ್ಗೇ ಅಂಥದೇನು ಬೇಡ. ಆರಾಮಾಗಿ ಯಾವುದಾದ್ರೂ ಸಾಂಪ್ರದಾಯಿಕ ಹೋಟಲ್‌ಗೆ ಹೋಗಿ ಊಟ ಮಾಡಿ ಮುಂದಿನ ಕೆಲ್ಸ ಗಮನಿಸೋಣ" ಅಂದವರು ಅಮಲನ ಹುಡುಕಿಕೊಂಡು ರೂಮಿಗೆ ಬಂದಾಗ ಕಿಟಕಿಯ ಬಳಿ ನಿಂತು ಹೊರಗೆ ನೋಡುತ್ತಿದ್ದಳು. ಯಾಕೋ, ಏನೋ... ಅರ್ಥವಾಗಲಿಲ್ಲ. ಅಭಿನಂದನ್ ಪ್ರತಿಮೆ ಅವಳ ಮುಂದೆ ನಿಂತು ಮಂದಹಾಸ ಬೀರುತ್ತಿತ್ತು. ಅದರಲ್ಲಿ ಏನೋ ಮನೋಲ್ಲಾಸ. ಹಿಂದೆಂದೂ ಅನುಭವಿಸಲಾರದ ಮಧುರ ಭಾವ. ಎಲ್ಲಾ ವಿಚಿತ್ರವೆನಿಸಿ ಗೊಂದಲಕ್ಕೆ ಒಳಗಾಗಿದ್ದಳು.

"ಅಮ್ಮು, ಏನು ನೋಡ್ತಾ ಇದ್ದೀಯಾ ಮಗಳೇ? ನೀನು ಇಷ್ಟಪಟ್ಟರೆ

ಮುಂದಿನ್ವರ್ಷ ಇಲ್ಲೇ ಕಾಲೇಜಿಗೆ ಸೇರಬಹುದು" ಅಂದರು ಅವಳ ಬಳಿ ನಿಂತು "ನೋ, ಅಪ್ಪ... ನಂಗೆ ಅಮಲಾಪುರದ ಕಾಲೇಜೇ ಇಷ್ಟ" ನಸುನಗುತ್ತ ಅವಳ ಮುಂದೆಲೆ ಸವರಿದರು. ರಿಚರ್ಡ್‌ಫ್ಯಾಮಿಲಿಯವರು ಅಮಲನ ಮೆಚ್ಚಿಕೊಂಡಿದ್ದರು. ಅವಳ ಭವಿಷ್ಯದ ಬಗ್ಗೆ ಅದ್ಭುತವಾದ ಮಾತುಗಳನ್ನಾಡಿದ್ದರು. ತೆಗೆದುಹಾಕುವಂಥ ವರ ಅಲ್ಲ ರಿಚರ್ಡ್‌ಸನ್. ಎರಡು ಧರ್ಮದ ಆಚರಣೆಯು ಅವರ ಕುಟುಂಬದಲ್ಲಿ ಇತ್ತು. ಮಗನಿಗೆ ಕ್ರಿಶ್ಚಿಯಾನಿಟಿ ಹೆಸರಾದರೇ ಮಗಳನ್ನು ಅವಳಮ್ಮ ತಾಳಿ ಎಂದು ಕರೆಯುತ್ತಿದ್ದರು. ಕೆಲವು ವಿಚಾರಗಳಲ್ಲಿ ಆಗಾಗ ಗಲಾಟೆ ಸಾಮಾನ್ಯವಾಗಿತ್ತು.

ಹತ್ತಿರದ ಹೋಟಲ್‌ಗೆ ಹೋಗಿ ಊಟ ಮುಗಿಸಿ ಬಂದವರು "ಶ್ರೀ ನೀನು ಅಮ್ಮನ ಕರ್ಕೊಂಡ್ ಫ್ಲಾಟ್‌ಗೆ ಹೋಗು. ನಾನು ಶುಭಕರ ಒಂದು ರೌಂಡ್ ಹೋಗಿಬರ್ತೀವಿ." ಅಂದಾಗ ಆನಂದಮೂರ್ತಿ "ನಂಗೂ ವಿರೂಪಾಕ್ಷ ಮಾಸ್ತರನ್ನ ನೋಡ್ಬೇಕೆನಿಸಿದೆ. ನಾನು... ಬರ್ತೀನಿ" ಎಂದಾಗ ಓಕೆ ಅನ್ನಲೇಬೇಕಿತ್ತು.

ಸಿಟಿಯಿಂದ ಸ್ವಲ್ಪ ದೂರವಿದ್ದ ಅಪಾರ್ಟ್‌ಮೆಂಟ್‌ಗಳನ್ನ ಹೊಕ್ಕಾಗ ದೊಡ್ಡ ರೀತಿಯ ಸೆಕ್ಯೂರಿಟಿಯೇನು ಇರಲಿಲ್ಲ. ಆರಾಮಾಗಿ ಒಳಗೆ ಪ್ರವೇಶಿಸಿ ಸೆಕ್ಯೂರಿಟಿ ವಿಂಗ್‌ನಲ್ಲಿ ವಿಳಾಸದ ಚೀಟಿ ಹೇಳಿದಾಗ ಸಹಿ ಹಾಕಿಸಿಕೊಂಡು ದಾರಿ ತೋರಿಸಿದರು. ಆರು ಅಂತಸ್ತಿನ ಅಪಾರ್ಟ್‌ಮೆಂಟ್, ಲಿಫ್ಟ್ ಕೆಟ್ಟು ನಿಂತಿತ್ತು. ಐದು ಅಪಾರ್ಟ್‌ಮೆಂಟ್ ಹತ್ತಿ 360ನೇ ಅಪಾರ್ಟ್‌ಮೆಂಟ್‌ಗೆ ಹೋದಾಗ ಲಾಕ್ ಆಗಿತ್ತು.

ಪಕ್ಕದ ಅಪಾರ್ಟ್‌ಮೆಂಟ್‌ನವರನ್ನು ವಿಚಾರಿಸಿದಾಗ ಅವರ ವೇಷ ಭೂಷಣಗಳಿಂದಲೇ ಧಾರ್ಮಿಕ ಜನರೆನ್ನುವ ಅರಿವಾದಾಗ ಮಧ್ಯ ವಯಸ್ಸಿನ ಆ ಮನುಷ್ಯ "ಲಿಫ್ಟ್ ಕೆಟ್ಟಿದೆ. ಮೆಟ್ಟಿಲು ಹತ್ತಿಯೇ ಬಂದಿದ್ದೀರಿ. ಮೊದ್ಲು ಒಂದಿಷ್ಟು ನೀರು ಕುಡ್ದು ಸುಧಾರ್ಸಿಕೊಳ್ಳಿ" ಒಳಗೆ ಕರೆದರು. ಸಿಟಿಗಳಲ್ಲಿಯು ಇಂಥ ಜನರಿದ್ದಾರಲ್ಲ ಎಂದುಕೊಂಡೇ ಆನಂದಮೂರ್ತಿಗಳು ಒಳಗೆ ಅಡಿ ಇಟ್ಟಿದ್ದು. ಹೆಚ್ಚಿನ ಶ್ರೀಮಂತಿಕೆ ಕಾಣದ ಸಾಧಾರಣ ಸಂಸಾರ.

ನೀರಿನ ಜೊತೆ ಟೀ ಕೂಡ ಕೊಟ್ಟು ಉಪಚರಿಸಿದರು. ಇದ್ದಿದ್ದು ಗಂಡ, ಹೆಂಡತಿ ಎರಡು ಮಕ್ಕಳು.

"ಈಗ್ಹೇಳಿ.." ವಿಚಾರಿಸಿದರು.

"ನಹುಷ ಅವ್ರ ತಂದೆ ತಾಯಿಯುವರನ್ನ ಭೇಟಿ ಮಾಡಬೇಕಿತ್ತು" ಆನಂದಮೂರ್ತಿಗಳು ಮಾತು ಆರಂಭಿಸಿದರು. ಗಂಡಹೆಂಡತಿ ಮುಖಮುಖ ನೋಡಿಕೊಂಡರು. "ಇದ್ರು, ಈಗ ಇಲ್ಲ" ಅಂದರು ತುಸು ಇರಸುಮುರಿಸಿನಿಂದಲೇ.

ಆಮೇಲೆ ಸಾಕಷ್ಟು ವಿಚಾರಿಸಿಕೊಂಡ ನಂತರವೇ ಸತ್ಯ ತಿಳಿಸಿದ್ದು. "ಆ ದಂಪತಿಗಳ ನೋವು, ದುಃಖ ನೋಡಲಾರದೇ ನರಸಿಂಹಸ್ವಾಮಿ ದೇವಸ್ಥಾನದ ಪಕ್ಕದಲ್ಲಿ ಒಂದು ಜೋಪಡಿ ಇತ್ತು. ಅಲ್ಲಿಗೆ ಕರೆದೊಯ್ದು ಮುಟ್ಟಿದ್ದೇ. ತುಂಬು ಕಷ್ಟ ಅನುಭವಿಸ್ತ ಇದ್ರು. ಮಕ್ಕಳು ಕೆಲವೊಮ್ಮೆ ಶತ್ರುಗಳೇ! ಆ ಮಹಾತಾತಿ ಸೊಸೆ ದೇವತೆ ಹೊಟ್ಟೆ ತುಂಬ ತಿಂಡಿ ಕೂಡಾ ಹಾಕ್ತಾ ಇರ್ಲಿಲ್ಲ. ನೋಡಿ ಸಾಕಿದ್ವಿ, ಅವ್ರನ್ನ ಕುಂಭಮೇಳಕ್ಕೆ

ಅಟ್ಟೋ ಪ್ಲಾನ್" ಎಷ್ಟೋ ಹೇಳಿದಾಗ ಅಪ್ಪ ಮಕ್ಕಳು ಕಣ್ತುಂಬಿದರು. ಎಷ್ಟೋ ಸಮಯದವರೆಗೂ ಅವರಿಂದ ಮಾತನಾಡಲಾಗಲಿಲ್ಲ. ನಹುಷ ಬಂದು ಕಣ್ಮುಂದೆ ನಿಂತ. ತಂದೆಯಂತೆ ಹ್ಯಾಂಡ್‌ಸಂ ಪರ್ಸನಾಲಿಟಿ. ಆದರೆ ಸ್ವಾರ್ಥದ ಮುಖವಾಡ.

"ಉಪಕಾರವಾಯ್ತು" ಮೇಲೆದ್ದಾಗ "ನಾನು ಹೇಳಿದ್ವೀಂತ ಹೇಳ್ಬೇಡಿ. ಗಂಡ ಹೆಂಡ್ತಿ ಇಬ್ರೂ ಒಳ್ಳೆಯವರಲ್ಲ. ಕನಿಷ್ಟ ಮುಸ್ಸಂಜೆ ದಿನಗಳಲ್ಲಿ ನೆಮ್ದಿಯಿಂದ ಕಲಿಯಲೀಂತ ಕರೆದೊಯ್ದು ಬಿಟ್ಟೆ" ಆ ವ್ಯಕ್ತಿ ಸಂಕಟದಿಂದ ಹೇಳಿಕೊಂಡ. ನೆರವಾಗಲು ಯಾವುದೇ ಸಂಬಂಧ ಬೇಕಿರಲಿಲ್ಲ. ಅವರ ಮಾನವೀಯತೆಗೆ ಕೃತಜ್ಞತೆ ಸೂಚಿಸಿ ಹೊರಬಂದಾಗ ಎದುರಾದದ್ದು ನಹುಷ, ಪ್ಯಾಂಟ್, ಟೀ ಷರಟು ಬಿಚ್ಚುಗೂದಲಿನ ನಹುಷನ ಮಡದಿ.

"ಅರೇ ಅಂಕಲ್... ನೀವು ಅಮಲಾಪುರದ ಆನಂದಮೂರ್ತಿಗಳು ಅಲ್ವಾ?" ಅಚ್ಚರಿಯ ಜೊತೆ ಕಣ್ಣಲ್ಲಿ ಭಯವೂ ಇತ್ತು. "ಹೌದು, ನೆನಪಿದೆಯಲ್ಲ ವಿರೂಪಾಕ್ಷ ಮಾಸ್ತರನ್ನ ನೋಡೋ ಸಲುವಾಗಿ ಬಂದಿದ್ದು." ಅಷ್ಟೇ ಹೇಳಿದ್ದು. "ಬೈದಿ ಬೈ, ಅವ್ರು ಈಗ ಬಂಧುಗಳ ಮನೆಯಲ್ಲಿ ಇದ್ದಾರೆ. ಈಗತಾನೇ ಬಂದ್ವಿ, ನಿಮ್ಮನ್ನ ಆಹ್ವಾನಿಸಿ ಟ್ರೀಟ್ ಮಾಡೋ ಸ್ಥಿತಿಯಲ್ಲಿ ಕೂಡ ನಾವಿಲ್ಲ" ಅಂದ. ಶ್ರೀ ಹಲ್ಮುಡಿ ಕಚ್ಚಿಡಿದ. ಅವನಿಗಿಂತ ಒಂದು ನಾಲ್ಕು ವರ್ಷ ಹಿರಿಯ ನಹುಷ, ಪರಿಚಯ, ಸ್ನೇಹ ಎಲ್ಲ ಇತ್ತು.

"ಪರ್ವಾಗಿಲ್ಲ, ಮತ್ತೊಮ್ಮೆ ಬಂದು ಭೇಟಿ ಮಾಡ್ತೀವಿ" ಅಷ್ಟೆ ಅಂದು ನಡೆದವರನ್ನು ಮೂವರು ಹಿಂಬಾಲಿಸಿದರು. ಆನಂದಮೂರ್ತಿಗಳ ಕಣ್ಣುಗಳು ತೇವವಾಯಿತು. 'ಹೆತ್ತ ಮಗ ಬಂಧುಗಳ ಮನೆಯಲ್ಲಿದ್ದಾನೆ' ಉಸುರಿದ. ಆದರೆ ಪಕ್ಕದ ಮನೆಯ ವ್ಯಕ್ತಿ 'ತಾವೇ' ಅವ್ರ ಕಷ್ಟ ನೋಡಿ ಸಹಿಸಲಾರದೆ ನರಸಿಂಹಸ್ವಾಮಿ ದೇವರಗುಡಿಯ ಹಿಂದಿನ ಒಂದು ಕಲ್ಲುಮಂಟಪದಲ್ಲಿ ಈಗ ವಾಸವಾಗಿದ್ದಾರೆ' ಯಾವುದು ನಿಜ, ಯಾವುದು ಸುಳ್ಳು' ಸತ್ಯ ಶೋಧಿಸಲೇಬೇಕೆನಿಸಿತು ಅವರಿಗೆ.

"ಅಪ್ಪ, ಈಗೇನು ಮಾಡೋಣ?" ಕೇಳಿದ. "ಶ್ರೀ ವೆಹಿಕಲ್ ಕೊಟ್ಟರೇ, ಊರಿಗೆ ಹೊರಟುಬಿಡು. ಇನ್ನೊಂದು ದಿನ ಉಳ್ದು ಅವ್ರನ್ನ ತಲಾಷ್ ಮಾಡ್ಕೊಂಡೇ ಬರ್ತೀನಿ. ಆ ಜನ ಯಾವ ಸ್ಥಿತಿಯಲ್ಲಿ ಇದ್ದರೋ ಕಷ್ಟಪಟ್ಟು ತರಕಾರಿ, ಹೂ ಬೆಳೆದರು... ಒಬ್ಬರಲ್ಲಿ ಒಂದು ಪೈಸೆ ತಗೋತಾ ಇರ್ಲಿಲ್ಲ. ಮನೆ ಪಾಠ ಹೇಳ್ಕೊಂಡೆ ಎಷ್ಟೋ ಹಣ ಮಾಡಬಹುದಿತ್ತು ಅದ್ನ ಕೂಡ ಒಲ್ಲೆಯೆಂದ ವ್ಯಕ್ತಿ" ಮರುಕಗೊಂಡರು ಮನ ತೀವ್ರವಾಗಿ ಘಾಸಿಗೊಂಡಿತ್ತು.

ಶ್ರೀ ಹೋಗಲೇಬೇಕಿತ್ತು. ಶುಭಕರ ತನ್ನ ಹೊಸ ಕಾರಿನಲ್ಲಿ ಗ್ಯಾರೇಜ್ ಬಳಿ ಇಳಿಸಿದಾಗ ಇಳಿದ ಶ್ರೀ "ಅಮ್ಮು, ನಾವು ಹೋಗೋಣ್ವಾ?" ಕೇಳಿದ. "ಬೇಡ, ನಾನು ಅಪ್ಪನ ಜೊತೆ ಬರ್ತೀನಿ" ಅಂದಾಗ ಸಣ್ಣಗೆ ತಲೆಯ ಮೇಲೆ ಮೊಟಕಿ "ನಿನ್ನ ರಾಜಕುಮಾರ ರಿಚ್ಚಿ ನಿನ್ಹತ್ರ ಮಾತಾಡ್ಬೇಕಂತೆ. ಸಾಕಷ್ಟು ಸಲ ರಿಕ್ವೆಸ್ಟ್ ಮಾಡ್ಕೊಂಡ. ನಿನ್ನಿಂದ ನೋ ರೆಸ್ಪಾನ್ಸ್" ಹಂಗಿಸಿದ. ಅವಳು ಮುಖ ತಿರುವಿದಳು. ಅವಳಿಗೆ ರಿಚರ್ಡ್‌ಸನ್ ಬಗ್ಗೆ ಯಾವುದೇ ಆಸಕ್ತಿ ಇಲ್ಲ. ಅದನ್ನು ಅವಳಮ್ಮ ವಿಭಾ ಮತ್ತು ತಂದೆ ನಂದನ್‌ಗೆ ಸ್ಪಷ್ಟವಾಗಿ ಹೇಳಿ ಆಗಿತ್ತು. ಯಾಕೋ ವಿಭಾ ಸೋಲೊಪ್ಪಿಕೊಳ್ಳಲು

ಸಿದ್ಧವಿರಲಿಲ್ಲ.

ಸಂಜೆಯ ಸುಮಾರಿಗೆ ನರಸಿಂಹಸ್ವಾಮಿ ದೇವಸ್ಥಾನದ ಬಳಿ ಕಾರು ನಿಂತಾಗ ಹೂ ಮಾರುವವರ ದೊಡ್ಡ ಸಾಲಿನ ಜೊತೆ ಪೂಜಾ ಸಾಮಗ್ರಿಗಳನ್ನು ಇಟ್ಟುಕೊಂಡ ಅಂಗಡಿಗಳು ಇತ್ತು. ಅಲ್ಲೊಬ್ಬ ವ್ಯಕ್ತಿ ದೇವರ ಫೋಟೋ ಮತ್ತು ಸ್ಥಳ ಮಹಿಮೆಯ ಸಣ್ಣಪುಟ್ಟ ಪುಸ್ತಕಗಳನ್ನು ಹಿಡಿದು ಮಾರುತ್ತಿದ್ದವರೇ ವಿರೂಪಾಕ್ಷ ಮಾಸ್ತರರು. ವ್ಯಕ್ತಿ ಕೃಶವಾಗಿ ತೀರಾ ಕಂದಿಹೋಗಿದ್ದ.

ಆನಂದಮೂರ್ತಿಗಳು ದ್ರವಿಸಿಹೋದರು. ಎಂಥ ವ್ಯಕ್ತಿಗೆ... ಎಂಥ ಸ್ಥಿತಿ. ಕಣ್ಣಂಚಿನಲ್ಲಿ ಕಂಬನಿ ಮಡುವುಗಟ್ಟಿತು.

"ಅಪ್ಪ, ಅವ್ರೆ... ವಿರೂಪಾಕ್ಷ ಮಾಸ್ತರು" ಅಂದ ಶುಭಕರ ಕನ್ನಡಕವನ್ನು ಸರಿ ಮಾಡಿಕೊಳ್ಳುತ್ತ ಉದ್ಯೋಗಕ್ಕೆ ಸೇರಿದನಂತರ ಕಣ್ಣಿಗೆ ಕನ್ನಡ ಆರಿಸಿದ್ದು "ಅವ್ರಿಗೆ ಷಾಕ್ ಆಗೋದ್ಬೇಡ. ನೀನು ಮೊದ್ಲು ಹೋಗಿ ಮಾತಾಡ್ಸು" ಎಂದರು ಆನಂದಮೂರ್ತಿಗಳು. ಅಮಲಾಗೂ ಸಾಕಷ್ಟು ಶ್ಲೋಕ, ಕನ್ನಡದ ಕವಿಗಳನ್ನು ಪರಿಚಯಿಸಿದ ಮಹಾನುಭಾವ "ಅಪ್ಪ, ಅವ್ರನ್ನ ಅಮಲಾಪುರಕ್ಕೆ ಕರ್ಕೊಂಡ್ಹೋಗೋಣ" ಅವರ ಕೈಹಿಡಿದಳು. "ಹಾ... ಹಾ... ಕರ್ಕೊಂಡ್ ಹೋಗೋಣ. ಒಪ್ಪೋ ಕೆಲ್ಸ ನಿಂಗಿರಲೀ" ಎಂದು ಬಲವಂತವಾಗಿ ನಗೆ ಬೀರಿದಳು.

ಫೋಟೋ, ಪುಸ್ತಕಗಳನ್ನು ಖರೀದಿಸುವ ನೆಪದಲ್ಲಿ ಅವರನ್ನು ಆನಂದಮೂರ್ತಿಗಳ ಬಳಿಗೆ ಕರೆದೊಯ್ದಾಗ, ಅವರ ಕಣ್ಣಂಚಿನಲ್ಲಿ ಕಂಬನಿ, ಅದಕ್ಕೊಂದು ಭಯದ ಸ್ಪರ್ಶ, "ನನ್ಮಗ ಕಳಿಸಿದ್ನ? ನಾವು ಅಲ್ಲಿಗೆ ಬರೋಲ್ಲ" ಅಂದವರ ಕೈ ಹಿಡಿದುಕೊಂಡು "ಇಲ್ಲ... ಇಲ್ಲ... ಬರೀ ಆಕಸ್ಮಿಕ ಭೇಟಿಯಷ್ಟೇ" ಅಂದನಂತರ ಸ್ವಲ್ಪ ಸಮಾಧಾನ ಗೊಂಡವರು, ಗುಡ್ಡದ ಮೇಲೆ ನರಸಿಂಹಸ್ವಾಮಿ ದೇಗುಲದ ಹಿಂಭಾಗದಲ್ಲಿದ್ದ ಮೂರು ಅಂಕಣದ ಕಲ್ಲಿನ ಜೋಪಡಿಗೆ ಕರೆದೊಯ್ದರು.

ಅವರ ಪತ್ನಿ ಮೊದಲು ಗಾಬರಿಗೊಂಡರು. ಚೇತರಿಸಿಕೊಂಡು ಅಕ್ಕರೆಯಿಂದ ಚಾಪೆ ಹಾಕಿ "ಕೂತ್ಕೊಳ್ಳಿ... ಕೂತ್ಕೊಳ್ಳಿ" ಎಂದು ಉಪಚರಿಸಿದರು. ಲಕ್ಷಣವಾಗಿ ಬದುಕಿದ ಜನ ಈ ವಯಸ್ಸಿನಲ್ಲಿ ಜೋಪಡಿಯ ವಾಸ. ಒಂದು ಭಾಗದಲ್ಲಿ ಬಂದು ಸೀಮೆಎಣ್ಣೆ ಸ್ಟೌವ್, ಒಂದು ನಾಲ್ಕು ಪಾತ್ರೆ, ಒಂದೆರಡು ಡಬ್ಬಗಳು, ಜೊತೆಗೆ ಒಂದು ಚಾಪೆ, ಎರಡು ದಿಂಬು, ಹೊದೆಯಲು ಒಂದೆರಡು ಬೆಡ್‌ಷೀಟ್, ಇಷ್ಟೇ ಅವರ ಸಮಸ್ತವಾಗಿತ್ತು. ಆನಂದಮೂರ್ತಿಗಳ ಕಣ್ಣಂಚು ತೇವವಾಯಿತು.

"ಕೂತ್ಕೊಳ್ಳಿ" ಅಂದರು ವಿಶಾಲಾಕ್ಷಮ್ಮ.

ಸಂಕೋಚಿಸದೇ ಮೂವರು ಕೂತರು. ಸಣ್ಣ ತಾಮ್ರದ ಬಿಂದಿಗೆಯಲ್ಲಿದ್ದ ನೀರನ್ನು ಬಗ್ಗಿಸಿಕೊಟ್ಟ ನಂತರವೇ "ಸತ್ಯ, ಶ್ರೀ... ಹೇಗಿದ್ದಾರೆ? ಅಮಲಾಪುರದ ಜನ ಹೇಗಿದ್ದಾರೆ?" ವಿಚಾರಿಸಿದರು. ಊರಿನ ಮಾತುಕತೆಯ ನಂತರ ಮುಖ್ಯ ವಿಷಯಕ್ಕೆ ಬಂದರು. "ನಹುಷನ್ನ ಭೇಟಿಯಾಗಿದ್ದೆ. ಬಂಧುಗಳ ಮನೆಯಲ್ಲಿ ಇದ್ದಾರೆ ಅಂದ" ಅಂದ ಕೂಡಲೇ ಸರಸಕ್ಕೆ ಬಿಕ್ಕಿಬಿಕ್ಕಿ ಅಳಲು ಶುರು ಮಾಡಿದರು. ದುಃಖ ಕಟ್ಟೆಯೊಡೆದು

ನುಂಗುತ್ತಿತ್ತು. ಮಗನ ಮನೆಯಲ್ಲಿ ಅನುಭವಿಸಿದ್ದು ಭೀಕರ. ಒಂದು ದಿನ ಅನ್ನ ಜಾಸ್ತಿ ಮಾಡಿದ್ದಕ್ಕೆ ಸೊಸೆ ಮುಲಾಜಿಲ್ಲದೆ ಚಪಾತಿ ಲಟ್ಟಣಿಗೆ ತೆಗೆದು ಬಾರಿಸಿದ್ದರು. ಜೀವನದಲ್ಲಿ ಮೊದಲ ಸಲ ಬಿದ್ದ ಏಟುಗಳು.

"ಸ್ವಲ್ಪ ದಿನ ಅಲ್ಲೇ ಇದ್ದಿದ್ದರೇ ಕೊಂದು ಬಿಡ್ತಾ ಇದ್ರು" ಆಕೆ ಗೋಳೋ ಎಂದು ಅತ್ತರು. ವಿರೂಪಾಕ್ಷ ಮಾಸ್ತರು ಮಾತೇ ಆಡಲಿಲ್ಲ. "ಅವ್ಳು ರಾಕ್ಷಸಿ! ಅವನು ಹೇಳಿದ್ದಕ್ಕೆಲ್ಲಾ ತಲೆಯಾಡಿಸ್ತಾನೆ" ಸಾಕಷ್ಟು ಬೈದು ನಂತರ ಸಮಾಧಾನಗೊಂಡರು. "ಹೇಗೂ, ಚೆನ್ನಾಗಿ ಇದ್ಕೊಳ್ಳಿ ಬಿಡಿ. ನಮ್ಮ ಹಣೆಬರಹಕ್ಕೆ ಬೇರೆಯವರ್ನ ಹೊಣೆ ಮಾಡೋದು ಬೇಡ" ಶಾಂತವಾದ ನಂತರ ಮಾತು. "ದೇವರ ಪ್ರಸಾದ ಪೊಂಗಲು, ಪುಳಿಯೋಗರೆ ಇದೆ" ದೊನ್ನೆಗಳಲ್ಲಿ ಹಾಕಿ ಕೊಟ್ಟರು. ಅದೇ ಆತ್ಮೀಯತೆಯ ಭಾವ.

"ಮಾಸ್ತರರೇ, ಊರಿಗೆ ಹೋಗೋಣ. ನಿಮ್ದೇ ಅಲ್ಲೂ ಸಾಕಷ್ಟು ಮಕ್ಳು ಇದ್ದಾರೆ. ಅಲ್ಲಿನ ಮಕ್ಳಿಗೂ ನಿಮ್ಮ ಅನಿವಾರ್ಯತೆ ಇದೆ" ಎಂದರು. ಮೊದಲು ಬಡಪೆಟ್ಟಿಗೆ ಒಪ್ಪಲಿಲ್ಲ. "ಪ್ಲೀಸ್, ಬನ್ನಿ... ನಿಮ್ಮಿಂದ ನಾನು ಕಲಿಯೋದು ತುಂಬ ಇದೆ" ಅಮಲ ಕೂಡ ಒತ್ತಾಯವೇರಿದಳು.

ಸಾಕಷ್ಟು ಬಲವಂತದ ನಂತರವೇ ಒಪ್ಪಿಸಿ ಸೂಚಿಸಿದ್ದ ಮಾಸ್ತರು ದಂಪತಿಗಳು. ಟಾಕ್ಸಿ ಚಂದ್ರು ಬಂದವನೇ ಎಲ್ಲರನ್ನು ಅಮಲಾಪುರಕ್ಕೆ ಕರೆದೊಯ್ದು.

ಹೆತ್ತವರನ್ನು ಜೊತೆಗೆ ಕರೆದೊಯ್ಯುವ ಸಂತೃಪ್ತಿ ಆನಂದಮೂರ್ತಿಗಳದ್ದು.

* * *

ಕಾಲೇಜು ಮುಗಿಸಿಕೊಂಡು ಅಭೀ ಮನೆಗೆ ಬಂದಾಗ ಭಗವಾನ್ ಬಂದಿರುವುದು ಅರಿವಾಯಿತು. ಅವರ ಪರ್ಸನಲ್ ಸೆಕ್ರೆಟರಿ, ಪರ್ಸನಲ್ ಆಫೀಸರ್ ವರಾಂಡದಲ್ಲಿಯೇ ಎಡತಾಕುತ್ತಿದ್ದರು.

"ಅರೇ, ಕೂತ್ಕೊಳ್ಳಿ" ಎಂದ ನೋಡಿದ ಕೂಡಲೇ.

"ಸಾಹೇಬರ್ ಬಂದಿದ್ದಾರೆ" ಪರ್ಸನಲ್ ಸೆಕ್ರೆಟರಿ ಹೇಳಿದ.

"ಆಯ್ತು, ನಿಮಗ್ಯಾಕೆ ಚಡಪಡಿಕೆ? ಕೂತ್ಕೊಂಡ್ ರಿಲಾಕ್ಸ್ ಮಾಡ್ಕೊಳ್ಳಿ" ಎಂದವ ಒಳಗೆ ಹೋದವನೇ ಕಿಚನ್ ಅಸಿಸ್ಟೆಂಟ್ ಕರೆದು "ಹೊರ್ಗೆ ಇರೋ ಜನಕ್ಕೆ ಏನಾದ್ರೂ ಕೊಟ್ಟು ಉಪಕಾರ ಮಾಡಿದ್ದೀರಾ? ಎಲ್ಲಿ ಮೇಡಮ್ ಸಾಹೇಬರು?" ಕೇಳಿದ. "ಮೀಟಿಂಗ್‌ನಲ್ಲಿ ಇದ್ದಾರೆ. ವಿಚಾರ್ಸಿ ಏನಾದ್ರೂ ಕೊಡ್ಲಾ?" ಕೇಳಿದ ಕೂಡಲೇ ರೇಗಿದ.

"ಅದಕ್ಕೂ ಕಣೀ... ಕೇಳ್ಬೇಕಾ!" ಎನ್ನುತ್ತ ತನ್ನ ರೂಮಿಗೆ ಹೋದ. ಭಗವಾನ್ ಭಾವಿ ಮಾತ್ರ ಇರಬಹುದು. ಅಗತ್ಯಕ್ಕಿಂತ ಹೆಚ್ಚಿನ ಗೌರವ, ಪ್ರೀತಿ ತೋರಿಸಲು ಅವನಿಗಿಷ್ಟವಿಲ್ಲ. ಡ್ರೆಸ್ ಬದಲಾಯಿಸುವ ವೇಳೆಗೆ ಬಂದ ತಾರಿಣಿ "ನಿಸರ್ಗ ತಂದೆ ಬಂದಿದ್ದಾರೆ" ಹೇಳಿದರು. ಈಗ ರಜನಿ... ನಿಸರ್ಗ ಆಗಿದ್ದಳು.

"ಗೊತ್ತಾಯ್ತು" ಅಂದವ ಬಾತ್‌ರೂಮಿಗೆ ಹೋಗಿ ಬಾಗಿಲು ಹಾಕಿಕೊಂಡ. ಮಗನ ಸ್ವಭಾವ ಬಲ್ಲವರೇ. ಆದರೆ ಈಚೆಗೆ ಒಂದಿಷ್ಟು ಬದಲಾಗಿದ್ದಾನೆ ಅಂತ

ಅನಿಸಿತು. ಅದನ್ನು ಮಗನ ಮುಂದೆ ಮಾತ್ರವಲ್ಲ, ಗಂಡನ ಮುಂದೆ ಕೂಡ ಸಾಕಷ್ಟು ಹೇಳಿಕೊಂಡಿದ್ದರು.

ನಿಧಾನವಾಗಿಯೇ ಇಂದು ಕೆಂದಾವರೆ ಎಂದು ಗುನುಗುತ್ತ ಹೊರಬಂದವನು "ಮಿಸಸ್ ಚಿದಂಬರಂ, ಭಗವಾನರು ಇನ್ನು ಇಲ್ಲೇ ಇದ್ದಾರ? ಏನಂತೆ? ವಿಶೇಷ ವಾಸ್ತು ಮಹಾಪುರುಷರು ಹೇಳಿದಂತೆ ಬಂಗ್ಲೆನ ಡೆಮಾಲಿಷ್ ಮಾಡಿದ್ದು ಆಯಿತಂತ? ಆ ಬಗ್ಗೆ ಚರ್ಚೆನಾ?" ಎಂದು ವ್ಯಂಗ್ಯವಾಗಿ ಕೇಳಿದ. ನಿಜವಾಗಿ ಈ ವಿಷಯವಾಗಿ ಅವನಿಗೆ ಬೇಸರವಾಗಿತ್ತು. ನಿಸರ್ಗ ನಿರ್ಮಿಸಿ ಬಹಳ ವರ್ಷಗಳೇನು ಆಗಿರಲಿಲ್ಲ. ಭವ್ಯವಾದ ಬಂಗ್ಲೆ. ಎಲ್ಲಾ ದೃಷ್ಟಿಯಲ್ಲಿ ಅದ್ಭುತವಾದ ಟೆಕ್ಸ್‌ಚರ್. ಆದರೆ ಶ್ರೀಮತಿ ಭಗವಾನ್ ಬಾತ್‌ರೂಂನಲ್ಲಿ ಜಾರಿಬಿದ್ದು ಕೆಲವು ತಿಂಗಳು ಆಸ್ಪತ್ರೆ, ಆಮೇಲೆ ವೀಲ್‌ಚೇರ್... ಈಗ ಸರಿಯಾಗಿದ್ದರೂ ಅದೊಂದು ನೆಪವಾಗಿರಿಸಿಕೊಂಡು ವಾಸ್ತುಶಾಸ್ತ್ರಜ್ಞನ ಸಲಹೆಯಿಂದ ಇಡೀ ಬಿಲ್ಡಿಂಗ್ ಡೆಮಾಲಿಷ್ ಮಾಡಲು ಮುಂದಾದಾಗ ಚಿದಂಬರಂ ಕೂಡ ಬುದ್ಧಿ ಹೇಳಿ ಸೋತಿದ್ದರು.

"ಹೋಗಿ ಮಾತಾಡ್ಸು, ಅವರೇನು... ಅಂದ್ಕೋಬೇಕು? ನಿನ್ನ ಬಗ್ಗೆ ಒಂದು ನಾಲ್ಕು ಸಲವಾದ್ರೂ ಪ್ರಸ್ತಾಪಿಸಿದ್ರು. ಸೆಂಟ್ರಲ್ ಮಿನಿಸ್ಟ್ರಿಯಲ್ಲಿ ಸಾಕಷ್ಟು ಜನ ಅವ್ರಿಗೆ ಬೇಕಾದವರೇ ಇದ್ದಾರೆ" ಅಂದರು ಮೆಲುದನಿಯಲ್ಲಿ. ಅವನು ದೊಪ್ಪನೆ ಮಂಚದ ಮೇಲೆ ಕೂತ "ಇರ್ಲೀ ಬಿಡಮ್ಮ ನಂಗೂ ಸಾಕಷ್ಟು ಜನ ಫ್ರೆಂಡ್ಸ್ ಇದ್ದಾರೆ. ಅವ್ರುಗಳು ಏನೇನೋ ಆಗ್ತಾರೋ. ಆದರೆ ಒಬ್ಬ ಸುಭಾಷ್‌ಚಂದ್ ಬೋಸ್, ಒಬ್ಬ ವಿವೇಕಾನಂದ, ಒಬ್ಬ ಭಗತ್‌ಸಿಂಗ್ ಆಗೋಂಥವ್ರು ಯಾರಾದ್ರೂ ಇದ್ದಾರಂತ? ತಲಾಷ್ ಮಾಡ್ತಾ ಇದ್ದೀನಿ, ನಂಗೇನು ಕಾಣ್ಸೋಲ್ಲ. ಈ ನಿನ್ನ ಮಗ ಭೂಪ ಕೂಡ ಪ್ರಯೋಜನವಿಲ್ಲ" ಎಂದು ಕೈಯಾಡಿಸಿಬಿಟ್ಟಾಗ, ಅವರಿಗೆ ತಲೆಚಚ್ಚಿಕೊಳ್ಳಬೇಕೆನಿಸಿತು.

"ಒಗಟು... ಒಗಟಾಗಿ ಮಾತಾಡ್ತೀ. ನಂಗೆ ಏನೇನು ಅರ್ಥವಾಗೋಲ್ಲ. ಅವೆಲ್ಲ ಬೇಡ. ಹೋಗಿ ಮಾತಾಡ್ಸು ಅವರನ್ನ. ಅವ್ರು ನಿಸರ್ಗ ತಂದೆ ಕಣೋ" ಸಿಡುಕಿ ಹೋದರು. ಅವನು 'ಉಸ್' ಎಂದು ನಿಟ್ಟುಸಿರುದಬ್ಬಿ ರೂಮಿನಿಂದ ಹೊರಗೆ ಬಂದವನು ನೇರವಾಗಿ ದಿವಾನ್‌ಖಾನೆಯ ಮೀಟಿಂಗ್ ಹಾಲ್‌ಗೆ ಹೋಗದೇ ಡೈನಿಂಗ್ ಹಾಲ್‌ಗೆ ಬಂದವ ಟೇಬಲ್ ಮುಂದೆ ಕೂತು "ಹಾಯ್... ಕಣೋ..." ಕೂಗಿದ. ಅವನು ಕೆಲವೊಮ್ಮೆ ಹೆಚ್ಚು ಜನ ಬಂದಾಗ ಕುಕ್, ಮಿಕ್ಕ ಸಮಯದಲ್ಲಿ ತಾರಿಣಿಯವರಿಗೆ ಅಸಿಸ್ಟೆಂಟ್. ಅವನನ್ನು ಬಿಟ್ಟು ಇನ್ನೊಬ್ಬ ಹುಡುಗ. ಅವನಿಗೆ ಮಾತ್ರ ಸಂಬಳ ಅಂಥದೇನು ಇರಲಿಲ್ಲ. ಎಂಎಲ್ಎ ಅಭಿಮಾನಿಗಳ ಕಡೆಯ ಹುಡುಗ. ಮೊದಲು ಬಂದುನಿಂತಿದ್ದು ಆ ಹುಡುಗನೆ. ಅವನದು ಅತಿ ವಿನಯ. "ಈಗೇನು ರೆಡಿ ಇದ್ಯೋ ಅದ್ನ ತಗಂಡ್... ಬಾ" ಹೇಳಿದಕೂಡಲೇ ಅದೃಶ್ಯನಾದ. ಅವನಿಗೆ ನಗು ಬಂತು. "ನಿಂಗ್ಯಾಕೇ ಸಂಬಳ ಬೇಡ?" ಕೇಳಿದ್ದ ನಟರಾಜನನ್ನು.

"ಏನು ಬೇಡ, ಚಿಕ್ಕ ಯಜಮಾನ್ರ ಅವ್ರ ದಯೆ ನನ್ಮೇಲೆ ಇದ್ದರೆ ಸಾಕು" ಎಂದಾಗಲೇ ಇವನು ಬಹಳ ಡೇಂಜರ್ ಎಂದು ಅವನಿಗೆ ಗೊತ್ತಾಗಿತ್ತು. "ಡ್ಯಾಡಿಯೇನಾದ್ರೂ ಮಿನಿಸ್ಟರ್ ಆದರೆ ಸೀಟಿಗಾಗಿ ಅಪ್ಲಿಕೇಷನ್ ಹಿಡಿದು ಬರೋನು

ಇವನೇ" ಅಮ್ಮನಿಗೆ ಹೇಳಿದ್ದೆ. ಆಕೆ ನಕ್ಕಿದರು.

ಬಿಸಿ ಪಲಾವ್ ಜೊತೆ ಮೊಸರು ಬಜ್ಜಿ, ಜಾಮೂನ್ ರೆಡಿಯಾಗಿ ಬಂದು ಅವನ ಮುಂದೆ ಕೂತಿತು. "ಎಲ್ಲರದು ಆಯ್ತಾ?" ವಿಚಾರಿಸೋ ವೇಳೆಗೆ ತಾರಿಣಿ ಬಂದರು. "ಟೋಟಲ್ ಹದಿನೈದು ಜನ. ಅದಕ್ಕೆ ಕಣೋ ಅಡ್ಗೇನ ನಟರಾಜನಿಗೆ ಒಪ್ಪಿಸ್ದೇ. ಹೇಗಿದೆ?" ಕೇಳಿದರು ಒಂದಿಷ್ಟು ಸುಸ್ತು ನಟಿಸುತ್ತ.

"ಕೂತ್ಕೊಳ್ಳಿ ಮಿಸಸ್ ತಾರಿಣೀ ಚಿದಂಬರಂ ಅವ್ರೆ, ನಾಲ್ಕು ಸ್ಪೂನ್ ಟೇಸ್ಟ್ ನೋಡಿ. ಒಮ್ಮೆಯಾದ್ರೂ ನೀವು ಕೈಯಾಡಿಸಿದ್ದರೆ ವಿಶೇಷ ರುಚಿ ಬಂದಿರೋದು, ಈಗ ಮಾಮೂಲಿ ಟೇಸ್ಟ್" ಒಂದು ಸ್ಪೂನ್ ಬೇಡಬೇಡವೆಂದರೂ ಅಮ್ಮನ ಬಾಯಿಗಿಟ್ಟ "ಸುಮ್ಮನಿರೋ, ಹುಡ್ಗಾಟಕ್ಕೂ ಒಂದು ರೀತಿ-ರಿವಾಜು ಇದೆ, ನೀನ್ಹೋಗಿ ಮಾತಾಡಿಸಲಿಲ್ವೇ ಅನ್ನೋ ಟೆನ್‌ಷನ್ ನಂದು. ಹೋಗಿ ಅವ್ರುಗಳ ನಡ್ವೇ ಮಾತಿಗೆ ಕೂಡು. ವಿಶ್ವಾಸ ತೋರಿಸೋಕೆ ಇದೆಲ್ಲ ಬೇಕು. ಅವ್ರು ನಿಸರ್ಗ ತಂದೆ. ದೊಡ್ಡ ಉದ್ದಿಮೆದಾರರು. ನಿನ್ನ ಸ್ಟೇಟಸ್ ಬೆಳೆಸೋಕೆ ಅವ್ರು ಕೂಡ ಕಾರಣರಾಗ್ತಾರೆ" ಅಂದರು. ಆಮೇಲೆ ಮಾತೇ ಇಲ್ಲ. ತಟ್ಟೆಯಲ್ಲಿದ್ದನ್ನು ಮುಗಿಸಿಯೇ ಮೇಲೆ ಎದ್ದಿದ್ದು. ಅಮ್ಮನ ಮಾತು ಅವನಿಗೆ ಇಷ್ಟವಾಗಿರಲಿಲ್ಲ.

ಕರೆಬಂದ ಮೇಲೆಯೇ ಅವನು ರೂಮಿಗೆ ಹೋಗಿದ್ದು ರೂಢಿಯಾಗಿತ್ತು, ಇಂದು ಬೇಡವೆನಿಸಿದರೂ ಹತ್ತಿರಕ್ಕೆ ಹೋಗಿ ಭಗವಾನ್‌ಗೆ ನಮಸ್ಕರಿಸಿದ ನಂತರ ಅವರ ಎದುರು ಕೂತ. ಈಗ ಅಲ್ಲಿ ಇದ್ದಿದ್ದು ಚಿದಂಬರಂ ಮತ್ತು ಭಗವಾನ್ ಮಾತ್ರ.

"ಹೇಗೆ ನಡೀತಾ ಇದೆ?" ಕೇಳಿದರು.

ವಿಸ್ಮಯದಿಂದ ತಂದೆಯ ಕಡೆ ನೋಡಿದ. "ನಿನ್ನ ಎಜುಕೇಷನ್ ಬಗ್ಗೆ..." ಅಂದರು. ಒಂದೆರಡು ನಿಮಿಷಗಳ ಮೌನದ ನಂತರ "ಬಹುಶಃ ಆ ಬಗ್ಗೆ ಸೀರಿಯಸ್ಸಾಗಿ ಥಿಂಕ್ ಮಾಡ್ದೇ ಇರೋದು ತಪ್ಪಾಯ್ತು. ಮಮ್ಮಿಗಾಗಿ ಕೆಲವು ಬದಲಾವಣೆಗಳು. ನಿಮ್ಮ ಸಲಹೆ ಪ್ರಕಾರ ಕೆಲವೊಮ್ಮೆ, ಹೇಗೋ ಎಂಬಿಎ ಸೇರಿದ್ದೀನಿ. ಪೂರ್ತಿ ಮಾಡ್ತೀನಿ. ನಂತರದ ನಿರ್ಣಯ ನಂದೇ ಆಗಿರುತ್ತೆ" ಕೊನೆಯ ಮಾತನ್ನು ಒತ್ತಿ ಹೇಳಿದ. ಅದು ಚಿದಂಬರಂ ಮನಸ್ಸು ತಟ್ಟಿತು. ಆದರೆ ಭಗವಾನ್‌ಗೆ ಏನು ತಟ್ಟಲಿಲ್ಲ. ಅವನ ವಿದ್ಯಾಭ್ಯಾಸದ ಬಗ್ಗೆ ಕನ್‌ಫ್ಯೂಸ್ ಆಗಿದ್ದು ಅರಿವಿಗೆ ಬಂತು.

"ಗುಡ್ ಕಾನೂನು ಅರಿತು ರಾಜಕೀಯಕ್ಕೆ ಬಂದವರೇ ಸಕ್ಸಸ್‌ಪಾಯಿಂಟ್ ಮುಟ್ಟಿದ್ದು. ವೆರಿ... ವೆರಿ... ಗುಡ್... ನಿನ್ನ ರಾಜಕೀಯ ಪ್ರವೇಶಕ್ಕೆ ಇದೂ ಒಂದು" ಅಂದೇಬಿಟ್ಟರು. "ಅರೇ, ನಾನು ರಾಜಕೀಯಕ್ಕೆ ಹೋಗ್ತೀನೀಂತ ನಿಮ್ಗೆ ಯಾರು ಹೇಳಿದ್ದು? ಆ ವ್ಯವಹಾರ ಖಂಡಿತ ನನ್ನಂತವರಿಗಲ್ಲ" ಪಟ್ಟನೆ ನುಡಿದ. ವೈಮನಸ್ಸು ಬೇಡವೆಂದು "ಮೊದ್ಲು ಮುಗೀಲೀ, ಆಮೇಲೆ ಯೋಚಿಸಿದರಾಯ್ತು" ಎಂದು ಅದನ್ನು ಬುದ್ಧಿವಂತಿಕೆಯಿಂದ ಮುಗಿಸಿದರು ಚಿದಂಬರಂ.

ಆಮೇಲೆ ಅವರ ಮಾತುಗಳು ಬೇರೆಡೆ ಹೊರಳಿದಾಗ ಅವನೆದ್ದು ಹೊರಗೆ ಬಂದ. ನೇರವಾಗಿ ತಾರಿಣಿಯವರ ರೂಮಿಗೆ ಬಂದು "ನನ್ನ ಹುಟ್ಟಿಸಿದ ಅಪ್ಪನಿಗೆ

ಇಲ್ಲದ ಹಕ್ಕು ಭಗವಾನ್‌ಗೆ ಇದ್ಯಾ? ಪ್ರತಿಯೊಂದನ್ನು ಅವ್ರ ನಿಯಂತ್ರಣದಲ್ಲಿ ಇರಲು ಬಯಸ್ತಾರೆ. ಇನ್ಮುಂದೆ ಇದೆಲ್ಲ ನಡೆಯೋಲ್ಲಾಂತ ಆ ಮನುಷ್ಯನಿಗೆ ಹೇಳ್ಬಿಡು." "ಸವಾಲೆಸೆದಂತೆ ಹೇಳಿ ಕಾರಿನ ಕೀ ಹಿಡಿದು ಹೊರಗೆ ಹೋದ. ಅವರು ಹೇಳಿದಾಗ ಕೆಲವನ್ನು ಕೇಳಿದ್ದುಂಟು. ಅದು ಅತಿರೇಕಕ್ಕೆ ಹೋಗಿದೆಯೆಂದು ತಿಳಿದಮೇಲೆ ಪ್ರತಿಭಟಿಸಬೇಕೇನಿಸುತ್ತಿತ್ತು. ತಂದೆಯ ಬಗ್ಗೆ ಅಪಾರವಾದ ಗೌರವವಿದ್ದುದರಿಂದ ಸುಮ್ಮನಾಗಬೇಕಾಗುತ್ತಿತ್ತು. ಅವರ ಪ್ರಕಾರ ಅವನು ಕಾನೂನು ವಿದ್ಯಾರ್ಥಿಯಲ್ಲ.

ಒಂದು ಕಿಲೋಮೀಟರ್ ಕ್ರಮಿಸುವ ವೇಳೆಗೆ ಮೊಬೈಲ್ ಸದ್ದು ಮಾಡಿತು. ಲೈನ್‌ನಲ್ಲಿ ಇದ್ದಿದ್ದು ಚಿದಂಬರಂ. "ಹಲೋ..." ಅಂದ. "ಸಾರಿ, ಮಗನೇ ಮನೆಗೆ ಬಾ. ಕೆಲವೊಮ್ಮೆ ಸಂಬಂಧಗಳನ್ನು ಕಡಿದುಕೊಳ್ಳಲಾರದೆ ಕಾಂಪ್ರಮೈಸ್ ಆಗಬೇಕಾಗುತ್ತೆ. ಮನಸ್ಸಿನ ಸ್ಥಿತಿ ಸರಿ ಇಲ್ಲದಾಗ ಡ್ರೈವಿಂಗ್ ಬೇಡ. ಪ್ಲೀಸ್, ಹಿಂದಿರುಗಿ ಬಾ" ರಿಕ್ವೆಸ್ಟ್ ಮಾಡಿಕೊಂಡರು. ಹೌದು ತಂದೆಯ ಮಾತು ಮೀರುವಷ್ಟು ಅವಿಧೇಯನಲ್ಲ. "ಓಕೇ, ಡ್ಯಾಡ್..." ಕಾಲ್‌ಕಟ್ ಮಾಡಿ ಕಾರನ್ನು ಹಿಂದಿರುಗಿಸಿದ. ತಾರಿಣಿ ಕಣ್ತುಂಬಿ ಹೊರಗಡೆಯೇ ನಿಂತಿದ್ದವರು ಮಗನನ್ನು ನೋಡಿ ಕಣ್ಣೊರೆಸಿಕೊಂಡು ಹೋದರು. ಒಂದತ್ತು ಜನ ಅಭಿಮಾನಿಗಳು ಅವರ ಕ್ಷೇತ್ರದ ಜನರೆನ್ನುವವರು ವರಾಂಡದಲ್ಲಿ ಕೂತವರು ಎದ್ದು ನಿಂತು ಗೌರವ ತೋರಿಸಿದಾಗ "ನಾನು ಚಿಕ್ಕವನು, ಅಷ್ಟೊಂದು ಗೌರವ ತೋರಿಸೋದೇನು ಬೇಡ. ನಾನು ಬರೀ ಎಂಎಲ್ಎ ಮಗ ಅಷ್ಟೆ. ಎಂಎಲ್ಎ ಅಲ್ಲ" ಎಂದು ಹೇಳಿಯೇ ಒಳಗೆ ಹೋದದ್ದು. ಅವನಿಗೆ ಇದೆಲ್ಲ ಇಷ್ಟವಾಗುತ್ತಿರಲಿಲ್ಲ.

ರೂಮಿನಲ್ಲಿದ್ದ ತಾಯಿಯ ಎದುರು ಹೋಗಿ ಕೂತ. "ನಾನು ಹಿಂದಿರುಗೋಕೆ ಡ್ಯಾಡಿ ಹತ್ರ ಫೋನ್ ಮಾಡ್ಸಬೇಕಿತ್ತಾ? ನೀನೇ ಮಾಡಬಹುದಿತ್ತು. ತಾರಿಣಿದೇವಿ ಚಿದಂಬರಂ ಅವರೇ" ಎಂದು ತೋಳು ಹಿಡಿದಾಗ ಕೊಡವಿಕೊಂಡು "ಅಬ್ಬ, ನಮ್ಮ ದೇವ್ರ ಸತ್ಯ ನಮ್ಗೇ ಗೊತ್ತಿಲ್ವಾ? ನಾನು ಕಾಲ್ ಮಾಡಿದ್ರೆ, ಬರ್ತಾ ಇದ್ಯಾ?" ಕೇಳಿದರು.

"ಬಹುಶಃ ಇಲ್ಲ" ಅನಾಯಾಸವಾಗಿ ಹೇಳಿದವ ಅಮ್ಮನ ಕೈಹಿಡಿದು ಕೂಡಿಸಿ ತಾನು ಮೊಣಕಾಲಿನಲ್ಲಿ ಕೂತು ಅಮ್ಮನ ತೊಡೆಯ ಮೇಲೆ ಇಟ್ಟು ಮತ್ತೆ ತಲೆಯೆತ್ತಿ "ನಾನು ಮೆಜಾರಿಟಿಗೆ ಬಂದವ. ಜೊತೆಗೆ ನಿಮ್ಮ ಆಣತಿಯಲ್ಲಿ ಬೆಳೆದವ. ಓದಿದ್ದು ಒಳ್ಳೆ ಸ್ಕೂಲಿನಲ್ಲಿ. ತೀರಾ ಅವಿಧೇಯನಲ್ಲ. ನಾನು ಎಂಎಲ್ಎ ಮಗ ಅನ್ನೋ ಅಹಂಕಾರ ನಂಗೆ ಇಲ್ಲವೇ ಇಲ್ಲ. ಮೊದ್ಲು ಅಲ್ಪಸ್ವಲ್ಪ ಇತ್ತು. ಈಗ ಹೆಚ್ಚುಕಡ್ಮೆ ಪೂರ್ತಿಯಾಗಿ ಇಲ್ಲ ಅಂತ್ಲೇ ಇಟ್ಕೋ. ಜನರಿಂದ ಎಲೆಕ್ಟ್ ಆದವರು ಅವ್ರ ಆಶೋತ್ತರ ಈಡೇರಿಸಲು ಕಂಕಣಬದ್ಧರಾಗಿ ಇರಬೇಕು ಮಾತ್ರವಲ್ಲ ವಿಧೇಯತೆ ಕೂಡ ಇರ್ಬೇಕು" ಮಗನ ಮಾತುಗಳಿಗೆ ಆಕೆ ಎರಡು ಕಿವಿಗಳನ್ನು ಮುಚ್ಚಿಕೊಂಡರು.

"ನಂಗೆ ಇದೆಲ್ಲ ಅರ್ಥ ಆಗೋಲ್ಲ. ನಂಗೆ ನನ್ನ ಗಂಡ, ನನ್ನ ಮನೆ, ನನ್ಮಗ ಮಾತ್ರ ಮುಖ್ಯ. ಮಿಕ್ಕಿದ್ದೆಲ್ಲ ನಂಗೆ ಬೇಡ". ಘಂಟಾಘೋಷವಾಗಿ ಹೇಳಿದಾಗ ಅವನು ಆರಾಮಾಗಿ ನೆಲದ ಮೇಲೆ ಆಸೀನನಾದವ ಅಮ್ಮನನ್ನೇ ನೋಡಿದ. "ಹೇಳಿದರಲ್ಲ, ಇನ್ನ ಏನು ಹೇಳಿದರೂ ಕೇಳಿದರೂ ಪ್ರಯೋಜನವಿಲ್ಲ. ಅದ್ಕೇ ಡ್ಯಾಡಿ ನಿಂಗೇನು ಹೇಳೋಲ್ಲ. ಹೆಚ್ಚು ನಿರೀಕ್ಷೆ ಇಟ್ಟುಕೊಂಡಿಲ್ಲ. ಈ ಸೀರಿಯಸ್ ವಿಷ್ಯಗಳು

ಬೇಡ. ಸದಾ ಗಂಡನ, ಮಗನ ಯೋಗಕ್ಷೇಮ ಬಯಸೋ ನಿಂಗೆ ಅಮಲಾಪುರದ ಅಮಲೇಶ್ವರ ಒಳ್ಳೆಯದೇ ಮಾಡ್ತಾನೆ. ಈಗ ನಾನೇನು ಮಾಡ್ಬೇಕು?" ವಿಧೇಯತೆ ನಟಿಸಿದ ಆಕೆ ಪ್ರಸನ್ನರಾದರು.

"ದೆಹಲಿಯಲ್ಲಿ ಭಗವಾನ್ ಅವ್ರು ಒಂದು ಸಣ್ಣ ದೇವತಾ ಫಂಕ್ಷನ್ ಫ್ಯಾಮಿಲಿ ಮಟ್ಟದಲ್ಲಿ ಆಯೋಜಿಸಿದ್ದಾರಂತೆ. ನಿನ್ನ, ನನ್ನ ಫ್ಲೈಟ್ ಸೀಟ್‌ಗಳು ರಿಸರ್ವ್ ಆಗಿದೆಯಂತೆ. ಜೊತೆಯಲ್ಲೇ ಕರ್ಕೊಂಡ್ಹೋಗ್ಬೇಕೂಂತ ಇದ್ದಾರಂತೆ. ಅದಕ್ಕೆ ನಿನ್ನ ವಾಪಸ್ಸು ಕರಿಸ್ಕೊಂಡಿದೆ. ಅವ್ರು ತಮ್ಮ ಏಕಮಾತ್ರ ಮಗಳ ಮುಂದಿನ ಭವಿಷ್ಯ ಶುಭಪ್ರದವಾಗಿರಲೀಂತಲೇ ಮಾಡಿಸೋದು. ಅದಕ್ಕೆ ನಿನ್ನ ಅಗತ್ಯ ಕೂಡ ಇರುತ್ತೆ" ನಿಧಾನವಾಗಿಯೇ ಹೇಳಿದರು. ಅಭಿನಂದನ್ ಎದ್ದು ನಿಂತ. ಇಂಥದನ್ನ ಕೆಲವು ಮಟ್ಟಿಗೆ ಸಹಿಸಿದ್ದು ಆಗಿತ್ತು. ಇಂದು ಅವನು ತಾಳ್ಮೆ ಕಳೆದುಕೊಂಡ.

"ನಾನು ಸ್ಟೂಡೆಂಟ್. ಕಾಲೇಜು ಇದೆ. ಫೈನಲ್ ಇಯರ್ಸ್ ನಂಗೆ ತುಂಬಾ ಇಂಪಾರ್ಟೆಂಟ್. ನಂಗೂ, ಅವ್ರ ಮಗಳಿಗೂ ಈಗ ಯಾವ್ದೇ ಸಂಬಂಧವಿಲ್ಲ. ಈಗ ಪ್ರತಿಯೊಂದಕ್ಕೂ ನನ್ನ ಯಾಕೆ ಥಳಕು ಹಾಕ್ಕೋತಾರೆ? ನಂಗೂ, ನಿಸರ್ಗಗೂ ಮದ್ವೆ ಆಗಿದ್ಯಾ?" ಕೇಳೇಬಿಟ್ಟ. ಮಗನ ವಾಗ್ಝರಿಯನ್ನು ಎದುರಿಸುವುದು ಆಕೆಗೆ ಕಷ್ಟವೇ. ಆದರೂ ಅತ್ಯಂತ ತಾಳ್ಮೆಯಿಂದ "ನಿಂಗೂ, ಅವ್ಳಿಗೂ ನಿಶ್ಚಿತಾರ್ಥ ಆಗಿದೆ. ವರ್ಷಗಳ ಮೊದಲೇ ಸಂಬಂಧ ಗಟ್ಟಿ ಆಗಿತ್ತು. ಜೊತೆಯಲ್ಲಿ ಓಡಾಡಿದ್ದಿದೆ. ನಾವು ಭಗವಾನ್ ಅವ್ರನ್ನ ಬೀಗರು ಅಂತ ತಿಳಿದು ಉಪಚರಿಸಿದ್ದಿದೆ. ನಿಸರ್ಗ ನನ್ನ ಸೊಸೆ ಅನ್ನೋ ಮಟ್ಟಿಗೆ ಪ್ರೀತಿಸಿದ್ದೀನಿ. ಸಾಕಷ್ಟು ಗಿಫ್ಟ್‌ಗಳ್ನ ತೆಗ್ದುಕೊಟ್ಟಿದ್ದೀನಿ" ಎಲ್ಲಾ ಹೇಳಿ ಮುಗಿಸೋವರೆಗೂ ಕಾದಿದ್ದ ನಂತರ ಒಂದು ಆಟಂಬಾಂಬ್ ಸಿಡಿಸಿದ. "ಇನ್ನೇನು, ನಿಸರ್ಗನ ಅಲ್ಯಾಕೆ ಇಟ್ಕೊಂಡಿದ್ದಾರೆ? ಇಲ್ಲಿಗೆ ಕಳಿಸೋಕೆ ಹೇಳು. ನಿನ್ನ ರಜನಿ ಉರುಫ್ ನಿಸರ್ಗನ" ಜೋರಾಗಿತ್ತು ಅವನ ದನಿ. ಆಕೆಯ ಬಾಯಿಂದ ಮಾತು ಹೊರಡಲು ನಿಮಿಷಗಳು ಬೇಕಾಯಿತು.

"ಅದ್ಹೇಗೆ, ಕಳಿಸ್ತಾರೆ? ಇನು ಮದ್ವೇನೇ ಆಗಿಲ್ಲ."

"ಹೌದಲ್ಲ, ನೀನು ಹೇಳ್ದ ಅಷ್ಟರಿಂದಲೇ ನಮ್ಮ ಸಂಬಂಧ ಬೆಳೆದಿಲ್ಲ. ಅದಕ್ಕೆ ಒಂದು ಅಧಿಕೃತ ಮುದ್ರೆ ಬೇಕು. ಆವರೆಗೂ ನಂಗೂ ನೀನು ಓಲೈಸೋ ರಜನಿ... ನಿಸರ್ಗಗೂ ಯಾವ್ದೇ ಸಂಬಂಧವಿಲ್ಲ. ಅನ್‌ನೆಸಸರಿ ಬೇರೆ.. ಬೇರೆ ರೀತಿಯಲ್ಲಿ ಕಂಗೆಡಿಸಿ ನನ್ನ ಇರಿಟೇಟ್ ಮಾಡೋದು ಬೇಡ." ಕಟ್ಟುನಿಟ್ಟಾಗಿ ಹೇಳಿದ. ಆಕೆಗೆ ಗೊಂದಲ ಈಗಾಗಲೇ ಭಗವಾನ್‌ರ ಮಗಳು ಭಾವಿ ಸೊಸೆಯೆಂದು ನೆಂಟರಿಷ್ಟರಲ್ಲಿ, ಸ್ನೇಹಿತರಲ್ಲಿ, ರಾಜಕೀಯ ವಲಯದಲ್ಲಿ ಸುದ್ದಿಯಾಗಿ ಹೋಗಿತ್ತು. ಈಗ ಮುರಿದು ಬಿದ್ದರೆ ದೊಡ್ಡ ಅವಮಾನ. ಅದು ತಾರಿಣಿಗೆ ಬೇಕಿರಲಿಲ್ಲ.

"ಪ್ಲೀಸ್, ಅರ್ಥ ಮಾಡ್ಕೋ ಅಭೀ. ವಿವಾಹ ದೊಡ್ಡ ರೀತಿಯಲ್ಲಿ ಮಾಡಬೇಕೂಂತಲೇ ಅವಸರದಿಂದ ನಿಶ್ಚಿತಾರ್ಥ ಮುಗಿಸಿದ್ದು. ಆ ದಿನ, ಆ ಸಮಯ ನಿಮ್ಮಿಬ್ಬರ ದಾಂಪತ್ಯ ಜೀವನಕ್ಕೆ ಪ್ರಶಸ್ತವಾಗಿತ್ತು. ಈಗ ನಡ್ಯೋದು ಸಮಾಜದ

ಸಲುವಾಗಿ, ಕಾನೂನಿನ ಸಲುವಾಗಿ ಅಧಿಕೃತ ಮುದ್ರೆ ಬೀಳಬೇಕಷ್ಟೆ. ಆ ದಿನದ ಪ್ರಶಸ್ತ ಸಮಯ ಮೀರಿದ್ದರೇ ನಿಂಗೆ ವಿವಾಹದ ಯೋಗವೇ ಇರ್ಲಿಲ್ವಂತೆ. ಹಟ ಬೇಡ, ಸ್ವಲ್ಪ ಕಾಂಪ್ರಮೈಸ್ ಆಗು" ತಾರಿಣಿ ಓಲೈಸುವ ಪ್ರಯತ್ನ ಮಾಡಿದರು.

"ನೀನು ಹೇಳೋದು ಸರಿಯೆನಿಸಿದರೇ, ಆ ಸಮಯ, ಆ ಕ್ಷಣದಲ್ಲಿ ಸಿಂಧೂರ ಹಚ್ಚಿ, ಹಾರ ಹಾಕಿದ್ದು ಅಮಲಾಪುರದ ಹುಡ್ಗೀಗೆ. ಅದು ನಡೆದದ್ದು ಅಮಲೇಶ್ವರನ ಸನ್ನಿಧಿಯಲ್ಲಿ. ಪ್ರತ್ಯಕ್ಷ ಸಾಕ್ಷಿಯಾಗಿ ಅವನೇ ಇದ್ದ. ಅಂಥದ್ದರಲ್ಲಿ ಈಗ ಏನೇನೋ ಥಳಕು ಹಾಕೋದು ಯಾಕೆ? ನಿಂಗೆ ಅರ್ಥವಾಗಿದ್ರೆ ಡ್ಯಾಡ್‌ಗೆ ಹೇಳು. ಇಲ್ಲ ನಾನೇ ಮಾತಾಡ್ತೀನಿ" ರಭಸದಿಂದ ಹೋದ.

ದಿವಾನ್‌ಖಾನೆಗೆ ಬಂದವನೆ "ಡ್ಯಾಡ್, ಇಂದು ಒಂದು ಇಂಪಾರ್ಟೆಂಟ್ ಲೆಕ್ಚರ್‌ಗೆ ಅಟೆಂಡ್ ಆಗ್ಬೇಕಿದೆ. ಸೋ ಸಾರಿ...." ಅಂದ ಮಗನತ್ತ ನೋಡಿದವರು "ಓಕೇ, ಯು ಕೆನ್ ಗೋ" ಎಂದರು ಸರಳವಾಗಿ. ಮಗನ ಮೇಲೆ ಒತ್ತಡವೇರುವುದು ಸರಿಯೆನಿಸಲಿಲ್ಲ. ಏನು ಬಂದರೂ ಫೇಸ್ ಮಾಡಬಲ್ಲೆ ಎನ್ನುವ ಧೈರ್ಯವಿತ್ತು ಚಿದಂಬರಂಗೆ.

ಭಗವಾನ್‌ಗೆ ಅವಮಾನವೆನಿಸಿತು. ಮುಖ ಒಂದು ತರಹ ಮಾಡಿದರು. "ನಂಗೆ ಇನ್‌ಸಲ್ಟ್ ಆಯ್ತು. ಅಭೀನ ಜೊತೆಯಲ್ಲಿ ಕರ್ಕೊಂಡ್ ಬರ್ತೀನೀಂತ ನಿಸರ್ಗಗೆ ಹೇಳಿದ್ದೆ. ಫ್ಲೈಟ್ ಸೀಟು ಬುಕ್ ಆಗಿದೆ" ಎಂದರು. ಅವರಿಗೆ ಷಾಕಾಗಿತ್ತು. "ಸೋ ಸಾರಿ, ಬೆಳೆದ ಮಗನಿಗೆ ಒತ್ತಡಗಳ್ನ ಹೇರೋಕ್ಕಾಗೋಲ್ಲ. ಕೆಲವು ನಿರ್ಧಾರಗಳ್ನ ಅವ್ನೇ ತಗೋಬೇಕು. ಅದು ಸರಿಯೆನಿಸಿದರೇ, ನಾವು ವಿರೋಧಿಸೋಕೆ ಹೋಗ್ಬಾರ್ದು" ಎಂದರು ಸರಳವಾಗಿ. ಜೊತೆಗೆ "ನಿಸರ್ಗಗೆ ಕಾಲ್ ಮಾಡೋಕೆ ಹೇಳ್ತೀನಿ. ವರ್ಷಗಳ ಮೊದ್ಲು ಸಂಬಂಧನ ಗಟ್ಟಿ ಮಾಡೋಕೆ ಹೋಗಿದ್ದು ತಪ್ಪು. ಒಬ್ಬರನ್ನ ಒಬ್ಬರು ಅರ್ಥಮಾಡಿ ಕೊಂಡಿದ್ದಾರೆ. ಹಿರಿಯರ ಪ್ರಸಕ್ತಿ ಕಡಿಮೆಯೆ. ಈಗ ನಮ್ದು ಸಪೋರ್ಟಿಂಗ್ ಕ್ಯಾರೆಕ್ಟರ್‌ಗಳು ಅಷ್ಟೆ" ಎಂದರು. ಮುಂದಿನ ಮಾತುಗಳಿಗೆ ಅವಕಾಶ ಕೊಡದಂತೆ ಚಿದಂಬರಂ ಹೆಚ್ಚು ಎಳೆತ ಬೇಕಿರಲಿಲ್ಲ.

ಭಗವಾನ್‌ಗೆ ಮುಖಭಂಗ ಎನ್ನುವುದಕ್ಕಿಂತ ನಡೆಯಬೇಕಾದ ಹವನ, ಹೋಮ, ಪೂಜೆಯಲ್ಲಿ ಅಭಿನಂದನ್ ಭಾಗವಹಿಸುವ ಅಗತ್ಯವಿತ್ತು. ಅಲ್ಲಿ ರಜನಿಗೆ 'ನಿಸರ್ಗ' ಎಂದು ನಾಮಕರಣ ಮಾಡುವ ಪ್ರಸಕ್ತ ಕೂಡ ಇತ್ತು.

"ನಿಮ್ಮ ಮಗನ ಭವಿಷ್ಯ ಭವ್ಯವಾಗಿರಲಿ, ಮುಂದಿನ ನಿಸರ್ಗ, ಅಭಿನಂದನ್ ದಾಂಪತ್ಯ ಪೂರ್ಣ ಪ್ರಮಾಣವಾಗಿ ಫಲಪ್ರದವಾಗಲಿಯೆಂದೇ ನಾನು ಇಷ್ಟೆಲ್ಲ ಮಾಡ್ತಾ ಇರೋದು. ಅದ್ನ ಹಿರಿಯರಾಗಿ ನೀವು ಅಭಿನಂದನ್‌ಗೆ ಹೇಳಬೇಕಾಗಿದೆ" ಅಂದವರ ಸ್ವರದಲ್ಲಿ ಬೇಸರವಿತ್ತು. ಮೌನವಾಗಿ ಕಾರಿನವರೆಗೂ ಹೋಗಿ ಬಂದು ಬಿಳ್ಕೊಟ್ಟ ಚಿದಂಬರಂ ಸುಮ್ಮನೆ ಒಂದು ಕಡೆ ಕೂತರು.

ಇದನ್ನ ತಾರಿಣಿದೇವಿ ಕೂಡ ಕೇಳಿಸಿಕೊಂಡಿದ್ದರಿಂದ ಗಂಡನ ಎದುರು ಬಂದು ಕೂತರು. ತೀರಾ ಖಿನ್ನರಾಗಿದ್ದರು.

"ಅವ್ರು ಬೇಜಾರು ಮಾಡ್ಕೊಂಡ್ ಹೋದ್ರು" ಎಂದರು.

"ಹೋಗ್ಲಿ, ಇದ್ರಲ್ಲಿ ನಮ್ಮ ತಪ್ಪೇನಿದೆ? ಮೊದ್ಲೇ ನಮ್ಗೇ ತಿಳ್ಸಿ ಇಂಥದೆಲ್ಲ ಇದ್ದೇ ಇರುತ್ತೆ. ಅವರು ಅತ್ತಿತ್ತ ನೋಡರು. ಅವ್ರ ನೋಟ ಜ್ಯೋತಿಷ್ಯ, ವಾಸ್ತು, ಗ್ರಹಗತಿಗಳ ಕಡೆಯೆ. ಎಲ್ಲರಿಗೂ ಆ ತರಹ ಮಾಡೋಕ್ಕಾಗೋಲ್ಲ. ಅಭಿನಂದನ್‌ನ ಪ್ರತಿಸಲ ನಿರ್ಬಂಧಿಸಿ ಅವ್ನ ಸ್ವತಂತ್ರಕ್ಕೆ ಪೆಟ್ಟು ಕೊಡೋಕ್ಕಾಗೋಲ್ಲ. ಈಗಾಗಲೇ ಸಾಕಷ್ಟು ಯಡವಟ್ಟುಗಳ್ನ ಮಾಡಿಕೊಂಡಿದ್ದಾರೆ ಭಗವಾನ್. ಅದಕ್ಕೆ ನಾವು ತಲೆ ಕೊಡೋಕ್ಕಾಗೋಲ್ಲ" ಬೇಸರದಿಂದಲೇ ನುಡಿದರು. ಒಬ್ಬನೇ ಮಗ ಅವನೆಂದರೆ ಪ್ರಾಣ. ಅದು ಸಹಜ ಇರಬಹುದು. ಜೊತೆಗೆ ಅವನ ಮಾತು, ಹಾಸ್ಯ ಎಲ್ಲ ಇಷ್ಟವೇ. ತುಂಬ ಟೆನ್‌ಷನ್ ಇದ್ದಾಗ ಅವನನ್ನು ಎದುರಿಗೆ ಕೂಡಿಸಿಕೊಂಡು ಮಾತಾಡಿದರೆ ರಿಲ್ಯಾಕ್ಸ್ ಆಗಿ ಬಿಡುತ್ತಿದ್ದರು.

"ಇವತ್ತು ಹೇಗೆ ಮಾತಾಡ್ದ ಗೊತ್ತ? ಡ್ಯಾಡಿ, ಭಗವಾನ್‌ರ ನಡ್ವೇ ಇರುವುದು ಸ್ನೇಹಸಂಬಂಧ. ಯಾವ್ದೇ ಸಂಬಂಧವಿಲ್ಲ. ನಿಸರ್ಗನ ಜೊತೆ ಹೊಂದಿಸೋದು ಯಾವ ಲೆಕ್ಕಾಚಾರ? ನಿಶ್ಚಿತಾರ್ಥನೆ ಸಂಬಂಧಾಂತ ಟ್ರೀಟ್ ಮಾಡೋದಾದ್ರೆ, ನಿಸರ್ಗನ ಇಲ್ಲಿಗೆ ಕಳಿಸೋಕೆ ಹೇಳು ಎಂದು ಜೋರು ಮಾಡೋದರ ಜೊತೆಗೆ, ಅಂದು ಅವ್ರ ಪ್ರಸಿದ್ಧ ಜ್ಯೋತಿಷಿಗಳು ಇಟ್ಟ ಲಗ್ನಕ್ಕೆ ನಾನು ಬೈತಲೆಗೆ ಕುಂಕುಮ ಹಚ್ಚಿ, ಹಾರ ಹಾಕಿದ್ದು. ಅಮಲಾಪುರದ ಕನ್ಯೆಗೆ. ಆಮೇಲೆ ಸಾಕಷ್ಟು ಚರ್ಚೆಯ ನಂತರ ನಿಶ್ಚಿತಾರ್ಥ ಮಾಡಿದ್ದು. ಜ್ಯೋತಿಷಿಗಳ ಮಾತು ಬೆಲೆಕೊಡೋ ಹಾಗಿದ್ದರೇ, ಅಮಲಾನೆ ನನ್ನ ಬದ್ಕಿಗೆ ಮಂಗಲಪ್ರದ ಎಂದು ಏನೇನೋ ಮಾತಾಡಿದ. ಅವ್ನ ಮಾತಿನ ಬಿರುಸಿಗೆ ಏನು ಹೇಳಬೇಕೋ ಗೊತ್ತಾಗಲಿಲ್ಲ" ಎಂದು ಹೇಳಿ ತಮ್ಮ ಮನಸ್ಸಿನ ಭಾರ ಕಳೆದುಕೊಂಡರು ತಾರಿಣಿದೇವಿ. ಮಗ ಅಂದಿದನ್ನ ಸ್ಪಷ್ಟವಾಗಿ ಹೇಳಿದ್ದರು.

ಆದರೆ ಚಿದಂಬರಂ ದಿಗ್ಭ್ರಾಂತರಾದರು.

ಮಗ ಸತ್ಯನೇ ನುಡಿದಿದ್ದ! ಅಮಲೇಶ್ವರ ಸನ್ನಿಧಿಯ ಜ್ಯೋತಿಷಿಗಳು ಇಟ್ಟ ಶುಭ ನಿಶ್ಚಿತಾರ್ಥ ಲಗ್ನದಲ್ಲಿ ಪುರೋಹಿತರು ಹಿಡಿದ ಕುಂಕುಮದ ಭರಣಿಯಿಂದ ಕುಂಕುಮ ತೆಗೆದು ಹಚ್ಚಿದ್ದು ಅಮಲಾ ಬೈತಲೆಗೆ. ಘಮಘಮಿಸೋ ಮಲ್ಲಿಗೆ ಹಾರ ಹಾಕಿದ್ದು ಅವಳ ಕೊರಳಿಗೇನೇ. ತೀರಾ ವಿವೇಕಾವಂತರಾದ ಆನಂದಮೂರ್ತಿಗಳು ಯಾವುದೇ ಸಣ್ಣ ಚರ್ಚೆ, ಗಲಾಟೆಗೂ ಆಸ್ಪದಗೊಡದೆ 'ಬರೀ ಆಕಸ್ಮಿಕ! ನಾವು ತಲೆ, ಕೆಡ್ಸಿಕೊಳ್ಳೋಲ್ಲ ನೀವು ಕೂಡ ಡಿಪ್ರೆಸ್ ಆಗೋ ಅಗತ್ಯವಿಲ್ಲ. ಮುಂದಿನ ಕಾರ್ಯ ನೆರವೇರಿಸಿಕೊಳ್ಳಿ. ಗಿರಿಜಾ ಕಲ್ಯಾಣ ಮಾಡಿದ್ದೀರಿ. ಆ ಸಂತೋಷ ನೆಮ್ದೀನ ಹಾಳು ಮಾಡಿಕೊಳ್ಳೋದೇನು ಬೇಡ" ಎಂದು ತಮ್ಮವರೊಂದಿಗೆ ಆವರಣ ಬಿಟ್ಟುಹೋಗಿದ್ದರು. ಆದರೆ... ಅದು ಹೆಚ್ಚಾಗಿ ಅಭೀ ಮನಸ್ಸಿನಲ್ಲಿ ಉಳಿದಿದೆಯೆನಿಸಿತು.

ಆ ಮನುಷ್ಯ ಮಾಡಿದ್ದರೆ ಇದೊಂದು ದೊಡ್ಡ ಹಗರಣವಾಗಿ ಬಿಡುವುದರ ಜೊತೆಗೆ ಈ ಕ್ಷೇತ್ರದವರು ಅನುಮಾನದ ದೃಷ್ಟಿಯಿಂದ ನೋಡೋಕೆ ಶುರು ಮಾಡೋರು ಸತತವಾಗಿ ಎಂಎಲ್‌ಎ ಆಗಿ ಆಯ್ಕೆಯಾದರು. ಇಂದಿಗೂ ಮಂತ್ರಿಯ ಪದವಿ

ಅವರಿಂದ ದೂರವೇ ಉಳಿದಿತ್ತು. ಈ ವಿಚಾರ ದೊಡ್ಡದಾಗಿದ್ದರೆ ಬಹುಶಃ ಎಂಎಲ್‌ಎ ಸ್ಥಾನಕ್ಕೆ ಕುತ್ತು ಬಂದಿದ್ದರೂ ಹೆಚ್ಚಲ್ಲವೆನಿಸಿತು.

ಬಹಳ ಹೊತ್ತು ಚಿದಂಬರಂ ಹಾಗೆಯೇ ಕೂತರು. ಮಗ ಒಂದು ಷಾಕ್ ಕೊಟ್ಟುಹೋಗಿದ್ದ. ಅದು ಸತ್ಯವೇ ಆದರೂ ಸುಧಾರಿಸಿಕೊಳ್ಳಲು ಸಮಯ ಬೇಕೆನಿಸಿತು.

* * *

ವಿರೂಪಾಕ್ಷ ಮಾಸ್ತರು, ಸರಸಕ್ಕ ಇಲ್ಲಿಂದ ಹೋಗುವಾಗ ಲಾರಿ ಸಾಮಾನು ತುಂಬಿಕೊಂಡು ಹೋಗಿದ್ದರು. ಈಗ ಬಂದಿದ್ದು ಎರಡು ಜೊತೆಯ ಬಟ್ಟೆಗಳೊಂದಿಗೆ. ಅವೆಲ್ಲ ತೀರಾ ಹಳೆಯ ಸಾಮಾನುಗಳೆಂದು ಸೊಸೆ ಟೋಟಲಾಗಿ ಗುಜರಿಗೆ ಹಾಕಿ ಕೈ ತೊಳೆದುಕೊಂಡಾಗ ಸರಸಕ್ಕ ಪ್ರತಿಭಟಿಸಲಾರದೆ ಕಣ್ಣೀರು ಮಿಡಿದರಷ್ಟೆ. ಈ ಆಧುನಿಕ ಜೀವನಶೈಲಿಗೆ ಅವು ಹಳತಾಗಿರಬಹುದು. ಆದರೆ ಅವುಗಳೊಂದಿಗೆ ಭಾವನಾತ್ಮಕ ಸಂಬಂಧವಿತ್ತು. ಗಂಡನ ಮುಂದೆ ತಮ್ಮ ನೋವನ್ನು ತೋಡಿಕೊಂಡಿದ್ದರು.

"ಹೀಗೇಂತ ಗೊತ್ತಿದ್ದರೇ ಅಲ್ಲೇ ಯಾರಿಗಾದ್ರೂ ಕೊಟ್ಟು ಬರ್‍ತಾ ಇದ್ದೆ. ಅವ್ರು ಬಳಸಿಕೊಳ್ಳೋರು" ಅಂದಾಗ ವಿರೂಪಾಕ್ಷ ಮಾಸ್ತರರು ಮೌನ ವಹಿಸಿದ್ದರು. ಅಂದೇ ಅವರಿಗೆ ತಮ್ಮ ತಪ್ಪಿನ ಅರಿವಾಗಿತ್ತು. "ಸಮಾಧಾನ ಮಾಡ್ಕೋ" ಅಂದಿದ್ದರಷ್ಟೆ.

ಆದರೆ ದಿನಕಳೆದಂತೆ ಸೊಸೆಯ ವಿರಾಟ ಸ್ವರೂಪ ದರ್ಶನವಾದಂದತೆಲ್ಲ ಬೆಚ್ಚಿಬಿದ್ದರು. ಸಂಬಂಧಗಳಿಗೆ ಅರ್ಥಗೊತ್ತಿಲ್ಲದ ಮಾನವಿಯತೆಯೇ ಇಲ್ಲದ ವಿಚಿತ್ರ ಜಗತ್ತು ಪ್ರವೇಶಿಸಿದ ಅರಿವಾಗತೊಡಗಿತ್ತು.

ಆದರೆ ದೇವರಂತೆ ಆನಂದಮೂರ್ತಿಗಳು ಅವರನ್ನ ಕರೆ ತಂದಿದ್ದರು. ಪ್ರೀತಿ ಗೌರವದಿಂದ ಬರಮಾಡಿಕೊಂಡ ಸತ್ಯಭಾಮ "ನಿಮಗಾಗಿ ಶ್ರೀ ತೋಟದ ಮನೇನ ಅಚ್ಚುಕಟ್ಟು ಮಾಡುತ್ತಾ ಇದ್ದಾನೆ. ನೀವು ಆರಾಮಾಗಿ ಇರ್‍ಬಹ್ದು. ಸಂಕೋಚ ಬೇಡ" ಅಂದರು.

ತೀರಾ ಕೃಶರಾಗಿದ್ದ ವಿರೂಪಾಕ್ಷ ಮಾಸ್ತರರು ತೊಟ್ಟಿದ್ದು ಹಳೆಯ ಪಂಚೆ, ಷರಟನ್ನು. ಅದು ಮಾಸಲು ಬಣ್ಣಕ್ಕೆ ತಿರುಗಿತ್ತು. ಹೊಸದೊಂದು ಸೆಟ್ಟು ಬಟ್ಟೆಯನ್ನು ತೆಗೆದು ಅವರೆದುರು ಇರಿಸಿದ ಸತ್ಯಭಾಮ ಹಾಗೆಯೇ ನಿಂತರು.

"ಬದ್ಕೀಗೆ ಬೆನ್ನು ತಿರುಗಿಸ್ಬೇಡಾಂತ ಮಕ್ಕಳಿಗೆ ಪಾಠ ಹೇಳಿದವ, ಎಷ್ಟೋ ಸಲ ಆತ್ಮಹತ್ಯೆ ಮಾಡ್ಕೊಂಡ್ ಬಿಡೋಣಾಂತ ಯೋಚಿಸಿದ್ದು ಇದೆ" ಕಣ್ಣೀರು ಹಾಕಿದಾಗ ಸತ್ಯಭಾಮ ಕಣ್ಣಂಚು ಒದ್ದೆಯಾಯಿತು. "ಅದನ್ನೆಲ್ಲ ಮರ್‍ತುಬಿಡಿ. ಕನಸೇ ವಾಸ್ತವವಲ್ಲ. ನಿಮ್ಗೇ ಏನು ತೊಂದರೆಯಾಗದಂತೆ ನಾವು ನೋಡ್ಕೋತೀವಿ. ಮೊದ್ಲು ಸ್ನಾನ ಮುಗ್ಸಿ" ಎಂದು ಅಡುಗೆ ಮನೆಗೆ ಹೋದರು.

ದಂಪತಿಗಳು ಸ್ನಾನ ಮುಗಿಸಿಕೊಂಡು ಬಂದು ಒಂದು ಕಡೆ ಮುದುರಿಕೂತಾಗ ಆನಂದಮೂರ್ತಿಗಳು ಎಬ್ಬಿಸಿ ಉಯ್ಯಾಲೆಯ ಮೇಲೆ ಕೂಡಿಸಿದರು. "ಸಂಕೋಚ ಬೇಡ. ಎಲ್ಲವೂ ಎಲ್ಲರಿಗಾಗಿಯೆ!. ಬಹುಶಃ ಹಿಂದೆ ಒಂದು ಜನ್ಮ ಇತ್ತೂಂತಾದರೆ,

ನಾವು ನೀವು ಸಂಬಂಧಿಕರೇ ಅಂದ್ಕೊಳ್ಳಿ. ಭಗವಂತ ಸೃಷ್ಟಿಸುವಾಗ ಎಲ್ಲರಿಗೆಂದೇ ಸೃಷ್ಟಿಸೋದು" ಎಂದರು.

ತೋಟದ ಮನೆಯನ್ನು ಅವರ ವಾಸಕ್ಕೆಂದು ಸಜ್ಜುಗೊಳಿಸಿದ ಶ್ರೀ ಅವರಿಗೆ ಸ್ವಂತದೊಂದು ಬದುಕು ಕೊಟ್ಟರೇ ಚೇತರಿಸಿಕೊಳ್ಳುತ್ತಾರೆಂದು ಎಲ್ಲರ ಅಭಿಪ್ರಾಯ. ಮರುದಿನ ಅಮಲಾ, ಸತ್ಯಭಾಮ ಸೇರಿಯೇ ಒಂದಿಷ್ಟು ಪಾತ್ರೆ, ಎಕ್ಸ್‌ಟ್ರಾ ಇದ್ದ ಗ್ಯಾಸ್ ಸಿಲಿಂಡರ್ ಸ್ಟೌವನ್ನು ಒಯ್ದು ಇಟ್ಟರು.

ವಿರೂಪಾಕ್ಷಪ್ಪ ದಂಪತಿಗಳು ಬಂದವರೇ ಇದನ್ನೆಲ್ಲ ನೋಡಿ ಕಣ್ಣೀರು ಸುರಿಸಿದರು. "ನಾವೆಲ್ಲಾ ಪುಣ್ಯ ಮಾಡಿದ್ದೀಂತ ಕಾಣುತ್ತೆ. ಮತ್ತೆ ಇಂಥ ಒಳ್ಳೆಯ ಬದ್ಕು ನಮ್ಗೇ ಸಿಕ್ಕೂತೇಂತ ಅಂದುಕೊಂಡಿರಲಿಲ್ಲ" ಸರಸಕ್ಕೆ ಬಿಕ್ಕಿಬಿಕ್ಕಿ ಅತ್ತರು.

ಮರುದಿನ ಹಾಲು ಉಕ್ಕಿಸಿ ಅಡುಗೆ ಮಾಡಿ ಎಲ್ಲ ಮನೆಮಂದಿಯೆಲ್ಲ ಅಲ್ಲೆ ಊಟ ಮಾಡಿ ಆ ತೋಟದ ಮನೆಯನ್ನು ಅವರಿಗೆ ಒಪ್ಪಿಸಿದರು.

"ಇದು ನಿಮ್ದೇ ಮನೆ. ತೋಟದ ಎಲ್ಲವನ್ನು ನೀವುಗಳು ಸ್ವಂತಕ್ಕೆ ಬಳಸಿಕೊಳ್ಳಬಹುದು. ಇಲ್ಲಿ ನೀವು ಸ್ವತಂತ್ರರು. ಕೆಲಸ ಮಾಡುವ ಆಳುಕಾಳುಗಳು ತೋಟದಲ್ಲಿ ಇರೋದ್ರಿಂದ ನಿಮ್ಗೆ ಬೇಸರವೇನಿಸೋಲ್ಲ. ಅವ್ರು ನಿಮ್ಮ ಮಕ್ಳೇ. ನಮ್ಮಲ್ಲಿ ಅಂಥ ಭಾವ ಬೆಳೆಸಿಕೊಂಡರೇ, ಅವ್ರುಗಳು ಕೂಡ ಮಕ್ಕಳೇ "ಆನಂದಮೂರ್ತಿಗಳ ಸಹಧರ್ಮಿಣಿ ಸತ್ಯಭಾಮ ಹೇಳಿದಾಗ ಸರಸಕ್ಕನ ಕಣ್ಣಲ್ಲಿ ನೀರಾಡಿತು. ಕೈಗಳನ್ನ ಜೋಡಿಸಿದರು "ಹೌದು, ಸತ್ಯಭಾಮ ನಿನ್ನಷ್ಟು ವಿಶಾಲವಾದ ಮನಸ್ಸು ನಂಗೆ ಇರ್ಲಿಲ್ಲ. ಎಲ್ಲಾ ಮಗನಿಗೆ ಇರಲಿ. ಮಗನಿಗೆ ಬೇಕೂಂತ ಜೋಪಾನ ಮಾಡಿದ್ದೆ. ಈಗೇನಾಯ್ತು? ಅವ್ನು ಸಂಬಂಧವನ್ನೇ ಮರ್‍ತ" ಅತ್ತರು. ಪಶ್ಚಾತ್ತಾಪದ ಅಗ್ನಿಯಿಂದ ಬೇಯುತ್ತಿದ್ದರು.

ಸಮಾಧಾನಿಸಿ ಎಲ್ಲರು ಅವರುಗಳನ್ನ ಅವರ ಪಾಡಿಗೆ ಬಿಟ್ಟು ಹೊರಬಂದರು. ಅವರಿಗೆ ಒಂದು ಸ್ವತಂತ್ರ ಬದುಕು ಬೇಕಿತ್ತು. ಅದನ್ನು ಕರ್ತವ್ಯವೆಂದು ಮಾತ್ರವಲ್ಲ ಪ್ರೀತಿಯಿಂದ ಮಾಡಿದ್ದರು. ಅವರುಗಳನ್ನು ತಮ್ಮ ಹಿರಿಯರೆಂದೇ ಭಾವಿಸಿದ್ದರು ಆನಂದಮೂರ್ತಿಗಳ ಕುಟುಂಬ.

"ನಾವು ಯಾವ ಜನ್ಮದಲ್ಲಿ ಪುಣ್ಯ ಮಾಡಿದ್ವೋ" ಸರಸಕ್ಕ ಗಳಗಳ ಅತ್ತರು. "ಅಲ್ಲಾರೀ, ಸೊಸೆ ಇರಲೀ ಮಗ ನಮ್ಮ ಸಪೋರ್ಟ್‌ಗೆ ನಿಲ್ಲಲಿಲ್ಲ. ನಾವು ತಿನ್ನೋನ್ನ ಕೂಡ ಸೊಸೆ ಲೆಕ್ಕ ಹಾಕಿದ್ಲು. ಈ ವಯಸ್ಸಿನಲ್ಲಿ ಹೆಚ್ಚು ಆಹಾರ ಅರಗೋಲ್ಲ. ಎರಡು ಮೂರು ಚಪಾತಿ ತಿನ್ನಬೇಡಿ. ಇಬ್ರಿಗೂ ಒಂದೊಂದು ಸಾಕು. ತಿನ್ನೋದರಲ್ಲಿ ಲಿಮಿಟ್ ಬೇಕು. ಅದ್ಯಾಕೆ ನಿಮ್ಮ ಯಜಮಾನ್ರಿಗೆ ಬಲವಂತ ಮಾಡಿ ತುಪ್ಪ ಹಾಕ್ತೀರಾ. ಇನ್ಮೇಲೆ ಅದೆಲ್ಲ... ನಿಲ್. ಬಾಯಿ ಚಪಲ ಸ್ವಲ್ಪ ಕಡ್ಮೇ ಮಾಡ್ಕೊಳ್ಳಿ. ಉಪ್ಪಿನಕಾಯಿ ಬಾಟಲು ಖಾಲಿ ಮಾಡಿದ್ದೀರಿ. ಸದ್ಯಕ್ಕೆ ಉಪ್ಪಿನಕಾಯಿ ತರೋ ಬಾಬತ್ತು ಇಲ್ಲ. ಇದು.. ಸಿಟೀ! ಅಮಲಾಪುರ ಅಲ್ಲ ಎಂದು ಹಂಗಿಸಿ ನನ್ನ ಕೈಕಟ್ಟಿ ಹಾಕಿದ್ದಳು. ಕನಿಷ್ಟ ನಿಮ್ಗೇ ಹೊಟ್ಟೆ ತುಂಬ ಊಟ ಕೂಡ ಹಾಕೋಕೇ ಆಗ್ತಾ ಇರ್ಲಿಲ್ಲ" ಆಯಮ್ಮ ಇನ್ನಷ್ಟು ಕಣ್ಣೀರು ಹಾಕಿದಾಗ ವಿರೂಪಾಕ್ಷ ಮಾಸ್ತರಿಗೆ ಮಾತನಾಡಲಾಗಲಿಲ್ಲ. ಕಣ್ಣೀರು ಕೆನ್ನೆಯ

ಮೇಲೆ ತಾನೇತಾನಾಗಿ ಇಳಿಯುತ್ತಿತ್ತು. ಬದುಕಿನ ಈ ಕಡೆ ದಿನಗಳಲ್ಲಿ ಬಹಳ ನೊಂದುಬಿಟ್ಟರು.

ಬಹಳ ನಿಧಾನವಾಗಿ ಮೇಲೆದ್ದು ಹೆಗಲ ಮೇಲಿನ ಟವಲಿನಿಂದ ಕಣ್ಣೀರು ತೊಡೆದುಕೊಂಡು ಅದೇ ಟವಲಿನಿಂದ ಹೆಂಡತಿಯ ಕಣ್ಣೀರು ತೊಡೆದು "ಹೋಗಿ ಅಡ್ಗೇ ಮಾಡು. ಹೊಟ್ಟೆ ತುಂಬ ಊಟ ಮಾಡ್ತೀನಿ" ಎಂದು ಹೊರಗೆ ಹೋಗಿ ನಿಂತರು. ಸೂರ್ಯ ಮೇಲೇರಿದ್ದರು. ಮರ, ಗಿಡ, ಸಸ್ಯಶ್ಯಾಮಲೆಯ ಸಮೃದ್ಧತೆಯಿಂದ ಪ್ರಶಾಂತವಾಗಿದ್ದುದ್ದರ ಜೊತೆಗೆ ತಂಗಾಳಿಯ ಸಿಂಚನವಿತ್ತು. ಹಾಯೆನಿಸಿತು. ನರಕದಲ್ಲಿದ್ದ ತಮ್ಮನ್ನ ಹಂತಹಂತವಾಗಿ ಸ್ವರ್ಗಕ್ಕೆ ಕರೆತಂದಿದ್ದು ಯಾರು? ಆನಂದಮೂರ್ತಿಗಳ ಪ್ರತಿಮೆ ಅವರ ಮುಂದೆ ಬಂದು ನಿಂತಂತಾಯಿತು.

ಎಲ್ಲಿಂದಲೋ "ಮಾಸ್ತರು.." ಕೋಗಿಲೆ ಉಲಿದಂತಾಯಿತು ಅತ್ತ ತಿರುಗಿದರು. ನಂದನ್ ದಂಪತಿಗಳ ಪುತ್ರಿ ಅಮಲಾ "ಬಾ ಮಗು..." ಅಂದಾಗ ಕೈಯಲ್ಲಿ ಹಿಡಿದಿದ್ದ ಡಬ್ಬಿಯನ್ನು ಕಣ್ಣಲ್ಲಿಯೇ ತೋರಿಸಿ "ಮೊಸರು, ಅಮ್ಮ ಕೊಟ್ಟು ಬಾ ಅಂದ್ರು" ಅಂದಳು. ಆ ಕ್ಷಣ ದೇವತೆ ಅಮಲಾ ರೂಪದಲ್ಲಿ ಬಂದು ನಿಂತಂತಾಯಿತು. "ಕೊಟ್ಟು ಹೋಗ್ತೀನಿ" ಎಂದು ಒಳಗೆಹೋದಳು. ಅಮಲಾ ಅಪರಿಚಿತಳಲ್ಲ. ಅವರ ಕಣ್ಮುಂದೆ ಆಡಿ ಬೆಳೆದವಳು. ಅದರ ಹಿಂದೆಯೇ ಸೊಸೆ ಸಾರಾ ಬಂದು ನಿಂತಂತೆ ಆದಾಗ ಬೆಚ್ಚಿಬಿದ್ದರು. ಅತ್ಯಂತ ನಾಗರಿಕವಾಗಿ, ಸೌಮ್ಯವಾಗಿ ಕಾಣುವ ಅವಳ ಮುಖದ ಹಿಂದೆ ಇದ್ದಿದ್ದು ಕರಾಳ ಅತ್ಯಂತ ಭೀಭತ್ಸತೆ ನೆರಳು.

"ಇಲ್ಲಿನ ಪಾಡು ಬೇಡ ಮಾವಯ್ಯ. ಅಲ್ಲಿ ಆರಾಮಾಗಿ ನಿಮ್ಮನ್ನು ನೋಡ್ಕೋತೀವಿ" ಎಂದು ಆಶ್ವಾಸನೆ ಕೊಟ್ಟು ಕರೆದೊಯ್ದವಳು ಒಂದು ತಿಂಗಳಿಗೇನೇ "ವಾಣಿಜ್ಯ ಸಂಕೀರ್ಣ ಮುಗಿಯುವ ಹಂತದಲ್ಲಿದೆ. ಅದ್ರಲ್ಲಿ ನಮ್ಮ ಪಾಲುಗಾರಿಕೆ ಇದೆ. ಲಕ್ಷ... ಲಕ್ಷ.. ಬಾಡ್ಗೆ ಬರುತ್ತೆ. ನಾವು ಮತ್ತಷ್ಟು ಸುಖವಾಗಿರಬಹುದು. ಈಗ ಒಂದಿಷ್ಟು ಹಣದ ಅಗತ್ಯವಿದೆ. ಹೇಗೂ ಅಮಲಾಪುರದಲ್ಲಿ ಮಾರಿದ ಜಮೀನಿನ ಹಣ ಇದೆ. ಮುಗ್ದ ಆರೇ ತಿಂಗಳಲ್ಲಿ ನಿಮ್ಮ ಹಣ ಹಿಂದಕ್ಕೆ ಬರುತ್ತೆ" ಎಂದು ಬ್ಯಾಂಕ್‌ನಲ್ಲಿದ್ದ ಹಣಕ್ಕೆ ಚೆಕ್ ಪಡೆದನಂತರ ಅದರ ವಿಷಯವೇ ಇಲ್ಲ. ಆಮೇಲೆ ಪೆನ್‌ಷನ್ ಮೇಲೂ ಸಾಲ ಪಡೆದು ತೀರಾ ಅಸಹಾಯಕರನ್ನಾಗಿಸಿದ ಹೆಣ್ಣಿನ ಭೂತ. ಆಮೇಲೆ ಕಾಡಿದ್ದೆಷ್ಟು? ಬಿಕ್ಕಿಬಿಕ್ಕಿ ಅಳಬೇಕೆನಿಸಿತು ಅವರಿಗೆ.

ಕಾಲುಗಳಿಗೆ ತೊಡಿಸಿದ ಬೇಡಿ ಬಿಚ್ಚಿದಂತಾಗಿತ್ತು ಮಾಸ್ತರಿಗೆ. ಒಂದಿಷ್ಟು ಅಡ್ಡಾಡಿದಾಗ ಎದುರಾದ ಶ್ರೀ "ಅಮಲ ಮೊಸರಿಡಿದು ಬಂದ್ಲು. ಈಗ ಅವಳ್ನ ಕರ್ಕೊಂಡ್ಹೋಗ್ತೀನಿ. ಏನಾದ್ರೂ ಬೇಕಾದರೆ ತಿಳ್ಸಿ. ನಿಮ್ಮಲ್ಲಿ ಕಲಿತ ಎಷ್ಟೋ ಮಂದಿ ಅಮಲಾಪುರದಲ್ಲಿ ಇದ್ದಾರೆ. ಅವ್ರೆಲ್ಲ ಬಂದುನೋಡ್ತಾರೆ. ಒಂದ್ವಾರ ವಿಶ್ರಾಂತಿ ಅಂತ ನಾನೇ ತಾಕೀತು ಮಾಡಿದ್ದೀನಿ. ನಗುತ್ತಾ ಆತ್ಮೀಯವಾಗಿ ನುಡಿದು ಅಮಲಾನ ಕರೆದೊಯ್ದ. ತಂಗಿಯ ಮೇಲೆ ಎಷ್ಟು ಪ್ರೀತಿ ಇತ್ತೋ, ಅಷ್ಟೇ ಕಟ್ಟೆಚ್ಚರ. ಅವಳ ಸೂಕ್ಷ್ಮ ಮನಸ್ಸಿಗೆ ಕಿಂಚಿತ್ ನೋವು ಕೂಡ ಸಹಿಸನು. 'ನಂಗೇನು ತೋಚ್ತಾ ಇಲ್ಲ ಶ್ರೀ ವಿಸ್ಮಿತಾ ಭಾರತದಲ್ಲಿ ಉಳಿಯೋದು ನಂಗಿಷ್ಟವಿಲ್ಲ. ಆ ಬಗ್ಗೆ ನಂದನ್ ಒಂದ್ನೂರು ಆಸಕ್ತಿ ಇಲ್ಲ. ನಾನು

ಹಡೆದ ಮಗ್ಳು ಅವಳು. ರಿಚರ್ಡ್ ರಿಚ್ಚಿ ಮೂಲಕವಾದ್ರೂ ಅವಳ್ನ ಇಲ್ಲಿಗೆ ಬರ ಮಾಡಿಕೊಳ್ಳಬೇಕು. ಅದಕ್ಕೆ ನಿಮ್ಮಗಳ ಕೊಪರೇಷನ್ ಬೇಕು' ಇದನ್ನು ವಿಭಾ ನಂದನ್ ಸಾಕಷ್ಟು ಸಲ ಹೇಳಿದ್ದರು. ಆ ಬಗ್ಗೆ ಅವನಿಗೆ ಇಂಟರೆಸ್ಟ್ ಇಲ್ಲದಿದ್ದರೂ ಒಂದ್ರು ಪ್ರಾಮಾಣಿಕ ಪ್ರಯತ್ನ ಮಾಡಲೇಬೇಕಿತ್ತು.

ಮನೆ ತಲುಪಿದ ನಂತರ "ನಿನ್ಹತ್ರ ತುಂಬ ಪರ್ಸನಲ್ಲಾಗಿ ಮಾತಾಡಬೇಕಿದೆ" ಎಂದು ರೂಮಿಗೆ ಕರೆದೊಯ್ದು ಕೂಡಿಸಿ ತಾನು ಕೂತು" ಅಮೆರಿಕ ತೀರಾ ಶ್ರೀಮಂತ ರಾಷ್ಟ್ರ..." ಅಂದಕೂಡಲೆ ಮೇಲೆದ್ದು "ನಿಂಗೆ ಯಾರು ಹೇಳಿದ್ದು? ಚಿನ್ನದ ಮೂಲಕನೇ ಶ್ರೀಮಂತಿಕೆಯಲ್ಲಿ ಅಳೆಯೋದು! ಭಾರತದಲ್ಲಿ ಇರೋಷ್ಟು ಚಿನ್ನ ಬೇರೆಲ್ಲೂ ಇಲ್ಲ. ಪ್ರತಿಯೊಬ್ಬರು ಒಡ್ವೇ ರೂಪದಲ್ಲಿ ಚಿನ್ನವನ್ನು ಮನೆಗಳಲ್ಲಿ ಇರ್ಸಿಕೊಂಡಿದ್ದಾರೆ. ಅದರಲ್ಲಿ ಹೆಚ್ಚಿನವ್ರು ಹೆಂಗಸರು... ನನ್ನ, ಅಮ್ಮನ ಹತ್ರ ಇರೋಷ್ಟು ಚಿನ್ನ ನಿಮ್ಮಲ್ಲಿಲ್ಲ" ಅವಳ ಮಾತಿಗೆ ಚಪ್ಪಾಳೆಯೊಡೆದ "ದಟ್ಸ್..... ಓಕೇ, ಡಿಯರ್ ಸಿಸ್ಟರ್, ಆದರೆ.... ಅಮೆರಿಕ..." ಮತ್ತೆ ಶುರು ಮಾಡಿದ ಕೂಡಲೇ "ಮುಂದುವರಿಕೆ ಬೇಡ. ಈ ವಿಷ್ಯದಲ್ಲಿ ನಾನು ಯಾರ ಮಾತು ಕೇಳೋಲ್ಲ. ನಿಮ್ಗೇ ನನ್ನ ಇಟ್ಟುಕೊಳ್ಳೋ ಇಷ್ಟವಿಲ್ಲದಿದ್ದರೆ, ವಿರೂಪಾಕ್ಷ ಮಾಸ್ತರ್ ಮನೆಯಲ್ಲಿ ಇದ್ದುಬಿಡ್ತೀನಿ" ಅಂದಾಗ ಬೆಚ್ಚಿಬಿದ್ದ. ಅಮಲಾ ಕಣ್ಣಲ್ಲಿ ನೀರು ಕಂಡು ಚಲಿಸಿಹೋದ.

"ಸೋ ಸಾರಿ ಕಣೋ, ಅಮ್ಮು" ಎಂದು ಅವಳನ್ನು ತಬ್ಬಿಕೊಂಡ. ಅವನ ಹೃದಯ ದ್ರವಿಸಿಹೋಯಿತು. ತಮ್ಮ ಕೈಯಲ್ಲಿ ಆಗದನ್ನು ಕಸಿನ್ ಮಗ ರಿಚರ್ಡ್‌ನಿಂದ ಸಾಧಿಸಿಕೊಳ್ಳುವ ಪ್ಲಾನ್ ವಿಭಾದು. ಆದರೆ ಅದು ಸಾಧ್ಯವಾಗದೆ ಇರಲಿಯೆಂದು ಅಮಲೇಶ್ವರನನ್ನು ಬೇಡಿಕೊಂಡು ಬಿಟ್ಟ. ಇದುವರೆಗೂ ಅವನೇನು ಬೇಡಿಕೊಂಡಿದ್ದೇ ಇಲ್ಲ. ಇಂದು ಅವನ ಬೇಡಿಕೆಗೆ ಅಮಲೇಶ್ವರ ಸ್ಪಂದಿಸಲೇಬೇಕಲ್ಲ.

"ಇನ್ನೆಂದು ನಿನ್ನ ಅಮೆರಿಕಗೆ ಕಳಿಸೋ ಮಾತಾಡೋಲ್ಲ. ನನ್ನ ನಂಬು ಪ್ರೀತಿಯ ತಂಗಿ" ಅವಳ ಹಸ್ತದಲ್ಲಿ ತನ್ನ ಕೈಇಟ್ಟು ಹೇಳಿದ. ಅಂದೇ ವಿಭಾಗೆ ಕಾಲ್ ಮಾಡಿ "ಸಾರಿ ಚಿಕ್ಕಮ್ಮ. ಐಯಾಮ್ ಹೆಲ್ಪ್‌ಲೆಸ್. ನೀವುಂಟ.... ನಿಮ್ಮ ಮಗಳುಂಟು. ನೀವು ಯಾವಾಗ ಬೇಕಾದ್ರೂ... ಕರ್ಕೊಂಡ್ ಹೋಗಿ. ಆದ್ರೆ ಮಧ್ಯ ನನ್ನ ತರ್ಬೇಡಿ" ದೃಢವಾಗಿ ಹೇಳಿ ಕಾಲ್‌ಕಟ್ ಮಾಡಿದ. ಅವನ ಸ್ವಭಾವ ಬಲ್ಲ ವಿಭಾ ಮತ್ತೆ ರಿಕ್ವೆಸ್ಟ್ ಕಳುಹಿಸಲಾರರು!

ಎಷ್ಟು ಬೇಗ ಮಾಸ್ತರರ ಸಂಸಾರ ಹೊಂದಿಕೊಂಡಿತೆಂದರೆ, ಅವರ ಮುಖಗಳಲ್ಲಿ ಹೊಸ ಗೆಲುವು ಮೂಡಿತು. ತೋಟದಲ್ಲಿ ಕೆಲಸಗಾರರ ಜೊತೆ ಮಾತು, ಅಡ್ಡಾಡುವಿಕೆಯಲ್ಲಿ ನೂತನ ಜಗತ್ತನ್ನು ಕಂಡುಕೊಳ್ಳುವುದರ ಸಣ್ಣಪುಟ್ಟ ಕೆಲಸಗಳಲ್ಲಿ ತಮ್ಮನ್ನು ತೊಡಗಿಸಿಕೊಂಡಿದ್ದು ಆನಂದಮೂರ್ತಿಗಳ ಕುಟುಂಬಕ್ಕೆ ಸಂತೋಷವೆನಿಸಿತು.

ಅಂದು ನರಸಕ್ಕ ದೊಡ್ಡ ಡಬರಿಯ ತುಂಬ ಬೂದುಕುಂಬಳಕಾಯಿ ಕೊಟ್ಟು ಹಿಡಿದು ಬಂದವರು ಬೆವರೊರೆಸಿಕೊಂಡು ಕೂತಾಗ ರೂಮಿನಲ್ಲಿದ್ದ ಆನಂದಮೂರ್ತಿಗಳು ಬಂದವರೇ ನಗು ಬೀರಿದರು.

"ಅಮ್ಮ, ಮಾಸ್ತರ್ ಬರಲಿಲ್ವಾ? ಸತ್ಯ ಯಾರು ಬಂದಿದ್ದಾರೆ ನೋಡು. ಒಂದಿಷ್ಟು ಕೆಲಸ್ ಮುಗ್ಸಿಕೊಂಡು ಬಂದ್ಬಿಡ್ತೀನಿ. ನೀವುಗಳು ಮಾತಾಡಿ" ಎಂದು ಕೊಡೆ ಹಿಡಿದು ಹೊರಗೆ ಹೋದರು.

ಅಡುಗೆಮನೆಯಿಂದ ಹೊರಬಂದ ಸತ್ಯಭಾಮ "ತುಂಬ ಬಿಸಿಲಿತ್ತು. ನಮ್ಮ ಶ್ರೀಗೆ ಹೇಳಿದ್ದರೇ ಬೈಕ್ ಮೇಲೆ ಕೂಡ್ಸಿಕೊಂಡು ಕರ್ಕೊಂಡ್ ಬರೋನು. ಕುಡಿಯೋಕೆ ನೀರು ತರ್ತೀನಿ" ದೊಡ್ಡ ನೀರಿನ ಚಂಬು, ಲೋಟ ಹಿಡಿದು ಬಂದು ಬಗ್ಗಿಸಿ ಕೊಟ್ಟು ಅಲ್ಲೇ ಕೂತರು. "ಏನಾದ್ರೂ... ತೊಂದರೆ ಇತ್ತಾ?" ಕೇಳಿದರು ಅನುಮಾನಿಸುತ್ತ. ಆಕೆ ಎರಡು ಕೈಗಳನ್ನು ಜೋಡಿಸಿ "ಈ ಆನಂದಮೂರ್ತಿಗಳ ಕುಟುಂಬದ ಸಂಸಾರದ ಋಣ ಹೇಗೆ ತೀರಿಸೋದು?" ಎಂದು ಗೊಳೋ ಎಂದು ಅತ್ತರು. ಅವರು ಸಮಾಧಾನವಾಗಲು ಸಮಯ ಹಿಡಿಸಿತು.

"ಸತ್ಯಾ, ಹೆಣ್ಣು ಅಷ್ಟೊಂದು ಕ್ರೂರವಾಗಿ ಇರಬಲ್ಲಳೆಂದು ನೋಡಿದ್ದು ನನ್ನ ಸೊಸೆ ಸಾರಾಳಲ್ಲಿ. ಅಮ್ಮ... ಭಯವಾಗುತ್ತೆ ನನ್ನ ಕೈಕಾಲು ನಡುಗುತ್ತೆ. ಕನಿಷ್ಟ ಹೊಟ್ಟೆ ತುಂಬ ಊಟ ಬೇಡ್ವಾ? ಇಲ್ಲವೇ.. ಇಲ್ಲ. ಗೋಳಾಡಿಸಿಬಿಟ್ಟಿದ್ದಾಳೆ. ಮನೆಗೆ ಕಾಫೀ ಪುಡಿ, ಸಕ್ಕರೆ ತರೋದನ್ನ ನಿಲ್ಲಿಸಿದ್ಳು. ಅಷ್ಟಿಷ್ಟು ಹಣ ಇಟ್ಕೊಂಡಿದ್ದಾ ತಗೊಂಡ್ಳು. ಹೊರ ಜಗತ್ತಿನ ದರ್ಶನವೇ ಇಲ್ದಂಗೆ ಮಾಡಿದ್ಳು. ನಮ್ಮ ಬಗ್ಗೆ ಪ್ರೀತಿ ಇರಲಿ, ಮರುಕ ಕೂಡ ಇರ್ಲಿಲ್ಲ. ನಹುಷ ನಮ್ಮನ್ನ ಮಾತಾಡಿಸಲೇಬಾರ್ದು. ಸಿಟ್ಟಿಗೆದ್ದು ನಾಯಿಯಂಗೆ ಅರಚಾಡೋಳು. ಅವ್ರು ನಮ್ಮನ್ನೆ ಪಾರು ಮಾಡದಿದ್ದರೆ ಕುಂಭಮೇಳದಲ್ಲಿ ನಿಶ್ಚಿಂತೆಯಿಂದ ಬಿಟ್ಟು ಬಂದುಬಿಡೋರು" ಆಕೆ ಅತ್ತು ಅತ್ತು ಸೋತುಹೋದರು.

"ನರಸಕ್ಕ ಎದ್ದು ಮುಖ ತೊಳ್ಕೊಳ್ಳಿ. ಇಲ್ಲೇ ಊಟ ಮಾಡ್ಕೊಂಡ್ ಹೋಗಿ" ಸಮಾಧಾನಿಸಿ ಎಬ್ಬಿಸಿದ ನಂತರ "ನಿಮ್ಮ ತೋಟದ್ದೇ ಬೂದುಕುಂಬಳಕಾಯಿ. ಜಾಸ್ತಿ ಬೇಳೆ ಹಾಕಿ ಕೂಟು ಮಾಡಿದ್ದೆ. ಅವ್ರಿಗೆ ಬಡ್ಸಿ... ನಿಮ್ಗೇ ಕೊಟ್ಟು ಹೋಗೋಣಾಂತ ಬಂದೆ. ಎಲ್ಲಾ ಪದಾರ್ಥಗಳು ಕೊಟ್ಟು ಕಳಿಸಿದ್ದೇ. ಲಕ್ಷಣವಾಗಿ ಅಡ್ಗೇ ಮಾಡಿ ಹೊಟ್ಟೆ ತುಂಬ ಬಡಿಸ್ದೇ" ಮತ್ತಷ್ಟು ಕಣ್ಣೀರು. ಆ ಹಿರಿಯರನ್ನು ಭಯ, ಕಣ್ಣೀರಿನಿಂದ ಕೈ ತೊಳೆಸಿದ ಆ ಹೆಣ್ಣಿಗೆ ಏನೆನ್ನಬೇಕೋ ಆಕೆಗೆ ಅರ್ಥವಾಗಲಿಲ್ಲ.

ಆ ವೇಳೆಗೆ ಶ್ರೀ, ಅಮಲ ಕೂಡ ಬಂದಿದ್ದರಿಂದ ಕೂಡಿಸಿ ಬಡಿಸಿದರು. ಮೊದಲಿನಿಂದ ಬಡಿಸುವಿಕೆಯಲ್ಲಿ ಧಾರಾಳವಾಗಿದ್ದ ಸತ್ಯಭಾಮ ಇಂದು ಕೂಡ ಸಾಕ್ಷಾತ್ ಅನ್ನಪೂರ್ಣೆಯೆ.

ಆನಂದಮೂರ್ತಿಗಳು ಆಗಾಗ "ಭಗವಂತ ಎಲ್ಲರಿಗೆಂದೇ ಕೊಟ್ಟಿರೋದು. ಮಕ್ಕಳಲ್ಲಿ ಅವ್ನಿಗೆ ತಾರತಮ್ಯವಿರೋಲ್ಲ. ಕೊಡೋವಾಗ ನಮ್ಮಲ್ಲಿ ಕೂಡ ಅಂಥ ಭಾವವಿರಬೇಕು" ಹೇಳುತ್ತಿದ್ದರು. "ಅಯ್ಯೋ, ನಿಮ್ಮ ಪುರಾಣ ಬೇಡ. ನಂಗೆ ಅದೆಲ್ಲ.. ಅರ್ಥವಾಗೋಲ್ಲ" ಎಂದು ಕೊಸರಿಕೊಂಡರು ಗಂಡನ ಮಾತುಗಳನ್ನು ಮನದಟ್ಟು ಮಾಡಿಕೊಂಡ ಹೆಣ್ಣು.

ಊಟ ಮಾಡಿ ಎದ್ದ ಶ್ರೀ "ನರಸಕ್ಕ, ನಿಮ್ಮನ್ನ ತೋಟಕ್ಕೆ ಬಿಡ್ತೀನಿ, ನಡೀರಿ.

ಹೊರ್ಗೇ ಬಿಸಿಲಿದೆ. ಕಾಯೋದು ಬೇಡ" ಎಂದು ಎಬ್ಬಿಸಿದಾಗ ಕೈ ಜೋಡಿಸಿದ ಆಕೆ "ನಿಜ್ವಾಗ್ಲೂ ದೇವರಿದ್ದಾನೆ ಕಣೋ, ಶ್ರೀ. ನಾವು ಕುಂಭಮೇಳದಲ್ಲಿ ಅನಾಥರಾಗಿ ಸಾಯಬೇಕಿತ್ತು" ಅಂದವರ ಕಣ್ಣಲ್ಲಿ ಕಂಬನಿ. "ಬೇಡ ನರಸಕ್ಕ, ಸದ್ಯಕ್ಕೆ ಕಣ್ಣೀರಿಗೆ ಫುಲ್‌ಸ್ಟಾಪ್ ಇಡೀ. ಅದು ನಿಮ್ಮ ಮಗ್ನ ಕುಟುಂಬಕ್ಕೆ ಶಾಪವಾಗಿಬಿಡುತ್ತೆ" ಎಚ್ಚರಿಸಿಯೇ ಕರೆದೊಯ್ದ.

ಅಂದು ಸಂಜೆ ವಿಭಾಯಿಂದ ವಿಡಿಯೋ ಕಾಲ್ ಬಂದಾಗ ಅಮ್ಮನ ಕೈಗೆ ಕೊಟ್ಟು ಸರಿದುಹೋದ. ಆಕೆಗೆ ವಿಚಿತ್ರವಾಗಿ ಕಂಡಿತು. ಅದೇ ವಿಭಾದು ಮಾಮೂಲಿ ಒತ್ತಾಯ. ರಿಚರ್ಡ್ ಬಗ್ಗೆ ಹೊಗಳಿಕೆ. ಅವರ ಕುಟುಂಬದ ಪ್ರಾಪರ್ಟಿಯ ವರ್ಣನೆ, ನಂತರವೇ ಮಗಳ ಮೇಲಿನ ಅಕ್ಕರೆಯ ಧಾರೆ.

"ಅಕ್ಕ, ಅಪ್ಪಿಗೆ ಮೊಬೈಲ್ ಕೊಡಿಸಿದ್ದೆ. ಯಾಕೆ ಉಪಯೋಗಿಸ್ತಾ ಇಲ್ಲ. ಯಾವಾಗ್ಲೂ... ಸ್ವಿಚ್ ಆಫ್" ಗೊಣಗಿದರು ವಿಭಾ. "ಹೇಳಾಯ್ತು, ಆಕ್ಟಿವೇಟ್ ಮಾಡಿಕೊಟ್ಟ ಶ್ರೀ ಶುಭಕರ ಒಂದು ಮೊಬೈಲ್ ತಂದುಕೊಟ್ಟಿದ್ದಾನೆ. ಅಪ್ಪು ಯಾವ್ದೂ ಉಪಯೋಗಿಸೋಲ್ಲ. ಅವಳ್ನ ನೇರವಾಗಿ ನೀನೇ... ಕೇಳು" ಎಂದು ಅವಳ ರೂಮಿಗೆ ಬಂದಾಗ ನಾಪತ್ತೆ "ಎಲ್ಲೂ ಇಲ್ಲ. ಕಾಲೇಜಿಗೆ ಸೇರಿದ್ಮೇಲೆ ಸಾಕಷ್ಟು ಫ್ರೆಂಡ್ಸ್ ಸಿಕ್ಕಿದ್ದಾರೆ. ಅವಳಿಂದ್ಲೇ... ಮಾಡಿಸ್ತೀನಿ" ಅಂದಾಗ ವಿಭಾ ಒಂದು ತರಹ ಅಂದರು. "ಬಹುಶಃ ಅಪ್ಪಿಗೆ ವಿಭಾ, ನಂದನ್ ಮಗ್ಳು ಅನ್ನೋದೇ ಸರ್ಯಾಗಿ ಗೊತ್ತಿಲ್ಲ. ಪೂರ್ತಿಯಾಗಿ ಅಮಲಾಪುರಕ್ಕೆ ಹೊಂದಿಕೊಂಡುಬಿಟ್ಟಿದ್ದಾಳೆ. ನನ್ನ ಕರುಳು ಸಂಕ್ಟ ಯಾರ್ಗೇ ಗೊತ್ತಾಗ್ಬೇಕು!" ವಿಭಾಳ ಕಣ್ಣೀರು ಇಲ್ಲಿಯವರೆಗೂ ಹರಿದುಬಂದಂಗಾಯಿತು. ಸತ್ಯಭಾಮಗೆ ತಡೆಯದಂತಾಯಿತು. "ವಿಭಾ ನನ್ನ ಕ್ಷಮ್ಸಿ ಬಿಡು. ನಾನು ಹೆಲ್ಪ್‌ಲೆಸ್ ಕಣೇ. ಇದೊಂದು ವಿಚಾರದಲ್ಲಿ ಅವಳದು ಕೆಟ್ಟ ಹಟ. ವಿರೂಪಾಕ್ಷ ಮಾಸ್ತರು ಸಂಸಾರದೊಂದಿಗೆ ಇಲ್ಲಿಗೆ ಬಂದಿದ್ದಾರೆ. ಅವ್ರ ಜೊತೆ ಎಷ್ಟೊಂದು ಹೊಂದಿಕೊಂಡಿದ್ದಾಳೆ, ಗೊತ್ತ? ಅಮೆರಿಕ ಸುದ್ದಿ ಎತ್ತಿದರೇ.. ಪರಾರಿ... ನಿನ್ನ ನಿರ್ಣಯದಂತೆ ಆ ರಿಚರ್ಡ್ ಜೊತೆ ಬಂದದ್ದೇ ಅಂತಾದರೆ, ಆರಾಮಾಗಿ ಅಲ್ಲಿಗೆ ಬರ್ತಾಳೆ. ಆಗ ನಮ್ಗೂ ಒಂದು ತರಹ ನಿಶ್ಚಿಂತೆ. ನೀನು ನನ್ನ ಮಡಿಲಿಗೆ ಹಾಕಿದ ಮಗುನ ನಿಂಗೆ ಒಪ್ಪಿಸಿದರೇ, ನಂಗೂ ಸಮಾಧಾನ" ಎಂದೇಬಿಟ್ಟರು. ಇದು ವಿಭಾ ಸಮಾಧಾನಕ್ಕೆ ಆಡಿದ ಮಾತಾ?

"ಈ ಟರ್ಮ್ ಎಗ್ಸಾಮ್ ಮುಗಿಸಿದ ಕೂಡ್ಲೇ ರಿಚರ್ಡ್ ಮತ್ತು ರಿತೇಶ್‌ನ ಭಾರತಕ್ಕೆ ಕಳಿಸ್ತೀನಿ. ರಿಚ್ಚಿ ಲವ್‌ಲೀ ಬಾಯ್. ನಮ್ಮ ವಿಸ್ಮಿತಾಗೆ ತೀರಾ ಇಷ್ಟವಾಗಿ ಬಿಡ್ತಾನೆ" ಅಂದರು ವಿಭಾ ಗೆಲುವಿನಿಂದ. ಸದ್ಯಕ್ಕೆ ಅವರ ಬತ್ತಳಿಕೆಯಲ್ಲಿದ್ದ ಏಕೈಕ ಬಾಣ ರಿಚರ್ಡ್. "ಅಷ್ಟಾದರೇ ಸಾಕು, ಹೇಗೂ ಇಂದಲ್ಲ, ನಾಳೆ ವಿವಾಹವಾಗಿ ಗಂಡನ ಮನೆಗೆ ಹೋಗೋಳೆ ತಾನೇ ಅಮಲಾ. ನೀನು ಆಯ್ತೂಂತ ಅನ್ನಿಸಿದರೇ ಅಮಲೇಶ್ವರ ಸನ್ನಿಧಿಯಲ್ಲೇ ಮದ್ವೆ ಮಾಡಿ ಮುಗ್ಸಿಬಿಡೋಣ" ಅಂದರು.

"ಅಷ್ಟಾದರೇ ಸಾಕು, ಪ್ಲೀಸ್ ಅಕ್ಕ ನೀವೇ ಹೇಳಿ, ನನ್ಮಗ್ಳು ನನ್ನ ಕಣ್ಣೆದುರಿಗೆ ಇರಬೇಕೂಂತ ಬಯಸೋದು ತಪ್ಪಾ?" ಕೇಳಿದರು. ವಿಭಾ "ಖಂಡಿತ ಇಲ್ಲ ಕಣೇ. ನೀನ್ಯಾಕೆ ಹಾಗೆಲ್ಲ ಅಂದ್ಕೋತೀಯ? ಅಮ್ಮುನ ನಾನು ಸಾಕಿದ್ರೂ... ನಿನ್ನ ಮಗಳೇ.

ಸಾಕಷ್ಟು ಕೆಲ್ಸ ಇದೆ. ಕಾಲ್‌ಕಟ್ ಮಾಡ್ಲೋ" ಕೇಳಿಯೇಬಿಟ್ಟರು. ಒಂದೇ ರೀತಿಯ ಬಡಬಡಿಕೆ ಆಕೆಗೆ ಸಾಕಾಗಿತ್ತು. "ಸಾಕಪ್ಪ ಅಮಲೇಶ್ವರ. ಹೇಗೋ ವಿಭಾ ಇಚ್ಛೆನ ನೆರವೇರಿಸಿ ಬಿಡು" ಕೇಳಿಕೊಂಡವರು ಒಂದು ಕಡೆ ಕೂತುಬಿಟ್ಟರು. ಅಮೆರಿಕನ್ ಗಂಡು ಮತ್ತು ಭಾರತೀಯ ಹೆಣ್ಣಿಗೆ ಜನಿಸಿದವ ರಿಚರ್ಡ್. ಪೂರ್ಣ ಪ್ರಮಾಣದ ಅಮೆರಿಕನ್. ರೂಪು, ಭಾಷೆ, ಹಾವಭಾವ ಎಲ್ಲದರಲ್ಲೂ ಫೋಟೋ ಕ್ಲಿಪಿಂಗ್, ವಿಡಿಯೋದಲ್ಲೆಲ್ಲ ನೋಡಿದ್ದರು. ಬಿಳಿವರ್ಣದ ಸ್ಫುರದ್ರೂಪಿ ಅಮಲಾಗೆ ಜೋಡಿಯಾ? ಆಕೆ ಯಾವುದೇ ನಿರ್ಧಾರಕ್ಕೆ ಬರಲಿಲ್ಲ.

ಆನಂದಮೂರ್ತಿಗಳು ಬಂದಾಗ ನಡು ಮಧ್ಯಾಹ್ನ ಮೌನವಾಗಿ ಕೂತಿದ್ದ ಹೆಂಡತಿಯನ್ನು ನೋಡಿ ಅರ್ಥಮಾಡಿಕೊಂಡರು. ಬಹಳ ಮೃದುವಾಗಿ "ವಿಭಾ ಫೋನ್ ಮಾಡಿದ್ಲಾ?" ವಿಚಾರಿಸುತ್ತ ತೂಗುಯ್ಯಾಲೆ ಮೇಲೆ ಕೂತಾಗ ಆಕೆ ಮೇಲೆದ್ದು "ಹೌದು, ಅವ್ಳ ಕೇಳಿಕೆ, ಅಭಿಪ್ರಾಯ ಯಾವ್ದೂ ತಪ್ಪಲ್ಲ. ರಿಚರ್ಡ್ ಬಂದರೇ, ಅಮ್ಮುಗೆ ಮದ್ವೆ ಮಾಡಿ ಕಳ್ಸಿಬಿಡೋಣ" ಎಂದರು. ತುಂಬು ಮನಸ್ಸಿನಿಂದ ಆನಂದಮೂರ್ತಿಗಳು ಆರಾಮಾದ ನಗೆ ಬೀರಿದರು. "ಆಯ್ತು ಅಂದ್ಯೋ, ಎಲ್ಲಾ ನಮ್ಮ ಕೈಯಲ್ಲಿಲ್ಲ. ದೇವರು ಅನ್ನೋನೊಬ್ಬ ಮಂತ್ರದಂಡ ಹಿಡ್ದು ಕೂತಿದ್ದಾನೆ. ಅವ್ನ ತಿರುಗು ಅನ್ನುವ ಕಡೆಗೆ ತಿರುಗಬೇಕು. ಆಯ್ತು ಅವ್ರ ಪ್ರಕಾರನೇ ರಿಚರ್ಡ್‌ಗೆ ಅಮಲಾನ ಕೊಟ್ಟು ಮದ್ವೆ ಮಾಡೋಕೆ ನಮ್ಮ ಸಂಪೂರ್ಣ ಸಮ್ಮತಿ ಇದೆ. ಇದ್ನ ವಿಭಾಗೂ, ನಂದನ್‌ಗೂ ಹೇಳಿಯಾಗಿದೆ. ಆದ್ರೂ ವಿಭಾಗೆ ಸಮಾಧಾನವಾಗ್ದು" ಎಂದರು. ಅದರಲ್ಲೇನು ನಿರಾಸೆ ಅಂಥದೇನು ಇರಲಿಲ್ಲ.

ನರಸಕ್ಕ ತಂದುಕೊಟ್ಟ ಬೂದುಕುಂಬಳಕಾಯಿ ಕೂಟನ್ನ ಸಾಕಷ್ಟು ಬಡಿಸಿಕೊಂಡು ಊಟ ಮಾಡಿದರು ಆನಂದಮೂರ್ತಿಗಳು. ಜೊತೆಗೆ ಹೆಂಡತಿಗೆ ಒಂದು ಮಾತು ಹೇಳಿದರು.

"ಒಮ್ಮೆ ಹೋಗಿ ನಹುಷ ಸಾರಾ ಅವ್ರನ್ನು ಭೇಟಿಯಾಗಬೇಕೂಂತ ಇದ್ದೀನಿ. ಅಪರಾಧಭಾವ ಕಾಡೋದು ಬೇಡ ಅವ್ರನ್ನ."

"ಅಂಥ ಮನಸ್ಥಿತಿ ಇದ್ಯಾ, ಅವ್ರಿಗೆ? ಅವುಗಳು ಮನುಷ್ಯರೇ ಅಲ್ಲ ಬಿಡಿ. ಹಿಂದೆ ಇದ್ದ ಫ್ಲಾಟ್‌ನಲ್ಲಿ ಎರಡು ರೂಮುಗಳು ಇದ್ವಂತೆ. ಸ್ವಲ್ಪ ಅನ್ಕೂಲವಾಗಿತ್ತು. ಗಾಳಿ, ಬೆಳಕು ಧಾರಾಳವಾಗಿತ್ತಂತೆ. ಎರಡೇ ತಿಂಗಳಲ್ಲಿ ಒಂದು ರೂಮು ಫ್ಲಾಟ್‌ಗೆ ಬದಲಾಯ್ಸಿ ಇವ್ರನ್ನು ಹಾಲ್‌ಗೆ ದಬ್ಬಿದರಂತೆ. ಇವ್ರು ಹಾಸ್ಗೇ, ಬಟ್ಟೆಗಳ್ನ ಹಿಂದಿನ ತೆರೆದ ಪುಟ್ಟ ಬಾಲ್ಕನಿಯಲ್ಲಿ ಇಟ್ಕೋಬೇಕಿತ್ತಂತೆ. ಒಮ್ಮೆ ಮಳೆ ಬಂತೂಂತ ನೆನೀ ಬಾರ್ದೂಂತ ನರಸಕ್ಕ ಹಾಲ್‌ಗೆ ತಂದಿಟ್ಕೊಂಡಾಗ ಒದ್ದಾಡಿದರಂತೆ. ನರ್ಕ ದರ್ಶನ ಮಾಡ್ಸಿಬಿಟ್ಟಿದ್ದಾರೆ, ಎಂತಹ ಮಕ್ಳು ನೋಡಿ "ಆಕೆ ಕಣ್ಣಲ್ಲಿ ನೀರಾಕಿಕೊಂಡರು. ಆನಂದಮೂರ್ತಿಗಳ ಹೃದಯ ಭಾರವಾಯಿತು. ಈ ರೀತಿಯ ಬದುಕಿನಿಂದ ಸಿಗೋದೇನು? ಸಾರಾ, ನಹುಷ ಬಿಂಬಗಳು ಬಂದು ಅವರ ಮುಂದೆ ನಿಂತಿತು. ನಹುಷನನ್ನು ಮೊದಲೇ ನೋಡಿದ್ದರು. ಸಾಧಾರಣ ಸ್ವಭಾವ ಹೊಂದಿದ್ದ. ಆದರೆ ಸಾರಾನ ಮೊದಲ ಸಲ ನೋಡಿದ್ದು. ಸ್ವಲ್ಪ ರಫ್‌ಆಗಿ ಕಂಡ. ಸಾಧಾರಣ ರೂಪಿನ ಹೆಣ್ಣು. ಮಗನ

ವಿವಾಹವಾಗಿದೆಯೆಂದು ತಿಳಿಸಿ ಗೊತ್ತಿದ್ದವರಿಗೆಲ್ಲ ಸಿಹಿ ಹಂಚಿದ ವಿರೂಪಾಕ್ಷ ಮಾಸ್ತರರು "ಲವ್ ಮ್ಯಾರೇಜ್ ಅಂದ. ಹೇಗೋ ಸುಖವಾಗಿರ್ಲಿ. ನಂಗೆ ಅವ್ನ ಮಾಸ್ತರನ್ನಾಗಿ ಮಾಡ್ಬೇಕೂಂತ ಆಸೆ ಇತ್ತು. ಅವ್ನು ಆರ್ಸಿಕೊಂಡಿದ್ದು ಸಾಫ್ಟ್‌ವೇರ್ ಇಂಜಿನಿಯರಿಂಗ್. ಅದ್ರಲ್ಲಿ ಆದರ್ಶ ಅಂಥದೇನಿಲ್ಲ. ದುಡ್ಡು ಅಗತ್ಯವೆನಿಸಿ ದುಡಿಯೋ ಹುಡ್ಗೀನಾ ಮದ್ವೆ ಆಗಿದ್ದಾನೆ. ನಂಗೆ ನಾಲ್ಕು ಜನಕ್ಕೆ ಊಟ ಹಾಕ್ಸಿ ಅವ್ರ ಆಶೀರ್ವಾದ ಬೇಕನ್ನೋ ಆಸೆ ಇತ್ತು. ಇಟ್ಟುಕೊಂಡಿರೋ ಹಣ ಕೊಡಿ. ನಾವುಗಳೇ ದೇವತಾ ದರ್ಶನ ಮಾಡ್ಕೊಂಡ್ ಬರ್ತೀವಿಂತ ಅಂದ್ರು. ಮತ್ತೇನು... ಮಾತು? ಕೊಟ್ಟೆ, ಅವ್ನ ವಿವಾಹದ ಸಲುವಾಗಿ ಕೂಡಿಟ್ಕೊಂಡ ಹಣ ನಮ್ಗೇ ಇನ್ನ ಯಾತಕ್ಕೆ ಬೇಕು?" ಎಂದು ತೋಡಿಕೊಂಡಿದ್ದರು. ವಿವಾಹದಲ್ಲಿಯೇ ಷಾಕ್ ಕೊಟ್ಟಿದ್ದ ಮಗ ಅದನ್ನು ಮುಂದುವರಿಸಿದ್ದ.

"ಹೋಗ್ಲಿಬಿಡು, ಸತ್ಯ. ಅಮಲಾಪುರಕ್ಕೆ ಸಾಕಷ್ಟು ಮಾಡಿದ ಜನಗಳು ಅವ್ರನ್ನ ಈಗ ಸುಖವಾಗಿ ನೋಡಿಕೊಳ್ಳೋದು ನಮ್ಮೆಲ್ಲರ ಕರ್ತವ್ಯ. ಸ್ವಲ್ಪ ಅವ್ರ ಬೇಕು ಬೇಡಗಳನ್ನು ಅಕ್ಕರೆಯಿಂದ ಗಮನಿಸು" ಅಂದರು. ಆಕೆ ಒಂದು ತರಹ ಮುಖ ಮಾಡಿ "ಎಲ್ಲರನ್ನು ಗಮನಿಸೋರಿಗೆ ನನ್ನ ಕಷ್ಟ–ಸುಖ ಮಾತ್ರ ಅರ್ಥವಾಗೋಲ್ಲ. ನಾನೊಬ್ಬೇ ಹೇಗೆ ನಿರ್ವಹಿಸಲಿ. ನಿಮ್ಮ ಅರ್ಧ ಜವಾಬ್ದಾರಿಯನ್ನು ಶ್ರೀ ಹೊತ್ಕೊಂಡಿದ್ದಾನೆ. ನಾನು ಈಗ್ಲೂ ಒಂಟಿಯಾಗಿಯೇ ಮನೆ ನಿರ್ವಹಣೆ ಮಾಡ್ಬೇಕಾಗಿದೆ. ಆ ಬಗ್ಗೆ ಯೋಚ್ಸಿ, ಶ್ರೀಗೆ ಯಾಕೆ ಮದ್ವೆ ಬೇಡ? ಸ್ವಲ್ಪ ಗಟ್ಟಿಯಾಗಿ ಕೇಳಿ" ಹೇಳಿ ಮುಗಿಸೋ ವೇಳೆಗೆ ಸತ್ಯಭಾಮ ಕಣ್ಣಿಂದ ಕಂಬನಿ ಕೆನ್ನೆಯ ಮೇಲೆ ಹರಿಯಿತು. ತಟಸ್ಥರಾದರು. ಆಕೆಯ ಮಾತುಗಳೆಲ್ಲ ಸತ್ಯವೇ. ತನ್ನ ಅರ್ಧವೇನು ಮುಕ್ಕಾಲು ಜವಾಬ್ದಾರಿ ಶ್ರೀ ಹೊತ್ತಿದ್ದಾನೆ. ಆದೆಲ್ಲ... ಸತ್ಯ...

"ನಿನ್ಮಾತು ನಿಜ ಕಣೇ ಸತ್ಯ. ನಂಗೂ ಅವ್ನಿಗೆ ವಿವಾಹ ಮಾಡೋ ಇರಾದೆ ಇದೆ. ಅಂದಿನ ಪಾಲಾಕ್ಷನೊಂದಿಗೆ ಮಾತುಕತೆಯವರ್ಗೂ ವಿವಾಹದ ಬಗ್ಗೆ ಶ್ರೀ ಸುಮುಖನಾಗಿಯೇ ಇದ್ದ. ನಂತರ... ಅವನೇನು ನನ್ನ ಹತ್ರ ಬಾಯಿಬಿಡ್ತಾ ಇಲ್ಲ. ರಕ್ಷಾ ಬಗ್ಗೆ ಪ್ರೇಮ, ಪ್ರೀತಿ ಅಂಥದದೇನು ಬೆಳ್ಸಿಕೊಂಡಿಲ್ಲ ಅಂದ. ಮತ್ತೇನು ಕಾರಣವೋ ಗೊತ್ತಿಲ್ಲ. ನಿನ್ನ ಕಣ್ಣೀರಿಗೆ ಕರಗ್ತಾನೆ. ಕೇಳು, ಸತ್ಯ! "ಬಲವಂತ ಮಾಡಿದ ಸತ್ಯಭಾಮ ಅವಿವೇಕಿಯಲ್ಲ. ಗಂಡನ ಮೇಲೆ ವದರಾಡೋಕೆ? ಆಯ್ತು ಕೇಳ್ತೀನಿ" ಅಂದಳು.

ಸಿಟಿಯಿಂದ ಮನೆಗೆ ಬರುವ ವೇಳೆಗೆ ಆಕೆ ಮನದಲ್ಲಿಯೇ ಪೂರ್ತಿ ತಯಾರಿ ನಡೆಸಿದ್ದರು. ಇಂದು ಹೇಗಾದರೂ ಒಪ್ಪಿಸಲೇಬೇಕೆಂಬ ಇರಾದೆ. ಸಪೋರ್ಟ್‌ಗೆ ಅಮಲಾನ ಇರಿಸಿಕೊಂಡರು. ಗಂಡ ಕೂಡ ಒಂದಿಷ್ಟು ಬಲವಂತಿಕೆ ಹೇರಲೇಬೇಕೆಂದು ಪ್ರಾಮಿಸ್ ಮಾಡಿಸಿಕೊಂಡರು. ಜೊತೆಗೆ ವಿಭಾ, ನಂದನ್ ಕಾಂಟ್ಯಾಕ್ಟ್ ಮಾಡಿ ತಮ್ಮ ಬಲವಂತ ಕೂಡ ಸೇರಲಿಯೆಂದು ಮಾತು ಪಡೆದರು. ಅಂತೂ ಶ್ರೀಯ ವಿವಾಹದ ಮಾತುಕತೆಗೆ ಒಂದು ಪಡೆಯನ್ನು ಸಜ್ಜು ಮಾಡಿದರು. ತೀರ್ಮಾನವಾಗಿಯೇ ಬಿಡಬೇಕೆನ್ನುವ ಹಟ.

"ನಿನ್ಹತ್ರ ಮಾತಾಡಬೇಕೋ ಶ್ರೀ" ಪ್ರಾರಂಭಿಸಿದಾಗ "ನೀನು ನನ್ಹತ್ರ ಮಾತಾಡೋಕೆ ಸಮಯ... ಸಮಯ ಬೇಕಾ? ಈಗ್ಲೇ ಶುರು ಮಾಡು" ಅಂದ. ವಿಷಯ ಅವನ

ಅವಗಾಹನೆಗೆ ಬಂದಿತ್ತು. "ನಿನ್ನಮ್ಮನಿಗೆ ಸೊಸೆ ಬೇಕು ಗೃಹಕೃತ್ಯದ ನೇಗಿಲನ್ನು ಹೊತ್ತು ಸಾಕಾಗಿದೆ. ಸಪೋರ್ಟ್‌ಗೆ ಅನಿವಾರ್ಯ. ಅದನ್ನೆಲ್ಲ ಮನಸ್ಸಿನಲ್ಲಿ ಇಟ್ಕೊಂಡ್ ನಿನ್ನ ತೀರ್ಮಾನ ತಿಳ್ಸು" ಇಂಥದೊಂದು ಸೂಚನೆ ತಂದೆ ಕೊಟ್ಟಿದ್ದರು. ಶುಭಕರ ಕೂಡ ಕಾಲ್ ಮಾಡಿ "ನಿನ್ನ ಮದ್ವೆ ಬೇಗ ಮಾಡಿ ಸೊಸೆನ ಮನೆ ತುಂಬ್ಸಿಕೊಳ್ಳೋ ಆಸೆ. ನೀನು ರಕ್ಷಾ ಕನಸುನಲ್ಲಿಯೇ ಇದ್ದೀಯ?" ಕೇಳಿದ್ದ. "ಶ್ರೀಯಣ್ಣ ನೀನು ಬೇಗ ಮದ್ವೆಯಾದ್ರೆ... ನಂಗೆ ಒಬ್ಬ ಅತ್ತಿಗೆ ಫ್ರೆಂಡ್ ಬರ್ತಾರೆ" ಅಂದವಳ ಕೆನ್ನೆ ಸವರಿದ್ದ. ಇಂದು ಅವನ ನಿರ್ಣಯ ತಿಳಿಸಲೇಬೇಕಿತ್ತು. ಅದಕ್ಕೆ ಸಿದ್ಧವಾಗಿದ್ದ ಕೂಡ.

ಬಟ್ಟೆ ಬದಲಾಯಿಸಿ ಕಾಫಿ ಮಾಡಿಕೊಂಡು ಬಂದು ಅಮ್ಮನ ಮುಂದೆ ಕೂತ. "ನನ್ನ ಕೈ ಕಾಫಿ, ಸ್ವಲ್ಪ ರುಚಿ ನೋಡು" ಎಂದ ಮುಖದಲ್ಲಿ ಮಂದಹಾಸ ತುಳುಕಿಸುತ್ತ. ಆಕೆ ಲೋಟ ಪಕ್ಕಕ್ಕೆ ಸರಿಸಿ "ನೀನು ಹೇಳ್ದೇ, ನಿಜ.... ಹೇಳ್ಬೇಕು. ನೀನು ಬೇರೆ ಯಾರನ್ನಾದ್ರೂ ಪ್ರೇಮಿಸಿದ್ಯಾ?" ಕೇಳಿದ್ದಕ್ಕೆ ಅವನು ನಕ್ಕುಬಿಟ್ಟ. "ಬಹುಶಃ ಹೈಸ್ಕೂಲು ಕೊನೆಯ ವರ್ಷ, ಪಿಯುಸಿಯಲ್ಲಿ ಇಂಥ ಭಾವವೊಂದು ಹುಟ್ಟಿಕೊಂಡಿದ್ದರೂ ತೀವ್ರತರವಾಗಿರಲಿಲ್ಲ. ಆಮೇಲೆ ರಕ್ಷಾಳ ಪ್ರಸಕ್ತಿ. ಅಲ್ಲಿ ಕೂಡ ದೊಡ್ಡ ರೀತಿಯ ಪ್ರೇಮವಲ್ಲ, ಆಮೇಲಿನದು ವಿವಾಹ ಬೇಡ ಅನ್ನಿಸಿತು. ಈಗಲೂ ಅಷ್ಟೆ, ಸದ್ಯಕ್ಕೇನು ಮುಂದು ಕೂಡ ಅಂಥ ಯೋಚ್ನೆ ಬೇಡವೆನಿಸಿದೆ. ದೊಡ್ಡ ರೀತಿಯ ಕನಸುಗಾರನಲ್ಲದಿದ್ರೂ ಅಮಲಾಪುರದ ಮಟ್ಟಿಗೆ ನನ್ನ ಕನಸುಗಳು. ಇಲ್ಲಿನ ಎಲ್ಲರೂ ನನ್ನವರೆನ್ನುವ ಭಾವದಲ್ಲಿ ಕೆಲಸ ಮಾಡಬೇಕು. ಸದ್ಯಕ್ಕೆ ಇಷ್ಟು ಸಾಕು. ಸದ್ಯಕ್ಕೆ ನನ್ನ ವಿವಾಹದ ಯೋಚ್ನೆ ಬಿಡು. ಅಕಸ್ಮಾತ್ ವಿವಾಹವಾಗಿಯೂ ಬಂದ ಸೊಸೆ ನಿನ್ನ ಜವಾಬ್ದಾರಿಗಳಿಗೆ ಹೆಗಲು ಕೊಡ್ತಾಳೆ. ಅನ್ನೋ ಕನಸು ಬೇಡ. ನರಸಕ್ಕನ ಅಂಗೈ ಮೇಲಿನ ಬರೆ ನೋಡಿದ್ಯಾ. ಉಪ್ಪಿನಕಾಯಿ ಖಾಲಿ ಮಾಡಿದ್ದಕ್ಕೆ ಸೊಸೆ ಹಾಕಿದ ವಿದ್ಯುತ್ ಬರೆ. ಸದ್ಯಕ್ಕೆ ನನ್ನ ವಿವಾಹದ ವಿಚಾರ ಬಿಟ್ಟು ಶುಭನ ವಿವಾಹನತ್ತ ಗಮನ ಕೊಡು. ನಿನ್ನ ನಿರಾಸೆಪಡಿಸುವ ಉದ್ದೇಶ ನನ್ನದಲ್ಲ. ದಯವಿಟ್ಟು ಕ್ಷಮ್ಸು" ಎದ್ದುಹೋದ. ಅವನ ಸ್ಪಷ್ಟ ಅಭಿಪ್ರಾಯ ಹೊರಬಿದ್ದಿತ್ತು.

ಹೌದು, ನರಸಕ್ಕನ ಅಂಗೈ ಮೇಲೆ ಬರೆ ಇತ್ತು. "ಮಾಸ್ತರಿಗೆ ಉಪ್ಪಿನಕಾಯಿ ಇಲ್ದ ಊಟ ಸೇರೋಲ್ಲ. ಸಾರಾ ಉಪ್ಪಿನಕಾಯಿ ಬಾಟಲಿನ ಕಿಚನ್‌ನ ಬೀರುವಿನಲ್ಲಿಟ್ಟು ಬೀಗ ಹಾಕೋಳು. ನಾನು ಕದ್ದು ತೆಗೆದೆಂತ ಹಾಕಿದ ಬರೆ. ಇದು ವಾಸಿಯಾಗೋಕೆ ತಿಂಗಳುಗಳೇ ಬೇಕಾಯ್ತು" ಆಕೆ ಹೇಳಿಕೊಂಡಾಗ ಬೆದರಿಹೋಗಿದ್ದರು.

ಈಗ ನೆನಪಾಗಿ ಅಂಗೈನ ಮುಂದಿಡಿದು ನೋಡಿಕೊಂಡರು. ಎದೆ ಜಲ್ಲೆಂದಿತು. ಎಂಥ ಭೀಭತ್ಸ!

* * *

ನ್ಯಾಚುರಲ್ಲಾಗಿ ಅಭೀ ಬುದ್ಧಿವಂತ. ಓದಿನಲ್ಲಿ, ಆಟದಲ್ಲಿ, ಮಾತಿನಲ್ಲಿ ಹಟದಲ್ಲಿ ಮುಂದಿದ್ದ. ಎಷ್ಟೇ ಆಕೆ ಎಚ್ಚರಿಸಿದ್ದರೂ ಅಭೀ ಶುಭಕರನನ್ನು ಹಚ್ಚಿಕೊಂಡಿದ್ದ. ತಾನಾಗಿ ಮೊಬೈಲ್‌ನಲ್ಲಿ ಕಾಂಟಾಕ್ಟ್ ಮಾಡುತ್ತ ಇದ್ದ. ಒಂದೆರಡು ಸಲ ಅವನ

ಪ್ಲಾಟ್‌ಗೆ ಕೂಡ ಹೋಗಿ ಬಂದಿದ್ದರಿಂದ ಒಂದಿಷ್ಟು ಸ್ನೇಹ ಬೆಳೆದಿತ್ತು. ಹೆಚ್ಚುಕಡಿಮೆ ಎಲ್ಲಾ ವಿಚಾರಿಸಿಕೊಂಡಿದ್ದ ಮಾತಾಡುತ್ತ... ಮಾತಾಡುತ್ತ. ಅಂದು ವೀಕ್ಲೀ ಹಾಲಿಡೇ ಎಂದು ಗೊತ್ತಿದ್ದರಿಂದ ಬೆಳಿಗ್ಗೆ ಬ್ರೇಕ್‌ಫಾಸ್ಟ್ ಮುಗಿಸಿಕೊಂಡವನೇ ಹೊಂಡ ಸಿಟಿ ಏರಿದಾಗ ಹೊರಗೆ ಬಂದ ತಾರಿಣಿ "ಇವತ್ತು ಕಾಲೇಜಿಗೆ ರಜ. ಎಲ್ಲಿಗೆ ಹೊರಟೇ?" " ಸ್ವಲ್ಪ ಜೋರಾಗಿಯೇ ಪ್ರಶ್ನಿಸಿದಾಗ ಇಳಿದುಬಂದು "ಯಾಕೆ ತಾರಿಣಿ ಚಿದಂಬರಂ ಅವರೇ? ರಜದಿನಗಳಲ್ಲಿಯೇ ಆ್ಯಕ್ಟಿವಿಟಿಸ್ ಜಾಸ್ತಿ. ನಿಮ್ಮದೇನಾದ್ರೂ ಕೆಲ್ಸ ಇದ್ಯಾ? ಇಲ್ಲ ನನ್ನ ತಿರ್ಗಾಟಕ್ಕೂ ದೆಹಲಿ ಹೈಕಮಾಂಡ್ ಪರ್ಮಿಷನ್ ಬೇಕಾ?" ಕೇಳಿದ. ವ್ಯಂಗ್ಯ ಗುರ್ತಿಸಿದರು ಮುಖ ದಪ್ಪಗೆ ಮಾಡಿದರು ಆಕೆ.

"ನನ್ನ ಎದುರಿಗೆ ನೀನು ರಜನಿ.... ಅಯ್ಯೋ ನಿಸರ್ಗ ಹತ್ರ ಮಾತಾಡು. ಅವಳಮ್ಮ ಯಾಮಿನಿ ಕೂಡ ರಿಕ್ವೆಸ್ಟ್ ಮಾಡಿಕೊಂಡ್ರು. ಸುಮ್ನೇ ಯಾಕೋ ಸತಾಯಿಸ್ತೀ?" ನಿಷ್ಠುರ ಮಾಡಿದರು.

ವಾಚ್ ಕಡೆ ನೋಡಿದವನು "ಈಗ ರಾಹುಕಾಲ. ನನ್ನ ಕಾಲ್‌ನ ಕೂಡ ಈ ಸಮಯದಲ್ಲಿ ಅವ್ರು ರಿಸೀವ್ ಮಾಡಿಕೊಳ್ಳೋಲ್ಲ. ಸಂಜೆ ಬಂದು ನಿನ್ನ ಮುಂದೆ ಕೂತು ನೀನು ಹೇಳಿದಷ್ಟೂ ಹೊತ್ತು ಮಾತಾಡ್ತೀನಿ. ಈಗ ಪರ್ಮಿಷನ್ ಕೊಡಿ ಶ್ರೀಮತಿ ಚಿದಂಬರಂ ಅವರೇ" ಎರಡು ಕೈಗಳನ್ನು ಜೋಡಿಸಿದ ಆ ವೇಳೆಗೆ ಕಾರಿನಿಂದ ಇಳಿದ ಕೆಲವರು ಕಾಂಪೌಂಡ್‌ನೊಳಕ್ಕೆ ಬಂದಿದ್ದರಿಂದ "ಅಮ್ಮ, ನೀನು ಒಳ್ಗೇ ಹೋಗೆ. ಕೆಲವು ರೆಕಮಂಡೇಷನ್‌ಗಳಿಗೆ ನಿನ್ಮುಂದೆ ಬಂದು ನಿಂತುಬಿಡ್ತಾರೆ" ಅಂದವನು ಕಾರು ಹತ್ತಿ ಕೈಬೀಸಿದ. ಮಗನ ಚೇಷ್ಟೆ, ಮಾತು ಎರಡು ಆಕೆಗೆ ಇಷ್ಟವೇ. ತುಟಿಗಳ ಮೇಲೆ ಮಂದಹಾಸ ಅರಳಿತು.

ಕಾರು ಎಂಎಲ್‌ಎ ಚಿದಂಬರಂ ಕಾಂಪೌಂಡ್ ದಾಟಿ ಹೊರಗೆ ಹೋಯಿತು. ನೇರವಾಗಿ ಕಾರು ಹೋಗಿದ್ದು ಶುಭಕರ ಅಪಾರ್ಟ್‌ಮೆಂಟ್‌ನತ್ತ. ರಾತ್ರಿಯೇ ಅವನನ್ನ ಭೇಟಿ ಮಾಡುವ ನಿರ್ಧಾರಕ್ಕೆ ಬಂದಿದ್ದ. ಈಗಾಗಲೇ ಬಂದುಹೋಗಿದ್ದರಿಂದ ಅಪರಿಚಿತ ಸ್ಥಳವೇನು ಅಲ್ಲ.

ಕಾಲಿಂಗ್ ಬೆಲ್ ಒತ್ತಿದ. ನಿದ್ದೆ ಜೊಂಪಿನಲ್ಲಿ ಎದ್ದು ಬರುವ ಶುಭಕರನ ನಿರೀಕ್ಷೆ ಮಾಡಿದ್ದ. ಅದಕ್ಕೆ ವಿರುದ್ಧವಾಗಿ ಸ್ನಾನ ಮುಗಿಸಿಕೊಂಡು ಕಿಚನ್‌ನಿಂದ ಬಂದು ಬಾಗಿಲು ತೆಗೆದು ಚಕಿತನಾದ.

"ಅರೇ, ಅಭೀ..ಸರ್‌ಪ್ರೈಜ್! ಬನ್ನಿ...... ಬನ್ನಿ..." ನಾನು ಬ್ರೇಕ್‌ಫಾಸ್ಟ್ ರೆಡಿ ಮಾಡ್ತಾ ಇದ್ದೆ. ಪ್ಲೀಸ್... ಈಗ್ಬಂದೇ. "ಕಿಚನ್‌ನತ್ತ ಹೋದಾಗ ಅಲ್ಲಿದ್ದ ಸೋಫಾ ಮೇಲೆ ಕೂತವನ ನೋಟ ಒಂದು ಕಡೆ ಹರಿದುನಿಂತಿತು. ಸ್ಟಾಂಡ್‌ನ ಫೋಟೋದಲ್ಲಿ ಇದ್ದಿದ್ದು ಚೆಂದುಳ್ಳಿ ಚೆಲುವೆ ಅಮಲಾಪುರದ ಯುವರಾಣಿ 'ಅಮಲಾ' ಅವನಲ್ಲಿ ಭಾವ ಸಂಚಾರವಾಯಿತು. ಆ ಫೋಟೋದಿಂದ ಅವನ ನೋಟ ಕೀಳಲಾಗಲಿಲ್ಲ. ಹೃದಯದಲ್ಲಿ ಅದ್ಭುತ ಅತಿನವಿರಾದ ಪ್ರೇಮಸಂಚಾರ "ಅವ್ಳು ನನ್ತಂಗಿ ಅಮಲಾ. ಬಹುಶಃ ನೀವು ತೇರಿನ ದಿನ ನೋಡಿರಬಹುದು. ಷಿ ಈಸ್ ಸೋ ಪ್ರಿಟಿ. ಸಿಟಿ ತಳುಕು

ಬಳುಕು ಇಲ್ಲ ಅಮೆರಿಕ ಹುಡ್ಗೀ. ನಗುತ್ತಾ ಟೀ ಕಪ್‌ನ ಅವನ ಮುಂದಿಟ್ಟ. "ತಗೊಳ್ಳಿ, ನಿಮ್ಮ ಬ್ರೇಕ್‌ಫಾಸ್ಟ್ ಆಗಿಲ್ಲದಿದ್ದರೆ ನನ್ನ ಉಪ್ಪಿಟ್ಟಿನ ರುಚಿ ಕೂಡ ನೋಡ್ಬಹ್ದು." ಎಂದು ಅವನ ಎದುರು ಕೂತ. ತಾನು ದಿಟ್ಟಿಸಿ ನೋಡುತ್ತಿದ್ದುದ್ದು ಅವನ ಅರಿವಿಗೆ ಬಂತೇನೋಂತ.. ಒಂದಿಷ್ಟು ಅಭೀ ಸಂಕೋಚಿಸಿದರು ಮರುಕ್ಷಣವೆ ತಳ್ಳಿ ಹಾಕಿ ಟೀ ಕುಡಿದ.

ಆಮೇಲೆ ಸ್ವಲ್ಪ ಹರಟಿದರು. ಓದಿನಲ್ಲಿ ಶುಭಕರ ಬುದ್ಧಿವಂತನಾದರೂ ಮಿಕ್ಕ ವಿಚಾರದಲ್ಲಿ ಡಲ್. ಅಭೀ ಕೇಳಿದ್ದಕ್ಕೆಲ್ಲ ಸರಳವಾಗಿ ಉತ್ತರಿಸಿದ. ಹೆಚ್ಚುಕಡಿಮೆ ಅವನಿಂದ ಎಲ್ಲಾ ವಿಚಾರಗಳನ್ನು ಹೊರಡಿಸಿದ.

ಆ ವೇಳೆಗೆ ವಿದೇಶಿ ಕಾಲ್. ಆ ಕಡೆ ನಂದನ್ ಇದ್ದ.

"ಹೇಗಿದ್ದೀ? ಅಣ್ಣ ಯಾವುದಕ್ಕೂ ಬಲವಂತ ಮಾಡೋಲ್ಲ. ವಿಭಾ ನಿನ್ನ ಅಮೆರಿಕಗೆ ತರ್ಸಿಕೊಳ್ಳೋಕೆ ಇಷ್ಟಪಡ್ತಾಳೆ. ನಿಂದು ಹೇಗೂ ಟೆಂಪರರಿ ಜಾಬ್. ಬಹುಶಃ ಕಾಂಟ್ರಾಕ್ಟ್ ಮುಗೀಬಹ್ದು. ಇಲ್ಲಿ ಅವ್ಳ ಸಂಬಂಧಿಗಳ ಸಾಕಷ್ಟು ಕಂಪನಿಗಳು ಇವೆ. ಕೆಲ್ಸವೇನೋ ಸುಲಭವಾಗಿ ಸಿಕ್ಕುತ್ತೆ. ಆ ಬಗ್ಗೆ ವಿಭಾ ತುಂಬ ಇಂಟರೆಸ್ಟ್ ತಗೊಂಡಿದ್ದಾಳೆ. ನಿನ್ನ ಅಭಿಪ್ರಾಯವೇನು?" ಕೇಳಿದರು. ಕೈಯಲ್ಲೇ ಸನ್ನೆ ಮಾಡಿ ರೂಮಿಗೆ ಹೋದ.

"ಚಿಕ್ಕಪ್ಪ, ನನ್ನ ಕಾಂಟ್ರಾಕ್ಟ್ ಮುಂದಿನ ತಿಂಗ್ಳಿಗೆ ಮುಗಿಯುತ್ತೆ. ಆದರೆ ನೋ ಪ್ರಾಬ್ಲಮ್. ಪರ್ಫಾಮೆನ್ಸ್ ಚೆನ್ನಾಗಿರೋದ್ರಿಂದ ಅಲ್ಲೇ ಮುಂದುವರಿಯಬಹುದು. ಹೈಯೆಸ್ಟ್ ರಿಟರ್ನ್ಸ್‌ನ ಆಸಕ್ತಿಯಿಂದ ಬೇಗ.. ಬೇಗ ಜಾಬ್‌ಗಳ್ನ ಬದಲಾಯಿಸ್ತಾರೆ. ಅಂಥ ರಿಸ್ಕ್ ನಂಗೇನು ಬೇಡಾಂತ ಅನಿಸ್ತಾ ಇದೆ. ಯಾರೋ ಫ್ರೆಂಡ್ ಬಂದಿದ್ದಾರೆ. ನಾನೇ ಕಾಲ್ ಮಾಡ್ತೀನಿ" ಎಂದು ಕಾಲ್ ಕಟ್ ಮಾಡಿಕೊಂಡು ಬಂದ.

ತಕ್ಷಣ ಅಭೀ ಹೋಗಬಹುದೆಂದುಕೊಂಡ. ಆದರೆ ಪಟ್ಟಾಗಿ ಕೂತಿದ್ದ. "ನಿಮ್ಮ ಬ್ರೇಕ್‌ಫಾಸ್ಟ್...... ಆಯ್ತ? ನಂಗೆ ಹಸಿವು. ನೀವು ಬೇಕಾದರೆ ನಂಜೊತೆ ತಗೋಬಹ್ದು" ಅಂದ ಸ್ವಲ್ಪ ಸಂಕೋಚದಿಂದ.

"ಬ್ರೇಕ್‌ಫಾಸ್ಟ್ ಆಗಿದೆ. ನಿಮ್ಮ ಜೊತೆ ಮತ್ತೆ ತಗೋಳೋಕೆ ಖಂಡಿತ ಅಭ್ಯಂತರವೇನಿಲ್ಲ. ನನ್ನ, ನನ್ನ ಮಮ್ಮಿ ಹೊಟ್ಟೆ ಬಾಕ ಅಂತಾರೆ. ಆದ್ರೂ... ಪ್ರೀತಿಯಿಂದ ವೆರೈಟಿ... ವೆರೈಟಿಯಾಗಿ ಮಾಡಿಕೊಡ್ತಾರೆ. ನಾನು ನಿಮ್ಗೇ ಹೆಲ್ಪ್ ಮಾಡ್ತೀವಿ" ಅಂದವ ಫಸ್ಟ್ ಕಿಚನ್‌ಗೆ ಅವನೇ ಹೋದ. ಕೈ ತೊಳೆದ. ಬಾಣಲೆಯಲ್ಲಿನ ಉಪ್ಪಿಟ್ಟಿನ ತಟ್ಟೆಗಳಿಗೆ ಬಡಿಸಿಕೊಂಡು ಬಂದು ಟೀಪಾಯಿ ಮೇಲಿಟ್ಟ ನೀರು ಕೂಡ ತಂದಿಟ್ಟು "ಬನ್ನಿ, ಶುಭ ಏನು ಸಂಕೋಚ ಬೇಡ. ಹರಟುತ್ತ ತಿನ್ನಬಹ್ದು" ಅವನೇ ಮೊದಲು ಪ್ರಾರಂಭಿಸಿದ್ದು. ರೋಮಾ ಇನ್ಸಿಡೆಂಟಾದ ಮೇಲೆ ಸ್ವಲ್ಪ ಅಲರ್ಟ್ ಆಗಿದ್ದ.

ಆಮೇಲೆ ಅಭಿಯ ಮಾತಿನ ಮೋಡಿಯಲ್ಲಿ ತೇಲಿಹೋದ.

"ನಿಮ್ಗೇ ಜಾಬ್‌ನ ಪ್ರಾಬ್ಲಮ್ ಇಲ್ಲ. ಪರ್ಮನೆಂಟ್ ಜಾಬ್‌ಗಳ್ನ ಅರಸಿಕೊಂಡು ಅಡ್ಡಾಡೋ ಹಂಗಿಲ್ಲ. ಟೆಂಪರರಿ ಜಾಬ್‌ಗಳಲ್ಲಿ ಪರ್ಮನೆಂಟ್ ಜಾಬ್‌ಗಳಲ್ಲಿ ಎಷ್ಟೋ

ವರ್ಷಗಳ ನಂತರ ಸಿಗುವ ಸ್ಯಾಲರಿ ಇಲ್ಲಿ ಓಪನಿಂಗ್ ಬ್ಯಾಲೆನ್ಸ್ ಆಗಿರುತ್ತೆ. ನಂದು ಕಡೆಯ ವರ್ಷ ಮುಂದೇನು? ಒಬ್ನೇ ಮಗ ಮಮ್ಮಿದು ನೂರೆಂಟು ಸಜೆಷನ್ಸ್. ಡ್ಯಾಡಿ ಮಾತ್ರ ಸೈಲೆಂಟ್" ಎಂದು ನಕ್ಕ. ಶುಭ ಏನೂ ನಗಲಿಲ್ಲ. ಬೆಳಿಗ್ಗೆ ಎದ್ದರೆ ರಾಜಕೀಯ ವ್ಯಕ್ತಿಯ ಆಸ್ತಿಯ ಲೆಕ್ಕಾಚಾರ ಕೋಟಿಗಳಲ್ಲಿ ನೋಡಬೇಕಿತ್ತು. ಅದಕ್ಕೆ ಮೌನ ಸರಿಯೆನಿಸಿತು.

ಹೊರಡುವುದಕ್ಕೆ ಮುನ್ನ "ನಾವು ಈಚೆಗೆ ಅಮಲಾಪುರಕ್ಕೆ ಹೋಗಿದ್ವಿ. ವೆರಿ ಬ್ಯೂಟಿಫುಲ್ ಪ್ಲೇಸ್" ಎಂದ. ಶುಭಕರ "ಹೋಗೋದೂಂತೆಲ್ಲಿ, ಆಗಾಗ ಹೋಗ್ತಾನೆ ಇರ್ತೀನಿ. ಜಾಬ್‌ಗೆ ಜಾಯಿನ್ ಆದ ಹೊಸದರಲ್ಲಿ ಒಂದಿಷ್ಟು ಮಂಪರು. ಇದೆ ಜಗತ್ತು ಅಂದ್ಕೊಂಡ್‌ಬಿಟ್ಟಿದ್ದೆ. ಆಮೇಲಿನ ಕೆಲವು ತಪ್ಪುಗಳು! ನನ್ನಣ್ಣ ಶೀಕರ ತೀರಾ ದೊಡ್ಡವನೇನು ಅಲ್ಲ. ಬರೀ ನಮ್ಮಿಬ್ಬರ ವಯಸ್ಸಿನ ನಡ್ವೇ ಒಂದೂವರೆ ವರ್ಷ ಡಿಫರೆನ್ಸ್. ಆದರೆ ಅವ್ನ ಥಿಂಕಿಂಗ್ ಮಟ್ಟ.. ಫೆಂಟಾಸ್ಟಿಕ್. ಅವ್ನು ನಂಗೆ ಫ್ರೆಂಡ್, ಗೈಡ್, ಫಿಲಾಸಫರ್" ಅಣ್ಣನ ಬಗ್ಗೆ ಅಭಿಮಾನ ವ್ಯಕ್ತಪಡಿಸಿದ. ಅಚ್ಚರಿಯ ನೋಟ ಬೀರಿದ.

ನೇರವಾಗಿ ಅಭಿನಂದನ್ ಬಂದಿದ್ದು 'ಅಭೀ'ಗೇನೇ "ನನ್ನ ಚಿಕ್ಕಮ್ಮನ ಕಸಿನ್ ಮಗ ರಿಚರ್ಡ್ ಮೆಡಿಕಲ್ ಮಾಡ್ತಾ ಇದ್ದಾನೆ. ಅವನೇ ನೇರವಾಗಿ ಬಂದು ಅಮಲಾನ ವಿವಾಹವಾಗಿ ಅಮೆರಿಕಗೆ ಕರೆದುಕೊಂಡು ಹೋಗ್ತಾ ಇದ್ದಾನೆ" ಇಂಥ ಮಾತನ್ನ ಶುಭಕರನಿಂದ ಕೇಳಿದ ಮೇಲೆ ಒಂದು ರೀತಿಯ ತಳಮಳ ಶುರುವಾಗಿತ್ತು. ಅವನಲ್ಲಿ ಯಾಕೆ? ಆ ಪ್ರಶ್ನೆಗೆ ಖಂಡಿತ ಅವನು ಉತ್ತರಿಸಲಾರ.

ಮಲಗಿಬಿಟ್ಟ, ಇದು ಸಂಬಂಧಪಡದ ವಿಷಯ ಎಂದು ತಳ್ಳಿಹಾಕಲು ಪ್ರಯತ್ನಪಟ್ಟು ಸೋತುಹೋದ. ಆ ವೇಳೆಗೆ ತಾರಿಣಿ ಬಂದು ಮಗನ ಪಕ್ಕ ಕೂತವರು ಹಣೆ, ಕತ್ತು ಮುಟ್ಟಿ ನೋಡಿದರು ಆತಂಕದಿಂದ.

"ಏನಾಗಿದೆ, ಯಾಕೆ ಮಲಗ್ದೇ?" ಕೇಳಿದರು. ತಕ್ಷಣ ಎದ್ದು ಕೂತ. ಯಾವುದೇ ಸನ್ನಿವೇಶ ಕ್ರಿಯೇಟ್ ಆಗುವುದು ಅವನಿಗೆ ಬೇಕಿರಲಿಲ್ಲ. "ಡಿಯರ್ ಏನು ವಿಶೇಷಗಳು?" ಕೇಳಿದವ "ನನ್ನ ಫ್ರೆಂಡ್ ರೂಮಿಗೆ ಹೋಗಿದ್ದೆ. ಎಂಥ ಬ್ರಹ್ಮಾಂಡವಾದ ಉಪ್ಪಿಟ್ಟು ಮಾಡಿದ್ದ ಗೊತ್ತಾ? ಉಪ್ಪಿಟ್ಟಿಗೆ ಅಷ್ಟೊಂದು ರುಚಿ ಇದೇಂತ ಗೊತ್ತಿರ್ಲಿಲ್ಲ. ನಿಂಗೂ ಒಂದಿಷ್ಟು ಡಬ್ಬಿಗೆ ಹಾಕ್ಸಿಕೊಂಡು ಬರೋಣಾಂತ ಇದ್ದೆ" ಛೇಡಿಸಿದ. ತಾರಿಣಿ ಆ ವಿಷಯ ಬಿಟ್ಟು "ಭಗವಾನ್ ನಿಸರ್ಗನ ಪೂರ್ತಿಯಾಗಿ ಡೆಮಾಲಿಷ್ ಮಾಡ್ಸಿದರಂತೆ. ಇಂಥದೊಂದು ನ್ಯೂಸ್ ಮಾತಿನಲ್ಲೇ ಇದ್ದಿದ್ದು ಕಾರ್ಯಗತವಾಗಿದೆ" ಎಂದರು. ಅಭಿನಂದನ್ ಎದ್ದು ಸರಿಯಾಗಿ ಕೂತ. ಇದು ಅವನ ನಿರೀಕ್ಷೆಯೂ ಕೂಡ. ಭಗವಾನ್‌ರ ಬಂಗ್ಲೆಯನ್ನು ನೋಡಿದ ನಂತರವೇ ರಜನಿಗೆ ನಿಸರ್ಗ ಎಂದು ನಾಮಕರಣ ಮಾಡಿದ್ದು. ಅದಕ್ಕೊಂದು ಹೋಮ, ಹವನ, ನಾಮಕರಣ ಶಾಸ್ತ್ರವು ಆಗಿತ್ತು. ಜ್ಯೋತಿಷಿಗಳ ಆಣತಿಯಂತೆ.

"ಹೋಗ್ಲಿ ಬಿಡು. ಅದ್ಕೆ ನೀನ್ಯಾಕೆ ತಲೆ ಕೆಡ್ಸಿಕೊಳ್ತೀಯ? ನಾಳೆಯೇನಾದ್ರೂ ನಿಮ್ಮ ಮಗಳಿಂದ್ಲೇ ನಿಮ್ಗೇ ಆಪತ್ತು ಅಂತ ಯಾವುದಾದ್ರೂ ಜ್ಯೋತಿಷಿಗಳು...

ಹೇಳಿದ್ರೆ... ಆಗೇನು ಮಾಡ್ತಾರೆ? ಮಗಳ್ನ ಡೆಮಾಲಿಷ್ ಮಾಡೋಕ್ಕಾಗೋಲ್ಲ, ಯಾರಿಗಾದ್ರು ದಾನ ಮಾಡಿಬಿಡ್ತಾರೇನೋ? ನನಗ್ಯಾಕೋ... ಭಯ! ಅವ್ರುಗಳ ಈ ರೋಗ ದೆಹಲಿಯ ಆಸುಪಾಸಿನಲ್ಲಿಯೇ ಇರಲಿ, ಇಲ್ಲಿವರ್ಗ್ಗೂ ಬರೋದು ಬೇಡ. ಅವ್ರೆ ಇದನ್ನು ತಿಳಿಸಿದ್ರಾ, ಅಥ್ವಾ ರೂಮರಾ?" ಕೇಳಿದ. ಆಕೆ ಸಪ್ಪಗೆ ತಲೆ ಅಡ್ಡಡ್ಡ ಆಡಿಸಿದರು.

"ವಾಟ್ಸಪ್‌ನಲ್ಲಿ, ಆ ಎಲ್ಲಾ ಫೋಟೋಗಳ್ನ ಕಳಿಸಿದ್ದಾರೆ. ಸದ್ಯಕ್ಕೆ ಅವ್ರು ಈಗ ಬೇರೊಂದು ಬಂಗ್ಲೆಯಲ್ಲಿ ಇದ್ದಾರೆ. ತೀರಾ ಅಪ್‌ಸೆಟ್ ಆಗಿದ್ದಾಳಂತೆ ನಿಸರ್ಗ. ಸ್ವಲ್ಪ ದಿನ ಇಲ್ಲಿಗೆ ಬರ್ತಾಳೆ. ಜೊತೆಗೆ ಯಾಮಿನಿ ಬರ್‍ತಾ ಇದ್ದಾರೆ. ಇಲ್ಲೊಂದು ಪ್ಲಾಟ್ ಪರ್ಚೇಸ್ ಮಾಡಿದ್ದಾರೆ" ಇಷ್ಟು ಸುದ್ದಿಯನ್ನು ಹೇಳಿಮುಗಿಸಿದರು. ಅವನು ಮೌನ ವಹಿಸಿದ. ಮೂರು ನಾಲ್ಕು ವರ್ಷಗಳ ಒಡನಾಟ, ಸ್ನೇಹವಿರೋದರಿಂದ ನಿಸರ್ಗ ಇಲ್ಲಿಗೆ ಬಂದು ಕಾಡುವುದೆಂತು ಗ್ಯಾರಂಟಿ.

"ಮಮ್ಮಿ, ನಿನ್ನ ಡ್ಯಾಡಿ ಜೊತೆ ಪರ್ಸನಲ್ಲಾಗಿ ಮಾತಾಡೋದಿದೆ. ನೀವಿಬ್ರೂ ಒಟ್ಟಿಗೆ ಸಿಗೋವರ್‍ಗ್ಗೂ ನನ್ನ ಡಿಸ್ಟರ್ಬ್ ಮಾಡ್ಬೇಡ. ಇದು ಕಂಡೀಷನ್. ನೀವು ಅಕ್ಸೆಪ್ಟ್ ಮಾಡಿಕೊಂಡರೇ ಇರ್ತೀನಿ. ಇಲ್ಲ...ಹೊರಟೇ" ಎಂದು ಎದ್ದಾಗ ಆಕೆ ಹೊರಗೆ ಬಂದರು. ಅವನಿಗೆ ಅರ್ಥವಾಗುತ್ತಿರಲಿಲ್ಲ. ನಿಸರ್ಗ ಮಾತು, ನೋಟ, ನಡವಳಿಕೆ ಯಾವುದು ಇಷ್ಟವಾಗುತ್ತಿರಲಿಲ್ಲ. ಯಾಕೆ? ಎಂದು ಪ್ರಶ್ನಿಸಿಕೊಂಡು ಸಾಕಾಗಿದ್ದ ಹಿಂದೆ ವರ್ಷಗಳ ಪರಿಚಯವಿದ್ದುದ್ದರಿಂದ ವಯೋಸಹಜವಾಗಿ ಸ್ನೇಹದಿಂದ ಓಡಾಡಿದ್ದಿದೆ. ಅದಕ್ಕೊಂದು ಪ್ರೀತಿಯೆನ್ನುವ ಹಣೆಪಟ್ಟಿ! ಎಲ್ಲಾ ವ್ಯವಹಾರದ ತಳುಕುವ ಜೊತೆ ಜ್ಯೋತಿಷಿಗಳ ಮುಂದೆ ಜಾತಕಗಳನ್ನೂ ಇಟ್ಟೇ ಸಂಬಂಧಗಳನ್ನು ಕುದುರಿಸಿದ್ದು. ನಂತರ ಶುರುವಾಯಿತು, ಪ್ರತಿಯೊಂದಕ್ಕೂ ಜ್ಯೋತಿಷ್ಯ, ಶಾಸ್ತ್ರ, "ಷಟ್..." ಎಂದು ಮೇಲೆದ್ದು ಕೂತ.

ಹೊರಗೆಹೋದವನು ಗಂಟೆಗಳ ನಂತರ ಬರುವ ವೇಳೆಗೆ ಚಿದಂಬರಂ ಮನೆಗೆ ಬಂದಿದ್ದರು. ಕಾಲ್... ಮೆಸೇಜ್... ಒಂದರಮೇಲೊಂದು ಕಳಿಸಿಯೇ ಗಂಡನನ್ನು ಬರಮಾಡಿಕೊಂಡಿದ್ದರು ತಾರಿಣಿದೇವಿ.

"ನಂಗೆ ಭಯವಾಗುತ್ತೆ!" ಎಂದಾಗ ಆಕೆ, ರೇಗಿಕೊಂಡರು. "ಯಾಕೆ ಭಯ? ನಿಂಗೆ ಮೂರ್ಹೊತ್ತು ಭಯವೇ! ಸಮಾಜದಲ್ಲಿ ಎಷ್ಟೊಂದು ಸಮಸ್ಯೆಗಳು ಇದೆ. ಜನ ಎಷ್ಟೋ ರೀತಿಯಲ್ಲಿ ಕಷ್ಟಪಡ್ತಾ ಇದ್ದಾರೆ. ನಿಂಗೆ ಅದರ ಅರಿವಿಲ್ಲ. ಈಗ ಅಂಥದ್ದು ಏನಾಯ್ತು?" ಕನಲಿದರು.

"ಮುಂದಿನ ಮೀಟಿಂಗ್ ರೂಂಗೆ ಹೋಗೋಣ ನಡೀರಿ" ಎಂದು ಗಂಡನನ್ನು ಕರೆದೊಯ್ದವರೇ ಅವರೆದೆಯ ಮೇಲೆ ತಲೆ ಇಟ್ಟು ಗೊಳೋ ಅಂದರು. "ಏನಾಯ್ತು ತಾರಿಣಿ? ನಿನ್ನ ಹೆಣ್ಣುಮಕ್ಕಳೇನಾದ್ರೂ ಕಾಲ್ ಮಾಡಿ ಡಿಸ್ಟರ್ಬ್ ಮಾಡಿದ್ರಾ? ಫ್ರೀ ಇದ್ದಾಗಲೇ ಕಾನ್‌ಫರೆನ್ಸ್ ನಡಿಸ್ತೀರಿ, ಮತ್ತೇನು?" ಬೇಸರದಿಂದಲೇ ಸಮಾಧಾನ ಮಾಡಿದರು. 'ಮಗನ ಬಗ್ಗೆ ಹಚ್ಚಿಕೊಳ್ಳುವಂಥದೇನಿದೆ?' ಅವರಿಗಂತೂ ಗೊತ್ತಿರಲಿಲ್ಲ.

ಆಕೆ ಸಮಾಧಾನವಾದನಂತರ ಎಲ್ಲಾ ವಿಚಾರಗಳನ್ನು ತಿಳಿಸಿದರು. "ಅವ್ನು ನನ್ನ, ನಿಮ್ಮಪ್ಪ ಜೊತೆಯಾಗಿಯೇ ಮಾತಾಡ್ತಾನ" ಚಿದಂಬರಂ ಎದೆಯ ಮೇಲೆ ಕೈ ಇಟ್ಟುಕೊಂಡು ಮೊದಲು ತಮ್ಮನ್ನು ಸಮಾಧಾನಿಸಿಕೊಂಡರು. ಮಗನ ಬಗ್ಗೆ ಚೆನ್ನಾಗಿ ಗೊತ್ತು.

"ಅಷ್ಟೇ ತಾನೇ, ಮಾತಾಡ್ಲೀ ಬಿಡು. ನೀನು ಸ್ವಲ್ಪ ಹೊರ್ಗೇ ಹೋಗಿ ಪರಮೇಶಿನ ಕಳ್ಸು" ಅಂದು ಆಕೆಯನ್ನು ಕಳಿಸಿದನಂತರ ದೀರ್ಘವಾಗಿ ಉಸಿರೆಳೆದು ಮುಚ್ಚಿಟ್ಟಿದ್ದರು. ಅವಸರದ ನಿಶ್ಚಿತಾರ್ಥಕ್ಕೂ ಇದೊಂದು ಸಣ್ಣ ಕಾರಣವಿರಬಹುದು, ಬಂದ ಪರಮೇಶಿಯನ್ನ "ಕೂತ್ಕೋ..." ಎಂದರು. ಅವನು ಹಿಂಜರಿದ. ಅವರ ಪರ್ಸನಲ್ ಸೆಕ್ರೆಟರಿ, ನಂಬಿಗಸ್ಥ. ಅವರ ಕೆಲವು ಕೆಲಸಗಳಿಗೆ ಅನಿವಾರ್ಯ "ಪರ್ವಾಗಿಲ್ಲ... ಕೂತ್ಕೋ" ಗದರಿದನಂತರ ಒಂದು ಸ್ಟೂಲ್ ತಂದು ಹಾಕ್ಕೊಂಡ್ ಕೂತ.

"ಆನಂದಮೂರ್ತಿಗಳ ಮನೆಯವ್ರ ವಿಚಾರ ನಿಂಗೆಷ್ಟು ಗೊತ್ತಾಗಿದೆ? ಸ್ವಲ್ಪ... ಹೇಳು" ಎಂದರು. ಅವರಿಗೂ ಈಚೆಗೆ ಒಂದಿಷ್ಟು ಅನುಮಾನ. ಪ್ರತ್ಯೇಕ ವಾರ್ತೆಯೊಂದು ಬಂದು ತಲುಪಿತ್ತು. 'ಅಭೀ ಈಚೆಗೆ ಆನಂದಮೂರ್ತಿಗಳ ಕಿರಿಯ ಮಗ ಶುಭಕರನನ್ನು ಸ್ವಲ್ಪ ಹೆಚ್ಚಾಗಿ ಹಚ್ಚಿಕೊಂಡಿದ್ದಾನೆ ಎನ್ನುವ ವರ್ತಮಾನ ಸಿಕ್ಕಿತ್ತು. ಈ ದಿಢೀರ್ ಬದಲಾವಣೆಗೆ ಕಾರಣವೇನು?

"ಎಷ್ಟೇ ವಿಚಾರಿಸಿದ್ರು... ಅಷ್ಟೇ ಮ್ಯಾಟರ್. ಹಿರಿಮಗ ನನ್ನ ಬಿಟ್ಟು ಕಿರಿ ಮಗನಿಗೆ ಮದ್ವೆ ಮಾಡೋ ಪ್ಲಾನ್ ಇದೆಯಂತೆ" ಪರಮೇಶಿಯ ಮಾತಿನಿಂದ ಅವರಿಗೆ ರೇಗಿತು "ಯಾರಿಗಾದ್ರೂ ಮದ್ವೆ ಮಾಡ್ಕೊಳ್ಳಿ ಆನಂದಮೂರ್ತಿ, ಅವ್ರ ಕುಟುಂಬದ ಬಗ್ಗೆ ಇನ್ನಷ್ಟು ತಿಳ್ಕೋಬೇಕಿತ್ತು" ಅಂದರು. "ಎಷ್ಟು ತಿಳಿದರೂ.... ಅಷ್ಟೇ. ಆ ಮನುಷ್ಯ ಒಳ್ಳೆಯವನು. ಕೆಲವು ಆಗದವರು ನಾಟಕ, ನಟನೆ, ಬದುಕೋದು ಗೊತ್ತಿಲ್ಲ. ಆ ತರಹ ಮಾತಾಡ್ತಾರೆ ಅನ್ನೋದು ಬಿಟ್ರೆ... ದೊಡ್ಡ ರೀತಿಯ ಆಪಾದನೆಯೇನಿಲ್ಲ. ಯಾರೇ ಎಲೆಕ್ಷನ್‌ಗೆ ನಿಂತರೂ ಅವ್ರನ್ನು ಹೋಗಿ ಕಾಣ್ತಾರೆ. ಅಮಲಾಪುರದಲ್ಲಿನ ಸಮಸ್ಯೆಗಳನ್ನು ಹೇಳ್ತಾರೆ. ಅದ್ನ ಮಾಡಿಕೊಡೀಂತ ರಿಕ್ವೆಸ್ಟ್ ಮಾಡ್ಕೋತಾರೆ. ಅಷ್ಟು ಬಿಟ್ಟರೆ ಯಾವ ಪಕ್ಷದ ಹೆಚ್ಚುಗಾರಿಕೆಯ ಬಗ್ಗೇನು ಮಾತಾಡೋಲ್ಲ. ದೇಶದ ಬಗ್ಗೆ ವಿಪರೀತ ಕಾಳಜಿ, ಚಿಂತನೆ ಇಟ್ಟುಕೊಂಡಿರೋ ಮೋದಿಯ ಬಗ್ಗೆ ಒಳ್ಳೆಯ ಮಾತುಗಳನ್ನು ಆಡ್ತಾರೆ. ಗಂಡು ಮಕ್ಳು ಕೂಡ ಈ ಜಮಾನದ ಯೂತ್‌ನ ಗಮನಿಸಿದಾಗ ಯೋಗ್ಯರೆ. ಡಿಗ್ರಿ ಮುಗ್ಸಿ ಅಮಲಾಪುರದಲ್ಲಿ ನಿಂತ ಶ್ರೀಕರ ಇಡೀ ಊರಿನ ಮಗನೇ ಎನ್ನುವಂತೆ ಎಲ್ಲರ ಕಷ್ಟಸುಖಗಳಲ್ಲಿ ಭಾಗಿಯಾಗಿದ್ದಿದೆ. ಇನ್ನ ಆ ಮಗಳು ಅಮಲ ಅವ್ರ ಸ್ವಂತ ಮಗ್ಳು ಅಲ್ಲ. ವಿದೇಶದಲ್ಲಿಯೋ ತಮ್ಮನ ಮಗ್ಳು. ಮಗು ಉಳಿಯೋದೆ ಇಲ್ಲ ಅನ್ನೋ ಸ್ಥಿತಿಯಲ್ಲಿ ಆನಂದಮೂರ್ತಿಗಳ ಹೆಂಡ್ತಿಯ ಮಡಿಲು ಸೇರಿದ್ದು. ಬೆಳೆದು ದೊಡ್ಡವಳಾದ್ರು.. ತೀರಾ ಸೂಕ್ಷ್ಮ. ಅವ್ಳ ಹೆತ್ತವರು ಇವಳನ್ನ ಇಲ್ಲಿಂದ ಕರೆದೊಯ್ಯಬೇಕೆಂದು ಪ್ರಯತ್ನಿಸಿ ಸೋತುಹೋಗಿದ್ದಾರೆ. ಈಗ ಅಲ್ಲೇ ಕ್ಯಾಲಿಫೋರ್ನಿಯಾದಲ್ಲಿ ಹುಟ್ಟಿದ ಹುಡ್ಗೀನ ಅಲ್ಲಿನ ಗಂಡಿನ ಜೊತೆ ವಿವಾಹ ಮಾಡಿ ಕರೆದೊಯ್ಯುತ್ತಾರಂತೆ. ಅವ್ರ ತಮ್ಮನ ಹೆಂಡ್ತಿಯ ಹತ್ತಿರದ ಸಂಬಂಧಿಗಳೆಲ್ಲ

ಅಮೆರಿಕದ ಬೇರೆ ಬೇರೆ ಕಡೆ ಹರಡಿಕೊಂಡುಬಿಟ್ಟಿದ್ದಾರಂತೆ. ಸಾಕಷ್ಟು ಆಸ್ತಿಪಾಸ್ತಿಗಳನ್ನು ಮಾಡ್ಕೊಂಡ್ ಸೆಟಲ್ ಆಗಿರೋ ಆ ಜನ ಭಾರತಕ್ಕೆ ಪ್ರವಾಸಿಗಳೇ. ಸದ್ಯಕ್ಕೆ ಇಷ್ಟು ಮುಖ್ಯವಾದ ವಿಷ್ಯ" ಎಂದ ಪರಮೇಶಿ. ಇಷ್ಟನ್ನು ನಾನಾ ಮೂಲಗಳಿಂದ ಸಂಗ್ರಹಿಸಿಕೊಂಡಿದ್ದರು. ಇನ್ನೇನಾದರೂ ಸಿಗಬಹುದಾ? ಆ ಕ್ಷೇತ್ರದಲ್ಲೆ ಎಲೆಕ್ಷನ್‌ಗೆ ನಿಲ್ಲುವ ಯೋಚನೆ ಇದ್ದುದ್ದರಿಂದ ಮತ್ತೆ... ಮತ್ತೆ... ತಡಕಾಟ. ಆದರೂ ಇದು ಬೇಕಾ ಎನಿಸುವುದುಂಟು.

"ಏನೋ, ಒಂದು ತರಹ ಗೊಂದಲ. ನಮ್ಮ ಅಭೀ ಆನಂದಮೂರ್ತಿಗಳ ಎರಡನೆ ಮಗ. ಸಾಫ್ಟ್‌ವೇರ್ ಇಂಜಿನಿಯರ್‌ನ ಫ್ರೆಂಡ್ ಮಾಡಿಕೊಂಡಿದ್ದಾನೆ. ಅವನಮ್ಮನಿಗೆ ಕಸಿವಿಸಿ" ಅಂದರು. ತೀರಾ ನಂಬಿಗಸ್ಥ, ವಿಶ್ವಾಸಿ ಎನ್ನುವ ಲೆಕ್ಕಾಚಾರ ವಿದ್ದುದ್ದರಿಂದ ಆಗಾಗ ಕೆಲವು ಪರ್ಸನಲ್ ಮ್ಯಾಟರ್‌ಗಳನ್ನು ಹಂಚಿಕೊಳ್ಳುತ್ತಿದ್ದರು. ಇಂದು ಪರಮೇಶಿಗೆ ನಗುಬಂತು "ಅಯ್ಯೋ, ಅದೇನು ತಪ್ಪು! ಯೋಗ್ಯರನ್ನು ಫ್ರೆಂಡ್‌ಶಿಪ್ ಮಾಡಿಕೊಳ್ಳುವುದು ಒಳ್ಳೇದೇ. ಆ ಹುಡ್ಗ ಅಂಥ ಪಡಪೋಸಿ ಅಲ್ಲ ಬಿಡಿ" ಎಂದ ಪರಮೇಶಿ. ಇವನಿಗೆ ಹೇಗೆ ಅರ್ಥಮಾಡಿಸೋದು ಎನ್ನುವ ಚಿಂತೆ ಇದ್ದರೂ ಅದು ಬೇಡವೆನ್ನುವ ನಿರ್ಧಾರಕ್ಕೆ ಬಂದರು.

"ಇನ್ನ ನೀನು ಹೋಗ್" ಅಂದರು.

"ನಿಮ್ಗೇ ಆನಂದಮೂರ್ತಿಗಳ ಬಗ್ಗೆ ಭಯಬೇಡ. ಆ ಮನುಷ್ಯ ಎಲೆಕ್ಷನ್‌ಗೆ ನಿಂತರೆ ಮಾತ್ರ ಖಂಡಿತ ಗೆದ್ದು ಬರ್ತಾನೆ. ಆದರೆ ನೂರು ಕೋಟಿ ಕೊಟ್ರೂ ಎಲೆಕ್ಷನ್‌ಗೆ ನಿಲ್ಲೋ ಸಂಭವವಿಲ್ಲ ಅನ್ನೋದು ನಿಮ್ಮ ಅವರಿಗೂ ಬಂದಿದೆ. ಹೋದ ಸಲ ಕೇಳ್ದಂಗೆ ತನ್ನ ಊರಿನ ಜನರಿಗಾಗಿ ಕೆಲವು ಸವಲತ್ತುಗಳ್ನ ಕೇಳಬಹುದ್ದು. ಎರಡ್ವರ್ಷ ಹಿಂದೆ.. ತೀರಾ ಮಳೆ ಬರದಿದ್ದಾಗ ಸ್ವಂತ ಖರ್ಚಿನಲ್ಲಿ ಸುತ್ತಮುತ್ತಲ ಊರುಗಳಿಗೆ ನೀರು ಕೊಟ್ರು. ಆಗ ಅಪ್ಪ, ಮಕ್ಕಳೇ ಟ್ಯಾಕ್ಟರ್‌ಗಳಿಗೆ ಡ್ರೈವರ್‌ಗಳಾಗಿ ನೀರೊಡೆದರು. ಅಂಥ ಜನ ಅಪರೂಪವೇ. ಈಗಿನ ರಾಜಕಾರಣಿಗಳು ಇರಲಿ, ಅಧಿಕಾರಿಗಳು ಇರಲಿ, ಏನು ಸಿಕ್ರೂ ಬೆಳೆದು ತಮ್ಮ ಹೊಟ್ಟೆಗೆ ಹಾಕ್ಕೋತಾರೆ. ಅಷ್ಟೊಂದು ದಾಹದ ಜನ ಮಾತುಗಳಿಂದ ಕುಟುಕಿದ ಪರಮೇಶಿ. ಇದು ಸತ್ಯವೇ? ದಿನ ಒಂದೊಂದು ಸ್ಕ್ಯಾಂಡಲ್! ಸಾವಿರಾರು ಕೋಟಿ... ಗುಳುಂ ಯಾರಿಗಾದ್ರೂ ಪಶ್ಚಾತ್ತಾಪವಾಗಿದ್ಯಾ?

"ಇನ್ನ.... ನೀನ್ಹೋಗು" ಎಂದರು.

ತಾರಿಣಿ ಹಂತ ಹಂತವಾಗಿ ಯಾವುದೋ ಒಂದು ಭಯವನ್ನು ಅವರೆದೆಯಲ್ಲಿ ಬಿತ್ತುತ್ತಿದ್ದರು. ನಿಸರ್ಗನ ದೂರೀಕರಿಸಿ ಅಂದಿನ ಘಟನೆಯ ನಂತರ ಅಮಲಾಪುರದ ಹುಡುಗಿಯ ಹಿಂದೆ ಬಿದ್ದಿದ್ದಾನೆ? ಇಂಥದೊಂದು ಸಣ್ಣ ಅನುಮಾನ ಅವರೆದೆಯಲ್ಲಿ ಇಂದು ಮೂಡಿತು.

ರಾತ್ರಿಯ ಊಟಕ್ಕಾಗಿ ಮಗನಿಗೆ ಕಾದರು. ಜೊತೆಯಲ್ಲಿಯೇ ಊಟ ಮಾಡಿದ ನಂತರ "ಅಭೀ, ನೀನೇನೋ ನಮ್ಮಿಬ್ಬರಲ್ಲಿ ಮಾತಾಡ್ಬೇಕಂತೆಯಂತೆ. ಮುಂದಿನ ಗೆಸ್ಟ್‌ರೂಂಗೆ .... ಬಾ" ಎಂದು ಸಿಂಕ್‌ನಲ್ಲಿ ಕೈತೊಳೆದು ಎದ್ದು ಹೋದರು. ತಾರಿಣಿಯ

ಕಡೆ ವಾರೆನೋಟ ಬೀರಿ "ಬನ್ನಿ... ಬನ್ನಿ ಮೇಡಮ್. ನಿಮ್ಮ ಇರುವುದು ತೀರಾ ಅನಿವಾರ್ಯ ಎಂದ. ಆಕೆ ಮುಖ ದಪ್ಪಗೆ ಮಾಡಿಕೊಂಡರು. ಜೊತೆಗೆ 'ನಾನು ನಿಸರ್ಗನ ವಿವಾಹವಾಗೋಲ್ಲ' ಎಂದುಬಿಟ್ಟರೆ ಎನ್ನುವ ಸಂದೇಹ. ಅದನ್ನ ಸುಲಭವಾಗಿ ಚಿದಂಬರಂ ತಳ್ಳಿಹಾಕಬಹುದೇನೊ, ಆದರೆ ಆಕೆ ಮಾತ್ರ ರೆಡಿ ಇಲ್ಲ. ಅವಳು ಸೊಸೆಯಾಗಿ ಬರಬೇಕು!

ತಾರಿಣಿ ಊಟ ಆಗಿತ್ತು. ಕುಕ್ ಇದ್ದ. ಇಂದು ಕೆಲಸದ ಹುಡುಗ... ಕೂಡ ಇದ್ದುದ್ದರಿಂದ ಆರಾಮಾಗಿ ಹೋಗಿ ಗೆಸ್ಟ್‌ರೂಂನಲ್ಲಿ ಕೂತರು. ಎಸಿಯ ತಣ್ಣನೆಯ ಹವಾ ಆ ಕ್ಷಣ ಹಾಯೆನಿಸಲಿಲ್ಲ ಆಕೆಗೆ" ಅವ್ರು ಹೇಳಿದ್ದಕ್ಕೆಲ್ಲ ಒಪ್ಗೇ ಸೂಚಿಸಬೇಡಿ. ಪ್ರಶ್ನೆಗಳು ಇರಲಿ! ತಂದೆಯಾದ ನೀವು ತೀರ್ಮಾನ ಕೂಡ ನೀವೇ ಇಟ್ಕೊಳ್ಳಿ." ಸ್ವಲ್ಪ ಪಿಸುದನಿಯಲ್ಲಿ ಒತ್ತಿ ಹೇಳಿದಾಗ ಅವರ ತುಟಿಗಳ ಮೇಲೆ ಮಂದಹಾಸ ತೇಲಿತು. "ಅವ್ನ, ನೀವು ವಹ್ಸಿಕೊಂಡರೇ, ನಂಗೆ ಆರಾಮ್" ಅನ್ನುವ ವೇಳೆಗೆ ಅಭಿನಂದನ್ ಬಂದ.

"ಡ್ಯಾಡ್, ಮಮ್ಮಿ ನಿಮ್ಗೇ ಟಿಪ್ಸ್ ಕೊಟ್ಟಿರಬೇಕು" ಅಂದುಕೊಂಡೇ ಅವರ ಎದುರುಕೂತವನು ಒಂದು ಪ್ಯಾಕೆಟ್‌ನ ಟೀಪಾಯಿ ಮೇಲಿಟ್ಟ "ಏನೋ ಇದು? ಯಾರ್ಗೇ.. ಗಿಫ್ಟ್?" ಕೇಳಿದರು ಚಿದಂಬರಂ. ಅವನೇನು ಹೇಳಲಿಲ್ಲ. ಷಾಕ್ ಆದುದರಿಂದ ಎತ್ತಿಕೊಂಡು ತಿರುಗಿಸಿ ನೋಡಿ ಅಲ್ಲಿಯೆ ಇಟ್ಟರು.

"ಹೇಳಪ್ಪ.. ಏನು ವಿಷ್ಯ?" ಕೇಳಿದರು ಸಹಜವಾಗಿ.

ಭಗವಾನ್ ಮನೆಯ ವಿಷಯ ಎತ್ತಿಕೊಂಡವ ನಿಸರ್ಗ ಡೆಮಾಲಿಷ್ ಮಾಡಿಸಿದ್ದು ಪ್ರಸ್ತಾಪಿಸಿದ ನಂತರ "ಅವ್ರ ಜ್ಯೋತಿಷ್ಯ, ವಾಸ್ತು, ಸಂಖ್ಯಾಶಾಸ್ತ್ರ... ಇನ್ನೂ ಮುಂತಾದವರ ಬಗೆಗಿನ ಶ್ರದ್ಧೆ, ನಂಬ್ಕೇ ಅವರಿಗೆ ಮಾತ್ರ ಇರ್ಬೇಕು. ಅವ್ರು ಯಾವುವು ಅಭೀ ಬಾಗಿಲು ತಟ್ಟಬಾರ್ದು. ನಿಮ್ಗೇ ತಿಳಿದಿದೆ, ರಜನಿಗೆ ನಿಸರ್ಗ ಎನ್ನಲು ಎಷ್ಟೋ ಸಮಸ್ಯೆಗಳು... ಎಷ್ಟು ತಾಕಲಾಟ ಅವಳು ನಮ್ಗೇ ನಿಸರ್ಗ ಎನ್ನುವ ಮರುನಾಮಕರಣ ಹೋಮ, ಹವನ ಎಲ್ಲಾ ಆಯ್ತು. ಇಂಥದ್ದು ಇಲ್ಲಿಗೆ ಬೇಕಾ? ತೀರಾ ಅಗತ್ಯಕ್ಕೆ ಜ್ಯೋತಿಷ್ಯವೇ. ವಿನಃ ಎಲ್ಲಾ ಅದೇ ಆಗ್ಬಾರ್ದು. ಎಲ್ಲಾ ಅದರ ಆಣತಿಯಂತಾದರೇ ಬದ್ಕೀನ ಗತಿಯೇನು? ಸ್ವತಂತ್ರ, ಆಹ್ಲಾದಕರ ಅನ್ನೋದು ಪೂರ್ತಿ ಸತ್ತುಹೋಗುತ್ತೆ. ಅದು ನಂಗೆ ಬೇಡ. ಮನುಷ್ಯ, ಪ್ರಾಣಿ, ಸಸ್ಯ ಕೀಟ ಮುಂದಾದವುದಕ್ಕಿಂತ ಡಿಫರೆಂಟ್. ತಾರತಮ್ಯವಿಲ್ದೇ ಪ್ರತಿಯೊಬ್ಬರಿಗೂ ಬುದ್ಧಿ, ಮನಸ್ಸು, ಹೃದಯ ಕೊಟ್ಟಿದ್ದಾರೆ. ಅದ್ರಿಂದ ವ್ಯಕ್ತಿಗಳು ಸಾಕಷ್ಟು ಸಾಧನೆ ಮಾಡಿದ್ದಾರೆ. ಆಸೆಗಳು, ಸ್ವತಂತ್ರ ಅಂಥದ್ದರ ತೀರಾ ದುರಂತ! ಇದು ನನ್ನ ಜೀವ್ನದಲ್ಲಿ ಅಗತ್ಯವಿಲ್ಲ ಸಾಧ್ಯವು ಇಲ್ಲ. ನಿಸರ್ಗ, ಅವ್ಳ ಅಮ್ಮ ಇಲ್ಲಿ ಪ್ಲಾಟ್‌ನಲ್ಲಿ ಒಂದು ಇರ್ತಾರಂತೆ. ನನ್ನದೇನು ಅಭ್ಯಂತರವಿಲ್ಲ. ನನ್ನ ಕಾಡೋದು ನಂಗೆ ಬೇಡ. ಅವ್ರು ಜ್ಯೋತಿಷ್ಯರಿಂದ ಪರ್ಮಿಷನ್ ತಗೊಂಡು ನನ್ನ ಜೊತೆ ಶಾಪಿಂಗ್ ಫಿಕ್ಸ್ ಮಾಡಿಕೊಂಡಾಗ, ನಂಗೆ ಕಾಲೇಜು, ಬೇರೆ ಏನಾದ್ರೂ ಪ್ರೋಗ್ರಾಮ್ಸ್ ಇರಬಹ್ದು. ಅವ್ರು ನನ್ನ ಡಿಸ್ಟರ್ಬ್ ಮಾಡ್ಬಾರ್ದು. ಇದು ಡಿಪಾಸಿಟ್ ಇಲ್ಲದಿದ್ದರೆ ಕಾವಿ ತಂದಿಟ್ಕೊಂಡಿದ್ದೀನಿ. ಆರಾಮಾಗಿ ಹೊರಟುಬಿಡ್ತೀನಿ" ಅಂದ. ಚಿದಂಬರಂ ಮಗನನ್ನೇ

ನೋಡಿದರು. ಅಂದಂತೆ ಮಾಡುವ ಹಟಮಾರಿಯೇ! ಹೆಂಡತಿಯ ಕಣ್ಣಲ್ಲಿ ಭಯ.

"ಅದಕ್ಯಾಕೆ, ಇಂಥ ನಿರ್ಧಾರ? ವಿವಾಹವಾಗೋವರ್ಗೂ ಸಾಧ್ಯವಿಲ್ಲಂತ ಹೇಳಿದರಾಯ್ತು ಬಿಡು" ಅಂದರು ಚಿದಂಬರಂ ಸರಳವಾಗಿ. ಆದರೆ ತಾರಿಣಿ "ಅದು ಹೇಗೆ ಸಾಧ್ಯ? ಇಬ್ಬರ ಮಧ್ಯೆ ಸಾಕಷ್ಟು ಸ್ನೇಹ, ಸಲುಗೆ, ಒಡನಾಟ ಅಂಥದೆಲ್ಲ ಇದೆ. ಇದು ವೈಮನಸ್ಸಿಗೆ ಕಾರಣವಾಗುತ್ತೆ. ಅದೆಲ್ಲ... ಸಾಧ್ಯವಿಲ್ಲ! ನಿಂಗೆ ನಿಸರ್ಗ ಮೇಲೆ ಇಂಟರೆಸ್ಟ್ ಕಡ್ಮೆಯಾಗಿರೋಕೆ ಅಮಲಾಪುರದ ಹುಡ್ಗೀನೇ ಕಾರಣ, ಅಂದೇ ಬಿಟ್ಟರು. ಚಿದಂಬರಂ ಚಕಿತರಾದರು. ಅನಗತ್ಯವಾಗಿ ಹೆಂಡತಿ ಈ ರೀತಿ ತನ್ನ ಸಂದೇಹವನ್ನು ವ್ಯಕ್ತಪಡಿಸಬಾರದಾಗಿತ್ತು ಎಂದುಕೊಂಡರು. ಆಕಸ್ಮಿಕವಾ?

"ತಾರಿಣಿ, ಏನೇನೊ ಮಾತಾಡ್ಬೇಡ. ಇಲ್ಲದ್ದೆಲ್ಲ ಕಲ್ಪನೆ ಮಾಡ್ಕೋತೀಯ. ಅಮಲಾಪುರದ ಹುಡ್ಗೀಯ ವಿಚಾರ ಅವ್ನ ಮನಸ್ಸಿನಲ್ಲಿ ಇತ್ತೋ, ಇಲ್ಲವೋ... ನೀನಂತು ಹುಟ್ಟಿ ಹಾಕಿದೆ" ರೇಗಿದವರು. "ಓಕೆ, ಮೈಸನ್, ನಿನ್ನ ಕಂಡೀಷನ್‌ಗೆ ನನ್ನ ಒಪ್ಗೇ ಇದೆ" ಅಂದವರು ಆ ಪ್ಯಾಕೆಟ್‌ನತ್ತ ನೋಡಿ "ನಿನ್ನ ಮಮ್ಮಿ ಹತ್ರ ಕೊಟ್ಟಿರು" ಎಂದರು. ನಗುನಗುತ್ತಲೇ "ಓಕೇ ಡ್ಯಾಡಿ.." ಎಂದು ಎದ್ದುಹೋದ. ತಾರಿಣಿ ತಲೆಯೊತ್ತಿಕೊಂಡರು.

"ನೀವು ಅವ್ನ ಮಾತುಗಳಿಗೆ ಒಪ್ಕೋಬಾರ್ದಿತ್ತು. ಬಯ್ದು ಬುದ್ಧಿ ಹೇಳ್ಬೇಕು. ನಿಸರ್ಗ ಸ್ವಭಾವ ನಿಮ್ಗೇ ಗೊತ್ತು. ಅವ್ಳಿಗೆ ವಯೋಸಹಜವಾದ ಪ್ರೀತಿ, ಪ್ರೇಮಗಳಲ್ಲಿ ಮಾತ್ರ ಆಸಕ್ತಿ."

ಮೇಲೆದ್ದ ಚಿದಂಬರಂ ಆ ಪ್ಯಾಕೆಟ್ ಹೆಂಡತಿಯ ತೊಡೆಯ ಮೇಲಿಟ್ಟು "ಕಾವಿ ಧರಿಸುವುದು ಅಂದರೆ ಬ್ರಹ್ಮಚರ್ಯ ಪಾಲನೆ, ವೈರಾಗ್ಯ ಸ್ವೀಕಾರವೆಂದೇ ಅರ್ಥ. ವೇರಿ ಗ್ರೇಟ್... ಶ್ರೀ ಶಂಕರರು 8ನೇ ವಯಸ್ಸಿನಲ್ಲಿಯೇ ಸನ್ಯಾಸ ಸ್ವೀಕರಿಸಿದರು. ಉಪನಿಷತ್ತಿನಲ್ಲಿರುವ ಅದ್ವೈತ ತತ್ವವನ್ನು ಪ್ರತಿಪಾದಿಸಿ 'ಬ್ರಹ್ಮವೊಂದೇ ಸತ್ಯ, ಜಗತ್ತು ಮಿಥ್ಯೆ' ಎಂದು ಸಾರಿ ಹಿಂದೂಧರ್ಮದ ಪ್ರತಿಪಾದಕರಾದರು... ಇನ್ನ ಸ್ವಾಮಿ ವಿವೇಕಾನಂದರು ಜಗತ್ತು ವಂದಿತರು, ಅಂಥ ದಾರಿಯಲ್ಲಿ ಮಗ ನಡ್ಯೋಕೆ ಸಿದ್ಧವಾದರೆ ನಾನು ಹೆಮ್ಮೆಪಡ್ತೀನಿ. ಸ್ವಾರ್ಥಕ್ಕಾಗಿ ಮಕ್ಳುನ ಹೆತ್ತು ಅವಕ್ಕಾಗಿ ಅನ್ಯಾಯ, ಅಕ್ರಮಗಳ್ನ ಮಾಡಿ ಅಪಾರ ಆಸ್ತಿ ಸಂಗ್ರಹ ಮಾಡಿಡುವ ತಂದೆ, ತಾಯಿಯರೆಲ್ಲ ಕೆಲವರಿಗಾದರೂ ತಮ್ಮ ಸಂಸ್ಕೃತಿ, ತಮ್ಮ ದೇಶವನ್ನು ರಕ್ಷಿಸುವಂಥ ಮಕ್ಕಳನ್ನು ಹೆತ್ತು ಪೋಷಿಸಬೇಕೆಂಬ ಹಂಬಲ ಬೇಕು. ಅವ್ನು ಇಷ್ಟಪಟ್ಟರೇ, ಅವನೇ ತಂದಿಟ್ಟುಕೊಂಡಿರೋ ಕಾವಿ ವಸ್ತ್ರ ಕೊಟ್ಟು ಅಭಿನಂದಿಸೋಣ. ಆ ಮಟ್ಟಿಗೆ ನಿನ್ನ ಮನಸ್ಥಿತಿಯನ್ನು ಬೆಳೆಸ್ಕೋ" ಹೆಂಡತಿಗೆ ಹೇಳಿ ಹೊರನಡೆದರು.

ಆಕೆಗೆ ಷಾಕ್. ಇಂಥ ಸಣ್ಣ ಯೋಚನೆ ಕೂಡ ಮಾಡಲಾರರು.

* * *

ಅಂದು ಕಾಲ್ ಮಾಡಿದ ವಿಭಾ "ಅಕ್ಕ, ಲ್ಯಾಬ್‌ಟಾಪ್ ಓಪನ್ ಮಾಡ್ಕೊಳ್ಳಿ. ಫೇಸ್‌ಬುಕ್‌ಗೆ ಕೆಲವು ಕ್ಲೀಪಿಂಗ್‌ಗಳ್ನ ಕಳುಹಿಸಿಕೊಟ್ಟಿದ್ದೇನೆ. ನಮ್ಮ ಬಂಧುಗಳೆಲ್ಲ

ಸೇರಿ ಸುತ್ತಾಟದ ಪ್ರೋಗ್ರಾಂ ಹಾಕ್ಕೊಂಡಿದ್ವಿ. ಆಗೆಲ್ಲ ನಂಗೆ ವಿಸ್ಮಿತ ನೆನಪೇ. ಎಂಥ ಜೀವ್ನ ಅವ್ಳಿಗೆ ಸಿಗಬೇಕಿತ್ತು. ಅದೇ ಅಮಲಾಪುರ. ತುಂಬ ಬೇಜಾರಾಯ್ತು. ನಿಶ್ಚಿಂತೆಯಿಂದ ಅಮಲಾಪುರನ ಅಂದ್ಕೊಂಡಿದ್ದಾಳೆ. ನನ್ನ ಬಳಗ ದೊಡ್ಡದಿದೆ. ದೊಡ್ಡ ಶ್ರೀಮಂತ, ವಿದ್ಯಾವಂತರ ಪಟ್ಟಿಯಲ್ಲಿ ಅಮೆರಿಕ..." ಹೇಳುತ್ತ ಹೋದಾಗ ಸತ್ಯಭಾಮ ತಾಳ್ಮೆ ಕಳೆದುಕೊಂಡರು.

"ಪ್ಲೀಸ್, ನಿಲ್ಲು ವಿಭಾ... ನಿಲ್ಸು! ನೀನು ಕಾಲ್ ಮಾಡಿದಾಗಲೆಲ್ಲ ಬರೀ ಅಮೆರಿಕನ ಹೊಗಳೋದೇ ಆಯ್ತು. ಇಂದು ಜಗತ್ತಿಗೆ ದಾರಿ ತೋರ್ಸೋ ವೈವಿಧ್ಯಮಯ ರಾಷ್ಟ್ರ ಭಾರತ. ಆ ಬಗ್ಗೆ ನಿನ್ನ ಟೀಕೆ, ಟಿಪ್ಪಣಿ ನಿಲ್ಸು. ನಾನು ಭಾರತೀಯಳು ಅಂತ ಹೇಳಿ ಕೊಳ್ಳೋಕೆ ಹೆಮ್ಮೆ. ನಿನ್ನಂಥವ್ರ ಬಂದು ಕರ್ಕಂಡ್ ಹೋಗು. ಹಂಗಿಸೋ ಮಾತು ಬೇಡ." ಕಾಲ್‌ಕಟ್ ಮಾಡಿದರು. ಕಣ್ಣಂಚಿನ ತೇವ ಕೆನ್ನೆಯ ಮೇಲೆ ಉರುಳಿತು.

ಶ್ರೀ ಬಂದಕೂಡಲೇ ಗಾಬರಿಯಾದ "ಅಮ್ಮ ಅತ್ತಂಗೆ ಕಾಣ್ತೀಯ? ಅಪ್ಪನಂತೂ ಆಗಿರೋ ಸಾಧ್ಯತೆ ಇಲ್ಲ. ಮತ್ತೇನು?" ಕೇಳಿದ ತಂದೆಯಷ್ಟೂ ವಿಶಾಲವಾಗಿ ತಾಯಿ ಯೋಚಿಸದಿದ್ದರೂ ತೀರಾ ಸ್ವಾರ್ಥಿಯಲ್ಲ "ಏನು... ವಿಷ್ಯ?" ಕೇಳಿದ. ತಾಯಿಯಲ್ಲಿ ದೇವರನ್ನ ಕಾಣುವಂಥ ಪ್ರೀತಿ ಅವನದು.

"ಹೇಗೂ, ಅಮ್ಮ ನಾನು ಹೆತ್ತ ಮಗಳಲ್ಲ ವಿಭಾ. ನಂದನ್ ಮಗ್ಳು. ಏನೋ ಇಷ್ಟುವರ್ಷ ಸಾಕಿದ್ದೀವಿ ಅಷ್ಟೆ. ಹೇಗೂ ನಿಂಗೆ ವೀಸಾ ಪಾಸ್‌ಪೋರ್ಟ್ ಎಲ್ಲಾ ಇದೆ. ಕರ್ಕೊಂಡ್ಹೋಗಿ ಕ್ಯಾಲಿಫೋರ್ನಿಯಾಗೆ ಬಿಟ್ಟುಬಂದ್ಬಿಡು. ಪದೇ ಪದೇ ವಿಭಾಳ ನಿಷ್ಠೂರ ಬೇಡ. ಅಮ್ಮಗೆ ನಮ್ಮಿಂದ ಅನ್ಯಾಯವಾಗಿದೇ ಅನ್ನೋ ತರಹ ಮಾತಾಡ್ತಾರೆ. ನಂಗೆ ಸಹಿಸಿ ಸಾಕಾಗಿದೆ. ಅಮೆರಿಕದಂಥ ದೇಶದ ವೈಭವದ ಜೀವನನ ನಾವು ಕಸಿದುಕೊಂಡಿದ್ದೀವಿ ಅನ್ನೋ ತರಹ ಮಾತಾಡ್ತಾಳೆ. ನಂಗೆ ಸಹಿಸಿ ಸಾಕಾಗಿದೆ. ಇಲ್ಲ.... ಆಗೋಲ್ಲ" ಎಂದರು ದೃಢವಾಗಿ. ವಿಭಾ ತಾಯ ವಾತ್ಸಲ್ಯದ ಷಾಕ್ ಅವನಿಗೂ ತಾಕಿತ್ತು. ಆ ರಿಚರ್ಡ್ ಬೇರೆ ಕಾಡುತ್ತಿದ್ದ "ಐ ವಾಂಟ್ ಟು ವಿಸ್ಮಿತಾ."

"ಆಯ್ತು, ಈಗ ಹೋಗಿ ಮುಖ ತೊಳ್ಕೊಂಡ್ ಬಂದು ಫ್ರೆಶ್ಯಾಗಿ ಬಡ್ಸು" ಆಕೆಯನ್ನು ಎಬ್ಬಿಸಿ ಕಳಿಸಿ ಕೈಕಾಲು ತೊಳೆದು ಬರುವ ವೇಳೆಗೆ ಚಂದ್ರು ಟ್ಯಾಕ್ಸಿಯಿಂದ ಆನಂದಮೂರ್ತಿಗಳು ಇಳಿದವರು "ಮಧ್ಯಾಹ್ನ, ಇಲ್ಲೇ.. ಊಟ" ಎಂದು ಬಲವಂತ ಮಾಡಿ ಒಳಗೆ ಕರೆದೊಯ್ದರು. ಇವೆಲ್ಲ ಮಾಮೂಲೇ! ಮೊದಮೊದಲು ಗೊಣಗಾಡುತ್ತಿದ್ದ ಆಕೆ ಸುಮ್ಮನಾಗಿದ್ದರು. ತಮ್ಮ ನೆರವಿಗೆ ಸೊಸೆ ಬರಲಿ ಎನ್ನುವುದು ಕೂಡ ಈಚೆಗೆ ಬರೀ ಆಸೆಯಾಗಿ ಉಳಿದಿತ್ತು. 'ಸಾಧ್ಯವೇ ಇಲ್ಲ. ಶುಭಕರನಿಗೆ ಮದ್ವೆ ಮಾಡಿ ಎಂಬುದನ್ನು ಸ್ಪಷ್ಟವಾಗಿ ಹೇಳಿದ್ದೆ. ಅಂದರೆ 'ಶ್ರೀ ಮದ್ವೆನೇ ಆಗೋಲ್ವಾ?' ಎಷ್ಟೋ ಸಲ ಕೇಳಿದ್ದರು. 'ಗೊತ್ತಿಲ್ಲ!' ಅಷ್ಟೇ ಉತ್ತರವಾಗಿತ್ತು ಆನಂದಮೂರ್ತಿಗಳದು.

ಸ್ವಲ್ಪ ಮಂಕಾಗಿಯೆ ಸತ್ಯಭಾಮ ಬಡಿಸಿದರು. ಇದನ್ನು ಆನಂದಮೂರ್ತಿಗಳು ಗಮನಿಸಿದರು. ಪ್ರಶ್ನಿಸಲು ಹೋಗಲಿಲ್ಲ. ಅವರಿಗೆ ಅರ್ಥವಾಗಿತ್ತು. ಈ ದುಗುಡಕ್ಕೆ ವಿಭಾ ಕಾರಣವೆಂದು ಅವರಿಗೆ ಗೊತ್ತಿತ್ತು. ಬೇರೆಯವರಾಗಿದ್ದರೇ.. ಟಾರ್ಚರ್' ಎಂದೇ ಭಾವಿಸಿ ಬಿಡುತ್ತಿದ್ದರು.

ಚಂದ್ರು ಹೋದನಂತರ ತೂಗುಯ್ಯಾಲೆ ಮೇಲೆ ಹೋಗಿಕೂತರು. ಶ್ರೀ ಕೂಡ ಬಂದು ಗೋಡೆಗೆ ಸರಿಸಿದ್ದ ಮರದ ಕುರ್ಚಿಯ ಮೇಲೆ ಕೂತವ ಹೊಸ ವಿಷಯವಲ್ಲದಿದ್ದರಿಂದ ಸ್ವಾಭಾವಿಕವಾಗಿಯೆ ಪ್ರಸ್ತಾಪಿಸಿದ.

"ಚಿಕ್ಕಮ್ಮ, ಅಮ್ಮನಿಗೆ ಕಾಲ್ ಮಾಡಿ ಮಗಳು ಇಲ್ಲಿಗೆ ಬರದ ಬಗ್ಗೆ ನೋವು ತೋಡಿಕೊಂಡಿದ್ದಾರೆ. ಅವಳು ಬರೆದಿದ್ದಕ್ಕೆ ನಾವು ಕೂಡ ಸ್ವಲ್ಪಮಟ್ಟಿಗೆ ಕಾರಣ ಅನ್ನೋ ತರಹ ಮಾತಾಡೋಕೆ ಶುರು ಮಾಡಿದ್ದಾರೆ. ಹತ್ತಿರದ ಬಂಧುಗಳೆಲ್ಲ ಬ ಹಾಮಾ, ಡಾಲ್ಫಿನ್, ಫ್ಲೋರಿಡಾ ಅಲ್ಲೆಲ್ಲ ಸುತ್ತಾಡಿದ್ದಾರೆ. ಆಗ ಮಗ್ಳು ತಮ್ಮ ಜೊತೆಯಲ್ಲಿ ಇರಬೇಕಿತ್ತು ಅನ್ನೋ ನೋವು. ಆದರೆ ಇಲ್ಲಿ ನಮ್ಮ ಪರಿಸ್ಥಿತಿ, ಅಲ್ಲಿನ ಒತ್ತಡ ಜಾಸ್ತಿಯಾದಂಗೆ ಅಮಲಾ ಹೆತ್ತವರನ್ನೇ ದ್ವೇಷಿಸೋಕೆ ಶುರು ಮಾಡಿದ್ದಾಳೆ. ಹೇಗೆ, ಇವರಿಬ್ಬರನ್ನು ಮ್ಯಾನೇಜ್ ಮಾಡೋದು?" ಎಂದ ಸಂದಿಗ್ಧದಲ್ಲಿ ಬಿದ್ದವನಂತೆ ಅವನಿಗೆ ಪೂರ್ತಿ ಬೇಸರವಾಗಿತ್ತು.

ಆನಂದಮೂರ್ತಿಗಳು ನಿಧಾನವಾಗಿ ತಲೆಯೆತ್ತಿ "ವಿಭಾ ಮನಸ್ಸು ಅರ್ಥವಾಗುತ್ತೆ, ನಮ್ಮ ದೇಶದಲ್ಲಿ ಇಲ್ಲದ ಆಕರ್ಷಕ ಸೌಲಭ್ಯಗಳು ಅಲ್ಲಿದೆಯೆನ್ನುವುದು ಒಪ್ಪಬೇಕಾದ್ದೆ. ಒಳ್ಳೆಯ ಸಂಬಳ, ಉತ್ತಮ ರಸ್ತೆಗಳು, ಶಿಸ್ತುಬದ್ಧ ವಾಹನ ಸಂಚಾರ, ವೈಭವದ ವಾರಾಂತ್ಯದ ರಜೆಯ ಮೋಜು, ವಿಹಾರಗಳು ತನ್ನ ಮಗಳ ಪಾಲಿಗೆ ಇಲ್ಲವೆನ್ನುವ ನೋವು ಅವಳನ್ನು ಕಂಗೆಡಿಸುತ್ತಿದೆ. ಆದರೆ ಸಾಂಸ್ಕೃತಿಕ ಬೇರುಗಳು ಇಲ್ಲಿರುವುದನ್ನು ಮರೆತಿದ್ದಾರೆ. ಆದರೆ ಯಾವ ದೊಡ್ಡ ಉದ್ಧಾರಕ್ಕಾಗಿ ಅಲ್ಲಿಗೆ ಹೋದ ಜನ ತೀರಾ ಕಡಿಮೆಯೇ. ಹೋದ ದೊಡ್ಡ ಉದ್ದೇಶ ಹಣ ಗಳಿಕೆಯೇ. ಅಂಥ ಉದ್ದೇಶದಿಂದ ಹೋದ ವಿಭಾ ಹಿಂದಿನ ತಲೆಮಾರಿನವ್ರು ಅಲ್ಲೇ ನಿಂತು ಆಸ್ತಿಪಾಸ್ತಿಗಳ ಜೊತೆ ಬಂಧುಗಳನ್ನು ಕರೆಸಿಕೊಂಡು ಬೀಡುಬಿಟ್ಟಿದ್ದಾರೆ. ಇದಕ್ಕೆ ಆಕ್ಷೇಪಣೆಯೇನಿಲ್ಲ. ಹುಟ್ಟಿದಾಗ ಅಮ್ಮು ಆರೋಗ್ಯವಂತ ಮಗುವಾಗಿದ್ದರೇ, ಅಮಲಾ ಇಲ್ಲಿಗೆ ಬರುತ್ತಲೇ ಇರಲಿಲ್ಲ. ಈಗ ರಿತೇಶ್‌ಗೆ ನಮ್ಮ ಪರಿಚಯವೇ ಇಲ್ಲ. ವಾಟ್ಸಪ್‌ನಲ್ಲಿ ಮುಖ ಕಂಡರೇ, ಹಾಯ್... ಅಂತಾನೆ ಅಷ್ಟೆ. ನಮ್ಮ, ಅವ್ನ ನಡ್ವೆ ಭಾವನಾತ್ಮಕ ಸಂಬಂಧವೇ ಬೆಳೆದಿಲ್ಲ. ಇಲ್ಲಿನ ಸಂಸ್ಕೃತಿಯ ಅರಿವೇ ಇಲ್ಲ. ಭಾರತವನ್ನು ದ್ವೇಷಿಸೋಕೆ ಅವನದೇ ಆದ ಕಾರಣಗಳು ಇರಬಹುದ್ದು" ಹೇಳುತ್ತಾ ಹೋದರು. ಸತ್ಯಭಾಮ ತಾಳ್ಮೆ ಸತ್ತುಹೋಯಿತು. ತಕ್ಷಣವೇ ತಾಳ್ಮೆ ಕಳೆದುಕೊಂಡು ಹೇಳಿದರು.

"ಅಮಲನ ಶ್ರೀ ಕರ್ರುಕೊಂಡ್ಹೋಗಿ ಬಿಟ್ಟು ಬರ್ಲೀ. ಅವ್ಳು ಇಲ್ಲಿ ಇರೋವರ್ಗೂ ವಿಭಾನು ನೆಮ್ದಿಯಾಗಿ ಇರೋಲ್ಲ. ನಮ್ಮನ್ನು ನೆಮ್ದಿಯಾಗಿ ಇರೋಕೆ ಬಿಡೋಲ್ಲ. ನನ್ನ ನಿರ್ಧಾರ ಇಷ್ಟೇ" ಎದ್ದು ಹೋದರು.

ಶ್ರೀ ತಂದೆಯ ಕಡೆ ನೋಡಿದ. "ಇದು ಸುಲಭವಲ್ಲ ಅನಿಸುತ್ತೆ. ಅಮಲಾ ಒಪ್ಕೋಬೇಕು. ಅವಳ ಒಪ್ಗೇ ಇಲ್ದೇ ಹೇಗೆ ಕರ್ಕೊಂಡ್ಹೋಗಿ ಬಿಟ್ಟುಬರೋದು? ಅಪ್ಪ ಇದು ನನ್ನಿಂದ ಸಾಧ್ಯವಿಲ್ಲ. ಈಗಾಗಲೇ ನಾನು ಮೂರು ಸಲ ಹೋಗ್ಬಂದಿದ್ದೀನಿ. ನಂಗೆ ಅಮೆರಿಕ ಕ್ರೇಜ್ ಇಲ್ಲ. ನಿಮ್ದು ಪಾಸ್‌ಪೋರ್ಟ್, ವೀಸಾ ಇದೆ. ಚಿಕ್ಕಪ್ಪ, ಚಿಕ್ಕಮ್ಮನ ಒತ್ತಾಯ ಕೂಡ ಇದೆ. ನೀವು ಒಂದೆರಡು ತಿಂಗ್ಳು ಉಳಿದರೂ ನಾನು

ಸಂಭಾಳಿಸಿಕೊಳ್ಳಬಲ್ಲೆ" ಅಂದ. ಅದು ಅವರಿಗೆ ತಪ್ಪೂಂತ ಅನ್ನಿಸಲಿಲ್ಲ.

"ಅದಕ್ಕೆ ಅಮ್ಮು ಒಪ್ಗೇ ಬೇಕು" ಎಂದರು.

ಆ ವೇಳೆಗೆ ಕಾಲೇಜಿನಿಂದ ಅಮಲಾ ಬಂದಿದ್ದರಿಂದ ಆನಂದಮೂರ್ತಿಗಳು ಹೆಂಡತಿಯನ್ನು ಕರೆದು "ಅವ್ಳ ಹತ್ರ ಯಾವ ಪ್ರಸ್ತಾಪನು ಬೇಡ. ಎಷ್ಟು ಖುಷಿ... ಖುಷಿಯಾಗಿದ್ದಾಳೆ. ಇದೊಂದು ನೆಪ ಮಾಡ್ಕೊಂಡ್ ನಾನು, ನೀನು ಅವಳನ್ನು ಕರೆದೊಯ್ದು ಬಿಟ್ಟುಬರೋಣ. ನಾನು ಸದಾ, ವಿಭಾ ಹತ್ರ ಮಾತಾಡ್ತೀನಿ" ಎಂದು ಹೇಳಿದರು. ಅಂಥದೊಂದು ನಿರ್ಧಾರ ಯಾರಿಗೂ ಖುಷಿ ಕೊಡದಿದ್ದರೂ ಸಮಾಧಾನವೆನಿಸಿತು.

"ಅಮ್ಮ, ಅಮಲೇಶ್ವರನ ದೇವಸ್ಥಾನದ ಪ್ರಸಾದ. ಇವತ್ತು ಅಲ್ಲೊಂದು ಗಿರಿಜಾ ಕಲ್ಯಾಣ. ಫ್ರೆಂಡ್ಸ್ ಎಲ್ಲಾ ಹೋಗಿದ್ವಿ, ಅಲ್ಲೇ ಊಟ ಆಯ್ತು" ಎಂದು ಕರ್ಚೀಫ್‌ನಲ್ಲಿ ಕಟ್ಟಿಕೊಂಡು ಬಂದಿದ್ದ ಪ್ರಸಾದವನ್ನು ಅಮ್ಮನ ಕೈಯಲ್ಲಿಟ್ಟು ನಿಂತಳು. ವಿಭಾಳ ಇಷ್ಟದ ಉಡುಗೆ ಅಮಲಾ ಹೇಗೆ ಕಾಣಬಹುದು? ಈಗ ಹುಡುಗಿಯರು ಜೀನ್ಸ್, ಮೇಲೊಂದು ಟೀ ಷರಟು ತೊಡೋದು ಕಾಮನ್ ಆಗಿತ್ತು. ಈಗ ಇಲ್ಲಿಂದ ಕಾಲೇಜಿಗೆ ಹೋಗೋ ಒಂದಿಬ್ಬರು ಪ್ಯಾಂಟು, ಟೀ ಷರಟು ಹಾಕ್ಕೊಂಡು ಓಡಾಡಿದ್ದನ್ನು ಕಂಡಿದ್ದರು. ವಿಭಾದು ಕೂಡ ಅದೇ ಡ್ರೆಸ್‌ಗಳು. ಇಲ್ಲಿಗೆ ಬಂದಾಗ ಮಾತ್ರ ಸೀರೆ. ಅದಕ್ಕೆ ಆಕೆಯದೇನು ಆಕ್ಷೇಪಣೆಯೇನಿಲ್ಲ. ಬದಲಾವಣೆ ಅನಿವಾರ್ಯ. ಆಕೆ ಅದರಲ್ಲಿಯೇ ಕುಂಕುಮನ ಹಣೆಗೆ ಹಚ್ಚಿಕೊಂಡು ಅವಳ ಹುಬ್ಬುಗಳ ನಡುವೆ ಇಟ್ಟು "ತೀರಾ ಹಳ್ಳಿ ಹುಡ್ಗೀ ತರಹ ಕಾಣ್ತೀ. ಸ್ವಲ್ಪ ಮಾಡರ್ನ್ ಆಗು. ನಿನ್ನಮ್ಮ ಕೊಡ್ಸಿದ ಕಳಿಸಿದ ಒಂದು ಡ್ರೆಸ್ ಆದ್ರೂ... ಹಾಕ್ಕೊಂಡಿದ್ದೀಯ. ನಾಳೆಯಿಂದ ಅದೇ ಡ್ರೆಸ್‌ಗಳ್ನ ಕಾಲೇಜಿಗೆ ಹಾಕ್ಕೊಂಡ್ ಹೋಗ್ಬೇಕು" ಹಣೆಗೆ ಮೆತ್ತಿಕೊಂಡಿದ್ದ ಅವಳ ಹಣೆಯ ಕುಂಕುಮನ್ನೊರೆಸಿದರು. ಅವಳು ಮಾತೇ ಆಡಲಿಲ್ಲ.

ಅವಳು ರೂಮಿಗೆ ಹೋದಾಗ ಪ್ರಸಾದ ಕಣ್ಣಿಗೊತ್ತಿಕೊಂಡು ಬಾಯಿಗೆ ಹಾಕಿಕೊಂಡು ಅಲ್ಲೇ ಕೂತರು. ಈಗಾಗಲೇ ಬೆಳೆದ ಹೆಣ್ಣು ಗಂಡನ ಮನೆಗೆ ಹೋಗಲೇ ಬೇಕು. ಅದರಿಂದ ಈಗ ಅಮೆರಿಕಗೆ ಕಳಿಸೋಕೆ ನೊಂದುಕೋಬಾರದು ಎನ್ನುವ ಗಟ್ಟಿ ನಿರ್ಧಾರಕ್ಕೆ ಬಂದರು.

ಕಾಲೇಜು ಬ್ಯಾಗ್ ಇಟ್ಟು ಮುಖ ತೊಳೆದು ಬಂದು ಅಮ್ಮನ ಬಳಿ ಕೂತಳು. "ಅದೇನು ಗಿರಿಜಾ ಕಲ್ಯಾಣ?" ಕೇಳಿದರು. ಸಹಜವಾಗಿ "ಜನವೋ.... ಜನ ಯಾರೋ ಮಂತ್ರಿಗಳ ಕಡೆಯವರಂತೆ. ಕೆಲವರನ್ನು ನಮ್ಮ ಕನ್ನಡ ಲೆಕ್ಚರರ್ ಕರ್ಕೊಂಡ್ ಹೋಗಿದ್ರು. ನಮ್ಗೇ ಊಟ ಹಾಕಿ ಮಂಟಪದಲ್ಲಿ ಕೂಡ್ಸಿ ಅರಿಶಿನ, ಕುಂಕುಮ ತಾಂಬೂಲದ ಜೊತೆ ಒಂದು ಬೆಳ್ಳಿಶಿವಪಾರ್ವತಿಯ ವಿಗ್ರಹ ಕೂಡ ಕೊಟ್ರು. ಅದು ಬ್ಯಾಗ್‌ನಲ್ಲಿದೇಂತ" ಓಡಿಹೋಗಿ ಬಂದು ಚಿತ್ತಾರದ ಪುಟ್ಟ ಬ್ಯಾಗನ್ನು ಅವರ ಮುಂದಿಡಿದಳು. "ಹೌದು, ಪುಟ್ಟ ಶಿವಪಾರ್ವತಿಯರ ಬೆಳ್ಳಿ ವಿಗ್ರಹ ಕಣ್ಣಿಗೊತ್ತಿಕೊಂಡರು. "ಏನೋ, ಇಲ್ಲಿ ಗಿರಿಜಾಕಲ್ಯಾಣ ಮಾಡಿಸೋರಿಗೆಲ್ಲ ಒಳ್ಳೆಯದು ಆಗಿದೆಯಂತೆ. ಬರ

ಬಂದಾಗ... ಊರಲ್ಲಿ ಸಮಸ್ಯೆಯಾದಾಗ ನಿಮ್ಮಪ್ಪ ಕೂಡ ಗಿರಿಜಾ ಕಲ್ಯಾಣ ಮಾಡಿಸಿದ್ದಿದೆ. ನನ್ನ ಹರಕೆಗಳೆಲ್ಲ ನಿನಗಾಗಿಯೇ. ತುಂಬಾ ಸತ್ಯದ ದೇವರು ಅಮಲೇಶ್ವರ. ಬಹಳ ವರ್ಷಗಳ ಹಿಂದೆ ದೇವಸ್ಥಾನದ ಹಿಂದೆ ಒಂದು ಕಲ್ಯಾಣಿ ಇದೆಯಲ್ಲ, ಅದರೊಳಗಿಂದ ಲಿಂಗ ಉದ್ಭವವಾಗಿ ಒಬ್ಬ ಮಹನೀಯರ ಕೈಸೇರಿತಂತೆ. ಅವರೇ ನಿಂತು ಪ್ರತಿಷ್ಠಾಪಿಸಿದರು. ಇದು ಅಮಲಾಪುರ. ಕಲ್ಯಾಣಿ ಕೂಡ ಅಮಲಾಪುರಕ್ಕೆ ಸೇರಿತ್ತು. ಪರಂಪರೆಯಾಗಿ ಹರಿದುಬಂದಿದ್ದು ಗಿರಿಜಾ ಕಲ್ಯಾಣ, ವರ್ಷಕ್ಕೊಮ್ಮೆ ಜಾತ್ರೆ ಇಂಥದೆಲ್ಲ ಶುರುವಾದ ಮೇಲೆ ವಿದೇಶಿ ಭಕ್ತರು ಕೂಡ ಬರೋಕೆ ಶುರುಮಾಡಿದ್ರು ಅತ್ಯಂತ ಸತ್ಯದ ದೇವರು" ಅಮಲೇಶ್ವರನ ಚರಿತ್ರೆಯ ಬಗ್ಗೆ ತಮಗೆ ತಿಳಿದಿದ್ದನ್ನು ಹೇಳಿದರು. "ನಿಮ್ಮದ್ವೆಗೂ ಬಂದು ಗಿರಿಜಾಕಲ್ಯಾಣದ ಹರಕೆ ಇದೆ" ಅಂದುಬಿಟ್ಟರು. ಭಾವೋದ್ವೇಗದಿಂದ ಅವಳು ಪಿಳಿಪಿಳಿ ಕಣ್ಣುಬಿಟ್ಟಳು.

"ಅಮ್ಮ, ಮೊದ್ಲು ಅಮಲೇಶ್ವರನ ಮುಂದೆ ಒಂದು ಬೇಡಿಕೆ, ಹರಕೆ ಇಟ್ಕೋ. ಏನೂಂತ... ಗೊತ್ತಾ? ಶ್ರೀಯಣ್ಣನಿಗೆ ಮದ್ವೆಯಾಗ್ಬೇಕು. ಈ ಮನೆಗೆ ಸೊಸೆ, ನಂಗೆ ಅತ್ತಿಗೆ ಬರ್ಬೇಕು. ಸದ್ಯದ ನಿನ್ನ ಕೊರಗು, ಬೇಡಿಕೆ ಅದೇ ತಾನೇ? ನಾನು ಹರಕೆಯೊತ್ತು ಬಂದಿದ್ದೀನಿ" ಅಂದಳು. ಅಚ್ಚರಿ ಜೊತೆ ಅಭಿಮಾನವೆನಿಸಿತು. "ಎಷ್ಟೆಲ್ಲ ಯೋಚ್ನೋಷ್ಟು ದೊಡ್ಡವಳಾಗಿದ್ದಿ. ನಮ್ಮ ಮಕ್ಳು ಬೆಳೆದಿದ್ದೇ ನಮ್ಗೇ ಗೊತ್ತಾಗೋಲ್ಲ. ನೀನೇ ನಿನ್ನಣ್ಣನಿಗೆ ಹೇಳಿ ಒಪ್ಸು. ಅಂತು ಬಂದು ಗಿರಿಜಾಕಲ್ಯಾಣ ನೋಡಿ ಬರೋದರ ಜೊತೆಗೆ ಆ ಪುಟ್ಟ ವಿಗ್ರಹವನ್ನೆತ್ತಿಕೊಂಡು ಕಣ್ಣಿಗೊತ್ತಿಕೊಂಡರು.

"ದೇವರ ಮನೆಯಲ್ಲಿ ಇಡ್ತೀನಿ" ಎತ್ತಿಕೊಂಡು ಹೋದವಳು ಹಿಂದಕ್ಕೆ ಬಂದು "ಅಮ್ಮ, ಎಂಎಲ್‌ಎ ಚಿದಂಬರಂ ಕೂಡ ಬಂದಿದ್ರು. ಕರ್ಸಿ... ಮಾತಾಡ್ಸಿ, ಅಪ್ಪನ ಬಗ್ಗೆ ವಿಚಾರಿಸಿದ್ರು. ನನ್ನ ಫ್ರೆಂಡ್ಸ್ ಜೊತೆ ತಾನೇ ಹೋಗಿದ್ದು, ಆದರೆ ಅವ್ರು ನನ್ನೊಬ್ಬಳನ್ನೇ ಕರ್ಸಿ ಮಾತಾಡಿಸಿದ್ದು" ಹೇಳಿದಳು. ಆಕೆಗೆ ಒಂದು ರೀತಿಯ ಗಾಬರಿ. ಯಾಕಿರಬಹುದು?

"ಏನು... ಕೇಳಿದ್ರು?" ಕೇಳಿದರು ಆತುರದಿಂದ.

"ಅಂಥದ್ದೇನಿಲ್ಲ, ನನ್ನ ಎಜುಕೇಷನ್ ಬಗ್ಗೆ.. ಅಪ್ಪನ ಬಗ್ಗೆ ಅಷ್ಟೆ. ನಮ್ಮಪ್ಪ ಆನಂದಮೂರ್ತಿ ಎಲ್ಲರ್ಗಿಂತ ಫೇಮಸ್" ಕುಣಿಯುತ್ತ ಹೋದಳು. "ಅಮ್ಮ, ತೋಟಕ್ಕೆ ಹೋಗ್ತೀನಿ."

ಆಕೆಯ ಮಿದುಳು ಚುರುಕಾಯಿತು. "ಯಾಕೆ ಎಂಎಲ್‌ಎ ಚಿದಂಬರಂ ಮಾತಾಡಿಸಿದ್ದು? ಇದನ್ನು ಗಂಡನ ಮುಂದೆ ವ್ಯಕ್ತಪಡಿಸಿದರೆ, ಶ್ರೀಕರನ ಮುಂದೆ ವ್ಯಕ್ತಪಡಿಸಿದರೆ ಅವರದೇ ಆದ ರೀತಿಯಲ್ಲಿ ತಳ್ಳಿ ಹಾಕುತ್ತಾರೆ ವಿನಃ ಅಷ್ಟೊಂದು ಮಹತ್ವ ಕೊಡುವುದಿಲ್ಲವೆಂದು ಅರಿತು ಸುಮ್ಮನಾದರು.

ತರಕಾರಿಯನ್ನು ಲೋಡ್ ಮಾಡಿಸುತ್ತಿದ್ದ ಶ್ರೀ ಅವಳನತ್ತ ಬಂದು "ಬನ್ನಿ, ಸಿಸ್ಟರ್ ಮೇಡಮ್, ಇನ್ನೊಂದಿಷ್ಟು ಅಪ್‌ಟು ಡೇಟಾಗಿ. ಇಲ್ಲದಿದ್ದರೆ ವಿಭಾ ಚಿಕ್ಕಮ್ಮನಿಗೆ ಕಷ್ಟವಾಗುತ್ತೆ" ಹಾಸ್ಯ ಮಾಡಿದ ಮುಖ ಒಂದು ತರಹ ಮಾಡಿ "ಯಾಕೋ, ಇಷ್ಟವಾಗೋಲ್ಲ, ಕಣೋ. ಬಿಗಿಯಾದ ಪ್ಯಾಂಟ್, ಟೀ ಷರಟುಗಳು ಕಂಫರ್ಟ್

ಅನ್ನಿಸೋಲ್ಲ, ಬಿಡು. ಆ ವಿಷ್ಯ... ಇವತ್ತು ಅಮಲೇಶ್ವರನ ಟೆಂಪಲ್‌ಗೆ ಹಾಗಿಂದ ಹಾಗೇ ಹೋದೆ, ಅಲ್ಲಿ ಕನ್ನಡ ಸರ್ ಕರ್ಕಂಡ್ ಹೋದ್ರು. ಅಲ್ಲೊಂದು ಮಂತ್ರಿಗಳ ಕಡೆಯವ್ರ ಗಿರಿಜಾಕಲ್ಯಾಣ. ಅಲ್ಲೇ ಊಟ, ಪ್ರಸಾದ ಜೊತೆ ಪುಟ್ಟ ಬೆಳ್ಳಿಯ ಶಿವಪಾರ್ವತಿಯ ವಿಗ್ರಹ ಕೊಟ್ರು. ಇಲ್ಲೊಂದು ವಿಷ್ಯ, ಇಲ್ಲಿನ ಎಂಎಲ್ಎ ಚಿದಂಬರಂ ಕರ್ರಿ ಅಪ್ಪನ ಬಗ್ಗೆಯೆಲ್ಲ ವಿಚಾರಿಸಿದ್ರು." ಅಷ್ಟನ್ನು ಹೇಳಿದಳು. ಶ್ರೀ ಅಣ್ಣನ ಬಗ್ಗೆ ಒಂದಿಷ್ಟು ಹೆಚ್ಚಿನ ಸಲಿಗೆಯೇ, ಮನಸ್ಸಿನಲ್ಲಿ ಇದ್ದಿದ್ದನ್ನು ತೋಡಿಕೊಳ್ಳುತ್ತಿದ್ದುದ್ದು ಅವನ ಮುಂದೆನೆ.

"ಗುಡ್, ಈ ಸಲ ಬೊಂಬಾಟ್ ತರಕಾರಿ ಬೆಳೆ" ಸಂತೋಷದಿಂದ ಇಡೀ ತೋಟದ ಎಲ್ಲೆಡೆ ನೋಟ ಹರಿಸಿದ." ಮಾಸ್ಟರ್ ನಮ್ಮ ಅರ್ಧ ಜವಾಬ್ದಾರಿ ಕಮ್ಮಿ ಮಾಡಿದ್ದಾರೆ. ಸದ್ಯ ನಾವೇ ಅವ್ರಿಗೆ ಎಲ್ಲಿ ಹೊರೆ ಆಗ್ತೀವೋ ಅನ್ನೋ ರೀತಿಯಲ್ಲಿ ಕೆಲ್ಸ ಮಾಡ್ತಾರೆ. ಆಳುಗಳ ಮಕ್ಕಿಗೆಲ್ಲ ಸಂಜೆ ವೇಳೆ ಪಾಠ ಹೇಳೋಕೆ ಶುರು ಮಾಡಿದ್ದಾರೆ" ವಿರೂಪಾಕ್ಷಿ ಮಾಸ್ತರರ ಬಗ್ಗೆ ಅತ್ಯಂತ ಗೌರವದಿಂದ, ಅಭಿಮಾನದಿಂದ, ಪ್ರೀತಿಯಿಂದ ಮಾತಾಡಿದ ನಂತರ "ಎಂಎಲ್ಎಗೆ ಅಪ್ಪ ಎಲ್ಲಿ ಎಲೆಕ್ಷನ್‌ಗೆ ನಿಲ್ತಾರೋ ಅನ್ನೋ ಭಯವಿದೆ. ಅಪ್ಪ ಅಂಥದನ್ನು ಊಹಿಸೋದು ಕೂಡ ಇಲ್ಲ. ಜಾತಿನ ಮುಂದಿಟ್ಕೊಂಡ್, ಧರ್ಮನ ಮುಂದಿಟ್ಕೊಂಡ್, ಲೋಭನ ಮುಂದಿಟ್ಕೊಂಡ್ ಓಟು ಕೇಳೋ ಜನರನ್ನು ಕಂಡರೆ, ಅಸಹ್ಯ. ಇನ್ನೊಂದು ವಿಚಾರ ಅವ್ರ ಮಗ ಅಭೀ ನಮ್ಮ ಶುಭನ ದೋಸ್ತು. ಆಗಾಗ ಭೇಟಿ, ಮಾತು, ತಿರ್ಗಾಟ ಎಲ್ಲಾ ಇದೆ. ಸಿಂಪಲ್, ರಾಜಕೀಯ ದರ್ಪವೇನಿಲ್ಲ ಅಂದ ಶುಭ." ಅಂದಿನ ಘಟನೆಯ ಬಗ್ಗೆ ಅವನಿಗೆ ಮಾತು ಬೇಕಿರಲಿಲ್ಲ. ಅದು 'ಬರೀ ಆಕಸ್ಮಿಕ' ಅಷ್ಟೆ.

"ಅಣ್ಣ, ನಾನು ನಿನ್ಹತ್ರ ಮಾಡಾಡ್ಬೇಕು" ಅಂದಾಗ ಕಣ್ಣಗಲಿಸಿ ಅಚ್ಚರಿ ನಟಿಸುತ್ತಾ "ಮೈ ಡಾಲ್, ಏನಪ್ಪ... ಅಂಥದ್ದು? ಮಾತಿಗೆ ಪ್ರಶಸ್ತವಾದ ಜಾಗದ ಆಯ್ಕೆ ನಿಂದೇ" ಅಂದ. ಒಂದು ಮೂಲೆಯಲ್ಲಿ ಬೆಟ್ಟು ಮಾಡಿದಳು. ಯಾರು ಬೆಳೆಸದ ತಮ್ಮ ಪಾಡಿಗೆ ತಾವು ಬೆಳೆದ ಮರದ ಗುಂಪು "ಓಕೇ, ನೀನು ನಡೀ ನಾನ್ಬಂದೇ.." ಅವಳನ್ನು ಕಳಿಸಿ ಲೋಡಾಗುತ್ತಿದ್ದ ತರಕಾರಿಯ ಬಳಿ ಬಂದು ಏನೋ ಹೇಳುತ್ತಿದ್ದವನಿಗೆ ಎದುರಾದದ್ದು ವಿರೂಪಾಕ್ಷ ಮಾಸ್ತರು. ಹೊಟ್ಟೆಯ ಮೇಲೆ ಕೈಯಾಡಿಸಿಕೊಂಡು ತೃಪ್ತಿಯಿಂದ "ಸಾಕಷ್ಟು ತರಕಾರಿ ಹಾಕಿ ಗಟ್ಟಿ ಹುಳಿ ಮಾಡಿದ್ಲು, ಗಟ್ಟಿ ಮೊಸರು. ಹೊಟ್ಟೆ ತುಂಬ ಊಟ ಮಾಡಿದೆ. ಇಂಥ ಒಂದು ಸೌಭಾಗ್ಯ ನನ್ನ ಪಾಲಿಗೆ ಮತ್ತೆ ಬರುತ್ತೇಂತ ತಿಳಿದೆ... ಇಲ್ಲಿಲ್ಲ. ಶ್ರೀ ನಿಮ್ಮಗಳ ಋಣ ಹೇಗೋ ತೀರಿಸೋದು?" ಎರಡು ಕೈಗಳನ್ನ ಜೋಡಿಸಿದಾಗ ಅದನ್ನಿಡಿದು "ನೀವು ಹಿರಿಯರು, ಗುರುಗಳು, ತಂದೆ, ತಾಯಿ ನಂತರ ಮೂರನೆಯದೇ ಗುರುವಿನ ಸ್ಥಾನ. ನೀವು ನಮ್ಗೇ ಗುರುಗಳು, ಎಲ್ಲಾ ನಿಮ್ದೇ, ಸಂಕೋಚವಿಲ್ದೇ ಬಳಸಿಕೊಳ್ಳಿ. ಅಮ್ಮ ಕಾಯ್ತ ಇದ್ದಾಳೆ." ಅತ್ತ ನಡೆದ. ಅವನ ಕಣ್ಣಲ್ಲಿ ನೀರಿತ್ತು. ದೇವಸ್ಥಾನದ ಹಿಂದಿನ ಜೋಪಡಿಯಲ್ಲಿ ಇವರುಗಳನ್ನು ಕಂಡಾಗ ಸವೆದುಹೋಗಿದ್ದರು. ಅಂಥ ನಿಕೃಷ್ಟ ಸ್ಥಿತಿಗೆ ದೂಡಿದವರು ಯಾರು ಅಲ್ಲ, ಸ್ವಂತ ಮಗ.

ಅಮಲಾ ಆರಾಮಾಗಿ ಕೂತು ಅತ್ತಿತ್ತ ನೋಟ ಹರಿಸುತ್ತಿದ್ದವಳ ಪಕ್ಕ ಇದ್ದ ಮರದ ಬೊಡ್ಡೆಯ ಮೇಲೆ ಕೂತ "ಈಗ್ಹೇಳು, ಅಮ್ಮು, ಏನು ನಿನ್ನ ತಕರಾರು?" ಕೇಳಿದ. ಅವನತ್ತ ನೋಟ ಹರಿಸಿದವಳು "ನೀನ್ಯಾಕೆ ಮದ್ವೆ ಮಾಡ್ಕೋಬಾರ್ದು? ಅಮ್ಮನಿಗೆ ಸೊಸೆಯ ಆಸೆ." ಅವಳ ಕೇಳಿಕೆಗೆ ಗಂಭೀರವಾದ. ವಿವಾಹದ ಬಗ್ಗೆ ದೊಡ್ಡ ರೀತಿಯ ಆಸಕ್ತಿ ಇಲ್ಲದಿದ್ದರೂ, ಪಾಲಾಕ್ಷಯ್ಯ ಮಗಳೊಂದಿಗೆ ಮಾತಾಡಿದ ನಂತರ ಒಂದು ದೃಢ ನಿರ್ಧಾರಕ್ಕೆ ಬಂದ "ಅಮ್ಮು, ಕೆಲವಕ್ಕೆ ಕಾರಣಗಳು ಇರೋಲ್ವೇನೋ? ನಂದನ್ ಚಿಕ್ಕಪ್ಪನಿಗೆ ಭಾರತಕ್ಕೆ ಹಿಂದಿರುಗೋ ಇಷ್ಟ. ಚಿಕ್ಕಮ್ಮನಿಗೆ ಇಷ್ಟವಿಲ್ಲ. ಅಲ್ಲಿ ರಾಜಿ ಅಗತ್ಯವೋ, ಅನಗತ್ಯವೋ.. ಒಬ್ಬರಿಗೊಬ್ಬರು ಇಷ್ಟ... ಇಷ್ಟ.. ಗಮನಿಸಬೇಕಾಗುತ್ತೆ. ಮಾಸ್ತರು... ದಂಪತಿಗಳು... ನಂಗೆ ಇಡೀ ಅಮಲಾಪುರವನ್ನು ಆದರ್ಶಗ್ರಾಮ ಮಾಡೋ ಇಷ್ಟ. ಅಪ್ಪ, ನನ್ನಲ್ಲಿ ಎಲ್ಲವರು ನನ್ನವರೇ ಅನ್ನೋ ಭಾವ ಬೆಳೆಸಿದ್ದಾರೆ. ಒಬ್ಬರಿಗಾಗಿ ಬೇರೆಯವ್ರನ್ನು ತ್ಯಾಗ ಮಾಡೋಕ್ಕಾಗುತ್ತ?" ಕೇಳಿದ. ಅವಳಿಗೆ ಎಷ್ಟು ಅರ್ಥವಾಯಿತೋ, ಬಿಟ್ಟಿತೋ "ಸಾರಿ, ಅಣ್ಣ...ಪ್ರತಿಯೊಬ್ಬರ ನಿರ್ಣಯಕ್ಕೂ ಬೆಲೆ ಇದೆ. ನನ್ನಣ್ಣನ ನಿರ್ಣಯಕ್ಕಂತೂ ತುಂಬಾ... ತುಂಬಾನೆ ಬೆಲೆ ಇದೆ" ಅಂದಳು. ಅವಳ ಕೈಹಿಡಿದು ಮುಂಗೈಗೆ ತುಟಿಯನ್ನೊತ್ತಿ "ಥ್ಯಾಂಕ್ಯೂ ಅಮ್ಮು, ಅಮ್ಮನಿಗೆ ಸೊಸೆಯನ್ನು ತಂದು ಕಾಡೋ ಬದ್ಲು... ನನ್ನ ಕೈಲಾದಷ್ಟು ಹೆಲ್ಪ್ ಮಾಡ್ತೀನಿ" ಭರವಸೆ ಕೊಟ್ಟ. ಅವರಿಬ್ಬರು ಹರಟುತ್ತ ಮಾಸ್ತರು ಇರುತ್ತಿದ್ದ ತೋಟದ ಮನೆಗೆ ಬಂದರು. ಸರಸಕ್ಕ ತರಕಾರಿಯನ್ನು ಮುಂದೆ ಹಾಕಿಕೊಂಡು ಒಪ್ಪ ಮಾಡುತ್ತಿದ್ದವರು "ಇದು ಅಲ್ಲಿಗೇನೇ! ಅಲ್ಲಿಗೇನೇ, ಸತ್ಯನಿಗೆ ಬಂಡಿ ಕೆಲ್ಸವಿರುತ್ತೆ.." ಏನೋ ಅನ್ನೋದಿಕ್ಕೆ ಹೋಗಿ ತುಟಿಗೆ ಬೀಗ ಹಾಕಿದರು. ಹೌದು, ಶ್ರೀ ವಿವಾಹದ ನಂತರ ಆನಂದಮೂರ್ತಿಗಳ ಮನೆಯ ವಾತಾವರಣ ಹೀಗೆಯೇ ಇರುತ್ತಾ? ಯಾಕೋ ಸರಸಕ್ಕನಿಗೆ ಆ ನಂಬಿಕೆ ಇಲ್ಲ. ಸಾರಾ ಬಂದು ನಿಲ್ಲುತ್ತಿದ್ದಳು ಮುಖದ ಮುಂದೆ. 'ಅಬ್ಬ..' ಅಂದೇಬಿಟ್ಟರು.

"ಅದೇನದು, ಅಬ್ಬ.." ಎಂದು ಜೇಬಿನಿಂದ ಕೆಲವು ನೋಟುಗಳನ್ನು ತೆಗೆದು ಆಕೆಯ ಕೈಯಲ್ಲಿಟ್ಟು "ಇದು ಖರ್ಚಿಗೆ. ಎಲ್ಲವೂ ನಿಮ್ದೇ ಆಗಿರೋದ್ರಿಂದ... ಇದು ನಿಮ್ಗೇ ಸಲ್ಲಬೇಕಾದ್ದೇ. ಸಂಕೋಚಬೇಡ... ಕೃತಜ್ಞತೆಯ ಮಾತು, ಕಣ್ಣೀರು ಸ್ವಲ್ಪವೂ ಇಷ್ಟವಿಲ್ಲ. ತರಕಾರಿಯನ್ನು ತುಂಬಿಡಿ. ಆಮೇಲೆ ಯಾರಾದ್ರೂ ಬಂದು ತಗೊಂಡ್ ಹೋಗ್ತಾರೆ" ಎಂದು ಅಮಲಾನ ಕರೆದುಕೊಂಡು ಹೊರಟುಬಿಟ್ಟ.

ಆಕೆ ಕೈಯಲ್ಲಿ ಇದ್ದ ನೋಟುಗಳನ್ನು ನೋಡಿಕೊಂಡವರ ಕಣ್ಣಲ್ಲಿ ಕಂಬನಿ ಇಣುಕಿತು. ವಿರೂಪಾಕ್ಷ ಮಾಸ್ತರು ತಮ್ಮ ಸಂಬಳವನ್ನು ಬದುಕಿರೋವರೆಗೂ ಅಮ್ಮನ ಕೈಯಲ್ಲಿಡುತ್ತಿದ್ದರು, ನಂತರ ಹೆಂಡತಿಯ ಕೈಗಿಡುತ್ತಿದ್ದರು. ಅಚ್ಚುಕಟ್ಟಾಗಿ ಮನೆ ತೂಗಿಸಿಕೊಂಡು ಹೋಗುತ್ತಿದ್ದ ಗೃಹಿಣಿ, ಉಳಿಸಿದ ಹಣವನ್ನು ಮಗನ ವಿದ್ಯಾಭ್ಯಾಸಕ್ಕೆ ಖರ್ಚು ಮಾಡುತ್ತಿದ್ದರಷ್ಟೆ. ಎಲ್ಲಾ ಮಗನಿಗಾಗಿ! ಹಾಗೆಂದು ನಿರ್ದಯಿಯಾಗಿ ವರ್ತಿಸಿದವರಲ್ಲ. ಬಂದವರಿಗೆ ಆತಿಥ್ಯ, ಕಷ್ಟದಲ್ಲಿರುವವರ ಬಗ್ಗೆ ಮರುಕ, ಕೈಯಲ್ಲಿ ಅಷ್ಟು ಸಹಾಯ. ಅಲ್ಲಿ ನಿಲ್ಲುವುದು ಬೇಡವೆಂದು ಬೇರೆಡೆಗೆ ನಡೆದರು.

"ಅಣ್ಣ, ಮಾಸ್ತರ್... ಇನ್ಮೇಲೆ ಬಂದ ಮಕ್ಳಿಗೆಲ್ಲ ಪಾಠ ಹೇಳ್ತಾರಂತೆ. ಅದಕ್ಕೇನು

ಫೀಸು ಬೇಡಾಂತ ತೋಟದ ಆಳುಗಳಿಗೆಲ್ಲ ಹೇಳಿದ್ದಾರೆ. ಸಾಕಷ್ಟು ಮಂದಿ ಬಂದರೆ, ಇಲ್ಲೇ ಒಂದು ಸ್ಕೂಲು ಮಾಡ್ಬಹ್ದು" ಅಂದ ತಂಗಿಯ ಕೆನ್ನೆ ತಟ್ಟಿ "ಪ್ರಿಯ ಸೋದರಿ, ನಿಮ್ಮಮ್ಮನ ಕಣ್ಣೀರಿಗೆ ಕರಗು. ನೀನಾಗಿ ಕಾಲ್ ಮಾಡು. ಸ್ಕೋಪ್‌ನಲ್ಲಿ ಮಾತಾಡು. ಒಂದು ಸಣ್ಣ ವಿಡಿಯೋ ಕಾಲ್ ಮಾಡಿ ನಿನ್ನ ಕಾಲೇಜಿನ ಸುದ್ದಿಗಳೆಲ್ಲ ಹೇಳು, ಅಲ್ಲಿನದೆಲ್ಲ ವಿಚಾರಿಸ್ಕೋ. ಅದಕ್ಕೇಂತ ಒಂದಿಷ್ಟು ಸಮಯ ಎತ್ತಿಡಿ. ಈ ಸಣ್ಣ ರಿಕ್ವೆಸ್ಟ್‌ನ ಪುರಸ್ಕರಿಸು" ಸಣ್ಣ ರಿಕ್ವೆಸ್ಟ್ ಅವಳ ಮುಂದಿಟ್ಟ. ಐದು ನಿಮಿಷದ ಮೌನದ ನಂತರ ತಲೆ ಕುಣಿಸಿ "ಓಕೇ, ಆದರೆ ಒಂದು ಕಂಡೀಷನ್. ಯಾರು ನನ್ನ ಅಮೆರಿಕಗೆ ಹೋಗೂಂತ ಬಲವಂತ ಮಾಡ್ಬಾರ್ದು. ನಂಗೆ ಇಲ್ಲೇ ಇಷ್ಟ ಕಣೋ. ಅಣ್ಣ... ಪ್ಲೀಸ್... ಪ್ಲೀಸ್... ನನ್ನಡೆ ನೀನು ನಿಲ್ಲಬೇಕು" ಕೊಸರೋಕೆ ಶುರು ಮಾಡಿದಾಗ ಅವನಿಗೆ ಏನು ಹೇಳಬೇಕೋ ಅರ್ಥವಾಗಲಿಲ್ಲ.

ಅವಳ ಕೈಹಿಡಿದು ಬಾಳೆಯತೋಟದ ಕಡೆ ನಡೆದವನು ನಿಂತು "ಅಮ್ಮ, ಪುಟ್ಟ, ಎಲ್ಲರೂ ನಿನ್ನಡೆನೇ. ನಿಂಗೆ ಯಾರು ವಿರೋಧಿಗಳಿಲ್ಲ. ನಿನ್ನ ಕಳಿಸೋ ಇಷ್ಟ ಆನಂದಮೂರ್ತಿಗಳ ಮನೆಯಲ್ಲಿ ಯಾರ್ಗೂ ಇಲ್ಲ. ಆದರೆ ವಿಭಾ ಚಿಕ್ಕಮ್ಮ ನಿನ್ನ ಹೆತ್ತವರು. ನೀನು ಹುಟ್ಟಿದ್ದು ಕೂಡ ಕ್ಯಾಲಿಫೋರ್ನಿಯ ಆಸ್ಪತ್ರೆಯಲ್ಲಿ. ಬಹುಶಃ ನಿನ್ನಮ್ಮನ ಮಾತೃಭೂಮಿ ಅದೇ ಶ್ರೀಮಂತಿಕೆ, ಅನೇಕ ಸೌಲಭ್ಯಗಳಿದ್ದು, ಅಲ್ಲೇ ನೀನು ಬೆಳೆಯಬೇಕು, ಅಲ್ಲಿರಲು ಅಲ್ಲಿನ ವಿದ್ಯಾಭ್ಯಾಸ, ಜೀವನದ ಶೈಲಿ ನಿಂಗೆ ಅನಿವಾರ್ಯ. ಅದಕ್ಕಾಗಿಯೇ ಅವರದು ಹೆತ್ತ ಕರುಳಿನಬಳ್ಳಿಯ ಮೇಲಿನ ಮಮತೆಯ ಹೋರಾಟ, ಅದು ತಪ್ಪಲ್ಲ ಕೂಡ" ಅವಳ ಮನಸ್ಥಿತಿಯನ್ನು ತಿದ್ದುವ ಪ್ರಯತ್ನ ಅವನದು. ಸ್ವಲ್ಪ ಯೋಚಿಸಿದವಳು, "ನೋ, ನಂಗೆ ಇಷ್ಟವಾಗೋಲ್ಲ. ವಿಭಾ ಅಮ್ಮನಿಗೆ ತುಂಬ ಮಮತೆ ಹೆತ್ತ ಕರುಳಿನ ಮೇಲಿದ್ದರೆ ಪುರಸ್ಕರಿಸಲೇಬೇಕು. ವೆಕೆಷನ್ ಬಂದಾಗ ಹೋಗಿಬರಬಹುದಷ್ಟೆ. ಇದೇ ನನ್ನ ಮಾತೃಭೂಮಿ" ಸ್ಪಷ್ಟವಾಗಿತ್ತು ಅವಳ ನಿರ್ಣಯ.

ಈ ವಿಚಾರದಲ್ಲಿ ಇನ್ನಷ್ಟು ಬಲವಂತ ಬೇಡವೆನಿಸಿತು.

"ನಿಜ್ವಾಗ್ಲೂ, ಇದರಲ್ಲಿ ನಿನ್ನ ನಿರ್ಣಯವೇ ಅಂತಿಮ, ತೀರಾ ಕ್ಲಿಷ್ಟ ಸಂದರ್ಭ ಬಂದರೆ ನಾನು ನಿನ್ನ ಪರ ನಿಲ್ತೀನಿ. ನೀನು ವಿಭಾ ಮಮ್ಮಿಯ ಕಡೆ ಸ್ವಲ್ಪ ಕರುಣೆ ಹರಿಸಿ ಮಾತಾಡು. ನಿನ್ನ ಅನಿಸಿಕೆಗಳನ್ನು ಹಂಚಿಕೋ, ಅವರದನ್ನು ಕೇಳಿಸ್ಕೋ. ಎಷ್ಟೋ ಖುಷಿಪಡ್ತಾರೆ" ಅಂದು ಒಪ್ಪಿಸಿದ. ಇಬ್ಬರು ಖುಷಿಯಾಗಿಯೇ ಮನೆಗೆ ಬಂದರು.

ಬಹುಶಃ ಅಮಲಾ ಮಾತಿಗೆ ಶ್ರೀ ಮದುವೆಗೆ ಒಪ್ಪಿಗೆ ಸೂಚಿಸುತ್ತಾನೋ ಎನ್ನುವ ಆಸೆ ಇತ್ತು. ತಕ್ಷಣ ಅವಳನ್ನು ಅಡುಗೆ ಮನೆಗೆ ಕರೆದೊಯ್ದು ಕೇಳಿದರು. "ಶ್ರೀನ ಮದ್ವೆಗೆ ಒಪ್ಪಿಸಿದ್ಯಾ?" ಕೇಳಿದರು. ಅವಳೇನು ಮಂಕಾಗಲಿಲ್ಲ. "ನಂಗೆ ಪೂರ್ತಿ ಅರ್ಥವಾಗದಿದ್ದರೂ ಮದ್ವೆ ಬೇಡಾಂದ" ಅಂದಕೂಡಲೇ ಎಲ್ಲೋ ಒಂದೆಡೆ ಇದ್ದ ಆಸೆಯ ಮಿಂಚು ಕೂಡ ಹಾರಿಹೋಯಿತು. ಇವನಿಗೆ ಯಾಕೆ ಇಷ್ಟು ಹಟ? ಕನಲಿದರು. ತೋರ್ಪಡಿಸಿಕೊಳ್ಳದೇ ಸುಮ್ಮನಾದರು. ನೆಂಟರಿಷ್ಟರು, ಕಂಡವರು, ಭೇಟಿಯಾದವರೆಲ್ಲ 'ಯಾಕೆ ನಿಮ್ಮ ಶ್ರೀಗೆ ಮದ್ವೆ ಮಾಡೋಲ್ವಾ? ಕೇಳಿದಾಗಲೆಲ್ಲ

ಸತ್ಯಭಾಮ ಮುಖ ಚಿಕ್ಕದಾಗುತ್ತಿತ್ತು. ಇಂದು ಆ ಪ್ರಸಂಗ ಆನಂದಮೂರ್ತಿಗಳಿಗೆ ಎದುರಾಯಿತು.

"ಹೋಗ್ಲಿಬಿಡು, ಅವನಿಗಿಲ್ಲದ ಉಸಾಬರಿ ನಮಗ್ಯಾಕೆ? ಈ ದೇಶಕ್ಕೆ ಮದ್ವೆಯಾದವರಿಗಿಂತ ಹೆಚ್ಚಾಗಿ ಅವಿವಾಹಿತರು ಸಾಕಷ್ಟು ಸಾಧನೆ ಮಾಡಿ ಜಗತ್ತಿನ ಇತಿಹಾಸದಲ್ಲಿ ತಮ್ಮ ಹೆಸರನ್ನು ದಾಖಲಿಸಿ ಹೋಗಿದ್ದಾರಂತೆ, ಹೀಗೇಂತ ಅಮಲಾಪುರದ ಆನಂದಮೂರ್ತಿಗಳೆ ಮಗನ ಸಪೋರ್ಟಿಗೆ ನಿಂತಿದ್ದಾರೆ" ಸ್ವಲ್ಪ ಜೋರಾಗಿ ಗೊಣಗೋ ವೇಳೆಗೆ ಸ್ವತಃ ಆನಂದಮೂರ್ತಿಗಳೇ ಒಳಗೆ ಬಂದರು. "ಅಮ್ಮು, ನಿಮ್ಮಮ್ಮ ಅಮಲಾಪುರದ ಆನಂದಮೂರ್ತಿಗಳ ಬಗ್ಗೆ ಮಾತಾಡ್ತಾ ಇದ್ದಾರೆ. ನಿಮ್ಮಮ್ಮನ ಬಾಯಿಂದ ನನ್ನ ಹೆಸರು ಕೇಳುವುದೇ ಸಂತೋಷದ ವಿಚಾರ" ಎಂದು ಉಯ್ಯಾಲೆ ಮೇಲೆ ಕೂತರು. ಆಕೆ ಮುನಿಸಿ ತೋರಿಸುತ್ತ ರೂಮಿಗೆ ಹೋದರು.

"ಇಲ್ಬಾ, ಮಗಳೇ... ಅಮ್ಮು" ಎಂದು ಅವಳನ್ನು ತಮ್ಮ ಪಕ್ಕ ಉಯ್ಯಾಲೆ ಮಣೆಯ ಮೇಲೆ ಕೂಡಿಸಿಕೊಂಡು "ತೋಟಕ್ಕೆ ಹೋಗ್ಬಂದ್ಯಾ? ನಿನ್ನ ಫ್ರೆಂಡ್ಸ್ ಜೊತೆ ಅಮಲೇಶ್ವರ ಗುಡಿಗೆ ಹೋಗಿದ್ದೆಯಂತೆ. ತಮಿಳುನಾಡಿನ ಯಾರೋ ಮಂತ್ರಿಗಳು ದೊಡ್ಡದಾಗಿ ಗಿರಿಜಾಕಲ್ಯಾಣ ಮಾಡಿಸುವುದರ ಜೊತೆಗೆ .. ಬೇರೇನೋ ಕೊಡುಗೆಗಳ ನೀಡಿದ್ದಾರಂತೆ. ವಿರಕ್ತ ಪುರುಷರಾದ ಮಹಾದೇವನಿಗೆ ಇವೆಲ್ಲ ಯಾಕೆ? ಅವರವ್ರ ಆತ್ಮಸಂತೋಷಕ್ಕೆ ಮಾಡಿಸೋದು. ಆಗ ಎಂಎಲ್ಎ ಚಿದಂಬರಂ ಬಂದಿದ್ದ ವಿಚಾರ ತಿಳ್ದು ಮೀಟ್ ಮಾಡೋಕೆ. ಅಮಲಾಪುರದ ಕೆರೆಯ ಎಡಪಕ್ಕದಲ್ಲಿರೋ ಬಡವರ ಮನೆಗಳಿಗೆ ನೀರು ನುಗ್ಗಿ ಸಾಕಷ್ಟು ಪಾಡು ಪಡ್ತಾ ಇದ್ದಾರೆ. ಅವ್ರಿಗೆ ಬೇರೆಡೆ ಜಾಗ ಕೊಟ್ಟು ಮನೆ ಕಟ್ಟಿಕೊಡಲು ಅನ್ಕೂಲ ಮಾಡಿಕೊಡೀಂತ ಒಂದು ಅರ್ಜಿ ಹಿಡ್ದು ಹೋಗಿದ್ದೆ. ತಕ್ಷಣ ಸಂಬಂಧಪಟ್ಟವರಿಗೆ ಫೋನ್ ಮಾಡಿ, ಆ ಜನರನ್ನು ಡಿಸಿಯನ್ನು ಮೀಟ್ ಮಾಡಲು ತಿಳಿಸಿದರು. ಒಳ್ಳೆ ಮನುಷ್ಯ. ದೇವರು ಬಂದು ಸ್ನಾನ ಕಲ್ಪಿಸಿಕೊಟ್ಟಾಗ, ಕೈಯಲ್ಲಿ ಆಗಿದ್ದು ಮಾಡಿಕೊಡ್ಬೇಕು. ಅವ್ರು ನಿನ್ನ ಕರ್ದು ಮಾತಾಡಿಸಿದ್ನ ಅರ್ಚಕರು ಹೇಳಿದ್ರು" ಅಂದು ಆ ವಿಷಯವನ್ನು ಅಲ್ಲಿಗೆ ಬಿಟ್ಟರು. ಹೆಚ್ಚಿನ ಕಲ್ಪನೆ ಅವರಿಗೆ ಬೇಡ.

ಯಾವುದೇ ಮುಜುಗರವಿಲ್ಲದೇ ತೊಂದರೆಗೊಳಗಾಗುತ್ತಿದ್ದ ಜನರನ್ನು ಜೊತೆಯಲ್ಲಿ ಕರೆದೊಯ್ದು ಮಾತಾಡಿ ಬಂದಿದ್ದರು ಆನಂದಮೂರ್ತಿಗಳು. ಬಹುಶಃ ಆ ಇನ್ಸಿಡೆಂಟ್‌ನ ಮರೆತೇಬಿಟ್ಟಿದ್ದರು.

ಅಂದು ಸಂಜೆಯೇ ನರಸಕ್ಕ ಮತ್ತು ಮಾಸ್ತರು ಬಂದು "ಒಂದು ವಿನಂತಿ. ಮಗ್ಳು, ಮೊಮ್ಮಗ್ಳು ನೋಡ್ಬೇಕೂಂತಾರೆ. ಕರ್ಕೊಂಡ್ ಬಂದು ನಾಲ್ಕು ದಿನ ಇಟ್ಕೊಂಡ್ ಅರಿಶಿನ, ಕುಂಕುಮ ಕೊಟ್ಟು ಕಳುಹಿಸಬಹುದಾ?" ಎಂದಾಗ ಆನಂದಮೂರ್ತಿಗಳು ನಕ್ಕುಬಿಟ್ಟರು. "ಯಾಕೆ ಬೇಡಾ, ಕರ್ಕೊಂಡ್ ಬನ್ನಿ, ನಾಲ್ಕು ದಿನವಲ್ಲದಿದ್ದರೆ ತಿಂಗ್ಳು ಇಟ್ಕೊಳ್ಳಿ, ಎಲ್ಲ ನಿಮ್ದೇ, ನಾವು ಕೂಡ ನಿಮ್ಮವರೇ, ಅದಕ್ಕೆ ರಕ್ತಸಂಬಂಧ ಅನ್ನೋದೇನು ಬೇಡ. ಈ ಜನ್ಮದ ಪರಿಚಯ, ಸಂಬಂಧಗಳು ಹಿಂದಿನ ಜನ್ಮದ್ದು ತಳಕು ಹಾಕಿಕೊಂಡಿರುತ್ತೆ. ಮುಂದು ಕೂಡ ಯಾರು ಎಲ್ಲೆಲ್ಲೊ, ಹಂಚಿಕೊಂಡು ಆನಂದವಾಗಿ

ಇದ್ದುಬಿಡೋಣ" ಅಂದರು. ಆ ದಂಪತಿಗಳಿಗೆ ಏನೂ ಹೇಳಬೇಕೋ ಅರ್ಥವಾಗಲಿಲ್ಲ. ಆ ಧಾರಾಳತನ ಆನಂದಮೂರ್ತಿಯವರಲ್ಲಿ ಮಾತ್ರ ಕಾಣಬಹುದೇನೋ?

ಮರುದಿನವೇ ಮಗಳು ಮುಕ್ತ ಮತ್ತು ಮೊಮ್ಮಗಳು ಸನ್ನಿಧಿ ಅಮಲಾಪುರಕ್ಕೆ ಬಂದು ಇಳಿದರು. ಊರೆಲ್ಲ ಹೊಸತಲ್ಲ. ವಿರೂಪಾಕ್ಷ ಮಾಸ್ತರಿಗೆ ಇಲ್ಲಿಗೆ ವರ್ಗವಾಗುವ ವೇಳೆಗೆ ಮುಕ್ತಗೆ ಮದುವೆ ಆಗಿತ್ತು.

* * *

ಚಿದಂಬರಂ ಮರುದಿನ ಹೆಂಡತಿಗೆ ಹೇಳಿದರು. "ಅಮಲೇಶ್ವರನ ದೇವಸ್ಥಾನಕ್ಕೆ ಹೋಗಿದ್ದೆ. ತಮಿಳುನಾಡಿನ ಮಿನಿಸ್ಟರ್ ಒಳ್ಳೆಯವ್ರು, ಗಿರಿಜಾಕಲ್ಯಾಣ ಮಾಡ್ಸಿದ್ರು. ನಂಗೂ ಇನ್ವಿಟೇಷನ್ ಇತ್ತು. ಅದೇ ಆ ಹುಡ್ಗೀ ಆನಂದಮೂರ್ತಿಗಳ ಮಗಳು ಅಮಲಾನ ಕರ್ಸಿ ಮಾತಾಡಿದ್ದೆ. ತುಂಬಾ ಮುದ್ದಾದ ಹುಡ್ಗೀ. ಈಗ ಸಿಟಿಯಲ್ಲೇನು, ಹಳ್ಳಿಗಳಲ್ಲಿ ಕೂಡ ಅಂಥ ಹುಡ್ಗೀ ಸಿಗೋಲ್ಲ" ಮೆಚ್ಚಿಗೆಯಾಡಿದಾಗ, ದಂಗಾದರು ಆಕೆ.

"ಯಾಕೋ ನಂಗೆ ಭಯರೀ! ನೀವ್ಯಾಕೆ ಕರ್ಸಿ ಮಾತಾಡಿಸಿದ್ರಿ? ಅದಕ್ಕೆ ನೂರಾರು ಕತೆಗಳು ಹುಟ್ಕೋಬಹ್ದು. ನಿಮಗ್ಯಾಕೆ ಬೇಕಿತ್ತು, ಅವಳ್ನ ಕರ್ದು ಮಾತಾಡಿಸೋಕೆ?"

ಹೆಂಡತಿಯ ಕಡೆ ತಿರುಗಿ "ನಂಗೆ ಬುದ್ಧಿ ಇಲ್ಲ. ಹೊರ್ಗೆ ಬೇಕಾದಷ್ಟು ಜನರ ಜೊತೆ ಮಾತು ಇರುತ್ತೆ. ಇವ್ನ ಕೂಡ ನಿಂಗೆ ಹೇಳೋ ಅಗತ್ಯವಿರ್ಲಿಲ್ಲ. ಅದು ನನ್ನ ಕ್ಷೇತ್ರ. ಅಲ್ಲಿ ಆನಂದಮೂರ್ತಿ ಜನರಿಗೆ ಬೇಕಾದಂಥ ವ್ಯಕ್ತಿ. ಸುತ್ತಮುತ್ತಲು ಅವ್ರ ಮಾತಿಗೆ ಬೆಲೆ ಇದೆ. ಜನ ಗೌರವ ಕೊಡ್ತಾರೆ. ಅಂಥ ವ್ಯಕ್ತಿಯ ಮಗಳ್ನ ಕರ್ಸಿ ಮಾತಾಡಿಸಿದರೆ ತಪ್ಪೇನು? ಸ್ವಲ್ಪ ದೃಷ್ಟಿನ ವಿಶಾಲ ಮಾಡ್ಕೋ" ರೇಗಿದರು. ಅವರಿಗೂ ಅರ್ಥವಾಗುತ್ತಿರಲಿಲ್ಲ. ಯಾಕಿಷ್ಟು ಭಯ. ಆ ಜನರ ಬಗ್ಗೆ? ಅದಕ್ಕೊಂದು ಕಾರಣವಿತ್ತು!

"ನಿಮ್ಗೆ ಅರ್ಥವಾಗೋಲ್ಲ ಬಿಡಿ. ಅದೇ ಆ ಆನಂದಮೂರ್ತಿಗಳ ಮಗನ ಜೊತೆ ಅಭೀ ಫ್ರೆಂಡ್‌ಷಿಪ್, ಒಡನಾಟ... ಅದೆಲ್ಲ ಯಾಕೆ... ಬೇಕು? ಅಲ್ಲಿನ ಎಲ್ಲಾ ವಿಷ್ಯ ಇವ್ನಿಗೆ ಯಾಕ್ಬೇಕು? ಅದೇ.. ಆ ಹುಡ್ಗೀ ಫೋಟೋ... ನಿಮ್ಮ ಮಗ್ನ ಮೊಬೈಲ್‌ನಲ್ಲಿದೆ" ಆವೇಗದಿಂದ ದಬಾಯಿಸಿದರು. ಅವರು ಆರಾಮಾಗಿ ನಕ್ಕು "ಏನು ತೊಂದರೆ? ಈಗಿನ ಹುಡುಗರ ಮೊಬೈಲ್‌ನಲ್ಲಿ ಒಂದಿಷ್ಟು ಇಣುಕಿ ನೋಡು... ಎಂತೆಂಥ ಫೋಟೋಗಳು ಇರುತ್ತೆ. ಆ ಹುಡ್ಗೀ ಸಾತ್ವಿಕ, ಸುಸಂಸ್ಕೃತರ ಮನೆಯ ಹುಡ್ಗೀ. ನಿನ್ನ ಮಗ ಡೇಟಿಂಗ್ ಮಾಡೋಕ್ಕಾಗೋಲ್ಲ. ನೋ.. ಡೇಂಜರ್!" ಎಂದು ರೂಮಿಗೆ ಹೋದರು. ಅಮಲಾ ಮುಖ ಕಣ್ಮುಂದೆ ಬಂತು. ಹೌದು, ತುಂಬಾ ಲಕ್ಷಣವಾದ ಹುಡುಗಿ. ಪೂರ್ತಿ ಟ್ರೆಡಿಷನಲ್ ಲುಕ್. ಪ್ರಸನ್ನತೆ ಇಣುಕಿತು ಅವರ ಮುಖದಲ್ಲಿ.

"ಡ್ಯಾಡ್.." ಕೂಗಿನೊಂದಿಗೆ ರೂಮಿಗೆ ನುಗ್ಗಿದವನು "ನಿಮ್ಮ ಫ್ರೆಂಡ್ ಭಗವಾನ್ ಮಗಳ ಸಮೇತ ನಮ್ಮ ಕಾಲೇಜಿಗೆ ಬಂದಿದ್ರು. ಏನೇನೋ.. ಹೇಳಿದ್ರು. ಇಲ್ಲೇ ಒಂದು ಜಾಗ ಪರ್ಚೇಸ್ ಮಾಡೋ ಪ್ಲಾನ್ ಇದೇಂತ ಒಂದು ಜಾಗಕ್ಕೆ ಕರೆದೊಯ್ದು

ನನ್ನನ್ನು ಕೂಡ. ಆಮೇಲೆ ಅವ್ರ ಜ್ಯೋತಿಷಿಗಳ ಆಗಮನವಾಯ್ತು. ನೂರೆಂಟು ಪ್ರಶ್ನೆಗಳು. ನಾನು ಅರ್ಧದಲ್ಲೇ ಹೇಳಿ ಹಿಂದಕ್ಕೆ ಬಂದೇ. ಡ್ಯಾಡ್ ನಂಗೆ ಇದೆಲ್ಲ ಸರಿ ಹೋಗೋಲ್ಲ. ಜಾಗ ಕೊಂಡುಕೊಳ್ಳೋರು ಅವ್ರು. ನನ್ತಲೆ ಯಾಕೆ ತಿಂತಾರೆ? ರಜನಿ... ನಿಸರ್ಗ... ನಿಸರ್ಗ... ಅಂತೆ. ಅವಳೊಬ್ಳು.. ಗೂಬೆ! ಲಕ್ಷ ಸಲ ಹೇಳ್ತೀನಿ. ನಂಗೆ ಇದೆಲ್ಲ ಇಷ್ಟವಾಗೋಲ್ಲ, ನನ್ನ ಪ್ರೆವೆಸಿಯಲ್ಲಿ ಅವ್ರು ಮಾತ್ರವಲ್ಲ ಅವರ ಮಗಳ ಬರುವುದು ಕೂಡ ನಿಷಿದ್ಧ." ತಂದೆಯ ಎದುರು ಕೂಗಾಡಿಬಿಟ್ಟ. ಇಂಥ ಹಾರಾಟ ಮಗನಲ್ಲಿ ಮೊದಲ ಸಲ ಕಂಡಂತಾಗಿತ್ತು.

ಚಿದಂಬರಂ ಮಾತೇ ಆಡಲಿಲ್ಲ. ಅವನ ಕೂಗಾಟ, ಹಾರಾಟ ನೋಡಿ ಕಿಚನ್‌ನಲ್ಲಿದ್ದ ಇಬ್ಬರು, ಹೊರಗಿದ್ದ ಒಬ್ಬ ಇಣುಕಿ ಅವರವರ ಜಾಗ ಸೇರಿಕೊಂಡರು. ಮೊದಲ ಸಲ ಇಂಥ ಕೂಗಾಟ! ಸರಳ, ಹಾಸ್ಯದ ಸ್ವಭಾವ ಅಭೀ ಎಲ್ಲರಲ್ಲೂ ಬೆಳೆದುಹೋಗುತ್ತಿದ್ದ.

ಮಗ ರೂಮಿಗೆ ಹೋದನಂತರ ಬಂದ ತಾರಿಣಿ "ಇವ್ನಿಗೆ ಏನಾಗಿದೆ? ಮೊದ್ಲು ಈ ತರಹ ಇರ್ಲಿಲ್ಲ. ಭಗವಾನ್ ಕರೆದ್ಕೊಯ್ದರಲ್ಲಿ ತಪ್ಪೇನಿದೆ? ಅದೇನು ಮಾಡಿದ್ರು... ಇವ್ನು, ಮಗಳ ಸಲುವಾಗಿಯೆ ಅಲ್ವಾ? ಅವ್ರ ಪ್ರತಿಯೊಂದಕ್ಕೂ ತಪ್ಪು ಕಂಡು ಹಿಡೀತಾನೆ? ವಿಪರೀತವಾಯ್ತು" ಗೊಣಗಿದರು. ಒಂದು ಸಲ ಸೀರಿಯಸ್ಸಾಗಿ ಹೆಂಡತಿಯತ್ತ ನೋಡಿದವರು "ಅಭೀನ ಏನಂತ ತಿಳ್ಕೊಂಡಿದ್ದೀಯ?" ಸಂಬ್ಳ ತಗೊಳ್ಳೋ ಕೆಲ್ಸದವ್ರು ತಿರ್ಗು ಬೀಳ್ತಾರೆ. ಸಾಕಷ್ಟು ಹರಕೆಯೊತ್ತು ಪಡೆದ ಮಗ ಇರಬಹ್ದು. ಹಾಗಂತ ಕೀಲುಗೊಂಬೆ ತರಹ ನಡಸ್ಕೋ ಬೇಕಾ? ಯಾವೋನು ಅವ್ನು ಭಗವಾನ್? ಅವ್ನ ಅಧಿಕಾರ ಅಭೀ ಮೇಲೇನು? ಅವ್ನ ಮೌಢ್ಯಕ್ಕೆ ಎಲ್ಲೆಯೇ ಇಲ್ಲ" ಆರ್ಭಟಿಸಿದರು, ಮಗನ ಪರವಾಗಿ ನಿಂತು. ಇಂದೇ ದನಿಯೆತ್ತರಿಸಿ ಮಾತಾಡಿದ್ದು. ಬಾಲ ಮುದುರಿಕೊಂಡ ಬೆಕ್ಕಿನಂತೆ ತಾರಿಣಿ ಹೋದರು. ಆ ಸಮಯದಲ್ಲಿ ಗಂಡ ಕೂಡ ಬದಲಾಗಿದ್ದಾರೇಂತ ಅನಿಸಿದ್ದುಂಟು. ಬರೀ ಅನುಮಾನಗಳೇ.

ಆ ಸಮಯದಲ್ಲೂ ಅವರಿಗೆ ನೆನಪಾಗಿದ್ದು, ಅಂದಿನ ಆಕಸ್ಮಿಕ! ಹೌದು, ಆನಂದಮೂರ್ತಿಗಳ ಮಗಳು ಅಮ್ಮನ ಪಕ್ಕದಲ್ಲಿ ನಿಂತಿದ್ದಳು. ಗರ್ಭಗುಡಿಯ ಈ ಕಡೆಯ ಬದಿಯಲ್ಲಿ ನಿಂತಿದ್ದ ಇವರ ಕುಟುಂಬ. ಜೊತೆಗೊಬ್ಬ ಜ್ಯೋತಿಷಿಗಳು, ಜೊತೆಯಲ್ಲಿ ಕರೆತಂದ ಪುರೋಹಿತರು. ಆ ಕ್ಷಣಕ್ಕೆ ಅವಸರಿಸಿದ ಕೂಡಲೇ, ರಜನಿಯ ಪಕ್ಕ ನಿಂತಿದ್ದ ಅಮಲಾ ಬೈತಲೆಗೆ ಪುರೋಹಿತರು ಹಿಡಿದ ತಟ್ಟೆಯಿಂದ ಎತ್ತಿಕೊಂಡ ಕುಂಕುಮವನ್ನು ಹಚ್ಚಿದ್ದು ಅಮಲಾ ಬೈತಲೆಗೆ. ಹಾರ ಹಾಕಿದ್ದು ಕೂಡ ಅವಳ ಕುತ್ತಿಗೆಗೆ. ಕ್ಷಣಗಳಲ್ಲಿ ನಡೆದುಹೋಗಿತ್ತು. ಉಂಗುರಕ್ಕಾಗಿ ಕೆಳಗೆ ಬಗ್ಗಿದ ಭಗವಾನ್ ಮಗಳು ಮೇಲೇಳುವ ವೇಳೆಗೆ ಎಲ್ಲವೂ ಮುಗಿದಿತ್ತು. ಎಲ್ಲಾ ದಿಗ್ಭ್ರಾಂತರಾದರು. ಸತ್ಯಭಾಮ ಮಗಳ ಕುತ್ತಿಗೆಗೆ ಹಾಕಿದ್ದ ಹಾರವನ್ನು ತೆಗೆದುಕೊಟ್ಟು ಅವಳೊಂದಿಗೆ ಹೋಗಿ ಆಗಿತ್ತು.

ಜಿಜ್ಞಾಸೆಗೆ ಒಳಗಾದವರಿಗೆ ಪರಿಹಾರ ಮಾರ್ಗ ಸೂಚಿಸಿ ಆಗಿತ್ತು. ನಂತರ ಅಭಿನಂದನ್ ಮತ್ತು ರಜನಿಯ ನಿಶ್ಚಿತಾರ್ಥ ಕಾರ್ಯಕ್ರಮ ನೆರವೇರಿತು. ಆದರೂ ಯಾರೂ ಸಂಭ್ರಮಿಸಲಿಲ್ಲ. ನಡೆದುಹೋಗಿದ್ದಕ್ಕೆ ಬೇರೆ.. ಬೇರೆ.. ತರಹದ ಗಾಬರಿಗಳಿತ್ತು.

ಆದರೆ ಸ್ವತಃ ಆನಂದಮೂರ್ತಿಗಳೇ ಅದನ್ನ ತಳ್ಳಿ ಹಾಕಿದ್ದರು. 'ಆಕಸ್ಮಿಕ ಅಂದ್ಮೇಲೆ ಮುಗೀತು. ಅಪರಾಧವೇನಿಲ್ಲ. ಸಂತೋಷದಿಂದ ನಿಶ್ಚಿತಾರ್ಥ ಕಾರ್ಯಕ್ರಮ ಮುಗ್ಸಿಕೊಳ್ಳಿ' ಅಂದಿದ್ದರು. ಆನಂದಮೂರ್ತಿ ಸ್ವಲ್ಪ ವಿವೇಕ ಕಳೆದುಕೊಂಡಿದ್ದರೆ ಪೂರ್ಣ ಚಿತ್ರವೇ ಬದಲಾಗಿಬಿಡುತ್ತಿತ್ತು.

ಬಹಳ ಹೊತ್ತಿನನಂತರ ಮೊಬೈಲ್‌ನಲ್ಲಿ ಕಾಲ್ ಮಾಡಿದರು. "ಸಮಾಧಾನವಾಗಿದ್ದರೆ, ಬಾ... ಇಬ್ರೂ ಹಣ್ಣಿನ ಜ್ಯೂಸ್ ಕುಡಿಯೋಣ" ಆಹ್ವಾನ ಕೊಟ್ಟರು. "ಹಾ.. ಡ್ಯಾಡ್... ಬಂದೇ" ಎಂದು ಕಾಲ್‌ಕಟ್ ಮಾಡಿದವನು ಐದು ನಿಮಿಷದಲ್ಲಿ ತಂದೆಯ ರೂಮಿನಲ್ಲಿದ್ದ. ತಕ್ಷಣ ಅವರ ಕಾಲಿಗೆ ಬಿದ್ದು ಬಿಕ್ಕಿಬಿಕ್ಕಿ ಅಳತೊಡಗಿದಾಗ "ಇದು ನಂಗೆ ಇಷ್ಟವಾಗೋಲ್ಲ. ಯುವಕರನ್ನು ಸ್ವಾಮಿ ವಿವೇಕಾನಂದರು ಪುರುಷಸಿಂಹಗಳಾಗಿ ಎಂದರು. ನಂಗೂ, ಅದೇ ಇಷ್ಟ" ಗದರಿ ಮಗನನ್ನು ಎಬ್ಬಿಸಿ ಮುಖ ತೊಳೆದು ಬರಲು ಸೂಚಿಸಿದರು. ಭಗವಾನ್ ದೊಡ್ಡ ಉದ್ದಿಮೆದಾರ. ಸಂಪಾದನೆಯು ಚೆನ್ನಾಗಿತ್ತು. ಜೊತೆಗೆ ಅಂಟಿಕೊಂಡಿದ್ದು ಜ್ಯೋತಿಷ್ಯದ ಗೀಳು. ಅವರು ಮೀಟಿಂಗ್‌ನಲ್ಲಿ ಭಾಗವಹಿಸಲು ಕೂಡ ಜ್ಯೋತಿಷಿಗಳ ಅಪ್ಪಣೆ ಬೇಕಿತ್ತು.

ಆಮೇಲೆ ಅಭೀ ಫ್ರೆಶ್ಶಾಗಿ ಬಂದು ಕೂತವ "ಸಾರಿ, ಡ್ಯಾಡ್ ತಪ್ಪಿನ ತಿದ್ದುಪಡಿ ಅಷ್ಟೆ.. ಐಯಾಮ್ ಕ್ವೈಟ್ ಆಲ್‌ರೈಟ್ ಮೊದಲು ತೀರಾ ತಮಾಷೆಯೆನಿಸಿತ್ತು. ಸೀರಿಯಸ್ಸಾಗಿ ತಗೊಳ್ಳಲಿಲ್ಲ. ಈಚೆಗಂತು ತೀರಾ ಬೇಸರ. ಇಷ್ಟೊಂದು ಮೌಢ್ಯನಾ? ತೀರಾ ವಿಚಿತ್ರವೆನಿಸುತ್ತೆ. ನಿಸರ್ಗ ಎಂಬ ಅದ್ಭುತವಾದ ಬಂಗ್ಲೆ. ಎಷ್ಟೊಂದು ಕಲಾತ್ಮಕವಾಗಿತ್ತು. ಅದರ ಸ್ಕೇಚರ್ ಬ್ಯೂಟಿಫುಲ್. ಸಾಕಷ್ಟು ವಾಸ್ತುತಜ್ಞರನ್ನು ಸಂಪರ್ಕಿಸಿ, ಅವ್ರುಗಳು ಕೊಟ್ಟ ಸಲಹೆಯಂತೆ ನಿರ್ಮಿಸಿದ್ದು. ಭಗವಾನ್ ಮಿಸಸ್ ಬಾತ್‌ರೂಂನಲ್ಲಿ ಜಾರಿ ಬಿದ್ದರೂನ್ನೋ ಕಾರಣಕ್ಕೆ ಡೆಮಾಲಿಷ್! ತೀರಾ ಹಳೆಯ ಕಟ್ಟಡವು ಅಲ್ಲ. ಮಗ್ಳಿಗೆ ಎಜುಕೇಷನ್ ಇಲ್ಲಾಂತ ಜ್ಯೋತಿಷಿಗಳು ಹೇಳಿದ್ರೂಂತ ಆರಾಮಾಗಿ ಮನೆಯಲ್ಲಿ ಕೂಡ್ಸಿಕೊಂಡ್ರು. ಅವ್ಳು ಬಾಯಿಯಲ್ಲಿ ವಟಗುಟ್ಟು ಕಪ್ಪೆಯಾದ್ಲು. ಹುಚ್ಚು ಸೋಮಾರಿ. ಕನಿಷ್ಟ ಸ್ವಂತ ಬುದ್ಧಿಯೆ ಇಲ್ಲ... ಎಷ್ಟು ಹೋಮ, ಹವನ, ಶಾಂತಿಪೂಜೆ, ಪುರಸ್ಕಾರ, ಇದ್ರಿಂದ ಪ್ರಯೋಜನ ಪಡಕೋತ ಇರೋರು ಬೇರೆಯವ್ರು. ಈಗ ತಗೊಂಡಿರೋ ಪ್ಲಾಟ್‌ನ ಬದಿ... ಬದಿಯೂ ಬದಲಾಯಿಸ್ತ ಇದ್ದಾರೆ. ಇನ್ನ ಸಹಿಸೋಕ್ಕಾಗೋಲ್ಲ. ಅಭಿಯತ್ತ ಅವ್ರು ಕಣ್ಣು ಹರಿಸೋದು ಬೇಡ. ಸಮಾಧಾನದಿಂದ ಶುರು ಮಾಡಿದರು. ಕಡೆಗೆ ಉದ್ವೇಗಗೊಂಡ.

ಮಗನ ಮಾತುಗಳಿಗೆ ಜೋರಾಗಿ ನಕ್ಕರು. ಅಲ್ಲಿವರೆಗೂ ಭಗವಾನ್‌ರನ್ನು ಬಿಡುವಷ್ಟು ಮೂರ್ಖರಲ್ಲ.

"ಹಾಗೇನಾಗೋಲ್ಲ, ನನ್ನ ಅಪ್ಪ ಕಟ್ಟಿಸಿದ ಮನೆ. ಈ ಮನೆಯ ಮೇಲೆ ಅಪಾರವಾದ ಪ್ರೀತಿ ಮಾತ್ರವಲ್ಲ, ಅಭಿಮಾನ ಕೂಡ. ನನ್ನ ಚಿಕ್ಕಂದಿನ ನೆನಪಿನ ಕಾಜಾಣ ಇರೋದು ಇಲ್ಲೇ. ಈ ಮನೆ ಮೇಲೆ ಒಂದು ಸಣ್ಣ ಕಾಮೆಂಟ್ ಮಾಡಿದ್ರೂ... ನಾನು ಸಹಿಸೋಲ್ಲ. ನಿನ್ನ ಬಗ್ಗೆ ಮಗ ಅನ್ನೋ ಪ್ರೀತಿಯ ಜೊತೆ ಗೌರವವು ಇದೆ. ಯು ಆರ್ ಕರೆಕ್ಟ್, ನಿನ್ನ ಮಮ್ಮಿದು ವಿಪರೀತ ಪ್ರೀತಿ, ಜೊತೆಗೊಂದು ಭಯ ಹುಟ್ಟಿ ಹಾಕ್ಕೋತಾಳೆ. ಆ

ಬಗ್ಗೆ ನೀನು ತಲೆ ಕೆಡಿಸ್ಕೋಬೇಡ. ನಿನ್ನ ಅನಿಸಿಕೆ, ಯೋಚನೆಗಳಿಗೆ ನನ್ನ ಸಹ ಮತ ಇದೆ. ಭಗವಾನ್ ಈಗ ನಿಂಗೇನು ಅಲ್ಲ. ಅವ್ರ ಮಾತುಗಳ್ನ ಒಬೇ ಮಾಡಬೇಕಾದ ಹಣೆಬರಹ ನಿಂಗಿಲ್ಲ. ಕೊಡ್ಬಾರ್ದು. ಸಮಾಜಮುಖಿಯ ಅವ್ರ ಎಲ್ಲಾ ಕನಸುಗಳಿಗೂ ಪೇರೆಂಟ್ಸ್ ಜೊತೆಯಲ್ಲಿ ಇರ್ಬೇಕು. ನನ್ನ ಮಗನ ಕನಸುಗಳಿಗೆ ನಾನು ಜೊತೆಯಾಗಿ ನಿಲ್ತೀನಿ" ಅವನ ಭುಜ ತಟ್ಟಿದರು. ಅವರ ತಂದೆಯೂ ಕೂಡ ಮಗನ ಕನಸುಗಳಿಗೆ ಬೆಂಗಾವಲಾಗಿ ನಿಂತಿದ್ದರು.

"ಥ್ಯಾಂಕ್ಯೂ ಡ್ಯಾಡ್..." ಹೊರಗೆ ಹೋದವ ಒಳಗೆ ಬಂದು "ಡ್ಯಾಡ್, ಮಮ್ಮಿಗೆ ಒಂದಿಷ್ಟು ವಾರ್ನ್ ಮಾಡಿ, ಇಲ್ಲಾಂದರೆ ನನ್ನ ಸ್ಥಿತಿ ಅಯೋಮಯ" ಎದೆಯ ಮೇಲೆ ಕೈ ಇಟ್ಟುಕೊಂಡು ನಟಿಸಿದಾಗ "ಡೋಂಟ್ ವರೀ, ಈ ಜಗತ್ತು ಒಂದ್ಕಡೆ... ನೀನು ಒಂದ್ಕಡೆಯಾದರೆ ಆಯ್ಕೆ ನೀನೇ ಆಗಿರುತ್ತೀಯ. ಹುಚ್ಚು ಪ್ರೀತಿ ಕಂಟಕವಾಗ್ಬಾರ್ದು" ಹೇಳಿದರು ಸಮಾಧಾನದಿಂದಲೇ.

ಇವನು ಹೊರಗೆ ಬಂದಾಗ ಆಕೆ ತಲೆಯ ಮೇಲೆ ಬಂಡೆ ಬಿದ್ದವರಂತೆ ಕೂತಿದ್ದರು. ನೋಡಿ ನೋಡದವನಂತೆ ತನ್ನ ರೂಮಿಗೆ ಹೋದಾಗ, ಆಕೆ ಹಿಂಬಾಲಿಸಿದರು.

"ಡ್ಯಾಡ್, ಎದುರು ಅಷ್ಟೊಂದು ಕೂಗಾಡಿದ್ದು ಇಂದೇ, ನಿಂಗೆ ಸಹವಾಸ ಚೆನ್ನಾಗಿಲ್ಲ. ಅಮಲಾಪುರದ ಆನಂದಮೂರ್ತಿಗಳು ಮಗನ ಫ್ರೆಂಡ್‌ಶಿಪ್, ಅವನಿಂದ್ಲೇ ಇಷ್ಟೆಲ್ಲ ಅನ್ನಿಸ್ತಾ ಇದೆ. ತೀರಾ ಒಳ್ಳೆಯವರಂಗೆ ಕಂಡ ಆ ಕುಟುಂಬ ಏನೋ ಪ್ಲಾನ್ ಮಾಡ್ತಾ ಇದ್ದಾರೆ" ಎಂದಾಗ ಆರಾಮಾಗಿ ಕೂತು ತಾರಿಣಿಯವರತ್ತ ನೋಡಿ "ಗ್ರೇಟ್ ಮಮ್ಮಿ, ಅಬ್ಬಬ್ಬ ನಿನ್ನ ಊಹೆಗೆ ಏನ್ಕೊಟ್ರು... ಸಾಲ್ದು.. ದಿನ ಎಷ್ಟು ಸೀರಿಯಲ್ ನೋಡ್ತೀರಾ? ತಮಾಷೆ ಮಾಡಿದ ನಂತರ "ಆನಂದಮೂರ್ತಿಗಳ ಮಗನ ಬಗ್ಗೆ ಅವ್ರ ಕುಟುಂಬದ ಬಗ್ಗೆ ಅಂಥ ಯೋಚ್ನೆಗಳು ಬೇಡ. ಅವ್ರ ಭಾವ ಶ್ರೀಮಂತಿಕೆಯ ಮುಂದೆ ನಮ್ಮದೇನಿಲ್ಲ. ಡ್ಯಾಡ್ ಎಂಎಲ್ಎ ಆಗಿರೋದ್ರಿಂದ ಬರೋ ಜನಗಳೆಲ್ಲ ಅಭಿಮಾನಿಗಳೇನು ಅಲ್ಲ. ತಮ್ಮ ಕೆಲ್ಸಗಳನ್ನ ಮಾಡ್ಸಿಕೊಳ್ಳಲು ಇಲ್ಲಿಗೆ ಎಡತಾಕುತ್ತಾರೆ. ಆ ಸೀಟಿನಿಂದ ಡ್ಯಾಡಿ ಕೆಳಗಿಳಿದರೆಂದರೇ, ಒಬ್ರು ಕೂಡ ಈ ಕಡೆ ಮುಖ ಹಾಕೋಲ್ಲ. ಆದರೆ ಆನಂದಮೂರ್ತಿಗಳ ಸಂಪಾದನೆಯೇ ಬೇರೆ. ಎಂದಿಗೂ ಅವ್ರನ್ನ ಅಭಿಮಾನಿಸೋ ಜನ ಇರ್ತಾರೆ. ಹೇಗೋ, ಎಂತೋ... ಅವ್ರ ಕುಟುಂಬ ನಿಮ್ಮ ನೆನಪಿನಲ್ಲಿ ಭದ್ರವಾಗಿದೆಯಲ್ಲ. ಚಿದಂಬರಂ ನಿಮ್ಮನ್ನು ಕರೆದಿದ್ದಾರೆ. ಅವ್ರು ವಾರ್ನ್ ಮಾಡೋದ್ನ ಕೇಳಿ. ಅದ್ನ ಒಬೇ ಮಾಡಿ" ಎಂದ. ಇನ್ನೊಮ್ಮೆ ಮಗನತ್ತ ನೇರವಾಗಿ ನೋಡಿ ಹೊರಗೆ ಬಂದು ಹಾಲ್‌ನಲ್ಲಿರೋ ಸೋಫಾ ಮೇಲೆ ಕೂತರು.

ಮಗನನ್ನು ಕರೆಸಿಕೊಂಡಾಗಲೇ ರೇಗಿ, ಗದರಿ, ಬುದ್ಧಿ ಹೇಳಿ, ವಾರ್ನ್ ಮಾಡಿ ಕಳಿಸುತ್ತಾರೆಂದುಕೊಂಡಿದ್ದರು. ಆದರೆ ರೂಮಿನೊಳಗೆ ನಡೆದಿದ್ದೇನು?

"ಮೇಡಮ್, ಸಾಹೇಬ್ರು... ಕರೀತಾರೆ" ಸರ್ವೆಂಟ್ ಬಂದು ತಿಳಿಸಿ ಹೇಳಿದಾಗ ಮನಸ್ಸಿಲ್ಲದ ಮನಸ್ಸಿನಿಂದಲೇ ಎದ್ದು ಹೋದರು. ದೊಪ್ಪೆಂದು ಗಂಡನ ಎದುರು ಸೋಫಾ ಮೇಲೆ ಕೂತರು. ಸ್ವಲ್ಪ ಸೀರಿಯಸ್ಸಾಗಿಯೆ ಹೆಂಡತಿಯನ್ನು ನೋಡಿದರು. "ಏನು ನಿನ್ನ ಉದ್ದೇಶ?" ಕೇಳಿದರು. ಆಕೆಗೆ ಗಲಿಬಿಲಿ "ನನ್ನ ಕೇಳಿದ್ರೆ.. ನಾನೇನು

ಹೇಳ್ಲಿ? ತಪ್ಪು ಮಾಡ್ತಾ ಇರೋದು ನಿಮ್ಮ ಮಗ. ಇದು ಮುಂದುವರಿಯೋದ್ಬೇಡಾಂತ ಅವ್ನಿಗೆ ಬುದ್ಧಿ ಹೇಳೋದು ಬಿಟ್ಟು ನನ್ನ ಉದ್ದೇಶದ ಬಗ್ಗೆ ಪ್ರಶ್ನಿಸ್ತಾ ಇದ್ದೀರಲ್ಲ. ಈಗ ನಿಸರ್ಗ ಕಾಲ್ ಮಾಡಿ ಬೇಜಾರು ಮಾಡಿಕೊಂಡ್ಲು" ಅಂದರು ಬೇಸರದಿಂದ. ಅವರಿಗೆ ಸ್ವಲ್ಪ ರೇಗಿತು.

"ಯಾಕೆ, ಯಾರ್ಮೇಲೆ? ಅಭೀ ಅವ್ಳ ಸರ್ವೆಂಟಾ? ಅಪ್ಪ, ಮಗ್ಳು ಹೇಳ್ದಂಗೆ ಕೇಳೋಕೆ? ಯಾರು ಆ ನಿಸರ್ಗ... ಯಾರು ಆ ಭಗವಾನ್. ನಮ್ಗೂ, ಅವ್ರಿಗೂ ಸಂಬಂಧವೇನು? ಇರೋ ಸಂಬಂಧ ಉಳಿಯಬೇಕಾದರೆ ಲಿಮಿಟ್‌ನಲ್ಲಿ.... ಇರ್ಬೇಕೂ" ಗಂಡನ ಗುಡುಗಿಗೆ ಆಕೆ ಬೆಪ್ಪಾದರು. "ಚಿದಂಬರಂ, ಭಗವಾನ್ ಸ್ನೇಹಿತರೇ! ಆಮೇಲೆ ಸ್ನೇಹ, ಪರಸ್ಪರ ಓಡಾಟ, ನಂತರವೆ ಸಂಬಂಧಗಳ ಬೆಳವಣಿಗೆ, ಮಾತುಕತೆ ಆಮೇಲೆ ಇನ್ನಷ್ಟು ಹತ್ತಿರವಾಗಿದ್ದು. ಅಂಥದ್ದರಲ್ಲಿ ಸಂಬಂಧಗಳ ಬಗ್ಗೆ ಪ್ರಶ್ನೆ ಎತ್ತೋದು ಎಷ್ಟು ಸರಿ?" ಅರ್ಥವಾಗಲಿಲ್ಲ! ಎಂದರು ತಾರಿಣಿ.

"ಅರ್ಥವಾಗದ್ದು ಏನಿದೆ? ಅವ್ನ ತಲೆಯಲ್ಲಿರೋ ಮೌಢ್ಯನ ಅವ್ನೇ ಇಟ್ಕೊಳ್ಳಿ. ನನ್ಮಗನ ಮೇಲೆ ಹೇರೋಕೆ ಅವ್ನು ಯಾರು? ನೀನು ಯಾವ್ದೇ ವಿಚಾರದಲ್ಲಿ ಅಭೀನ ಬಲವಂತ ಮಾಡೋದಾಗ್ಲೀ, ನಿಷ್ಠೂರ ಮಾಡೋದಾಗ್ಲಿ ಮಾಡೋದಾದರೆ, ಅವ್ನು ತಂದು ನೀನು ಜೋಪಾನ ಮಾಡಿರೋ ಕಾವಿನ ಅವ್ನಿಗೆ ಕೊಟ್ಟು ಆಶೀರ್ವಾದ ಮಾಡಿಬಿಡ್ತೀನಿ. ಜೋಪಾನ" ಜೋರು ಮಾಡಿದರು. ಆಕೆಯ ಬಾಯಿಂದ ಮಾತೇ ಹೊರಬರಲಿಲ್ಲ.

ಇರೋ ಒಬ್ಬ ಮಗ ಸನ್ಯಾಸಿ. ಆಕೆಯ ಕನಸು, ಕನವರಿಕೆಗಳಿಗೆಲ್ಲ ಗೋರಿ ತೋಡಿದಂತಾಯಿತು. ನಿಶ್ಚಲ ಸ್ಥಿತಿಯಲ್ಲಿ ಕೂತರು. ತಮ್ಮ ಪಾಡಿಗೆ ತಾವು ಹೊರಗೆ ಹೋದರು ಚಿದಂಬರಂ.

* * *

ಶ್ರೀ ಮನೆಗೆ ಬಂದಾಗ ಮೂರರ ಸುಮಾರು. ಸ್ವಲ್ಪ ಬೇಸರದಿಂದ ಇದ್ದವರ "ಪಾಲಾಕ್ಷ ಮಾವನ ಮಗ್ಳು ಕಾಲ್ ಮಾಡಿದ್ಲು? ಯಾಕೆ, ಗೊತ್ತಾ ಅವಳಪ್ಪ ಏನಾದ್ರೂ ನಮ್ಗೇ ಯಾವ್ದೇ ರೂಪದಲ್ಲಾದ್ರೂ ಹಣ ಕೊಟ್ಟಿದ್ದಾರಾ? ಅಂತ ಕೇಳಿದ್ಲು. ಛಿ, ಅಸಹ್ಯವೆನಿಸಿತು. ಅಪ್ಪನಿಗೆ ಕೊಟ್ಟಿದ್ದು ಗೊತ್ತೆ ವಿನಃ ಯಾರಿಂದಲೂ ಪಡೆದಿದ್ದಲ್ಲ. ಚೆನ್ನಾಗಿ ಮುಖದ ನೀರು ಇಳಿಸ್ದೇ. ಸುಮ್ಮನಾದ್ಲು. ನಮ್ಮಿಂದ ಪಾಲಾಕ್ಷ ಮಾವ ಹಣ ಪಡೆದವ್ರು ಹೆಂಡತಿಯೊಂದಿಗೆ ಪರಾರಿಯಾಗಿ ಬಿಟ್ಟಿದ್ದಾರೆ. ಇಂದಿನವರ್ಗೂ ಅವ್ರ ಸುಳಿವು ಸಿಕ್ಕಿದಿಲ್ಲ" ಎಂದರೆ ಬಾಳೆಎಲೆ ಹಾಕಿ ನೀರಿಟ್ಟುಕೊಂಡು ಕೂತಾಗ ಅಮಲಾ ತಾನು ಬಂದು ಬಾಳೆಎಲೆ ಹಾಕಿಕೊಂಡು ಅವನ ಪಕ್ಕ ಕೂತಳು. "ಅಮ್ಮ, ಬೇಗ ಬಡ್ಸು... ಹಸಿವು"

ಅವಳತ್ತ ತಿರುಗಿ "ಇದೇನು ಇನ್ನು ಊಟ ಮಾಡಿಲ್ವಾ? ಆಗ್ಲೆ ಗಂಟೆ ಮೂರು ಆಗಿಹೋಗಿದೆ" ಕೇಳಿದ. "ಓದೋದು ಬಂಡಿ ಇದೆ. ಅದಕ್ಕೆ ಹಸಿವು ಕಾಣ್ಲಿಲ್ಲ. ಅಮ್ಮ ಬಲವಂತ ಮಾಡಿ... ಮಾಡಿ ಸಾಕಾದ್ರು,"

ಆ ವೇಳೆಗೆ ಪಾತ್ರೆಗಳೆಲ್ಲ ತಂದಿಟ್ಟುಕೊಂಡು ಕೂತ ಸತ್ಯಭಾಮ "ಯಾರ್ದೋ ಕೆಲ್ಸ ಇದೇಂತ ಸಿಟಿಗೆ ಹೋದ್ರು. ಸ್ವಂತ ಕೆಲ್ಸ ನೀನು ಮಾಡೋದರಿಂದ ಅವ್ರು ಪೂರ್ತಿಯಾಗಿ ಈಗ ಪರರ ಸ್ವತ್ತಾಗಿ ಬಿಟ್ಟಿದ್ದಾರೆ" ಗಂಡನ ಬಗ್ಗೆ ಒಂದು ಅಫಿಡೆವಿಟ್ ಸಲ್ಲಿಸಿದರು. ಅಪ್ಪನ ಬಗ್ಗೆ ತಿಳಿದ ಶ್ರೀ ಎಫ್ಐಆರ್ ಫೈಲ್ ಮಾಡೋಕೆ ಹೋಗೋಲ್ಲ. "ಅಪ್ಪನಂಥವರು ಸಾವಿರಕ್ಕೊಬ್ಬರು ಇದ್ದರೂ ನಾವು ಬೇರೊಂದು ಸಮಾಜ ನೋಡ್ಬಹ್ದು. ರಕ್ತ ಸಂಬಂಧಿಗಳನ್ನ ತನ್ನವರು ಎಂದುಕೊಳ್ಳದ ಜನರ ಮಧ್ಯೆ, ಎಲ್ಲರೂ ನಮ್ಮವರೇ... ಎಲ್ಲವೂ ಎಲ್ಲರದು ಎನ್ನುವ ಮನಸ್ಥಿತಿ ಎಷ್ಟು ಜನಕ್ಕೆ ಇರುತ್ತೆ? ಬಡಿಸಮ್ಮ... ಶಾಲೆಯ ಒಂದಿಷ್ಟು ಕೆಲ್ಸ ಇತ್ತು" ಅವಸರಿಸಿದ ಆಕೆ ಉಪ್ಪು, ಉಪ್ಪಿನಕಾಯಿ, ಚಟ್ನಿಯ ನಂತರವೇ ಅನ್ನ ಬಡಿಸಿ ಅದರ ಮೇಲೊಂದಿಷ್ಟು ತುಪ್ಪ ಹಾಕಿ "ನರಸಕ್ಕ ಇವತ್ತು ಹುಳಿ ತಂದು ಕೊಟ್ಹೋಗಿದ್ದಾರೆ. ವಿರೂಪಾಕ್ಷ ಮಾಸ್ತರು ಹೋಗಿ ಮಗಳು, ಮೊಮ್ಮಗಳನ್ನ ಕರ್ಕೊಂಡ್ ಬಂದಿದ್ದಾರೆ. ಎಷ್ಟೊಂದು ಸಂತೋಷ ಗೊತ್ತಾ. ಆಕೆಗೆ" ಅನ್ನುತ್ತಲೇ ಆಕೆ ತಂದ ಹುಳಿ ಬಡಿಸಿದರು.

ಊಟದ ಮಧ್ಯೆ ಇನ್ನೊಂದು ಮಾತು ಹೇಳಿದರು.

"ವಿಭಾ ಬೇಜಾರು ಮಾಡ್ಕೊಂಡ್ರು. ಶ್ರೀ ನನ್ನಿಂದ ತಪ್ಪಿಸ್ಕೋತಾನೆ. ನಾನು ಕಾಲ್ ಮಾಡಿದ್ರೆ... ಮೊಬೈಲ್ ಎತ್ತೋಲ್ಲಾಂದ್ರು. ನಾನು ಗೊತ್ತಿಲ್ಲಾಂದೇ ಮಗ್ಳು ಆಗಾಗ ತಾನೇ ವೈಫೈನಲ್ಲಿ ಮಾತಾಡ್ತಾ ಇರೋದು. ತುಂಬ ಸಂತೋಷವೇ. ಒಂದೆರಡು ಡ್ರೆಸ್‌ಗಳನ್ನ ಹಾಕ್ಕೊಂಡ್ ತೋರಿಸಿದ್ದೆ. ಇಷ್ಟವಾಗಿದೆ. ಯಾವಾಗ್ಬತೀರಾಂತ ವಿಚಾರಿಸಿದ್ರು. ಅದೇ ರಿಚ್ಚಿ... ರಿಚರ್ಡ್.. ಪೂರ್ತಿ ಅಮೆರಿಕನ್ನೆ, ಕೆಂಗೂದಲು.... ಬಿಳಿವರ್ಣ.... ನಮ್ಮ ಅಮ್ಮು ಹತ್ರ ಕೂಡ ಮಾತಾಡಿದ. ವೆರಿ ಸ್ವೀಟ್... ಬ್ಯೂಟಿಫುಲ್... ಅಂದ" ಅಂದವರು ಸಾರಿನ ಪಾತ್ರೆ ತರಲು ಒಳಗೆ ಹೋದರು.

ಅಮಲಾ ಹುಳಿಯನ್ನದ ಮೇಲೆ ಮೊಸರು ಬಡಿಸಿಕೊಂಡು ತಿನ್ನಲಾರದೆ "ಸಾರಿ... ಅಣ್ಣಿ..." ಎಲೆ ಮಡಚಿಕೊಂಡು ಎದ್ದುಹೋದಾಗ ಶ್ರೀಗೆ ಒಂದು ತರಹ ಅನಿಸಿತು. "ಅರ್ಧ ಊಟದಲ್ಲೇ ಎದ್ದುಹೋದಳು. ಅಮ್ಮು ಅವ್ರುಗಳ ಬಗ್ಗೆ ಪೂರ್ತಿ ಪ್ರಸನ್ನವಾಗಿಲ್ಲ. ಮತ್ತೆ... ಮತ್ತೆ.... ಆ ವಿಚಾರಗಳ ಬಗ್ಗೆ ಪ್ರಸ್ತಾಪ ಬೇಡ" ಎಂದು ತನ್ನ ಊಟವನ್ನು ಮುಂದುವರಿಸಿದವ "ಅಮ್ಮ, ಇನ್ನೊಂದು ವಿಚಾರ. ಬಹುಶಃ ನನ್ನ ಬಲವಂತಕ್ಕೆ ಒಂದಿಷ್ಟು ರಾಜಿಯಾಗಿ ವೈಫೈನಲ್ಲಿ ಮಾತಾಡೋದು, ತಾನೇ ಕಾಲ್ ಮಾಡೋದು ಇದೆಲ್ಲ. ಅದಕ್ಕೆ ನಂಗೊಂದು ಕಂಡೀಷನ್ ಹಾಕಿದ್ದಾಳೆ. ನಾನೆಂದು ಅವಳ ಅಮೆರಿಕಗೆ ಹೋಗೂಂತ ಬಲವಂತಪಡಿಸೋ ಹಾಗಿಲ್ಲ. ಇನ್ನು ಬಲವಂತ ಮಾಡಿದರೆ ಮಾಸ್ತರು ಫ್ಯಾಮಿಲಿಯ ಜೊತೆ ತೋಟದ ಮನೆಯಲ್ಲಿ ಇರ್ತೀನಿಂತ ಅಂದ್ಲು. ಎಲ್ಲಾ ತಿಳಿಸಿದ್ದೀನಿ. ಯಾವ್ದೇ ಬಲವಂತ ಅವಳ ಮೇಲೇರಬೇಡಿ. ಅವ್ಳು ಒಪ್ಪಿದರೇ ನೀನು, ಅಪ್ಪ ಹೋಗಿ ಬಿಟ್ ಬನ್ನಿ. ರಿಚ್ಚಿನ ಕಳುಹಿಸ್ತೀನಿ ಅಂದಿದ್ದಾಳೆ ಚಿಕ್ಕಮ್ಮ. ವಿವಾಹಕ್ಕೆ ಒಪ್ಪಿಕೊಂಡರೆ ಅಮಲೇಶ್ವರನ ದೇವಸ್ಥಾನದಲ್ಲಿ ವಿವಾಹ ಮಾಡಿಕೊಟ್ಟು ಕಳ್ಸಿ ಬಿಡೋಣ. ಅಪ್ಪನಿಗೂ ಇದನ್ನೇ ಹೇಳಿದ್ದೀನಿ" ಎಂದು ಊಟ ಮುಗಿಸಿ ಎದ್ದುಹೋದ.

ಸತ್ಯಭಾಮ ಒಂದು ರೀತಿಯ ಆತಂಕದ ಗುಂಗಿನಿಂದ ಹೊರಬರಲಿಲ್ಲ. 'ಅಮ್ಮು'

ಪ್ರೀತಿಯಿಂದ ಭಾವುಕರಾದರು, ಅವರದು ವಿಚಿತ್ರ ಸ್ಥಿತಿ. 'ವಿಭಾ ಪ್ರತಿ ಸಲ ಕಾಲ್ ಮಾಡಿದಾಗಲೂ ನೀವು ಅವಳ್ನ ಸರ್‍ಯಾಗಿ ಕನ್ವಿನ್ಸ್ ಮಾಡ್ತಾ ಇಲ್ಲ. ಅವ್ಳು ಇಲ್ಲೀ ಇರಬೇಕಾದವ್ಳು. ಅಮಲಾಪುರನ ಯಾಕೆ ಅಪ್ಪಿಕೊಂಡಿದ್ದಾಳೋ' ಇಂಥ ಅರ್ಥ ಬರುವ ಮಾತುಗಳನ್ನು ಆಡುತ್ತಿದ್ದರಿಂದ ತುಂಬ ನೊಂದಿದ್ದರು. ಸಮಸ್ಯೆಯಾಗಿ ಕಾಡುವುದಕ್ಕಿಂತ ಬಗೆಹರಿದರೆ ಸಾಕಿತ್ತು ಹೇಗೆ?

ಅಂದಿನ ಸಂಜೆ ನರಸಕ್ಕ ಮಗಳು, ಮೊಮ್ಮಗಳನ್ನು ಕರೆದುಕೊಂಡು ಹಣ್ಣು, ಹೂಗಳು ತುಂಬಿಕೊಂಡು ಬಂದವರು. "ಸತ್ಯಭಾಮಗೆ ಕೊಟ್ಟು ಕಾಲಿಗೆ ನಮಸ್ಕಾರ ಮಾಡು. ಇವತ್ತು ನಿಂಗೇನಾದ್ರೂ ತವರಿದೆಯೆಂದರೆ ಅವರಿಂದಲೇ" ಎಂದು ಕಣ್ಣೀರು ಹಾಕಿಕೊಂಡರು. ಮಗಳು ಮುಕ್ತಾ, ಮೊಮ್ಮಗಳು ಸನ್ನಿಧಿ ನಮಸ್ಕರಿಸಿದರು. ಅವರೇನು ಸತ್ಯಭಾಮಗೆ ಹೊಸಬರಲ್ಲ. ವಿರೂಪಾಕ್ಷ ಮಾಸ್ತರ್ ನಿವೃತ್ತಿಯಾಗಿ ಇಲ್ಲೇ ನೆಲೆಯೂರಿ ನಿಂತಾಗ, ಅವರ ಮಗಳು, ಮೊಮ್ಮಗಳನ್ನು ನೋಡಿದ್ದರು ಆಕೆ. "ಅಯ್ಯೋ, ಇದೆಲ್ಲ... ಯಾಕೆ?" ಎಂದು ಕೊಸರಿಕೊಂಡರು.

ಅವರೇ ಚಾಪೆ ಹಾಸಿಕೊಂಡು ಕೂತರು. ತೀರಾ ನಾಗರಿಕತೆಗೆ ಅಂಟಿಕೊಂಡ ಹೆಣ್ಣುಗಳಲ್ಲ. ಬಹುಶಃ ಅದಕ್ಕೆ ಬಡತನವೇ ಕಾರಣವಿರಬಹುದು. ಆಮೇಲೆ ಹೇಳಿಕೊಂಡರು. ಅಳಿಯ ಸಣ್ಣ ಕಿರಾಣಿ ಅಂಗಡಿಯ ಮಾಲೀಕ. ಅಷ್ಟೇನು ಬುದ್ಧಿವಂತನಲ್ಲ. ವ್ಯಾಪಾರವು ಅಷ್ಟಕಷ್ಟೆ. ಮಗಳು ಹುಟ್ಟಿದಾಗಿನಿಂದ ಮುಕ್ತಾ ರಕ್ತಹೀನತೆಯಿಂದ ಬಳಲುತ್ತಿದ್ದಳು. ಅಂತೂ ನೆಮ್ಮದಿ ಇಲ್ಲದ ಸಂಸಾರ.

ಮಾಡಿಟ್ಟ ತಿಂಡಿಗಳನ್ನು ಕೊಟ್ಟು ಉಪಚರಿಸಿದ ಸತ್ಯಭಾಮ "ನಾಲ್ಕು ದಿನ ಇದ್ಹೋಗು. ಎಷ್ಟೊಂದು ಸೊರಗಿದ್ದೀ. ಇಲ್ಲಿ ಯಾವುದಕ್ಕೂ ತೊಂದರೆ ಇಲ್ಲ. ನಿಮ್ಮಮ್ಮನ ಕೈತುತ್ತಿನಿಂದ ಆರೋಗ್ಯ ಸುಧಾರಿಸುತ್ತೆ. ಸನ್ನಿಧಿ ಕೂಡ ಎಷ್ಟೊಂದು ಮಂಕಾಗಿದ್ದಾಳೆ ನೋಡು" ಒಂದೆರಡು ಒಳ್ಳೆಯ ಮಾತುಗಳನ್ನು ಹೇಳಿದರು. ಜೊತೆಗೆ ಸನ್ನಿಧಿಯ ನೋಡಿದಕೂಡಲೇ ಅವರಲ್ಲಿ ಒಂದು ಯೋಚನೆ ಬಂತು.

ಅಂದಿನ ರಾತ್ರಿ ತನ್ನ ಮನಸ್ಸಿನಲ್ಲಿ ಇದ್ದಿದ್ದನ್ನು ಗಂಡನ ಮುಂದಿಟ್ಟಾಗ ಅವರು ಹಸನ್ಮುಖರಾದರಷ್ಟೆ. "ಒಳ್ಳೇದು, ಆಯ್ತು ಪಾಲಾಕ್ಷನ ಮಗಳು ಸೊಸೆ ಅನ್ನೋ ರೀತಿಯಲ್ಲಿ ತಿಳಿದೇ. ಅವ್ಳಿಗೆ ಒಪ್ಪೊಂಥ ಸೀರೆ ಒಡ್ವೆ ತಂದಿಟ್ಕೊಂಡೇ ಏನಾಯ್ತು? ನಾವು ಅಂದುಕೊಂಡಿದ್ದು ಆಗಿಯೇ ತೀರುತ್ತೆ ಅನ್ನೋದು ಸುಳ್ಳು. ನಿನ್ನ ಆಸೆನ ಅಮಲೇಶ್ವರ ನಡ್ಸಿಕೊಡ್ಲೀ ಅನ್ನೋದು ನನ್ನ ಪ್ರಾರ್ಥನೆ. ಒಂದ್ನಾಲ್ಕು.... ದಿನ ಕಾದಿರು. ಆಮೇಲೆ ಒಂದು ನಿರ್ಣಯಕ್ಕೆ ಬರೋಣ" ಎಂದರು. ಅದು ಸತ್ಯಭಾಮಗೂ ಸರಿಯೆನಿಸಿತು.

ಆದರೆ ವಿಭಾ ಕಾಲ್ ಮಾಡಿದಾಗ ತಡೆಯದೆ ಮನದ ವಿಷಯವನ್ನು ಹೊರ ಚೆಲ್ಲಿದರು. "ಇದ್ರಿಂದ ಏನಂಥ ಪ್ರಯೋಜನವಾಗುತ್ತೆ? ಬಡತನ, ಅಂಥ ದೊಡ್ಡ ರೀತಿಯ ವಿದ್ಯಾಭ್ಯಾಸ ಕೂಡ ಇಲ್ಲ ಅಂತೀರಾ. ಮಕ್ಳು ಫ್ಯೂಚರ್ ಬಗ್ಗೆ ದೊಡ್ಡ ಕನಸುಗಳ್ನ ಇಟ್ಕೋಬೇಕು. ನನ್ನ ಅಂಕಲ್‌ದು ಒಂದು ಸಾಫ್ಟ್‌ವೇರ್ ಕಂಪನಿ ಇದೆ. ನಾನು ಬೇಕಾದರೆ, ಇಲ್ಲೇ ಕೆಲ್ಸ ಕೊಡ್ಸಿ ಎಲ್ಲಾ ಏರ್ಪಾಟುಗಳ್ನ ಮಾಡ್ತೀನಿ. ಅಲ್ಲಿ

ಅವ್ನಿಗೇನು ಅಂಥ ದೊಡ್ಡ ಭವಿಷ್ಯವಿದೆ. ಶ್ರೀ ತುಂಬಾ ಬ್ರಿಲಿಯಂಟ್. ಸೋ ಹ್ಯಾಂಡ್‌ಸಮ್. ತುಂಬಾ... ತುಂಬಾ.... ಎತ್ತರದಲ್ಲಿರೋ ಬುದ್ಧಿವಂತ ಹುಡ್ಗೀಯನ್ನು ತಲಾಶ್ ಮಾಡ್ಬೇಕು. ಮ್ಯಾಟ್ರಿಮೊನಿ ವೆಬ್‌ಸೈಟುಗಳಲ್ಲಿ ತಡಕಾಡುತೀನಿ.." ಇಂಥದನ್ನೇ ಹೇಳಿಕೊಂಡು ಹೋದರು ವಿಭಾ. ಅದ್ಭುತ ಶ್ರೀಮಂತಿಕೆಯನ್ನು ಅನುಭವಿಸುವುದೇ ವ್ಯಕ್ತಿಯ ಗುರಿಯಾಗಬೇಕೆನ್ನುವುದು ಆಕೆಯ ಸ್ಪಷ್ಟ ಅಭಿಪ್ರಾಯ. "ಆಯ್ತು ಬಿಡು, ಸದ್ಯಕ್ಕೆ ಶ್ರೀ ಮದ್ವೇನೇ ಬೇಡಾಂತ ಅಂದಿದ್ದಾನೆ. ಸದ್ಯ ಯಾವ್ದೇ ಒಂದು ಹುಡ್ಗೀನ ಮದ್ವೆಯಾದ್ರೆ ಸಾಕೂಂತ ಅನ್ನಿಸಿಬಿಟ್ಟಿದೆ" ಎಂದು ತಾವೇ ಗೆರೆ ಎಳೆದು ಕಾಲ್ ಕಟ್ ಮಾಡಿದರು.

ಸತ್ಯಭಾಮ ಮನಸ್ಸಿನಲ್ಲಿ ಗೊಂದಲ. ತಾವು ವಿಭಾಗೆ ತಿಳಿಸಲೇಬಾರದಾಗಿತ್ತು ಎಂದುಕೊಂಡರು. ಅದನ್ನ ಮಧ್ಯಾಹ್ನ ಗಂಡನಿಗೆ ವರದಿ ಒಪ್ಪಿಸಿದಾಗ ಆನಂದಮೂರ್ತಿಗಳು ನಕ್ಕರು.

"ವಿಭಾ, ಅಷ್ಟು ಬಿಟ್ಟು ಬೇರೇನೂ ಹೇಳೋಕೆ ಸಾಧ್ಯ! ಅದು ಅವ್ಳ ಮನಸ್ಸಿನ ಮಿತಿ, ಚಿಂತನೆಗಳ ಮಿತಿ. ಮನುಷ್ಯ ಕುಲದ ತೊಂಬತ್ತರಷ್ಟು ಜನರ ಬದ್ಕೀನ ಉದ್ದೇಶಗಳು ಇಷ್ಟೆ. ಮನುಷ್ಯ ಹುಟ್ಟಿದಾಗಿನಿಂದ ಒಂದು ಹಂತದ ಬೆಳವಣಿಗೆಯಲ್ಲಿ ಮಾತ್ರವಲ್ಲ. ವ್ಯಕ್ತಿ ಸಮಾಜ ಸಹಾಯ, ಸಹಕಾರದಿಂದ ಉಪಕೃತನಾಗುತ್ತಾನೆ. ಆಮೇಲೆ ಎಲ್ಲವನ್ನು ಪಕ್ಕಕ್ಕೆ ಸರಿಸಿ ತನ್ನ ಸಾಧನೆ, ಗಳಿಗೆ ತನ್ನ ಹೆಂಡತಿ ಮಕ್ಕಳಿಗಾಗಿಯೇ ಎಂದು ಯೋಚ್ಸಿಸ್ತಾನೆ. ಸಮಾಜದ ಋಣ ಅವನ ಮೇಲೆ ಇದ್ದೇ ಇರುತ್ತೆ. ಸ್ವಾಮಿ ವಿವೇಕಾನಂದರು ಇದನ್ನು ಬಲವಾಗಿ ಖಂಡಿಸಿ ಸಂದೇಶ ನೀಡಿದರು. ಓಕೇ, ಬಿಡು... ಅವ್ಳಿಗೆ ಅನ್ನಿಸಿದ್ದನ್ನು ಹೇಳಿದಾಳಷ್ಟೆ" ಎಂದು ಆ ವಿಷಯಕ್ಕೆ ಸುಲಭವಾಗಿ ಮುಕ್ತಾಯವಾಡಿದರು. ಜೊತೆಗೆ "ನಮ್ಮನ್ನು ಕೂಡ ಅಮೇರಿಕಗೆ ಶಿಫ್ಟ್ ಮಾಡ್ಸೋ ಇರಾದೆ ಇದ್ಯಾ ವಿಭಾಗೆ! ಹುಚ್ಚು ಹುಡ್ಗೀ" ಎಂದರು. ಅವಳಿಗೆ ಭಾರತದ ಸಂಸ್ಕೃತಿ, ನೈತಿಕತೆ, ಮೌಲ್ಯಗಳ ಪರಿಚಯವೇ ಇಲ್ಲವೆಂದು ಮೊದಲ ಸಲ ಖೇದಗೊಂಡರು. ವಿಭಾ ಬಗ್ಗೆ ಕೋಪವಿಲ್ಲ. ಸಹಾನುಭೂತಿ ಅಷ್ಟೆ.

ಒಂದು ತಿಂಗಳ ಪೂರ್ತ, ಇಲ್ಲೇ ಉಳಿದ ಮುಕ್ತಾ, ಸನ್ನಿಧಿ ತೀರಾ ಹೊರಡಲು ಅವಸರಿಸಿದರು. "ಅಮ್ಮ, ಇಲ್ಲಿಗೆ ಬಂದ್ಮೇಲೆ ನನ್ನ ಆರೋಗ್ಯ ಎಷ್ಟೋ ಸುಧಾರಿಸಿದೆ. ಸನ್ನಿಧಿ ಕೂಡ ಗೆಲುವಾಗಿದ್ದಾಳೆ. ಅದೂ, ಎಷ್ಟೂ ದಿನಾಂತ ಉಳಿಯೋದು. ಸ್ವಂತ ಮನೆ ಇಲ್ಲ, ಸ್ವಂತ ಗಳಿಕೆ ಇಲ್ಲ. ಕೈಯ್ಯಲ್ಲಿ ಹಣವಿಲ್ಲ. ನಿಮ್ಗೆ ಆನಂದಮೂರ್ತಿಗಳ ಆಶಯ. ಅಂಥದ್ದರಲ್ಲಿ ಇಷ್ಟು ದಿನ ಉಳ್ಸಿಕೊಂಡಿದ್ದು ಅವ್ರ ಒಳ್ಳೆಯತನದಿಂದ. ಅದ್ನ ನಾವು ದುರುಪಯೋಗಪಡಿಸ್ಕೋಬಾರ್ದು. ನಾಳೆ..... ಹೊರಡ್ತೀನಿ" ಎಂದಳು ಮುಕ್ತಾ. ಆಕೆಗೂ ಅದು ಸರಿಯೆನಿಸಿತು. ಬೇಕಾದಷ್ಟು ದಿನಸಿ, ಅಡಿಗೆಗೆ ಬೇಕಾದ ಪದಾರ್ಥಗಳನ್ನು ಶ್ರೀ ಧಾರಾಳವಾಗಿ ತಂದುಹಾಕುತ್ತಿದ್ದ. ತೋಟದ ಬದಿಯಲ್ಲಿಯೇ ದನ, ಹಸುಗಳನ್ನು ಕಟ್ಟುವ ಗೋಮಾಳ ಇತ್ತು. ಆಳುಗಳು ಎಷ್ಟೇ ನೋಡಿಕೊಂಡರು ಶ್ರೀ ಮಾತ್ರವಲ್ಲ ಆನಂದಮೂರ್ತಿಗಳು ಅದರ ಮೇಲ್ವಿಚಾರಣೆ ಮಾಡುತ್ತಿದ್ದರು. ಇಲ್ಲಿ ಎಲ್ಲರ ಬಳಕೆಗಾಗಿ ಮಿಕ್ಕ ಹಾಲನ್ನ ಡೈರಿಯವರು ಕೊಂಡೊಯ್ಯುತ್ತಿದ್ದರು. ಮುಕ್ತಾ, ಸನ್ನಿಧಿ ಬಂದಮೇಲೆ

ಹಾಲು ಕರೆಯುವ ಕ್ಯಾನ್ ಹಿಡಿದು ಬಂದು ಎಷ್ಟು ಹಾಲು ಬೇಕೋ ಅಷ್ಟನ್ನು ಇವರ ಪಾತ್ರೆಗೆ ಸುರಿದುಹೋಗುತ್ತಿದ್ದ.

ಆದರೆ ವಿರೂಪಾಕ್ಷ ಮಾಸ್ತರರು ಸಂಕೋಚ, ಸ್ವಾಭಿಮಾನದಿಂದ ನರಳಿದರೂ ಅವರಿಗೆ ಇಲ್ಲೊಂದು ಹೊಸ ಬದುಕು ಸಿಕ್ಕಿತ್ತು. ಸ್ವತಂತ್ರವಾಗಿ ಉಸಿರಾಡುತ್ತಿದ್ದರು. ಜೊತೆಗೆ ಕೈಗೆ ಸಿಕ್ಕ ಕೆಲಸವನ್ನು ತೋಟದಲ್ಲಿ ಮಾಡುತ್ತಿದ್ದರು. ಅದಕ್ಕೆ ಯಾವ ಆಕ್ಷೇಪಣೆಯೂ ಇರಲಿಲ್ಲ. ಅವರುಗಳ ಮನಸ್ಥಿತಿ ಹೊಂದಿಕೊಳ್ಳಲು ಆನಂದಮೂರ್ತಿಗಳ ಮನೆಯವರು ಸಹಕರಿಸುತ್ತಿದ್ದರಷ್ಟೆ. ಆತಂಕ ನಿರಾಳ ಜೀವನದ ಭಾಗ್ಯ ಒದಗಿಬಂದಿತ್ತು.

ಮಗಳು, ಮೊಮ್ಮಗಳು ಹೊರಡಲು ಒಪ್ಪಿಗೆ ಇತ್ತರು.

"ಹೋಗ್ ಬಾ, ಅಲ್ಲಿ ಸಿಟಿಯಲ್ಲಿ ನಿನ್ನಣ್ಣನ ಮನೆಗೆ ಬಂದಾಗ ಒಂದೇ ಒಂದು ದಿನ ನಾವು ನಿನ್ನ ಉಳ್ಸಿಕೊಳ್ಳೋಕ್ಕಾಗಲಿಲ್ಲ. ಮುಲಾಜಿಲ್ಲದೆ ಹೇಳಿದಳು ಸಾರಾ" ಇವ್ರುಗಳು ಯಾಕ್ಬಂದ್ರು? ಸಿಟಿಯಲ್ಲಿ ಎಲ್ಲಾ ಬೆಲೆಗಳು ಜಾಸ್ತಿ. ಒಪ್ಪತ್ತು ಊಟ ಹಾಕೋಕು ಹಿಂದುಮುಂದೆ ನೋಡ್ಬೇಕಾಗುತ್ತೆ. ನೋಡಿದ್ದು ಆಯಿತಲ್ಲ ಕಳ್ಸಿ ಎಂದು ಸ್ಪಷ್ಟವಾಗಿ ಹೇಳಿದಾಗ ಮಗ ನಹುಷ ಅಲ್ಲೇ ಇದ್ದ. "ಏಯ್, ನಾಳೆ ಶುಕ್ರವಾರ. ಹೆಣ್ಣು ಮಗಳ್ನ ತವರಿನಿಂದ ಕಳಿಸೋಕ್ಕಾಗೊಲ್ಲ. ನಾಳೆಯೊಂದು ದಿನ ಇರಲೀ, ನಾಳಿದ್ದು ಕಳ್ಸಿಕೊಡ್ತೀನಿ, ಸಾರಗೆ ಹೇಳು ಎಂದು ಬೇಡಿಕೊಂಡೆ, ಕಾಲಿಗೆ ಬೀಳೋದೊಂದು ಬಾಕಿ ಇತ್ತು. 'ನೋ...' ಅಂದಿದ್ಲು ಸೊಸೆ ದೇವತೆ. ಭಯವಾಗುತ್ತೆ ಕಣೇ, ಮುಕ್ತ. ಇದು ಕನಸೋ ನನಸೋ ಅರ್ಥವಾಗೋಲ್ಲ. ಕಳೆದ ಜನ್ಮಗಳಲ್ಲಿ ಒಂದಿಷ್ಟು ಪುಣ್ಯ ಮಾಡಿದ್ದೆವೇನೋ, ಆನಂದಮೂರ್ತಿಗಳು ನಮ್ಮನ್ನು ನರ್ಕದಿಂದ ಪಾರು ಮಾಡಿ ಆಶ್ರಯ ಕೊಟ್ಟಿದ್ದಾರೆ" ಆಕೆ ಕಣ್ಣೀರು ಹಾಕಿದರು. ಅಮ್ಮ, ಮಗಳು ಸಾಕಷ್ಟು ಮಾತಾಡಿ ಒಬ್ಬರಿಗೊಬ್ಬರು ಸಮಾಧಾನಿಸಿಕೊಂಡರು.

ಹಿಂದಿನ ದಿನ ಮುಕ್ತಾ, ಸನ್ನಿಧಿ ಆನಂದಮೂರ್ತಿಗಳ ಮನೆಗೆ ಬಂದಾಗ ಆನಂದಮೂರ್ತಿಗಳು ಮನೆಯಲ್ಲೆ ಇದ್ದರು.

"ಬನ್ನಿ... ಬನ್ನಿ... ಬಾಮ್ಮ... ಬಾಮ್ಮ..." ಎಂದು ಆಹ್ವಾನಿಸಿ "ಸತ್ಯ, ವಿರೂಪಾಕ್ಷ ಮಾಸ್ತರರ ಮಗಳು, ಮೊಮ್ಮಗ್ಳು ಬಂದಿದ್ದಾರೆ" ಎಂದು ಹೇಳಿ ಹೊರಗೆ ಹೋದರು. ಹೆಣ್ಣುಮಕ್ಕಳಿಗೆ ಮಾತಾಡೋಕೆ ಸಾಕಷ್ಟು ವಿಷಯ ಇರುತ್ತೇಂತ ಅವರ ಅಭಿಮತ.

ಸತ್ಯಭಾಮ ಮನಸ್ಸಿನಲ್ಲಿ ಒಂದು ಆಸೆ ಇದ್ದುದ್ದರಿಂದ ಇನ್ನಷ್ಟು ಅಕ್ಕರೆಯಿಂದ ಉಪಚರಿಸಿದರು ಅವರುಗಳನ್ನು. ಬರೋ ಸೊಸೆ ಶ್ರೀಮಂತರ ಮನೆಯ ಹುಡುಗಿಯಾಗಿರಬೇಕು, ಸಾಕಷ್ಟು ಹೊತ್ತು ತರಬೇಕೆಂಬ ಆಸೆ ಅವರಿಗೆ ಇರಲಿಲ್ಲ. ಈ ಮನೆಯ ಬದುಕಿಗೆ ಒಗ್ಗಿಕೊಳ್ಳುವಂಥ ಹೆಣ್ಣು ಸಾಕಿತ್ತು. ಅಂತು ಸೊಸೆ ಮನೆಗೆ ಬರಬೇಕು.

"ಹೊರಟಿದ್ದೀವಿ, ಹೇಳಿ ಹೋಗೋಣಾಂತ ಬಂದ್ವಿ. ನೀವುಗಳು ಮಾಡಿದ ಉಪಕಾರಕ್ಕೆ ಈ ಜನ್ಮದಲ್ಲಂತೂ ಕಿಂಚಿತ್ತು ಋಣಸಂದಾಯ ನಮ್ಮಿಂದ ಸಾಧ್ಯವಿಲ್ಲ. ನನ್ನಪ್ಪ, ಅಮ್ಮನಿಗೆ ಈ ವಯಸ್ಸಿನಲ್ಲಿ ಒಂದು ಬದುಕು ಕೊಟ್ರೆ" ಮುಕ್ತ ಕಣ್ಣೀರು ಸುರಿಸುತ್ತ ಅವರ ಕಾಲುಗಳಿಗೆ ನಮಸ್ಕರಿಸಿದಾಗ, ಅದನ್ನು ಸನ್ನಿಧಿ ಅನುಸರಿಸಿದಳು.

ಮಾತುಕತೆಯ ನಡುವೆ ಸನ್ನಿಧಿ ವಿವಾಹದ ವಿಷಯ ಬಂತು "ಅವ್ಳು ಓದ್ಲೋಳೇ, ಮೂರ್‍ಹೊತ್ತು ನಂಗೆ ಅನಾರೋಗ್ಯ. ಹೈಸ್ಕೂಲುವರ್‍ಗೂ ಮುಟ್ಟಿಬಂದು ಎಸ್‌ಎಸ್‌ಎಲ್‌ಸಿ ಮಾಡಿದ್ದೆ ದೊಡ್ಡ ವಿಚಾರ. ಕನಿಷ್ಟ ಅನ್ಕೂಲವಿರೋ ಒಂದು ಗಂಡನ್ನ ಹುಡ್ಕಿ ಧಾರೆಯೆರೆದು ಕೊಡಬೇಕೂಂತ ಇದ್ದೀವಿ. ಆ ಖರ್ಚಿಗೂ ನಮ್ಮಲ್ಲಿ ಹಣಕಾಸು ಇಲ್ಲ" ತೋಡಿಕೊಂಡರು ಮುಕ್ತ. ಒಂದು ವಿಷಯ ಮನಸ್ಸಿನಲ್ಲಿದ್ದರೂ ಪ್ರಸ್ತಾಪಿಸಲು ಹೋಗಲಿಲ್ಲ ಸತ್ಯಭಾಮ.

ಆ ವೇಳೆಗೆ ಕಾಲೇಜಿನಿಂದ ಬಂದ ಅಮಲಾ ತನ್ನ ಒಂದೆರಡು ಚೂಡಿದಾರ್ ಜೊತೆ ಒಂದು ಸೀರೆಯನ್ನು ಸನ್ನಿಧಿಗೆ ಕೊಟ್ಟು "ನನ್ನಲ್ಲಿ ಸುಮಾರು ಇದೆ. ಇದ್ನ ನೀನು ಇಟ್ಕೊಂಡ್ ಹಾಕ್ಕೋ" ಅಂದಾಗ ಸನ್ನಿಧಿ ಕಣ್ಣಲ್ಲಿ ಆನಂದಭಾಷ್ಪಗಳು. ಬರೀ ಲಂಗ, ದಾವಣಿ ಜೊತೆ ಸಾಧಾರಣ ಸೀರೆಗಳನ್ನು ಕತೆ ಹಾಕಿದ್ದವರಿಗೆ ತಡೆಯಲಾರದಷ್ಟು ಸಂತೋಷ. ಅಮಲಾ ಎರಡು ಕೈಗಳನ್ನು ಹಿಡಿದುಕೊಂಡು "ಚೂಡಿದಾರ್ ಹಾಕ್ಕೋ ಬೇಕೂಂತ ಆಸೆ ಇತ್ತು. ಅದನ್ನೆಲ್ಲ ಕೊಂಡುಕೊಳ್ಳೋ ಸಂಪತ್ತು ಇಲ್ಲ. ತುಂಬ... ಥ್ಯಾಂಕ್ಸ್" ಅವಳ ಕಣ್ಣುಗಳಲ್ಲಿ ಆನಂದಭಾಷ್ಪ. "ಪರ್‍ವಾಗಿಲ್ಲ, ನನ್ಹತ್ರ ತುಂಬಾನೆ ಇದೆ. ನೀವು ಹಾಕ್ಕೊಳ್ಳಿ" ಅಷ್ಟೇ ಹೇಳಿದ್ದು. ಈ ವಿಚಾರ ಮೊದಲು ತಿಳಿಸಿದ್ದು ಶ್ರೀಗೆ. "ಗುಡ್, ಒಳ್ಳೇದೆ ಮಾಡ್ದೇ. ಹಂಚಿಕೊಂಡು ಬದುಕೋದರಲ್ಲಿ ಸಂತೋಷವಿದೆ. ತುಂಬ ಬಡತನ ಮಗಳ ಅನಾರೋಗ್ಯ ಅವರನ್ನು ಚಿತ್ರವಧೆ ಮಾಡುತ್ತಿದೆಯೆಂದರು ಮಾಸ್ತರರು. ನಾವು ಏನಾದ್ರೂ ಅಲ್ಪಸ್ವಲ್ಪ ಮಾಡೋಣ. ಒಂದಿಷ್ಟು ದವಸ, ಧಾನ್ಯ ಕೊಟ್ಟು ಕಳಿಸೋಕೆ ಅಪ್ಪ ಹೇಳಿದ್ದಾರೆ. ಹೇಗಿದೆ. ನಿನ್ನ ಓದಿನ ಭರಾಟೆ?" ವಿಚಾರಿಸಿದ. ಅಭಿಪ್ರಾಯ ವಿನಿಮಯ ಇದ್ದೇ ಇರುತ್ತಿತ್ತು.

ಬಂದಿದ್ದಕ್ಕೆ ಸಾಕಷ್ಟು ಲಾಭ ಮಾಡಿಕೊಂಡೇ ಹಿಂದಿರುಗಿದರು. ವಿರೂಪಾಕ್ಷ ಮಾಸ್ತರರ ಮಗಳು. ಜೊತೆಗೆ ಅವರು ಮಗಳಿಗೆ ಮಾತು ಹೇಳಿದರು. "ಸನ್ನಿಧಿಗೂ ಹದಿನೆಂಟು ತುಂಬಿದೆ. ಓದಿನಲ್ಲಿದ್ದರೆ ವಿವಾಹವನ್ನು ಮುಂದೂಡಬಹುದಿತ್ತು. ಈಗ ಆ ಪ್ರಸಕ್ತ ಇಲ್ಲ ಯಾವುದಾದ್ರೂ ಸುಮಾರಾದ ಒಂದು ಸಂಬಂಧ ನೋಡ್ಬಿಡಿ. ಆನಂದಮೂರ್ತಿಗಳೇ ನಿಂತು ಅಮಲೇಶ್ವರನ ಮುಂದೆ ಸನ್ನಿಧಿಗೆ ಒಂದ್ಮದ್ವೆಂತ ಮಾಡಿಬಿಡ್ತಾರೆ. ಇನ್ನಷ್ಟು ನಿನ್ನ ಆರೋಗ್ಯ ಹಾಳಾಗೋ ಮೊದ್ಲು... ಜವಾಬ್ದಾರಿ ಕಳ್ಕೋ" ಮಗಳಿಗೆ ಬುದ್ಧಿ ಹೇಳಿ ಕಳಿಸಿದರು. ಬಹುಶಃ ಮಗ ಎಂದಾದರೂ ಸಹಾಯ ಮಾಡಬಹುದೆಂಬ ಸಣ್ಣ ಕಲ್ಪನೆಯೂ ಅವರಿಗೆ ಇರಲಿಲ್ಲ.

ಅವರುಗಳು ಹೊರಟನಂತರ ಶ್ರೀ ಊಟದ ನಂತರ ಪುರುಸೊತ್ತಾಗಿ ಕೂತಾಗ ಸತ್ಯಭಾಮ ಬಂದು ಅವನ ಎದುರು ಕೂತು "ಬಹುಶಃ ಶುಭನ ಹತ್ತಿರವಾದ್ರೂ.... ಹತ್ತು ನಿಮಿಷ ಮೊಬೈಲ್‌ನಲ್ಲಿ ಮಾತಾಡಬಹ್ದು. ನೀನು ಇಡೀ ಅಮಲಾಪುರಕ್ಕೆ ಮಗನಾಗಿದ್ದೀ. ಎಲ್ಲರ ತೊಂದರೆ, ತಾಪತ್ರಯಗಳಿಗೆ ಅಪ್ಪ, ಮಗನನ್ನು ಹುಡಿಕೊಂಡು ಬರ್ತಾರೆ" ಕೋಪ ಪ್ರದರ್ಶಿಸಿದಾಗ ನಕ್ಕುಬಿಟ್ಟ.

"ಇಡೀ ಭಾರತದ ಬಗ್ಗೆ ಯೋಚ್ಸದಿದ್ದರೂ ಅಮಲಾಪುರದ ಮಟ್ಟಿಗಾದ್ರೂ ಯೋಚ್ಸೋಷ್ಟು...... ಧಾರಾಳ ಮನಸ್ಸು ಬೆಳ್ಸಿಕೊಳ್ಳಬೇಕಲ್ಲ. ಈಗ್ಹೇಳಿ... ಅರ್ಧ ಗಂಟೆ

ಮಾತಾಡಬಹ್ದು. ಹೆತ್ತ ತಾಯಿಗೆ ಸಮಯವಿಲ್ಲಾಂದವನು ಮತ್ತೆ ಯಾರ್ಗೇ ಸಮಯ ಕೊಟ್ಟಾನು?" ಅಂದ ಸಮಾಧಾನವಾಗಿಯೆ! ಆಕೆ ಅನುಮಾನಿಸುತ್ತಲೇ ವಿಷಯ ಪ್ರಸ್ತಾಪಿಸಲು ಮುಂದಾದರು. "ಪಾಪ, ವಿರೂಪಾಕ್ಷ ಮಾಸ್ತರು ಮಗಳ ಮನೆಯಲ್ಲಿ ಬಡತನ, ಜೊತೆಗೆ ಅನಾರೋಗ್ಯ, ಸನ್ನಿಧಿಗೂ ಕಾಲೇಜಿನ ವಿದ್ಯಾಭ್ಯಾಸವಿಲ್ಲ. ಇಂಥ ಸ್ಥಿತಿಯಲ್ಲಿ ನಾವೇನಾದ್ರೂ ಮಾಡಬಹುದಾ?" ಕೇಳಿದರು.

"ಮೊದ್ಲು, ವಿಷ್ಯನ ಅಪ್ಪನ ಮುಂದೆ ಪ್ರಸ್ತಾಪಿಸೋಣ. ಹೇಗೆ ನೆರವಾಗಬಹುದೂಂತ ಅವ್ರು ಸರ್‍ಯಾಗಿ ಯೋಚ್ನೆ ಮಾಡ್ತಾರೆ. ಸನ್ನಿಧಿ ಮುಂದೆ ಓದೋ ಆಸಕ್ತಿ ಇದ್ದರೆ, ಕಾಲೇಜಿಗೆ ಸೇರಿಸಬಹುದು. ಆಮೇಲೆ ಬುದ್ಧಿವಂತಳಾದರೆ ಅವ್ಳ ಬದ್ಕುನ ಬಂಡಿ ತಾನೇ ಎಳೆಯೋದರ ಜೊತೆಗೆ ಹೆತ್ತವರಿಗೂ ನೆರವಾಗ್ತಾಳೆ" ಎಂದ. ಆಕೆ ಮುಖ ಒಂದು ತರಹ ಮಾಡಿದರು. "ಪ್ರಯೋಜನವಿಲ್ಲ ಕಣೋ, ಮುಕ್ತ ಅನಾರೋಗ್ಯದಿಂದ ಅವ್ಳು ಸರ್‍ಯಾಗಿ ಶಾಲೆಗೆ ಹೋಗ್ಲಿಲ್ಲ. ಜಸ್ಟ್ ... ಪಾಸ್... ಅಷ್ಟೇ. ಒಳ್ಳೇ ಮಾರ್ಕ್ಸ್ ಇಲ್ಲ. ಅವ್ರು ಆಗ್ಲೇ ಮೂರ್‍ವರ್ಷ ಆಯ್ತು ಓದುಬಿಟ್ಟು. ಇನ್ನೆಲ್ಲಿ ಓದ್ತಾಳೆ? ಕೆಲ್ಸ, ಬೊಗಸೆ ಚೆನ್ನಾಗಿ ಮಾಡ್ತಾಳೆ. ಹಾಡು, ಹಸೆ, ದೇವರನಾಮ ಅಷ್ಟೆ. ಓದಿನಲ್ಲಿ ಅಂಥ ಆಸಕ್ತಿ ಇಲ್ಲಾಂತ ವಿರೂಪಾಕ್ಷ ಮಾಸ್ತರು ಹೇಳಿದ್ರು. ಮುಕ್ತ ಆರೋಗ್ಯ ಏನೇನು ಸರ್‍ಯಾಗಿಲ್ಲ. ಅದ್ಕೇ ಬೇಗ ಅವ್ಳ ಮದ್ವೆ ಮಾಡಿ ಜವಾಬ್ದಾರಿ ಕಳ್ದುಕೊಳ್ಳೋದೂಂತ ಅವ್ರುಗಳ ಅಭಿಪ್ರಾಯ ಅದ್ನ ಬಾಯ್ಬಿಟ್ಟು... ಹೇಳ್ಕೊಂಡ್ರು. ಅದ್ಕೇ ನಾನೇನಾದ್ರೂ ಮಾಡೋಕೆ ಸಾಧ್ಯವೇನೊಂತ" ಇಂಥದೊಂದು ವಿಚಾರವನ್ನು ಮಗನ ಮುಂದಿಟ್ಟರು.

"ಆಯ್ತು, ಅಪ್ಪ ಆ ಜವಾಬ್ದಾರಿ ತಗೋತಾರೆ. ಮೊದ್ಲು ಅವ್ರನ್ನು ಗಂಡು ಹುಡ್ಕಿಕೊಳ್ಳೋಕೆ ಹೇಳು" ಅಂದ ಮಾಮೂಲಾಗಿ. ಜಾತಿ, ಮತ, ಧರ್ಮ ಮರೆತು ಎಷ್ಟೋ ವಿವಾಹಗಳು ಮುಂದಾಳತ್ವ ವಹಿಸಿಕೊಂಡಿದ್ದರು. ಅದರಿಂದ ಇದೊಂದು ಸಾಧಾರಣ ವಿಚಾರವೇ. ಆ ಕುಟುಂಬಕ್ಕೆ ಬಹಳ ಯೋಚಿಸಿ "ಸನ್ನಿಧಿ ಬಗ್ಗೆ ನಿನ್ನ ಅಭಿಪ್ರಾಯವೇನು?" ಅಮ್ಮನ ಮಾತಿಗೆ ನಕ್ಕುಬಿಟ್ಟ. "ಇಲ್ಲಿ ನನ್ನ ಅಭಿಪ್ರಾಯದ ಅಗತ್ಯವಿದ್ಯಾ? ಮಾಸ್ತರರ ಮಗಳ ಅಂಕೆಯಲ್ಲಿ ಬೆಳೆದು ಕಷ್ಟ, ಸುಖ ಕಂಡಿರೋದರಿಂದ ಒಳ್ಳೆ ಹುಡ್ಗೀನೇ! ನಮ್ಮ ಅಮಲಾಗೆ ತೋಟದಲ್ಲಿ ಓಡಾಡೋಕೆ ಒಳ್ಳೆ ಫ್ರೆಂಡ್" ಅಷ್ಟನ್ನು ಹೇಳಿ ಮೇಲೆದ್ದ.. "ನೀನು ಹತ್ತು ನಿಮಿಷ ಕೇಳ್ದೆ, ನಾನು ಮುಕ್ಕಾಲುಗಂಟೆ ಕೂತು ಮಾತಾಡಿದೆ. ಎಲ್ಲಕ್ಕಿಂತ ಸಮಯಕ್ಕೆ ತನ್ನದೇ ಆದ ಬೆಲೆ ಇದೆ." ಹೊರಟೇ ಬಿಟ್ಟ. ಮಗನ ಮನಸ್ಸು ಅರ್ಥಮಾಡಿಕೊಳ್ಳುವುದು ಆಕೆಗೆ ಸ್ವಲ್ಪ ಕಷ್ಟವೆನಿಸಿದರೂ ಸನ್ನಿಧಿ ಶ್ರೀಗೆ ಒಳ್ಳೆ ಜೋಡಿಯಾಗಬಲ್ಲಳು. ಈ ಮನೆಗೂ ಒಳ್ಳೆ ಸೊಸೆ! ಅದನ್ನು ಮಗನ ಮುಂದೆ ಪ್ರಸ್ತಾಪಿಸಲು ಆಕೆಗೆ ಧೈರ್ಯವಿಲ್ಲ. ಕಡ್ಡಿ ತುಂಡು ಮಾಡಿದಂತೆ ತನ್ನ ಅಭಿಪ್ರಾಯ ಮದುವೆಯ ವಿಷಯದಲ್ಲಿ ವ್ಯಕ್ತಪಡಿಸಿದ್ದ. ಆದರೆ ಅದನ್ನು ಅಲ್ಲಿಗೆ ಬಿಡಲು ಇಷ್ಟಪಡಲಿಲ್ಲ. ಅದನ್ನು ಗಂಡನ ಮುಂದಕ್ಕೆ ಒಯ್ದೇ ಬಿಟ್ಟರು.

"ಮುಕ್ತ ಮಗ್ಳು ಸನ್ನಿಧಿಯ ಬಗ್ಗೆ ಶ್ರೀಗೆ ಒಳ್ಳೆಯ ಅಭಿಪ್ರಾಯವಿದೆ" ಪ್ರಾರಂಭಿಸಿದರು. ಆನಂದಮೂರ್ತಿಗಳು ನಕ್ಕು. "ಅವ್ನಿಗೆ ಯಾರ ಬಗ್ಗೆಯಾದ್ರೂ ಕೆಟ್ಟ ಅಭಿಪ್ರಾಯವಿದ್ಯಾ? ಅದೇ ಆ ಹುಡ್ಗೀ ರೋಮಾ ಶುಭನ್ನ ಪಾರು ಮಾಡೋ ಪ್ರಯತ್ನ ಮಾಡ್ದ. ಇನ್ನ

ಪಾಲಾಕ್ಷನ ಮಗಳ್ನ ನಿರಾಕರಿಸೋಕೆ ಅವನದೇ ಆದ ಕಾರಣವಿತ್ತು. ಅಂಥದ್ದರಲ್ಲಿ ವಿರೂಪಾಕ್ಷ ಮಾಸ್ತರ ಮೊಮ್ಮಗ್ಳು ಒಳ್ಳೆಯವಳಾಗಿಯೇ ಕಂಡಿರುತ್ತಾಳೆ. ತುಂಬ ಸಾತ್ವಿಕ ಸ್ವಭಾವದ ಅಮಾಯಕ ಹುಡ್ಗೀ" ಎಂದರು. ಈಗಾಗಲೇ ಹೆಂಡತಿಯ ಮನಸ್ಸು ತಿಳಿದಿತ್ತು. ಅದಕ್ಕೆ ಅವರ ವಿರೋಧವೇನು ಇರಲಿಲ್ಲ. ಆದರೆ ತೀರ್ಮಾನ ಮಾತ್ರ ಶ್ರೀದೆ.

"ನೀವು ಶ್ರೀ ಜೊತೆ ಮಾತಾಡಿ. ಸನ್ನಿಧಿ ನಮ್ಮ ಮನೆಗೆ ಹೇಳಿಮಾಡ್ಸಿದಂತ ಹುಡ್ಗೀ. ನಮ್ಮೇನು ವರದಕ್ಷಿಣೆ ವರೋಪಚಾರದ ಅಪೇಕ್ಷೆ ಇಲ್ಲ. ಇದ್ರಿಂದ ಎಲ್ಲರಿಗೂ ಒಳ್ಳೆಯದಾಗುತ್ತೆ" ಸ್ಪಷ್ಟವಾಗಿಯೇ ಹೇಳಿದ್ದು. ಇದನ್ನು ಆನಂದಮೂರ್ತಿಗಳು ಊಹಿಸಿದ್ದರಿಂದ ಆಶ್ಚರ್ಯಪಡಲಿಲ್ಲ. ಅದು ಅವರಿಗೆ ಸಂತೋಷನೇ. ಸದ್ಯಕ್ಕಂತು ಶ್ರೀ ವಿವಾಹವಾಗಬಹುದೆನ್ನುವ ನಂಬಿಕೆ ಅವರಿಗಿರಲಿಲ್ಲ. "ನಿನ್ನ ಯೋಚ್ನೇ ಒಳ್ಳೇದೆ" ಮಾತನ್ನು ಅಲ್ಲಿಗೆ ನಿಲ್ಲಿಸಿದರು. ಆ ಬಗ್ಗೆ ಅವರಿಗೆ ಅನುಮಾನ.

ಎರಡು ದಿನದಲ್ಲಿ ನಾಲ್ಕಾರು ಬಾರಿ ಕಾಡಿದಾಗ ನಿರ್ಲಕ್ಷಿಸುವುದು ಸರಿಯಲ್ಲವೆಂದು ತೋಟದಿಂದ ಹೊರಡುವಾಗ ಬಾಳೆಗೊನೆಗಳನ್ನು ಕೀಳಿಸುತ್ತಿದ್ದ ಮಗನ ಬಳಿಗೆ ಹೋದವರು ತುಸು ಅನುಮಾನಿಸುತ್ತ ನಿಂತಾಗ ನಸುನಗು ಬೀರಿದ.

"ಏನೋ ಮಾತಾಡೋದಿದೆ. ನಡೀರಿ ಹೋಗೋಣ" ಎಂದವ ಅವರೊಂದಿಗೆ ಹೆಜ್ಜೆ ಹಾಕಿದವನು ತಂದೆಗೆ ಬೈಕ್‌ನ ಕೀಕೊಟ್ಟು "ನಿಮ್ಮ ಹಿಂದೆ ಕೂಡ್ಕೋದ್ರಲ್ಲಿ ಸೇಫ್ಟಿ ಇದೆ. ಜೊತೆಗೆ ಒಂದಿಷ್ಟು ನೆಮ್ದಿ." ನಸುನಕ್ಕಾಗ ಮಗನ ನಗುವನ್ನು ಆರಾಮಾಗಿ ಸ್ವೀಕರಿಸಿ ಬೈಕನ್ನೇರಿದರು. ಶ್ರೀಯನ್ನು ಒಪ್ಪಿಸಲು ಸಾಧ್ಯವೇ? ಸನ್ನಿಧಿಯ ಬಗ್ಗೆ ಅವರಿಗೆ ಒಳ್ಳೆಯ ಭಾವವೇ. ಇದರಿಂದ ಸತ್ಯಭಾಮ ಮೇಲಿನ ಹೊರೆ ಒಂದಿಷ್ಟು ಕಡಿಮೆಯಾಗುತ್ತದೆ. "ನಿಮ್ಮಮ್ಮ ಒಂದು ವಿಷ್ಯನ ನಿನ್ಮುಂದೆ ಪ್ರಸ್ತಾಪ ಮಾಡ್ತಾ ಇದ್ದಾರೆ. ಅದಕ್ಕೆ ನನ್ನ ಸಮ್ಮತಿ ಕೂಡ ಇದೆ" ಎಂದರು ಬೈಕೋಡಿಸುತ್ತ "ಗೊತ್ತು, ನನ್ನ ಉತ್ತರ ರೆಡಿಯಾಗಿದೆ" ಅಂದ ಸುಲಭವಾಗಿ ಅವನ ನಿರ್ಧಾರ ಅಚಲವೆನಿಸಿತು ಆನಂದಮೂರ್ತಿಗಳಿಗೆ.

ಮಗನೊಂದಿಗೆ ಬಂದಾಗ ಸತ್ಯಭಾಮ ಅರ್ಥಮಾಡಿಕೊಂಡರು. ಈಗಾಗಲೇ ಅಮಲೇಶ್ವರನಿಗೆ ಬಂದು ಗಿರಿಜಾಕಲ್ಯಾಣದ ಆಫರ್ ಕೊಟ್ಟು 'ಸದ್ಯ ಇವನನ್ನು ಮದ್ವೆಗೆ ಒಪ್ಸು. ಗಿರಿಜಾಕಲ್ಯಾಣದ ನಂತರವೇ ವಿವಾಹ' ಇಂಥ ಹರಕೆಗಳನ್ನು ಸ್ವೀಕರಿಸಿ.. ಸ್ವೀಕರಿಸಿ ಆ ಅಮಲೇಶ್ವರನಿಗೆ ಎನ್ನಿಸಿರಬೇಕು.?

"ಈಗ ಸಂಡಿಗೆ ಕರೆದಿಟ್ಟೆ, ನೀವುಗಳು ಊಟಕ್ಕೆ ಬೇಗ ಬರಬಹುದು ಅನ್ನಿಸಿತ್ತು. ಅದ್ಕೇ ಎಲ್ಲಾ ಮುಗ್ಸಿಬಿಟ್ಟೆ!" ಸಂಭ್ರಮದಿಂದ ನುಡಿದ ಹೆಂಡತಿಯನ್ನು ನೋಡಿ ಅವರಿಗೆ 'ಅಯ್ಯೋ' ಅನಿಸಿತು. "ಹಾಗಾದರೆ ಇನ್ನ ಯಾಕೆ ತಡ? ಬೇಗ ಎಲೆ ಹಾಕ್ಬಿಡು" ಅವಸರಿಸಿದರು ಆನಂದಮೂರ್ತಿಗಳು.

ಆದರೆ ಎಲೆ ಹಾಕಿ ನೀರು ಇಡೋದರಿಂದ ಹಿಡಿದು ಉಪ್ಪು, ಉಪ್ಪಿನಕಾಯಿ, ಪಲ್ಯದ ಜೊತೆ ಮೂರು ಎಲೆಗಳಿಗೂ ಅನ್ನ ಬಡಿಸಿ, ಹುಳಿ, ಮೊಸರು, ಅನ್ನದ ದಬರಿ

ಮೇಜಿನ ಮೇಲೆ ಪೇರಿಸಿದ ನಂತರ ಟವಲಿಗೆ ಕೈಗಳನ್ನೊರೆಸಿ ಕೂತ.

"ಬಾ, ಕೂತ್ಕೋ... ಬಡ್ಸಿಕೊಂಡು ಊಟ ಮಾಡೋಣ" ಬಲವಂತ ಮಾಡಿ ಸತ್ಯಭಾಮನ ಕೂಡಿಸಿಕೊಂಡ ನಂತರವೂ ತಾನೇ ತುಪ್ಪ ಹಾಕಿ "ಅಮ್ಮ, ನಿನ್ನ ಕೈನ ಅಡಿಗೆಗೆ ಏನು ರುಚಿ? ಯಾವ ಸ್ಟಾರ್ ಹೊಟೇಲ್‌ನಲ್ಲಿಯ ಇಂಥ ಊಟ ಸಿಗೋಲ್ಲ" ಅನ್ನವನ್ನು ಹುಳಿಯೊಂದಿಗೆ ಕಲೆಸುತ್ತ ಹೇಳಿದ. ಜೊತೆಗೆ "ಅಮ್ಮ ಅದಕ್ಕೆ ಕ್ಯಾಲಿಫೋರ್ನಿಯಾಗೆ ಹೋಗೋಕೆ ಇಷ್ಟಪಡೋಲ್ಲ" ಅವನ ನಗೆಗೆ ಉಳಿದಿಬ್ಬರ ನಗೆನು ಸೇರಿತು. ಅಂತೂ ಮಾತಾಡುತ್ತ ಮೂವರು ಊಟ ಮುಗಿಸಿದರು. ಪ್ರತಿಯೊಬ್ಬ ವ್ಯಕ್ತಿಯು ಬಯಸುವುದು ಇಂಥ ತೃಪ್ತಿಕರವಾದ ಭೋಜನವನ್ನೇ! ಹಲವಾರು ಪಕ್ವಾನ್ನ, ವೆರೈಟಿ ವ್ಯಂಜನಗಳು, ಆರ್ಟಿಫಿಷಿಯಲ್ ನಗುವಿನ ಅಗತ್ಯವಿರೋಲ್ಲ.

ಆನಂದಮೂರ್ತಿಗಳು ಬಂದು ಉಯ್ಯಾಲೆಯ ಮೇಲೆ ಕೂತನಂತರ ತಾಯಿ, ಮಗ ಆರಾಮಾಗಿ ನೆಲದ ಮೇಲೆ ಕೂತರು. ಇದೇ ಪದ್ಧತಿ. ಬದಲಾಯಿಸಲು ಸಾಧ್ಯವಿರಲಿಲ್ಲ. ಅದು ಅವರಿಗೆ ಇಷ್ಟವಿರಲಿಲ್ಲ.

"ಅಮ್ಮ, ನೀನೇನು ಹೇಳ್ಬೇಕೂಂತ ಇದ್ದಿಯೋ ಸರಿಯಾದದ್ದೇ. ಅದರ ಬಗ್ಗೆ ನನ್ನ ಟೀಕೆ ಇಲ್ಲ. ತಾಯಿಯಾದ ನಿಂಗೂ ನಿನ್ನದೇ ಆದ ಆಸೆ, ಆಕಾಂಕ್ಷೆ, ಕನಸುಗಳು, ಆದರೆ ವಯಸ್ಸಿಗೆ ಬಂದ ಮಗನಿಗೂ ಅವನದೇ ಆದ ಇಚ್ಛೆಗಳು ಇವೆ. ಅದ್ನ ಕಟ್ಟಿ ಹಾಕೋ ಪ್ರಯತ್ನ ಮಾಡ್ಬಾರ್ದು. ನಾನು, ನನ್ನದು, ನನ್ನವರನ್ನು ಬಿಟ್ಟು ಬೇರಿಲ್ಲ ಅನ್ನೋ ರೀತಿ ನನ್ನ ಸುತ್ತಲು ಕೋಟೆ ಕಟ್ಟಿಕೊಳ್ಳುವುದು ನನಗಿಷ್ಟವಿಲ್ಲ. ಶತಮಾನದ ಹಿಂದೆಯೇ ಸ್ವಾಮಿ ವಿವೇಕಾನಂದರು ಯುವಕರನ್ನು ಎಚ್ಚರಿಸಿದ್ದರು. "ಬನ್ನಿ ಮುಂದೆ, ಪುರುಷಸಿಂಹರಾಗಿ! ನಿಮ್ಮ ಸಣ್ಣ ಬಿಲಗಳಿಂದ ಹೊರಬಂದು ಸುತ್ತಲಿನ ಜಗತ್ತಿನ್ನೊಮ್ಮೆ ಕಣ್ಣುಬಿಟ್ಟು ನೋಡಿ. ಇತರ ರಾಷ್ಟ್ರಗಳು ಎಷ್ಟು ಪ್ರಗತಿಯಲ್ಲಿಯೆನ್ನುವುದನ್ನು ನೋಡಿ. ನೀವು ಮಾನವರನ್ನು ಪ್ರೀತಿಸುವಿರಾ? ನಿಮ್ಮ ರಾಷ್ಟ್ರವನ್ನು ಪ್ರೀತಿಸುವಿರಾ? ಹಾಗಾದರೆ ಬನ್ನಿ, ನಾವೆಲ್ಲ ಉನ್ನತ ಹಾಗೂ ಶ್ರೇಷ್ಠ ಧ್ಯೇಯಗಳಿಗಾಗಿ ಶ್ರಮಿಸೋಣ. ಹಿಂದಿರುಗಿ ನೋಡದಿರಿ; ಸದಾ ಮುನ್ನಡೆಯುತ್ತಲೇ ಇರಿ. ಈ ಮಾತುಗಳನ್ನು ಸದಾ ನನ್ನನ್ನು ಎಚ್ಚರಿಸುತ್ತೆ. ಪಾಲಾಕ್ಷ ಮಾವನ ಮಗಳಲ್ಲಿ ಮಾತಾಡಿದಾಗಲೇ ವಿವಾಹವಾಗ ಬಾರದೆನ್ನುವ ನಿರ್ಧಾರಕ್ಕೆ ಬಂದೆ. ನನಗಾಗಿ ನೀನು ಎನ್ನುವ ಹೆಣ್ಣಿಗೆ ಗಂಡ ನಾನಾಗಲಾರೆ. ಬಹುಶಃ ಹೆಚ್ಚಿನ ಯುವತಿಯರು ಗಂಡ ತನ್ನ ಸ್ವಂತ ಪ್ರಾಪರ್ಟಿ ಎಂದು ಅವ್ರನ್ನ ಹೆತ್ತವರಿಂದಲೇ ದೂರವಿರಿಸೋ ಪ್ರಯತ್ನ ಮಾಡ್ತಾರೆ. ಎಲ್ಲ ಹೆಣ್ಣುಗಳ ಬಗ್ಗೆಯಲ್ಲ ಈ ಮಾತು! ಆದ್ರೂ, ಇಂಥ ಸುಳಿ ನಂಗೆ ಬೇಡ. ನನ್ನ ಮನಸ್ಥಿತಿ ಈ ತರಹ ಇರೋದ್ರಿಂದ ದಾಂಪತ್ಯಜೀವನ ಸುಗಮವೆನಿಸೋಲ್ಲ. ಅಂಥ ರಿಸ್ಕ್ ನಂಗೆ ಬೇಡ. ಅದಕ್ಕಾಗಿ ನಾನು ಕ್ಷಮೆ ಬೇಡ್ತೀನಿ. ನಿನ್ನ ಸುಖ, ಮಗನ ಭವಿಷ್ಯ ಬಿಟ್ಟು ಸ್ವಲ್ಪ ಧಾರಾಳವಾಗಿ ಯೋಚ್ಸು. ಪ್ರತಿಯೊಬ್ಬರೂ ಸಮಾಜಕ್ಕೆ ಋಣಿಗಳಾಗಬೇಕು. ಬರೀ ಕುಟುಂಬ ಬಿಟ್ಟು ಕನಿಷ್ಠ ಜಗತ್ತನ್ನು ಅಲ್ಲದಿದ್ರೂ... ಅಮಲಾಪುರವನ್ನೇ ನನ್ನ ಕುಟುಂಬ ಅನ್ನೋ ಮಟ್ಟಿಗಾದ್ರೂ..." ಏನೇನೋ ಹೇಳುತ್ತಹೋದ. ಆಕೆ ಒಬ್ಬ ತಾಯಿಯಾಗಿ ಮಾತ್ರ ಯೋಚಿಸಬಲ್ಲಳೇನೋ.. ಇಷ್ಟೊಂದು ಧಾರಾಳತನ ನನ್ನಲ್ಲಿ ಇಲ್ಲವೇನೋ

ಎನ್ನುತ್ತ ಎದ್ದುಹೋದರು. ಅದು ನಿಜವೂ ಕೂಡ.

ಆನಂದಮೂರ್ತಿಗಳು ಎದ್ದು ಮಗನ ಭುಜತಟ್ಟಿ "ಐ ಯಾಮ್ ಪ್ರೌಡಾಫ್ ಯು ಜೀವನವೆನ್ನುವುದು ದಣಿವರಿಯದ ಓಟ. ಸುತ್ತಲಿನ ಜಗತ್ತಿಗೆ ಅಪರಿಚಿತರಾದರೆ ಬದುಕಿಗೆ ಯಾವ ಸ್ವಾರಸ್ಯವು ಉಳಿಯುವುದಿಲ್ಲ. ಮನೆ ಮಗ ಚೆನ್ನಾಗಿದ್ದರೆ ಕುಟುಂಬ ಚೆನ್ನಾಗಿರುತ್ತೆ. ಇದು ಸಮಾಜಕ್ಕೆ, ದೇಶಕ್ಕೂ ಅನ್ವಯ" ಎಂದು ಮಗನನ್ನು ತಬ್ಬಿಕೊಂಡರು. ಬದುಕನ್ನು ಒಂದು ಯಜ್ಞವೆಂದು ಭಾವಿಸಿದ ಆನಂದಮೂರ್ತಿಗಳಿಗೆ ಇದು ಸುಲಭವಾಗಿತ್ತು.

* * *

ಅಂದು ಇವನು 'ಅಭಿ'ಯಿಂದ ಹೊರಡುವ ಮುನ್ನ ಭಗವಾನ್‌ರ ಜಾಗ್ವಾರ್ ಕಾರು ಬಂದು ನಿಂತಿತು. ಹೊರಗೆ ಬಂದ ಅಭಿನಂದನ್ ಒಳಗೆ ಹೋದ. ರಜನಿ ಉರುಫ್, ನಿಸರ್ಗ ಕಂಪ್ಲೆಂಟ್‌ಗಳ ಪಟ್ಟಿ ದೊಡ್ಡದಿರುತ್ತದೆಯೆಂದು ಅವನಿಗೆ ಗೊತ್ತುಂಟು. ಅವಳ ಮೆಸೇಜ್‌ಗೆ ಉತ್ತರಿಸುವುದನ್ನು ಬಿಟ್ಟಿದ್ದ.

ಬರೀ ಅಪ್ಪ, ಮಗಳು ಮಾತ್ರವಲ್ಲ ಇಡೀ ಕುಟುಂಬ ಆಗಮಿಸಿದಂತಿತ್ತು. ನೇರವಾಗಿ ರೂಮಿಗೆ ಹೋದ. ಇಣುಕಿ ನೋಡಿದಾಗ ಒಬ್ಬ ಕಾವಿಧಾರಿಯು ಅವರೊಂದಿಗೆ ಇದ್ದರು. ಹಿಂದಕ್ಕೆ ಬಾಚಿದ ದಟ್ಟವಾದ ಕೇಶರಾಶಿ ಕತ್ತಿನವರೆಗಿತ್ತು. ಕಪ್ಪು ಗಡ್ಡ, ಮೀಸೆ ಕೂಡ ಒತ್ತಾಗಿತ್ತು. ಅಗಲವಾದ ಹಣೆಯಲ್ಲಿ ತ್ರಿಪುಂಡರ ಗಂಧ, ಕುಂಕುಮವಿದ್ದುದ್ದರಿಂದ ದೈವಿಕತೆಯ ಸೂಚನೆಯೆನ್ನುವ ಭಾವ.

ಅಭಿನಂದನ್‌ಗೆ ಸುಲಭವಾಗಿ ಅರ್ಥವಾಯಿತು. ಪಕ್ಕದ ರೂಮಿನ ಮೂಲಕ ಹೊರಗಡೆ ಹೋಗಲು ಬಾಗಿಲು ಇತ್ತು. ಅದರಿಂದ ಹೊರಬಿದ್ದು ಕಾರಿನತ್ತ ನಡೆದಾಗ ಎದುರಾದವನು 'ಕೇಶಿ.' ಇವನು ಅವನಿಗೆ ಇಟ್ಟ ಅಡ್ಡ ಹೆಸರು. 'ತೆಪ್ಪಗೆ ಇರಬೇಕಪ್ಪೆ' ಎನ್ನುವಂತೆ ಸನ್ನೆ ಮಾಡಿ ಕಾರು ಸ್ಟಾರ್ಟ್ ಮಾಡಿಕೊಂಡು ಹೊರಟಾಗ ಒಂದು ನಾಲ್ಕು ಜನ ಹಲ್ಲು ಕಿರಿದು ಸೆಲ್ಯೂಟೊಡೆದರು. ಮುಂದೆ ರಾಜಕೀಯಕ್ಕೆ ಬರೋ ಚಿದಂಬರಂ ಅವರ ವಂಶೋದ್ಧಾರಕ ಎನ್ನುವ ಗೌರವ. ಅದು ಅವನ ತಲೆಗೆ ಬಂದೇ ಇಲ್ಲವೆನ್ನುವುದು ಅವರಿಗೆ ಗೊತ್ತಿರಲಿಕ್ಕಿಲ್ಲ.

ಅವನ ಕಾರು ಮರೆಯಾಯಿತು.

ದಿವಾನ್‌ಖಾನೆಯಲ್ಲಿ ಯಾರೊಂದಿಗೊ ಮಾತುಕತೆಯಲ್ಲಿ ತೊಡಗಿದ್ದ ಚಿದಂಬರಂ ಗೆಳೆಯನ ಕುಟುಂಬವನ್ನು ಆತ್ಮೀಯವಾಗಿ ಸ್ವಾಗತಿಸಿದರು. "ತಾರಿಣಿ ಯಾರು ಬಂದಿದ್ದಾರೆ, ನೋಡು" ಕೂಗಿ ಹೇಳಿ ಭಗವಾನ್‌ರ ಹೆಗಲ ಮೇಲೆ ಕೈಹಾಕಿ ಅವರ ಪಕ್ಕದಲ್ಲಿದ್ದ ಕಾವಿಧಾರಿಯತ್ತ ನೋಟ ಹರಿಸಿ "ನಮಸ್ಕಾರ..ದಯಮಾಡ್ಸಿ" ಗೌರವ ತೋರಿದರು. ಒಂಟಿಯಾಗಿಯೆ ಇದ್ದರು. ಹಿಂಬಾಲಕರಾಗಲೀ ಇರಲಿಲ್ಲ. ಆ ವೇಳೆಗೆ ತಾರಿಣಿ ದಯಮಾಡಿಸಿದವರು ನಿಸರ್ಗ ಅವರ ಅಮ್ಮನನ್ನು ಕರೆದೊಯ್ದರು. "ನೀವು ಯಾವಾಗ್ಬಂದಿದ್ದು?" ಯಾಮಿನಿಯವರನ್ನು ವಿಚಾರಿಸಿದರು. ಆಕೆಯ ಸ್ಟೈಲ್ ಹೆಚ್ಚೇನೆ. ದಟ್ಟವಾದ ಲಿಪ್‌ಸ್ಟಿಕ್ ತುಟಿಗಳಿಗೆ, ವಾಟ್ಸಪ್‌ನಲ್ಲಿ ಆಕೆಯ ಮುಖ ದರ್ಶನವಾದಾಗ

ಗಮನಿಸುತ್ತಿದ್ದುದು ತುಟಿಗಳನ್ನೆ. ಡಾಳಾಗಿ ಹಚ್ಚುತ್ತಿದ್ದ ಬಣ್ಣಗಳು ಕಣ್ಣಿಗೆ ರಾಚುವಂತೆ ಇರುತ್ತಿತ್ತು.

ಕೂತು ಉಭಯ ಕುಶಲೋಪರಿ ಮುಗಿಸುವ ವೇಳೆಗೆ ಒಂದು ನಾಲ್ಕು ಸಲವಾದರೂ ನಿಸರ್ಗ ಅಭೀ ರೂಮಿನತ್ತ ನೋಟ ಹರಿಸಿದವಳು ಸಿಡುಕು ಮುಖ ಮಾಡಿ ಕನಲಿದಳು.

"ಅತ್ತೆ, ಎಲ್ಲಿ ಅಭೀ? ನಾನ್ಬಂದ್ ಇಷ್ಟೊತ್ತಾದ್ರೂ ರೂಮಿನಿಂದ ಹೊರ್ಗೇ ಬಂದಿಲ್ಲ" ಆಕೆ ಆರಾಮಾಗಿ ನಕ್ಕು "ನೀನೇ ಹೋಗಿ ವಿಚಾರಿಸ್ಕೋ ಈ ವರ್ಷ ಫೈನಲ್ ಇಯರ್ ಅಲ್ವಾ, ಓದ್ದೋದು. ಸ್ವಲ್ಪ ಡಿಫರೆಂಟ್ ಮಾತಾಡ್ತಾನೆ. ನನ್ನನ್ನಂತೂ ತುಂಬಾ ಗೋಳು ಹೊಯ್ಕೋತಾನೆ." ಮಗನ ಬಗ್ಗೆ ಅಭಿಮಾನದಿಂದ ಹೇಳಿಕೊಂಡಳು. ಆ ವೇಳೆಗೆ ಹಣ್ಣಿನ ಜ್ಯೂಸ್ ಬಂತು. ಅಮ್ಮ ಮಗಳಿಗೆ ಬೇಕೇ... ಬೇಕು ಹಣ್ಣಿನ ರಸ. ಆ ಮನೆಯ ಕೇಶೀಗೆ ಗೊತ್ತಿತ್ತು. ಬಂದಕೂಡಲೇ ಸಪ್ಲೇ ಮಾಡುತ್ತಿದ್ದುದ್ದು ಇದನ್ನೇ.

ಜ್ಯೂಸ್ ಕುಡಿದಿಟ್ಟ ನಿಸರ್ಗ ರೂಮಿನತ್ತ ಹೋಗಿ ಮೆಲ್ಲಗೆ ತಟ್ಟಿದಳು. ಲಾಕ್ ಆಗಿರಲಿಲ್ಲ. ತೆರೆದುಕೊಂಡಿತು. ಒಳಗೆ ಹೋಗಿ ಅವನಿಗಾಗಿ ಹುಡುಕಾಡಿದಳು. 'ಹಾಯ್, ನಾಟಿ...' ಎಲ್ಹೋದ? ಗೊಣಗಿಕೊಂಡೇ ಹೊರಗೆ ಬಂದಳು. ಮೊದಲು ಖುಷಿ.... ಖುಷಿಯಿಂದ ಸುತ್ತುತ್ತಿದ್ದವನು ಈಗ ಇವಳಿಂದ ತಪ್ಪಿಸಿಕೊಳ್ಳಲು ಹೆಣಗಾಡುತ್ತಿದ್ದ. ಅಂದೇ 'ಮದ್ವೆಯಾಗಿಬಿಡಬೇಕಿತ್ತು' ಅಂದುಕೊಂಡಳು.

"ಅಭೀ... ರೂಮಿನಲ್ಲಿಲ್ಲ" ಗೊಣಗಿಕೊಂಡು ಕೂತವಳು. "ವಾಟ್ಸಪ್‌ಗೆ ಎಷ್ಟೊಂದು ಫೋಟೋಗಳ ಅಪ್ಲೋಡ್ ಮಾಡಿದ್ದೀನಿ... ಒಂದು ಕಾಮೆಂಟ್, ಲೈಕ್ ಇಲ್ಲ. ಮೆಸೇಜ್ ಆನ್ಸರ್ ಇರಲೀ, ಓಪನ್ ಮಾಡಿ ಕೂಡ ನೋಡೋಲ್ಲಂತ ಅನಿಸುತ್ತೆ. ಎಷ್ಟೊಂದು ನೆಗ್ಲೆಕ್ಟ್ ಮಾಡ್ತಾರೆ ನೋಡು" ಮತ್ತಷ್ಟು ಮಾತು. ತಾರಿಣಿ ತುಟಿ ತೆರೆಯಲಿಲ್ಲ. ಯಾಮಿನಿ ಮುಖ ಒಂದು ತರಹ ಮಾಡಿದರು. "ಹೇಗೋ, ಅಂದು ಒಳ್ಳೆ ಲಗ್ನ, ಮುಹೂರ್ತ.. ನಿಶ್ಚಿತಾರ್ಥದ ಬದ್ಲು ಮದ್ವೇನೇ ಮುಗ್ಸಿಬಿಟ್ಟರಾಯ್ತಾ ಇತ್ತು. ಆದರೆ ಭಗವಾನ್‌ಗೆ ಅಷ್ಟು ಸಿಂಪಲ್ಲಾಗಿ ದೇವಸ್ಥಾನದಲ್ಲಿ ಮಗಳ ಮದ್ವೆ ಮಾಡೋ ಇಷ್ಟ ಇರ್ಲಿಲ್ಲ. ಮಗ್ಳ ಮದ್ವೆ ಬಗ್ಗೆ ಅವರದು ದೊಡ್ಡ ಕನಸು" ಅದರ ಮುಂದೆ ನಡೆಯುವ ಮಗಳು ವಿವಾಹಮಂಟಪದ ವೈಖರಿಯನ್ನೇ ವರ್ಣಿಸತೊಡಗಿದರು. ಮಾತಿನ ತಾರಿಣಿಗೆ ಬೇಸರವೆನಿಸಿತು. "ಆಗಿದ್ದು ಆಯ್ತು! ಈಗ ಮುಂದೆ ನಡೆಯೋದರ ಬಗ್ಗೆ ಮಾತಾಡೋಣ. ಸುಮ್ನೇ ರಜನಿ ಮನೆಯಲ್ಲಿ ಕೂಡೋದರ ಬದ್ಲು, ಯಾವುದಾದ್ರೂ ಸಿಂಪಲ್ಲಾಗಿ ಒಂದು ಕೋರ್ಸ್ ಮಾಡ್ಕೊಳ್ಳಿ. ದೆಹಲಿಯಲ್ಲಿ ನಿಮ್ಮ ಬಂಗ್ಲೆ ಮುಗ್ಯೋಕೆ ವರ್ಷವೇ ಬೇಕಾಗುತ್ತೆ." ಇಂಥದೊಂದು ಧೈರ್ಯ ಮಾಡಿ ಹೇಳಿಯೇಬಿಟ್ಟರು. 'ಹಾ, ಹ್ನೂ' ಅನ್ನುತ್ತಿದ್ದವರು ಇಂದೇ ಬಾಯಿ ತೆರೆದು ಅವರ ಅಭಿಪ್ರಾಯ ವ್ಯಕ್ತಪಡಿಸಿದ್ದು. ಗಡಿಬಿಡಿ ನೋಡಿದ ಯಾಮಿನಿ "ಅವ್ಳಿಗೆ, ಇಂಟರೆಸ್ಟ್ ಇಲ್ಲ"ಸಿಂಪಲ್ಲಾಗಿ ಹೇಳಿ ಎದ್ದುಹೋದರು.

ಶ್ರೀಮಂತಿಕೆಯ ಲೆಕ್ಕಾಚಾರದಲ್ಲಿ ಭಗವಾನ್‌ರು ಚಿದಂಬರಂಗಿಂತ ಹತ್ತುಪಟ್ಟು ಬಲಾಢ್ಯರು. ಅಂದಾಜಿನ ಪ್ರಕಾರ ನೂರು ಪಟ್ಟು ಎನ್ನಬಹುದು. ಅವರ ಬಿಜಿನೆಸ್‌ನ ವ್ಯಾಪ್ತಿಯ ಬಗ್ಗೆ ಎಂಎಲ್‌ಎ ಅವರು ತಲೆಕೆಡಿಸಿಕೊಂಡಿರಲಿಲ್ಲ. 'ಭಗವಾನ್‌ರ ಪ್ರಾಪರ್ಟಿ

ಎಷ್ಟು ಗೊತ್ತಾ?' ಎಂದು ಯಾರೋ ಕೇಳಿದಾಗ ತಲೆಯಾಡಿಸಿಬಿಟ್ಟಿದ್ದರು. ಕೆಲವರು ಇದನ್ನು ನಂಬುತ್ತಿರಲಿಲ್ಲ.

ಆದಷ್ಟು ಬೇಗ ಬಂದವರನ್ನು ಖಾಲಿ ಮಾಡಿಸಿ ಕಾವಿಧಾರಿಗಳೊಂದಿಗೆ ಬೈಠಕ್ ಆದರು ಚಿದಂಬರಂ. ಈ ಕಾವಿಧಾರಿಗಳು ಯಾರು ಎನ್ನುವ ಅವರ ಕಣ್ಣಿನೊಳಗಿನ ಪ್ರಶ್ನೆಗೆ ತಕ್ಷಣ ಉತ್ತರಿಸಿದರು ಭಗವಾನ್.

"ಇವ್ರು ಪ್ರಜ್ಞಾನಂದ ಸ್ವಾಮೀಜಿಗಳು. ದತ್ತ ಪೀಠದ ಅವಧೂತರು. ಅವ್ರ ಇಪ್ಪತ್ತು ವಯಸ್ಸಿನಲ್ಲಿ ದತ್ತಾತ್ರೇಯ ಪ್ರತ್ಯಕ್ಷಗೊಂಡು ಅನುಗ್ರಹಿಸಿದ್ದಾರೆ. ನಂತರ ಇವ್ರು ಹಿಮಾಲಯಕ್ಕೆ ಹೋಗಿ ಏಳು ವರ್ಷಗಳು ತಪಸ್ಸು ಮಾಡಿ ಸಿದ್ಧಿ ಸಂಪಾದಿಸಿಕೊಂಡಿದ್ದಾರೆ. ಇವ್ರನ್ನು ಇಲ್ಲಿಗೆ ಕರೆತರಬೇಕಾದರೆ ಬಹಳ ಶ್ರಮವಹಿಸಿದೆ. ಅನುಗ್ರಹಿಸಿ ಬಂದಿದ್ದಾರೆ. ನಮಸ್ಕರಿಸಿ ಆಶೀರ್ವಾದ ಪಡೆದುಕೋ, ರಾಜಕೀಯ ಭವಿಷ್ಯಕ್ಕೆ ಒಳ್ಳೆಯದಾಗುತ್ತೆ" ಭಗವಾನರ ಅಪ್ಪಣೆಯಂತೆ ಒಲ್ಲದ ಮನಸ್ಸಿನಿಂದಲೇ ಅವರಿಗೆ ನಮಸ್ಕರಿಸಿ "ಕ್ಷಮ್ಸಬೇಕು..." ಎಂದು ಹೊರಗೆ ಬಂದು ಸುಧಾರಿಸಿಕೊಂಡರು. ಜ್ಯೋತಿಷಿಯಿಂದ ಸ್ವಾಮೀಜಿಗಳಿಗೆ ಬದಲಾದನೇ? ಅವರಿಗೆ ತಲೆ ಚಿಟ್ಟು ಹಿಡಿದಂತಾಯಿತು. ಹಿಂದೆಯೇ ಬಂದ ಭಗವಾನರು ಭುಜದ ಮೇಲೆ ಕೈಹಾಕಿ ಎದುರು ರೂಮಿಗೆ ಕರೆದೊಯ್ದು ಪಿಸುಗುಟ್ಟಿದರು.

"ನೂರಾರು ಹಿಂಬಾಲಕರು, ಶಿಷ್ಯರು... ಒಂಟಿಯಾಗಿ ಕರೆತರಲು ಬಹಳ ಪ್ರಯತ್ನಪಡ್ಬೇಕಾಗುತ್ತೆ. ವಿಷ್ಯ ಹರಡಿದರೆ ಜನ ಗುಂಪುಗೂಡಿಬಿಡ್ತಾರೆ. ಚಾನಲ್ ರಿಪೋರ್ಟರ್‌ಗಳು ನಿನ್ನ ಮನೆ ಮುಂದೆ ಜಮಾಯಿಸಿಬಿಡ್ತಾರೆ. ಅದಕ್ಕೆಂದೇ ಎಲ್ಲರನ್ನು ಅವಾಯ್ಡ್ ಮಾಡಿ ಇಲ್ಲಿಗೆ ಕರೆತಂದಿದ್ದೀನಿ" ಸಾಧನೆ ಎನ್ನುವಂತೆ ಹೇಳಿದರು.

ಅವರ ಮಾತು ಕೇಳಿ ಚಿದಂಬರಂ ಮೈ ಉರಿಯಿತು. 'ಇದು ಬೇಕಿತ್ತಾ?' ಎನ್ನುವಂತೆ ನೋಡಿ "ಭಗವಾನ್ ನಿನ್ನಷ್ಟು ಜ್ಯೋತಿಷ್ಯ, ವಾಸ್ತು, ಸ್ವಾಮೀಜಿ ಅಂಥದ್ದರ ಬಗ್ಗೆ ನಂಬ್ಕೇ ಕಡ್ಮೆ. ಸುಮ್ನೇ ಇಲ್ಲಿಗ್ಯಾಕೆ ಕರ್ಕೊಂಡ್ಬಂದೇ?" ಸ್ವಲ್ಪ ಕಸಿವಿಸಿಯಿಂದಲೇ ಕೇಳಿದರು.

"ಅವ್ರು ಹೇಳಿದ್ದೆಲ್ಲ ನಿಜವಾಗಿದೆ. ತೀರಾ ಪವರ್‌ಫುಲ್. ಕೆಲವೊಮ್ಮೆ ಜ್ಯೋತಿಷ್ಯವನ್ನೇ ಬದಲಾಯ್ಸಿಬಿಡ್ತಾರೆ" ಎಂದು ಕೆಲವು ಪವಾಡಗಳ ಬಗ್ಗೆ ಮಾಹಿತಿ ಕೊಡಲು ಶುರು ಮಾಡಿದಾಗ ಚಿದಂಬರಂ ತಲೆ ಬಿಸಿಯಾಯಿತು. "ಪ್ಲೀಸ್, ನಾನೊಂದು ತರಹ ಟೆನ್‌ಷನ್‌ನಲ್ಲಿ ಇದ್ದೀನಿ. ರಾಜಕೀಯದಲ್ಲೂ ಅಷ್ಟೆ. ನಾನು ದೊಡ್ಡ ಸ್ಥಾನದ ಆಕಾಂಕ್ಷಿಯಲ್ಲ. ನಾಲ್ಕು ಜನಕ್ಕೆ ಏನಾದ್ರೂ ಮಾಡೋದಿಕ್ಕೆ ಸಾಧ್ಯವಾದರೆ, ಸಾಕು. ಈಗ ನೆಕ್ಸ್ಟ್, ಏನು? ಊಟ, ಉಪಚಾರ, ಕಾಣಿಕೆ... ಅಂಥದ್ದರ ಬಗ್ಗೆ ಡೀಟೈಲ್ಸ್ ಕೊಡು" ಎಂದರು ಸಹನೆ ಕಳೆದುಕೊಂಡು.

ತಕ್ಷಣಕ್ಕೆ ಒಂದು ಪಾದಪೂಜೆ ಆಯಿತು. ಅಭಿನಂದನ್‌ನ ಕರೆತಂದು ಅವರ ಮುಂದೆ ಕೂಡಿಸಬೇಕೆಂದು ಸಾಕಷ್ಟು ಕಾಲ್ ಮಾಡಿ ಪ್ರಯತ್ನಿಸಿದರು, ಅವನು ಮೊಬೈಲ್ ರಿಸೀವ್ ಮಾಡಲಿಲ್ಲ.

"ಕೋರ್ಸ್ ಬಗ್ಗೆ ಅವ್ನ ಆಸಕ್ತಿ ಹೆಚ್ಚಾಗಿದೆ. ಅಭ್ಯಾಸದ ಕಡೆ ಹೆಚ್ಚೆಚ್ಚು ಗಮನಹರಿಸ್ತಾ

ಇದ್ದಾನೆ. ಅವ್ನ ಮೈಂಡ್‌ನಲ್ಲಿ ಸಾಕಷ್ಟು ಯೋಚ್ನೆಗಳಿವೆ. ಡಿಸ್ಟರ್ಬ್ ಮಾಡೋದ್ಬೇಡ. ನಾನೇ ಕರ್ಕಂಡ್ ಬರ್ತೀನಿ" ಇಡೀ ಫ್ಯಾಮಿಲಿಯನ್ನು ಸಾಗಾಡಿದರು ಚಿದಂಬರಂ ದಂಪತಿಗಳು. ಅವರಂಥ ಆಸ್ತಿಕರು ಕೂಡ ಭಗವಾನ್‌ರ ಬಗ್ಗೆ ಬೇಸತ್ತುಹೋಗಿದ್ದರು, ಮುಂದೆ ತುಂಬಾ ಸಂಕಷ್ಟಕ್ಕೆ ಒಳಗಾಗಬೇಕಾಗುತ್ತೆ" ಸ್ವಲ್ಪ ಗಟ್ಟಿಯಾಗಿಯೇ ಹೇಳಿ ಡ್ರೈವರ್‌ನ ಗಾಡಿ ತೆಗೆಯಲು ಹೇಳಿದರು.

ಮಗನ ಬಗ್ಗೆ ಅವರೇನು ಬೇಸರಿಸಿಕೊಳ್ಳಲಿಲ್ಲ. ಮಗನೊಂದಿಗೆ ಬರುವ ಆಶ್ವಾಸನೆ ಕೊಟ್ಟಿದ್ದರು ಅವರು. ಮಧ್ಯೆ ಹೋಗಿ ಅವರನ್ನು ಭೇಟಿ ಆಗಲಾರರು.

ಆದರೆ ಅಭಿನಂದನ್ ಅಮ್ಮನ ಕಾಲ್‌ಗಳನ್ನು ಕೂಡ ರಿಸೀವ್ ಮಾಡಿಕೊಳ್ಳಲಿಲ್ಲ. ಬಂದಿದ್ದು ರಾತ್ರಿ ಒಂಭತ್ತರ ನಂತರ. ಇಂದು ಸ್ವಲ್ಪ ಅನ್ಯಮನಸ್ಕನಾಗಿದ್ದ. ಅರ್ಥವಾಗದ ಫೀಲಿಂಗ್ಸ್‌ನಿಂದ ಜರ್ಝರಿತನಾಗಿದ್ದ. 'ನನ್ತಂಗಿ ಅಮಲಾ ಈ ಸಲ ಅಮೆರಿಕಗೆ ಹೋಗೋದು ಡೆಫನೆಟ್. ಅಷ್ಟರಲ್ಲಿ ನನ್ನ ಮದ್ವೆ ಮುಗ್ಸೋ ತರಾತುರಿ' ಇಂಥದೊಂದು ಮೆಸೇಜ್ ಕಳುಹಿಸಿದ್ದ. ಅವರಿಬ್ಬರ ನಡುವೆ ಮೆಸೇಜ್‌ಗಳು ವಿನಿಮಯವಾಗುತ್ತಿತ್ತು. ಈಚೆಗೆ ಶುಭಕರ ತನ್ನ ಗೆಳೆಯರ ಲಿಫ್ಟ್‌ನಲ್ಲಿ ಒಳ್ಳೆಯ ಸ್ಥಾನ ಕೊಟ್ಟಿದ್ದರಿಂದ ಸ್ವಂತದ ಮನಸ್ಸಿನ ಎಷ್ಟೋ ವಿಷಯಗಳನ್ನು ಮೆಸೇಜ್‌ಗಳ ಮೂಲಕ ಹೇಳಿಕೊಳ್ಳುತ್ತಿದ್ದ. ಇಂದಿನ ಮೆಸೇಜ್‌ನಿಂದ ಡಿಸ್ಟರ್ಬ್ ಆಗಿದ್ದ.

"ಯಾಕೋ ಲೇಟು? ಎಷ್ಟು ಗಾಬ್ರಿಯಾಗಿತ್ತು ಗೊತ್ತಾ? ಒಂದು ಕಾಲ್‌ನಾದ್ರೂ ರಿಸೀವ್ ಮಾಡಿದ್ಯಾ? ನಾನೇನು ಅಂದ್ಕೋಬೇಡ?" ಮಗನ ಮುಖ ನೋಡಿದ ಕೂಡಲೆ ಶುರು ಹಚ್ಚಿದರು "ನಾನೇನು ಸಣ್ಣ ಮಗುನಾ? ಅಷ್ಟೊಂದು ಸಲ ಯಾಕೆ ಕಾಲ್ ಮಾಡ್ತೀಯಾ? ನಾನೇನು ಕಳ್ದು ಹೋಗ್ತೀನಾ? ಹಾಗೇನಾದ್ರೂ... ಆದರೆ ಇನ್‌ಫಾರ್ಮೇಷನ್ ಸಿಗುತ್ತೆ. ಈ ಸಿಟಿ ಜೀವ್ನವೇ ಬೇಸತ್ತುಹೋಗಿದೆ." ಚಡಪಡಿಕೆಯಿಂದ ನುಡಿದ. ಒಂದು ರೀತಿಯ ಷಾಕ್‌ನಲ್ಲಿ ಇದ್ದ.

ಆಕೆ ಸುಮ್ಮನೆ ಅವನ ಮುಂದೆ ಕೂತರು.

"ಇವತ್ತು, ನಿನ್ನ ಡ್ಯಾಡ್ ರೇಗಿಕೊಂಡ್ಹೋದ್ರು. ನೀನು ಹೇಳ್ದೇ... ಹೋದೆ. ಆ ಭಗವಾನರ ಕುಟುಂಬದ ಜೊತೆ ಒಬ್ಬ ಸ್ವಾಮಿಗಳೊಂದಿಗೆ ಪ್ರತ್ಯಕ್ಷರಾದ್ರು. ಅವ್ರು ನಿನ್ನ ಫಿಯಾನ್ಸಿದು ಒಂದೇ ತರಹದ ವರಾತ, ನನ್ನ ಅಭೀ ನೆಗ್ಲೆಕ್ಟ್ ಮಾಡ್ತಾ ಇದ್ದಾನೆ. ಸಾಕು... ಸಾಕಾಗಿದೆ... ಮದ್ವೆ ಮಾಡಿ ಮನೆ ತುಂಬ್ಸಿಕೊಂಡರೇ ನಂಗೆ ಸಾಕಾಗಿದೆ. ನಿನ್ನ ಅವ್ಳಿಗೆ ಒಪ್ಸಿ... ನಾನು ನಿಶ್ಚಿಂತೆಯಿಂದ ಇದ್ದುಬಿಡ್ತೀನಿ" ಬಡಬಡಿಸಿದರು ತಾರಿಣಿ.

ಅವನು ಇನ್ನಷ್ಟು ಹತ್ತಿರ ಸರಿದು "ಆಮೇಲೆ ಶುರುವಾಗೋದು ನಿಜ್ವಾದ ಆಟ. ಜ್ಯೋತಿಷಿಗಳ ಪ್ರವೇಶ. ವಾಸ್ತು ತಜ್ಞರು ಕೂಡ ಪ್ರವೇಶಿಸ್ತಾರೆ. ಎಲ್ಲದರ ಬದಲಾವಣೆ, ನಂತರ ಡೆಮಾಲಿಷ್. ಆಮೇಲೆ ವಾಸಕ್ಕೆ ಪ್ಲಾಟ್. ಈ ಅಭೀ ಜಾಗದಲ್ಲಿ ಬೇರೊಂದು ಬಂಗ್ಲೆ ಇಡೀ ನಿಮ್ಮ ಭವಿಷ್ಯವೇ ಬದಲಾಗಿ ಬಿಡುತ್ತೆ. ಅದ್ಕೇ ಈ ಅಭೀ ಅವಕಾಶ ಕೊಡೋಲ್ಲಾಂತ ಆ ಮೂರ್ಖ ಭಗವಾನ್ ಫ್ಯಾಮಿಲಿಗೆ ತಿಳ್ಸಿ. ನಮ್ಮ ಅಸ್ತಿತ್ವ ಕಳ್ದುಕೊಳ್ಳೋಕೆ ನಂಗಿಷ್ಟವಿಲ್ಲ. ಇದೆಲ್ಲದರ ತೀರ್ಮಾನದ ನಂತರವೇ ಆ ಮತಿಗೇಡಿ

ಸೊಸೆಯಾಗಿ ಈ ಮನೆ ಹೊಸಲು ದಾಟಿ ಒಳಗೆ ಬರೋದು" ಎಚ್ಚರಿಸುವಂತೆ ಗಟ್ಟಿಯಾಗಿಯೇ ನುಡಿದ.

ಆಕೆಯ ಬಾಯಿಂದ ಮಾತುಗಳೇ ಹೊರಡಲಿಲ್ಲ.

ಯಾವುದೋ ಮೀಟಿಂಗ್ ಇದೆಯೆಂದು ಮುಗಿಸಿಕೊಂಡು ಹನ್ನೊಂದರ ಸುಮಾರಿಗೆ ಮನೆಗೆ ಬಂದಾಗ ಅಮ್ಮ ಮಗ ಊಟ ಮಾಡದೇ ಕಾದಿದ್ದರು. ಇಬ್ಬರಿಗೂ ಮಂಕು ಬಡಿದಂಗಾಗಿತ್ತು.

"ಯಾಕೆ, ಹೀಗೆ... ಕೂತಿದ್ದೀರಿ?" ಕೇಳಿದರು.

"ಅಭೀ, ನಿಮ್ಜೊತೆ ಊಟ ಮಾಡ್ತೀನೀಂತ ಕಾದಿದ್ದಾನೆ. ಬಟ್ಟೆ ಬದಲಾಯ್ಸಿ ಕೊಂಡ್ಬನ್ನಿ" ಎಂದು ತಾರಿಣಿ ಎದ್ದುಹೋದರು. ಮಗನತ್ತ ನೋಡಿದರು. ತೀರಾ ಬೇಸರಗೊಂಡಂತೆ ಕಂಡ "ಓಕೆ..." ಎಂದು ರೂಮಿಗೆ ಹೋದರು. ಮತ್ತೆ ಗಂಡನ ಹಿಂದೆ ಹೋದ ತಾರಿಣಿ "ಭಗವಾನ್, ಅವ್ರ ಮಿಸಸ್ ಬೇಜಾರು ಮಾಡಿಕೊಂಡಿದ್ದಾರೆ. ನಿಮ್ಮ ಮಗ್ನ ಸಲುವಾಗಿ ಇಷ್ಟೊಂದು ರಿಸ್ಕ್ ತಗೋತಾ ಇದ್ದೀವಿ. ನೀವು ಸ್ವಲ್ಪ ಕೂಡ ಕೋಪರೇಟ್ ಮಾಡೋಲ್ಲಾಂತ ನಿಷ್ಠೂರ ಮಾಡಿದ್ರು. ಅಂದು ನಿಶ್ಚಿತಾರ್ಥಕ್ಕೆ ದಿನ, ಮುಹೂರ್ತ ಇಡಿಸಿದ್ದಕ್ಕೆ ಅಭೀ ಜಾತ್ಕನೇ ಕಾರಣನಂತೆ. ಅಂದು ನಿಶ್ಚಿತಾರ್ಥ ನೆರವೇರದಿದ್ದರೇ, ಅವ್ನಿಗೆ ವಿವಾಹದ ಯೋಗವೇ ಇರಲಿಲ್ವಂತೆ. ಒಮ್ಮೆ ಅಂದಿದ್ರು, ನಂಗೆ ಭಯ ಇತ್ತು. ಈಗ ಅದ್ನ ಸ್ಪಷ್ಟಪಡ್ಸಿದ್ರು. ಅದಕ್ಕೆ ಪ್ರಜ್ಞಾನಂದ ಸ್ವಾಮೀಜಿಗಳ್ನ ಕರೆದುಕೊಂಡು ಬಂದಿದ್ದಂತೆ. ಇಲ್ಲೂ ನಿಮ್ಮ ಸಹಕಾರ ಸಿಗಲ್ಲಾಂತ ಬೇಜಾರು ಮಾಡಿಕೊಂಡ್ರು."

ಹೆಂಡತಿ ಹೇಳಿದ್ದನ್ನು ಪೂರ್ತಿಯಾಗಿ ಕೇಳಿದವರು "ನನ್ನ ಮಗ್ನ ಜಾತ್ಕದಲ್ಲಿ ತಾನೇ ವಿವಾಹ ಯೋಗ ಇಲ್ಲಾನ್ನೋದು. ನಂಗೆ ಆ ಬಗ್ಗೆ ಚಿಂತೆ ಇಲ್ಲ. ಈಗಾಗಲೇ ಕಾವಿ ತಂದಿಟ್ಕೊಂಡಿದ್ದಾನೆ. ಅದಕ್ಕೆ ನನ್ನ ಅಭ್ಯಂತರವೇನಿಲ್ಲ. ಒಂದಷ್ಟು ವರ್ಷ ಹಿಮಾಲಯದ ಕಡೆ ಹೋಗಿ ಬಂದರೆ ಅಭಿನಂದಾಜೀ ಸ್ವಾಮಿಗಳು ಅಷ್ಟೆ. ನಂಗೆ ಆ ಬಗ್ಗೆ ಹೆಮ್ಮೆನೇ" ಸರಳವಾಗಿ ನುಡಿದಾಗ ಆಕೆಗೆ ದಿಕ್ಕು ತೋಚದಂತಾಯಿತು.

"ಅಯ್ಯೋ, ಇದೇನಿದು! ಇರೋದು... ಒಬ್ನೇ.. ಅವ್ನ ಬಗ್ಗೆ ನೂರೆಂಟು ಕನಸು. ಚೆಂದದ ಸೊಸೆ, ಮುದ್ದಾದ ಮೊಮ್ಮಕ್ಳು... ಅವ್ರ ಒಡನಾಟ..." ಅಂದಕೂಡಲೇ "ಸ್ಟಾಪ್ ಇಟ್, ಇಷ್ಟೇ ಅಲ್ಲ. ಶ್ರೀಮಂತ ಬೀಗರು. ಅವ್ರ ಒಳ್ಳೆ ಮಗ್ಳು, ಅಪಾರವಾದ ಪ್ರಾಪರ್ಟಿ, ಅವೆಲ್ಲ ನಿನ್ಮಗ... ಮೊಮ್ಮಕ್ಕಳಿಗೆ ಸೇರ್ಬೇಕು. ಇಷ್ಟು ಕೂಡ ನಿನ್ನ ಕನಸುಗಳಲ್ಲಿ ಇದೆ, ಇರುತ್ತೆ, ನಡೆಯುತ್ತೋ ಬಿಡುತ್ತೋ... ದೇವರಿಗೆ ಗೊತ್ತು. ನಾವು ಕಂಡ ಕನಸುಗಳೆಲ್ಲ ನನಸಾಗುತ್ತೆ ಅನ್ನೋ ಗ್ಯಾರಂಟಿಯೇನು? ಬರೀ ಹೆತ್ತವರ ಕನಸುಗಳಿಗೆ ಮಾತ್ರ ಅವ್ರು ಮೀಸಲಲ್ಲ. ಅವ್ರಿಗೆ ಸ್ವಂತಕ್ಕೆ ಕನಸುಗಳು. ಅವ್ನು ಕೂಡ ನನಸಾಗಲಿಯೆಂದು ಆಶೀರ್ವದಿಸಬೇಕು. ಅಷ್ಟೇ ವಿನಃ ಅಂದುಕೊಂಡಿದ್ದೆಲ್ಲ ಕೈಗೂಡೋಲ್ಲ. ಮನುಷ್ಯ ಪ್ರಯತ್ನ ಬೇಕು. ತೀರ್ಮಾನ ಮಾತ್ರ ಅವನದೇ ಆಗಿರುತ್ತೆ. ಇನ್ನು ಹೆಚ್ಚಿಗಿನ ಮಾತು ನಂಗಿಷ್ಟವಿಲ್ಲ. ನನ್ನ ಊಟ ಆಗಿದೆ. ಸೂಪ್ ರೆಡಿ ಮಾಡು. ಅವ್ನ ಊಟಕ್ಕೆ ಸಾಥ್

ಅಷ್ಟೆ. ನೀನು... ಕೂತ್ಕೋ! ಸರ್ವೆಂಟ್ಸ್ ಊಟವಾಗಿದ್ರೆ, ಕಳ್ಸು. ಏನಾದ್ರೂ ಬಡಿಸ್ಬೇಕಾದರೆ ನಾನು ಬಡಿಸ್ತೀನಿ" ಎಂದು ಬಾತ್‌ರೂಮಿಗೆ ಹೋದರು. ಆಕೆ ಸಪ್ಪಗೆ ಹೊರಬಂದರು. ತಾನು ಯೋಚಿಸುವ ರೀತಿಯೇ ಸರಿ ಇಲ್ಲವೇನೋ ಎಂದು ತರ್ಕಿಸಿದರು. ತನ್ನ ನಿಲುವು ಸರಿಯಾಗಿದೆ ಎನ್ನುವುದಕ್ಕೆ ಬದ್ಧರಾಗಿಬಿಡುತ್ತಿದ್ದರು. ಅದೇ ಫಜೀತಿಗೆ ಕಾರಣ. ಡೈನಿಂಗ್ ಟೇಬಲ್‌ಗೆ ಮುಂದೆ ಬಂದು ಕೂತವರು "ನಿನ್ನ ಡ್ಯಾಡಿ ಊಟ ಆಗಿದೆಯಂತೆ ಅದ್ರೂ ನಿಂಗೆ ಕಂಪನಿ ಕೊಡ್ತಾರಂತೆ. ಅಪ್ಪ, ಮಗ... ಒಂದೇ! ನಿನ್ನ ಮದ್ವೆ ಮುಗಿದ್ರೆ... ನಾನು ನನ್ನ ಹೆಣ್ಣು ಮಕ್ಳ ಬಳಿಗೆ ಹೋಗ್ಬಿಡ್ತೀನಿ. ಇಲ್ಲಿನ ಉಸಾಬರಿನೇ ಬೇಡ" ಗೊಣಗಿದರು. ಆಕೆ ಹೋಗಲಾರರೆಂದು ತಂದೆ, ಮಗನಿಗೆ ಗೊತ್ತು. ಕೆಲವೊಮ್ಮೆ ಛೇಡಿಸಿ ಗೋಳೊಯ್ದುಕೊಳ್ಳುತ್ತಿದ್ದ.

ಬಂದು ಕೂತ ಚಿದಂಬರಂ "ಈ ವೇಳೆಗೆ ನಿನ್ನ ಊಟ ಮುಗೀಬೇಕಿತ್ತು" ಎಂದರು. ಆಮೇಲೆ ತಾರಿಣಿಯ ಬಗ್ಗೆ, ಊಟತಿಂಡಿಗಳ ಬಗ್ಗೆ ಹಾಸ್ಯ ಚಟಾಕಿಗಳನ್ನು ಹರಿಸಿದರು.

ಆಮೇಲೆ ಮೂವರು ಬಂದು ದಿವಾನ್‌ಖಾನೆಯಲ್ಲಿ ಕೂತರು. ಮೊದಲು ಶುರು ಮಾಡಿದ್ದು ತಾರಿಣಿ "ಇಡೀ ಭಗವಾನ್ ಫ್ಯಾಮಿಲಿ ಇವ್ನ ಮೇಲೆ ಕಂಪ್ಲೆಂಟ್ ಮಾಡ್ತಾ ಇದೆ" ಎಂದರು. ಆಮೇಲೆ ಆಕೆ ಹೇಳೋದನ್ನೆಲ್ಲ ಅಪ್ಪ, ಮಗಳು ಕೇಳಿದರು. "ನಿಂದು ಮುಗೀತಲ್ಲ. ಎಷ್ಟು ಹೇಳಿದರೂ ಇಷ್ಟೆ ವಿಷ್ಯ? ನೀನ್ಹೇಳು.. ಅಭೀ" ಮಗನತ್ತ ನೋಟ ಹರಿಸಿದರು.

"ಡೋಂಟ್ ಮಿಸ್ಟೆಕ್ ಮಿ ಡ್ಯಾಡ್, ರಜನಿನ, ನಿಸರ್ಗ ಮಾಡಿದ್ರು ರಜನಿಯಾಗಿಯೇ ಉಳಿದಿದ್ದಾಳೆ. ಆ ಬಗ್ಗೆ ನನ್ನ ತಕರಾರು ಏನಿಲ್ಲ. ಭಗವಾನ್ ಸುಮಾರು ಸಲ ಕಾಲ್ ಮಾಡಿದ್ರು, ಮೆಸೇಜ್ ಮಾಡಿದ್ರು. ಆದರೆ ವಿಷ್ಯ, ಅವರು ಜೊತೆಯಲ್ಲಿ ಕರೆತಂದಿರೋ ಪ್ರಜ್ಞಾವಂತ ಸ್ವಾಮೀಜಿಯವರು ತಮ್ಮ ತಪೋಶಕ್ತಿಯಿಂದ ನನ್ನ ಮತ್ತು ಅವ್ರ ಮಗ್ಳ ಭವಿಷ್ಯ ರೂಪಿಸ್ತಾರಂತೆ. ವಾಟ್ ಈಸ್ ದಿಸ್? ಏನೇನು ರಾಮಾಯಣ, ಮಹಾಭಾರತದಲ್ಲಿನ ದೃಷ್ಟಾಂತಗಳು ನಮ್ಗೇ ಈಗ್ಲೂ ಪಾಠವೇ. ನಮ್ಮ ಅರಿವಿಗೆ ಬರ್ದಂತೆ ಎಷ್ಟೋ ನಡ್ದು ಹೋಗುತ್ತೆ. ಕೆಲವೊಮ್ಮೆ ನಾವು ಅದಕ್ಕೆ ಬಾಧ್ಯರಾಗಬೇಕಾಗುತ್ತೆ. ಇದರ ಅಳ, ಅಗಲಗಳ ಶೋಧನೆ ಇಂದಿಗೂ ನಡೆಯುತ್ತ ಇರುತ್ತೆ. ಇಂದಿಗೂ ಸ್ಪಷ್ಟವಾಗಿ ಗೋಚರಿಸಿದ್ದಿಲ್ಲ. ಟೋಟಲೀ ಅವ್ರನ್ನ, ಅವರ ಸ್ವಾಮಿಗಳ್ನ ಮೀಟ್ ಮಾಡೋಕೆ ಸಾಧ್ಯವೇ ಇಲ್ಲ. ದಯವಿಟ್ಟು ಕ್ಷಮ್ಸಿ..." ಎದ್ದು ಹೋಗಿಬಿಟ್ಟ. ಅದು ಸರಿಯೆನಿಸಿತು ಕೂಡ. ಹೆಂಡತಿಯ ಕಡೆ ನೋಡಿದರು.

"ಈಗ ತುಂಬ ಬದಲಾಗಿದ್ದಾನೆ. ಅವ್ನ ಗಮನಿಸೋಕೆ ನಿಮ್ಗೆ ಪುರುಸೊತ್ತು ಇಲ್ಲ. ಅವ್ನ ಮೊಬೈಲ್‌ನಲ್ಲಿ ಯಾರ ಫೋಟೋ ಇದೆ ಗೊತ್ತಾ?" ಕೇಳಿದರು. ಅವರಿಗೆ ತಮಾಷೆಯೆನಿಸಿತು. "ನಿನ್ನ ಪ್ರೀತಿ ಪಾತ್ರ ಮಗ. ಮೋಸ್ಟ್ಲಿ ನಿನ್ನ ಫೋಟೋನೆ ಇರುತ್ತೆ. ಇಲ್ಲಿ ಇದ್ಕೊಳ್ಳಿಂತ ನನ್ನ ಫೋಟೋ ಹಾಕ್ಕೊಂಡಿರಬಹುದು. ಅವೆಲ್ಲದರ ಜೊತೆ ಸಾಕಷ್ಟು ಫೋಟೋಗಳು. ಮೊಬೈಲ್‌ನಲ್ಲಿ ಸಿಕ್ಕಿದ್ದನೆಲ್ಲ ಕ್ಲಿಕ್ಕಿಸೋದು ಹಾಬಿ. ಅದನ್ನೆಲ್ಲ ನೋಡೋಕೆ ಸಮಯ ಬೇಕಾಗುತ್ತೆ. ನಿಂಗ್ಯಾಕೆ. ಅವ್ನು ಕ್ಲಿಕ್ಕಿಸಿರೋ ಫೋಟೋಗಳ್ನ

ನೋಡೋ ಕ್ಯೂರಿಯಾಸಿಟಿ? ಯೌವನಕ್ಕೆ ಅದರದೇ ಆದ ಕಾತುರ, ಕುತೂಹಲ, ಉತ್ಸಾಹ. ಜೊತೆಗೆ ಅಪಾರವಾದ ಹುಮ್ಮಸ್ಸು..." ಹೆಂಡತಿಗೆ ಕಣ್ಣೊಡೆದಾಗ ಆಕೆ ನಾಚಿಕೊಂಡು ಹೋದವರು, ಮಗನ ಮೊಬೈಲ್‌ನಿಂದ ಕ್ಲಿಕ್ಕಿಸಿ ತಂದ ತಮ್ಮ ಮೊಬೈಲ್‌ನಲ್ಲಿದ್ದ ಫೋಟೋವನ್ನು ಗಂಡನ ಮುಂದೆ ಹಿಡಿದರು. "ಸ್ವಲ್ಪ.. ನೋಡಿ...." ಅಂದರು.

"ಗುಡ್, ಬ್ಯೂಟಿಫುಲ್...... ಎಂಥಾ ಮುದ್ದಾದ ಹುಡ್ಗೀ. ಎಷ್ಟು ಕ್ಯೂಟಾಗಿದ್ದಾಳೆ ನೋಡು. ನಾನೇ... ಇಂಪ್ರೆಸ್ ಆಗ್ಬಿಟ್ಟೆ. ಯಾರು ಈ ಹುಡ್ಗೀ" ಎಂದು ಕೇಳಿದರು. ಮೆಚ್ಚಿಗೆ ಸೂಚಿಸುತ್ತ.. 'ಹೌದು, ಮುದ್ದಾದ ಚೆಂದದ ರಾಜಕುಮಾರಿ' ಕಣ್ಣುಗಳಲ್ಲಿ ತುಂಬಿಕೊಳ್ಳುತ್ತ.

"ನಿಮ್ಗೇ ಯಾರೂಂತ ಗೊತ್ತಿಲ್ವಾ?" ಕೇಳಿದರು.

"ಖಂಡಿತ ಇಲ್ಲ. ಅಂತೂ ಮುದ್ದಾದ ಹುಡ್ಗೀ. ನನ್ಮಗನದು ಒಳ್ಳೆ ಕಲರ್ ನೋಡು. ಏನಾದ್ರೂ ಲವ್ ಅಫೇರಾ? ಈಗಾಗಲೇ ಭಗವಾನ್ ಮಗ್ಳ ಜೊತೆ ಓಡಿಯಾಡಿದ್ದಾನೆ. ನಿಶ್ಚಿತಾರ್ಥ ಮುಗಿದಿದೆ. ನೀನು ಸೊಸೆ ಅನ್ನೋ ತರಹ ಟ್ರೀಟ್ ಮಾಡ್ತಾ ಇದ್ದೀಯ. ಗರ್ಲ್ ಫ್ರೆಂಡ್ ಅನ್ನೋಕ್ಕಾಗೋಲ್ಲ. ಆ ಲುಕ್ ಇಲ್ಲ ಬಿಡು" ಎಂದರು ಸರಳವಾಗಿ.

"ಅಯ್ಯೋ, ಇದೇನು ಹೀಗೆ ಹೇಳ್ತೀರಾ, ಸ್ವಲ್ಪ ಕೂಡ ಸೀರಿಯಸ್‌ನೆಸ್ ಇಲ್ಲ. ಅದೇ ಅಮಲಾಪುರದ ಆನಂದಮೂರ್ತಿಗಳ ಮಗಳು. ಅವ್ರ ಹೆಸರು ಅಮಲಾನಂತೆ. ಅದು ಕೂಡ ನಿಮ್ಮ ಮಗ್ನ ಬಾಯಿಂದ ಕೇಳಿರೋದು. ನೋಡಿ ಎಷ್ಟರಮಟ್ಟಿನ ಮುಂದುವರಿಕೆ. ಇದೇನೋ ನಂಗೆ ಒಳ್ಳೆಯದೆನಿಸೋಲ್ಲ" ಒಂದಿಷ್ಟು ಗಾಬರಿಯಿಂದಲೇ ಉಸುರಿದ್ದು. ಚಿದಂಬರಂ ಬಾಯಿ ಮೇಲೆ ಕೈಇಟ್ಟುಕೊಂಡು "ಅದೇನು ದೊಡ್ಡ ಅನಾಹುತವಾದಂಗೆ ಮಾತಾಡ್ತೀಯ. ಎಷ್ಟೋ ಹುಡ್ಗೀರ ಫೋಟೋ ಇದೆ. ನೀನು ಯಾವ ಜಮಾನದಲ್ಲಿ ಇದ್ದೀ? ಇಲ್ಲಿಗೆ ಇದನ್ನೆಲ್ಲ ಡ್ರಾಪ್ ಮಾಡಿ ನಾರ್ಮಲ್ಲಾಗಿರೋಕೆ ಪ್ರಯತ್ನಪಡು" ಮಾತು ಮುಗಿಸುವ ವೇಳೆಗೆ ಅವರ ವಾಯ್ಸ್ ಜೋರಾಯಿತು. ಪದೇಪದೇ ಅದೇ ವಿಷಯ. ಅವರಿಗೆ ಸಾಕಾಗಿತ್ತು.

ಮರುದಿನ ಭಗವಾನ್ ದಂಪತಿಗಳು ಮಗಳ ಸಮೇತ ದಯಮಾಡಿಸಿದವರು ಸ್ವಲ್ಪ ಗಂಭೀರವಾಗಿಯೇ ಇದ್ದರು. ತಾರಿಣಿ ಕೂಡ ತೀರಾ ಉಪಚಾರವೇನು ಮಾಡೋಕೆ ಹೋಗಲಿಲ್ಲ.

ಕೇಶಿ ಜ್ಯೂಸ್ ಹಿಡಿದು ಬಂದಾಗ ಭಗವಾನ್ ಬೇಡವೆಂದವರು "ಚಿದಂಬರಂ ಯಾವಾಗ ಬರ್ತಾನೆ? ಅವ್ನು ಬಿಜೆ ಗೊತ್ತು. ಹಾಗಂತ ಫ್ಯಾಮಿಲಿನ ನೆಗ್ಲೆಕ್ಟ್ ಮಾಡೋಕ್ಕಾಗುತ್ತ?" ಸ್ವಲ್ಪ ದನಿಯೇರಿಸಿದರು. ಬಂದಿದ್ದು ಅಭಿನಂದನ್. ಇಂದು ಅವನ ಮುಖದಲ್ಲಿ ಹುಡುಗಾಟಿಕೆ ಇರಲಿಲ್ಲ. ಸ್ವಲ್ಪ ಸೀರಿಯಸ್ಸಾಗಿದ್ದ. "ಏನು ಭಗವಾನ್ ಮಾವ?" ವಿಚಾರಿಸುತ್ತಲೇ ಅವರ ಎದುರು ಕೂತ.

ಮಗಳತ್ತ ನೋಡಿದವರು ವಿಚಾರಿಸು ಎನ್ನುವಂತೆ ಕಣ್ಣಲ್ಲಿ ಸನ್ನೆ ಮಾಡಿದರು.

"ನೀನು ನನ್ನ ಕಾಲ್ ರಿಸೀವ್ ಮಾಡ್ತಾ ಇಲ್ಲ. ಎಷ್ಟು ಸಲ ಮೆಸೇಜ್ ಮಾಡೋದು.." ಹೀಗೆ ದೋಷಾರೋಪಗಳ ಪಟ್ಟಿಯನ್ನು ದೊಡ್ಡದು ಮಾಡುತ್ತ ಹೋದಳು. ಮೌನವಾಗಿ ಕೇಳಿದ "ಕಾಲ್ ರಿಸೀವ್ ಮಾಡ್ದೇ ಇರೋಕೆ, ಮೆಸೇಜ್‌ನ ನೆಗ್ಲೆಕ್ಟ್ ಮಾಡೋಕೆ ನಿಂಗೆ ಕಾರಣಗಳು ಗೊತ್ತಿರುತ್ತೆ. ನಾನು ಸ್ಟೂಡೆಂಟ್. ನಂಗೆ ನನ್ನದೇ ಆದ ಕೆಲ್ಸಗಳು ಇರುತ್ತೆ. ಇವೆಲ್ಲ ಬೇಡ. ನಾನೇ ನಿಂಗೆ ನೇರವಾಗಿ ಹೇಳ್ತಾ ಇದ್ದೀನಿ" ಎಂದು ಎದ್ದು ಹೊರಟವನು ಹಿಂದಕ್ಕೆ ಬಂದು ಕೂತ.

"ಸಾಕಷ್ಟು ಓಡಾಡಿದ್ದೀವಿ. ಗಿಫ್ಟ್‌ಗಳ ವಿನಿಮಯವಾಗಿದೆ. ಕಾಲ್, ಮೆಸೇಜ್‌ಗಳ ವಿನಿಮಯವಾಗಿದೆ. ಇನ್ಮೇಲೆ ಸಂಪೂರ್ಣ ಬಂದ್. ನನ್ನ ಕೆರಿಯರ್ ಬಗ್ಗೆ ಯೋಚ್ಸಬೇಕಿದೆ. ಬಿ ಸೀರಿಯಸ್" ಹೇಳಿದವನು ತನ್ನ ಪಾಡಿಗೆ ತಾನು ಹೊರಟಾಗ ಮೂವರು ದಿಗ್ಭ್ರಾಂತರಾದರು. ಏನಾಗುತ್ತಿದೆ? ಅವರ ಲೆಕ್ಕಾಚಾರ ಬೇರೆ ದಾರಿ ಹಿಡಿಯಿತು. "ಸ್ವಾಮೀಜಿಗಳು ಹೇಳ್ತಾ ಇರೋದು ನಿಜವೆನಿಸುತ್ತೆ. ಇನ್ನ ಒಯ್ದು ಅವ್ರ ಮುಂದೆ ಕೂಡಿಸಿದರೆ ಪೂರ್ಣ ಸಂಗ್ತಿ ಗೊತ್ತಾಗುತ್ತೆ." ಹೆಂಡತಿಯನ್ನು ಉದ್ದೇಶಿಸಿ ಹೇಳಿದರು. ಆಕೆ ಮುಖ ಒಂದುತರಹ "ಪೂರ್ತಿ ಬೋರಿಂಗ್, ನಿಮ್ಮ ಅತಿಯಾದ ನಂಬ್ಕೆಗಳಿಂದ ಸಾಕಷ್ಟು ರಿಸ್ಕ್ ಶುರುವಾಗಿದೆ. 'ನಿಸರ್ಗ' ಎಂಥ ಸುಂದರವಾದ ಬಿಲ್ಡಿಂಗ್! ವಾಸ್ತು ತಜ್ಞರ ಪ್ರಕಾರ ನಾಲ್ಕು ನ್ಯೂನತೆಗಳಿಗೆ ಇಡೀ ಬಿಲ್ಡಿಂಗ್ ಡೆಮಾಲಿಷ್ ಮಾಡ್ಸಿದ್ರಿ. ಈಗ ಅಭೀ... ಎಷ್ಟು ವಿಚಿತ್ರವಾಗಿ ಆಡೋಕೆ ಶುರು ಮಾಡಿದ್ದಾನೆ. ಮುಂದೇನು?" ಚಿಂತಿತರಾದರು.

ಆಮೇಲೆ ಭಗವಾನ್ ಎಷ್ಟೇ ಪ್ರಯತ್ನಿಸಿದರೂ ಅಭೀನ ಕರೆದೊಯ್ಯಲು ಸಾಧ್ಯವಿಲ್ಲ! ಅದಕ್ಕೆ ಕುಮ್ಮಕ್ಕಾಗಿ ನಿಂತವರು ಅಭಿನಂದನ್ ಹೆತ್ತವರು. ಪೂರ್ತಿ ಇವರುಗಳನ್ನ ನಿರಾಸೆಗೊಳಿಸಿದ.

* * *

ಹಿಂದಿನ ರಾತ್ರಿ ಹೆಂಡತಿಗೆ ಮಾತ್ರವಲ್ಲ ಮಗನಿಗೆ ಕೂಡ ಹೇಳಿದ್ದರು. ಶುಭಕರನನ್ನು ಮಾತ್ರವಲ್ಲ ವಿರೂಪಾಕ್ಷ ಮಾಸ್ತರರ ಮಗ, ಸೊಸೆಯನ್ನು ಭೇಟಿ ಮಾಡುವ ಉದ್ದೇಶ ಆನಂದಮೂರ್ತಿಗಳದ್ದು ಆಗಿತ್ತು.

ಊಟ ಮುಗಿಸಿಯೇ ಇತ್ತೀಚೆಗೆ ಕೊಂಡ ಮಾರುತಿಸ್ವಿಫ್ಟ್ ಏರಿದರು. ಆ ಕುಟುಂಬದ ಅದೃಷ್ಟವೋ, ಇಲ್ಲ ಇವರ ಧಾರಾಳತನಕ್ಕೆ ಪ್ರಕೃತಿಯ ಪ್ರಸನ್ನತೆಯೋ, ತರಕಾರಿಯಿಂದ ಹಿಡಿದು ಎಲ್ಲ ಫಸಲು ಭರ್ಜರಿಯಾಗಿಯೇ ಬರುತ್ತಿತ್ತು. ಕರುಬುವ ಜನ ಕೂಡ ಒಮ್ಮೊಮ್ಮೆ 'ಎಲ್ಲರನ್ನು ತನ್ನವರಂತೆ ಕಾಣೋ ಆನಂದಮೂರ್ತಿಗಳಂಥವರಿಗೆ ದೇವರು ಉಪಕಾರ ಮಾಡ್ತಾನೆ' ಇಂಥ ಮಾತುಗಳನ್ನು ಆಡಿಕೊಳ್ಳುತ್ತಿದ್ದರು.

ಶನಿವಾರವಾದ್ದರಿಂದ ಶುಭಕರ ಇವರಿಗಾಗಿಯೇ ಕಾಯುತ್ತಿದ್ದ. ಅಮಲಾಪುರದಿಂದ ಬುತ್ತಿ ಒಯ್ದಿದ್ದರಿಂದ ಊಟದ ತಾಪತ್ರಯವಿರಲಿಲ್ಲ. ಶ್ರೀ ತಾನೇ ಅವನಿಗೆ ಬಡಿಸಿದ ನಂತರ ತಂದೆಯ ಎದುರು ಕೂತ.

"ಶ್ರೀ ಸದ್ಯಕ್ಕೆ ಮದ್ವೆ ಬೇಡಾಂದ. ತಕ್ಷಣಕ್ಕೆ ನಿನ್ನ ವಿವಾಹ ಮಾಡಲೇಬೇಕೂಂತ

ನಿನ್ನಮ್ಮನ ಒತ್ತಾಯದ ಜೊತೆ ನನ್ನದು ಕೂಡ. ನಿನ್ನಣ್ಣದು ಕೂಡ ಇದೇ ಅಭಿಪ್ರಾಯ" ಎಂದರು ಆನಂದಮೂರ್ತಿ. ಒಂದೆರಡು ನಿಮಿಷದ ಮೌನದ ನಂತರ "ಶ್ರೀ ಅಣ್ಣನ ವಿವಾಹದ ನಂತರವೇ ನನ್ನದು ಅಂದ್ಕೊಂಡಿದ್ದೆ. ಈಗ..." ರಾಗ ಎಳೆದಕೂಡಲೇ ಶ್ರೀ "ಇದ್ರಲ್ಲಿ ಸಂಕೋಚ ಬೇಡ. ನನ್ನ ಮದ್ವೆಗೆ ಕಾಯೋದ್ರಿಂದ ಪ್ರಯೋಜನವಿಲ್ಲ. ವಧು ಅನ್ವೇಷಣೆ ಜೊತೆ... ಆಯ್ಕೆಯ ಬಗ್ಗೆ ಕೂಡ ತಿಳಿಸಿದ್ದೆ. ಈಗ..." ಶ್ರೀ ಮೊಬೈಲ್‌ನಲ್ಲಿದ್ದ ಸನ್ನಿಧಿಯ ಹಲವಾರು ಫೋಟೋಗಳನ್ನು ತೋರಿಸಿ ಸಾಕಷ್ಟು ಹೇಳಿದ "ತೀರಾ ಸಾಧಾರಣ ಕುಟುಂಬ, ಬಡತನ, ಹೆಚ್ಚು ಓದಿಲ್ಲ. ಇವು ಮೈನಸ್ ಪಾಯಿಂಟ್ಸ್, ಇನ್ನ ಪ್ಲಸ್ ಪಾಯಿಂಟ್ಸ್ ಚೆನ್ನಾಗಿದ್ದಾಳೆ. ಸಾತ್ವಿಕ ಸ್ವಭಾವ, ಹೊಂದಿಕೊಂಡು ಹೋಗುವ ಹುಡುಗಿ. ನಮ್ಮ ಅಮ್ಮಗಂತೂ ತೀರಾ ಇಷ್ಟವಾಗಿದ್ದಾಳೆ. ರಾತ್ರಿಗೆ ಹಿಂದಿರುಗೋಣ. ಸನ್ನಿಧಿ ಬಂದಿದ್ದಾಳೆ. ನೀವುಗಳು ಪರಸ್ಪರ ಇಷ್ಟಪಟ್ಟರೆ, ಮುಂದಿನ ಮಾತುಕತೆ. ಅಮ್ಮ ಮೆಚ್ಚಿಕೊಂಡಿದ್ದಾಳೆ. ಇನ್ನ ಅಪ್ಪನದು ಹೇಳಬೇಕಲ್ಲ. ನಿನ್ನ ಇಷ್ಟದ ನಂತರ ನಾನು ಮಾತಾಡಬಹುದಷ್ಟೆ" ಎಲ್ಲಾ ಶ್ರೀ ಹೇಳಿ ಮುಗಿಸಿದ.

ಆನಂದಮೂರ್ತಿಗಳು ಒಂದೆರಡು ಮಾತುಗಳನ್ನು ಹೇಳಿದರು.

"ನಾವು ಆ ಸಂಸಾರಕ್ಕೆ ಈ ರೀತಿಯಲ್ಲಿ ನೆರವಾಗುವುದು ನನ್ನ ಉದ್ದೇಶವಲ್ಲ. ಇಲ್ಲಿ ಕನಿಕರ, ಸಹಾನುಭೂತಿ ಅಂಥದ್ದು ಬೇಡ. ನಿಂಗೆ ಸನ್ನಿಧಿ ಇಷ್ಟವಾಗಿ ಅವಳಿಗೆ ನೀನು ಇಷ್ಟವಾದರೆ ಸಂಬಂಧ ಬೆಳೆಸುವ ಬಗ್ಗೆ ಮಾತಾಡೋಣ. ನಿನ್ನಮ್ಮನಿಗೆ ಅವಳು ಇಷ್ಟವಾದ ಕಾರಣಕ್ಕೆ ನೀನು ವಿವಾಹವಾಗಬೇಕಾದ್ದಿಲ್ಲ."

ಶುಭಕರ ಮಾತಾಡಲಿಲ್ಲ. ಕೆಲವೊಮ್ಮೆ ತಂದೆಯ ಸ್ವಭಾವಕ್ಕೆ ಬೇಸತ್ತಿದ್ದುಂಟು. ನಂತರದ ಪರಿಣಾಮಗಳಿಂದ ಬುದ್ಧಿ ಕಲಿತಿದ್ದರಿಂದ ತಕ್ಷಣಕ್ಕೆ ಪ್ರತಿಕ್ರಿಯಿಸಲಾರ.

"ಶುಭ, ನಮ್ಜೊತೆ ಊರಿಗೆ ಬರ್ಲಿ. ಆಮೇಲಿನ ನಿರ್ಧಾರವು ಅವರದ್ದೇ. ನಾವ್ಹೋಗಿ ವಿರೂಪಾಕ್ಷ ಮಾಸ್ತರರ ಮಗ, ಸೊಸೆಯನ್ನು ನೋಡಿ ಬರೋದಿದೆ. ನಿಂಗೆ ಫ್ರೀ... ಇದ್ದರೇ ಬರಬಹ್ದು" ಅಂದ ಶ್ರೀ ಅವನು ಹೋಗಲು ಸಿದ್ಧನಿದ್ದ. ಆದರೆ ಅಭೀ ಒಂದು ನಾಲ್ಕು ಸಲವಾದರೂ ಶುಭಕರನಿಗೆ ಕಾಲ್ ಮಾಡಿ "ನಂಗೆ ಮಾತಾಡೋದಿದೆ. ಖಂಡಿತ ಬರ್ತೀನಿ. ಒಂದೆರಡು ಗಂಟೆ ಜೊತೆಯಲ್ಲಿ ಕಳೆಯೋಣಾಂತ" ಇವನಿಂದ ಪ್ರಾಮಿಸ್ ಮಾಡಿಸಿಕೊಂಡಿದ್ದ.

"ಅಭೀ, ಬರ್ತೀನೀಂತ ಅಂದಿದ್ದಾನೆ. ಅದೇ ಎಂಎಲ್ಎ ಚಿದಂಬರಂ ಮಗ. ಎಂಬಿಎ ವ್ಯಾಸಂಗ ಮಾಡ್ತಾ ಇದ್ದಾನೆ. ಕಡೆಯ ವರ್ಷ. ನನ್ಜೊತೆ ತೀರಾ ಫ್ರೆಂಡ್‌ಷಿಪ್ ಬೆಳ್ಸಿಕೊಂಡಿದ್ದಾನೆ. ಆಗಾಗ್ಬರ್ತಾನೆ" ತಿಳಿಸಿದ. ಅಪ್ಪ, ಮಗ ಅರ್ಥ ಮಾಡಿಕೊಂಡರು. "ಆಯ್ತು, ರಾತ್ರಿ ನಾವು ಇಲ್ಲಿಗೆ ಬರ್ತೀವಿ. ಬರೋಕೆ ಸಿದ್ಧವಾಗಿರು. ಅಮ್ಮ ಒಂದತ್ತು ಸಲವಾದ್ರೂ ಹೇಳಿ ಕಳಿಸಿದ್ದಾಳೆ" ತಿಳಿಸಿಯೇ ಇವರುಗಳು ಹೊರಟಿದ್ದು.

ಶ್ರೀಗೆ ಅಂದು ನಡೆದ ಘಟನೆಯ ಬಗ್ಗೆ ಒಂದಿಷ್ಟು ಬೇಸರ, ಕೋಪ ಇರಬಹುದು. ಆನಂದಮೂರ್ತಿಗಳಿಗೆ ಅಂಥದೇನಿಲ್ಲ. ಇವರು ಹೇಳಿದ ಊರಿನ ಎಷ್ಟೋ ಸಮಸ್ಯೆಗಳನ್ನು ಬಗೆಹರಿಸಿಕೊಟ್ಟಿದ್ದರಿಂದ ಚಿದಂಬರಂ ಬಗ್ಗೆ ಗೌರವವೆ. ಒಂದು ಸಣ್ಣ ಆಕಸ್ಮಿಕಕ್ಕೆ

ರಂಪಾಟ ಇಷ್ಟವಿಲ್ಲ.

"ನಹುಷ ಸಿಕ್ಕಬಹುದಾ?" ಕೇಳಿದ ಜೊತೆಗೆ "ಅವನನ್ನು ಭೇಟಿ ಮಾಡುವ ಅಗತ್ಯವಿರಲಿಲ್ವೇನೋ" ಅನುಮಾನಿಸಿದ. "ನಿನ್ಮಾತು ಕೂಡ ಸರಿಯೇ. ಅಪ್ಪ, ಅಮ್ಮನ ಅಗತ್ಯವಿದ್ದಿದ್ದರೆ, ಸಣ್ಣ ಹುಡುಕಾಡೋ ಪ್ರಯತ್ನ ಮಾಡ್ತಾ ಇದ್ದನೇನೋ. ಅದೇ ಅವ್ರ ಪಕ್ಕದ ಫ್ಲಾಟ್‌ನ ಶೇಖರ್‌ನ ವಿಚಾರಿಸ್ದೇ. ಅಂಥ ಪ್ರಯತ್ನವೇನಿಲ್ಲ ಅಂದ್ರು" ಎಂದ ಶ್ರೀ ಅವರಿಗೆ ಸರಿಯಾದ ಮಾಹಿತಿ ಕೊಟಿದ್ದ. "ಅವ್ರು, ನಮ್ಮಲ್ಲೇ ಇದ್ದಾರೆ. ಯಾವ್ದೇ ತೊಂದರೆ ಇಲ್ಲ" ಎಂದಾಗ ಸಂತೋಷಿಸಿದ ಜೊತೆಗೆ ನರಸಕ್ಕ, ವಿರೂಪಾಕ್ಷ ಮಾಸ್ತರೊಂದಿಗೆ ಮಾತಾಡಿದ್ದರು.

"ಹೇಗಿದ್ರೂ, ಹೆತ್ತ ಮಗ. ಆ ಸಂಬಂಧ ನಹುಷನಿಗೆ ಎಳೆಯದಿರಬಹುದು, ಆದರೆ ಹೆತ್ತ ಕರುಳು... ಸುಪ್ಪತ್ತಿಯಲ್ಲಿದ್ದರೂ ಸುಖವಾಗಿರೋಲ್ಲ. ಅವ್ನಿಗೆ ಅನ್ಕೂಲವಾದಾಗ ಯಾವಾಗ್ಲಾದ್ರೂ ಬಂದು ನೋಡ್ಕೊಂಡ್ ಹೋಗ್ಲೀ... ಅನ್ನೋದು ನನ್ನ ಉದ್ದೇಶ. ನೋವು, ಸಂಕಟ, ದುಃಖದ ಅನುಭವ ಎಲ್ಲರಿಗೂ ಒಂದೇ. ಸ್ವೀಕರಿಸುವಲ್ಲಿ ವ್ಯತ್ಯಾಸವಿರಬಹುದು" ಆ ಸಮಯದಲ್ಲಿ ಅವರು ನಹುಷನ ಅಸಹಾಯಕ ಸ್ಥಿತಿಯ ಬಗ್ಗೆ ಯೋಚಿಸುತ್ತಿದ್ದರು.

ಅಪ್ಪ, ಮಗ ಮಾತಾಡುತ್ತಲೇ ಅಪಾರ್ಟ್‌ಮೆಂಟ್ಸ್ ತಲುಪಿದರು. ತೀರಾ ಸಾಧಾರಣ ಜನರ ವಸತಿನಿಲಯ. ಆದರೆ ನಹುಷ ಸಾರಾಗೆ ಲಕ್ಷಗಟ್ಟಲೆ ಇನ್‌ಕಂ ಇತ್ತು. ಆದರೂ ಇಲ್ಲಿ ವಾಸಿಸುವ ಉದ್ದೇಶ? ಅವರ ಅರಿವಿಗೆ ಬಂದಿರಲಿಲ್ಲ. ಇಬ್ಬರೂ ಫ್ಲಾಟ್‌ನಲ್ಲಿಯೇ ಇದ್ದರು. ಬೆಲ್ ಮಾಡಿದಾಗ ನಹುಷನೇ ಬಾಗಿಲು ತೆಗೆದಿದ್ದು. ಒಂದು ತರಹ ಗಾಬರಿಯಿಂದ ನೋಡಿದರು. ಅನಿವಾರ್ಯವಾಗಿ ಆಹ್ವಾನಿಸಿದರು.

"ಬನ್ನಿ.. ಬನ್ನಿ... ಶ್ರೀ ಈಗ್ಲೂ ಎಷ್ಟೊಂದು ಹ್ಯಾಂಡ್‌ಸಮ್ ಆಗಿ ಕಾಣ್ತಾನೆ" ಎಂದೇ ಸ್ವಾಗತಿಸಿದ. ಒಳಗೆ ಕೂಡ ತೀರಾ ಅಸ್ತವಸ್ತವಾಗಿತ್ತು. ಸೋಫಾ ಮೇಲೆ ಚೆಲ್ಲಾಪಿಲ್ಲಿಯಾಗಿದ್ದ ಉಡುಪುಗಳನ್ನೆಲ್ಲ ಒಯ್ದು ರೂಮಿನಲ್ಲಿ ಹಾಕಿ ಏನೋ ಹೇಳಿ ಬಂದ "ಈಗ ಜೀವನದ ಶೈಲಿಯೇ ಬದಲಾಗಿದೆ. ಯಾರು, ಯಾವ ಕೆಲ್ಸ ಮಾಡ್ಬೇಕೋ ಗೊತ್ತಾಗ್ತಾ ಇಲ್ಲ." ಒಂದಿಷ್ಟು ಕಸಿವಿಸಿ. ಹೇಳಿ "ಕೂತ್ಕೊಳ್ಳಿ, ಹೇಗಿದೆ ಅಮಲಾಪುರ?" ಕೇಳಿದ.

ಅಪ್ಪ, ಮಗ ಒಂದೇ ಸೋಫಾದಲ್ಲಿ ಕೂತರು. ಸುತ್ತಲೂ ಕಣ್ಣಾಡಿಸಿದರು. ಯಾವುದರಲ್ಲೂ ಶಿಸ್ತು ಇರಲಿಲ್ಲ. ಯಾರು, ಯಾವ ಕೆಲಸ ಮಾಡಬೇಕೆಂದು ಕನ್‌ಫ್ಯೂಷನ್‌ನಲ್ಲಿ ಇದ್ದುದ್ದರಿಂದ ಯಾವುದೇ ಕೆಲಸವನ್ನು ಪರ್‌ಫೆಕ್ಟಾಗಿ ಮಾಡಿರಲಿಲ್ಲ. ಬಹುಶಃ ಸಾಧ್ಯವಿರಲಿಲ್ಲ ಕೂಡ.

"ಹೇಗಿದ್ದೀಯೆ?" ವಿಚಾರಿಸಿದರು ಆನಂದಮೂರ್ತಿಗಳು. ಅವನತ್ತ ನೋಟ ಹರಿಸುತ್ತ ನಹುಷನ ಮಿದುಳು, ಮನಸ್ಸು ಅಸ್ತವ್ಯಸ್ತವಾಗಿರುವಂತೆ ಕಂಡಿತು. "ಅಮಲಾಪುರ ತುಂಬಾನೆ ಚೆನ್ನಾಗಿದೆ. ನಮ್ಮ ಕ್ಷೇತ್ರದಲ್ಲಿ ಗೆದ್ದ ಚಿದಂಬರಂ ಊರಿಗೆ ಸಾಕಷ್ಟು ಅನ್ಕೂಲಗಳನ್ನು ಮಾಡಿದ್ದಾರೆ. ಭಕ್ತಾದಿಗಳಿಗೆ ಛತ್ರ, ಕುಡಿಯುವ ನೀರಿನ ವ್ಯವಸ್ಥೆ,

ತಂಗಲು ವಸತಿನಿಲಯವನ್ನು ಮಾಡಿರುವುದರಿಂದ ದೇವಸ್ಥಾನಕ್ಕೆ ಬರೋ ಭಕ್ತಾದಿಗಳ ಸಂಖ್ಯೆ ಜಾಸ್ತಿಯಾಗಿದೆ" ಇದಿಷ್ಟು ಸರಳವಾಗಿ ಹೇಳಿದರು. ಅವನು ಸ್ವಲ್ಪಮಟ್ಟಿಗೆ ರಿಲಾಕ್ಸ್ ಆಗಲಿಯೆನ್ನುವುದು ಅವರ ಉದ್ದೇಶವಾಗಿತ್ತು.

"ಏನೋ, ಅಂಕಲ್... ಮೊದ್ಲಿನ ಹಾಗೆ ಬದ್ಕು ಆರಾಮೆನಿಸುತ್ತ ಇಲ್ಲ. ಏನು ಮಾಡೋಕೂ ಉತ್ಸಾಹವಿಲ್ಲ" ಅನ್ನುವ ವೇಳೆಗೆ ಸಾರ ಬಂದು ಅವನ ಪಕ್ಕ ಕೂತು. "ನೀವು ಅಮಲಾಪುರದವ್ರು ಅಲ್ವಾ?" ಕೇಳಿದರು. ಹೂ್ಗುಟ್ಟಿದರು. ಆಮೇಲೆ ಬಿಚ್ಚಿದರು ವಾಣಿಜ್ಯ ಸಂಕೀರ್ಣದ ಭಾಗಸ್ಥರಾಗಲು ಸಾಕಷ್ಟು ಸಾಲ ಮಾಡಿಕೊಂಡು ಹೆಣಗಾಡುತ್ತಿದ್ದರು. "ನಾನು ಸಾಲ ತೆಗೆದಿದ್ದೀನಿ. ಸಾರಾ ಕೂಡ ಲೋನ್ ಮಾಡ್ಕೊಂಡಿದ್ದಾಳೆ. ಇನ್ನಷ್ಟು ಹಣ ಬೇಕು. ಅದು ಮುಗಿದರೆ ಅದ್ರ ಮೇಲೆ ಬ್ಯಾಂಕ್‌ನಿಂದ ಲೋನ್ ತೆಗೀಬಹ್ದು. ಅದು ಯಾವ್ದೋ ಕಾನೂನು ಸಮರದಲ್ಲಿ ಸಿಕ್ಕಿಹಾಕ್ಕೊಂಡಿದೆ. ಮುಗೀತಾ ಇಲ್ಲ. ಈಗ ಹಣಕ್ಕಾಗಿ ಪರದಾಡೋ ಹಂಗೆ ಆಗಿದೆ" ಅವರ ಸಂಕಷ್ಟಗಳ ಬಗ್ಗೆ ಹೇಳಿಕೊಂಡರು. ಒಬ್ಬರನ್ನೊಬ್ಬರು ದೂರಿದರು, ಕೆಟ್ಟ ಮಾತುಗಳಿಂದ ನಿಂದಿಸಿಕೊಂಡರು. ಅವರಿಬ್ಬರ ಮಧ್ಯೆ ಇದ್ದಿದ್ದು ಅಶಾಂತಿಯ ಬೆಂಕಿ.

"ಬಿಡಿ... ಬಿಡೀ... ಮುಂದುವರಿದ್ದೀರಿ. ಪರಿಹಾರದ ಮಾರ್ಗ ಹುಡ್ಕಿಕೊಳ್ಳಬೇಕಷ್ಟೆ. ಸಮಸ್ಯೆಗಳು ಬರುತ್ತೆ, ಇರುತ್ತೆ... ಸಾಮರಸ್ಯದಿಂದ ಸುಲಭದ ಪರಿಹಾರದ ಮಾರ್ಗ ಕಂಡುಕೊಳ್ಳಬೇಕಷ್ಟೆ" ಸಮಾಧಾನದಿಂದಲೇ ಹೇಳಿದರು. ಇಷ್ಟು ಮಾತುಗಳಲ್ಲಿ ಅಪ್ಪಿ ತಪ್ಪಿ ಹೆತ್ತವರ ಪ್ರಸ್ತಾಪವೆತ್ತದಿದ್ದಾಗ ಸ್ವಲ್ಪ ಕಸಿವಿಸಿಗೊಂಡಿದ್ದು ಶ್ರೀ "ಈಗ ವಿರೂಪಾಕ್ಷ ಮಾಸ್ತರು ಎಲ್ಲಿದ್ದಾರೆ?" ಕೇಳಿಯೇಬಿಟ್ಟ. ನಹುಷ ಸ್ವಲ್ಪ ತಡಬಡಿಸಿದ. ಆದರೆ ಸಾರಾ "ಅವರದು ವಿಚಿತ್ರ ಮನಸ್ಥಿತಿ. ಆ ವಯಸ್ಸಿನಲ್ಲಿ ಮೂರ್ಹೊತ್ತು ತಿಂದು ಆರೋಗ್ಯದ ಬಗ್ಗೆ ಸ್ವಲ್ಪ ಕೂಡ ಮುತುವರ್ಜಿ ಇಲ್ಲ" ಗೊಣಗಿದಳು.

"ಅವ್ರ ಬಗ್ಗೆ ಗೊತ್ತು. ಈಗ.....ಎಲ್ಲಿದ್ದಾರೆ?" ಕೇಳಿದ. ಶ್ರೀ ನೆಂಟರು ಮನೆಯಲ್ಲಿದ್ದಾರೆ. ಫ್ಲಾಟ್... ಬೇಡಾಂತ ಅನ್ನಿಸ್ತು. ಇದು ಚಿಕ್ಕು. ಅವ್ರಿಗೆ ಮಾತ್ರವಲ್ಲ ನಮ್ಗೂ ಮುಜುಗರವೆ. ನಮ್ಗೆ ವಾಣಿಜ್ಯ ಸಂಕೀರ್ಣದ ಪಾಲುದಾರಿಕೆಗಾಗಿ ಸಾಕಷ್ಟು ಹಣ ಲೋನ್ ಮಾಡಿದ್ದೀವಿ. ಈಗ ಕಷ್ಟಪಟ್ಟರೆ ಮುಂದೆ ಶ್ರೀಮಂತ ಜೀವ್ನ ನಮ್ಮದಾಗುತ್ತೆ. ಮುಖ್ಯ ವಿಷಯ ಬಿಟ್ಟು ಮಿಕ್ಕಿದ್ದೆಲ್ಲ ವದರಿದಳು. ಬಹಳ ಸ್ವಾರ್ಥಿ.

"ಅಂದರೆ, ಅವ್ರು ಒಂದು ಲೆಕ್ಕದಲ್ಲಿ ಹೊರೆಯೇ. ಸ್ವಲ್ಪ ಕೂಡ ನಾಜೂಕಿಲ್ಲ, ಆ ಸರಸಕ್ಕನಿಗೆ ಒಂದು ಕೆ.ಜಿ. ಬೇಳೆ ಒಂದು ವಾರಕ್ಕೆ ಫಿನಿಷ್. ತೀರಾ ಕಷ್ಟವೆನಿಸಿತು. ನೇರವಾಗೇ ಹೇಳ್ದೇ. ಅವರೇನು ಮಗನಿಗಾಗಿ ಕೋಟ್ಯಂತರ ಆಸ್ತಿ ಮಾಡಿದ್ದಾರೆ? ಅಮಲಾಪುರದಲ್ಲಿದ್ದ ಮನೆ, ಜುಜುಬಿ ಪೆನ್‌ಷನ್. ಇಷ್ಟರ ಸಲುವಾಗಿ ಮುಂದೆ ಬದುಕಿರೋವರ್ಗೂ ನಾವು ಸಾಕೋಕೆ ಆಗುತ್ತಾ? ಕಾಯಿಲೆ.. ಕಸಾಲೆಗೆ ಖರ್ಚು ಮಾಡೋಕೆ ನಮ್ಮಲ್ಲಿ ಹಣ ಎಲ್ಲಿದೆ? ಎಲ್ಲೋ.... ಇದ್ಕೊಳ್ಳಿ" ಕದ್ದುಮುಚ್ಚಿ ಮಾಡದೇ ಎಲ್ಲಾ ಒದರಿಬಿಟ್ಟಳು. ಧೀರ ಸೊಸೆ ಸಾರಾ. 'ಶಭಾಷ್' ಎನ್ನಬೇಕೆನಿಸಿತು ಆನಂದಮೂರ್ತಿಗಳಿಗೆ. ಕನಿಕರದಿಂದ ನೋಡಿದರು. ಅಲ್ಲಿ ಮಾನವತ್ವ ಸರ್ವನಾಶ.

ಶ್ರೀಗೆ ಮಾತೇ ಬೇಡವೆನಿಸಿತು. ಮೇಲೆದ್ದು ತಂದೆಯ ಕಡೆ ನೋಡಿದವನು

"ಹೋಗೋಣ, ಇವ್ರು ಮನುಷ್ಯರೇ ಅಲ್ಲ!" ನಡೆದ. ಎಂಥ ಕ್ರೂರ ಜನ ಎಂದುಕೊಂಡ. "ನಾವು ಸುಮಾರಾದ ವೃದ್ಧಾಶ್ರಮದಲ್ಲಿ ಬಿಟ್ಟರೂ ತಿಂಗ್ಳು... ತಿಂಗ್ಳು ಹಣ ಕೊಡ್ಬೇಕಾಗುತ್ತೆ. ಹೇಗೂ ಈ ಸಲ ಉಜ್ಜಯಿನಿಯಲ್ಲಿ ನಡ್ಯೋ ಸಿಂಹಸ್ಥ ಕುಂಭಮೇಳಕ್ಕೆ ಕರೆದೊಯ್ದು ಬಿಟ್ಟು ಬಂದರಾಯ್ತು. ನಿಮ್ಮಪ್ಪ ಶಾಹಿಸ್ನಾನ ಮಾಡಲೇಬೇಕೂಂತ ನಾಲ್ಕಾರು ಸಲ ಹೇಳಿದ್ದಾರೆ. ಅದು ನಮ್ಮ ಅನ್ಕೂಲಕ್ಕೆ ಬರುತ್ತೆ ಎಂದು ಆರು ತಿಂಗಳು ಮೊದಲೇ ಸ್ಕೇಚ್ ಹಾಕಿಕೊಂಡಿದ್ದರು ಮಗ ಸೊಸೆ" ಎಂದು ನೆರೆಮನೆಯವರು ತಿಳಿಸಿದ್ದರು. ಆ ಕಾರಣಕ್ಕಾಗಿಯೇ ಇವರನ್ನು ಕರೆದೊಯ್ದು ನರಸಿಂಹ ದೇವಸ್ಥಾನದ ಅರ್ಚಕರಿಗೆ ಒಪ್ಪಿಸಿ ಬಂದಿದ್ದರು. ಕಂಬನಿ ತುಂಬಿ ಇದನ್ನು ಹೇಳಿದ್ದರು.

ಆನಂದಮೂರ್ತಿಗಳು ತಣ್ಣಗೆ ಮೇಲೆದ್ದರು. "ಅಂಕಲ್, ಕೂತ್ಕೊಳ್ಳಿ ಕಾಫೀಯಾದ್ರೂ ಕುಡಿದುಹೋಗ್ಬಹುದ್ದು" ಎಂದ ನಹುಷ. ಅವನ ಭುಜದ ಮೇಲೆ ಕೈಯಿಟ್ಟ ಆನಂದಮೂರ್ತಿಗಳು "ಇನ್ನು ಯಾವ ಕೆಲ್ಸ ಯಾರು ಮಾಡ್ಬೇಕನ್ನೋ ಗೊಂದಲದಲ್ಲೇ ಇದ್ದೀರಾ. ಈಗ ಕಾಫೀ ನೀನು ಮಾಡೋದು, ಸಾರ ಮಾಡೋದು, ಅದು ಇಬ್ಬರಿಗೂ ಗೊತ್ತಿಲ್ಲ. ವಿರೂಪಾಕ್ಷ ಮಾಸ್ತರು ನರಸಕ್ಕ ನಮ್ಮಲ್ಲಿ ಇದ್ದಾರೆ. ಅಮಲಾಪುರದಲ್ಲಿ ಅವರಿಂದ ಕಲಿತ ಎಷ್ಟೋ ಮಗ್ಳು ಇದ್ದಾರೆ. ನಿಂಗೆ ನೋಡ್ಬೇಕೆನಿಸಿದಾಗ ಬಂದ್ ಹೋಗ್ಬಹುದು. ಕುಂಭಮೇಳಕ್ಕೆ ಕರೆದೊಯ್ದು ಅತಿ ಪವಿತ್ರವಾದ ಕ್ಷಿಪ್ರಾ ನದಿಯಲ್ಲಿ ಶಾಹಿಸ್ನಾನ ಮಾಡ್ಸಿಕೊಂಡು ನಾನು ಹಿಂದಕ್ಕೆ ಕರ್ಕೊಂಡ್ ಬರ್ತೀನಿ" ಅಂದು ನಡದೇಬಿಟ್ಟರು.

ಸಂಬಂಧಗಳ ಬೆಲೆ, ಅದರ ಅನನ್ಯತೆ ಅರಿಯದ ಮೂರ್ಖರು ಗರಬಡಿದಂತೆ ನಿಂತಿದ್ದರು. ನಹುಷ ಸಾರಾ ಬದುಕು ಎಂಥದ್ದು?

ಆದರೆ ಇವರು ಫ್ಲ್ಯಾಟ್ ತಲುಪಿದಾಗ ಶುಭಕರ ಕಾಯುತ್ತ ನಿಂತಿದ್ದವನ ಜೊತೆಯಲ್ಲಿ ಅಭಿನಂದನ್ ಕೂಡ ಇದ್ದ. ಮುಗುಳ್ನಗೆ ಬೀರಿ ಎರಡು ಕೈಗಳನ್ನು ಜೋಡಿಸಿ ವಿಶ್ ಮಾಡಿದವನು ಶ್ರೀಯತ್ತ ಕೈಚಾಚಿ ತನ್ನ ಪರಿಚಯ ಹೇಳಿಕೊಂಡಾಗ ಅವನು ಕೈ ಕುಲುಕಿ "ನೀವು ನಮ್ಮ ಶುಭಂಗೆ ಒಳ್ಳೆ ಫ್ರೆಂಡಂತೆ. ತುಂಬ ಸಂತೋಷ" ಎಂದ ಶ್ರೀ. ನಾಲ್ಕಾರು ಮಾತುಗಳಾದ ಮೇಲೆ ಆನಂದಮೂರ್ತಿಗಳು ಹೊರಡುವಾಗ "ಈ ಸಲ ಅಮಲೇಶ್ವರನ ದರ್ಶನಕ್ಕೆ ಬಂದಾಗ ನಮ್ಮಲ್ಲಿಗೆ ಬಂದ್ಹೋಗಿ" ಒಂದು ಸಣ್ಣ ಆಹ್ವಾನ ಕೊಟ್ಟರು ಅವನಿಗೆ. ಅಷ್ಟು ಅವನಿಗೂ ಸಾಕಿತ್ತು. "ಷೂರ್, ಖಂಡಿತ ಬರ್ತೀನಿ. ನೀವು ಸ್ವತಂತ್ರವಾಗಿ ಕೂಡ ಎಲೆಕ್ಷನ್‌ಗೆ ನಿಂತರೂ ನನ್ನ ಡ್ಯಾಡಿ ಸೋಲೋದಂತೂ ಗ್ಯಾರಂಟಿ ಅಂತೆ" ಅಂದ ಹಾಸ್ಯದಿಂದ. ಇದು ನಿಜವಿರಬಹುದು. ಆನಂದಮೂರ್ತಿ ಒಪ್ಪೋಲ್ಲ.

"ಆ ಛಾನ್ಸ್ ಇಲ್ಲ, ಬಿಡೀ. ಏನಾದ್ರೂ ಒಳ್ಳೆಯದಾದರೆ ಸಾಕು. ನಂಗೆ ರಾಜಕೀಯಕ್ಕೆ ಬರೋ ಆಸಕ್ತಿ ಇಲ್ಲ. ಇಲ್ಲಿರೋ ಸ್ವತಂತ್ರ ಅಲ್ಲಿರೋಲ್ಲ. ನನ್ನ ಫ್ಯಾಮಿಲಿ ಕ್ಯಾಬಿನೆಟ್‌ಗೆ ನನ್ನಲ್ಲಿ ಪೂರ್ಣ ಭರವಸೆ, ನಂಬ್ಕೇ, ಅಲ್ಲಿ ಅದೆಲ್ಲ... ಸಾಧ್ಯವಿಲ್ಲ" ಮನಃಪೂರ್ವಕ ನಗೆ ಬೀರಿದರು.

ಮನೆಗೆ ಬಂದಕೂಡಲೆ ತಾರಿಣಿಯವರ ಮುಂದೆ ಬಿತ್ತರಿಸಿದ. "ಆಗಾಗ

ಆನಂದಮೂರ್ತಿಗಳ ವಿಚಾರ ಪ್ರಸ್ತಾಪಿಸುತ್ತಲೇ ಇರ್ತಾರೆ, ಒಬ್ಬರಲ್ಲ.... ಒಬ್ರು. ಅವ್ರು ಯಾವ್ದೇ ಕಾರಣಕ್ಕೂ ಎಲೆಕ್ಷನ್‌ಗೆ ನಿಲ್ಲೋಲ್ಲವಂತೆ, ಡ್ಯಾಡಿ ಈ ಸಲನು ಗೆಲ್ಲೋದು ಗ್ಯಾರಂಟಿ. ಇನ್ನ ಮಂತ್ರಿ ಪದವಿಗೆ ಆರಾಮಾಗಿ ಟ್ರೈ ಮಾಡ್ಬಹ್ದು. ಮಮ್ಮಿ ನಿಂಗೂ ಮಂತ್ರಿ ಹೆಂಡ್ತಿ ಆಗೋ ಯೋಗ ಇದೆ. ಇದ್ನ ಭಗವಾನ್‌ವರ್ಗ್ಗೂ ಒಯ್ಯೋದು ಬೇಡ."

ತಾರಿಣಿ ಮೌನವಾದರು. ಸ್ವತಃ ಇವನೇ ಹೋಗಿ ಆನಂದಮೂರ್ತಿಗಳನ್ನು ಭೇಟಿಯಾಗಿ ಬಂದನಾ? ಅದು ಅಮಲ ಸಲುವಾಗಿಯೊ? ನೂರೆಂಟು ಅನುಮಾನಗಳು ಅವರಲ್ಲಿ ಇಣುಕತೊಡಗಿತು. ಇಷ್ಟು ಬೇಗ ಹತ್ತಿಕ್ಕಲಾರದಾದರು.

"ನೀನು ಅಮಲಾಪುರಕ್ಕೆ ಹೋಗಿದ್ಯಾ?" ಕೇಳಿದರು.

"ಇಲ್ಲ ಆನಂದಮೂರ್ತಿಗಳ ಮಗ ನನ್ನ ಕ್ಲೋಸ್ ಫ್ರೆಂಡ್. ನಾನೇ ಇಷ್ಟಪಟ್ಟು ಮಾಡ್ಕೊಂಡಿದ್ದು. ಅವ್ನ ಅಪಾರ್ಟ್‌ಮೆಂಟ್‌ನಲ್ಲೇ ಆನಂದಮೂರ್ತಿಗಳ್ನ ಭೇಟಿ ಮಾಡಿದ್ದು. ವೆರಿ ನೈಸ್ ಜಂಟಲ್‌ಮನ್. ಬಹಳ ಚೆನ್ನಾಗಿ ಮಾತಾಡ್ಸಿದ್ರು. ನಿಮ್ಮನ್ನು ವಿಚಾರಿಸಿದ್ರು. ನಿಮ್ಮ ಬಗ್ಗೆನು ಗೌರವವೇ. ಹಿಂಬಾಲಕರಿಂದ ಸಾವಿರ ಜೈಕಾರಗಳ್ನ ಪಡ್ಯೋಕ್ಕಿಂತ ಅಂಥ ವ್ಯಕ್ತಿಯ ಒಂದು ಹೊಗಳಿಕೆನೇ ಸಾಕು. ತುಂಬಾ ಇಷ್ಟವಾಗಿ ಬಿಡ್ತಾರೆ. ನಂಗೂ ಬನ್ನಿ ಅಂತ ಬಂದು ಇನ್ವಿಟೇಷನ್ ಕೊಟ್ಟಿದ್ದಾರೆ. ಶುಭನ ಅಮ್ಮ ಒಳ್ಳೆ ಕುಕ್ ಅಂತೆ" ಎಂದು ಲೊಟ್ಟೆ ಹಾಕಿದಾಗ ಅಲ್ಲೇ ಇದ್ದ ತಾರಿಣಿ ಕೋಪಗೊಂಡರು.

"ಛೆ, ನಿಂಗೆ ಅಂತಸ್ತಿನ ಅರಿವೇ ಇಲ್ಲ. ನೀನೊಬ್ಬ ಎಂಎಲ್‌ಎ ಮಗ. ನಾಳೆ ನಿನ್ತಂದೆ ಮಂತ್ರಿ ಆಗೋರು. ಅವ್ರ ಮಗ ನೀನು. ಅಂತಸ್ತಿಗೆ ಅನುಗುಣವಾಗಿ ಮಾತು, ನಡವಳಿಕೆ ಬೆಳೆಸ್ಕೋ. ಮಂತ್ರಿಯ ಮಕ್ಳು ರಾಜಕೀಯದಲ್ಲಿ ಹೇಗೆ ಬೆಳೆಯೋದೂಂತ ಯೋಚಿಸ್ತಾರೆ. ನೀನು ನೋಡು."

ಚಿದಂಬರಂ ಆರಾಮಾಗಿ ಮುಗುಳ್ನಗೆ ಬೀರಿದರು. ಮಗನ ಮೇಲೆ ಯಾವುದೇ ಒತ್ತಡವೇರಲಾರರು.

"ಮಂತ್ರಿಯ ಮಕ್ಕಳೇನು ಕಿರೀಟ ಇಟ್ಕೊಂಡ್ ಓಡಾಡೋಲ್ಲ. ನಂಗೆ ಅದು ಬೇಡವೂ ಬೇಡ. ವಂಶ ಪರಂಪರೆ ರಾಜಕೀಯ ನಂಗೆ ಬೇಡ. ನನ್ನ ಎಜುಕೇಷನ್ ಎಂಬಿಎ. ಅದಕ್ಕೆ ಅನುಗುಣವಾಗಿ ಕೆಲ್ಸ ಹುಡ್ಕೋತೀನಿ. ಆಮೇಲೆ ಮಿಕ್ಕಿದ್ದು. ಇನ್ನೊಂದು ವಿಷ್ಯ, ಆ ಭಗವಾನ್ ಒಬ್ಬ ಮೂರ್ಖ. ಮೌಢ್ಯಗಳ ಬಗ್ಗೆ ಸ್ವಾಮಿ ವಿವೇಕಾನಂದರು ಏನು ಹೇಳಿದ್ದಾರೆ. ಗೊತ್ತಾ? ಮೌಢ್ಯನಾಗಿರುವುದಕ್ಕಿಂತ ನಾಸ್ತಿಕನಾಗಿರುವುದು ಮೇಲು. ನಾಸ್ತಿಕ ಜೀವಂತವಾಗಿ ಇರ್ತಾನೆ. ಅವನಿಂದ ಏನಾದರೂ ಉಪಯೋಗವಿದೆ. ಒಮ್ಮೆ ಮೂಢನಂಬಿಕೆ ಪ್ರವೇಶಿಸಿದರೆ ಹುಚ್ಚರಾಗ್ತಾರೆ, ತಲೆ ಕೆಡುತ್ತೆ. ಇಂಥ ಮಾತುಗಳನ್ನು ಹೇಳಿದ್ದು ಯಾರು ಗೊತ್ತಾ? ವೀರ ಸನ್ಯಾಸಿ ಸ್ವಾಮಿ ವಿವೇಕಾನಂದರು. ನಿಸರ್ಗ ಅಪ್ಪನದು ಹುಚ್ಚುತನ. ಅದಕ್ಕೆ ನನ್ನ ಸೇರ್ಪಡೆ ಬೇಡ. ನಂಗೂ ಸಹಿಸಿ.... ಸಹಿಸಿ ಸಾಕಾಗಿದೆ. ನಾನು ಚಿದಂಬರಂ ಮಗ. ಅವ್ರಿಗೂ, ಭಗವಾನ್‌ಗೂ ದೋಸ್ತಿ ಇರ್ಬಹ್ದು. ಅದಕ್ಕೆ ನಾನು ಬಲಿಪಶು ಆಗ್ಲಾರೆ. ಇನ್ಮೇಲೆ ಎಲ್ಲಾ ಬಂದ್, ರಜನಿಗೂ ಹೇಳು" ಎಂದ್ದು ಒದರಿ ರೂಮಿಗೆ ಹೋಗಿ ಬಾಗಿಲು ಹಾಕಿಕೊಂಡು ಶುಭಂಗೆ ಕಾಲ್

ಮಾಡಿದ "ಅಮಲಾಪುರದಲ್ಲಿ ಇದ್ದೀನಿ. ಆಮೇಲೆ ಕಾಲ್ ಮಾಡ್ತೀನಿ" ಎಂದು ಕಟ್ ಮಾಡಿದ. ಆಗ ಅಪ್ಪ, ಮಕ್ಕಳು ಊಟಕ್ಕೆ ಕೂತಿದ್ದರು.

"ನರಸಕ್ಕ... ಬಂದಿದ್ರು. ಮಗಳು, ಮೊಮ್ಮಗಳನ್ನು ಕರೆಸಿದ್ದಕ್ಕೆ ಪೂರ್ತಿ ಕಾರಣ ಗೊತ್ತಿಲ್ಲದಿದ್ದರೂ, ನನ್ನ ಮೊಮ್ಮಗಳಿಗೆ ಒಂದ್ಮದ್ವೆ ಮಾಡಿ ಪುಣ್ಯ ಕಟ್ಟಿಕೊಳ್ಳಿ. ಈ ಜನ್ಮಕ್ಕೆ ಮುಕ್ತ ಆರೋಗ್ಯ ಸರಿಹೋಗೋಲ್ಲಾಂತ ಕಣ್ಣೀರಿಟ್ಟರು" ಅದಕ್ಕೆ ಮೂವರು ಪ್ರತಿಕ್ರಿಯಿಸಲಿಲ್ಲ.

ರಾತ್ರಿಯ ತಣ್ಣನೆಯ ವಾತಾವರಣ ಶ್ರೀ, ಶುಭಕರ ಇಬ್ಬರೂ ತೋಟದತ್ತ ಹೆಜ್ಜೆ ಹಾಕಿದರು. "ನಹುಷನಿಗೆ ಇರೋ ವಿಚಾರ ಹೇಳಿಬಂದಿದ್ದೀವಿ. ಇಬ್ರೂ ಒಳ್ಳೆ ಸಂಬಳ ಪಡೆದರೂ ಒಂದು ರೀತಿಯ ನಿಕೃಷ್ಟ ಸ್ಥಿತಿಯಲ್ಲಿ ಇದ್ದಾರೆ. ಸಮಯದ ಮಹತ್ವವೇ ತಿಳಿದಿಲ್ಲ. ಬಹುಶಃ ಆ ವಾಣಿಜ್ಯ ಸಂಕೀರ್ಣ ಇವ್ರ ಪಾಲಿಗೆ ಬರೋಕೆ ವರ್ಷಗಳೇ ಬೇಕಾಗಬಹುದು. ಅದಕ್ಕೆ ಬಲಿ ಕೊಟ್ಟಿದ್ದು, ಹೆತ್ತವರನ್ನು ಮಾತ್ರವಲ್ಲ, ಅವರುಗಳನ್ನು ಕೂಡ. ಹಣವನ್ನು ಪೈಸೆ ಪೈಸೆ ಕೂಡಿಹಾಕುವುದೇ ಬುದ್ಧಿವಂತಿಕೆಯಲ್ಲ. ಎಲ್ಲಕ್ಕಿಂತ ಹೆಚ್ಚು ಅಮೂಲ್ಯವಾದದ್ದು ಸಮಯ. ಅಂಥ ಸಮಯದ ಸದ್ವಿನಿಯೋಗವೇ ಯಶಸ್ಸಿನ ಗುಟ್ಟು. ಹಣ ಸಂಪಾದನೆ ಮಾಡಬಹುದು ಕಳೆದ ಕಾಲವನ್ನು ಮತ್ತೆ ಸಂಪಾದನೆ ಮಾಡೋದು ಸಾಧ್ಯವಿಲ್ಲ. ಅದು ದೈವಾಧೀನ." ಮಾತಿನೊಡನೆ ತೋಟವನ್ನು ತಲುಪಿದ್ದು ಆಗಿತ್ತು. ಆನಂದಮೂರ್ತಿಗಳು ಜೊತೆಯಲ್ಲಿ ಶ್ರೀ ಇದ್ದ. ಹೆಚ್ಚುಕಡಿಮೆ ತೋಟದ ಮನೆಯಲ್ಲಿ ರಾತ್ರಿ ವೇಳೆಯು ಉಳಿಯುತ್ತಿದ್ದರು. ಇಲ್ಲಿಗೆ ವಿರೂಪಾಕ್ಷ ಮಾಸ್ತರರ ಕುಟುಂಬ ಬಂದಮೇಲೆ ಅದು ತಪ್ಪಿತ್ತು. ಬದಿಗೆ ಆಳುಗಳಿಗಾಗಿ ಕಟ್ಟಿಸಿದ ಮನೆಗಳು ಇದ್ದವು. ನಾಲ್ಕಾರು ಜನವಾದರೂ ತೋಟದ ಮನೆಯ ಮುಂದೆ ಬಂದು ಮಲಗುತ್ತಿದ್ದರು.

ಎದುರು ಸಿಕ್ಕವರೊಂದಿಗೆ ಮಾತಾಡುತ್ತ ಹೋಗಿ ಒಂದೆಡೆ ಕೂತರು. "ಅಣ್ಣ, ನಿನ್ನ ಒಂದ್ಮಾತು ಕೇಳ್ಲಾ?" ಎಂದ ಶುಭಕರ. ಅವನ ಮೇಲೆ ಕೈಹಾಕಿ "ವೈನಾಟ್, ನಿನ್ನ ವಿವಾಹದ ನಂತರವೇ ನನ್ನ ಮದ್ವೆ ಮಾಡೋ ಹಂಬಲ ಇತ್ತು ಅಮ್ಮನಿಗೆ. ನಿನ್ನ ನಿರ್ಧಾರಕ್ಕೆ ಪಾಲಾಕ್ಷ ಮಾವನ ಮಗ್ಳು ರಕ್ಷಾ ಕಾರಣನಾ?" ಕೇಳಿದ. ತಮ್ಮನ ಭುಜದ ಮೇಲಿನ ಕೈ ತೆಗೆದು ಬೇರೆಡೆ ನೋಟ ಹರಿಸುತ್ತ "ಅಲ್ಲ, ಹೌದು... ಅನ್ನೋ ತರ್ಕ ಎಷ್ಟರಮಟ್ಟಿಗೆ ಸರಿಯೋ ಗೊತ್ತಿಲ್ಲ. ನನ್ನ ವಿಚಾರಧಾರೆ ಒಂದಿಷ್ಟು ಭಿನ್ನವೇ. ನನ್ನ ಸಮಯ, ನನ್ನ ಸುಖ, ನನ್ನ ಸಂಪಾದನೆ ಪೂರ್ತಿಯಾಗಿ ಬರೀ ನನ್ನ ಕುಟುಂಬಕ್ಕಾಗಿ ಮಾತ್ರ ಎಂದು ಯೋಚಿಸಲಾರೆ. ಇಷ್ಟೆ ಆದರೆ, ಬದ್ಕುಯಾಕೆ ಎಂದು ಮನ ತರ್ಕಿಸುತ್ತೆ. ಸದ್ಯಕ್ಕೆ, ಅದು... ಬೇಡ. ಹೇಗೂ ವಿವಾಹವಾಗೋ ತೀರ್ಮಾನ ಮಾಡಿದ್ದರಿಂದ 'ಸನ್ನಿಧಿ' ಒಂದು ಸಜೆಷನ್. ಅವಳನ್ನೆ ವಿವಾಹವಾಗು ಅನ್ನೋ ನಿರ್ಬಂಧವೇನಿಲ್ಲ. ನಿನ್ನ ಲೆಕ್ಕಾಚಾರದಲ್ಲಿ, ನಿನ್ನ ಮನಸ್ಥಿತಿಯಲ್ಲಿ ಯೋಚ್ಸು. ಸನ್ನಿಧಿ ಚೆಂದದ ಗೊಂಬೆಯೆ? ನಿನಗೆ ಹೊಂದಿಕೊಳ್ಳಲು ಕಾಲಾವಕಾಶ ಬೇಕೇನೋ? ಅಮ್ಮನಿಗೆ ಪೂರ್ಣ ಒಪ್ಗೇ. ಅಪ್ಪನ ಬಗ್ಗೆ ಗೊತ್ತು. ವಿರೋಧ ವಿಭಾ ಚಿಕ್ಕಮ್ಮನದು. ಓದು, ಅಂತಸ್ತು ಲೆಕ್ಕಾಚಾರದಲ್ಲಿ ನಾನು ಶುಭಂಗೆ ಒಳ್ಳೆ ಸಂಬಂಧ ನೋಡ್ತೀನಿ ಅನ್ನೋ

ತಕರಾರು. ಅವೆಲ್ಲ ಬೇಡ. ನಿನ್ನ ದೃಷ್ಟಿಯಲ್ಲಿ ಯೋಚ್ಸು" ಅನ್ನುವ ವೇಳೆಗೆ ವಿರೂಪಾಕ್ಷ ಮಾಸ್ತರು ಉಳಿದುಕೊಂಡಿರುವ ತೋಟದ ಮನೆಯ ಹೊರಗಿನ ಲೈಟು ಹತ್ತಿಕೊಂಡಿತು. ಮೊದಲು ಹೊರಗೆ ಬಂದಿದ್ದು ವಿರೂಪಾಕ್ಷ ಮಾಸ್ತರು. ಅವರನ್ನು ನೋಡಿ ಇತ್ತ ಕಾಲು ಹಾಕಿದರು.

"ಶುಭನು... ಬಂದಿದ್ದಾನೆ. ನಿಮ್ಮಪ್ಪ ಫೋನ್ ಮಾಡಿ ಹೇಳಿದ್ರು. ನಹುಷ ಅವ್ನ ಹೆಂಡ್ತಿನ ನೋಡ್ಕೊಂಡ್ ಹೇಳ್ಬಂದೇ, ಅಂದ್ರು" ಹೇಳಿ ನಿಲ್ಲಿಸಿದಾಗ "ಹೌದು, ಅಪ್ಪ ಅಮ್ಮ ಎಲ್ಲೋ ಅನ್ನೋ ಸಂಕ್ಟ ಅವನದು. ಅವನನ್ನು ನೋಡಲಿಲ್ವಲ್ಲ. ಅನ್ನೋದು ನಿಮ್ಮದಾಗಬಾರದು. ಹೇಗೂ, ಇಲ್ಲಿರೋ ವಿಷ್ಯ ತಿಳ್ಸಿಯಾಗಿರೋದ್ರಿಂದ ಅವ್ನು ಎಂದಾದ್ರೂ ನೋಡ್ಕೊಂಡ್ ಹೋಗ್ಬಹ್ದು. ನಿಮ್ಗೂ ನೋಡ್ಬೇಕೆನಿಸಿದಾಗ ತಿಳ್ಸಿ, ನಾನೇ ಕರ್ಕೊಂಡ್ಹೋಗಿ... ಬರ್ತೀನಿ" ಎಂದ ಶ್ರೀ ಮಾಸ್ತರರಿಗೆ ಅವನ ಸ್ವಭಾವ ಅಲ್ಪಸ್ವಲ್ಪ ಅರ್ಥವಾಗಿತ್ತು. ನೋವು, ಸಂಕಟ, ಹಸಿವಿದ್ದ ಕಡೆ ಧಾವಿಸುವ ಶ್ರೀ ಸೋಮಾರಿಗಳನ್ನು ಕಂಡರೆ ಉರಿದುಬೀಳುತ್ತಿದ್ದ.

"ಬಹುಶಃ ಅವ್ನಿಗೆ ಅಂಥ ಯೋಚ್ನೆ ಬರಲಾರದು. ನಮ್ಮನ್ನ ಕುಂಭಮೇಳಕ್ಕೆ ಕರೆದೊಯ್ದು ಬಿಟ್ಟು ಬರೋ ಪ್ಲಾನ್ ಮಾಡಿದ್ರು. ನನ್ನ ಸೊಸೆ ಸಾರಾ ಕೂಡ ನಿಮ್ಗೇ ಯಾವ ಜವಾಬ್ದಾರಿಗಳು ಇವೆ? ಅಲ್ಲಿ ಸಾಧು, ಸಂತರು ಅಧ್ಯಾತ್ಮ ಚಿಂತಕರು ಅವರೊಂದಿಗೆ ಇದ್ದು ಬಿಡಿ. ಆರಾಮವಾಗಿ ಪುಣ್ಯ ಸಂಚಯವಾಗುತ್ತೆ. ಕರ್ಕೊಂಡ್ಹೋಗೋದೊಂದು ಖರ್ಚು, ಚಿನ್ನ, ಬೆಳ್ಳಿ ಇದ್ದರೆ ಕೊಟ್ಬಿಡಿ, ಒತ್ತೆ... ಇಡೋಣ." ಇಂಥ ಮಾತುಗಳನ್ನು ಎಷ್ಟೋ ಸಲ ಆಡಿದ್ದಳು. ಆಮೇಲೆ ನಮ್ಗೆ ಭಯ ಶುರುವಾಯ್ತು. ಅಲ್ಲಿ ನಮ್ಮನ್ನ ಬಿಟ್ಟು ಬಂದರೆ ಮುಂದೇನು? ನಾವು ಸಾಧು, ಸಂತರಲ್ಲ. ಅವ್ರ ಜೀವನಶೈಲಿ ನಮಗೆಲ್ಲಿ ಸಾಧ್ಯ? ಆದರೆ ನಮ್ಮದೊಂದಿಷ್ಟು ಪೂರ್ಣ ಸಂಚಯವಿತ್ತು. ಆನಂದಮೂರ್ತಿಗಳ ಆಶ್ರಯದಲ್ಲಿ ಆರಾಮಾಗಿ ಇದ್ದೀವಿ" ಎಂದರು ಹೃದಯ ತುಂಬಿ.

"ಈ ತರಹ ಮಾತಾಡ್ಬೇಡಿ. ಯಾರಿಗೆ... ಯಾರು.. ಆಶ್ರಯದಾತರಲ್ಲ. ಎಲ್ಲರೂ ಪ್ರವಾಸಿಗರೇ. ಒಂದಲ್ಲ ಒಂದು ದಿನ ಖಾಲಿ ಮಾಡಿಹೋಗತಕ್ಕವರೇ. ಅದೇನು, ಇನ್ನು ಮಲಗಲಿಲ್ವಾ? ಏನು ತೊಂದರೆ ಇಲ್ವಾ?" ವಿಚಾರಿಸಿದ. "ಆಳುಗಳು ಈ ವೇಳೆಗೆ ಊಟ ಮುಗ್ಸಿಕೊಂಡ್ಬಂದ್ ಒಂದ್ಗಂಟೆ ಅದೂ, ಇದೂ.. ಮಾತಾಡ್ತಾ.. ಕೂಡ್ತಾರೆ" ಎಂದರು.

ಆ ವೇಳೆಗೆ ಮೊಬೈಲ್ ಸದ್ದು ಮಾಡಿದಾಗ ಶ್ರೀ "ಹಲೋ, ಅಪ್ಪ..." ಬೇಗ್ನೆ ಬನ್ನಿ, ಅಮ್ಮ ಮಾತಾಡೋದಿದೆ ಅಂದ್ರು." ಮಾಸ್ತರನ್ನು ಬೀಳ್ಕೊಟ್ಟು ಇಬ್ಬರು ಮನೆಯ ಕಡೆ ಹೆಜ್ಜೆ ಹಾಕಿದರು.

ಊಟ ಮುಗಿಸಿ ಕಾದಿದ್ದ ಸತ್ಯಭಾಮ "ಬನ್ನಿ.. ಮಾಸ್ತರಿಗೇನು ಸುಳಿವು ಬಿಟ್ಟು ಕೊಟ್ಟಿಲ್ಲ. ಇಲ್ಲಿ ಯಾವ್ದೇ ಬಲವಂತವಿಲ್ಲ. ವಿಭಾದಂತು ಪೂರ್ತಿ ವಿರೋಧ. ಅಲ್ಲಿ ಅಂತಸ್ತಿನ ಪ್ರಶ್ನೆ, ವಿದ್ಯೆಯ ಪ್ರಶ್ನೆ ಎತ್ತುತ್ತಾಳೆ. ಅವ್ನಿಗೂ ಅಮೆರಿಕಗೆ ಬರೋ ಅವಕಾಶವಿದೆ.

ಅದಕ್ಕೆ ಬೇಕಾದ ಏರ್ಪಾಟು ನಾನು ಮಾಡ್ತೀನಿ. ಇಲ್ಲಿನದೇ ಒಂದು ಹುಡ್ಗೀನ ಹುಡುಕೋಣ ಅಂತಾಳೆ. ನಂಗಂತೂ ಏನು ತೋಚೋಲ್ಲ" ಒಂದೇ ಸಮನೆ ಹೇಳಿ ಮುಗಿಸಿದಾಗ ಆನಂದಮೂರ್ತಿಗಳು "ಬೇರೆಯವ್ರ ಮಾತಿಗಿಂತ ಅವ್ನ ಹೃದಯದ ಮಾತನ್ನು ಹೇಳ್ಲಿ. ಮೊದ್ಲು ಸನ್ನಿಧಿನ ನೋಡ್ಲೀ, ಮಾತಾಡ್ಲೀ. ಪರಸ್ಪರ ಒಪ್ಪಿಕೊಂಡರೆ ನಮ್ಮ ಅಭ್ಯಂತರವೇನಿಲ್ಲ" ಅಂದು ಸುಮ್ಮನಾದರು.

"ಅಪ್ಪ ಹೇಳಿದ್ದು ಕರೆಕ್ಟ್" ಎಂದ ಶ್ರೀ ಎದ್ದುಹೋದ. ಅವನು ಸಮಯವನ್ನು ಬಹಳ ಎಚ್ಚರಿಕೆಯಿಂದ ಉಪಯೋಗಿಸಿಕೊಳ್ಳುತ್ತಿದ್ದ. ಮನುಷ್ಯನ ಜೀವನದಲ್ಲಿ ಪ್ರತಿಕ್ಷಣವು ಅಮೂಲ್ಯವೇ.

ಇಂದು ಭಗವಾನ್‌ರ ಫ್ಲಾಟ್‌ಗೆ ಹೋಗಬೇಕೆಂದು ಹಿಂದಿನ ದಿನವೇ ತೀರ್ಮಾನಿಸಿಕೊಂಡಿದ್ದರು ಚಿದಂಬರಂ. ಅದನ್ನ ಹೆಂಡತಿಗೆ ಮಾತ್ರವಲ್ಲ ಮಗನಿಗೂ ಹೇಳಿದ್ದರು. ಆಕೆಗೆ ಪೂರ್ಣ ಒಪ್ಪಿಗೆ. ಏನಾದರಾಗಲೀ ವಿವಾಹದ ದಿನ ನಿಶ್ಚಯಿಸಿಕೊಂಡೇ ಬರಬೇಕೆನ್ನುವ ತೀರ್ಮಾನ. ಸ್ವಲ್ಪ ಅರೆ ಮನಸ್ಸಿನಿಂದಲೇ ಒಪ್ಪಿಗೆ ಸೂಚಿಸಿದ್ದ ಅಭಿ.

ಇವರುಗಳು ಹೋದಾಗ ಇಡೀ ಫ್ಲ್ಯಾಟ್ ಖಾಲಿ. ಆದರೆ ಭಗವಾನ್ ಪರ್ಸನಲ್ ಸೆಕ್ರೆಟರಿ ಕಾದಿದ್ದು ಬಹಳ ಮರ್ಯಾದೆಯಿಂದ ಕರೆದೊಯ್ದು ವಿನಯದಿಂದ ಹೇಳಿದ್ದು.

"ಇನ್ನು ಹತ್ತು ನಿಮಿಷದಲ್ಲಿ ಇಲ್ಲಿಗೆ ಹಾಜರಾಗ್ತಾರೆ. ಒಂದು ಅರ್ಜೆಂಟ್ ಕೆಲ್ಸದ ಮೇಲೆ ಹೋಗಿದ್ದಾರೆ'' ಸಣ್ಣ ವಿನಂತಿ ಮಾಡಿದಾಗ, ಕಸಿವಿಸಿಗೊಂಡರು ತೋರ್ಪಡಿಸಿಕೊಳ್ಳಲಿಲ್ಲ. ಕಿಚನ್‌ನಿಂದ ಬಂದ ಸಮವಸ್ತ್ರದ ಸರ್ವೆಂಟ್ ನೀರು, ಕಾಫಿ ಕೆಟಲ್, ಜ್ಯೂಸ್ ಒಟ್ಟಿಗೆ ಸಪ್ಲೈ ಮಾಡಿದಾಗ "ಏನು ಬೇಡ, ತಗೊಂಡ್ಹೋಗಿ" ಎಂದರು ಚಿದಂಬರಂ. ತೀರಾ ಇಂಪಾರ್ಟೆಂಟ್ ಎಂದು ಆಹ್ವಾನಿಸಿದ್ದರಿಂದಲೇ ಬಂದಿದ್ದು "ಎಲ್ಲೋ ಏನೋ ಶಾಸ್ತ್ರಗಳ ದಾಖಲೆಯನ್ನು ಮೂಢನಂಬಿಕೆಗಳಾಗಿ ಪರಿವರ್ತಿತಗೊಂಡಿದೆ. ಅದು ಪೂರ್ತಿ ಸತ್ಯವಲ್ಲ" ಈ ಮಾತನ್ನು ಈಚೆಗೆ ಸಾಕಷ್ಟು ಹೇಳಿ ಸೋತುಹೋಗಿದ್ದರು. ಭಗವಾನ್ ತಮ್ಮ ಸತ್ಯರಿಂದ ಹೊರಬರಲಾರರು.

ಆಮೇಲೆ ಹತ್ತೇ ನಿಮಿಷಕ್ಕೆ ಬಂದರು. ಮೂವರ ಹಣೆಗಳ ಮೇಲೆ ಉದ್ದದ ಕುಂಕುಮ ರಾರಾಜಿಸುತ್ತಿತ್ತು. ಪೂಜೆ ಮುಗಿಸಿ ಬಂದಂಗೆ ಕಂಡರು.

"ಸಾರಿ, ನಿನ್ನನ್ನು ಕರ್ಕೊಂಡ್ಹೋಗೋ ಉದ್ದೇಶವಿತ್ತು. ಈಚೆಗೆ ಈ ಬಗ್ಗೆ ನಿನ್ನ ವಿರೋಧ. ಇದೆಲ್ಲ ಅಭೀ ಸಲುವಾಗಿ? ಮುಂದಿನ ನಮ್ಮ ಜನರೇಷನ್ ಯಾವುದೇ ಅಪಾಯಗಳು ಇಲ್ದೇ ಜೀವಿಸಬೇಕು. ಭವಿಷ್ಯ ಉಜ್ವಲವಾಗಿರಬೇಕು" ಹೇಳಿಕೊಂಡೇ ಕೂತರು. ಚಿದಂಬರಂಗೆ ಮಾತಾಡಲೇ ಬೇಸರವಾಗಿತ್ತು "ಡ್ಯಾಡ್, ನೀವು ಮಾತಾಡಿ. ಒಂದು ಅರ್ಜೆಂಟ್ ಮೆಸೇಜ್ ಬಂದಿದೆ. ಅದ್ಕೇ ಆನ್ಸರ್ ಮಾಡ್ಬೇಕು, ಫೈವ್ ಮಿನಿಟ್ಸ್.." ಎದ್ದು ಬಾಲ್ಕನಿಗೆ ಹೋದ. ಅವನೆದೆಯಲ್ಲಿ ಒಂದು ರೀತಿಯ ಬೆಂಕಿ.

ಭಗವಾನ್‌ರು ಒಳಗಿನ ರೂಮಿಗೆ ಅವರನ್ನು ಕರೆದೊಯ್ದರು.

"ನಂಗೆ ಸಾಕಾಗಿದೆ ಭಗವಾನ್! ನೀನು ಯಾವುದಾದ್ರೂ ಡಿಸಿಷನ್‌ಗೆ ಫೈನಲ್ ಆಗಿ ಬಾ. ಜ್ಯೋತಿಷ್ಯ, ಶಾಸ್ತ್ರ, ಅದೂ.. ಇದರ ಬಗ್ಗೆ ನನ್ನ ನಂಬ್ಕೇ ಅಲ್ಪಸ್ವಲ್ಪವೇ.

ನಿಂದು... ವಿಪರೀತ! ಅದು ನಿನ್ನಿಷ್ಟ! ಈ ಮೌಢ್ಯದ ಸುಳಿಯಲ್ಲಿ ನಮ್ಮನ್ನ ಎಳೆದಾಡಬೇಡ. ಸಮಯಕ್ಕೆ ಅದರದೇ ಆದ ಬೆಲೆ ಇದೆ." ಸ್ವಲ್ಪ ಗರಂ ಆದರು. ಆ ಮನುಷ್ಯನಿಗೆ ಅರ್ಥವಾಗದು.

"ಸಾರಿ.. ಇದನ್ನೆಲ್ಲ ನಂಬಲೇಬೇಕು! ಅಂದೇ ರಜನಿ, ಅಭೀ ವಿವಾಹ ನೆರವೇರ್ಸಿ ಬಿಡಬೇಕಿತ್ತು. ಆಮೇಲೆ ಅಭೀಗೆ ವಿವಾಹದ ಯೋಗವೇ ಇಲ್ವಂತೆ" ಎಂದರು. ಭಗವಾನ್, ಚಿದಂಬರಂ ಮುಖ ಕೆಂಪಾಯಿತು. "ನನ್ಮಗನ ವಿಚಾರ ಬಿಡು. ನಿನ್ಮಗ್ಳಿಗೆ ವಿವಾಹ ಯೋಗ ಇದೆಯೆಂತಲ್ಲ. ಇನ್ನೇನು... ಚಿಂತೆ? ಅವಳು ಎಲ್ಲ ಬಿಟ್ಟು ವಿವಾಹದ ಮಟ್ಟಿಗೆ ನಿಸರ್ಗವೇ. ಆಸಕ್ತಿ ಇರೋದರಿಂದ ಅದ್ನ ಮಾಡಿ ಮುಗ್ಸು. ಸರಳವಾದ ವಿಚಾರವನ್ನು ಯಾಕೆ ಸಮಸ್ಯೆಗಳಾಗಿ ಮಾಡ್ತಾ ಇದ್ದೀಯ?" ನಿಜವಾಗಿಯೂ ದನಿ ಏರಿಸಿದರು. ಅವರಿಗೆ ಪೂರ್ತಿ ಬೇಸರವಾಗಿತ್ತು. ಆದರೆ ಭಗವಾನ್ ತಾಳ್ಮೆಯ ಮನುಷ್ಯ! ಯಾರೋ ಜ್ಯೋತಿಷಿಗಳು ಅಭಿನಂದನ್ ರಾಜಕೀಯದಲ್ಲಿ ದೊಡ್ಡ ಎತ್ತರಕ್ಕೆ ಏರುತ್ತಾನೆ, ಅವನದು ಉಜ್ವಲ ಭವಿಷ್ಯ ಎಂದಿದ್ದರಿಂದ ಅವರು ಚಿದಂಬರಂ ಫ್ಯಾಮಿಲಿಯ ಹಿಂದೆ ಬಿದ್ದಿದ್ದರು.

ಭಗವಾನ್‌ಗೆ ಇರೋ ವರ್ಚಸ್ಸು, ಪ್ರಾಪರ್ಟಿಯ ಸಲುವಾಗಿ ದೊಡ್ಡ ದೊಡ್ಡ ಸೆಲೆಬ್ರೆಟಿಗಳನ್ನ ಕ್ಯೂ ನಿಲ್ಲಿಸಬಲ್ಲರು. ಆದರೆ ಅವರ ಮಹತ್ವಾಕಾಂಕ್ಷೆ ಬೇರೆಯದೇ ಆಗಿತ್ತು. ಅದಕ್ಕೆ ಇಷ್ಟೊಂದು ತಾಳ್ಮೆ.

"ಹ್ಯಾವ್ ಎ ಪೇಷನ್ಸ್... ಜ್ಯೋತಿಷ್ಯನ ತುಂಬಾ... ತುಂಬಾ ನಂಬೋಕೆ ಕಾರಣ. ನನ್ನ ನಂಬಿಕೆಗಳ್ನ ಉಳ್ಸಿಕೊಂಡು ಬಂದಿದೆ. ಒಂದು ಇಂಪಾರ್ಟೆಂಟ್ ವಿಚಾರ ಇದೆ. ಹೇಗೆ ಹೇಳೋದೂಂತ ಯೋಚಿಸ್ತಾ ಇದ್ದೀನಿ. ಅಂದೂ ಏನೇನೋ, ಆಯ್ತು, ಆ ಕ್ಷಣದಲ್ಲಿ 'ಅಭೀ' ರಜನಿ ಬೈತಲೆಗೆ ಸಿಂಧೂರ ಹಚ್ಚಿ ಹಾರ ಹಾಕಬೇಕಿತ್ತು. ಆದರೆ ಬೇರೇನೋ... ಆಯ್ತು!" ಅಂದರು ಭಗವಾನ್. ಹಣೆಯೊತ್ತಿಕೊಂಡ ಚಿದಂಬರಂ "ಅದು ಮುಗ್ದ ಕತೆ. ಹಾಗೆ ನೋಡಿದರೇ, ನೀವೇ ಅಪರಾಧಿಗಳು. ತೊಟ್ಟ ಉಂಗುರ ಬಿತ್ತೂಂತ ನಿಮ್ಮ ಮಗ್ಳು ಬಗ್ಗಿ, ಇನ್ನೊಂದು ಹುಡ್ಗೀಗೆ ಅವಕಾಶ ಮಾಡಿಕೊಟ್ಲು. ಅದಕ್ಕೆ ಜನ ಮಾತ್ರವಲ್ಲ, ಅಮಲೇಶ್ವರನೇ ಸಾಕ್ಷಿ. ಆ ವಿಷ್ಯನ ಅಲ್ಲಿಗೆ ಬಿಡು. ಅವನೇನು ಸೀರಿಯಸ್ಸಾಗಿ ತಗೊಂಡ್ ರಂಪ, ರಾಮಾಯಣ ಮಾಡಬೇಡ. ಅಲ್ಲಿ ಆನಂದಮೂರ್ತಿಯವ್ರ ಕುಟುಂಬ ಬಿಟ್ಟು ಬೇರೆಯವರಾಗಿದ್ದರೆ, ದೊಡ್ಡ ರಂಪ, ರಾಮಾಯಣವಾಗಿ ನನ್ನ ರಾಜಕೀಯ ಇಮೇಜ್‌ಗೆ ಡ್ಯಾಮೇಜ್ ಆಗಿಬಿಡ್ತಾ ಇತ್ತು. ಅಮಲೇಶ್ವರನ ದಯೆ. ಆ ಕುಟುಂಬದ ಜನ ತೀರಾ ಡಿಫರೆಂಟ್, ಅವ್ರನ್ನ ನೋಡಿ ಕಲಿಯೋದು ಇದೆ. ಅದ್ನ ಅಲ್ಲಿಗೆ ಮುಕ್ತಾಯ ಮಾಡು, ಈಗೇನು ನಿನ್ನ ಪ್ರಾಬ್ಲಮ್?" ಸ್ವಲ್ಪ ಸೀರಿಯಸ್ಸಾಗಿಯೇ ಕೇಳಿದರು. ಈಚೆಗೆ ಅವರ ಮಾತೆಂದರೆ ಅವರಿಗೆ ಬೇಸರ.

"ಅಭೀ, ಹೆಸರಿನಲ್ಲಿ ಒಂದು ಪ್ರಾಪರ್ಟಿ ಪರ್ಚೇಸ್ ಮಾಡ್ಬೇಕೂಂತ ಇದ್ದೀನಿ. ಅದ್ಕೇ ಅವ್ನ ಹೆಸರಿನಲ್ಲಿ ಒಂದಿಷ್ಟು ಬದಲಾವಣೆ ಮಾಡ್ಬೇಕೂಂತ ಸಂಖ್ಯಾಶಾಸ್ತ್ರದವ್ರು ಹೇಳ್ತಾ ಇದ್ದಾರೆ" ಎಂದರು ಸಣ್ಣನೆಯ ದನಿಯಲ್ಲಿ. ಚಿದಂಬರಂ ಮುಖ ಬಿಗಿದುಕೊಂಡಿತು. "ದಿಸ್ ಈಸ್ ಟೂ ಮಚ್, ಅಭೀ ಹೆಸರಿನಲ್ಲಿ ಯಾವ್ದೇ ಪ್ರಾಪರ್ಟಿ

ಪರ್ಚೇಸ್ ಮಾಡೋದ್ಬೇಡ. ಅವ್ನಿಗೆ ಅಗತ್ಯವೂ ಇಲ್ಲ, ಇಷ್ಟವು ಇಲ್ಲ. ನಿಮ್ಮಗ್ಳ ಹೆಸರಿನಲ್ಲಿ ಬೇಕಾದ್ದು ಪರ್ಚೇಸ್ ಮಾಡು. ಅದ್ಕೇ ನಮ್ಮ ಅಭ್ಯಂತರವಿಲ್ಲ. ಅಭೀ ಹೆಸರು ಬದಲಾವಣೆಗೆ ಸಾಧ್ಯವಿಲ್ಲ. ಹುಟ್ಟಿದ ಗಳಿಗೆ, ನಕ್ಷತ್ರಗಳ್ನ ವಿಚಾರ್ಸಿಕೊಂಡೇ ನನ್ನ ತಂದೆ ಇಟ್ಟ ಹೆಸರು. ಅದ್ನ ಬದಲಾಯಿಸೋಕೆ ಆಗೋಲ್ಲ. ಬಹುಶಃ ನಾವುಗಳು ಒಪ್ಪಿದರೂ ಅವ್ನು ಒಪ್ಪೋಲ್ಲ. ಸಾರಿ, ನಂಗೆ... ಬೇರೆ ಕೆಲ್ಸವಿದೆ" ಎದ್ದುಬಿಟ್ಟರು.

ಭಗವಾನ್ ಅವರ ಕೈ ಹಿಡಿದು "ಕೋಟಿಗಳ ಲೆಕ್ಕಗಳ ಪ್ರಾಪರ್ಟಿ. ಸ್ವಲ್ಪ ಯೋಚ್ನೆ ಮಾಡು. ಅಭಿನಂದನ್ ಮುಂದಿನ ಭವಿಷ್ಯಕ್ಕೆ ಇದು ನೆರವಾಗುತ್ತೆ. ರಾಜಕೀಯಕ್ಕೆ.... ಹೋದನಂತರ ಇಂಥ ಪ್ರಾಪರ್ಟಿ ಖರೀದಿಸಿದರೆ ದೊಡ್ಡ ವಿಷ್ಯ ಆಗುತ್ತೆ. ಸ್ವಲ್ಪ ಬುದ್ಧಿವಂತಿಕೆ ಉಪಯೋಗ್ಸಿ ಅಭೀನ ಕನ್ವಿನ್ಸ್ ಮಾಡು. ಒಂದು ಮರು ನಾಮಕರಣ... ಪುರೋಹಿತರು ಶಾಸ್ತ್ರೋಕ್ತವಾಗಿ ಅವನ ಹೆಸರನ್ನು ಮನೋನಂದನ್ ಎಂದು ನಾಮಕರಣ ಮಾಡ್ತಾರೆ. ಆದಷ್ಟು ಆ ಹೆಸರು ಚಾಲ್ತಿಯಲ್ಲಿರುವಂತೆ ನೋಡಿಕೊಂಡರೆ ಸಾಕು" ಕನ್ವಿನ್ಸ್ ಮಾಡುವ ಪ್ರಯತ್ನ ಮಾಡಿದರು.

"ನಾನು ಅಭೀ ಹತ್ರ ಮಾತಾಡಿ ಹೇಳ್ತೀನಿ" ಎಂದುಮೇಲೆ ಏಳುವ ವೇಳೆಗೆ ಅವನೇ ಬಂದ "ಡ್ಯಾಡ್.." ಅಂದವನತ್ತ ತಿರುಗಿ "ಭಗವಾನ್ ನಿನ್ಹತ್ರ ಏನೋ ಮಾತಾಡ್ಬೇಕೂಂತ ಇದ್ದಾರೆ. ನೀನು, ನಿನ್ನ ಮಮ್ಮಿ ಮಾತು ಮುಗ್ಸಿಕೊಂಡ್ಹೋಗಿ. ನಂಗೆ ಅರ್ಜೆಂಟ್ ಮೀಟಿಂಗ್ ಇದೆ" ಹೊರಟೇಬಿಟ್ಟರು. ತಂದೆಗೆ ಬೇಸರವಾಗಿದೆಯೆಂದು ಅವರ ಮುಖಭಾವ ನೋಡಿಯೇ ಗುರ್ತಿಸಿದ "ಹೋಗೋಣ, ಮಮ್ಮಿ" ಹೇಳಿದ. ಆಕೆಗೆ ಸ್ವಲ್ಪ ತಾಳ್ಮೆ ಬೇಕೂಂತ ಅನಿಸಿತು. "ಸ್ವಲ್ಪ, ಅವ್ರ... ಮಾತು ಕೇಳು" ರೆಟ್ಟೆ ಹಿಡಿದು ಕೂಡಿಸಿದರು.

ಭಗವಾನ್ ಕೂಡ ಅತ್ಯಂತ ಸಹನೆಯಿಂದ ಸಂಕ್ಷಿಪ್ತವಾಗಿ ವಿವರಿಸಿದ ನಂತರ "ಸಾರಿ... ಸಾರಿ.... ಎಕ್ಸ್‌ಟ್ರೀಮ್ಲಿ... ಸಾರಿ. ರಜನಿಗೆ ಹೆಸರು ಬದಲಾಯಿಸ್ಕೊಂತ ಹೇಳ್ಲಿಲ್ಲ. ನಿಮ್ಗೇ 'ನಿಸರ್ಗ' ಅಂತ ಕೂಗಬೇಕೆನಿತು. ಅದಕ್ಕೊಂದು ಮರು ನಾಮಕರಣದ ಕಾರ್ಯಕ್ರಮ. ಆದ್ರೂ, ನೆಂಟರು... ಫ್ರೆಂಡ್ಸ್ ಸರ್ಕಲ್‌ನಲ್ಲಿ ಮಾತ್ರವಲ್ಲ. ನೀವು ಕೂಡ ರಜನಿ ಅಂತ್ಲೇ ಕೂಗೋದು ನಂಗೆ ಆಮೇಲೆ ನನ್ನ ತಪ್ಪಿನ ಅರಿವಾಯಿತು. ಈಗ ನನ್ನ ಹೆಸರಿನ ಬದಲಾವಣೆ... ನಂಗೆ ಪ್ರಾಪರ್ಟಿ ಬೇಡ. ನಂಗೆ ರಾಜಕೀಯ ಇಷ್ಟವಿಲ್ಲ. ಅದಕ್ಕಾಗಿ ಹೆಸರಿನ ಬದಲಾವಣೆ ಅನ್ನೋ ಕಸರತ್ತು ಬೇಡ. ಸಾರಿ... ಸಾರಿ... ನಡೀ ಮಮ್ಮಿ..." ಎಂದು ಎದ್ದು ಹೊರಟೇಬಿಟ್ಟ.

ಕಾರು ಪಾರ್ಕಿಂಗ್‌ನಲ್ಲಿ ನಿಂತಿದ್ದ ಅವನ 'ಪರ್ಚೂನ್' ಕಾರನ್ನು ಅಲ್ಲೇ ಬಿಟ್ಟು ಟ್ಯಾಕ್ಸಿ ತರಿಸಿಕೊಂಡಾಗ ಆಕೆಗೆ ಅಚ್ಚರಿ. "ಯಾಕೋ, ಕಾರಿದೆಯಲ್ಲ" ಅವನು ಮಾತೇ ಆಡಲಿಲ್ಲ. ಆ ಕಾರಿನ ಅಗತ್ಯ ಅವನಿಗೆ ಇಲ್ಲವೆನಿಸಿತು.

ಟ್ಯಾಕ್ಸಿ ಬಂದು ಮನೆಯ ಮುಂದೆ ನಿಲ್ಲಿಸಿದಾಗ ಇಳಿದು ತಾರಿಣಿಯೊಂದಿಗೆ ಮನೆಗೆ ಬಂದವನು.

"ಭಗವಾನ್‌ರ ಹುಚ್ಚಾಟಗಳು ನಂಗೆ ಇಷ್ಟವಿಲ್ಲ. 'ಗ್ರಂಥದಲ್ಲಿದೆ, ಶಾಸ್ತ್ರದಲ್ಲಿದೆ

ಎಂದು ಅದಕ್ಕೆ ಹೊಂದಿಕೊಂಡು ಹೋಗುವುದು ಮಹಾಪರಾಧ. ಮೂಢನಂಬಿಕೆಗಳು ನಮ್ಮನ್ನು ಮೆಟ್ಟಿಕೊಂಡರೇ, ನಮ್ಮ ನೈಜಸ್ವಭಾವ-ಸ್ವತಂತ್ರವೇ ಮರೆತುಹೋಗುತ್ತೆ.' ಇದು ಸ್ವಾಮಿ ವಿವೇಕಾನಂದರ ಮಾತು. ಮೊದ್ಲು ನಮ್ಮ ಹೃದಯದ ತರ್ಕ, ಮಾತುಗಳ್ನ ಒಪ್ಪಿಕೋಬೇಕು. ನೀನು ತಲೆ ಕೆಡಿಸ್ಕೋಬೇಡ" ಎಂದವ ತನ್ನ ಬೈಕ್ ಏರಿ ಹೊರಟುಬಿಟ್ಟ.

ಆದರೆ ಕೋಟ್ಯಂತರ ರೂಪಾಯಿ ಪ್ರಾಪರ್ಟಿ ಒಂದು ಸಣ್ಣ ವಿಚಾರಕ್ಕಾಗಿ ಕೈ ತಪ್ಪಿಹೋಯಿತಲ್ಲ ಅನಿಸಿತು ಆಕೆಗೆ. ಐಶ್ವರ್ಯಕ್ಕೆ ಒತ್ತು ಕೊಡುವ ಲಕ್ಷಾಂತರ ಮಹಿಳೆಯರಲ್ಲಿ ಇರುವಂತೆ ಆಕೆಯಲ್ಲೂ ಅದ್ಭುತ ಆಸೆಗಳು! ಹಣ, ಸಂಪತ್ತು ಯಾರಿಗೆ ಬೇಡ?

* * *

ಸ್ಕೈಪ್‌ನಲ್ಲಿ ನಂದನ್ ಕಂಡ ಆನಂದಮೂರ್ತಿಗಳು ಚಕಿತರಾದರು. "ಸದ್ದೂ, ಹುಷಾರಾಗಿದ್ದಿ, ತಾನೇ?" ಗಾಬರಿಗೊಂಡಿತು. "ಮನಸ್ಸೇ ಎಲ್ಲಕ್ಕೂ ಮೂಲ ಅಲ್ವಾ? ನಾನು ಇಲ್ಲಿಗ್ಬಂದ್ ಇಪ್ಪತ್ತು ವರ್ಷಗಳೇ ಆಯ್ತು. ಮೊದಮೊದ್ಲು ಸಂತೋಷದ ಹಿಮಾಲಯದಲ್ಲಿದ್ದೇ ಎನ್ನುವ ಭಾವವಿತ್ತು. ಈಚೆಗೆ ಎಲ್ಲದರಲ್ಲೂ ನಿರಾಸಕ್ತಿ. ಇದು ನನ್ನದಲ್ಲ, ನನ್ನ ಸಾಂಸ್ಕೃತಿಕ ಬೇರುಗಳು ಪರಂಪರೆ ನನ್ನದೆನ್ನುವುದೆಲ್ಲ ಭಾರತದಲ್ಲಿದೆ ಎನ್ನುವ ಭಾವ ಶುರುವಾದ ಮೇಲೆ ಪರಕೀಯತೆ ಬಾಧಿಸೋಕೆ ಶುರು ಮಾಡಿದೆ. ಟೋಟಲೀ ವಿಭಾಳ ಹೆತ್ತವರು, ಬಂಧುಗಳು ಎಲ್ಲಾ ಇಲ್ಲೇ ಸೆಟ್ಲ್ ಆಗಿರೋದ್ರಿಂದ... ಅವಳಲ್ಲಿ ಪರಕೀಯ ಭಾವನೆ ಇಲ್ಲ. ಆರಾಮಾಗಿ ಹೊಂದಿಕೊಂಡಿದ್ದಾಳೆ. ನಾನೆಷ್ಟು ಪ್ರಯತ್ನಪಟ್ಟರೂ ಸಾಧ್ಯವಾಗ್ತಾ ಇಲ್ಲಣ್ಣ. ಅಲ್ಲಿಂದ ಇಲ್ಲಿಗೆ ಬಂದ ವಲಸಿಗರಿಗೆ ಇದೇ ಸ್ವದೇಶವಾಗಿ ಬಿಟ್ಟಿದೆ. ನನ್ನ ತರಹ ಯೋಚಿಸೋರು ಇಲ್ಲಿ ಸಾಕಷ್ಟು ಮಂದಿ ಇದ್ದಾರೆ. ಈಗಿನ ಯುವಕರು ಎಷ್ಟು ದುಡಿದರೂ ಹ್ಯಾಪಿಯಾಗಿಲ್ಲ. ಅದಕ್ಕಾಗಿ ನಾನಾ ದಾರಿಗಳನ್ನು ಕಂಡುಕೊಂಡಿದ್ದಾರೆ. ಈಗ ಅದಕ್ಕಾಗಿಯೇ ಒಂದು ಕ್ಲಾಸ್ ಇದೆ. ಅದರ ಹೆಸರೇನು ಗೊತ್ತಾ? ಸೈನ್ಸ್ ಆಫ್ ಹ್ಯಾಪಿನೆಸ್. ಹ್ಯಾಪಿನೆಸ್ ಯಾವ ತರಹ ಕ್ಲಾಸೋ ಗೊತ್ತಾಗ್ತ ಇಲ್ಲ. ಇದೊಂದು ಆನ್‌ಲೈನ್ ತರಬೇತಿ ಕೇಂದ್ರ. ಖುಷಿಯಾಗಿ ಜೀವಿಸುವುದು ಹೇಗೆ ಅನ್ನೋದು ಹೇಳಿಕೊಡ್ತಾರಂತೆ. ಈ ಹ್ಯಾಪಿನೆಸ್ ಕ್ಲಾಸ್‌ಗೆ ಏಜ್ ಲಿಮಿಟ್ ಇಲ್ದೇ ಎಲ್ಲರೂ ಕ್ಯೂನಲ್ಲಿ ನಿಲ್ಲಬಹುದೇನೋ. ಇದ್ನ ಕಲಿಸ್ತಾ ಇರೋದು ಕ್ಯಾಲಿಫೋರ್ನಿಯ ಯೂನಿವರ್ಸಿಟಿಯವರು. ನಾನು ಜಾಯಿನ್ ಆಗ್ಲಾಂತ ಯೋಚಿಸ್ತಾ ಇದ್ದೀನಿ" ಎಂದು ನಕ್ಕರು. ಆದರೆ ಆನಂದಮೂರ್ತಿಗಳು ನಗಲಿಲ್ಲ. ಆಗ ಜಾಯಿನ್ ಆದ ರಿಚ್ಚಿ... ರಿಚರ್ಡ್‌ಸನ್‌ನನ್ನು ತೋರಿಸಿದರು. ಹಲವು ಬಾರಿ ನೋಡಿದ್ದರು. ಪೂರ್ತಿ ಅಮೆರಿಕನ್ "ಹಾಯ್... ಹಾಯ್..." ಎಂದು ಮಾತಾಡಿಸಿ "ವೇರ್ ಈಸ್ ವಿಸ್ಮಿತಾ? ಐ ವಾಂಟ್ ಟು ಸೀ" ಅಂದ ಆ ವೇಳೆಗೆ ಕಟ್ ಆಯಿತು. ಆಗ ಬಂದ ಸತ್ಯಭಾಮ ನೆನಪಿಸಿದರು.

"ಶುಭನ ಮದ್ವೆ ವಿಷ್ಯ ತಿಳಿಸಿದ್ರಾ? ಅಲ್ಲಿ ಅವ್ರಿಗೆ ಸಿಗೋ ರಜಾನ ಅನುಸರಿಸಿಯೆ

ಮದ್ವೆನ ಇಟ್ಕೋಬೇಕು... ಮೊದ್ಲು ವಿಚಾರ್ಸಿಕೊಳ್ಳಿ. ವಿಭಾಗಂತು ಈ ವಿವಾಹ ಒಪ್ಗೇ ಇಲ್ಲ. ಶುಭನ್ನ ಕೂಡ ಅಮೆರಿಕಗೆ ಕರ್ಸ್ಕೊಳ್ಳೋ ಪ್ಲಾನ್. ನಂಗೆ ಅದೊಂದು ಭಯ ಇದೆ" ಸತ್ಯಭಾಮ ತೋಡಿಕೊಂಡರು. ಆನಂದಮೂರ್ತಿಗಳು ಮುಗುಳ್ನಗುತ್ತ "ಅವನೊಬ್ಬ ಸಾಫ್ಟ್‌ವೇರ್ ಇಂಜಿನಿಯರ್. ಪ್ರತಿಭಾವಂತ. ಹೇಗೋ ಅವಕಾಶ ಇರುತ್ತೆ" ತಣ್ಣಗೆ ಹೇಳಿದರು. ಹೊರಟರು ತಡೆಯಲಾರರು.

"ಹೌದು, ನೀವು ಊರವರೆಲ್ಲರ ಬಗ್ಗೆ ಯೋಚಿಸ್ತೀರಾ. ನಮ್ಮ ಬಗ್ಗೆ ಯೋಚ್ಸಿದ್ದೀರಾ? ಶ್ರೀ ಮದ್ವೆ ಬೇಡಾಂತ. ನೀವೊಂದಿಷ್ಟು ಜೋರು ಮಾಡಿ ಮದ್ವೆ ಮಾಡ್ಸಬಹುದಿತ್ತು. ಏನೋ ಶುಭ ಸನ್ನಿಧಿನ ಒಪ್ಕೊಂಡ. ಇದ್ರಿಂದ ವಿರೂಪಾಕ್ಷ ಮಾಸ್ತರರ ಕುಟುಂಬಕ್ಕೆ ಉಪಕಾರವಾಯ್ತು. ನಮ್ಗೇ.." ಸ್ವಲ್ಪ ಆವೇಗಗೊಂಡು ಹೇಳಿದಾಗ ಆನಂದಮೂರ್ತಿಗಳು ಕೋಪಗೊಳ್ಳಲಿಲ್ಲ.

"ಕೆಲವು ನಮ್ಮ ಕೈಯಲ್ಲಿಲ್ಲ. ಪ್ರತಿ ಕ್ಷಣದ ವಿದ್ಯಮಾನಗಳ್ನ ಗಮನಿಸಿದರೆ, ಇಲ್ಲಿ ನಾವು ನಿಮಿತ್ತ. ಹಾಗಂತ ನಾವು ಸುಮ್ನೇ ಕೂಡೋ ಹಾಗಿಲ್ಲ. ದೈವ ನಡ್ಸೋ ಈ ಯಜ್ಞದಲ್ಲಿ ನಿಮಿತ್ತ ನಾವು ಅಷ್ಟೆ. ಈ ಶುಭಂಗೆ ಮದ್ವೆ ಮಾಡೋಕೆ ಹೊರಟಿದ್ದೀವಿ. ಈ ಕ್ಷಣಗಳ ಆನಂದವನ್ನು ಕಳ್ಕೋಬಾರ್ದು" ಅನ್ನೋ ವೇಳೆಗೆ ವಿರೂಪಾಕ್ಷ ಮಾಸ್ತರು ತಮ್ಮ ಕುಟುಂಬದೊಂದಿಗೆ ಬಂದಾಗಿತ್ತು. "ಮಾಸ್ತರ್... ಬನ್ನಿ ಕೂತ್ಕೊಳ್ಳಿ" ಆತ್ಮೀಯ ಸ್ವಾಗತ ನೀಡಿದರು. ಕೈಲಾಗದವನ, ಬಡತನವನ್ನು ಸಣ್ಣ ನೋಟದಿಂದ ನೋಡಲಾರರು. ಅವರ ದೃಷ್ಟಿಯಲ್ಲಿ ಎಲ್ಲರೂ ಒಂದೇ.

ಎಲ್ಲರೂ ಕೂಡಲಾರದೆ ಮುದುರಿ ಕೂತರು. ಮುಕ್ತ ಗಂಡ ತೀರಾ ದೈನಾವಸ್ಥೆಯಲ್ಲಿ ಕಂಡ. ರೋಗಗ್ರಸ್ತ ಹೆಂಡತಿಗಿಂತ ಆತನೇ ಹೆಚ್ಚು ಕೃಶವಾಗಿದ್ದ. ಅಂಗೈ ಅಗಲದ ಕರ್ಚೀಫ್‌ನಲ್ಲಿ ಸುತ್ತಿಟ್ಟುಕೊಂಡು ಬಂದಿದ್ದ ನೋಟುಗಳನ್ನು ಅವರ ಮುಂದೆ ಬಿಚ್ಚಿಟ್ಟ.

"ನಿಮ್ಮ ಪಾದಗಳ ಸಮಕ್ಕೂ ನಾವಿಲ್ಲ. ನಮ್ಮಂಥವರ ಮನೆ ಹುಡ್ಗೀನ ನಿಮ್ಮ ಮನೆಗೆ ಸೊಸೆಯಾಗಿ ಮಾಡ್ಕೋತೀನೀಂತ ಇದ್ದೀರಿ. ನಮಗೇನು ತೋಚ್ತಾ ಇಲ್ಲ. ನನ್ನ ಗಳಿಕೆ, ಉಳಿಕೆಯಲ್ಲಿ ಇಷ್ಟೆ. ಇದರಲ್ಲಿ ಏನು ಕೊಡ್ಲೀ, ಹೇಗೆ ಮದ್ವೆ ಮಾಡ್ಲೀ?" ಅಳೋಕೆ ಶುರು ಮಾಡಿಬಿಟ್ಟ ಮಾಸ್ತರ ಅಳಿಯ. "ಅಯ್ಯೋ, ಮದ್ವೆನಾ ಎಲ್ಲಾ ಸೇರಿಯೇ ಮಾಡೋಣ. ಸಂಕೋಚ, ತಾಪತ್ರಯ ಯಾವ್ದು ಬೇಡ. ನಮ್ಮ ಮಾಸ್ತರ್ ಮೊಮ್ಮಗ್ಳು, ನಮ್ಗೇ ಮಗ್ಳೇ. ನಾವೆಲ್ಲ... ಒಂದೇ!. ಆ ಹಣನ ನಿಮ್ಮ ಬಟ್ಟೆ ಬರೆಗೆ ಇಟ್ಕೊಳ್ಳಿ. ಯಾವ್ದೇ ತಾಪತ್ರಯವಿಲ್ದೇ ಮದ್ವೆ ಮಾಡೋಣ. ಸನ್ನಿಧಿ ಬಗ್ಗೆ ನೀವು ಯೋಚಿಸಬೇಡಿ" ಸಂತೈಸಿದರು. ಈಗಾಗಲೇ ಅಮಲೇಶ್ವರ ಸನ್ನಿಧಿಯಲ್ಲಿ ಎರಡು ಕುಟುಂಬದವರು ತಾಂಬೂಲಗಳನ್ನು ಬದಲಾಯಿಸಿಕೊಂಡು ಸಂಬಂಧವನ್ನು ಗಟ್ಟಿ ಮಾಡಿಕೊಂಡಿದ್ದರು.

ಕೂತು ಬಹಳ ಹೊತ್ತಿನವರೆಗೂ ಮಾತಾಡಿದರು. ವಿವಾಹ ಒಂಬತ್ತೇ ದಿನವಿದ್ದುದ್ದರಿಂದ ಅಮಲೇಶ್ವರನ ಸನ್ನಿಧಿಯಲ್ಲಿ, ಅದೇ ವಿವಾಹ ಮಂಟಪದಲ್ಲಿ ಮುಹೂರ್ತ ಎನ್ನುವ ನಿಶ್ಚಯಕ್ಕೆ ಬಂದದ್ದರಿಂದ ಏರ್ಪಾಟುಗಳು ಬೇಗಬೇಗ ಆಗಬೇಕಿತ್ತು.

ಆನಂದಮೂರ್ತಿಯವರ ಮನೆಯವರು ಧರ್ಮ, ವರ್ಗ, ಪಂಗಡ, ದೊಡ್ಡವರು,

ಬಡವರೆನ್ನುವ ಅಮಲೇಶ್ವರಪುರದ ಎಲ್ಲರ ವಿವಾಹ ಸಂದರ್ಭಗಳಲ್ಲಿ ಭಾಗವಹಿಸಿದ್ದರಿಂದ, ಎಲ್ಲರೂ ಹೆಚ್ಚು ಕಡಿಮೆ ಈ ವಿವಾಹದ ಸಲುವಾಗಿ ಟೊಂಕಕಟ್ಟಿ ನಿಂತಿದ್ದರು.! ಅಂತೂ ಊರಿನ ಸಡಗರ, ಸಂಭ್ರಮ.

ಈಗಾಗಲೇ ಸಾಕಷ್ಟು ಜನಕ್ಕೆ ಆಹ್ವಾನ ಪತ್ರಿಕೆಯನ್ನು ಹಂಚಿ ಆಗಿತ್ತು. ಚಿದಂಬರಂ ಎಂಎಲ್‌ಎ ಆದಮೇಲೆ ಕಟ್ಟಿಸಿದ ಕಲ್ಯಾಣಮಂಟಪ, ಛತ್ರ ವಿವಾಹಾದಿಕಾರ್ಯಗಳು ಮಾತ್ರವಲ್ಲ. ಸಭೆ, ಸಮಾರಂಭಗಳು ನಡೆಯುತ್ತಿದ್ದರಿಂದ ಅಮಲಾಪುರಕ್ಕೆ ಸುತ್ತಮುತ್ತ ಊರುಗಳಿಗೂ ಬಹು ಉಪಕಾರಿಯಾಗಿತ್ತು. ಇಂದು ಮೊದಲ ಸಲ ಎಂಎಲ್‌ಎ ಮನೆಗೆ ಹೋಗಿದ್ದು ಚಂದ್ರು ಟ್ಯಾಕ್ಸಿಯಲ್ಲಿ.

'ಅಭೀ'ಯ ಮುಂದೆ ಇಳಿದರು. ದೊಡ್ಡ ಬಂಗ್ಲೆಯೇ ಸಾಲಾಗಿ ರೋಡಿನ ಪಕ್ಕದಲ್ಲಿ ಮೂರು ನಾಲ್ಕು ಕಾರುಗಳು ನಿಂತಿದ್ದರಿಂದ ಚಿದಂಬರಂ ಮನೆಯಲ್ಲಿ ಇರಬೇಕೆಂದುಕೊಂಡರು. ಇಳಿದ ಚಂದ್ರು ಕೇಳಿದ.

"ಅಪ್ಪಾವರೇ, ನೀವು ಬಂದ ಸುದ್ದಿ ಮುಟ್ಸೀ... ಬರಲಾ?" ಕೇಳಿದ. "ಅಪಾಯಿಂಟ್‌ಮೆಂಟ್ ಇಲ್ದೇ ಬಂದಿದ್ದೀನಿ. ಇದು ಊರಿನ ಕೆಲ್ಸವಲ್ಲ" ಅಂದು ಗೇಟಿನ ಬಳಿಗೆ ಹೋಗುವಷ್ಟರಲ್ಲಿ ಚಿದಂಬರಂ ಪರ್ಸನಲ್ ಸೆಕ್ರೆಟರಿ ಪರಮೇಶಿ ಓಡಿ ಬಂದು 'ಬನ್ನಿ... ಬನ್ನಿ..' ಎಂದು ಕರೆದೊಯ್ಯುವ ಗೆಸ್ಟ್‌ರೂಮಿಗೆ ಹೋಗಿ ವಿಷಯ ಮುಟ್ಟಿಸಿದಾಗ ಸ್ವತಃ ಚಿದಂಬರಂ ಎದ್ದು ಬಂದವರು "ಬನ್ನಿ... ಬನ್ನಿ... ಮೊದಲ ಸಲ ಬಂದಿದ್ದೀರಿ" ಆಹ್ವಾನಿಸಿದರು. "ಮಗ್ನ ಮದ್ವೆಯ ಆಹ್ವಾನ ಪತ್ರಿಕೆ ಕೊಟ್ಹೋಗೋಣಾಂತ ಬಂದೆ" ಅಂದಾಗ ದಿವಾನ್‌ಖಾನೆಯಲ್ಲಿದ್ದ ಒಂದಿಬ್ಬರನ್ನು ಹೊರಗೆ ಕಳಿಸಿದ ಚಿದಂಬರಂ "ಕೊತ್ಕೊಳ್ಳಿ.." ಅಂದು ತಾವು ಕೂತರು.

ಇನ್ವಿಟೇಷನ್ ತೆಗೆದು ತಟ್ಟೆಯಲ್ಲಿಟ್ಟು, ಅದರ ಮೇಲೆ ಅಕ್ಷತೆ ಇಟ್ಟು "ಸಕುಟುಂಬ ಪರಿವಾರ ಸಮೇತರಾಗಿ ಬಂದು ವಧುವರರನ್ನು ಆಶೀರ್ವದಿಸಬೇಕು" ಎಂದರು. ಆನಂದಮೂರ್ತಿಗಳ ಬಗ್ಗೆ ಗೌರವವೇ "ನಿಮ್ಮ ಸಮಯ ಅಮೂಲ್ಯ, ಬರ್ತೀನಿ" ಹೊರಟುನಿಂತಾಗ "ಅಯ್ಯೊ, ನಿಮ್ಮಂಥವರ ಜೊತೆ ಕಳ್ಯೋ ಸಮಯವು ಅಮೂಲ್ಯವೇ" ಎಂದವರು ಬಂದ ಕೇಶಿಗೆ "ಅಮ್ಮಾವರನ್ನ... ಕರೀ" ಎಂದು ಕಳಿಸಿದರು. ಅಂದು ಅವರು ನಡೆದುಕೊಂಡ ರೀತಿ ಮಾತ್ರವಲ್ಲ, ಅವರ ನಡೆ, ನುಡಿ, ಮಾತು ಎಲ್ಲವೂ 'ಸರ್ವೇ ಜನಾ... ಸುಖಿನೋ.. ಭವಂತು..' ಎನ್ನುವಂತ್ತಿತ್ತು. ಅವರ ಬಗ್ಗೆ ಪ್ರಾಮಾಣಿಕ ಗೌರವದ ಭಾವ ದೊಡ್ಡ ಮನುಷ್ಯ ರೋಷಕ್ಕೆ ನಿಂತ ಕೆಲವು ಯುವಕರನ್ನು ಸಮಾಧಾನಿಸಿದವರು ಅವರೇ. ಆ ವೇಳೆಗೆ ತಾರಿಣಿದೇವಿ ಬಂದರು. ಮತ್ತೊಮ್ಮೆ ಆನಂದಮೂರ್ತಿಗಳು ತಮ್ಮ ಮಗನ ವಿವಾಹದ ವಿಚಾರ ತಿಳಿಸಿ ಬರುವಂತೆ ಆಹ್ವಾನಿಸಿದರು. "ಆಯ್ತು, ಇಲ್ಲಿ ನಾಲ್ಕಾರು ಮದ್ವೆಗಳಿವೆ" ಅಂದೇಬಿಟ್ಟರು.

"ಆಯ್ತು, ವಧುವರರನ್ನು ಇಲ್ಲಿನಿಂದಲೇ ಆಶೀರ್ವದಿಸಿ ಬಿಡಿ" ಎಂದು ಮೇಲೆದ್ದ ಆನಂದಮೂರ್ತಿಗಳನ್ನು "ಕೂತ್ಕೊಳ್ಳಿ, ಏನು ತಗೋಳದೇ ಹೊರಟರೇ.... ಹೇಗೆ? ಇಲ್ಲೇ ಇವತ್ತು ಬ್ರೇಕ್‌ಫಾಸ್ಟ್" ಒತ್ತಾಯಿಸಿ ನಿಲ್ಲಿಸಿಕೊಂಡರು. ಯಾಕೋ ಅದು ತಾರಿಣಿದೇವಿಗೆ ಬೇಕಿಲ್ಲವೆನಿಸಿತು. ವ್ಯಕ್ತಪಡಿಸಲಾರದೆ ಮೌನ ವಹಿಸಿದರು.

"ಒಂದ್ನಿಮ್ಷ, ನಮ್ಮ ಚಂದ್ರು ಬಂದಿದ್ದಾನೆ. ನನ್ನ ಸಲುವಾಗಿ ಬೆಳಿಗ್ಗೆ ನಾಲ್ಕಕ್ಕೆ ಎದ್ದು ಬಂದಿದ್ದಾನೆ" ಮೇಲೆದ್ದವರನ್ನು "ಕೂತ್ಕೊಳ್ಳಿ, ಅವ್ನ ತಿಂಡಿಯ ಏರ್ಪಾಟು ಆಗುತ್ತೆ" ಅಂದರು ಚಿದಂಬರಂ.

ಅಮಲಾಪುರದಲ್ಲಿನ ಜನರ ಬಗ್ಗೆ, ಅಲ್ಲಿನ ಸುತ್ತಮುತ್ತಲಿನ ಜನಕ್ಕೆ ಆಗಬೇಕಾದ ತುರ್ತು ಅನುಕೂಲಗಳ ಬಗ್ಗೆ ವಿಚಾರಿಸಿಕೊಂಡರು ಚಿದಂಬರಂ. ಆ ವೇಳೆಗೆ ರಭಸದಿಂದ ಬಂದ ಅಭಿನಂದನ್ ಕೂಗಿಕೊಂಡೇ ಬಂದ.

"ಹಲೋ ಮಾಮ್, ಭಯಂಕರ ಹೊಟ್ಟೆ ಹಸಿವು. ನನ್ನ ಬ್ರೇಕ್‌ಫಾಸ್ಟ್ ಟೇಬಲ್ ಮೇಲೆ ರೆಡಿಯಾಗಿ ಇರ್ಲೀ."

ನಂತರವೇ ಡೈನಿಂಗ್‌ಹಾಲ್‌ಗೆ ಬಂದವನು "ಸಾರಿ, ಡ್ಯಾಡ್... ನೀವು ಹೊರಟಿರುತ್ತೀರಿಂತ ಅಂದ್ಕೊಂಡೆ. ಓ...." ಅಂದ. "ಇವ್ರು ಅಮಲಾಪುರದ ಆನಂದಮೂರ್ತಿಗಳು. ಇವರೇನಾದ್ರೂ... ಎಲೆಕ್ಷನ್‌ಗೆ ನನ್ನ ವಿರುದ್ಧವಾಗಿ ನಿಂತರೇ, ನಾನು ಸೋಲುತ್ತೀನೀಂತ... ಎಲ್ಲಾ ಹೇಳ್ತಾರೆ" ಎಂದರು ಚಿದಂಬರಂ ನಗುತ್ತ. ಆನಂದಮೂರ್ತಿಗಳು ಸಣ್ಣದಾದ ನಗೆ ಬೀರಿ.

"ಇಲ್ಲ ನಿಮ್ಗೆ ಆ ಭಯಬೇಡ. ಅದೊಂದು ರೀತಿಯ ಜೋಕ್ ಅಷ್ಟೆ. ಒಳ್ಳೆಯದನ್ನ ಮಾಡೋ ಅಪೇಕ್ಷೆ ಇರಬಹುದು. ಹಾಗಂತ ರಾಜಕೀಯಕ್ಕೆ ಬರೋ ಮನಸ್ಥಿತಿಯಿಲ್ಲ. ಜೊತೆಗೆ ಹೋರಾಟ ನನ್ನ ಪದ್ಧತಿಯೂ ಅಲ್ಲ" ಅಂದರು ಅವರು ನಗುತ್ತ. ಅದು ಆನಂದಮೂರ್ತಿಗಳ ಮನದ ಮಾತು.

ಮಗನನ್ನು ಪರಿಚಯಿಸಿದರು ನಿರಾಳವಾಗಿ. ಅಲ್ಲಿ ಬಿಂಕ, ಬಿಗುಮಾನ ಇರಲಿಲ್ಲ. "ಇವ್ನು ನನ್ನ ಒಬ್ನೇ ಮಗ ಅಭಿನಂದನ್. ಅವನಮ್ಮನಿಗೆ ಮಗನ ಮೇಲೆ ಹುಚ್ಚು ಪ್ರೇಮ. ಎಂಬಿಎ ಕೊನೆಯ ವರ್ಷ ಪ್ರೊಫೆಷನ್ ಅವ್ನಿಗೆ ಬಿಟ್ಟದ್ದು. ನನ್ನಂಗೆ ಅವ್ನು ರಾಜಕೀಯಕ್ಕೆ ಬರಬೇಕೆಂಬ ಒತ್ತಡವೇನಿಲ್ಲ" ಅಭಿಮಾನದ ನೋಟ ಹರಿಸಿದರು ಅವನತ್ತ.

ಆನಂದಮೂರ್ತಿಗಳು ಕೂಡ ಆರಾಮಾಗಿ ಮಾತಾಡಿದರು. ಅಂದು ನಡೆದ ಘಟನೆಗೆ ಅವನೇ ಸೂತ್ರಧಾರ. ಅದರ ಪ್ರಸ್ತಾಪ ಮಾಡರು. ಚಿದಂಬರಂ ಇನ್ನಷ್ಟು ಹೊತ್ತು ಕೂಡಿಸಿಕೊಂಡು ಎಲ್ಲಾ ವಿಚಾರಿಸಿದರು. ಅದಕ್ಕೆ ಕಾರಣವಿತ್ತು. ಮಗನ ಮೊಬೈಲ್‌ನಲ್ಲಿ ಅಮಲಾ ಫೋಟೋಗಳು ಇತ್ತು. ಅದರಡಿಯಲ್ಲಿ ಸುಂದರವಾದ ಕಾಮೆಂಟ್‌ಗಳು. ಅಭಿಯ ಲ್ಯಾಬ್‌ಟಾಪ್‌ನಲ್ಲೂ ಅವಳ ಫೋಟೋ ಇತ್ತು. 'ಲಕ್ಷಣವಾದ ಹುಡುಗಿ' ಅವರ ಕಾಮೆಂಟ್.

ಆನಂದಮೂರ್ತಿಗಳು ಕೂಡ ಮನಸ್ಸು ಬಿಚ್ಚಿ "ನಮ್ಮ ಶುಭನ ವಿವಾಹದ ಸಲುವಾಗಿ ನನ್ನ ತಮ್ಮ, ಅವ್ನ ಹೆಂಡ್ತಿ ಬರ್ತಾ ಇದ್ದಾರೆ. ಒಂದೆರಡು ದಿನ ತಡವಾಗಿ ನಮ್ಮ ವಿಭಾ ಕಸಿನ್ ಮಗ ರಿಚರ್ಡ್ ಕೂಡ ಬರ್ತಾ ಇದ್ದಾನೆ. ಅಮಲಾ ರಿಚರ್ಡ್ ವಿವಾಹ ಅಮಲೇಶ್ವರನ ಸನ್ನಿಧಿಯಲ್ಲೇ ನಡ್ಸೀ ಮಗಳನ್ನು ಕರೆದೊಯ್ಯುವ ನಿರ್ಧಾರ. ಅವ್ರು ಬಂದ್ಮೇಲೆ ದಿನ ನಿಶ್ಚಯ. ಎರಡು ವಿವಾಹಗಳನ್ನು ಅಮಲೇಶ್ವರನ ಸನ್ನಿಧಿಯಲ್ಲಿ

ನಡೆಸಿದ ತೃಪ್ತಿ ನಮ್ಗೇ" ಅಷ್ಟಿಷ್ಟು ಈ ವಿಚಾರ ಚಿದಂಬರಂ ಕಿವಿಗೂ ಬಿತ್ತು. ಬರೀ ಹ್ಞೂಗುಟ್ಟಿದರು.

ಇದನ್ನು ಕೇಳಿ ಬ್ರೇಕ್‌ಫಾಸ್ಟ್ ತಗೋತಾ ಇದ್ದ ಅಭಿನಂದನ್ ಚಲಿಸಿ ಹೋದ. ಎದೆಯಲ್ಲಿ ಒಂದು ರೀತಿಯ ತಳಮಳ. ಅವನ ಮಧುರವಾದ ಭಾವನೆಗಳ ಸಮುದ್ರಕ್ಕೆ ಯಾರೋ ಲಗ್ಗೆ ಇಟ್ಟಂತಾಯಿತು. ಮತ್ತೇನು ತಿನ್ನಲಾಗಲಿಲ್ಲ. ಕೈ ತೊಳೆದು ರೂಮಿಗೆ ಹೋದ. 'ಇವನಿಗೆ ಏನಾಗಿದೆ?' ಸೂಕ್ಷ್ಮವಾಗಿ ಗಮನಿಸಿದ ತಾರಿಣಿ ಚಿಂತೆಗೆ ಬಿದ್ದರು.

ಬೆಳಿಗ್ಗೆ.... ಬೆಳಿಗ್ಗೆಯೇ ಮೊಬೈಲ್‌ನಲ್ಲಿ ಅವತರಿಸಿದ್ದು ರಜನಿ... ನಿಸರ್ಗ "ನಂಗೆ ಅಭೀ ಸಿಗೋಲ್ಲ. ಬಹುಶಃ ಈಚೆಗೆ ಅವ್ನು ಕಾಲ್ ಮಾಡೋಲ್ಲ. ನನ್ನ ಮೊಬೈಲ್ ನಂಬರ್‌ಗಳನ್ನು ಬ್ಲಾಕ್‌ಲಿಸ್ಟ್‌ಗೆ ಸೇರಿಸಿದ್ದಾನೆ. ಇದಕ್ಕೆ ಕಾರಣ ಸಂಖ್ಯಾಶಾಸ್ತ್ರದ ಪ್ರಕಾರ ಅವ್ನು ಹೆಸರನ್ನು ಬದಲಾಯಿಸೋಕಂತೆ. ಅಭಿನಂದನ್ ಬದ್ಲು... ಮನೋನಂದನ್. ಅದು ಕೂಡ ತುಂಬ ಬ್ಯೂಟಿಫುಲ್ಲಾಗಿದೆ. ಆ ಹೆಸರಿನ ಬದಲಾವಣೆ ರಿಸ್ಕ್ ಡ್ಯಾಡಿ ತಗೋತಾರಂತೆ. ಇವ್ನಿಗೇನು... ಕಷ್ಟ?" ಮುದ್ದುಮುದ್ದಾಗಿ ಕೇಳಿದಾಗ ಆಕೆಗೇನು ಹೇಳಬೇಕೋ.... ಅರ್ಥವಾಗಿರಲಿಲ್ಲ.

ಆನಂದಮೂರ್ತಿಗಳು ಹೊರಟ ಮೇಲೆ ಆಕೆ ಗಂಡನನ್ನು ತರಾಟೆಗೆ ತಗೊಂಡರು. "ಅದೇನು, ಅಷ್ಟೊಂದು ಮರ್ಯಾದೆ ಆ ಮನುಷ್ಯನಿಗೆ? ರಾಜಕೀಯದಲ್ಲಿದ್ದ ಜನ ಬಂದರೇನೇ, ಡೈನಿಂಗ್ ಹಾಲ್‌ಗೆ ಪ್ರವೇಶವಿಲ್ಲ. ಅಂಥದ್ದರಲ್ಲಿ...." ಹೆಂಡತಿ ಹೇಳಿದ್ದನ್ನೆಲ್ಲ ಕೇಳಿಸಿಕೊಂಡರು. ಆಕೆ ತನ್ನ ಮಿತಿಯಲ್ಲಿ ಮಾತ್ರ ಯೋಚಿಸಬಲ್ಲರು. ಅಲ್ಲಿ ಕೂಡ ಲಾಭ, ನಷ್ಟಗಳ ಜೊತೆ 'ಅಹಂ'ನ ಲೆಕ್ಕಾಚಾರವಿರುತ್ತದೆಯೆಂದು ಅವರಿಗೆ ಗೊತ್ತು.

"ಮುಗೀತಾ, ಆ ಮನುಷ್ಯ ಮನಸ್ಸು ಮಾಡಿದರೆ ಆ ಕ್ಷೇತ್ರದಲ್ಲಿ ಎಲೆಕ್ಷನ್‌ಗೆ ನಿಂತರೆ, ನಾನು ಸೋಲಬಹುದ್ದು... ಎಲ್ಲಿ..... ಆ ಅಭೀ" ಕೇಳಿದರು. "ರೂಮಿನಲ್ಲಿ ಹೋಗಿ ಬಾಗ್ಲು ಹಾಕ್ಕೊಂಡ. ಸರ್‍ಯಾಗಿ ಬ್ರೇಕ್‌ಫಾಸ್ಟ್ ಕೂಡ ಮಾಡ್ಲಿಲ್ಲ. ನಂಗೇನೋ ಅನುಮಾನ! ಅದು ಆಕಸ್ಮಿಕವಾಗಿ ನಡ್ದುಹೋದ ಘಟನೆ ಮಾತ್ರವಲ್ಲ, ಆ ಹುಡ್ಗೀ ಅಮಲ ಕೂಡ ಅವ್ನ ಮನಸ್ಸಿನಲ್ಲಿ ಇರ್ಬಹುದು. ಅದಕ್ಕೆ ನಿಸರ್ಗನ ನೆಗ್ಲೆಕ್ಟ್ ಮಾಡ್ತಾ ಇದ್ದಾನೆ. ಅವ್ನ ಮೊಬೈಲ್‌ನ ನಂಬರ್‌ಗಳನ್ನೆಲ್ಲ ಬ್ಲಾಕ್‌ಲಿಸ್ಟ್‌ಗೆ ಹಾಕಿದ್ದಾನೇಂತ ಗೋಳಾಡಿದ್ಲು. ಈಗ ಹೆಸರು ಬದಲಾಯಿಸೋದ್ರಿಂದ ಇವ್ನಿಗೇನು? ಎಷ್ಟೋ ಸಿನಿಮಾ ಹೀರೋ..." ಅಂದಕೂಡಲೇ ಕೈಯೆತ್ತಿ "ಸುಮ್ನೇ ಇರು. ಏನಾಗಿದೆ ಅವ್ನ ಹೆಸರಿಗೆ? ಅವ್ನು ಹುಟ್ಟಿದ ಗಳಿಗೆ, ನಕ್ಷತ್ರ ನೋಡಿ ತಾನೇ ಅಭಿನಂದನ್ ಅಂತ ನಾಮಕರಣ ಮಾಡಿದ್ದು. ಅವ್ನ ಬದ್ಕಿನಲ್ಲಿ ಎಲ್ಲಾ ಸರ್‍ಯಾಗಿದೆ. ಅಂಥದ್ದರಲ್ಲಿ ಹೆಸರಿನ ಬದಲಾವಣೆ ಬೇಕಾ? ಅವನೊಬ್ಬ ತಲೆಕೆಟ್ಟವ. ಮನೋನಂದನ್ ಅನ್ನೋ ಹೆಸರಿರೋ ಯುವಕನ್ನ ಹುಡ್ಕೀ ಅಳಿಯನನ್ನಾಗಿ ಮಾಡ್ಕೊಳ್ಳಿ. ನನ್ಮಗನ ಹೆಸರು ಬದಲಾಯಿಸೋಕೆ ಸಾಧ್ಯವಿಲ್ಲ. ಮತ್ತೆ ಈ ಪ್ರಸ್ತಾಪ ನಮ್ಮುಂದೆ ಬೇಡ" ಗುಟುರು ಹಾಕಿದರು. ಮರುಕ್ಷಣವೇ ಭಗವಾನ್‌ಗೆ ಕಾಲ್ ಮಾಡಿ "ನೀನು ಮನೋನಂದನ್‌ನ್ನ ಹುಡ್ಕಿಕೊಂಡು ಅಳಿಯನನ್ನಾಗಿ ಮಾಡ್ಕೋ. ನನ್ಮಗ ಅಭಿನಂದನ್.. ಅಭಿನಂದನ್... ಅಭಿನಂದನ್..." ಎಂದು ಕಾಲ್‌ಕಟ್ ಮಾಡಿದರು. ಇದರಿಂದ ಈ ಸಂಬಂಧ ತಪ್ಪಿಹೋದರೂ ಅವರು ಚಿಂತಿಸೋಲ್ಲ. ಅಲ್ಲಿಗೆ ಬಂದು

ನಿಂತಿದ್ದರು. ಇಲ್ಲಿ ಖಂಡಿತ ಕಾಂಪ್ರಮೈಸ್ ಆಗರು.

ನಂತರ ಸಮಾಧಾನಗೊಂಡು ಮಗನ ರೂಮಿನ ಬಾಗಿಲನ್ನು ತಟ್ಟಿ ಒಳಗೆ ಹೋಗಿ ಬಾಗಿಲು ಲಾಕ್ ಮಾಡಿಕೊಂಡರು. ವಯಸ್ಸಿಗೆ ಬಂದ ಮಗ. ಗೆಳೆಯನಂತೆ ಕಾಣಬೇಕೆಂಬುದು ಅವರಿಗೆ ಗೊತ್ತು. ಅವರೆಂದು ಅವನ ಕನಸಿಗೆ ಬೆಂಕಿ ಹಚ್ಚರು.

ಆ ವೇಳೆಗೆ ಭಗವಾನ್ ಮಿಸಸ್ ಒಬ್ಬರೇ ಬಂದರು. ಜೊತೆಗೆ ರೂಮಿಗೆ ಕರೆದೊಯ್ದು ತಮ್ಮ ಪ್ರಾಪರ್ಟಿಗಳ ವಿವರ ಕೊಟ್ಟು... "ಇಷ್ಟು ಗಳಿಕೆಗೆ ಶತಮಾನಗಳು ಬೇಕು. ಇದರ ಉಳಿಕೆಯ ಸಲುವಾಗಿ ಜ್ಯೋತಿಷ್ಯಗಳ ಮಾತುಗಳನ್ನು ಅನುಸರಿಸುವುದು ತಪ್ಪಲ್ಲ. ಮಿಸ್ಟರ್ ಚಿದಂಬರಂ 'ಅಭೀ..' ಹೆಸರು ಬದಲಾಯಿಸೋಕೆ ಆಗೋಲ್ಲ ಅದರಂತೆ.." ಎಂದವರು ಏನೇನೋ ಹೇಳತೊಡಗಿದರು. ಅದು ಆಕೆಗೆ ಎಷ್ಟು ಅರ್ಥವಾಯಿತೋ, ಬಿಟ್ಟಿತೋ, ಬರೀ ಹ್ಞೂಗುಟ್ಟಿದರು.

ಆಕೆ ಹೊರಡುವ ಮುನ್ನ ತಾರಿಣಿಯ ಕೈ ಹಿಡಿದು "ಹೆಸರು ಬದಲಾಯಿಸೋಕೆ ನಿಮ್ಮ ಮಗ್ನ ಒಪ್ಪಿ, ನಂತರ ವಿದ್ಯುಕ್ತವಾಗಿ ಹೆಸರಿನ ಬದಲಾವಣೆ ಆಗ್ಬೇಕು. ನಂತರ ಲೀಗಲ್ಲಾಗಿ ತಳಮಟ್ಟದಿಂದ ಹೆಸರಿನ ಬದಲಾವಣೆಯ ಪ್ರೊಸೇಸ್ ನಡೀಬೇಕು. ಅದ್ಕೇ ಈಗ್ಲೇ ಶುರು ಮಾಡಿದ್ರೆ... ಬೇಗ ಮುಗಿಯುತ್ತೆ. ನೀವು ಗಲಾಟೆ ಮಾಡಿ ಒಪ್ಸೀ. ನಾಳೇನೇ ಹೆಸರಿನ ಬದಲಾವಣೆ ಕಾರ್ಯಕ್ರಮ. ಹೋಮ, ಹವನ.. ನಂತರವೇ ಶಾಸ್ತ್ರೋಕ್ತವಾಗಿ ಹೆಸರಿನ ಬದಲಾವಣೆಯ ಕಾರ್ಯಕ್ರಮ" ಎಂದು ಹೊರಟವರು ನಿಂತು ಮತ್ತೆ ಹೇಳಿದರು.

"ಸಂಜೆ ಕಾರು ಬರುತ್ತೆ. ಎಲ್ಲಾ ರೆಡಿಯಾಗಿರಿ. ಅಲ್ಲಿ ಕೂಡ ಸಾಕಷ್ಟು ಸಿದ್ಧತೆಗಳು ಆಗ್ಬೇಕಾಗಿದೆ. ಇನ್ನೊಂದು ವಿಷ್ಯ "ಅಭೀ ಕಾರ್‌ನ ತಂದು ನಮ್ಮ ಅಪಾರ್ಟ್‌ಮೆಂಟ್ ಪಾರ್ಕಿಂಗ್‌ನಲ್ಲಿ ಬಿಟ್ಟು ಹೋಗಿದ್ದಾನೆ. ಅಂದು ನಿಶ್ಚಿತಾರ್ಥದ ದಿನ ಉಡುಗೊರೆಯಾಗಿ ಕೊಟ್ಟಿದ್ದು ಭಾವೀ ಅಳಿಯನಿಗೆ. ಕಳುಹಿಸಿಕೊಡ್ಲಾ?" ಕೇಳಿದರು. ಆ ಕ್ಷಣ 'ಹ್ಞೂ' ಅನ್ನಬೇಕೆನಿಸಲಿಲ್ಲ ಆಕೆಗೆ. "ಬೇಡ, ಅವ್ನೇ ಬಂದಾಗ ತಂದ್ಕೋತಾನೆ. ಅವ್ನ ಓಡಾಟಕ್ಕೆ ಕಾರು ಇದೆ" ಎಂದರು ಅನ್ಯಮನಸ್ಕರಾಗಿ. ಬೇರೆ ರೀತಿಯ ತಿರುವು ಪಡೆದುಕೊಳ್ಳುವುದು ಆಕೆಗೆ ಬೇಕಿರಲಿಲ್ಲ.

ರೂಮಿನಿಂದ ಅಪ್ಪ, ಮಗ ಹೊರಬರುವವರೆಗೂ ಆಕೆ ಡೈನಿಂಗ್ ಟೇಬಲ್‌ನ ಮುಂದೆ ಕೂತಿದ್ದವರು ಎದ್ದು ಹೋಗಿ ದೇವರ ಮನೆಯಲ್ಲಿ ಕೂತರು. ಒಂದೇ ಸಮನೇ ಪ್ರಾರ್ಥನೆ, ಕಣ್ಣೀರು. ಅಂದು ನಡೆದ ಆಕಸ್ಮಿಕದ ಜೊತೆ ಅಭಿನಂದನ್ ತಂದಿಟ್ಟಿದ್ದ ಕಾವಿ ಡ್ರೆಸ್ ಅವರ ಕಣ್ಮುಂದೆ ಸುಳಿಯುತ್ತಿತ್ತು. 'ಸನ್ಯಾಸಿಯಾದರೆ?' ಅದಕ್ಕೆ ಅವರ ಸಮ್ಮತಿ ಇಲ್ಲ. ಮಗನ ಸಂಸಾರ, ದಾಂಪತ್ಯ ಜೀವನದ ಬಗ್ಗೆ ನೂರಾರು ಕನಸುಗಳು, ಸನ್ಯಾಸಿಗಳ ಬಗ್ಗೆ ಭಕ್ತಿ! ಆದರೆ ಮಗ ಸನ್ಯಾಸಿಯಾಗುವುದು ಮಾತ್ರ ಇಷ್ಟವಿಲ್ಲ.

ಹೆಚ್ಚಿನ ಸಂಖ್ಯೆಯ ತಾಯಿಯರ ಬಯಕೆ ಇದೇ ಆಗಿರುತ್ತದೆ. ಕಾವಿ ತೊಟ್ಟು ಅಧ್ಯಾತ್ಮಿಕ ಲೋಕದ ಪ್ರಜೆಯಾಗಲಿಯೆಂದೋ, ವಿವೇಕಾನಂದರಂತೆ ಸ್ವಂತಕ್ಕೆ

ಯೋಚಿಸದೇ ಸಮಸ್ತ ಮಾನವ ಕಲ್ಯಾಣಕ್ಕಾಗಿ ಶ್ರಮಿಸುವಂತಾಗಲಿ ಎಂದೋ, ಇಲ್ಲ ದೇಶಕ್ಕಾಗಿ ತನ್ನ ಜೀವನ ಸಮರ್ಪಿಸಲಿ ಎನ್ನುವ ತಾಯಂದಿರ ಸಂಖ್ಯೆ ಕಡಿಮೆ ಇರಬಹುದು. ಆದರೆ ಭಾರತ ದೇಶಕ್ಕೆ ಧೀಮಂತ ತಾಯಿಯರ ಕೊಡುಗೆ ಇದ್ದೇ ಇದೆ. ಆ ಸಾಲಿನಲ್ಲಿ ನಿಲ್ಲಲು ತಾರಿಣಿಗೆ ಇಷ್ಟವಿಲ್ಲ.

* * *

ಆನಂದಮೂರ್ತಿಗಳ ಎರಡನೆ ಮಗನ ಮದುವೆ ಅಲ್ಲೇನು ವೈಭವ ಅಂತೇನಿಲ್ಲ. ಆಶೀರ್ವದಿಸಲು ಬಂದಂಥ ಜನರಿಗೆ ಸುಗ್ರಾಸ ಭೋಜನ ಅಷ್ಟೆ. ಅತ್ಯಂತ ಸಾಂಪ್ರದಾಯಕವಾಗಿ ಎಲ್ಲಾ ಕಾರ್ಯಕ್ರಮಗಳು ನಡೆಯುತ್ತಿದ್ದವು. ಅದಕ್ಕೆ ಊರವರೆಲ್ಲ ಬಂಧುಗಳು.

ಆದರೆ ಚಿದಂಬರಂ ಹಿಂದಿನ ದಿನವೇ ಬಂದು ಗೆಸ್ಟ್‌ಹೌಸ್‌ನಲ್ಲಿ ಬೀಡು ಬಿಟ್ಟಿದ್ದು ಮಾತ್ರ ಅಚ್ಚರಿಯ ಸಂಗತಿ. ಆ ವಿಷಯವನ್ನು ಶ್ರೀ ಬಂದು ತಂದೆಯ ಕಿವಿಯ ಮೇಲೆ ಹಾಕಿದ "ಅಪ್ಪ, ಚಿದಂಬರಂ ಕುಟುಂಬ ಸಮೇತ ಬಂದಿದ್ದಾರಂತೆ. ಬೇರೆ ಕೆಲ್ಸದ ಸಲುವಾಗಿ ಬಂದಿದ್ದಾರೋ, ಇಲ್ಲ ಶುಭನ ಮದ್ವೆ ಸಲುವಾಗಿ ಬಂದಿದ್ದಾರೋ" ಅವರು ಕೆಲವು ಕ್ಷಣ ಸುಮ್ಮನಿದ್ದವರು "ಏನಾದ್ರೂ ಇರಲೀ, ಒಮ್ಮೆ ಹೋಗಿ ಮಾತಾಡ್ಸಿ ಬರೋದು ಸರಿಯೆನಿಸುತ್ತೆ. ಈಗ ಹೇಗೆ... ಮಾಡೋಣ?" ಕೇಳಿದರು.. ಕೆಲವಕ್ಕೆ ಅವರ ಅಗತ್ಯವಿತ್ತು. "ನಾನ್ಹೋಗಿ ಮಾತಾಡ್ಸೀ.... ಬರ್ತೀನಿ. ಹೇಗೋ ಮನೆಗೆ ಹೋಗಿ ಆಹ್ವಾನ ಪತ್ರಿಕೆ ಕೊಟ್ಟು ಬಂದಿದ್ದೀರಿ. ಜೊತೆಗೆ ಅವ್ರ ಮಗ ನಮ್ಮ ಶುಭಂಗೆ ಕ್ಲೋಸ್ ಫ್ರೆಂಡ್ ಆಗಿದ್ದಾನೆ. ಅವ್ನ ಒತ್ತಾಯವು ಇರ್ಬಹ್ದು. ಎನಿಹೌ, ಒಂದು ವಿಸಿಟ್ ಹಾಕಿ ಬರ್ತೀನಿ" ನಡೆದ. ವಿಭಾ, ನಂದನ್ ಬಂದಿದ್ದರಿಂದ ಮತ್ತಷ್ಟು ಸಂತೋಷ ಸಂಭ್ರಮ ತುಂಬಿಕೊಂಡಿದ್ದರು. ವಿರೂಪಾಕ್ಷ ಮಾಸ್ತರರ ಮೊಮ್ಮಗಳನ್ನು ಶುಭಕರ ವಿವಾಹವಾಗುತ್ತ ಇರೋದು ಸುತರಾಂ ಇಷ್ಟವಿಲ್ಲ.

ವಿಭಾ ಬಂದಕೂಡಲೆ ಸತ್ಯಭಾಮನ ತರಾಟೆಗೆ ತಗೊಂಡಿದ್ದರು. "ಅವ್ನು ವಿವಾಹದ ಜವಾಬ್ದಾರಿ ನಂಗೆ ವಹಿಸ್ಬೇಕಿತ್ತು. ಅವನೊಬ್ಬ ಸಾಫ್ಟ್‌ವೇರ್ ಇಂಜಿನಿಯರ್. ವಿದೇಶಕ್ಕೆ ಹೋಗೋ ಅವಕಾಶ ಇತ್ತು. ಅವ್ನಿಗೆ ಇನ್ನಷ್ಟು ಕಲಿತ ಹುಡ್ಗೀಯ ಅಗತ್ಯವಿತ್ತು. ಸನ್ನಿಧಿಗೆ ಇರೋ ಆರ್ಡಿನರಿ ಎಜುಕೇಷನ್ ತಗೊಂಡ್ ಏನ್ಮಾಡ್ತಾನೆ?" ಇಂಥದೊಂದು ಪ್ರಶ್ನೆಗೆ ಯಾರೂ ಉತ್ತರಿಸಲು ಹೋಗಲಿಲ್ಲ. ಹಾಗಂತ ಒಂದಿಷ್ಟು ವಿಚಲಿತರಾಗಿದ್ದು ಸತ್ಯಭಾಮ. ಅದನ್ನು ಶ್ರೀ ತಳ್ಳಿ ಹಾಕಿದ. ಸಂಬಂಧಗಳು ವ್ಯವಹಾರಿಕವಾಗ ಬಾರದೆನ್ನುವುದು ಅವನ ಅಭಿಪ್ರಾಯ. ಅದನ್ನು ಹೇಳಿದ ಕೂಡ.

"ವಿವಾಹ ವ್ಯವಹಾರವಾಗ್ಬಾರ್ದು. ಅದು ಸಂಬಂಧಗಳ ಮೇಲೆ ಸಾಮರಸ್ಯದ ಮೇಲೆ ನಿಲ್ಲಬೇಕು. ಸನ್ನಿಧಿನ ಶುಭ ಒಪ್ಪಿಕೊಂಡಿದ್ದಾನೆ. ನೀನು ನಿಶ್ಚಿಂತೆಯಿಂದ ಸೊಸೆನ ಸಂತೋಷವಾಗಿ ಧಾರೆಯೆರೆಸ್ಕೋ. ಇಂಥ ಶುಭ ಸಮಯದಲ್ಲಿ ಗೊಂದಲಗಳು ಬೇಡ."

ಮಗನ ಮಾತು ಆಕೆಯ ಗೊಂದಲಗಳನ್ನು ಒಂದಿಷ್ಟು ಪರಿಹಾರ ಮಾಡಿತು.

ಸಂಜೆಯ ವರಪೂಜೆಯ ಸಮಯಕ್ಕೆ ತಮ್ಮ ಮನೆಯ ವಿವಾಹವೆನ್ನುವಂತೆ ಚಿದಂಬರಂ ತಾರಿಣಿ ಬಂದು ವಿವಾಹಮಂಟಪದಲ್ಲಿ ಕೂತರು. ಶುಭಕರನ ವಿವಾಹದ ಸಲುವಾಗಿ ಒಂದು ಗೆಳೆಯರ ಹಿಂಡಿನಲ್ಲಿ ಸುಲಭವಾಗಿ ಬೆರೆತುಹೋಗಿದ್ದ ಅಭಿನಂದನ್.

ಇಲ್ಲಿಗೆ ಹೊರಡುವಾಗ ತಾರಿಣಿ "ನಾಳೆ ತಾನೇ ಮದ್ವೆ? ಆ ಸಮಯಕ್ಕೆ ಹೋದರಾಯ್ತು. ಅವರೇನು ಹತ್ತಿರದ ನೆಂಟರಾ? ಇಲ್ಲಿ ರಾಜಕೀಯವಾಗಿ ಎತ್ತರದಲ್ಲಿರೋ ಜನವಾ? ನಂಗಂತೂ ಇಂದು ಹೋಗೋ ಇಷ್ಟವಿಲ್ಲ." ಹೆಂಡತಿಯ ಮಾತುಗಳಿಗೆ ಅವರ ಪ್ರತಿಕ್ರಿಯೆ ತೀರಾ ತಣ್ಣಗಿತ್ತು. "ಆಯ್ತು, ನೀನು ಬರೋದೇನು ಬೇಡ. ನಾನು ಹೊರಟಿದ್ದೀನಷ್ಟೆ. ಕುಟುಂಬ ಪರಿವಾರ ಸಮೇತರಾಗಿ ಬನ್ನಿ ಅನ್ನೋ ಆಹ್ವಾನಕ್ಕೆ ಮನ್ನಣೆ ಅಷ್ಟೆ." ಅಲ್ಲಿಗೆ ಆ ಮಾತು ನಿಲ್ಲಿಸಿದರು. ಆಕೆ ಕೂಡ ಸುಮ್ಮನಾಗಿದ್ದರು.

ಆಮೇಲೆ ಚಿದಂಬರಂ ಜೊತೆ ಅಭಿನಂದನ್ ಹೊರಟಾಗಲೇ ಷಾಕ್ ಆಗಿದ್ದು "ನೀನು ಯಾಕೆ ಹೋಗ್ತಾ ಇದ್ದೀಯಾ?" ಮುಖ ದಪ್ಪಗೆ ಮಾಡಿದಾಗ "ನನ್ನ ಫ್ರೆಂಡ್ ಮದ್ವೆ, ನಂಗೆ ಪ್ರತ್ಯೇಕವಾದ ಇನ್ವಿಟೇಷನ್ ಇದೆ" ಆಕೆಗೆ ತಲೆ ಕೆಟ್ಟಂತಾಗಿತ್ತು. "ಎಷ್ಟು ದಿನದ ಫ್ರೆಂಡ್?" ಅವನೇನು ನಿನ್ನ ಕ್ಲಾಸ್‌ಮೇಟಾ? ಕಾಲೇಜ್ ಮೇಟಾ? ಇದು ಯಾಕೋ ಅತಿಯಾಯ್ತು" ಕೊಸರಿಕೊಂಡರು.

"ನನ್ನ ಫ್ರೆಂಡ್ ಅಷ್ಟೆ. ನಾನಂತೂ ಹೋಗೋದು ಗ್ಯಾರಂಟಿ. ಅಮಲಾಪುರಕ್ಕೂ, ನಂಗೂ ಅಮಲೇಶ್ವರ ಒಂದು ಸಂಬಂಧ ಬೆಸೆದುಬಿಟ್ಟಿದ್ದಾನೆ. ನಾನು ಡ್ಯಾಡ್ ಜೊತೆ ಹೋಗೋದಂತೂ ಗ್ಯಾರಂಟಿ" ಎಂದಿದ್ದ ಅಭೀ. ಆಗ ತೆಪ್ಪಗೆ ಹೊರಟಿದ್ದರು ತಾರಿಣಿದೇವಿ ಚಿದಂಬರಂ. ಅಲ್ಲಿ ಡೈರೆಕ್ಟಾಗಿ ಅಮಲೇಶ್ವರನಲ್ಲಿ ಇನ್ನೊಂದು ಹರಕೆಹೊತ್ತು ಬರೋದು ಕೂಡ ಆಕೆಯ ಉದ್ದೇಶವಾಗಿತ್ತು. ಒಂದು ಗಟ್ಟಿಯಾದ ಹರಕೆಗೆ ಮನೆಯಲ್ಲೇ ಪ್ಲಾನ್ ಮಾಡಿಕೊಂಡೇ ಬಂದಿದ್ದು. ಆದರೆ ಅಮಲೇಶ್ವರನಿಗೆ ಗಿರಿಜಾಕಲ್ಯಾಣದ ಹರಕೆಗಳೇ ಜಾಸ್ತಿ. ಬಹುಶಃ ಅದರಲ್ಲೇ ತೃಪ್ತಿ.

ಶ್ರೀ ಗೆಸ್ಟ್‌ಹೌಸ್‌ಗೆ ಬಂದಾಗ ಒಂದು ನಾಲ್ಕು ಜನರೊಂದಿಗೆ ಕೂತು ಮಾತಾಡುತ್ತಿದ್ದ ಚಿದಂಬರಂ "ಬಾ... ಬಾ... " ಆಹ್ವಾನಿಸಿದರು. ಅವನ ಸಂಕೋಚ ದೂರ ಮಾಡುವಂತೆ "ನಾವು ಬಂದಿರೋದು ನಿಮ್ಮ ಮದ್ವೆಗೇನೇ. ವ್ಯವಹಾರ ಜಗತ್ತಿನಿಂದ ದೂರವಾಗಿ ನಿಮ್ಮಗಳೊಂದಿಗೆ ಬೆರೆತು ರಿಲ್ಯಾಕ್ಸ್ ಆಗುವ ಉದ್ದೇಶವಷ್ಟೆ. ನಮ್ಮ ಅಭೀಗೂ ಹೊಸ ತರಹದ ಓಡಾಟ. ಒಂದು ರೀತಿ ರಿಲ್ಯಾಕ್ಸ್ ಹೆಚ್ಚಿಗೇನು... ಬೇಕಿಲ್ಲ. ಮದ್ವೆಗೆ ಬಂದ ಬಂಧುಗಳಂತೆ ಕಂಡರೇ ಸಾಕು" ಎಂದು ಸರಳವಾಗಿ ಹೇಳಿದಾಗ ಶ್ರೀ ವಿಸ್ಮಿತನಾದ. ಅಂಥ ಹೆಚ್ಚು ಪರಿಚಯವಿಲ್ಲದ ಎಂಎಲ್ಎ ಸಾಹೇಬರ ವರ್ತನೆಯನ್ನು ಹೆಚ್ಚು ತರ್ಕಿಸಲು ಹೋಗಲಿಲ್ಲ.

ಆಗ ವಿಭಾ, ನಂದನ್ ಬಂದಾಗ ಶ್ರೀ ಅಲ್ಲಿಯೇ ಇದ್ದ. ಅವರೇ ಪರಿಚಯಿಸಿ ಕೊಂಡವರು ಒಂದು ಸಣ್ಣ ಆಹ್ವಾನವನ್ನು ಕೂಡ ಕೊಟ್ಟರು. "ಅದೇ ನಮ್ಮ ಮಗಳು ವಿಸ್ಮಿತಳ ವಿವಾಹ ಬುಧವಾರವಷ್ಟೆ. ಆ ಆತುರಕ್ಕೆ ಕಾರಣ ನಮ್ಮ ರಿಚ್ಚಿ ನಾಳೆ ಬರ್ತಾನೆ. ನಾವು ಹೆಚ್ಚು ದಿನ ರಜ ಹಾಕಿ ಬಂದಿಲ್ಲ. ಇಲ್ಲಿನ ಶಾಸ್ತ್ರ, ಪರಂಪರೆಗೆ

ಅನುಗುಣವಾಗಿ ವಿವಾಹ ಕಾರ್ಯ ಮುಗ್ಸಿಕೊಂಡ್ ಕರ್ಕೊಂಡ್ ಹೋಗ್ತೀವಿ. ಅವ್ನು ಮೆಡಿಕಲ್ ಸ್ಟೂಡೆಂಟ್. ಮೂರು ಜನರೇಷನ್‌ನಿಂದಲೂ ಅವ್ರುಗಳು ವೈದ್ಯರೇ. ನನ್ನ ಕಸಿನ್ ಮಗ. ಮಿಕ್ಕಿದ ಅರೇಂಜ್‌ಮೆಂಟ್ಸ್ ಅಲ್ಲಿಯೇ. ಹೆಚ್ಚಿನ ಬಂಧುಬಳಗ ಇರೋದು ಅಮೆರಿಕದಲ್ಲಿಯೇ" ಬಡಬಡ ಹೇಳಿ ಮುಗಿಸಿದಳು. ಅವನು ಹ್ಞೂಗುಟ್ಟಿದನಷ್ಟೆ.

ಅವರುಗಳು ಹೋದಮೇಲೆ ಸಣ್ಣ ದನಿಯಲ್ಲಿ. "ಇದೊಂದು ಗುಡ್ ನ್ಯೂಸ್. ಮೊದ್ಲು ಅಭೀಗೆ ತಿಳಿಸ್ಬೇಕು. ಅದೇ ವಿಸ್ಮಿತಳ ನೂರೆಂಟು ಫೋಟೋಗಳು ಮೊಬೈಲ್‌ನಲ್ಲಿ" ಗೊಣಗಿದರು. ತಾರಿಣಿ "ನಾವು ಅಂದುಕೊಂಡಂಗೆ ಎಲ್ಲವೂ ಆಗಿಬಿಡೋಲ್ಲ. ವಿಧಿ, ವಿಧಾನ, ನಿರ್ಣಯಗಳು ಪೂರ್ತಿ ಮೇಲಿನವನದೇ ಆಗಿರುತ್ತೆ. ಈಗ ನಡೀ..." ಎಂದು ಗೆಸ್ಟ್‌ಹೌಸ್‌ನಿಂದ ಹೊರಗೆ ನಡೆದರು ಚಿದಂಬರಂ. ಅವರು ಒಂದು ನಿರ್ಣಯಕ್ಕೆ ಬಂದಾಗಿತ್ತು.

ಅಭಿನಂದನ್ ತನ್ನ ಮನದ ಇಂಗಿತವನ್ನು ತಂದೆಗೆ ತಿಳಿಸಿ ಆಗಿತ್ತು. ಅವರೇನು ಗೊಂದಲಕ್ಕೆ ಒಳಗಾಗಿರಲಿಲ್ಲ.

ಅಲ್ಲಿ ವಿವಾಹದಲ್ಲಿ ಶ್ರೀಮಂತಿಕೆ, ವೈಭವಕ್ಕಿಂತ ಹೆಚ್ಚಿನ ಒತ್ತು ಶಾಸ್ತ್ರ, ಸಂಪ್ರದಾಯಗಳಿಗೆ ಕೊಟ್ಟಿದ್ದರಿಂದ ಅಮಲಾಪುರದ ಹೆಣ್ಣು ಮಕ್ಕಳೆಲ್ಲ ಅಲ್ಲೇ ನೆರೆದು ವಿವಾಹಮಂಟಪಕ್ಕೆ ಕಳೆತಂದಿದ್ದರು. ತೀರಾ ಚೆಂದವೆನಿಸಿತು ಚಿದಂಬರಂಗೆ.

ವಿರೂಪಾಕ್ಷ ಮಾಸ್ತರರ ಕುಟುಂಬಕ್ಕೆ ಆನಂದಮೂರ್ತಿಗಳು ದೇವರಂತೆ ಕಂಡರು. ಹೆಣ್ಣಿನವರೇ ನಡೆಸಿಕೊಡುವ ಮದುವೆ ಎನ್ನುವ ರೀತಿಯಲ್ಲಿ ನಡೆದುಕೊಂಡರು. ವಿವಾಹದ ಸಮಯಕ್ಕೆ ನಹುಷ ಸಾರಾ ಟ್ಯಾಕ್ಸಿಯಲ್ಲಿ ಬಂದಿಳಿದವರ ಮುಖಗಳಲ್ಲೇ ಒಂದಿಷ್ಟು ಕಳೆ ಇರಲಿಲ್ಲ. ಬಸವಳಿದುಹೋಗಿದ್ದರು. ಬಂದಿದ್ದು ವಿರೂಪಾಕ್ಷ ಮಾಸ್ತರರಿಗೆ ಸಮಾಧಾನ ತಂದಿರಬೇಕು.

ಸ್ವತಃ ಆನಂದಮೂರ್ತಿಗಳೇ ಅವರನ್ನು ಎದುರುಗೊಂಡು ಕರೆತಂದರು. "ತುಂಬ ಸಂತೋಷ. ಸನ್ನಿಧಿಗೆ ನೀವು ಸೋದರ ಮಾವ. ಇದೊಂದು ಸಂತೋಷದ ಸಮಯ."

ವಿವಾಹಮಂಟಪದಿಂದ ಒಂದು ಅಷ್ಟು ದೂರದಲ್ಲಿಯೇ ಕೂತರು. ನಾಚಿಕೆಯೋ, ಸಂಕೋಚವೋ, ಅದು ಅಲ್ಲದೆ ಮತ್ತೇನೋ ಹೆತ್ತ ತಾಯಿಯ ಮನಸ್ಸು ತಡೆದೀತಾ? ಆಕೆಯೇ ಕಣ್ತುಂಬಿ ಬಂದು ಮಾತಾಡಿಸಿಹೋದರು. ಮಾಸ್ತರರು ಮಾತ್ರ ಅತ್ತ ತಿರುಗಲಿಲ್ಲ.

ವಿವಾಹದ ವಿಧಿ ಮುಗಿದು ಇನ್ನು ಶಾಸ್ತ್ರಗಳು ನಡೆಯುತ್ತಿದ್ದಂಗೆ ಕೂತಿದ್ದವರ ಬಳಿಗೆ ಬಂದ ವಿಭಾ "ಶ್ರೀ, ಇಷ್ಟೆಲ್ಲ ವಿಸ್ಮಿತ ವಿವಾಹದಲ್ಲಿ ಇರ್‍ಬಾದು. ರಿಚ್ಚಿ ಬೇಜಾರು ಮಾಡ್ಕೋತಾನೆ" ಇದನ್ನು ಹೇಳಿದ್ದು ಶ್ರೀಗೆ. ಹೂವಿನ ತಟ್ಟೆ ಹಿಡಿದುಹೋಗುತ್ತಿದ್ದ ಅಮಲ ನಿಂತು ಹಿಂದಿರುಗಿ "ಈಗಾಗ್ಲೇ ನನ್ನ ಮದ್ವೆ ಆಗಿಹೋಗಿದೆ" ಅಷ್ಟು ಹೇಳಿ ಮುಂದೆ ಹೋದಳು. ಕೂತಿದ್ದವರು ನಿಬ್ಬೆರಗಾದರು. ಅಲ್ಲಿ ಎಂಎಲ್‌ಎ ದಂಪತಿಗಳು ಮಾತ್ರವಲ್ಲ ಅವರ ಪಕ್ಕ ಅಭಿನಂದನ್ ಕೂಡ ಇದ್ದ. ಶ್ರೀ ಕೂಡ ಬೆಚ್ಚಿದ. ಅವಳು ಇದುವರೆಗೂ ಎಂದೂ ಅಂದು ನಡೆದ ಆಕಸ್ಮಿಕದ ಬಗ್ಗೆ ಪ್ರಸ್ತಾಪಿಸಿದವಳೇ ಅಲ್ಲ.

ಅದು ಅವಳ ಗಮನಕ್ಕೆ ಬಂದಿಲ್ಲ. ಅಕಸ್ಮಾತ್ ಗಮನಿಸಿದ್ದರು ಮರೆತಿರಬಹುದೆಂದು ಕೊಂಡಿದ್ದರು. ಆದರೆ ಎಲ್ಲವನ್ನೂ ಸುಳ್ಳು ಮಾಡಿದಳು.

ಅವಳ ಮನದ ವಿಚಾರ ಕೇಳಿ ವಿಭಾ ಬಾಯಿಂದ ಮಾತೇ ಹೊರಡಲಿಲ್ಲ. ಇದು ಆನಂದಮೂರ್ತಿಗೆ ತಲುಪಿದಾಗ ಅವರೇನು ವಿಸ್ಮಿತರಾಗಲಿಲ್ಲ. ಅಂದಿನ ಆಕಸ್ಮಿಕ ಪೂರ್ವನಿಯೋಜತವೇ? ಅದನ್ನು ಮನಃಪೂರ್ವಕವಾಗಿ ಒಪ್ಪಿಕೊಂಡಿರುವುದನ್ನು ಅಮಲಾ ಪ್ರಕಟಪಡಿಸಿದ್ದಳು ಅಭಿನಂದನ್..?

ಈ ವಿಷಯ ಎಷ್ಟು ಬೇಗ ಹರಡಿತೆಂದರೆ ಎಲ್ಲರ ಬಾಯಲ್ಲೂ ಇದೇ ಮಾತು. ಬಹುಶಃ ಇದನ್ನು ಚಿದಂಬರಂ ಮನೆಯವರು ಹೇಗೆ ತೆಗೆದುಕೊಂಡರೋ ಎನ್ನುವ ಚಿಂತೆಯಷ್ಟೆ. ಶ್ರೀಗೆ ಒಂದು ರೀತಿಯ ಗಲಿಬಿಲಿ. ಆದರೆ ತಂಗಿಯನ್ನು ದಂಡಿಸಲಾರ. ಹೃದಯದ ಮಾತನ್ನು ಕೇಳಿದ್ದಳು. ಮನದಲ್ಲಿ ಬಚ್ಚಿಟ್ಟುಕೊಂಡಿದ್ದನ್ನು ಈ ಸಂದರ್ಭದಲ್ಲಿ ಹೇಳಿದ್ದಳು. ಅದು ಸತ್ಯವೇ, ಅಭಿನಂದನ್ ಅಂದು ಅಮಲೇಶ್ವರನ ಸನ್ನಿಧಿಯಲ್ಲಿ ಬೈತಲೆಗೆ ಕುಂಕುಮ ಹಚ್ಚಿ ಹಾರ ಹಾಕಿ ಸ್ವೀಕರಿಸಿದ್ದ. ಅದು ಎಲ್ಲರಿಗೂ ಆಕಸ್ಮಿಕವಾಗಿ ಕಂಡಿರಬಹುದು. ಆದರೆ ಅದಕ್ಕೆ ಪುರೋಹಿತ್ಯ ವಹಿಸಿದ್ದು ಅಮಲೇಶ್ವರ.

ಚಿಂತನೆಯಲ್ಲಿ ಆನಂದಮೂರ್ತಿಗಳ ಕೈಗಳನ್ನು ಹಿಡಿದು ಕುಲುಕಿದ ಚಿದಂಬರಂ "ಅಂತೂ, ನಮ್ಮಿಬ್ಬರನ್ನು ಬೀಗರು ಮಾಡೋ ಪ್ಲಾನ್ ಅಮಲೇಶ್ವರನದು. ಅವನ ಆಣತಿಯನ್ನು ಧಿಕ್ಕರಿಸಲು ಸಾಧ್ಯವೇ. ಬನ್ನಿ...." ಕೈ ಹಿಡಿದು ಕರೆದುಕೊಂಡು ಹೋದರು.

ಕಾರಿನಲ್ಲಿದ್ದ ಎರಡು ಹಾರಗಳನ್ನು ತರಿಸಿ ಅಭಿನಂದನ್ ಮತ್ತು ಅಮಲಾ ಕೈಗಳಿಗೆ ಕೊಟ್ಟು ಒಬ್ಬರಿಂದ, ಒಬ್ಬರಿಗೆ ಹಾಕಿಸಿ ಪುರೋಹಿತರು ತಟ್ಟೆಯಲ್ಲಿ ಹಿಡಿದು ಬಂದು ಮಾಂಗಲ್ಯಧಾರಣೆ ಮಾಡಿಸಿಯೇಬಿಟ್ಟರು. ನೆರೆದವರೆಲ್ಲ ಅಕ್ಷತೆ ಹಾಕಿ ಆಶೀರ್ವದಿಸಿದರು. ಇದು ಪೂರ್ವ ನಿಯೋಜಿತವೇ?

ಚಿದಂಬರಂ ನಂದನ್ ಕೈಹಿಡಿದು "ಅಂದು ನಡೆಸಿದ ವಿಧಿಯಲ್ಲಿ ನೀವುಗಳು ಮಾತ್ರ ಇರಲಿಲ್ಲ. ಅಭೀ ವಿವಾಹದ ಬಗ್ಗೆ ನಮ್ಮ ಯೋಜನೆ ಬೇರೆ ಇತ್ತು. ನಿಮ್ಮಗಳದು ಕೂಡ ಬೇರೆಯೇ ಇತ್ತು. ಆದರೆ ದೈವ ನಿರ್ಣಯವೇ ಬೇರೆ ಇತ್ತು. ತಪ್ಪೇನು ಭಾವಿಸಬೇಡಿ. ನಮ್ಗೇ ಅಮಲಾ ಸೊಸೆಯಾಗಿ ಬಂದಿದ್ದು ಸಂತೋಷವೇ. ಇಲ್ಲಿ ಯಾರು ದೋಷಿಗಳಲ್ಲ. ಎಲ್ಲಾ ಅವ್ನ ಕೈವಾಡ" ಎಂದರು ಸರಳವಾಗಿ. ಇದರಿಂದ ವಿಭಾಗೆ ಸಮಾಧಾನವಾಗಲಿಲ್ಲ. ಮಗಳ ಬಗ್ಗೆ ಆಕೆಯ ಕನಸುಗಳೆ ಬೇರೆ ಇತ್ತು. ಬೇರೆಡೆ ಹೋಗಿ ಕಣ್ಣೀರು ತೊಡೆದುಕೊಂಡರು. ಇಂದಿಗೆ ಮಗಳನ್ನ ಅಮೆರಿಕಗೆ ಕರೆದೊಯ್ಯುವ ಆಸೆಗೆ ಪೂರ್ಣ ವಿರಾಮ. ಮುಂದೆಂದೂ ಸಾಧ್ಯವಾಗದು. ಆ ಜೋಡಿ ಬಂದರೆ ಅಲ್ಲಿಗೆ ಪ್ರವಾಸಿಗರು ಮಾತ್ರ. ರಿಚರ್ಡ್ ಪೇರೆಂಟ್ಸ್‌ಗೆ ಇದನ್ನು ತಿಳಿಸಿ ಕನ್ವಿನ್ಸ್ ಮಾಡಿಬಂದರು. ಆದರೆ ನಂದನ್ ಮಾತ್ರ ಸಂತೋಷವಾಗಿದ್ದರು.

ಅವರ ಭಾರತದಲ್ಲಿ ಉಳಿಯುವ ಆಸೆ ಚಿಗುರೊಡೆದಿತ್ತು. ಹಿಂದೆಂದಿಗಿಂತಲೂ ಅಮಲಾಪುರದ ಈ ಪರಿಸರ ಅತ್ಯಂತ ಸುಂದರವಾಗಿ ಕಂಗೊಳಿಸುತ್ತಿತ್ತು. ಅಣ್ಣನ ಪಕ್ಕ ಬಂದು ನಿಂತು ಮುದ್ದಾದ ವಧುವರರನ್ನು ಮನಃಪೂರ್ವಕವಾಗಿ

ಆಶೀರ್ವದಿಸಿದರು.

ವಿವಾಹಿತರಾದ ಶುಭಕರ್ ಮತ್ತು ಸನ್ನಿಧಿಯ ಜೋಡಿಯನ್ನು ಮರೆತು ಇವರ ಸುತ್ತಲೂ ಬಂದು ಸೇರಿದರು. ಆಗ ಮಾಸ್ತರರೇ ಹೆಂಡತಿ ತಮ್ಮ ಸುಶ್ರಾವ್ಯವಾದ ಕಂಠದಲ್ಲಿ ಹಾಡಿದ್ದು ಪುರಂದರದಾಸರ ದೇವರನಾಮ. 'ಹರಿ ಚಿತ್ತ ಸತ್ಯ... ನರಚಿತ್ತಲವಲೇಶವು...   ನಡೆಯದು' ಎಂದು ಹಾಡತೊಡಗಿದಾಗ ನೆರೆದ ಜನ ಸಂಭ್ರಮ, ಸಂತೋಷದಿಂದ ಆಶೀರ್ವದಿಸಿದರು.

ಇಲ್ಲಿ ಸಂತೋಷಪಟ್ಟವರೇ ಹೆಚ್ಚು ಜನ.